Văn-Học Quốc-Ngữ thời đầu
và miền Nam lục-tỉnh
qua vài nhận định, biên khảo

Nguyễn Vy Khanh

**Văn-học Quốc-ngữ thời đầu
và
miền Nam lục-tỉnh
qua vài nhận định, biên khảo**

Nhân Ảnh
2021

NGUYỄN, Vy Khanh, 1951-
Văn-Học Quốc-ngữ thời đầu và miền Nam lục-tỉnh qua vài nhận định, biên khảo / Vy Khanh Nguyên
   Included bibliographical references.

   1- Vietnamese literature - History and criticism. 2- Authors, Vietnamese - 19th century. 3- Authors, Vietnamese - 20th century.

   PL4380.N55 2018

   ⓒCopyright by Nguyễn Vy Khanh
   All rights reserved. No part of this book may be reproduced, in any form or by any means, without permission in writing from the author Vy Khanh NGUYỄN nguyenvykhanh@yahoo.com

   Cover: Khánh Trường

Mục-lục

009	*Lời mở đầu*
013	Văn-Học chữ quốc-ngữ thời đầu
061	Miền Nam khai phóng
107	Miền Nam đạo lý
141	Văn-học yêu nước
201	Tiếng Việt qua một số tác-phẩm chữ quốc-ngữ thời đầu
225	Báo-chí từ thời bình minh văn-học chữ quốc-ngữ đến buổi qua phân 1954
325	Về Nguyễn Đình Chiểu và lý-luận văn-học
335	Trương Vĩnh Ký và các tác-phẩm văn xuôi tiền-phong
381	Huình Tịnh Paulus Của
407	Trương Minh Ký
427	Nguyễn Trọng Quản, Hồ Biểu-Chánh và Ảnh hưởng Âu-Tây trong thể-loại tiểu-thuyết thời đầu
451	Thể-loại Tự truyện với *Chơn Cáo Tự Sự*
459	Lê Hoằng Mưu, nhà tiểu-thuyết tiền phong
471	Nhìn lại sự-nghiệp hiện-đại hóa của Nguyễn Văn Vĩnh
486	Nỗ lực hiện đại hóa tiểu-thuyết của Hồ Biểu-Chánh
507	Ngôn-ngữ của tiểu-thuyết Hồ Biểu Chánh
527	Nguyễn Thị Manh-Manh
539	Hồ Văn Hảo và Thơ Mới hiện-thực
551	Thi ca yêu nước của Vũ Anh Khanh
569	Đôi nét về Văn-học Công Giáo Việt-Nam

Lời mở đầu

Những bài viết trong tập sách đánh dấu một quãng thời gian viết của chúng tôi. Một cố gắng chủ quan, rời rạc, về một số vấn đề của văn-học bằng chữ Quốc-ngữ thời đầu và miền Nam lục-tỉnh, không hẳn có tính cách hệ thống. Bài Miền Nam Khai Phóng là bài đầu tiên đánh dấu sự quan tâm và nghiên cứu của chúng tôi với quan niệm *"Kiến thức cũng như nghề nghiệp chính thức và nghiệp dư, sau nhiều thập niên hoạt động, cho chúng tôi tâm niệm và ý chí, trong khả năng khiêm tốn và khả thể, đi tìm sự thực và ghi lại cho các thế hệ sau, với hy vọng rằng chỉ có thống nhất nhân tâm và địa lý khi nào những khúc mắc và vấn nạn lịch sử đã được nhìn nhận và giải tỏa"*. Bài đã gây tiếng vang về vấn đề, từ khi được xuất hiện trong tuyển tập 1 *Văn-Học Nghệ-Thuật Liên Mạng* (Garland TX: 1996). Một số bài trong tập đã được in trong các tuyển tập biên khảo và một số đã được phổ biến trên các tạp chí cũng như các trang liên-mạng internet. Chúng tôi giới hạn thời gian văn học từ năm 1865 đến 1954, tuy trong vài bài, vì mạch văn hoặc muốn đầy đủ, chúng tôi đi qua lằn ranh thời gian đó, hoặc lặp lại một số chi tiết, sự kiện.

Chúng tôi không nghĩ làm công tác của một nhà phê bình văn học. Chúng tôi chỉ mạo muội ghi lại một số cảm tưởng về một số hiện tượng văn hóa, văn học, về một số tác giả và tác phẩm, về khuynh hướng của một thời cũng như nhận định, cổ võ những cố gắng làm mới văn học và dân tộc, của một số tác giả, của một vài tập thể. Trong số, có những vấn đề liên hệ đến lịch sử của một nền văn học, đến cốt lõi của sinh mạng chung, không thể không nói đến. Tổng quan, tản mạn, ghi dấu, gợi ý, nói chung, đóng góp, mà không phải là một công trình phê bình văn học hay văn học sử đúng nghĩa thường đòi hỏi sự tham gia thiển nghĩ của nhiều người chuyên ngành, của một tập thể hơn là của một cá nhân không sống ở trong nước cũng như không thể tham khảo như ước muốn các tác phẩm và nguồn văn học sử.

Buổi bình-minh của văn-học chữ Quốc-ngữ đã bừng lên từ nửa cuối của thế-kỷ XIX, nay đã trở thành quá khứ nhưng đã là sỏi đá nền móng! Hơn 150 năm sau, đất nước cũng như con người Việt-Nam đã trải qua biết bao dâu bể, biến suy, chưa biết bao giờ sẽ có thể sống hòa hợp lại được như thời thịnh trị và an bình như tổ tiên xưa. Chúng tôi thiển nghĩ cần có một cái nhìn lại, "ôn cố tri tân" như thường nghe, việc vốn không dễ vì dù chấp nhận hậu sinh là kẻ "phê bình" tối hậu của mọi nền văn học đã qua, nhưng chúng ta hôm nay không thể đọc lại các tác phẩm văn học các thời trước như người thời đó. Các thời đại văn chương đã qua đi và chúng ta có nhìn lại thì mới thấy chúng chỉ là những hiện tượng xuất hiện một thời nhưng không chết, không mất, vì chúng đắp lối, dọn ngõ cho các thế hệ đến sau.

Văn-học Miền Nam trong tuyển tập này một phần được giới hạn ở tính "miền Nam lục-tỉnh". Tìm hiểu và nêu lên những đặc-tính nhưng không so sánh và xếp loại theo nghĩa địa phương. Với biên khảo này, chúng tôi có một số nhận định như sau:

- Văn-học chữ quốc-ngữ đã *khởi đầu từ Miền Nam Lục-tỉnh* (Nam kỳ, Cochinchine), từ 1869 với *Gia Định Báo* - là tờ báo chữ Quốc-ngữ đầu tiên ở Việt-Nam, từ ngày 15-4-1865.

- Nền văn-học chữ quốc-ngữ này xuất hành từ *báo chí*: các truyện kể, truyện ngắn, thơ, vè, bút ký, nghị luận đã xuất hiện trên các báo thời đầu này trước khi được xuất bản và được gọi là tác phẩm văn học:

- *Tác phẩm văn xuôi* mang tính văn học đầu tiên được xuất bản là *Chuyện Đời Xưa* của Trương Vĩnh Ký năm 1866, 74 văn bản bằng chữ Quốc-ngữ, sau đó đến tác phẩm của Trương Minh Ký và Huình Tịnh Của;

- *Tiểu-thuyết chữ Quốc-ngữ* đầu tiên được xuất bản là truyện *Thầy Lazaro Phiền* của tác giả tiên phong Nguyễn Trọng Quản vào năm 1887;

- Văn bản *kịch nói* đầu tiên được xuất bản là *Tuồng Joseph* của Trương Minh Ký, vào năm 1887;

- Thể loại *tự truyện* xuất phát với *Chơn Cáo Tự Sự* (1910) của Michel Tinh.

Nhân đây cũng xin xác nhận chúng tôi không phân biệt Nam Bắc vì quan niệm muốn thông-cảm và giải quyết một số vấn nạn lịch-sử, sự hiểu biết tường tận là điểm khởi đầu thiết yếu. Văn-học là một phần quan trọng của văn-hóa và lịch sử một dân tộc và phê bình, nghiên cứu đặc tính địa lý được nhiều nhà phê bình văn học Âu Mỹ xem trọng. Cho nên khi nói đến một số nhà văn thơ - mà không là tất cả những vị đã nổi tiếng, chúng tôi làm công việc văn-học sử, mục-đích phân tích và nhận định, chớ không nhắm kỳ thị địa phương hay đề cao, hạ giá tác-giả nào cả! Tất cả các nhà văn thơ đều thuộc văn-học sử Việt-Nam.

Mặt khác, những ảnh-hưởng lên văn-học Việt-Nam nếu có cũng cần được nghiên cứu, ví dụ như nếu Anh quốc hay Tây-ban-nha, Bồ-đào-nha xâm chiếm, đô hộ miền Nam rồi cả nước thay vì thực dân Pháp, thì sinh hoạt văn-hóa và việc nghiên cứu văn-học đã khác chăng? Văn-học dân gian (folklore/oral literature) sẽ được chú tâm hơn? Và ảnh-hưởng trên văn-học bác học?

Ngoài ra, chúng tôi có một số nhận xét, lý luận từng bị hiểu lầm có tính luân lý hay mô phạm, nhưng thiển nghĩ nghiên cứu văn học sử khác với làm văn nghệ; cũng như bị xem là thiên vị miền Nam và Công giáo - chẳng qua là vì chúng tôi nghiên cứu thời văn học khởi đầu là ở miền Nam và nhân sự, tác phẩm hoặc nhà xuất bản đa phần Công giáo! Cuối cùng, về vấn đề bản quyền và tính trí thức: chúng tôi nghiên cứu và viết lách như một công tác văn-hóa tự nguyện, nhưng nếu quí vị nào trích dẫn văn-bản hoặc sử dụng lại ý tưởng của chúng tôi (cũng như của bất cứ ai), xin ghi rõ xuất xứ bài viết và tác-giả.

Chúng tôi quyết định xuất-bản tuyển tập biên-khảo vào lúc này, dù chúng tôi vẫn muốn cập nhật và đặt lại một số vấn-đề, nguồn cơn. Trong thời gian biên soạn, tập nhận định và biên khảo này, đã được quí thân hữu và văn hữu góp ý và phê phán. Nhân đây, chúng tôi xin thành thật cám ơn quí vị cùng các bạn đã góp ý kiến, phê bình - đặc biệt anh chị tiến sĩ Phan Tấn Tài và nhà văn Vinh Lan ở Đức. Chúng tôi mong tiếp tục được quí độc giả chỉ giáo những sai lầm và thiếu sót cũng như sẵn sàng thảo luận về những quan điểm đưa ra trong tập sách.

Toronto (Canada), 30-4-2021

Văn-học chữ quốc-ngữ thời đầu

Chữ *"Quốc-ngữ"* là tiếng Việt được viết theo mẫu tự latinh. Việc sáng tạo ra chữ Quốc-ngữ là cả một quá trình, là công việc tập thể của nhiều giáo sĩ phương Tây - sáng kiến của các thừa sai Dòng Tên phát xuất từ nhu cầu truyền giáo cho người Việt, với sự cộng sức của nhiều người Việt. Các giáo sĩ truyền giáo đã đặt chân lên nước Đại Việt từ cuối thế kỷ 16. Theo các nguồn sử liệu văn học và truyền giáo, thì công cuộc hình thành thứ chữ này bắt đầu từ khoảng năm 1620 đến 1651. Chữ Quốc-ngữ trong hình-trạng phôi thai, ra đời sớm nhất ở ba trung tâm: Nước Mặn, Hội An và Dinh Chiêm, trong đó Cư sở Nước Mặn là nguồn đầu tiên trong những nguồn suối đầu nguồn phát tích "dòng sông Quốc-ngữ". Đây là những cái nôi của chữ Quốc-ngữ với những chứng cớ về người viết và văn bản cụ thể.

Các nhà truyền giáo Dòng Tên tại Đại Việt, gồm Đàng Trong, Đàng Ngoài đã có sáng kiến lập ra chữ Quốc-ngữ. Các ông tới Cửa Hàn ngày 18-1-1615. Thời gian đầu, từ 1615-1663, chỉ có các nhà truyền giáo Dòng Tên đến làm việc trong vùng đất của Chúa Trịnh, Chúa Nguyễn, đã cùng nhau đóng góp vào công trình sáng tạo chữ Quốc-ngữ và năm 1651 in sách Quốc-ngữ ở La Mã. Trong số tu sĩ Dòng Tên ở Đàng Trong từ 1615-1620, chỉ có cha Francisco de Pina, người Bồ Đào Nha, giỏi tiếng Việt nhất (1). Pina sinh năm 1585 tại Guarda, gia nhập Dòng Tên lúc 20 tuổi, học năm Thần học cuối cùng tại Macao, 1615-1616, đến xứ Chúa Nguyễn từ đầu năm 1617, bị chết đuối do bão lật ghe tại vùng biển cù lao Chàm ngày 15-12-1625, thọ 40 tuổi. Cha Đắc Lộ tức Alexandre de Rhodes, đến nước ta là đến Đàng Ngoài trước và sau đó đã học tiếng Việt với cha Francisco de Pina ở Thành Chiêm (Thanh Chiêm), tức thủ phủ Quảng Nam dinh. Ông đến Đàng Trong năm 1624, không phải là người đầu tiên dùng mẫu tự gốc Latinh ghi âm tiếng Việt, nhưng là người có công tổng hợp và hệ thống hóa những kết quả sáng tạo của những thừa sai đi trước như chính ông đã nói rõ trong lời tựa của *Từ điển Việt-Bồ-La (Dictionarium Annamiticum Lusitanum et Latinum)* do Thánh-bộ Truyền-bá Đức-tin *(Sacra Congregatio de Propaganda Fide)* Rome in năm 1651: *"Trong công cuộc này, ngoài những điều mà tôi đã học được từ chính người bản xứ trong suốt gần mười hai năm, thời gian mà tôi lưu trú tại hai xứ Đàng Trong và Đàng Ngoài, thì ngay từ đầu tôi đã học với cha Francisco de Pina người Bồ Đào Nha, thuộc Hội dòng Chúa Giêsu [Dòng Tên] rất mọn hèn của chúng tôi, là thầy dạy tiếng, người thứ nhất trong chúng tôi rất am tường tiếng này, và cũng là người thứ nhất bắt đầu giảng thuyết bằng ngôn ngữ đó mà không dùng thông ngôn, tôi cũng sử dụng những công trình của nhiều cha khác cùng Hội dòng, nhất là của cha Gaspar do Amaral và cha Antonio Barbosa, cả hai người đều đã biên soạn cho mỗi người một cuốn từ điển: Cha Gaspar do Amaral khởi đầu từ tiếng An Nam [từ điển Việt-Bồ], Cha Antonio Barbosa khởi đầu từ tiếng Bồ Đào [từ điển Bồ-Việt], nhưng cả hai ông đều đã chết sớm. Sử dụng công khó của hai ông, tôi còn thêm tiếng Latinh theo lệnh các vị Hồng y rất đáng kính..."*.

Vào thời kỳ đầu của chữ quốc-ngữ, chỉ có cuốn *Phép Giảng Tám Ngày* (in ngày 2-10-1651) là sách đạo Công giáo, những tác phẩm còn lại là sách ngữ pháp, chính tả, tự điển, lịch sử,... trong số đó, các sách thất-truyền có:

- *Chính tả Việt ngữ* do Cha Francisco de Pina viết tại Hội An, khoảng năm 1622.

- *Ngữ pháp tiếng Việt* do cha Francisco de Pina viết tại Hội An hoặc Thanh Chiêm khoảng năm 1623.

- *Từ vựng tiếng Việt* do G. Luís soạn lúc ông ở Đàng ngoài, từ 1625-1639.

- *Diccionário Anamita - Portugês - Latim* do Gaspar d'Amaral soạn ở Thăng Long khi ông ở đây, từ 1631 - 1638.

- *Diccionário Portugês - Anamita* do António Barbosa ở Đàng Ngoài 1636 - 1642.

Văn bản hiện còn giữ được là cuốn *Lịch sử nước Annam*, là cuốn sách bằng chữ Quốc-ngữ đầu tiên do Thầy giảng người Việt Bento Thiện viết năm 1659. Tài liệu viết tay này LM Đỗ Quang Chính đã tìm thấy tại Văn khố Dòng Tên ở Roma (2).

Trong khuôn khổ tổng quan, chúng tôi chủ yếu nói đến văn học sử-dụng chữ Quốc-ngữ và các giai đoạn chính mà không đi sâu vào từng thời kỳ của mỗi giai đoạn.

Văn học thời khai mở, 1865-

Văn học chữ Quốc-ngữ Việt-Nam khởi đầu với tờ *Gia-Định Báo* năm 1865 và Nguyễn Trọng Quản là nhà văn tiên phong mở đường cho thể loại tiểu-thuyết với *Thầy Lazarô Phiền* viết năm 1886 và xuất bản năm sau, 1887. Truyện chỉ gồm 28 trang (3), khổ 12 x 19 cm, nhưng đã có những tiêu chuẩn của một tiểu-thuyết: một câu chuyện liên tục, tình tiết gây cấn, có phân tích tâm lý, đối thoại và nhân vật có cá tính. Nói đến cá tính vì truyện Nôm trước đó đã có nhưng ở thể loại văn vần và nhân vật luôn điển hình - Thiện luôn thắng Ác và ở hiền thì gặp lành. Nguyễn Trọng Quản đã đi đến thái độ tiếp thu kỹ thuật Tây-phương và ở đây là kỹ thuật viết tiểu-thuyết, với lời văn của ngôn-ngữ *đời thường*. Tuy nhiên người khởi xướng việc viết văn như lời nói thường không phải là Nguyễn Trọng Quản, mà là thầy của ông: Trương Vĩnh Ký. Nhưng học giả họ Trương ngoài văn khảo cứu, giáo trình, chỉ thực hiện chủ trương này khi làm báo và ghi chép chuyện đời xưa và du hành cùng mở đường cho thể-loại văn-học "truyện" với hai truyện *Kiếp Phong Trần* và *Bất Cượng Chớ Cượng Làm Chi* và cũng có thể nếu chưa có những "sáng-tác" này của thầy mình thì Nguyễn Trọng Quản, với truyện *Thầy Lazarô Phiền*, phải khó khăn hơn khi làm người đầu tiên đưa lời nói đời thường vào tiểu-thuyết như một sáng tác văn-chương!

Khi Nguyễn Trọng Quản viết và xuất bản *Thầy Lazarô Phiền* thì khắp nước Việt-Nam là thời thịnh hành của văn-học chữ Hán và chữ Nôm. Mặt khác, ở Nguyễn Trọng Quản có thể có ảnh hưởng của văn tự-sự Nôm Công giáo (và quốc-ngữ bước đầu) vốn đã trưởng thành qua nhiều thế kỷ như một dòng văn-học tôn-giáo đặc thù với những nét riêng, qua các sách kinh của Nhà Chung, "Truyện các Thánh" từ Maiorica (thế kỷ XVI) đến sau đó. Nguyễn Trọng Quản cũng như thầy ông và các trang lứa đương thời (cả Trương Minh Ký, người ngoài Công-giáo, tác-giả *Tuồng Joseph*) đã làm quen với văn như ngôn-ngữ đời thường của văn xuôi Công giáo. Trong những "Truyện các Thánh" chẳng hạn, văn biền ngẫu rất ít và việc sử-dụng từ Hán Việt cũng khá hạn chế, lời văn ngắn gọn, thanh âm (để được đọc) mà ngữ pháp cũng đã khá hệ thống cũng như các tính từ, từ láy cùng từ tiếp câu được sử-dụng khá tinh luyện - nói chung là một nền văn-học 'bạch thoại' khác xa văn-học 'bác học' ảnh-hưởng chữ Hán.

Riêng Trương Vĩnh Ký - như chúng tôi trình bày trong phần các tác-phẩm mang tính văn-học của ông, đã cổ động văn-học mới bằng cách đi tiên phong sử-dụng "văn xuôi" trong các *Chuyện Đời Xưa, Chuyện Khôi Hài, Chuyến Đi Bắc-Kỳ Năm Ất-Hợi, Kiếp Phong Trần, Bất Cượng Chớ Cượng Làm Chi*,... với văn phong "tiếng Việt ròng" của thời đại ông. Thể-loại "văn xuôi" dù ít nhiều nhận ảnh-hưởng từ sách vở Nhà chung, nhưng văn xuôi ở các tác-giả thời mới như của ông và Trương Minh Ký, Nguyễn Trọng Quản không khô khan và hơn nữa nói chuyện đời thường, hiện thực và cả tư riêng, do đó nói chung dễ hấp dẫn người đọc hơn!

Các nhà văn miền Nam khác đã tiếp nối con đường văn xuôi của những ghi chép lại chuyện xưa tích cũ của Huỳnh Tịnh Paulus Của (*Chuyện Giải Buồn* 1886), cũng như bút ký và kịch nói của Trương Minh Ký (*Tuồng Joseph* 1887, Tuồng *Kim Vân Kiều* "drame en 3 actes" 1896). Sau đó là sự ra đời của thể-loại tiểu-thuyết với Nguyễn Trọng Quản!

Thời xây dựng, 1900-1932

Trong những năm 1903-1908, các phong trào Minh-tân ở trong Nam và Duy-tân ở Trung và Bắc đã có những nỗ lực canh tân hóa đất nước. Không chấp nhận sự việc Pháp đô hộ đất nước, những Trần Chánh Chiếu, Phan Bội Châu, Phan Chu Trinh,... muốn đồng bào cảnh tỉnh về chính trị và chấp nhận một phương thế đấu tranh mới. Các nghĩa-thục được mở ở Trung (1903) rồi Bắc kỳ (Đông kinh nghĩa thục, 3-1907). Về đấu tranh võ lực, mặt trận Yên Thế tan rã năm 1913. Năm 1915, cụ Phan Bội Châu bị bắt ở Thượng-Hải và bị kết án tử hình, sau giảm thành an trí tại Huế. Ở kinh đô, vua Duy Tân nổi dậy và thất bại ngày 3 tháng 5 năm 1916 rồi bị đày như vua cha là Thành Thái. Năm sau, 1917, Lương Ngọc Quyến và Đội Cấn khởi nghĩa ở nhà tù Thái Nguyên. Cụ Phan Chu Trinh qua đời ở Sài-Gòn ngày 24-3-1926, biến cố khơi dậy lòng yêu nước nhất là ở trong Nam. Phan Văn Trường (1876-1933), Nguyễn An Ninh,... , những trí thức được hấp thụ văn hóa từ Pháp, sẽ tiếp tục công cuộc tranh đấu ôn hòa cho dân chủ. Nhờ họ, tư tưởng dân chủ Âu tây thấm nhập vào ý thức người dân đưa đến những tiến bộ và trưởng thành chính trị về sau. Đó là những biến cố quan trọng về chính trị, xã hội đánh dấu giai đoạn này!

Đầu thế kỷ, khi tờ *Gia-Định Báo* ra những số chót (3) thì văn học chữ Hán và Nôm đã bắt đầu tàn tạ: Chu Mạnh Trinh mất năm 1905, Trần Tế Xương mất 1906 và Nguyễn Khuyến mất năm 1909,... đã là những đại diện cuối cùng. Văn học chữ Quốc-ngữ mở một chân trời mới mà những bước tiên phong, vận động, đã khởi đầu từ miền Nam 35 năm trước đó. Đến khi hai đất "ngàn năm văn vật" và "thần kinh" gia nhập dòng Quốc-ngữ, Việt-Nam đã tiến đến một nền văn học mới ngày càng trưởng thành, vững vàng, với nhiều hiện tượng và biến cố hơn cả những thế kỷ văn học chữ Hán-Nôm trước đó. Việt-Nam bị thực dân Pháp đô hộ, ảnh hưởng Pháp ngày càng mạnh và ảnh hưởng Trung quốc ngày càng xa dần - ảnh hưởng sau cùng là những phong trào vận động Duy-tân với những lý thuyết dân chủ, những tư tưởng chính trị của Mạnh-đức tư-cưu (Montesquieu), Lư-thoa (J-J. Rousseau), Phúc-lộc đắc-nhĩ (Voltaire),... những "tân thư, tân văn" của Lương Khải-Siêu, Khang Hữu-Vi,... những tư tưởng khoa học và triết học mới của những Đát-nhĩ-văn (Darwin), Đích-tạp-nhĩ (Descartes) cũng như của Bá-lạp-đồ (Platon),... mà những Phan Bội-Châu, Nguyễn Thượng Hiền, Dương Bá Trạc,... tinh thông chữ Hán đã tìm đến như phương tiện để đến với những lý thuyết chính trị, xã hội xuất phát từ Âu Tây! Trước ta phủ nhận Âu-Tây, nay tìm đến, mà qua trung gian người Trung-Hoa và chữ Hán - Phan Bội-Châu viết

Lưu Cầu Huyết Lệ Tân Thư (1903). Trận chiến thắng của Nhật trên người Trung-quốc năm Canh Tí (1900) đã đánh thức những người hằng tự hào là "cái rốn" của vũ trụ ("trung hoa"), thành cả một phong trào cải cách theo Tây phương. Hoặc trực tiếp từ chữ Pháp, như Phan Chu Trinh nhờ qua Pháp, như Huỳnh Thúc Kháng học tiếng Pháp trong tù v.v.! Riêng cụ Huỳnh Thúc Kháng từ năm 1900 đã có bài thơ chữ quốc-ngữ cổ động dùng chữ quốc-ngữ:

"Chữ quốc-ngữ là hồn trong nước,
Phải đem ra tỉnh trước dân ta.
Sách Âu-Mĩ, sách Chi-na,
Chữ kia, chữ nọ, dịch ra tỏ tường..." (4)

Văn học chữ Hán tàn lụi. Chữ Nôm là dấu vết về cái tài dùng chữ của-người làm của-mình của dân ta, nhưng nền văn học ấy cũng tàn tạ theo. Vả lại người Việt chưa hề có đồng thuận rộng lớn về chữ Nôm cũng như chưa có một chính sách quốc gia lâu dài. Các vua Hồ Quí Ly và Quang Trung không trị vì lâu, vua Tự Đức giữa thế kỷ XIX đã duyệt sửa và cho in lại các văn bản chữ Nôm trước đó, nhưng vẫn không có một chính sách về ngôn ngữ. Trong Nam, chữ Nôm ở cuối thế kỷ XIX đã có những cố gắng tu chính, lập tự điển, cải tiến và hệ thống hóa hơn và thiên về hội ý hơn là chỉ mượn âm Hán-Việt. Miền đất Nam-kỳ lục-tỉnh ở tình thế bị đô hộ trước, phải nhận chịu ảnh hưởng của thực dân cai trị, trong khi đó dân tộc ta có nhu cầu hiện đại hóa, như Nhật Bản đang làm, gương bế quan tỏa cảng đưa đến thua thiệt ở Việt-Nam và Trung quốc, đã đẩy đưa đến sự phổ biến chữ Quốc-ngữ, một tiện lợi về ngôn ngữ viết nhưng về lâu dài phá sản về nội dung; "hồn" và tinh hoa văn hóa gắn liền với chữ Nôm chữ Hán sẽ mất dần. Việt-Nam sẽ đến gần và nhập chung với thế giới nhưng người dân sẽ mất gốc văn hóa, và rồi đến một phần tư cuối thế kỷ XX, hơn hai triệu người Việt sẽ bỏ nước ra đi và sẽ phải hội nhập nhanh chóng vào xã hội nước người để rồi có thể mất hết gốc rễ còn sót lại!

Văn học Hán Nôm chuyên chở tư tưởng, tình cảm của người xưa, toàn bộ nền văn học đó đã là di sản văn hóa quí của dân tộc. Nếu văn học Hán Nôm đã góp phần hun đúc tinh thần Việt-Nam ở miền Nam trước khi chữ Quốc-ngữ bành trướng và trở thành phương tiện bảo vệ và phát-triển văn hóa dân tộc, thì văn học dân gian phát triển mạnh ở miền đất mới. Đàng Trong được di dân Ngũ Quảng và Thuận Hóa (và người Minh Hương) chính thức khai phá từ năm 1698, dù Nam tiến hay "Nam tẩu" (những tội đồ, giang hồ biệt xứ, trốn tránh,..., cũng như phần nào "tổ tiên" người Úc, Mỹ và Canada), thì con người ở vùng đất mới đó cũng đã đóng góp cho nền văn học dân gian có lúc lớn mạnh vào đầu thế kỷ XX trước khi tàn lụi dần. Có ít nhất hai lý do:

- miền đất mới có nhu cầu văn hóa, bảo tồn những gì gia bảo của nguồn gốc, của Đàng Ngoài. Văn hóa ở đây là "nhớ lại", "lập lại" và phát huy cái cũ, cái cốt lõi cũ. Nhu cầu này thêm cấp bách khi ngoại bang đến chiếm xong miền Lục-tỉnh. Cộng thêm nhu cầu bảo tồn văn hóa Việt-Nam á-đông, tam giáo và nho học. Đó là lý do thơ ca dân gian phong phú với Vè, Truyện thơ,...

- miền đất mới chữ Hán và Nôm chưa đủ bén rễ, nên có nhu cầu truyền khẩu. Ca dao, hát, nói thơ từ truyện Nôm đã được dịch ra chữ Quốc-ngữ hoặc "bổn cũ dọn lại" hay "truyện hậu" viết tiếp theo truyện Nôm đã có như Hậu Vân Tiên, Hậu Phạm Công Cúc Hoa, Hậu Nàng Út,... "Nói thơ Vân Tiên" là cao điểm phối hợp diễn xướng truyện thơ và vè lục bát. Vừa bảo tồn văn hóa vừa chống ngoại nhập, do đó nhiều thơ truyện như Thơ Thầy Thông Chánh, Thơ Sáu Trọng-Hai Đẩu mà ngay cả thơ lục bát pha tuồng Thằng Lía đều đã bị chính quyền thực dân ra lệnh tịch thu.

Năm 1865, một năm sau khi trường thi Hương ở Gia-Định bị bỏ, đánh dấu một biến cố quan trọng: tờ *Gia-Định Báo* ra đời (số 1, 15-4-1865), vì từ đây, chính sách thuộc địa của Pháp tận dụng các tác phẩm văn chương bình dân Nôm Hán mà người Việt-Nam vốn tôn trọng, như phương tiện để phổ thông chữ Quốc-ngữ mà họ đã xem như phương tiện cai trị, chính thức với nghị định 82 ngày 6-4-1878 của thống đốc Nam kỳ Lafont: *"Kể từ mồng một tháng Giêng năm 1882, tất cả văn kiện chánh thức, nghị định, quyết định, lịnh, án tòa, chỉ thị... sẽ viết, ký tên và công bố bằng chữ Quốc-ngữ; nhân viên nào không thể viết thơ từ bằng chữ Quốc-ngữ sẽ không được bổ nhậm và thăng thưởng trong ngạch phủ, huyện và tổ..."* (5). Nghị định ngày 17-3-1879 tiếp đó tổ chức nền học chánh mới ở Nam-kỳ và nghị định 14-6-1880 thiết lập ở mỗi làng và thị xã trường dạy chữ Quốc-ngữ.

Với chính sách thuộc địa buộc học chữ Quốc-ngữ này, nếu lúc

đầu đã có những người trốn tránh hoặc thuê mướn người đi học thế thì từ nay chữ Quốc-ngữ đã phổ cập hơn, thì đến đầu thế kỷ XX, chính người Việt dùng chữ Quốc-ngữ để phổ biến văn chương, văn hóa Việt-Nam để giáo dục, mở mang dân trí để canh tân theo thời đại và thế giới. Và phổ biến một cách tích cực cho văn học dân tộc. Nhờ đó mà thơ chữ Nôm của Trịnh Hoài Đức, Huỳnh Mẫn Đạt, văn tế tướng sĩ trận vong của Nguyễn Văn Thành, các thơ điếu Trương Định và Phan Tòng của Nguyễn Đình Chiểu ,... đã xuất hiện bằng chữ Quốc-ngữ trong các hợp tuyển *Thi Pháp Nhập Môn* (1898) của Trương Minh Ký, *Quốc Âm Thi Hợp Tuyển* (Saigon: Claude & Cie, 1903) của Lê Quang Chiểu tuyển thơ của Nguyễn Đình Chiểu, Bùi Hữu Nghĩa, Huỳnh Mẫn Đạt, Phan Văn Trị, Mạc Thiên Tích, Trịnh Hoài Đức, Phan Thanh Giản, Tôn Thọ Tường, v.v. và thơ của ông, *Thi Phú Văn Từ* (Saigon: Phát Toán, 1912) của Võ Sâm tuyển thơ, phú của 24 tác giả, *Việt Âm Văn Tuyển* (Saigon: J. Viết, 1919) của Lê Sum tuyển 323 bài thơ phú, cho đến *Nam Âm* (Saigon: Xưa Nay, 1925) của Nguyễn Văn Kinh tuyển 87 bài, *Thi Pháp Diễn Giải* (Bến Tre: nhà Bùi Văn Nhẫn, 1932). Nhiều tác phẩm Nôm được Quốc-ngữ hóa: truyện Kiều, Lục Vân Tiên, truyện Hoa Tiên, Đại Nam Quốc Sử Diễn Ca, v.v. từ 1903 đến 1912. Những công trình này là một đóng góp rất đáng kể, khiến người miền đất bị ngoại bang cai trị vẫn gần với kho tàng văn hóa dân tộc. Vừa bảo tồn văn hóa chung, các nhà văn hóa này còn giúp canh tân đất nước qua phương tiện tân thời của chữ Quốc-ngữ và các tác phẩm dịch thuật làm nhịp cầu đến gần với văn hóa và tư tưởng nhân loại. Dĩ nhiên ở giai đoạn đầu, các sách dịch thuật đã chiếm phần quan trọng, nhất là về phần tiểu-thuyết, truyện Tàu. Từ năm 1901 đến 1932, 30 dịch giả khác nhau trong Nam đã xuất bản 70 bộ truyện Tàu, trong đó Nguyễn Chánh Sắt và Trần Phong Sắc mỗi người đã dịch 20 bộ. Những dịch giả khác là Nguyễn An Khương, Nguyễn An Cư, Nguyễn Liên Phong, Phạm Minh Kiên, Nguyễn Kim Đính,... (6) Năm 1907, truyện *Tam Quốc Diễn Nghĩa* do Phan Kế Bính dịch được xuất bản ở Hà Nội, đã được Phạm Thế Ngũ xem là *"cuốn sách đầu tiên của văn học Quốc-ngữ"* (7), thật ra chỉ đúng cho miền Bắc vì chính cuốn *Chuyện Đời Xưa* của Trương Vĩnh Ký in năm 1866 mới là ấn phẩm văn xuôi đầu tiên 74 truyện bằng chữ Quốc-ngữ được xuất bản - nguyên tựa là *Chuyện Đời Xưa Lựa Nhón Lấy Những Chuyện Hay Và Có Ích*!

Giai đoạn văn học phôi thai này cũng đã có những tác phẩm nghị luận thời sự hoặc lý luận: lời sắc bén mà nội dung yêu nước cũng quyến rủ không kém. Đất thuộc địa do đó được quyền ăn nói và tự do báo chí hơn nhưng rồi một phần các tác phẩm đó cũng bị cấm hoặc tịch thu ; các thư xã được thành lập ở nhiều tỉnh: Bảo tồn thư xã, Cường học thư xã, Nữ lưu thư quán, Tân dân học xã, Chiêu Anh thư quán, v.v. Trần Chánh Chiếu (1868-1919) viết *Minh Tân tiểu-thuyết* (1907) và *Hương Cảng Nhân Vật, Quảng Đông Tỉnh Thành Phong Cảnh* cổ động Duy Tân. Trần Hữu Độ viết *Hồi Trống Tự Do, Tờ Cớ Mất Quyền Tự Do*, Nguyễn An Ninh viết *Hai Bà Trưng*, v.v. đều nhắm cổ động lòng yêu nước và chống thực dân. Hãy đọc đôi dòng trích từ *Văn Minh Tân Học Sách* (1906), một tác phẩm vô danh xuất phát từ phong trào "nghĩa thục": "*Trầm ngâm suy nghĩ cho cùng, để tìm kế mở mang dân trí giữa muôn nghìn khó khăn, thì ta thấy có sáu đường: một là dùng văn tự nước nhà...*".

Vào ba thập niên đầu thế kỷ XX, ở miền Nam lục tỉnh, nhất là ở Sài-Gòn, thành phần gọi là trí thức đã mở rộng, gồm khoa bảng du học ở Pháp và các thuộc địa của Pháp về, các ký lục, viên chức của guồng máy cai trị, giới tu hành, phú hộ, nhà buôn, v.v. Họ viết vì tôn giáo hoặc lòng yêu nước hơn là vì sinh kế, họ vừa có vốn Hán lẫn Tây học, do đó đã ảnh hưởng qua cách hành văn lẫn cách diễn tả tư tưởng. Theo LM Thanh Lãng, ở ba thập niên đầu này ở trong Nam có ba hiện tượng đáng ghi nhận:

- hiện tượng Nguyễn Văn Qui tức linh mục Phao-lô Qui viết hơn 20 tác phẩm về Tự Đức,

- hiện tượng Nguyễn Chánh Sắt trứ danh về dịch truyện Tàu đầu tiên ở Việt-Nam, và

- hiện tượng Hồ Biểu Chánh với số lượng kỷ lục về tiểu-thuyết và cũng là người mở màn cho tiểu-thuyết trữ tình đầu tiên với cuốn *U Tình Lục* (1913) (8).

Trần Nhựt Thăng tức Gilbert Trần Chánh Chiếu xuất bản *Hoàng Tố Anh Hàm Oan* (1910) văn có vần có đối; lại ghi thêm cấm dịch ra tiếng Lang-sa! Những năm 1913-1920 là thời truyện bằng thơ lục bát. Hồ Biểu Chánh đã viết *U Tình Lục* ("roman annamite" viết năm 1909 và xuất bản vào 1913), một tiểu-thuyết viết theo thể lục bát dài 1790 câu - phụ bốn bài thơ thất ngôn bát cú. Cái mới của Hồ Biểu Chánh là câu chuyện đã xảy ra tại Sài-Gòn và Mỹ Tho, Gò Công chứ không còn bên Trung Hoa xa lắc. Đến 1918, Hồ Biểu Chánh xuất bản *Vậy Mới Phải* là một tập truyện thơ lục bát, Hồ Văn Trung tự Biểu-Chánh "chiết tháo" phỏng theo vở kịch Le Cid của Corneille. Nguyễn Thành Phương đóng cửa thời truyện thơ này với *Việt Trung Tiểu-Lục* kể chuyện vợ Việt chồng Hoa có thể nhắm chống chuyện lấy chồng "chệc" tiếp phong trào Minh Tân tranh thương với người Hoa, Ấn kiều, như tác giả đã khẩn thiết trong phần kết bài Tự: *"Ở đồng bào ôi! Soi lấy gương nầy thì đủ nghiệm ra các việc hành tàng cư xử của người Trung-Hoa giảo hiểm đã rõ bày nơi mục đích. Rất đổi là nghĩa tào khang tình chẩm tịch mà hắn coi mỏng hơn kiếng chuồn, hèn hơn dép rách; cứ thiên trọng bên phần tài lợi mà thôi. Huống chi đường giao thiệp bước tỉ lân là màu nhãn ở bề ngoài, hắn khốn gì mà giữ cho trọn miền tình nghĩa..."* (9).

Phải đợi đến những năm cuối thập niên 1910 mới thấy có những tác phẩm tiểu-thuyết bằng văn xuôi theo con đường truyện *Thầy Lazarô Phiền* (1887) như các truyện trinh thám *Kim Thời Dị Sử* ('Ba Lâu ròng nghề đạo tặc', đăng báo *Công Luận* từ tháng 10-1917, xuất bản 1921), *Mật Thám Truyện*, *Vị Lai Tân truyện*, v.v. của Biến Ngũ Nhy (tên thật Nguyễn Bính), những truyện xã hội, "nghĩa hiệp", "kỳ tình" của các tác giả Nguyễn Chánh Sắt, Lê Hoằng Mưu, Trương Duy Toản (10), v.v. Hồ Biểu Chánh viết *Ai Làm Được* năm 1912, nhuận sắc lại năm 1922 và in năm 1925, câu chuyện xảy ra ở Cà-Mau. Ở miền Bắc xuất hiện những tiểu-thuyết luân lý ái tình *Cành Hoa Điểm Tuyết* (1921), *Cuộc Tang Thương* (viết 1922, in 1923, Bùi Xuân Học đề tựa) của Đặng Trần Phất và lâm ly *Kim Anh Lệ-Sử* (1924) của Trọng Khiêm và *Ngọc Lê Hồn*, *Tuyết Hồng Lệ Sử* của Từ Trầm Á do Mai Khê dịch; sau đó Hoàng Ngọc Phách viết *Tố Tâm* năm 1922 và được nhà Nam Ký xuất bản năm 1925 mà nội dung hình thức đã bị ảnh hưởng rõ rệt của *Tuyết Hồng Lệ Sử*, cộng với cái lãng mạn thế kỷ XIX của Pháp nơi tác giả là một người tân học.

Tố Tâm mở đường cho tiểu-thuyết lãng mạn bằng văn xuôi, công khai chính thức hóa một nếp sống mới, cá nhân vượt khỏi vòng cương tỏa của tập thể, sống cho tình cảm hơn là lý trí, cho giây phút hạnh phúc hơn là vinh dự lâu dài! *Quả Dưa Đỏ* của Nguyễn Trọng Thuật được giải Hội Khai Trí Tiến Đức năm 1925, cùng với *Tố Tâm* vẫn được đa số các nhà văn học sử sai lầm xem như là những tiểu-thuyết đầu tiên viết bằng chữ Quốc-ngữ theo lối Tây phương (11). Trong lúc đó một số nhà văn miền Nam đã liên tục xuất bản những tiểu-thuyết lịch sử khởi đầu với *Phan Yên Ngoại Sử Tiết Phụ Gian Truân* (1910) của Trương Duy Toản, *Oán Hồng Quần* tức *Phùng Kim Huê Ngoại Sử* (1920) của Mộng Huê Lầu (tức Lê Hoằng Mưu), tiếp đó có *Giọt Máu Chung Tình Tòng Đình Thảm Kịch* (1925) của Tân Dân Tử, *Lê Triều Lý Thị* (1931) và *Tiền Lê Vận Mạt* (1932) của Phạm Minh Kiên. Dĩ nhiên những truyện với đề tài lịch sử này gây tinh thần tích cực và yêu nước.

Mặt khác, đã có những nhà văn, nhà báo miền Nam có tinh thần dân tộc cao muốn phản ứng lại sự tràn ngập của truyện Tàu: năm 1907, Tân Dân Tử và Nguyễn Tử Thức đưa đề nghị trên báo chí đòi "đưa Quan Công về Tàu" và "mời Thích Ca về Ấn Độ", về sau qui mô hơn, một số nhà văn đã lập nhóm Trứ Thơ Viện để xuất bản những truyện lịch sử và dã sử Việt-Nam như *Gia Long Tẩu Quốc, Lê Triều Lý Thị, Phan Yên Ngoại Sử*,... trong suốt những năm 1915-1932 và đã được người đọc thời bấy giờ phản ứng thuận lợi và đồng thời mở đường cho thể loại văn chương này cho thế kỷ XX. Nguyễn Trọng Thuật sẽ xuất bản *Quả Dưa Đỏ* năm 1925, khuynh hướng sẽ được Nguyễn Triệu Luật, Phan Trần Chúc, Lan Khai,... tiếp nối về sau.

Những truyện ngắn trên *Nam-Phong tạp chí* của Phạm Duy Tốn, Nguyễn Bá Học, v.v. tiếp nối con đường đã khai mở của Trương Vĩnh Ký, Huỳnh Tịnh Paulus Của, Trương Minh Ký, Nguyễn Trọng Quản, Biến Ngũ Nhy,... Truyện ngắn của Phạm Duy Tốn chẳng hạn hình thức giống với tân truyện và truyện thật ngắn sau này. Trong Nam, cho đến năm 1930, là thời của tiểu-thuyết Hồ Biểu Chánh, Lê Hoằng Mưu và Nguyễn Chánh Sắt.

Về **thơ**, ở giai đoạn này chủ yếu là thơ yêu nước hay hoài cảm với Nguyễn Quang Diêu, Đặng Thúc Liêng, Duy Minh Thị, Sương Nguyệt Anh, Đào Duy Chung, Phạm Kỳ Xương, v.v.

Như vậy chữ Quốc-ngữ vốn là phương tiện của thực dân dùng lại phương tiện phiên âm tiếng Việt của các vị truyền giáo người Bồ-đào-nha đã trở thành lợi khí văn hóa của người Việt. Ở đầu thế kỷ XX, chữ Quốc-ngữ đã là phương tiện để người miền đất mới tiếp xúc và liên tục gần gũi văn học Hán Nôm của tiền nhân, cái lõi của gia tài văn hóa dân tộc. Dù chữ Quốc-ngữ đã trải qua nhiều thay đổi, cải tiến, nhất là ở trong Nam từ 1651 đến đầu thế kỷ XX (12), (trong khi ở miền Bắc chưa có những công trình ngữ học cải tiến chữ viết Quốc-ngữ), ở bước đầu này văn viết chưa nhuyễn, hoặc gần văn nói (Trương Vĩnh Ký, Nguyễn Trọng Quản, Trương Minh Ký,...), hoặc biền ngẫu ảnh hưởng truyện Tàu (Huỳnh Tịnh Paulus Của, Trương Duy Toản, Hồ Biểu Chánh,...). Những tác phẩm văn học đầu tiên bằng chữ Quốc-ngữ đã chịu ảnh hưởng Pháp ở phần vỏ, nhưng đã Việt hóa ở nội dung, nhân vật, tình tiết mà cả ngôn ngữ cũng thuần Việt. Hồ Biểu Chánh viết truyện thơ lục bát *Vậy Mới Phải* (1918) phỏng theo *Le Cid* của Corneille, tiểu-thuyết *Chúa Tàu Kim Quy* (1922) viết theo *Le Comte de Monte Cristo* của A. Dumas - sau các bản dịch Tiền Căn Báo Hậu của Trần Thiên Trung đăng trên *Lục-Tỉnh Tân Văn* năm 1907, và Lê Hoằng Mưu, Tiền Căn Báo Hậu (9 cuốn, Impr. de l'Union, Sài-Gòn, 1920, sau lại đăng trên Lục-Tỉnh Tân Văn từ số 2054 ngày 18.6.1925),... - thì cũng như Nguyễn Du hơn trăm năm trước đó đã sáng-tác Đoạn Trường Tân Thanh phỏng theo Thanh Tâm Tài Nhân với cái hồn và tinh túy Việt-Nam.

Báo chí thời này đóng góp mạnh cho nền văn học Quốc-ngữ với những *Nông-Cổ Mín Đàn* (1-8-1901) rồi *Lục-Tỉnh Tân Văn* (15-11-1907 đến 12-1944) và *Nam-Kỳ Địa-phận* (1883, rồi 1909-1945). Hai tờ do phụ nữ chủ trương là *Nữ Giới Chung* của bà Sương Nguyệt Anh chỉ sống 6 tháng (1-2 đến 19-7-1918) và nhất là tờ *Phụ-Nữ Tân-Văn* (2-5-1929 đến 1934) của bà Nguyễn Đức Nhuận. Tờ *Nữ Giới Chung* có mục đích truyền bá chữ Quốc-ngữ, nâng cao nền luân lý, phổ biến việc thương mại và tiểu công nghệ cũng như dạy cách sống mới và gia chánh. Tờ *Phụ-Nữ Tân-Văn* là tờ báo trội bật về tư tưởng, lý luận hơn là văn chương nhưng cũng đã là diễn đàn chính trị, xã-hội và văn học quan trọng với sự cộng tác của Nguyễn Thị Kiêm, Phan Khôi, Thiếu

Sơn như tranh luận về Thơ Mới những năm 1932-34. Hồ Biểu Chánh ra *Đại-Việt tạp-chí* (tháng 1-1918) ở Long-Xuyên, "cơ quan truyền bá tư tưởng Pháp" có công truyền bá chữ Quốc-ngữ và văn học. Nhưng đến số 7 tháng 7-1918 thì đình bản để nhập với *Nam-Phong* tạp-chí mà lúc dự định sẽ mang tên là Nam-Phong Đại-Việt với 2 phần cho độc giả Bắc và Nam riêng biệt (13).

Thể loại tiểu-thuyết lớn mạnh là nhờ **chữ Quốc-ngữ** và **báo chí** vốn là phương tiện thông tin mới mà thời lịch triều trước đó không có. Các nhà báo có người viết văn làm thơ viết bình luận, hoặc có nhà văn dùng nghề báo làm nghề kiếm sống. Các báo cũng đã là những diễn đàn phổ biến tác phẩm trước khi xuất bản thành sách. Thiếu Sơn trong tập *Phê Bình Và Cảo Luận* (in lại phần lớn bài đã đăng *Phụ-Nữ Tân-Văn*) đã nhìn nhận: "*Trong những nước văn minh, văn học ra đời trước báo chí, nhưng ở Việt-Nam, chính báo chí đã tạo nên nền văn học hiện đại*". Các nhà văn tiên phong Trương Vĩnh Ký và Huỳnh Tịnh Paulus Của đều là nhà báo. Và theo Huỳnh Văn Tòng, "*chính lối viết văn xuôi đăng trên báo này đã bắt đầu phát triển và lần lần giữ một vai trò trọng yếu trong nền văn học cận đại Việt-Nam*" (14).

Từ năm 1913, người Pháp chuyển nền cai trị thực dân ra Hà Nội, lập phủ Toàn quyền, hội Khai Trí Tiến Đức (1919) mà Phạm Quỳnh là tổng thư ký, trường Viễn Đông Bác Cổ (EFEO) và viện đại học, vì người Pháp đã hiểu người Nam-kỳ tuy học tiếng Pháp và có vẻ chịu đồng hóa nhưng trong thực tế người Nam-kỳ rất thủ cựu dân tộc chủ nghĩa và có thể hết còn những người trí thức và tai mắt dễ thao túng như những Nguyễn Văn Vĩnh, Phạm Quỳnh, v.v. Người Pháp cho ra *Đông-Dương tạp-chí* (15-5-1913 đến 1918 - thành *Học Báo*) rồi *Nam-Phong tạp-chí* (1-7-1917 đến 12-1934). Từ khi chế độ khoa cử lịch triều bị bãi bỏ năm 1915 ở Bắc và 1919 ở Trung (15), giới Nho học bị giao động lớn.

"Cái học nhà nho đã hỏng rồi
Mười người đi học chín người thôi"
nhưng vẫn có bậc không theo thời:
"Thôi thôi lạy mợ xanh căng lạy
Mả tổ tôi không táng bút chì"

(Trần Tế Xương).

Chữ Quốc-ngữ và chế độ cai trị thực dân thắng thế. Lúc đầu chế độ thực dân ép dùng chữ Quốc-ngữ để dễ đồng hóa dân ta bằng ngôn ngữ, bỏ thi chữ Hán cũng với thâm ý bóp nghẹt tư tưởng cần vương phục quốc trong giới sĩ phu mà lúc bấy giờ phương cách Văn thân cũng đã lỗi thời. Gần đây các học giả đã có khám phá (chuyện cũ đã có ghi chép trong *Đại Nam Hội Điển Sử Lệ Tục Biên*) rằng năm 1906, vua Thành Thái - trước cả Đông Kinh Nghĩa Thục, đã ra sắc lệnh cho phép cha mẹ có thể quyết định cho con em học vỡ lòng chữ Hán hoặc chữ Quốc-ngữ:

"Hoàng đế Thành Thái đã tuyên bố trong một sắc lệnh rằng vào năm trị vì thứ 18 của ông (năm 1906), cha mẹ có thể quyết định việc cho con theo học một trường ấu học Hán văn hoặc một chương trình giảng dạy Nam âm (Quốc-ngữ).

Với những người học theo chương trình Hán văn, sẽ có một cuốn sách giáo khoa được soạn ra nhằm giới thiệu những từ chữ Hán theo cấp độ khó dần. Nó cũng bao gồm một danh mục các Hán tự kèm theo phiên âm và định nghĩa bằng Quốc-ngữ được dùng trong tài liệu.

... Trong khi, một cuốn sách giáo khoa bằng Quốc-ngữ khác sẽ được soạn ra để dạy những người theo chương trình học 'Nam âm' nhằm giới thiệu cho họ những thông tin cơ bản về xứ Đông Dương, thiết chế cai trị của nó, những phong tục tập quán...

Thêm vào đó, cũng có thêm một cuốn sách nữa được dịch từ Hán văn sang Nam âm nhằm cung cấp những loại thông tin mà học viên đang luyện thi khoa cử cần biết. Bản dịch này được soạn ra cho những người không muốn thi khoa cử, nhưng nó vẫn được đưa vào chương trình để cho họ biết thêm về những gì mà những người đang luyện thi khoa cử phải học..." (16)

Về giáo dục, người Pháp ra nghị định bắt dùng tiếng Pháp làm chuyển ngữ, tiếng Việt trở thành phụ, nhưng những phong trào Minh tân, Duy tân, Đông Kinh nghĩa-thục hỗ trợ, vận động cho chữ Quốc-ngữ đồng thời gây lòng yêu nước, ảnh hưởng sâu đậm trong quốc dân và giới trí thức khiến thực dân phải cấm đoán. Những bậc sĩ phu này chỉ thu nhận những cái hay của người và liên tục nhiều thế hệ tìm cách cứu quốc và kiến quốc. Họ chủ trương dùng "giáo dục quần chúng để canh tân xứ sở" khiến thực dân Pháp bị "gậy ông đập lưng ông" bèn đóng cửa nghĩa-thục và bắt tù đày các nhà giáo! Nếu ở miền Nam từ 1865, những người cộng tác với Pháp có đầu óc khai-phóng, thức thời, đã lợi dụng để đặt nền móng cho "văn học chữ Quốc-ngữ", thì ở ngoài Bắc, người Pháp đã dùng báo chí *Đông-Dương* tạp chí, *Nam-Phong* tạp-chí để thực thi "sứ mạng khai-hóa" mà toàn quyền Albert Sarraut đã rêu rao - nhưng trong thực tế, ông ta biết ảnh hưởng văn hóa Trung-Hoa qua tân thư, tân văn nguy hiểm không thua gì hiểm nguy nước Đức, ông ta muốn trí thức Việt-Nam chỉ hướng về Pháp như cứu rỗi duy nhất! Từ đây ảnh hưởng của Pháp mới thật sự xâm nhập vào nếp sống và văn chương Việt-Nam! Chính sách "tầm thực" và "chia để trị" cũng bắt đầu gặp đất dụng võ!

Nguyễn Văn Vĩnh khởi xướng tổng hợp Đông Tây với chiêu bài "Pháp Việt đề huề", phỏng dịch văn chương Pháp ra tiếng Việt và Việt ra tiếng Pháp như Kim Vân Kiều, để lại câu bất hủ *"Nước ta sau này hay dở là nhờ ở chữ Quốc-ngữ"*. Tác phẩm Nguyễn Văn Vĩnh sau xuất bản phần lớn trong tủ sách Âu tây Tư tưởng.

Đến Phạm Quỳnh, ông chủ trương dung hòa Đông-Tây, thu nhận hết của Tây phương về khoa học kỹ thuật, phương pháp, về tổ chức và cả triết lý, nhưng được cái ông nghĩ "hồn Việt-Nam" thì riêng tư và nền giáo dục mới sẽ đào tạo người trẻ hướng về Tây phương. Cái nguy cho việc tồn vong dân tộc là mất cái hồn Việt-Nam đó. Do đó ông chủ trương đồng thời bảo tồn cổ học và quốc túy. Sau nhiều năm chống Pháp bằng vũ khí, lập chiến khu như Hoàng Hoa Thám, bằng văn hóa như Đông Kinh Nghĩa Thục,... không thành công, Phạm Quỳnh quan niệm: *"Vận mệnh nước Nam là liền với nước Pháp"* và chủ nghĩa quốc gia của ông trước nhất là bảo tồn tiếng Việt một cách đơn giản: *"Truyện Kiều còn tiếng ta còn, tiếng ta còn nước ta còn"*. *Nam-Phong tạp-chí* quy tụ những người cựu học như Nguyễn Hữu Tiến, Nguyễn Trọng Thuật, Phan Kế Bính, những trí thức và cả khoa bảng từng tham gia các phong trào Đông du như Nguyễn Bá Trác, sau thêm những người tân cựu học như Trần Trọng Kim, Phạm Duy Tốn và chỉ có tân học như Vũ Đình Long, Đỗ Đình Thạch, Nguyễn Tiến Lãng, …

Với 17 năm và 210 số báo, *Nam-Phong tạp-chí* thay thế tờ *Gia-Định Báo* thời 1865-1900 như công cụ cai trị của thực dân Pháp, dù vậy đã có công cung cấp cho học thuật mới những bài biên khảo và dịch thuật thu tóm những kiến thức cũ và Nho giáo được trình bày có hệ thống hơn trước, nhập cảng từ ngữ Hán văn giúp diễn tả những ý tưởng trừu tượng (nhưng sẽ trừu tượng hóa ngôn ngữ hàng ngày và của đại chúng), cung cấp những tiểu-thuyết dịch từ Hán và Pháp văn, nhiều tiểu luận bằng chữ Quốc-ngữ và chữ Hán, Pháp, cung cấp cho văn học mới 17 tác giả với 34 truyện ngắn. Phạm Duy Tốn đi đầu với nhiều "đoản thiên tiểu-thuyết" (tức truyện ngắn) mà truyện đầu là Sống Chết Mặc Bây (1918), Nguyễn Bá Học tiếp nối với Câu Chuyện Một Tối Của Người Tân Hôn (1921). Các truyện ngắn này nội dung thiên về luân lý và xung đột mới - cũ của một xã hội giao thời, xung khắc văn hóa, vật chất - tinh thần, có ý đả phá hủ tục, thay đổi tâm tính, đề xướng cải lương, nếp sống vệ sinh, v.v. Nghĩa là truyện ngắn hay văn chương ở Nam-Phong tạp-chí cũng chỉ là phương tiện cho luân lý. Giọng văn thường mỉa mai. Về hình thức, các truyện ngắn đó đầy dấu vết cổ văn, biền ngẫu, cổ trong ngôn ngữ sử dụng cũng như cách xây dựng nhân vật; chúng như không hưởng những khai phá của của các truyện ngắn và tiểu-thuyết lúc bấy giờ đã xuất bản ở miền Nam, chúng làm nhiệm vụ lót đường cho các tác phẩm của Tự-Lực Văn-đoàn cũng như Ngô Tất Tố, Vũ Trọng Phụng, Nguyễn Công Hoan,...

Nhưng nói chung, *"Nam-Phong mặc dầu được coi là một tạp chí tân tiến, mới mẻ vẫn là cái tân tiến, mới mẻ của bọn trưởng giả mang tính cách quan lại"*, nhận xét như linh mục Thanh Lãng. Theo Huỳnh Văn Tòng, Nam-Phong tạp-chí cũng như Đông-Dương tạp chí đều nguy hiểm vì với hai tờ này chỉ chuyên tâm về văn học - một thứ văn học cổ điển hay lãng mạn đều đã được chọn lọc trước, khiến giới trí thức quên chuyện thực tế xã hội trên đất nước và tổ chức chống chính phủ thuộc địa (17). Và nuôi ảo vọng về chính trị: Phạm Quỳnh một mình chủ trương quân chủ lập hiến trong khi trước ông, Nguyễn Văn Vĩnh đã đề ra chủ trương một chế độ trực trị ở Việt-Nam, còn đảng Lập Hiến do Bùi Quang Chiêu, Nguyễn Phan Long thành lập năm 1923 ở Nam-kỳ thì đã đòi mọi quyền tự do. Người Pháp từ 1919-33 đề ra chuyện "Pháp-Việt đề huề" khiến nhiều thế hệ hiểu lầm thực tâm Pháp từ Phan Chu Trinh, Huỳnh Thúc Kháng,... Các tờ *Hữu Thanh, Thực Nghiệp* (Activités utiles, ban đầu là *Thực Nghiệp Dân Báo* - Số

1 ra ngày 12-7-1920, số cuối ra năm 1924; đến năm 1927 lại tục bản cho đến khi đình bản hẳn 6-1935), đều tin tưởng chính sách khai hóa của nước "Đại Pháp" - người Pháp mới cho tự do ra báo!

Không phê bình về chính trị, chỉ riêng về tiếng Việt, chủ trương của Phạm Quỳnh có những mâu thuẫn, như trên *Nam-Phong tạp-chí* số 10 (12-1918), ông đề cao việc soạn từ điển Pháp-Việt và tỏ ý *nghi ngờ tiếng Việt Quốc-ngữ chưa vững*. Trong bài "Tiếng Việt-Nam có cần phải hợp nhất không? Đã nên làm tự điển An Nam chưa?", Phạm Quỳnh kết luận: *"Thiết tưởng rằng hiện nay bọn ta cần một quyển tự điển dịch riêng tiếng Pháp hơn là một quyển tự điển chung cả tiếng An Nam..."* (18). Chính ảnh hưởng rộng lớn của *Nam-Phong tạp-chí* chủ trương dùng tiếng Hán-Việt mà tiếng Việt từ nay sẽ trừu tượng hơn. Đây là cái hay khi tiếng ta chưa có những chữ tương đương mà phải trình bày những ý trừu tượng, nhưng lại trừu tượng quá lố những ý niệm đã có một cách dễ hiểu trong tiếng Việt. Tiếng Việt lúc bấy giờ có thể chưa dồi dào từ vựng trừu tượng và chưa đa dạng cho lý luận, nhưng tiếng Việt đã bước những bước xa, đã được nhiều tác giả trong Nam dùng để viết biên khảo, lý luận, khoa học và ngữ học,... như đã nói ở trên. Riêng từ điển đã có các công trình của Trương Vĩnh Ký và Huỳnh Tịnh Paulus Của. Cùng trường hợp với văn học Việt-Nam trước khi có chữ Quốc-ngữ đã có hai dòng bình dân và bác học "nói chữ", tiếng Việt trước 1917 đơn giản, bình dị (có thể đến quê mùa) thế nào thì tiếng Việt canh tân sau 1917 trừu tượng hơn nhiều, dù từ những thế kỷ XVII đã có nhu cầu sáng chế hay nhập nhiều từ Hán Việt và từ Tây phương hóa (phiên âm theo tiếng Tây phương) để theo kịp đà tiến hóa và tiếp xúc với Tây phương. Trừu tượng, đó là lý do khiến ký giả Nguyễn Háo Vĩnh phàn nàn với ông Phạm Quỳnh. Một "học sanh về điện máy chuyên nghề", Nguyễn Duy Thanh ở Paris, góp ý trên *Phụ-Nữ Tân-Văn* số 119 (18-12-1932), đã chỉ trích Phạm Quỳnh làm tối tiếng Việt. Ông đưa ra những thí dụ những tiếng Việt dễ hiểu như "màng ngăn bụng, mạch máu nhỏ tí, mạch máu đi, mạch máu về" hay "chung của" bị ông Phạm Quỳnh thay thế bằng "hoành cách mô, vi ti huyết quản, hồi huyết quản, khứ huyết quản" và "cộng sản". Theo ông, người Tàu phát âm ngọng vì có những âm không có trong tiếng nói của họ, nên đã phiên âm sai nhiều danh từ riêng và địa lý như Hoa Thịnh Đốn (Washington), Anh Cát Lợi (England), Bỉ Lợi Thì (Belgium), nay Phạm Quỳnh "theo đuôi" người nói ngọng thì lại càng đi xa từ gốc (19).

Trong số những độc giả phản đối Phạm Quỳnh có hai ông Nguyễn Văn Ngọc và Dương Quảng Hàm lúc ấy hãy còn là sinh viên cũng đã lên tiếng phản đối chủ trương/khuynh hướng nói chữ mà họ cho là "lố bịch" của Nam-Phong. Trong thực tế, nhiều từ Hán-Việt do Nam-Phong tạp chí xướng lên đã rơi vào quên lãng, như: liễu kết, diên mạn, phó nạn, (kẻ) hậu tấn, v.v.

Gần đây có một phong trào phục hồi công của Phạm Quỳnh mà cao điểm là Ngày Phạm Quỳnh do gia-đình ông và công ty Người Việt tổ chức ở Quận Cam (California) đầu tháng 5-1999. Tạp chí *Thế Kỷ 21* đã ra số đặc biệt 122 (6-1999), trong đó đăng lại bài đăng đàn của nhà văn Võ Phiến đề cao Phạm Quỳnh trừu tượng hóa tiếng Việt trong khi GS Nguyễn Văn Trung thán phục Trương Vĩnh Ký trước Phạm Quỳnh hơn nửa thế kỷ đã dịch cả phần siêu hình học trong khi ngôn ngữ ta đó chưa có sẵn chữ (20). Ngoài ra, đã có một luận án tiến sĩ đại học Sorbonne (1982) về Phạm Quỳnh và Louis Marty cùng ảnh hưởng thuộc địa trong việc hiện đại hóa tiếng Việt, tác giả là Stephen O'Harrow, lúc bấy giờ là giáo sư đại học Hawaii và thuộc nhóm Group of Universities for the Advancement of Vietnamese Abroad.

Từ 1903, các nhóm Nghĩa-thục ở miền Trung rồi Đông-kinh nghĩa-thục ở Hà Nội đã bắt đầu dịch danh từ chung từ tiếng Hán. Đàng Trong và miền Nam cho đến đầu thế kỷ XX đã thành công chặn đứng xâm nhập văn hóa của thực dân Pháp bằng cách phát huy những căn bản văn hóa bình dân của dân tộc. Xuất hiện sau nhưng báo chí miền Bắc có thể vì vị trí địa lý thuận tiện và cũng có thể vì giới trí thức dễ đón nhận sản phẩm văn hóa ngoại nhập dễ dàng từ hàng xóm Trung Hoa, do đó các trào lưu văn học và khuynh hướng học thuật đã dễ nhập đất "ngàn năm văn vật", mà sau đó các trường phái văn học và tư tưởng cũng đâm bông dễ dàng hơn ở vùng đất này. Trên tạp chí

Nam-Phong số 16 (tháng 10-1918), ông Nguyễn Háo Vĩnh, ký giả, từ Sài-Gòn gửi "Thư ngỏ cho chủ bút Nam-Phong" đã lên tiếng đả kích chủ trương thu nhập ào ạt vào tiếng Việt những từ ngữ mượn từ tiếng Hán-Việt của *Nam-Phong tạp-chí*. Thật vậy, nhiều người miền Nam lúc bấy giờ đã không hiểu thứ tiếng Việt dùng trên *Nam-Phong tạp chí*. Nhập cảng từ vựng Trung Hoa rồi Hán-Việt hóa, trong khi đó tiếng Việt đơn giản đã có lại không được dùng, cái họa bắt đầu được nhìn thấy, người còn để lại chứng giám là ông Nguyễn Háo Vĩnh, tác giả cuốn *Cách Vật Trí Tri Phổ Thông Sơ Giai* (1927) và chủ trương báo *Khoa Học Tập Chí* từ năm 1924. Ông tố cáo tạp chí Nam-Phong: *"Các ngài làm thư thế thì hình như các ngài là người Tàu qua lấy nước An Nam, muốn đem tiếng nó qua mà thế tiếng ta vậy"* (21).

Văn Quốc-ngữ thời sơ khởi có khuynh hướng biền ngẫu, ảnh hưởng tự nhiên của văn học Hán Nôm. Chính nhờ "trường phái" Trương Vĩnh Ký, tiếp nối với Nguyễn Trọng Quản tác giả tiểu-thuyết đầu tiên viết bằng chữ Quốc-ngữ *Thầy Lazarô Phiền*, Trương Minh Ký, các nhà báo của tờ *Gia-Định Báo* và *Nam-Kỳ địa-phận* chủ trương viết như nói, đã là bước tiên khởi cụ thể và đơn giản tiếng Việt. Tiếng Việt ấy được dùng đến khoảng năm 1950, là một với tiếng Việt kiều bào ta ở Thái Lan vẫn dùng từ thời chúa Nguyễn Ánh còn đánh với nhà Nguyễn Tây-Sơn (22). Linh mục Thanh Lãng trong các nghiên cứu cuối đời đã kết luận về tiếng Việt vẫn bị hiểu lầm là tiếng "nhà thờ" thời đó *"đúng thật là tiếng Việt thông thường, phổ thông mà mọi người Việt thời xưa đã nói, tức là cái giới gọi là "nhà thờ" đó, đã nói như mọi người Việt nhà quê cái thứ tiếng nói nhà quê, tiếng nói dân gian mà mọi người Việt nhà quê nói với nhau, hiểu với nhau một cách bình thường"* (23). Ảnh hưởng này đã có những "tiến bộ" đáng kể, Biến Ngũ Nhy, Nguyễn Chánh Sắt và nhất là Hồ Biểu Chánh ở những tiểu-thuyết sau đã viết như nói. Nhưng với *Đông-Dương tạp chí* và *Nam-Phong tạp chí*, với Tương Phố (*Giọt Lệ Thu*), Đông Hồ (*Linh Phượng Ký*),... chữ Quốc-ngữ trở lại khuôn sáo cũ, biền ngẫu, về nội dung lại ủy mị lãng mạn, sản phẩm của giới trí thức tư sản dư tiền rảnh thì giờ - hai yếu tố này không có ở văn học chữ Quốc-ngữ ở trong Nam. Tản Đà qua nhiều tác phẩm mở đường cho văn xuôi, dù ở ông văn vẫn còn nhiều biền ngẫu và gần với thi-ca. *Thề Non Nước* (1929),

Trần Ai Tri Kỷ (1924), *Giấc Mộng Con* (I, 1916; II, 1932), nhất là *Giấc Mộng Lớn* (1929) đã đến gần thể tiểu-thuyết dù tính chất tự truyện vẫn là chính. Cùng thời với Á-Nam Trần Tuấn Khải, Nguyễn Hữu Tiến, nhưng Tản Đà đã là tiếng lòng lãng mạn, một lãng mạn rất Việt-Nam trước sự tràn ngập của một nền văn hóa ảnh hưởng Tây phương; ông đã nối tiếp Chu Mạnh Trinh về hồn Việt và lãng mạn Việt!

Sau Tản Đà và trước khi Tự-Lực Văn-đoàn ra đời khởi xướng một thời đại văn học mới, trẻ trung và hợp thời đại đô thị hóa, là những tác phẩm "chuyển tiếp" như *Cành Hoa Điểm Tuyết* (1921) và *Cuộc Tang Thương* (1924) của Đặng Trần Phất, *Kim Anh Lệ Sử* (1924) của Trọng Khiêm, *Câu Lâu Mộng* của Võ Liêm Sơn là những truyện chịu ảnh hưởng văn *Nam-Phong tạp-chí* hoặc tiểu-thuyết Trung-Hoa thịnh hành thời đó, rồi những *Cậu Bé Nhà Quê* (1929, xuất bản 1933) của Nguyễn Lân và *Người Vợ Hiền* (1931, giải thưởng Hội Luân lý Nam-Kỳ) của Nguyễn Thới Xuyên (Nguyễn Văn Bá, 1904-1937, Vĩnh Long) phóng tác từ truyện Une honnête femme (1903) của Henry Bordeaux, tỏ rõ dấu ảnh hưởng của tiểu-thuyết Pháp (ông còn phỏng dịch truyện Đời Cô Đằng đăng trên *Phụ-Nữ Tân-Văn* năm 1932). Nhất Linh trước khi qua Pháp du học đã xuất bản *Nho Phong* (1926) và *Người Quay Tơ* (1927), với văn học sử, là những vết tích cuối cùng của văn hóa cũ đồng thời như những kiếm tìm con đường văn chương riêng cho một thời đại mới đang mở ra! Giai đoạn 1925-1932 ngập ngừng hiện đại hóa và giữa đông-tây. *Tố Tâm* là tác phẩm đã gây tiếng vang, đánh dấu bước tiến khác đến gần thềm một nền văn học hiện đại!

Văn Học Tiền Chiến 1933-1945

Ngày 17 tháng 6 năm 1930, Nguyễn Thái Học và 12 đồng chí bị Pháp tử hình ở Yên Báy, sau đó Pháp đã bắt bớ giam cầm nhiều nhà cách mạng khác, chấm dứt một giai đoạn lịch sử và mở đầu cho giai đoạn chống thực dân với nhiều đảng phái chính trị theo Tây phương. Vào thời này, giới trí thức Nho học dần trở nên thiểu số, trí thức được văn hóa Pháp đào luyện thì phần lớn an phận. Cùng năm 1930, đảng Cộng sản Đông-dương được thành lập từ xác Tân-Việt cách-mạng đảng (1925) với "luận cương chính trị" sẽ *"thừa cơ hội chiến tranh đế quốc để lãnh đạo nhân dân làm cách mạng giải phóng*" tức cướp chính quyền. Nhật đảo chính không lâu thì đệ nhị thế chiến cũng chấm dứt. Việt-Nam tuyên bố độc lập ngày 2-9-1945, "chính quyền" vô tay Việt Minh; chế độ quân chủ chấm dứt và chế độ thực dân đối đầu cuộc chiến 9 năm trước khi chịu thưa trận và chấp nhận rút khỏi Đông-Dương. Những thất bại quân sự chính trị trên đã gây nên một ý thức quốc gia mới, trở về giá trị cổ truyền nhưng chấp nhận chữ Quốc-ngữ nay trở thành lợi khí giải phóng dân tộc.

Khủng hoảng kinh tế 1929-31 dần ảnh hưởng đến đời sống, một số nhà tư sản Việt-Nam bị sạt nghiệp. Giai cấp mới, trẻ trung, vui sống xuất hiện cùng với đời sống đô thị hóa, tiếp xúc cận hơn nếp sống của người Pháp: thú vui xem chiếu bóng, nghe hoà nhạc, y phục mới, gọn theo Âu, nữ thì son phấn, trau giồi sắc đẹp, v.v. Đời sống vật chất ảnh hưởng đến tinh thần, hoặc ngược lại, dù sao thì lối suy nghĩ, cảm xúc đã có những thay đổi. Người ta tìm đọc các tác giả tiểu-thuyết Pháp như Paul Bourget, B. St-Pierre,... thi-ca của Lamartine, Musset, Vigny, Hugo,..... Quốc văn đã có cơ sở vững vàng, sau hơn 70 năm, nên từ 1930, dịch thuật dần dà nhường bước cho việc trước tác văn học; hai nhà Tây học trẻ Hoàng Tích Chu và Nhất Linh đi những bước dứt khoát hơn nữa. Từ 1927, trên Hà Thành Ngọ-báo và Đông-Tây tuần báo (15-11-1929), họ Hoàng chủ trương lối viết văn đơn giản, ngắn gọn theo tây phương, bỏ biền ngẫu và trùng điệp. Trên *Hà Thành Ngọ Báo*, các bài xã luận và tin thời sự được đưa lên trang nhất, nhưng Hoàng Tích Chu bị chê quá Tây do đó bị đuổi việc, ông bèn cùng bạn là Đỗ Văn ra tờ *Đông Tây* và lần này văn gẫy gọn lại được độc giả hoan nghênh, quen thích! Mở một thế hệ văn chương mới tiếp đó với Tự-Lực Văn-đoàn, Thơ Mới, cũng là thời nở rộ nhiều thể loại, kịch nói ra đời, riêng thể phê bình văn học được thật sự thành hình!

Sau những dò dẫm hoặc tổng hợp Đông-Tây của cuối thế kỷ XIX và đầu thế kỷ XX, **Tự-Lực Văn-đoàn** đến như một cuộc "cách mạng văn học" cho một cái mới tuyệt đối, đòi giải phóng cái "Tôi", đề cao cá nhân chủ nghĩa không tương nhượng, đề cao lãng mạn cá nhân, sống "vui vẻ trẻ trung" (Hiền trong *Trống Mái*), vượt qua và xóa bỏ những cái cũ và văn hóa, tư tưởng lạc hậu nho giáo lỗi thời, đề cao cái đẹp, tự do, hạnh phúc cá nhân (Tuyết trong *Đời Mưa Gió*, Lạch trong *Hai Chị Em*), tinh thần khoa học, hô hào giải phóng phụ nữ (Loan của *Đoạn Tuyệt*, Liên cô gái bán hoa yêu văn sĩ mù trong *Gánh Hàng Hoa*), chống đa thê và chống việc cưới gả ép (Thân và bà Phán Lợi trong *Đoạn Tuyệt*; Mai trong *Nửa Chừng Xuân* và Loan trong *Đoạn Tuyệt*), chống hủ tục ép vợ góa trẻ phải ở vậy (Nhung trong *Lạnh Lùng*). Hủ tục về hôn nhân khiến Loan trở thành nạn nhân: "*Nay cha mẹ bắt nàng làm vợ Thân là đã bán xác thịt của nàng, bán nàng vì một số tiền ba nghìn bạc*" (24). Một nhân vật khác, Mai của *Nửa Chừng Xuân*, đã phải nói thẳng vào mặt bà án mẹ Lộc: "*Bẩm bà lớn, nhà con không có mả đi lấy lẽ*" (25). Những người đàn bà trong tập truyện *Anh Phải Sống* chẳng hạn dù vẫn thua thiệt nhưng đã tỏ ra can đảm, hy sinh: Lạc trong truyện Anh Phải Sống, người vợ trong Bóng Người Trên Sương Mù.

Nhất Linh đã cùng Khái Hưng, Hoàng Đạo, Thế Lữ, Tú Mỡ, Thạch Lam, Trần Tiêu - được gọi là "thất tinh", sau thêm Xuân Diệu thành "bát tú"... lập văn đoàn, ra báo *Phong Hóa* (22-9-1932 đến 1935 với tiêu đề "trước vui thích, sau ích lợi") rồi *Ngày Nay* (30-1-1935 đến 2-9-1940, và lập nhà xuất bản Đời Nay tại Hà-Nội.

Chống biền ngẫu, họ chủ trương văn pháp mới, giản dị. Lúc đầu lập trường văn học của nhóm đã đưa đến những tác phẩm luận đề thành công, mới, hấp dẫn, gây ảnh hưởng xã hội, văn hóa, nhưng rồi ra như rơi vào lãng mạn lý thuyết vì đất nước bị trị bởi ngoại bang, cái đa số người dân cần vẫn là những giải pháp chính trị, xã hội. Phong Hóa, Ngày Nay từng là diễn đàn về lý luận Nho giáo và lý luận tây phương, về chủ đích của nghệ thuật,... Về sau Tự-Lực Văn-đoàn lập Hội Ánh sáng (1937) với những chương trình xây nhà và cứu tế xã hội. Họ có công phê phán hủ tục nhưng họ cũng phê phán nặng nề bất công với những nhà văn đồng thời hoặc không cùng quan điểm với họ như Lê Văn Trương, Trương Tửu (26), Phan Trần Chúc (27), TCHYA,....

Tự-Lực Văn-đoàn ở giai đoạn đầu với *Hồn Bướm Mơ Tiên* (1933) cũ đề tài, nội dung mới hơn (lãng mạn) và thật mới hình thức nhưng tình tiết bố cục hơi tuồng, thiếu tự nhiên, đến những *Nửa Chừng Xuân* (1934), *Đoạn Tuyệt* (1935), *Tiêu-Sơn Tráng-Sĩ* (1935), *Con Đường Sáng* (1938), *Đôi Bạn* (1938),... mới tỏ rõ chủ trương của họ qua những tiểu-thuyết luận đề, lạc quan, cách mạng ở hình ảnh "khách chinh phu" - thanh niên Dũng đầy tương lai, đã bỏ nhà bỏ người yêu để dấn thân đi làm cách mạng.

Nhất Linh và Khái Hưng xuất bản số lượng truyện ngắn ngang ngữa với truyện dài nhưng thiển nghĩ hai ông có tài về văn chương ở thể truyện ngắn hơn là tiểu-thuyết thường là luận đề. Trong truyện ngắn của hai ông, ngoài những nhân vật thuộc giới tư sản và trưởng giả, đã có những nhân vật thuộc xã hội bình thường - một xã hội đang thay đổi lớn, những kẻ khốn nạn, nghèo khổ, như vợ chồng Thức-Lạc trong Anh Phải Sống, đứa trẻ trong Nhặt Lá Bàng. Bên cạnh đó, Thạch Lam như độc lập ít ra với những chủ trương cách mạng: văn ông tinh tế, rất Việt-Nam, bình dân, nhiều ấn tượng và kỷ niệm. Nhân vật của Thạch Lam sống nhẹ nhàng đến tiêu cực nhu nhược trước nghịch cảnh. Những tác phẩm ở giai đoạn cuối như *Đẹp* (1940), *Thanh Đức* (1943) của Khái Hưng nói lên quan niệm thẩm mỹ văn nghệ, đề cao cái Đẹp có khi hơi nghiêng về tình dục, như *Bướm Trắng* (1940),... đi vào phân tích tâm lý, nội tâm kiểu Tội Ác và Hình Phạt của Dostoievski, hơn là cổ võ những cải cách.

Mặt khác, Tự-Lực Văn-đoàn đã góp phần cải cách thi-ca, gây thanh thế cho phong trào Thơ Mới với những thành viên hay cộng tác viên Thế Lữ, Xuân Diệu, Huy Cận,.... Thơ Mới như một vượt thoát cái cũ nhìn năm gò bó với niêm luật, mà về nội dung cũng cá nhân, đa dạng hơn thơ cũ, thế giới nội tâm phong phú hơn, nhà thơ gần thiên nhiên hơn, tích cực, yêu đời, yêu đất nước, yêu tiếng nói,...

Nói chung, Tự-Lực Văn-đoàn nhắm hiện đại hóa các thể loại văn học và sự trong sáng của tiếng Việt và họ đã thành công! Văn Tự-Lực Văn-đoàn gọn, nhiều đại danh từ "tôi, nó", dùng nhiều liên từ "mà, thì", hay dùng số nhiều (các, những) khiến câu văn rõ nghĩa hơn mà vẫn tự nhiên. So với những câu văn biền ngẫu bó buộc với vần điệu, câu văn Tự-Lực Văn-đoàn ngắn gọn, trong sáng, dễ nhấn mạnh và đi thẳng vào câu chuyện, câu chuyện sinh động với sự xen kẽ những mẫu đối thoại với tả cảnh tả tình, cả độc thoại. Tâm lý nhân vật đã phức tạp hơn, có một thế giới nội tâm, chuyện tiểu-thuyết hóa nhưng có vẻ hợp lý hơn là những *Tố Tâm, Cuộc Tang Thương*,... trước đó. Trong chương cuối Nửa Chừng Xuân, nhân vật Lộc đã độc thoại, một chuộc chiến với chính mình, tự hỏi có nên từ quan và dấn thân phục vụ cho xứng đáng với Mai. Kỹ thuật liên tưởng được sử-dụng nhiều, như vì rạo rực nổi dậy khi đi dạo chung mà Loan cũng như Dũng đã kín đáo thổ lộ tình yêu trong *Đôi Bạn*. Tình yêu đã có dấu ấn của thiên nhiên, nhân vật như Dũng, Loan, Trương,... hạnh phúc khi hưởng được mùi hương hoa khế hay chỉ với mùi hương lúa! Họ đưa ra một luân lý mới nhưng không giảng luân lý, cốt kể chuyện. Đã có những đoạn văn nhuốm dục tính, có vẻ phân tâm của tiểu-thuyết Việt-Nam nhiều thập niên sau.

Qua tiểu-thuyết của Tự-Lực Văn-đoàn, người đọc còn có thể nhận ra tâm sự các tác giả của chúng, như cái "tôi" của Nhất Linh trong *Đôi Bạn, Đoạn Tuyệt*,.. kín đáo ẩn trong các nhân vật Dũng, Trúc, Tạo, Thái, Cận,... Dù chịu ảnh hưởng văn học lãng mạn Pháp nhưng với vốn văn hóa á-đông sẵn có, Tự-Lực Văn-đoàn đã có công lớn đẩy văn học hiện đại tiến nhiều bước, đổi mới văn học, xây dựng nền văn học chữ Quốc-ngữ hiện đại, với những khám phá làm giàu văn học Việt-Nam. Họ sẽ bị chế độ cộng sản miền Bắc kết án phản động và bị vài nhóm văn nghệ miền Nam cộng hòa chê lỗi thời, nhưng những năm cuối thế kỷ XX đã trở lại với những thế hệ già tiếc nuối thời gian qua, nhưng cũng được giới trẻ trưởng thành trong chiến tranh 1954-75 và sau đó đón nhận tìm hiểu lại.

Trong khi Tự-Lực Văn-đoàn tung hoành ở Bắc thì trong Nam vẫn là thời của Hồ Biểu Chánh, thời sáng tác tiểu-thuyết mạnh nhất của ông, với những tiểu-thuyết xã hội thiên về người nghèo (*Cha Con Nghĩa Nặng, Con Nhà Nghèo, Nhơn Tình Ấm Lạnh, Thầy Thông Ngôn*,...), về những vấn đề thời sự như giải phóng phụ nữ (*Tân Phong Nữ Sĩ*, 1937), và thời Nguyễn Chánh Sắt (*Nghĩa Hiệp Kỳ Duyên, Gái Trả Thù Cha*, và dịch truyện Tàu) rồi Phú Đức với *Châu Về Hiệp Phố* (1926), *Căn Nhà Bí Mật*, v.v.

Các tác phẩm của Tự-Lực Văn-đoàn đã mới, nhưng hãy còn thu hẹp ở giới thượng lưu, có học hay vật chất thoải mái. Văn chương tả thực và xã hội đã được ghi dấu hiện tượng với các nhà văn thuộc "nhóm" **Tân Dân** với các cơ quan *Tiểu-thuyết Thứ Bảy, Phổ-Thông* bán-nguyệt-san (1939). *Tiểu-thuyết Thứ Bảy* chuyên đăng truyện ngắn và tiểu-thuyết nối dài, truyện Hoa Ti-Gôn (1937) của Thanh-Châu và những bài thơ lãng mạn nổi tiếng của T.T. Kh. đều xuất hiện trên tờ báo này, còn *Phổ-Thông* mỗi số là một tập tiểu-thuyết trọn kỳ (số 1 là Tắt Lửa Lòng của Nguyễn Công Hoan). Nhóm còn thêm tạp chí *Tao Đàn* (1-3-1939) chuyên về văn học và khảo cứu.

Hai cây bút chính của nhà Tân Dân là Lan Khai và Lê Văn Trương - tác giả của hơn trăm tiểu-thuyết và tập truyện ngắn, ngoài ra còn có những nhà văn khác như Vũ Trọng Phụng (*Giông Tố*, 1937, *Số Đỏ* 1938), Trọng Lang (*Hà Nội Lầm Than*, 1938), Nguyễn Công Hoan (*Kép Tư Bền* 1935, *Bước Đường Cùng*, 1938), Ngô Tất Tố (*Tắt Đèn*, 1939), Nguyên Hồng (*Bỉ Vỏ*, 1940),...

Nhóm Tự-Lực Văn-đoàn cũng chú tâm thể hiện thực: Nhất Linh viết *Tối Tăm*, Hoàng Đạo in *Bùn Lầy Nước Đọng*, Tú Mỡ làm thơ trào phúng, hiện thực, và nhóm đã trao giải văn học năm 1937 cho Nguyên Hồng với *Bỉ Vỏ*! Có thể có ảnh hưởng Mặt trận Bình dân Pháp nắm chính quyền năm 1936 ở phần văn học này! Và đó cũng là lý do các tác giả hiện đại của Pháp như Romain Rolland, Aragon, v.v. được dịch ra tiếng Việt!

Báo chí đóng góp nhiều cho giai đoạn văn học này: *Phong Hóa, Ngày Nay, Tao Đàn, Ích Hữu*, tiểu-thuyết *Thứ Bảy*, ở Bắc, *Phụ-Nữ Tân-Văn* trong Nam. *Tân Thanh tạp chí* (12-3-1931) của Nguyễn Trọng Thuật, chuyên về văn học, nguyệt-san *Văn Học tạp chí* (5-1932) của hai ông họ Dương, Tự Quán và Bá-Trạc, chuyên về văn học xen kẽ tiểu-thuyết, riêng tờ *Văn Học* (1935) của Lê Tràng Kiều phổ biến văn học hiện đại. Cũng cần nhắc đến tờ *Ích Hữu* (25-2-1936 đến 8-12-1937) do nhà văn Lê Văn Trương chủ trương "đổi mới"!

Bắt đầu thấy nhiều sản phẩm văn chương là những tổng kết văn hóa: các tác giả như Khái Hưng, Thạch Lam, Ngô Tất Tố, Chu Thiên,... qua tác phẩm của mình đã thể hiện tư tưởng, bút pháp, kiến thức sống và văn hóa của mình. Và tiểu-thuyết như là thể loại lý tưởng để các tác giả dàn trải trọn vẹn kiến thức và kinh nghiệm sống của họ. Những ảnh hưởng tôn giáo cũng cần nhắc đến như Phật giáo trong *Hồn Bướm Mơ Tiên, Tắt Lửa Lòng*,... và tư tưởng Công giáo trong *Một Linh Hồn* của Thụy An, tiếp nối con đường của Nguyễn Trọng Quản (1887). Kịch nói là một thể loại mới, trước đó chỉ có chèo, tuồng và cải lương, từ thập niên 1920, đã có những kịch bản của Vũ Đình Long, Vi Huyền Đắc và từ nửa sau thập niên 1930 thêm Đoàn Phú Tứ, Nguyễn Huy Tưởng,...

Thơ Mới

Cùng với thể loại tiểu-thuyết lãng mạn, Thơ Mới đã đánh dấu giai đoạn văn học này, trong nỗ lực canh tân, Việt hóa văn chương đồng thời thu nhập cái mới, cái hay của nhân loại. Tản Đà và Trần Tuấn Khải là những đại biểu cuối cùng của dòng thi-ca cựu trào, dù thơ hai ông đã có khuynh hướng lãng mạn, đã chớm đi vào lãnh địa của thế hệ đến sau. Thế hệ Lưu Trọng Lư, Nguyễn Thị Kiêm,... là thế hệ đã bắt đầu đô thị hóa, đã nhìn thấy những cản trở cho sáng tạo thi-ca xứng hợp con người mới. Phản ứng lại khuôn sáo, ước lệ và niêm luật hình thức của thơ cũ, Thơ Mới ra đời, khởi xướng trên *Phụ-Nữ Tân-Văn* với những bài diễn thuyết và tranh luận của Tản Đà, Nguyễn Thị Manh-Manh (Nguyễn Thị Kiêm), Lưu Trọng Lư, An Điểm. Bài thơ Tình Già của Phan Khôi đã xuất hiện lần đầu trên tạp chí này, số 122 ngày 10-3-1932, đăng trong cùng bài viết "Một lối Thơ Mới trình chánh giữa làng thơ", tác giả cho biết lý do trình làng thơ ta *"tôi rắp toan bày ra một lối thơ mới. Vì nó chưa thành-thục nên chưa có thể đặt tên kêu là lối gì cũng được, song có thể cử cái đại-ý của lối thơ mới nầy ra, là: đem ý thật có trong tâm-khảm mình tả ra bằng những câu có vận, mà không phải bó-buộc bởi những niêm luật gì hết. Ấy là như: Tình Già*

"Hai mươi bốn năm xưa, một đêm vừa gió lại vừa mưa,
Dưới ngọn đèn mờ, trong gian nhà nhỏ, hai cái đầu xanh kề nhau than thở:

- "Ôi đôi ta, tình thương nhau thì vẫn nặng, mà lấy nhau hẳn đà không đặng;
"Để đến nỗi tình trước phụ sau, chi bằng sớm liệu mà buông nhau!"

- "Hay! Nói mới bạc làm sao chớ! Buông nhau làm sao cho nỡ?
"Thương được chừng nào hay chừng nấy, chẳng qua ông Trời bắt đôi ta phải vậy!
"Ta là nhân-ngãi, đâu có phải vợ chồng mà tính chuyện thuỷ chung?"

Hai-mươi-bốn năm sau, tình cờ đất khách gặp nhau:
Đôi cái đầu đều bạc. Nếu chẳng quen lung, đố có nhìn ra được!
Ôn chuyện cũ mà thôi. Liếc đưa nhau đi rồi ! con mắt còn có đuôi" (28).

Xin lưu ý câu thơ gốc trên đây vốn dài, về sau các nguồn trích dẫn đã tự động cắt 1 câu làm 2, làm 3 câu và chữ nhà báo trong Nam nên sai dấu? ~. *Tình Già* thật ra chỉ là một bài văn có vần lưng và cái mới nếu có là ở ý và chữ dùng diễn tả tự do, chưa phải là Thơ Mới như về sau này với những bài thơ đặc sắc của Lưu Trọng Lư, Hàn Mạc Tử, Thế Lữ, Nguyễn Nhược Pháp, Huy Cận, v.v.

Ban đầu, đã có những phản ứng từ những người bênh vực thơ cũ. Các báo trong Nam ngoài Bắc cũng nhập cuộc.

Phe bênh thơ cũ: Tháng 8-1933, ông Tân Việt của báo *Công Luận* bênh vực thơ cũ tại diễn đàn hội Khuyến học Sài-Gòn. *Văn Học tạp chí*, Hà Nội, số tháng 10/1933 chê ngôn ngữ thơ Mới, và số tháng 12-1934, Hoàng Duy Từ phê thơ Mới nhân bài diễn thuyết của Lưu Trọng Lư ở Qui-Nhơn. GS Nguyễn Văn Hanh hai lần diễn thuyết và đối chất với bà Nguyễn Thị Kiêm tại hội Khuyến học Sài-Gòn tháng 1-1935, rồi tại Hội Quảng-Trị Huế tháng 8-1937. Tùng Lâm Lê Cương Phụng công kích thơ mới trên *Văn Học tuần san*, Sài-Gòn (6/1935), Thái Phỉ trên *Tin Văn* Hà-Nội tháng 4-1936.

Riêng Tản Đà đã có bài "Hài đàm về 'Thơ mới'" trên *Phụ-Nữ Tân-Văn* số Xuân tháng 2-1934:

"Từ khi Lý Bạch chết, thiên hạ không chuộng thơ mà thơ kém hay. Bởi thế mới có Phan tiên-sinh ra đời.

Từ khi Bá Nha chết thiên hạ không chuộng đàn, mà đàn kém hay. Bởi thế mới có Quách tiên-sinh ra đời.

Phan tiên-sinh cải-lương về nghề thơ, ở đời chưa gặp ai tri-kỷ.

Quách tiên-sinh cải lương về đờn, ở đời chưa gặp ai tri âm.

Một hôm, kỳ-ngộ duyên may, hai tiên-sinh gặp gỡ [ở phố Khâm-Thiên]

(...) Đờn là đờn / Thơ là thơ;
Thơ thời có chữ, đờn có tơ,
Nếu không phá cách vứt điệu luật,
Khó cho thiên-hạ đến bao giờ!
Bá Nha xa / Lý Bạch khuất
Thơ có họ Phan, đờn họ Quách
Thơ có chữ, / Đờn có tơ;
Đờn thời ngơ-ngẩn, thơ vẩn-vơ.

Tài-tử văn-nhân nhường rứa rứa,
Bút hoa ngao-ngán bận đề thơ" (tr. 17).

Tản Đà tiếp tục phản đối thơ mới trên *Tiểu Thuyết Thứ Bảy* (số 26, 24-11-1934). Lưu Trọng Lư đã viết thư đáp trả Tản Đà như trình bày tiếp sau đây.

Phe thiện cảm hoặc cổ võ cho Thơ Mới tiên phong là tờ *Phụ-Nữ Tân-Văn*. Lưu Trọng Lư là người rất năng động trong việc cổ động và ông sẽ là nhà thơ Mới thành công với các sáng tác để đời. Hơn một năm sau bài Tình Già, trên báo *PNTV* số 153 tháng 6-1933, ông gửi đăng *"Bức thư ngỏ cùng Phan Khôi tiên-sinh sau khi đọc bài Một lối Thơ Mới trình chánh trong làng thơ"* với biệt hiệu Cô Liên Hương (Fai-Foo), trách khéo Phan Khôi đã không tiếp tục làm thơ mới; trích đoạn:

"... Dám khuyên tiên-sinh nên mạnh dạn một lần nữa mà tiến lên đường.

Cái lối thơ mới của chúng ta là đương ở vào thời kỳ phôi thai, thời kỳ tập luyện, nghiên cứu. Không biết rồi đây nó đi được đến chỗ thành công, hay là nửa đường bị đánh đổ! Đó là sự bí mật của lịch sử văn hoá mai sau! Dầu thế nào đi nữa nó cũng có giá trị là giúp cho sự tự do phát triển của thi ca, đưa thi ca đến một chỗ cao xa rộng lớn, nó như thúc giục, như khiêu khích, như kêu gọi nhà thi nhân ra làm một cuộc canh tân dầu có thất bại, thất bại vì lòng mong ước quá cao, thì nó cũng đã hiến cho ta một cái công lớn: nó chính là một tiếng chuông cảnh tỉnh làng thơ giữa lúc đương triền miên trong cõi "chết"." (29)

Sau đó, ông có bài "Một Cái Khuynh Hướng Mới Về Thi Ca" đăng *Phụ-Nữ Tân-Văn* số 216 ngày 15-9-1933 (tr. 9-10), lần này ký Lưu Trọng Lư, bài này đã đăng trước đó trong tập tiểu thuyết *Người Sơn Nhân* của ông xuất bản tháng 5 năm 1933: *"Gần đây trên trường văn học, thấy xảy ra một cái khuynh hướng, rõ rệt mới lạ: mạng danh là lối thơ mới... Đại biểu cho cái khuynh hướng ấy, đáng kể nhất thì ngoài Bắc có ông Thế Lữ, mà trong Nam có cô Nguyễn Thị Kiêm... Cả hai người đều coi bộ sốt sắng lắm..."* (30).

Tiểu Thuyết Thứ Bảy (số 27, 1-12-1934) đăng bài diễn thuyết tại nhà Học hội Qui-Nhơn của Lưu Trọng Lư "Phong trào Thơ Mới".

Trong bài lần này đại thể giống bài trước nhưng ông đi sâu hơn vào chi tiết so sánh với thơ cũ và quyết liệt theo con đường thơ Mới:

"... Nó đã thành một sự hiển nhiên, dù muốn dù không, nó cũng cứ ngày một bành trướng. Cũng như mọi cái mới có ở trên đời, phong trào ấy chia dư luận ra hai phái: Phái hoan nghênh và phái phản đối. Tôi không cần nói, các ngài cũng dư hiểu rằng phái hoan nghênh là hạng thanh niên tây học, phái phản đối là các cụ nho học. Hai bên đương sừng sộ nhau, đương giằng co nhau... Thắng bại về đâu không thể đoán trước được, đó là sự bí mật của lịch sử văn học mai sau. Dầu sao, có một điều chắc chắn là những điều kiện ở bên ngoài đã biến thiên thì tâm hồn của người ta cũng thay đổi...".

Lưu Trọng Lư phê bình hình thức và nhất là nội dung thơ cũ sáo mòn, không nội dung đích thực và nay thời mới, theo ông, các nhà thơ cần hình thức rộng mở hơn để diễn tả tâm tình con người thời nay: "Ngày nay ta đã có cái ý muốn lập một nền văn học hẳn hoi cho nước nhà, thì cố nhiên không còn là cái lúc nói bằng những điển tích mơ hồ, nói những điều mình không cảm, nói mãi những điều cũ mềm sáo hủ. Phàm cái gì mà lập lại hai ba lần là thành " máy móc ", là mất hẳn sự thành thật, sự sống, là vô hồn...Vậy ta phải đi tìm những tình cảm mới mẻ. Mà sự thật, thì ngày nay ta được tiếp xúc với văn hoá âu tây, với những thực trạng mới lạ, không phải tìm, ta cũng đã có những tình cảm mà cha ông chúng ta không có.

" Các cụ ta chỉ thích cái bóng trăng vàng giọi ở trên mặt nước ; ta lại thích cái ánh mặt trời buổi sáng lấp lánh, vui vẻ ở đầu ngọn tre xanh. Các cụ ta ưa mầu đỏ choét ; ta lại ưa những mầu xanh nhạt.- Một dòng máu chảy ra làm cho các cụ giùng mình.- Chỉ một cái quan tài phất giấy đỏ lửng thửng đi dưới bóng mặt trời ban trưa cũng có thể làm cho ta rởn óc.- Các cụ bâng khuâng vì tiếng trùng đêm khuya, ta nao nao vì tiếng gà đúng ngọ.- Nhìn một cô gái xinh xắn, ngây thơ các cụ coi như đã làm một điều tội lỗi ; ta thì cho là mát mẻ đứng trước một cánh đồng xanh ngắt, cái ái tình của các cụ thì chỉ là sự hôn nhân, nhưng đối với ta thì trăm hình, muôn trạng, cái tình say đắm, cái tình thoảng qua, cái tình gần gũi, cái tình xa xôi, cái tình chân thật, cái tình ảo mộng, cái tình ngây thơ, cái tình già giặn, cái tình trong giây phút, cái tình nghìn thu...Các ngài xem đấy, cái tình cảm của người đời bây giờ dồi dào, phiền phức như thế, liệu có khép vào trong những niêm luật khắc khổ được không? Ông Lanson chẳng đã nói rằng: "Với những cái tâm trạng mới, phải có những văn thể mới " (à des états d'âme nouveaux, des genres nouveaux), thì trong Văn học ta bây giờ mà có cái phong trào " Thơ mới " cũng là lẽ tất nhiên vậy " (31).

Đến *Tiểu Thuyết Thứ Bảy* số 29 (15-12-1934) trong "Bức thư thứ nhất gửi lên Khê Thượng " cho Tản Đà, Lưu Trọng Lư nhẹ nhàng hơn, tâm sự về tại sao ông phải thay đổi và theo thơ Mới:

"*Cuộc đời dầu có thay đổi, bao giờ tôi cũng là người ưa ngâm... ngâm mãi mà không biết chán những bài " Chiêu hồn ", bài" Mả cũ... ". Nhưng tôi không thể giấu Tiên sinh cái cảm tình rất nặng của tôi đối với " Thơ mới "...Tiên sinh cho phép tôi nói ra đây cái cớ tại sao tôi làm " Thơ mới ", tôi cần phải sáng tạo ra những điệu mới...*

Thể thơ ấy là do tôi tạo ra để cho hợp với sự uyển chuyển ngoắt nghéo của thi tình, thi tứ, rồi tôi gọi nó là " Thơ mới ".

Muốn tả cái lòng hớn hở, cái vui phe phẩy, khi thấy ánh trời buổi sáng nhởn nhơ với những đóa hoa mơn mởn, ta cần phải dùng một " thi thể " riêng, gọn gàng, văn vắn, vần trắc cùng ngang với vần bằng.

Cũng như khi tả sự nhanh chóng của thì giờ ta phải đi từ câu dài đến câu vắn hơn để người đọc nhận thấy sự nhanh chóng ấy một cách rõ rệt:

Rồi ngày lại ngày / Sắc mầu phai

Lá cành rụng / Ba gian: trống

Xuân đi.

Thưa Tiên sinh, theo ngu ý, cái điệu thơ thật có quan hệ đến bài thơ. Sống ở trong cuộc đời mới mẻ, lòng thấy vài cái tình cảm khác khác, mà muốn diễn tả ra cho hết, không thể không tìm đến những cái điệu rộng rãi, mềm mại hơn. Âu đó cũng là một điều bất đắt dĩ, có ai cho là lập dị, cũng đành cam tâm.." (32).

Phụ-Nữ Tân-Văn trong số 207 ra ngày 6-7-1933, An Điềm đăng bài "Lối thơ mới" cho rằng *"trên Phụ-Nữ Tân-Văn đã có phong trào thơ mới rồi và nó đã ảnh hưởng mạnh đến văn giới cả trong và ngoài Phụ-Nữ Tân-Văn:*

"Thiệt, "lối thơ mới" là một cái khuynh hướng đương phát triển trong văn giới Annam.

Không những là thơ lối "Manh-Manh" đăng ở P.N.T.V. được nhiều độc giả hiểu ý nghĩa, tình tứ, mà hoan nghênh; và nhiều thiếu niên thi sĩ bắt đầu bỏ thiên kiến mà sấn bước vào con đường mới lạ, đặt cảm tình tư tưởng vào khuôn mới, khác hẳn phạm vi Đường luật.

Hình như nhiều giới thi sĩ khác ở ngoài cơ quan PNTV cũng hưởng ứng mà dạn dĩ đặt cho thi cảm của mình vào khuôn mới, khác nào thi nhau mà thách sự mai mỉa của hủ tục.

(...) Phụ-Nữ Tân-Văn muốn làm một cơ quan tiền quân cho nên trong sự sửa đổi khuôn khổ của thơ ta, cũng như trong mọi vấn đề kinh tế xã hội, thoát ra ngoài thiên kiến, mà dạn dĩ gọi bạn làm thơ đi vào con đường mới - con đường mới hợp với sự sanh tồn mới.

Khuynh hướng trong vài giới thi sĩ xứ ta đã thay đổi, thế là bạn làm thơ không phải lãnh đạm đối với kẻ thanh niên thi sĩ của báo Phụ-Nữ Tân-Văn.

Ước gì các bạn sẽ tiến mau cho đến ngày đánh vỡ được thành trì giam hãm làm sỉ hổ tình tứ của nhà mỹ thuật là luật nhà Đường; "hồn thơ" trong xứ ta sẽ có cơ tới gần cái thiệt tế hơn" (tr. 15).

Ngoài *Phụ-Nữ Tân-Văn* còn có tờ *Phong Hóa* hết mình ủng hộ làm mới thơ: trong số 14 (22-9-32) trong mục Văn Học, Văn Lực viết bài có tựa 'Thơ' đồng ý với Phan Khôi phá bỏ hết niêm luật và hình ảnh sử dụng của thơ cũ. Và trên số Xuân 31 (24-1-1933, tr. 16) trong mục 'Lối Thơ Mới' đăng lại Bức thư ngỏ cùng Phan Khôi tiên sinh..., ký Cô Liên Hương (Fai-Foo) là bút hiệu của Lưu Trọng Lư (33) và đăng lại bài Tình Già của Phan Khôi, 3 bài thơ 'Trên bãi biển' của Lưu Trọng Lư: Giấc mộng tình, Lại nhớ Vân, Vì sương thu đổ, và 2 bài của Tân Việt và Ngày Xuân Vắng Khách Thơ của Thanh Tâm tức Lưu Trọng Lư.

Các nhà văn, nhà báo khác ủng hộ thơ Mới như Lê Tràng Kiều viết nhiều bài trên *Hà Nội Báo* và *Văn-Học Tạp chí* trong hai năm 1935-1936. Đào Trinh Nhất viết "Nữ tiên phuông thơ mới ở Nam Kỳ ta" trên tuần báo Mai số ra ngày 22-1-1938 đã ca ngợi cô Nguyễn Thị Kiêm là "người đã mạnh bạo chủ trương thơ mới ở Nam kỳ ta trước nhứt". Đỗ Đình Vượng diễn thuyết tại hội Trí Tri Hà Nội tháng 1/1935. Vũ Đình Liên diễn thuyết tại hội Trí Tri Nam Định tháng 11-1935, v.v. Nhà thơ Đông Hồ gián tiếp lên tiếng với những bài thơ mới trên tạp chí *Sống*, như bài Cô Gái Xuân và một số bài khác trong tập thơ cùng tên xuất bản năm 1935.

Ngay sau bài Tình Già của Phan Khôi, trên Phụ-Nữ Tân-Văn từ số 174 (27-10-1932), đăng bốn bài thơ Mới của Lưu Trọng Lư ký Thanh Tâm, như Trên Đường Thiên Lý và Vắng Khách Thơ - bài sau:

"Năm vừa rồi
Chàng cùng tôi
Nơi vùng Giáp mộ
Trong căn nhà cỏ,
Tôi quay tơ,
Chàng ngâm thơ
Vườn sau oanh giục giã;
Nhìn ra hoa đua nở;
Dừng tay tôi kêu chàng:
"Nầy, nầy, bạn: xuân sang".
Chàng nhìn xuân, mặt hớn hở;
Tôi nhìn chàng, lòng vồn vã...
Rồi ngày lại ngày
Sắc màu: phai
Lá, cành: rụng
Ba gian: trống
Xuân đi, chàng cũng đi
Năm nay, Xuân còn trở lại
Người xưa, không thấy tới" (PNTV, số 186, 9-2-1933)

Cùng với Lưu trọng Lư, Nguyễn Thị Manh-Manh tức Nguyễn Thị Kiêm, Hồ Văn Hảo hưởng ứng bài Tình Già của Phan Khôi bằng một loạt bài theo thể-loại Thơ Mới, hoàn toàn mới về dung nội lẫn hình thức nếu so với thơ biền ngẫu và Đường luật thời đó. Những bài thơ này chủ yếu đăng trên tuần báo *Phụ-Nữ Tân-Văn* trong năm 1933. Hai bài thơ đầu của Hồ Văn Hảo, Tự Tình Với Trăng và Con Nhà Thất Nghiệp - bài sau là Thơ Mới đầu tiên trong văn-học Việt-Nam theo khuynh hướng hiện thực, đăng trên *Phụ-Nữ Tân-Văn* số 208 (20-7-1933), trong khi các nhà Thơ Mới khác làm thơ lãng mạn hoặc tả tình; đã được nữ sĩ Nguyễn Thị Manh-Manh đưa ra trình bày và phân tích trong một buổi diễn thuyết sôi nổi tại nhà Hội Khuyến học Nam Kỳ (S.A.M.I.P.I.C.).

Bài Con Nhà Thất Nghiệp được Thạch Lan (nhà báo Cao Văn Chánh) giới thiệu trong bài "Lối thơ mới": "*Thanh-niên thi-sĩ Hồ Văn Hảo ra mắt bạn đọc báo lần này là lần thứ hai. Hai lần thách sự mỉa mai của hủ tục, sự áp chế của kỷ luật nhà Đường; hai lần tỏ ra một sự tiến bộ lớn!*

Lần đầu trong "P.N." kỳ số 205, ra ngày 22 Juin vừa rồi, thi sĩ Hồ "tự tình với trăng" (...) Chúng tôi cũng như lắm bạn, nhân đọc thơ của thi-sĩ Hồ, tự hỏi rằng: còn nhiều sự vật với hiện-tượng khác kịch-liệt hơn, xác- thiệt hơn, sẽ cảm xúc người bạn trẻ không?

Hôm nay xem bài thơ sau này, các bạn sẽ có dịp cùng chúng tôi nhận một sự tiến bộ lớn. "Tự-tình với trăng" và "Con nhà thất-nghiệp" *tỏ ra năng-lực sáng-tạo của thi sĩ Hồ. Hai cái đầu đề cùng với nội dung tỏ ra năng lực tiến hoá*" (34).

Phe Mới dần dà lấn lướt, với những ủng hộ của Hàn Mặc Tử, Lê Tràng Kiều, Vũ Đình Liên, Hoài Thanh, Thế Lữ,... Chính những sáng tác của Hàn Mặc Tử, Thế Lữ, Lưu Trọng Lư, Nguyễn Nhược Pháp, Xuân Diệu, Huy Cận, Bích Khê, Vũ Đình Liên, Chế Lan Viên, Vũ Hoàng Chương,... đã đánh dấu giá trị thực sự văn chương của Thơ Mới và cuối cùng đã thuyết phục người đọc và giới sáng tác.

Miền Nam vốn khai phóng và cũng nhờ sự đơn giản và phổ thông của chữ Quốc-ngữ, Thơ mới đã ra đời, đem lại cho nền thi ca Việt Nam một thời kỳ huy hoàng. Như vậy, phong trào Thơ Mới đã khởi sự từ miền Nam, miền đất mang tính khai phóng cho con người cũng như văn-hóa và văn-chương nghệ-thuật!

*

Nội dung Thơ Mới đa dạng hơn thơ luật, nhiều tâm tình vui buồn, hoài cảm, hy vọng, những ý tình lãng mạn, văn chương như trốn tránh thực tại đất nước bị đô hộ, ở cái buổi giao thời chuyển tiếp giữa hai đường lối đấu tranh chống thực dân xâm lược. Thực trạng chính trị của đất nước thể hiện trong một vài bài như Nhớ Rừng, Tiếng Gọi Bên Sông, Giây Phút Chạnh Lòng của Thế Lữ, Tống Biệt Hành của Thâm Tâm, Tiếng Địch Sông Ô của Phạm Huy Thông, hay cả tập như *Điêu Tàn* của Chế Lan Viên. Nói chung vẫn những hình ảnh người chinh phu nhưng đã mang nhiều hoài cảm hơn ý tình cụ thể, những dĩ nhiên trong một hoàn cảnh "cá chậu chim lồng"!

Cái Tôi được giải phóng, khỏi phải trá hình trong cái "ta" trừu tượng, vô ngã, trống không, cái "tôi" đã được có mặt từ 1935, trong thơ Thế Lữ. Với Huy Cận là cái "tôi" cả đờm đối diện với Thượng đế, còn trong thơ Hàn Mặc Tử, Bích Khê, Chế Lan Viên, Phạm Hầu, cái Tôi siêu thoát giữa vũ trụ bao la như mới mở, cái tôi nhỏ lại trước một Thượng Đế vô hình. Đến Bích Khê, con người đã hòa nhập với thiên nhiên. Và tình yêu bây giờ là tình lãng mạn, có khi vu vơ, đã khá xa cái tình của thời lịch triều trước đó. Mà cuộc sống thực tại, riêng tư, cảnh hiện thực đời sống xã hội, cảnh thôn quê sống động cũng được đưa vào thi-ca, xa hơn những ao thu của đàn anh Nguyễn Khuyến. Một tình yêu quê hương đất nước đậm đà và cụ thể hơn thời cựu trào. Những đau đớn phận người cũng đã được đưa vào Thơ Mới:

> *"Trời hỡi làm sao cho khỏi đói*
> *Gió trăng có sẵn làm sao ăn*
> *Làm sao giết được người trong mộng*
> *Để trả thù duyên kiếp phủ phàng!*
> *(...) Trời hỡi bao giờ tôi chết đi*
> *Bao giờ tôi hết được yêu vì*
> *Bao giờ mặt nhật tan thành máu*
> *Và khối lòng tơ cứng tợ si..."* (Những Giọt Lệ).

Nhà thơ nhìn con nước mà tâm tư nghĩ ngợi đến thân phận làm người với tình quê, như Huy Cận với Tràng Giang - viết tặng Khái Hưng *"Bâng khuâng trời rộng nhớ sông dài"*:

> *"Sóng gợn tràng giang buồn điệp-điệp,*
> *Con thuyền xuôi mái nước song song.*

Thuyền về nước lại, sầu trăm ngả;
Củi một cành khô lạc mấy dòng.

Lơ-thơ cồn nhỏ gió đìu hiu,
Đâu tiếng làng xa vãn chợ chiều.
Nắng xuống, trời lên sâu chót vót;
Sông dài, trời rộng, bến cô liêu.

Bèo giạt về đâu, hàng nối hàng;
Mênh mông không một chuyến đò ngang.
Không cầu gợi chút niềm thân mật,
Lặng-lẽ bờ xanh tiếp bãi vàng.

Lớp lớp mây cao đùn núi bạc,
Chim nghiêng cánh nhỏ: bóng chiều sa.
Lòng quê dợn-dợn vời con nước,
Không khói hoàng-hôn cũng nhớ nhà"

Nguyễn Vỹ (1910 - 4-2-1971) sau *Tập thơ đầu/Premières poésies* (song ngữ, TGXB, 1934), ông đi xa hơn khi đề ra hình thức mới, như trong bài Sương Rơi ba đoạn mỗi câu hai chữ đăng *Tạp chí Văn học* năm 1935:

Sương rơi	*Em ơi,*	*Trong lòng,*
Nặng trĩu	*Trong lòng*	*Tả tơi*
Trên cành	*Hạt sương*	*Em ơi!*
Dương liễu...	*Thành một*	*Từng giọt*
Nhưng hơi	*Vết thương!..*	*Thánh thót,*
Gió bắc		*Từng giọt*
Lạnh lùng	*Rồi hạt*	*Điêu tàn*
Hiu hắt	*Sương trong*	*Trên nấm*
Thấm vào	*Tan tác*	*Mồ hoang!...*
	Gió mưa	*Tơi bời*
	Tơi tả	*Mưa rơi,*
Rơi sương	*Từng giọt,*	*Gió rơi,*
Cành dương	*Thánh thót*	*Lá rơi,*
Liễu ngả	*Từng giọt,*	*Em ơi!...*

Tóm, Thơ Mới bỏ luật, bớt khuôn, nhưng vẫn muốn thi-ca giàu vần điệu, tâm hồn con người đa dạng hơn, cởi mở hơn chút với cái tân, cái đổi, cái của người. Gọi là "Thơ Mới" để phân biệt nhưng trong thực tế, các nhà thơ cũng đã thử nghiệm nhiều hình thức mà mãi sau này gọi là Thơ Tự-do, Thơ văn xuôi. Các bài Vắng Khách Thơ của Lưu Trọng Lư, Tự Tình Với Trăng, Con Nhà Thất Nghiệp của Hồ Văn Hảo, Canh Tàn, Thơ gửi cho Em Vân của Manh-Manh, hay bài Sương Rơi của Nguyễn Vỹ, v.v., tuy còn giữ vần đã mang hình hài thơ Tự-do. Bài Bà Lafugie Nhà Thám Hiểm và Hoạ Sĩ của Manh-Manh mang hình thức Thơ văn xuôi.

Đây là Hàn Mặc Tử "tự do" Ngủ Với Trăng:

"*Ta không nhấp rượu, / Mà lòng ta say...*
Vì lòng nao nức muốn / Ghì lấy đám mây bay...
Té ra ta vốn làm thi sĩ,
Khát khao trăng gió mà không hay!
Ta đi bắt nắng ngừng, nắng reo, nắng cháy
Trên sóng cành, - sóng áo cô gì má đỏ hây hây...
Ta rình nghe niềm ý bâng khuâng trong gió lãng,
Với là hơi thở nồng nàn của tuổi thơ ngây
Gió nâng khúc hát lên cao vút,
Vần thơ uốn éo lách rừng mây.
Ta hiểu ra rồi, trong một phút,
Lời tình chới với giữa sương bay.
Tiếng vàng rơi xuống giếng
Trăng vàng ôm bờ ao...
Gió vàng đang xao xiếng,
Áo vàng hỡ chị chưa chồng đã mặc đi đêm (...)" (35)

Các nhà thơ Mới đã nhìn về phương Tây mà giải phóng thơ khỏi luật thơ của nhiều thế kỷ qua. Ta đã nhận ảnh hưởng, sử dụng như phương tiện, cảm hứng, rồi Việt-hóa thành của Ta, nhưng rốt cùng, Ta đã thoát ảnh hưởng gọi là "gia tài chung" hay "thực dân" ấy chưa và đã đến đâu? Con đường cách tân sẽ đưa nhà thơ ta đến với Thơ Tự-do vài thập niên sau.

Từ khi xuất hiện năm 1932, Thơ Mới đã để lại cho thi-ca Việt-Nam nhiều hàng châu ngọc! Nối tiếp Thơ Mới, thời Đệ Nhị thế chiến có nhóm *Xuân Thu Nhã Tập* (1942) với Nguyễn Xuân Sanh, Phạm Văn Hạnh, Đoàn Phú Tứ chủ trương trở về lại phương Đông để tìm thi hứng. Nhóm chịu ảnh hưởng nhiều thơ tượng trưng trộn lẫn siêu thực và thi-ca Lão Phật, chủ trì thơ hàm xúc, nhắm cảm hơn là hiểu, như khơi động một giác quan *thơ*! Xuân Thu vốn là hai mùa giao cảm của tam tài (người, trời, đất). Thơ đi với Đạo. Bài Màu Thời Gian của Đoàn Phú Tứ trước nay bị xem là "bí hiểm", nhưng tính đa nghĩa và huyền ảo đã khiến bài thơ vẫn được nhắc nhở. Phan Cự Đệ gọi Xuân Thu Nhã Tập là "*nghệ thuật tắc tị, kín mít, khó hiểu*" (36). Trong nước sau 1987, họ Đoàn và bài thơ được "phục hồi", hết bị "oan" đã "*rơi vào hố thẳm của nghệ thuật tư sản bế tắc*"!

Tranh-luận văn-học

Viết về giai đoạn văn-học này mà bỏ qua các cuộc tranh luận là một thiếu sót lớn. Ngoài những đề tài chính trị, các nhà văn nhà báo thời này tranh luận về vấn đề *quốc học* với Lê Dư, Phan Khôi (1931), về *truyện Kiều* giữa Phạm Quỳnh, Phan Khôi, Trần Trọng Kim, (1931), tranh luận về *thơ mới thơ cũ* giữa Tản Đà, Huỳnh Thúc Kháng, Thái Phỉ, Lưu Trọng Lư, Lê Tràng Kiều,..., về *Đoạn Tuyệt-Cô Giáo Minh* (1936), về *duy tâm - duy vật* (1930-33) giữa Phan Khôi duy tâm triết học và Hải Triều duy vật, v.v.

Cuộc tranh luận lớn liên hệ đến văn chương là tranh luận về *nghệ thuật vị nghệ thuật* hay *nghệ thuật vị nhân sinh* đặt lại mối quan hệ giữa văn nghệ và đời sống con người và sứ mệnh của văn nghệ. Người hôm nay có thể thấy những cuộc tranh luận này "ngây thơ" không cần thiết, nhưng vào thời đặt nền văn nghệ đó, chúng đã là những cần thiết. Sáng tạo lần đầu tiên được đem lên bàn mổ. Cho đến khi người Pháp đặt chân xâm lăng Việt-Nam, văn chương vẫn dành cho kẻ có nho học, biết "chữ" và suốt dòng lịch sử, văn chương vẫn cho sứ mệnh phổ dương đạo lý và trách nhiệm với lịch sử và tổ quốc, văn chương gắn liền với vận mệnh đất nước. Nói chung hướng thượng và thường trừu tượng, tổng quát.

Một bên gồm Thiếu Sơn, Hoài Thanh, Lưu Trọng Lư, Lan Khai,... định nghĩa văn nghệ là tìm kiếm và thể hiện cái Đẹp, cái Chân

Thiện Mỹ, phục vụ con người xã hội nói chung mà không phải chỉ một giai cấp - con người theo nghĩa nhân loại, vượt lên trên những nhỏ nhen của thế sự. Nhà văn và văn chương do đó tư riêng, độc đáo. Bên vị nhân sinh gồm Hải Triều, Bùi Công Trừng, Đặng Thai Mai cho rằng văn nghệ có sứ mệnh cao cả phục vụ cuộc sống, phải phản chiếu tâm lý một giai cấp, là hình ảnh của giai cấp tranh đấu, nói khác đi, văn nghệ có mục đích, phải tuân theo tiêu chuẩn, phục vụ dân sinh, xã hội - *"văn học là biểu hiện của nhân sinh. Không biểu hiện được nhân sinh thì không thành văn học được"* (Hải Triều). Tự-Lực Văn-đoàn đứng ngoài cuộc tranh luận này, chế diễu cả đôi bên vì nhóm chủ trương dùng văn chương đấu tranh cho sự giải phóng cá nhân và cá nhân là cơ sở của xã hội.

Thực ra cuộc tranh luận đã khởi sự trước đó khi Thiếu Sơn viết bài "Hai cái quan niệm về văn học" (37) cố chống quan niệm văn học của Nguyễn Bá Học và Phạm Quỳnh: cựu nho họ Nguyễn chủ trương văn chương phải biết ghi chép sự thực do đó có hai loại văn chương hữu dụng như tiểu-thuyết, luận thuyết,... còn thơ phú, ca dao,... thì vô ích. Phạm Quỳnh thì coi trọng sách giáo khoa để truyền bá cái học do đó liệt thơ văn và tiểu-thuyết vào loại "văn chương chơi". Cuộc tranh luận kết thúc trên *Tao Đàn* (6-1939) khi trở thành tranh luận về tình trạng mất gốc của văn chương và làm sao giữ bản sắc đặc thù của dân tộc Việt-Nam trong văn chương - đưa đến chủ trương phục cổ của nhóm Tri Tân. Lúc này phe Hải Triều lại đề cao cái phổ quát của văn chương, phải vượt qua biên giới quốc gia để tiến theo lịch sử loài người "tiến bộ", ông còn "trở chứng" đề cao hình thức, cách làm văn chương của tác phẩm chứ không chỉ nội dung sống sượng vụng về. Ông mất năm 1954, trước khi văn học ông chủ trì trở thành một thứ "minh họa" sản xuất theo hàng loạt! Cuộc tranh luận đã giúp văn học trưởng thành hơn, nhưng cũng trở nên nguy hiểm khi biến nên một nền văn học "minh họa" duy ý chí. Các tranh luận nói chung đã góp phần kiếm tìm xây dựng cho một nền văn nghệ quốc gia !

Tạp chí *Tao-Đàn* (1939) do Vũ Đình Long xuất bản, đánh dấu phục cổ, đã báo hiệu sự ra đời của ba tờ *Tri Tân, Thanh Nghị* và *Văn Mới*. Có những bài biên khảo về văn học, văn hóa, về tiểu-thuyết, về vai trò của nghệ sĩ,... với những người cộng tác như Huỳnh Thúc

Kháng, Phan Khôi, Nguyễn Trọng Thuật, Hoa Bằng, Trúc Khê, Hoài Thanh, Trần Thanh Mại, Lê Thanh,... đã có công giới thiệu những tài năng mới: Nguyễn Tuân, Vũ Trọng Phụng, Toan Ánh, Lưu Trọng Lư, Phạm Hầu,...và đặc biệt đã ra hai số nhân cái chết của nhà thơ Tản Đà và nhà văn Vũ Trọng Phụng, tiếp nối *Phụ-Nữ Tân-Văn* mở đường cho việc ra các số chủ đề của các tạp chí văn học sau này.

Từ năm 1940, khuynh hướng bảo thủ như thắng thế với sự ra đời của ba tạp chí thuộc ba nhóm khác nhau. Tờ *Tri Tân* phục cổ với khẩu hiệu "ôn cố tri tân" ("không dám nói đến vấn đề chính trị, chỉ ôn cố để tri tân"), số 1 ra ngày 3 tháng 6-1941, do Hoa Bằng Hoàng Thúc Trâm đứng đầu, với những cây viết biên khảo của nhóm *Nam-Phong* tạp-chí mất "đất" từ khi Phạm Quỳnh vô Huế làm ông Thượng, như Ứng Hoè Nguyễn Văn Tố, Dương Bá Trạc, Nguyễn Đôn Phục, thêm Trúc Khê Ngô Văn Triện, Thiếu Sơn, Nguyễn Tường Phượng, Khuông Việt, Đào Duy Anh, Nguyễn Huy Tưởng, Phan Khắc Khoan, v.v. Sau khi chế độ quân chủ cáo chung, bộ mới ra thêm được 2 số năm 1946, Nguyễn Tường Phượng chủ nhiệm.

Tạp chí *Thanh Nghị* với tiêu đề "Nghị luận, Văn chương, Khảo cứu" ra mắt số 1 vào tháng 6 năm 1941, Vũ Đình Hoè chủ nhiệm, là tiếng nói của những trí thức trẻ học cái học Âu tây nhưng có tinh thần dân tộc và hướng về tương lai: Hoàng Xuân Hãn, Phan Anh, Nguyễn Thiệu Lâu, Vũ Đình Hoè, Đinh Gia Trinh, Trương Chính, Nguyễn Lương Ngọc, Vũ Đình Liên, v.v.

Nhóm thứ ba, Tân văn hoá, với tạp chí *Văn Mới* và nhà xuất bản Hàn Thuyên, đi tìm triết lý mới thiên duy vật sử quan, với Nguyễn Đức Quỳnh, Trương Tửu, Lương Đức Thiệp,....

Phê bình văn học, một thể loại mới với văn học Việt-Nam, dần dà trở thành nghiêm chỉnh, có chiều sâu hơn. Lúc đầu chỉ là những bài giới thiệu sách mới, phê bình thiên vị một tác giả, những bài tựa, bạt sách, sau đã có những tác phẩm xuất bản với Lê Thanh, Trương Chính, Thiếu Sơn, Vũ Ngọc Phan, Hoài Thanh, Nguyễn Đức Quỳnh, Nguyễn Bách Khoa (Trương Tửu).... Tuy nhiên lý luận văn học chưa phát triển, các người viết phê bình thường không chuyên nghiệp, như Thạch Lam, Hoàng Đạo và cả những người vừa kể ở trên.

Chính những cuộc tranh luận văn học vào thập niên 1930 đã trở là những đóng góp quí giá. Hãy nghe Thiếu Sơn: *"Trong văn giới nước nhà, còn một thể văn ít người chịu lưu ý đến tức là thể văn phê bình (critique): phê bình nhân vật (personnalités) để khảo sát lấy cái bản ngã (le moi) của những người mà quốc dân thường nghe tiếng, đọc văn, hoặc thưởng thức đến những công việc họ làm trong xã hội; phê bình sách vở để định giá trị cho những công trình văn nghiệp (oeuvres) đã sản xuất ở trong nước"* (38). Thiếu Sơn ngỏ lời như thế khi nhờ Phan Khôi đề tựa cho *Phê Bình Và Cảo Luận*, ông đi bước đầu nhưng hai công trình phê bình văn học quan trọng là *Nhà Văn Hiện Đại* của Vũ Ngọc Phan và *Thi Nhân Việt-Nam* của Hoài Thanh và Hoài Chân. Nhóm Hàn Thuyên dùng lý luận duy vật để phá đổ luận lý văn học hơn là viết văn học sử, Vũ Ngọc Phan chỉ phê bình các tác phẩm và giới thiệu các tác giả mà không làm công việc viết văn học sử, vì bộ Nhà Văn Hiện Đại vẫn thiếu chất keo nối kết các thời đại cũng như không nêu rõ diễn biến hiện đại hóa của nền văn học đó.

Thể loại phê bình thật sự trưởng thành vào giai đoạn 1940-45 với nhiều tạp chí chuyên ngành hoặc dành nhiều trang cho phần phê bình, điểm sách, nhiều bài viết và sách xuất bản. Những nhà xuất bản chuyên môn như Tân Việt, Mai Lĩnh (chủ nhân Đỗ Xuân Mai), Hàn Thuyên,.... Các tạp chí như *Tri Tân, Thanh Nghị, Văn Mới*,... Các nhà phê bình nhiên cứu có người đã từng cộng tác với Nam-Phong tạp-chí, làm việc cho hội Khai Trí Tiến Đức,...

Các tác giả đáng kể: Lê Văn Hoè, Phan Khoang, Phan Văn Hùm, Ngô Tất Tố (*Đường Thi, Thi Văn Bình Chú*,...), Nhượng Tống, Long Điền, Nguyễn Văn Huyên, Trần Văn Giáp, Phan Trần Chúc, Nguyễn Đổng Chi (*Việt-Nam Cổ Văn Học Sử*), Dương Quảng Hàm (*Việt-Nam Văn Học Sử Yếu*), Đặng Thai Mai (*Văn Học Khái Luận*), Đào Duy Anh (*Việt-Nam Văn Hóa Sử Cương, Hán-Việt Tự-điển*), Hoàng Xuân Hãn (*Lý Thường Kiệt, Chinh Phụ Ngâm Bị Khảo*,...), Trần Trọng Kim (*Việt-Nam Văn Phạm, Việt-Nam Sử Lược*), Nguyễn Bách Khoa (*Kinh Thi Việt-Nam 1940, Văn Chương Truyện Kiều 1945, Tâm Lý và Tư Tưởng Nguyễn Công Trứ 1945*,...).

Miền Nam xuất hiện những cây bút nghị luận mới và cứng cáp: Phan Văn Hùm, Lê Thọ Xuân, Kiều Thanh Quế (*Cuộc Tiến Hóa Văn*

Học Việt-Nam), Khuông Việt (*Tôn Thọ Tường*), Lê Chí Thiệp, Lê Ngọc Trụ, v.v. Hội Khuyến học được mở ở Sài-Gòn và nhiều tỉnh cũng như giải văn học được tổ chức ở Sài-Gòn (*Chồng Con* của Trần Tiêu, giải Hội Khuyến học 1942) hoặc ở Cần Thơ (*Đồng Quê* của Phi Vân, giải văn học Tây đô 1944, hoặc *Truyện Năm Người Thanh Niên* của Phạm Thái). Các tạp chí văn học ở giai đoạn này có *Nghệ-Thuật Việt-Nam, Nam-Kỳ Tuần báo, Đại Việt tập chí, Thanh Niên*, v.v.

Cũng trong cao trào phục cổ từ 1940, nhiều nhà văn vào cuối giai đoạn như muốn trở về với truyền thống. Nguyễn Tuân xuất bản *Vang Bóng Một Thời* (1940), Chu Thiên có *Bút Nghiên*, Ngô Tất Tố với *Lều Chõng, Tắt Đèn* và *Việc Làng*. Hoặc về đời sống hiện thực, về cuộc đời bình dân, những âu lo, bất trắc,....Hồ Dzếnh có *Chân Trời Cũ*, Trần Tiêu có *Chồng Con*, Phi Vân có *Đồng Quê*, Tô Hoài có *Quê Người*, Nguyễn Đình Lạp có *Ngoại Ô* và hai nhà nhóm Hàn Thuyên là Trương Tửu viết *Một Chiến Sĩ* 1938, *Khi Người Ta Đói, Một Cổ Đôi Ba Tròng* 1940,..., Nguyễn Đức Quỳnh viết một loạt *Thằng Cu So, Thằng Phượng, Thằng Kình,...* Hình ảnh siêu nhân có thể ảnh hưởng từ triết gia người Đức F. Nietzche đã bắt đầu xuất hiện trong một số tiểu-thuyết của Lê Văn Trương như *Tôi Thầu Khoán* 1940, *Trường Đời*,...

*

Về **thơ**, có Quách Tấn xuất bản *Mùa Cổ Điển* (1941), thơ Vũ Hoàng Chương có thi vị thơ Đường, chữ dùng, đề tài, điển cố và ngôn ngữ Đông phương. Thi nhân tả đời sống thôn quê, như Đoàn Văn Cừ, Anh Thơ, Bàng Bá Lân,... Và kịch thơ dìu dặt nối tiếp nhau, với những chủ đề thời sự lẫn chuyện thời xa xưa: Phùng Khắc Khoan có Trầu Cau, Phạm Thái, Phạm Huy Thông dựng Anh Nga, Tiếng Địch Sông Ô, Hoàng Công Khanh nổi tiếng với Bến Nước Ngũ Bồ, Hoàng Cầm với Lên Đường, Kiều Loan, Tào Ngu với Lôi Vũ và nhà thơ Vũ Hoàng Chương cũng soạn Vân Muội, ...

*

Như vậy, từ khi văn học chữ Quốc-ngữ mảng chính "thiên đô" ra Bắc, gặp thời thế chính trị khó khăn (vì trong Nam thuộc địa tương đối có tự do ngôn luận, trong khi ở Bắc bảo hộ khó khăn), nên báo chí và văn nghệ sĩ thiên về văn học nghệ thuật hơn là chính trị, xã hội. Sau 1936, Mặt Trận Bình-dân lên nắm chính quyền ở chính quốc Pháp, do đó báo chí ở Việt-Nam tự do hơn chút và các báo thiên về chính trị, xã hội, văn học cũng dấn thân xã hội hơn. Ngày 17-6-1940, Pháp đầu hàng Đức quốc-xã, bên Đông-Dương, nhà cầm quyền thuộc địa sợ chính trị nên đã bày những chuyện truyền bá đạo Khổng và thể thao đua xe đạp toàn Đông-Dương. Tờ *Nam-Kỳ tuần-báo* (3-9-1942) của Hồ Biểu Chánh và *Đại-Việt tập chí* (1-10-1942) được cho ra mắt với phương tiện của Pháp và trong cùng một mục đích !

Văn Học thời Kháng Chiến 1946-1954

Kháng chiến chống Pháp khởi xướng ở miền Nam-bộ từ những thất bại tháng 10-1940, đến khởi nghĩa 23-9-1945 và Ủy ban hành chánh Nam-bộ, từ 1946 chuyển ra Bắc "chính thức" kháng chiến vũ trang từ ngày 19-12-1946. Cuộc kháng chiến chống Pháp sẽ chấm dứt tháng 7 năm 1954 với hiệp định Genève chia đôi đất nước do miền Bắc và người Pháp chủ động.

Về văn nghệ, cộng sản Việt-Nam đã ra *Đề Cương Văn Hóa* (1943) chủ yếu phục vụ chiến tranh và tuyên truyền, nghệ thuật coi nhẹ, vì chỉ là phương tiện. Các chính sách cải cách ruộng đất, Trăm hoa đua nở,... cốt tận diệt đối lập công khai cũng như ngấm ngầm, xây dựng chế độ cộng sản theo tổng hợp đông tây Mao-Lénine. Về văn hóa, *Đề Cương Văn Hóa* đặt nền tảng cho nghệ thuật Mác xít, khẳng định vai trò lãnh đạo văn hoá và tư tưởng tối cao và duy nhất của đảng cộng sản. Văn học "phải" gắn liền với "nhân dân". Sau thêm tính tuyên truyền, sử thi - phong cách sử thi là "phong cách của một hình thức thể loại hoàn bị và toàn bích tuyệt đối" (M. Bakhtine). Văn nghệ được xem là một mặt trận thiết yếu chống thực dân Pháp, sau 1954 thành chống miền Nam và Mỹ họ gọi là thực dân mới. "Lý tưởng" nhân tạo, theo ý thức hệ Mác Lê, do đó đã phải có những Hội nghị văn hóa văn nghệ toàn quốc (7-1948), Hội-nghị tranh luận văn nghệ Việt Bắc (9-1949), Hội-nghị văn nghệ bộ-đội (1949) đã quân đội hoá lớp người văn nghệ sĩ ở các mặt trận, liên khu, rồi những chỉnh huấn văn nghệ sĩ (1952), những tranh luận về tuyên truyền và văn nghệ (Đặng Thai Mai, Tô Ngọc Vân,...), đua nhau viết về "hiện thực mới" về "quần chúng phê bình nghệ thuật" như Nguyễn Đình Thi,... Các nhà lãnh đạo chính trị và văn nghệ miền Bắc đua nhau dịch lý luận văn nghệ, "mỹ học" Mác Lê, Staline, Mao,... những sáng tác của Simonow, Triệu Thụ Lý, Lỗ Tấn, Ngụy Nguy, v.v. để làm nền móng cho văn học cộng sản.

Văn nghệ kháng chiến đề cao tình tự yêu đất nước, quê hương, sự cần thiết của đoàn kết, sau sẽ rõ chỉ là chiêu bài cho cộng sản. Lưu Hữu Phước, Trần Văn Giàu, Bình Nguyên Lộc, Lý Văn Sâm, Nguyễn Bảo Hóa, Vũ Anh Khanh, Dương Tử Giang,... sẽ tích cực tham gia, vô bưng. Thơ có tính cách lãng mạn cách mạng đề cao tình yêu nước với Ái Lan (*Trên Đường*, 1951), Vũ Anh Khanh (*Chiến Sĩ Hành*, Tha La Xóm Đạo), Hồ Hán Sơn (Tình nghèo),... Nhiều truyện và tiểu-thuyết thời sự tranh đấu ra đời, Anh Huy, Hoàng Tố Nguyên, Khổng Dương (39),... đến 1949-50 tiến hơn với Phi Vân, Bình Nguyên Lộc (*Nhốt Gió*), Hợp Phố (*Chị Dung*), Thiên Giang (*Lao Tù*),... Những năm 1945-1950, miền Nam tràn ngập tác phẩm "lửa" của các nhà văn Vũ Anh Khanh, Lý Văn Sâm, Quốc Ấn, Thẩm Thệ Hà, Dương Tử Giang, Nguyễn Bảo Hoá, Sơn Khanh,... Hàng trăm cuốn được xuất bản, nhiều cuốn bị tịch thâu, bị cấm; phần lớn phục vụ cho công cuộc giải phóng dân tộc khỏi ách thực dân. Riêng ở các liên khu ngoài Trung và Bắc, đã có một chỉ đạo văn nghệ có hệ thống, *"tính chiến đấu với lý tưởng say mê cháy bỏng"* (40) từ 1945 nhưng sau kéo dài đến 1975. Dần dà vào cuối cuộc kháng chiến, nhà văn thêm chỉ tiêu phải tái tạo những điển hình cuộc sống và xã hội thành những "điển hình văn học", một loại "điển hình" ước mơ!

Văn chương kháng Pháp thời này sôi nổi ở trong Nam nhất là ở Sài-Gòn là nơi rất sôi động về chính trị và cách mạng trong khi ở miền Bắc sôi nổi về quân sự. Khuynh hướng văn nghệ đấu tranh này đã lớn mạnh và đa dạng ở Sài-Gòn trong khi văn nghệ kháng chiến ở phía Bắc đã phải chịu sự chỉ đạo trực tiếp của đảng cộng sản ngay từ những ngày đầu; một khuynh hướng theo thiển ý đã nẩy mầm từ những Trương Duy Toản, Lê Hoằng Mưu, Phạm Minh Kiên, Tân Dân Tử,... của những thập niên 20 và 30.

Nhưng giai đoạn văn học kháng chiến này được các nhà nghiên cứu Hà Nội tô điểm như là một văn học tranh đấu chống ngoại xâm.

Họ đề cao những Dương Tử Giang, Thẩm Thệ Hà, Thiếu Sơn (vốn theo đệ Tứ quốc-tế), Mai Văn Bộ, Trần Văn Giàu, Nguyễn Bảo Hóa,... và bất công với Hồ Hữu Tường, Vũ Anh Khanh, Sơn Khanh,... Miền Bắc trưng dụng "mảng" văn học yêu nước này cho chính trị kháng chiến chống thực dân theo khuôn Hà Nội dù có người không hề phục vụ cho thứ chính trị đó như Vũ Anh Khanh, Dương Tử Giang, v.v. Tàn bạo hơn nữa khi văn nghệ sĩ như Nguyễn Tuân, Xuân Diệu, Lưu Trọng Lư, Thế Lữ, Chế Lan Viên, Tô Hoài,... phải công khai từ bỏ tác phẩm của họ trước kháng chiến, những tác phẩm đã đưa họ vào văn học sử!

Nay sự thực về thời kháng chiến đã nhiều rõ rệt, thì giai đoạn văn học kháng chiến này cũng cần được viết lại. Văn chương yêu nước, chống thực dân căn bản và trước hết đã là của mọi người Việt; nền văn chương đó độc lập ngoài những ý thức hệ và ý đồ. Chỉ trong chiều hướng đó, các văn nghệ sĩ đã có những sáng tác để đời, như Màu Tím Hoa Sim của Hữu Loan, như Tây Tiến, Đôi Bờ, Đôi Mắt Người Sơn Tây của Quang Dũng và những bài thơ lãng mạn cách mạng khác. Phần lớn văn nghệ sĩ tiền chiến theo kháng chiến rồi ở lại miền Bắc. Một số khác nhận chân bản chất giới lãnh đạo cộng sản đã bỏ về "thành" như Bình Nguyên Lộc,... hoặc di cư vô Nam như Đỗ Thúc Vịnh, Doãn Quốc Sỹ, Trần Lê Nguyễn, Mai Thảo, Chu Tử, v.v.

Vấn đề "quốc gia" bắt đầu gây "xung đột" nội tâm và thường khó xử; phải kháng chiến chống thực dân, nhưng khi nhóm người nhờ mưu lược nắm chủ lực điều động chiến tranh đã lộ bộ mặt cộng sản, người Việt yêu nước không có lựa chọn nào khác là về "thành", tức về vùng do Pháp kiểm soát và có thể "phải" đi lính cho Pháp. Từ 1950, đã có những tranh luận lý thuyết và chống đối giữa những nhóm cộng sản và đệ tứ, giữa người cộng sản và không cộng sản, những Hồ Hữu Tường, nhóm Chân Trời Mới, Bằng Giang, Vương Hồng Sển, Lê Thọ Xuân, Bùi Đức Tịnh. Lê Ngọc Trụ, Nguyễn Bạt Tụy,... chống văn khiêu dâm, chống chiến tranh hay thuần túy học thuật như Đào Văn Tập,... Có những nỗ lực xây dựng một nền văn nghệ mới ở buổi nhiều lý thuyết văn hóa có vẻ mới với người Việt va chạm nhau giành thế trên. Nhóm Chân Trời Mới của bộ ba Tam Ích, Thiên Giang và Thê Húc nỗ lực đi tìm hướng đi mới từ những lý thuyết và hoàn cảnh mới trong *Nghệ Thuật Và Nhân Sinh* (1949), Hồ Hữu Tường xuất bản *Tương Lai Văn Hóa Việt-Nam* (1949) ở Hà Nội, Triều Sơn dưới bút hiệu Ninh-Huy xuất bản *Con Đường Văn Nghệ Mới* (1951) ở Paris.

Chú-thích

1- LM Roland Jacques trong *Các nhà truyền giáo Bồ Đào Nha và thời kỳ đầu của Giáo hội Công giáo Việt-Nam* (2 tập; Định Hướng Tùng Thư, 2004) là người đầu tiên chứng minh rằng Linh mục người Bồ-đào-nha Francisco de Pina là "ông tổ" của chữ Quốc-ngữ.

2- LM Đỗ Quang Chính. *Lịch Sử Chữ Quốc-ngữ 1620 - 1659*, tr. 98+

3- Về năm đình bản của tờ *Gia-Định Báo*, hiện chưa có tài-liệu chính xác. Huỳnh Văn Tòng trong bản in lại với nhiều sửa chữa của *Lịch Sử Báo Chí Việt-Nam* (TpHCM: Đại-học mở bán công Thành phố Hồ Chí Minh, Khoa Báo-chí, 1994), không nói đến năm đình bản, nhưng ở phần danh mục các báo chí ở trang 258 có ghi thư viện Pháp còn giữ được đến năm 1900. Duy Vân trong *Gia-Định Báo* (Sydney: Nguồn Việt, 1986, tr. 44-46) bàn nhiều đến năm đình bản và kết luận vì thư viện Trường Ngôn ngữ của Pháp còn giữ được các số 40 đến 42 ghi năm thứ 43, ra ngày 11, 18 và 25 tháng 10-1909, nên ông đề nghị năm đình bản là 1909. Ông cũng ghi lại giả thuyết của Phạm Việt Tuyền về năm đình bản là năm 1897.

4- Huỳnh Thúc Kháng, "Chiêu Hồn Nước". Trích lại từ Nguyễn Q. Thắng. *Huỳnh Thúc Kháng*. (TpHCM: NXB Thành phố HCM, 1992), tr. 215.

5- Trích theo Lê Ngọc Trụ. "Chữ Quốc-ngữ từ thế kỷ XVII đến cuối thế kỷ XIX". *Dòng Việt*, 1, 1993, tr. 31 (Bài viết năm 1961).

6- Tầm Vu, Nguyễn Văn Trung và Nguyễn Văn Y, "Văn học chữ Quốc-ngữ ở Sài-Gòn, Gia Định cuối thế kỷ XIX, đầu thế kỷ XX", trong *Địa-Chí Văn-Hoá Thành Phố Hồ Chí Minh* (TpHCM: NXB Thành phố Hồ Chí Minh, 1988), tập 2: Văn Học, tr. 202.

7- Phạm Thế Ngũ. *Việt-Nam Văn Học Sử Giản Ước Tân Biên*, tập 3: Văn Học Hiện Đại 1862-1945. Đại-Nam, tb, tr. 321.

8- Thanh Lãng, "Tiếng và chữ người Sài-Gòn". *Dòng Việt*, 6, 1999, tr. 174.

9- Trích lại theo Bùi Đức Tịnh. *Những Bước Đầu Của Báo Chí, tiểu-thuyết Và Thơ Mới*. TpHCM: NXB Thành phố Hồ Chí Minh, 1992. Tr. 169.

10- **Trương Duy Toản** còn ký Đồng Hồ, Mạnh Tự; sinh năm 1885 tại Tam Bình, Vĩnh Long. Ông viết văn, làm báo tại Sài-Gòn; chủ bút các báo: *Lục-Tỉnh Tân Văn* (1912), nhật báo *Trung Lập* (1924-26); biên tập viên tờ *Thời Báo* (1918-19); thành lập và chủ nhiệm kiêm chủ bút *Sài Thành Nhật Báo* (1926-1931), *Sài Thành* (từ tháng 1-1934); cộng tác với các báo *Trung Lập Báo* (1910), *Tiến Thủ* (1956)... Do hoạt động chống Pháp trong phong trào Đông Du, Minh Tân, ông từng theo Cường Để ở Hương Cảng và sang Pháp, nên bị Pháp bắt giam tại Paris ngày 26-8-1915 đến tháng 4-1916; sau khi ra tù chuyên về sáng tác. Cuối đời, ông theo phái Cao Đài của Ngô Văn Chiêu và mất ngày 20-3-1957.

11- X. bài viết của chúng tôi về truyện Thầy Lazarô Phiền và thời sơ khởi của văn học chữ Quốc-ngữ, "Miền Nam Khai Phóng", trong *Văn Học Và Thời Gian* (Westminster CA: Văn Nghệ, 2000). Tr. 15-61 - công bố lần đầu trong *Tuyển Tập Văn Học Nghệ Thuật Liên Mạng*, số 1, 9-1996, tr. 13-32.

12- Theo linh mục Thanh Lãng, trong bài "Tiếng và chữ người Sài-Gòn" (Bđd, tr. 158-179), sau 1651, năm ra đời của *Từ Điển Việt-Bồ-La*, chữ Quốc-ngữ trong Nam đã được chỉnh lý ít nhất hai lần: năm 1772 do giám mục Bá-Đa-Lộc và năm 1838 với cuốn *Từ-Điển Annam-Latinh* của Tabert và Phan Văn Minh.

13- X. Huỳnh Văn Tòng, Sđd, tr. 63

14- Huỳnh Văn Tòng. Sđd, tr. 34.

15- Khoa thi Hương cuối vào năm Mậu Ngọ (1918 tức năm Khải Định 3), năm sau tức năm Kỷ Mùi, triều đình tổ chức khoa thi Hội cuối cùng).

16- Kelley, Liam. "Emperor Thành Thái's Educational Revolution" (2016), Nguyễn Hồng Phúc lược dịch https://nguyenhongphucwriting.wordpress.com/2016/11/10/liam-kelley-cai-cach-giao-duc-cua-vua-thanh-thai/

17-Huỳnh Văn Tòng. Sđd, tr. 77.

18- Trích từ Nguyễn Khắc Kham. "Lược sử công trình biên soạn tự điển Việt ngữ từ thế kỷ thứ XVII. *Dòng Việt*, 1, 1993, tr. 61. Tưởng cũng cần nhắc rằng lúc đó đã có *Đại Nam Quấc Âm Tự Vị* của Huình Tịnh Paulus Của xuất bản từ năm 1896. Ông Nguyễn Văn Y đã làm cao học Văn chương Văn khoa Sài-Gòn về cuốn tự vị này, trong khi GS Phạm Thế Ngũ thì lại coi như là một công trình không cần thiết (*Việt-Nam Văn Học Sử Giản Ước Tân Biên*, tập 3: Văn Học Hiện Đại 1862-1945, t. 3, tr. 82)..

19- *13 Năm Tranh Luận Văn Học*, 1932-1945. Thanh Lãng sưu tập. (Thành phố Hồ Chí Minh: NXB Văn Học, 1995), tập 2, tr. 100-118. X. bài chúng tôi viết về vấn đề này: "Tiếng Việt qua một số tác phẩm", *Văn Học Và Thời Gian*. Sđd, tr. 14-29.

20- Võ Phiến. "Đố kỵ cái trừu tượng". *Thế kỷ 21*, 122, 6-1999, tr. 22-26; In lại trong *Cảm Nhận* (Los Angeles CA: Văn Mới, 1999), tr. 39-56). GS Nguyễn Văn Trung đã nhiều lần cho biết: *Có thể chúng tôi cũng có trách nhiệm phần nào trong việc dẹp bỏ tượng Trương Vĩnh Ký vì nhiều năm trước 1975, chúng tôi đã đề ra một cuộc vận động phê phán Phạm Quỳnh, Trương Vĩnh Ký về phương diện chính trị và văn hóa*" (*Trương Vĩnh Ký, Nhà Văn Hóa*. Sđd, tr. 44); "*Trước 1975 tôi đã viết nhiều bài, sách phê phán nghiêm khắc Trương Vĩnh Ký đặc biệt về chính trị, hơn nữa tôi còn gợi ý khuyến khích một vài bạn trẻ đi vào con đường đó như Phạm Long Điền, Nguyễn Sinh Duy. Những loạt bài phê phán của chúng tôi đã gây phiền muộn bất mãn trong giới văn hóa miền Nam lúc đó đặc biệt hai người Hồ Hữu Tường và Vương Hồng Sển...*" ("RFI phỏng vấn nhân dịp 100 năm ngày giỗ Trương Vĩnh Ký", *Đi Tới*, 13, 9-1998, tr. 22. In lại trong *Nhận-Định X* (Montréal: TGXB, 1999), tr. 151).

21- *Nam-Phong* tạp-chí 16, (Octobre 1918). tr. 199. Trích theo Thanh Lãng, "Thử thiết lập hồ sơ về hai người con gái: một con của Phật, một con của Chúa" trong *Về Sách Báo Của Tác Giả Công Giáo (Thế Kỷ XVII-XIX)*: Tài Liệu Tham Khảo. (Thành phố Hồ Chí Minh: Trường Đại học tổng hợp TP HCM, Khoa Ngữ Văn, 1993), tr. 13. Ngoài ra, gần đây Viện Hán Nôm thuộc Viện Khoa-học xã-hội đã sưu tầm được 24 văn bản chữ Nôm thuộc thế kỷ XVII trong đó có những bản từng được lưu trữ ở chùa Kiểng Phước tại Vọng Các, Thái Lan. Những văn bản này là dấu vết chữ Nôm dùng ở đàng Trong.

22- Thanh Lãng. "Thử thiết lập hồ sơ...". Bđd, tr. 7.

23- Thanh Lãng. Bđd, tr. 6.

24- Trích theo bản in lại trong *Văn Xuôi Lãng Mạn Việt-Nam 1930-1945* (Hà Nội: NXB Khoa-học xã-hội, 1989). Tập 3, tr. 66

25- *Văn Xuôi Lãng Mạn Việt-Nam 1930-1945*. Sđd, tập 2, tr. 122.

26- **Trương Tửu** (Mai Viên, Nguyễn Bách Khoa; 1913-1999; sinh tại Hà Nội): viết cho nhiều báo ở Hà Nội như tuần báo *Loa* (1935-1939), *Mùa Gặt Mới* (1940), *Phổ Thông Bán Nguyệt San* (1940); đồng chủ trương báo *La Revue Franco-Annamite* và *Le Cygne / Bạch-Nga*.

27- **Phan Trần Chúc** sinh năm 1907 tại Thái Bình, cộng tác với các báo *Tân Việt-Nam, Ngọc Báo, Việt Báo* ở Hà Nội; sau ngày Nhật đảo chánh Pháp 9-3-1945 hoạt động chánh trị và tham gia Đại Việt Quốc Gia Liên Minh; đầu năm 1946 bị Việt Cộng sát hại tại Hoài Đức, Hà Đông.

28- Phan Khôi. "Một lối Thơ Mới trình chánh giữa làng thơ". *Phụ-Nữ Tân-Văn*, 122, 10-3-1932, tr. 15-16.

29- Trích từ Thanh Lãng. *Phê Bình Văn Học Thế Hệ 1932* (Sài-Gòn: Phong Trào Văn Hóa, 1972), Quyển I, tr. 180-181

30- *Phụ-Nữ Tân-Văn*, số 216 ngày 15-9-1933, tr. 9.

31- Trích từ Thanh Lãng. Sđd, tr. 287, 290.

32- Trích theo LM Thanh Lãng, tr. 292, 294-5.

33- Thụy Khuê đề cao 'Tự Lực Văn đoàn và cách mạng' bài trên https://damau.org/68290/tu-luc-van-don-van-hoc-v-cch-mang-22 đã đoán Cô Liên Hương là bút hiệu của ... Khái Hưng, bà TK cũng gán ghép biệt hiệu Thanh Tâm cho Khái Hưng - thật ra là Lưu Trọng Lư.

34- *Phụ-Nữ Tân-Văn*, số 208, 20-7-1933, tr. 13.

35- *Đau Thương* in *Thơ Hàn Mặc Tử*. (Sài-Gòn: Đông Phương, 1942), tr. 51-52.

36- Phan Cự Đệ. *Phong Trào "Thơ Mới"*. (Hà Nội: NXB Khoa-học xã hội, 1982), tr 268.

37- *Tiểu-Thuyết Thứ Bảy* (Hà Nội), 38, 16-2-1935.

38- Thiếu Sơn. *Phê Bình Và Cảo Luận (Critique de la littérature moderne et quelques essais littéraires)*. Sài-Gòn: Éditions Nam Ký, 1933, tr. 14. Tựa sách phụ đề tiếng Pháp và chữ dùng trong sách thường ghi chú thêm tiếng Pháp. Thiếu Sơn sinh năm 1907 và mất năm 1978; năm 2006, NXB Công an nhân dân Hà-Nội tập trung bài viết của ông in thành *Những văn nhân chính khách một thời*.

39- **Khổng Dương**: chủ NXB Đồng Nai, năm 1946 tham gia kháng chiến chống Pháp và tử trận vì trúng đạn từ máy bay Pháp tại Long Xuyên.

40- *Văn-Nghệ*, 33, 8-1990.

Miền Nam Khai-Phóng

I - Miền Nam

Không phải chỉ từ khi đất nước chia đôi ở vĩ tuyến XVII sau Hội nghị Genève 1954 hoặc sau cuộc "thống nhất" năm 1976, vấn đề Nam Bắc mới được đặt ra trong các sinh hoạt chính trị, xã hội cũng như văn học nghệ thuật. Năm 1558 (1), khi Nguyễn Hoàng đem gia đình và quần thần vào trấn Thuận Hóa gây phân tranh Trịnh Nguyễn và mở đầu cuộc nội chiến dài nhất của lịch-sử đất nước, việc phân biệt Đàng Trong-Đàng Ngoài và Nam-Bắc đã bắt đầu từ đó. Rồi với thời gian, việc phân biệt đó có khi trầm trọng có khi nhẹ nhàng, nhưng đến thời hiện đại, tiếng nói của miền Nam hình như đã bị lấn áp và theo thiển ý, đây là một thiệt hại cho cả nước Việt-Nam. Chúng tôi có một số quan sát, xin được đóng góp, không nhất thiết vì những tranh luận dân chủ hóa ở trong và ngoài nước từ nhiều năm nay, mà đã từ lâu chúng tôi vẫn có nhiều dịp thấy những bất công, ngộ nhận đó trong cuộc sống dân tộc cũng như trong những sinh hoạt văn hóa.

Dù nhìn dưới lăng kính nào đi nữa, lịch sử cũng đã ghi công các chúa và các vua nhà Nguyễn phát triển và làm lớn mạnh miền Nam từ sông Gianh (Quảng Bình) trở vào. Do đó không có gì lạ nếu dân chúng miền Nam ưu ái trung thành với vua nhà Nguyễn hơn người Đàng Ngoài và triều đình nhà Nguyễn cũng thiên vị miền Nam hơn dù người dân từng thất vọng về vua Minh Mạng và triều đình Huế không đẹp với mồ mả tổng trấn Lê Văn Duyệt. Hoàng hậu và hoàng phi triều đình Huế có nhiều người Nam và các công thần từ Bắc hà vào làm quan có người bị kỳ thị - thi hào Nguyễn Du là một trong số các nạn nhân đó. Nhưng đến đầu thế kỷ XX, hiện tượng có thời ngược hẳn với số quan lại khoa bảng Bắc hà đông đảo nhưng tính trọng Nam vừa nói vẫn đóng vai quan trọng.

Miền Nam Khai Phóng

Miền Nam đất mới, thiên nhiên trù phú đã khiến cho con người khai phóng, cởi mở hơn và tương đối ít có chuyện kèn cựa nhau vì những cái không đáng. Đất Đàng Trong khởi dựng với những người bất mãn, bất phùng thời hoặc không sống được ở miền Ngoài (các chúa Nguyễn, Đào Duy Từ,...) và cũng đã đón nhận nhiều con cháu nhà Minh đến xin di trú, hội nhập vào những miền Trấn Biên (Giản Phố, Biên Hòa), Hà Tiên, Phiên Trấn (Gia Định), Đề Ngạn (Chợ Lớn), Long Hồ (Mỹ Tho); con cháu họ đã Việt hóa và đã đóng góp vào việc khai thác những vùng còn hoang sơ đó và phát triển cả miền Nam này. Những Trịnh Hoài Đức, Mạc Cửu,... đã là những thí dụ điển hình.

Cũng với tinh thần khai phóng đó và vì hoàn cảnh lịch sử, miền Nam đã tiếp nhận văn hóa Tây-phương sớm hơn miền ngoài dù Đàng Ngoài đã tiếp xúc với thương thuyền Tây-phương sớm hơn. Phải đối kháng với ngoại xâm và ảnh hưởng không thể tránh của một thứ văn minh khác, miền Nam đã tiếp nhận nhưng chủ động việc tổng hợp do đó mới có những bộc phát mạnh mẽ tinh thần dân tộc, những nỗ lực bảo tồn văn hóa, đạo lý dân tộc, những tôn giáo tổng hợp như Cao Đài, Phật giáo Hòa Hảo. Do đó không lạ gì khi thấy những phong trào, khuynh hướng đòi dân chủ phát sinh ở miền Nam sớm hơn. Từ 1906 đã có phong trào Minh Tân công nghệ và cải lương nông nghiệp do Trần Chánh Chiếu chủ bút tờ *Nông Cổ Mín Đàm* khởi xướng (2). Phan Bội Châu sau khi vào Nam vận động chống Pháp, đã soạn Ai Cáo Nam Kỳ Phụ Lão (1907) để phát động phong trào Đông du là cũng nhắm đồng bào trong Nam trước.

Về văn học Hán Nôm, Đào Duy Từ bỏ đất Bắc vào Nam làm những bài thơ đầu tiên của Đàng Trong và đến thế kỷ XVIII miền đất mới đã có những đóng góp đặc sắc. Đầu thế kỷ XVIII, Nguyễn Hữu Hào viết Truyện Song Tinh, là tác phẩm văn học dài hơi đầu tiên của miền đất mới và cũng là tiểu-thuyết văn vần đầu tiên của Việt-Nam - rất lâu trước Truyện Kiều, Chinh Phụ, Cung Oán Ngâm Khúc và Lục Vân Tiên. Sau đến có Nguyễn Cư Trinh với Sãi Vãi (1750).

Đến thời cận đại, chính miền Nam là đất nẩy mầm, bắt gốc của báo chí, tiểu-thuyết văn xuôi và cả phong trào Thơ Mới mà các sách văn học sử xuất bản từ gần thế kỷ nay thường bỏ qua hoặc đánh giá không đúng mức. Thật vậy, những tạp chí Đông-dương, Nam-Phong, những Tố Tâm, Tự-Lực Văn-đoàn, Tân Dân, những ngôi sao Phạm Quỳnh, Nhất Linh, Thế Lữ, Xuân Diệu, Nguyễn Văn Tố, v.v. đã làm lu mờ những Trương Vĩnh Ký, Huình Tịnh Paulus Của, Nguyễn Chánh Sắt, Hồ Biểu Chánh, Lê Thọ Xuân, v.v.. Ở Sài-Gòn và Hà Nội vào thập niên 1960 mới có những cơ quan nghiên cứu về Việt-Nam học (tập san *Nghiên cứu Việt-Nam* của nhà Trình Bày Sài-Gòn, *Études vietnamiennes* của Hà Nội); nhưng có biết đâu rằng năm 1876, ở Sài-Gòn đã thành lập Hội Đông-dương học (Sociéte des études indochinoises) nhưng chủ yếu là Việt-Nam học, tiếp nối công trình của Comité agricole et industriel de la Cochinchine (Hội Nông Công Nghiệp Nam-kỳ), và Trương Vĩnh Ký đã sinh hoạt hăng hái và năng động trong cả hai tổ-chức này. Ngoài các sách báo đã xuất-bản như *Cours d'histoire annamite à l'usage des écoles de la Basse-Cochinchine, Souvenirs historiques sur Saigon et ses environs, Dư đồ thuyết lược* (Précis de géographie) và các tựa vừa kể ở trên, Trương Vĩnh Ký còn có những khảo cứu bằng tiếng Việt, Hán và Pháp văn chưa được xuất bản như "Đại Nam Tam Thập Nhứt Tỉnh Thành Đồ", "Đại Nam Tam Thập Nhứt Tỉnh Địa Đồ" (1888-89), Dictionnaire biographique annamite, Produits de l'Annam, v.v.

Về **báo chí**, năm 1865, trong khi miền Ngoài còn chìm đắm trong sách vở Tống Nho, miền Nam đã có tờ *Gia-Định Báo* được xem là tờ báo đầu tiên bằng chữ Quốc-ngữ. Số 1 ra mắt ngày 15 tháng 4 năm 1865 (3). Lúc đầu là một thứ công-báo của chính quyền thực dân Pháp, nhưng từ 1869 khi Trương Vĩnh Ký được cử làm Chánh-tổng-tài và Huình Tịnh Paulus Của làm chủ-bút, Tôn Thọ Tường, Trương Minh Ký, v.v., trong ban biên tập, *Gia-Định Báo* được thêm phần truyền bá chữ Quốc-ngữ, khuyến khích dùng thứ chữ này để viết báo viết văn, cổ động cho lối học mới. Vô tình, *Gia-Định Báo* đã đóng vai trò tiền phong truyền bá cái về sau gọi là văn học chữ Quốc-ngữ. Đến năm 1874, J. Bonet được cử làm chánh tổng tài thay Petrus Ký, tờ *Gia-Định Báo* trở lại với vai trò thông tin tuyên truyền cho chính quyền thuộc địa. Sự xuất hiện của *Gia-Định Báo* đã gây nhiều ảnh-hưởng về ngôn-ngữ, học thuật, giáo dục, và để lại dấu ấn ở miền Nam lục-tỉnh. Khi truyền bá truyện thơ, người dân ở đây thường nhắc nhở tờ báo và Trương Vĩnh Ký, như phần mở đầu truyện Thầy Thông Chánh:

"Nhựt trình Vĩnh Ký đặt ra,
Chép làm một bổn để mà xem chơi;
Trà Vinh nhiều kẻ kỳ tài,
Có thầy Thông Chánh, thiệt người lớn gan (...)".

Năm 1888, Trương Vĩnh Ký xuất bản tạp chí *Thông-Loại Khóa-Trình* (*Miscellannées* ou Lectures instructives pour les élèves des écoles primaires communales et cantonales) với mục đích cổ động phong hóa cũ, phổ biến văn hóa dân tộc kể cả văn thơ chống Pháp của Nguyễn Đình Chiểu, Nguyễn Tri Phương, Bùi Hữu Nghĩa. Cùng năm 1888, tờ *Nam-Kỳ Địa-Phận* xuất bản cốt phổ biến giáo lý đạo Thiên Chúa, nhưng đồng thời đã là cơ quan văn hóa thông tin và văn học quan trọng. Mười năm sau có tờ *Phan Yên Báo* do Diệp Văn Cương làm chủ bút xuất hiện năm 1898, nhưng chỉ ra được bảy số thì bị toàn quyền Paul Doumer ra huấn-lịnh 30-12-1898 cấm lưu hành, sau loạt bài chống đối sự có mặt của người Pháp ở Việt-Nam. *Phan Yên Báo* là tờ báo đầu tiên trong lịch sử báo chí Việt-Nam bị nhà cầm quyền cấm vì bài viết có tính cách chính trị (bài "Đòn cân Archimèdes").

Các tờ *Đông-Dương Tạp Chí* (1913-1917), *Nam-Phong Tạp Chí* (1919-1934) đã đóng góp làm lớn mạnh nền báo chí và văn hóa Việt-Nam. Nhưng trước đó, phải đợi đến năm 1905, ở Bắc mới thấy có *Đại Việt Tân Báo* là tờ (tuần) báo đầu tiên bằng chữ Quốc-ngữ (nhưng bên cạnh bài chữ Hán do Đào Nguyên Phổ phụ trách; số 1, 7-5-1905 và số cuối năm 1908, xuất phát từ *Đại Việt Quan Báo*). Có thể nói một cách tổng quát sinh hoạt văn hóa bằng chữ Quốc-ngữ ở hai miền Bắc và Trung xuất hiện 40 năm sau Nam kỳ, đất thuộc địa, và báo chí đã đóng một vai trò rất quan trọng vì các cơ quan này đã là đất nẩy mầm và phát-triển của các bộ môn văn học khác (20 năm sau miền Nam về phần báo chí tiếng Pháp và tiếng Hán). Nhưng vai trò tiền phong này của báo chí miền Nam đã bị hạ giá, bị kết án là làm tay sai cho thực dân Pháp (4).

Phong trào Thơ Mới cũng đã phát xuất từ Sài-Gòn. Trên tờ *Phụ-Nữ Tân-Văn* số 122 ra ngày 10-3-1932, Phan Khôi trong bài "Một lối thơ mới trình chánh giữa làng thơ" đã dẫn bài Tình Già như một thí dụ xem có độc giả nào thích không. Không ngờ, Phan Khôi đã đóng góp cho việc phát huy Thơ Mới và ông đã để đời với bài Tình Già đó.

Sau đó, cũng trên tờ báo của Sài-Gòn này, Lưu Trọng Lư, Thanh Tâm, Nguyễn Thị Manh-Manh (tức Nguyễn Thị Kiêm) và Hồ văn Hảo đã công bố những bài thơ Mới đầu tay của họ và đưa ra những lý luận đả phá thơ Đường và cổ xúy làm mới thơ. Những bài thật sự mở đầu làm mới ý lẫn lời cho Thơ Mới là của Hồ Văn Hảo và đều đăng trên *Phụ-Nữ Tân-Văn*: Con nhà thất nghiệp (208, 20-7-1932), Tình thâm (210, 3-8-1933), Thi nhân với khoa học (216, 14-9-1933) sau đó đã không hề được các nhà văn học sử nhắc tới - bài Tình Già thật ra chỉ là một bài theo thể cổ phong dù cái mới nếu có chỉ ở ý diễn tả tự do.

Các nhà văn học sử vẫn nhắc nhở rằng phong trào Thơ Mới sau bài Tình Già đã chuyển ra Bắc và được tờ *Phong Hóa* ủng hộ đắc lực hơn (5). Từ số Xuân 31 (24-1-1933), *Phong Hóa* đã chỉ trích, diễu cợt thơ cũ rồi đăng lại bài Lưu Trọng Lư đã gửi đăng trên *Phụ-Nữ Tân-Văn* trong Nam và bắt đầu đăng thơ gọi là "Mới" - thực ra chỉ là những thử nghiệm giao thời của Tứ Ly (tức Hoàng Đạo), Nhất Linh, Thế Lữ, Vũ Đình Liên, v.v. trước khi thực sự đăng những bài Thơ Mới đúng nghĩa. Nhưng người hăng say nhất trong việc cổ xúy Thơ Mới và đương đầu với những người chủ trương thơ cũ là bà Nguyễn thị Kiêm, bắt đầu với bài diễn văn thành công ở hội Khuyến học Sài-Gòn đêm 26-7-1933 và tiếp tục với nhiều cuộc diễn thuyết khác và bài viết đăng trên *Phụ-Nữ Tân-Văn*.

II - Một Nền Văn Học Tiền-Phong

1

Nếu tìm hiểu văn học Việt-Nam hiện đại qua đa số các sách biên khảo trước nay, nhiều người sẽ vẫn nghĩ cuốn tiểu-thuyết đầu tiên được viết bằng chữ Quốc-ngữ là *Tố Tâm* của Hoàng Ngọc Phách hoặc *Quả Dưa Đỏ* của Nguyễn Trọng Thuật. Nhưng *Tố Tâm* được họ Hoàng viết vào năm 1922, được nhà Nam Ký xuất bản năm 1925, *Quả Dưa Đỏ* được giải Hội Khai Trí Tiến Đức năm 1925. Nhóm Trần Văn Giáp trong *Lược Truyện Các Tác Gia* (6) đã khám phá ra trước Tố Tâm ngoài Bắc đã có hai cuốn tiểu-thuyết *Cành Hoa Điểm Tuyết* (1921) và *Cuộc Tang Thương* (1923) của Đặng Trần Phất nhưng các ông lại không đi xa hơn trong việc truy tìm gốc gác tiểu-thuyết Việt-Nam. Các ông có nói đến những *U Tình Lục, Chúa Tàu Kim Quy, Lỗi*

Bước Phong Trần, Oan Kia Theo Mãi nhưng viện cớ sách báo thất lạc không biết nội dung ra sao chứ "cái tên của nó cũng đã nói lên phần nào tính lãng mạn của truyện". Về thể truyện ngắn, các sách văn học vẫn cho hai cộng tác viên tờ *Nam-Phong tạp chí* Phạm Duy Tốn tác giả Sống Chết Mặc Bây (1918) và Nguyễn Bá Học tác giả Câu Chuyện Một Tối Của Người Tân Hôn (1921) là những nhà viết truyện ngắn tiền phong.

Đi ngược giòng lịch sử, cuốn tiểu-thuyết văn xuôi và bằng chữ Quốc-ngữ đầu tiên được viết năm 1886 và được xuất bản vào năm 1887 là truyện **Thầy Lazarô Phiền**, tác giả là P.J.B. Nguyễn Trọng Quản. Dù chỉ gồm 28 trang (7), khổ 12 x 19 cm, tác phẩm đã có đủ tiêu chuẩn của một tiểu-thuyết: một câu chuyện liên tục, tình tiết gây cấn, có phân tích tâm lý, đối thoại, nhân vật có cá tính. Vai chính là một người đàn ông quá ghen thành mù quáng và bất công với người yêu.

Nguyễn Trọng Quản là học trò và sau thành con rể của Trương Vĩnh Ký, học trung học ở Lycée d'Alger (Bắc Phi) cùng lớp với Diệp Văn Cương và Trương Minh Ký, sau về nước làm hiệu trưởng tiểu học ở Sàigòn. Ngoài truyện nói trên, ông còn viết hai cuốn Truyện Bốn Anh Chà-Và Cùng Truyện Tầm Phào Chẳng Nên Đọc và Kim Vọng Phu Truyện đã quảng cáo trong cuốn Thầy Lazarô Phiền nhưng có thể chưa bao giờ xuất bản vì không thấy dấu vết. Ông đã cộng tác viết bài cho tờ *Gia-Định Báo* và minh họa các sách như Phan Yên Ngoại Sử Tiết Phụ Gian Truân (1910) của Trương Duy Toản.

Hãy đọc đoạn mở đầu truyện:

" Ai xuống Bà-rịa, mà có đi ngang qua đất thánh ở trong Cát tại làng Phước-lễ, thì tôi xin bước vô đất thánh ấy, kiếm cái mồ có cây thánh giá bằng ván, sơn nửa đen nửa trắng, gần một bên nhà thờ những kẻ Tử-đạo mà thăm mồ ấy kẻo tội nghiệp ! Vì đã hai năm nay không ai thăm viếng, không ai màng ngó tới.

"Mồ đó là mồ một thầy đã chịu lương tâm mình cắn rứt đã mười năm, bây giờ mới đặng nằm an nơi ấy.

"Tôi xin phép thuật lại truyện tôi đã gặp thầy ấy và làm sao thầy ấy đã tỏ chuyện mình ra cùng tôi, như sau nầy." (8).

Một đoạn đối thoại:

" Tôi vô nhà thấy bạn tôi đang bắc một cái siêu trên bếp, thì tôi hỏi rằng: "Mình sắc gì đó vậy?". Bạn tôi trả lời rằng: "Ba bốn bữa rày nó bắt tôi ho dữ quá, cho nên khan tiếng ; tôi sắc thử lá nguyệt bạch với chanh uống coi có hết chăng?"

"Tôi làm thinh không nói gì, cứ cúi xuống mà ngó cái siêu luôn, tôi ngó cái siêu, thì thấy cái nắp nó nhảy lên nhảy xuống dường như muốn mời tôi bỏ nắm bông trong khăn vô đó vậy. Vừa khi ấy bạn tôi lên nhà trên ăn trầu, thì tôi lại dở nắp siêu lên bỏ nắm bông ấy vô." (tr. 27).

Lazarô Phiền cưới vợ xong (Phiền gọi "mình" xưng "tôi" và khi kể gọi vợ là "bạn tôi"), thì được cử đi làm thông ngôn ở Bà Rịa, do đó phải xa nhà. Nơi đây, có một cô vợ "An Nam" của một ông quan tây bạn nhiều lần quyến rủ Phiền không được do đó viết thư rơi dựng chuyện vợ Phiền ở quê nhà ngoại tình. Phiền ghen mù quáng quyết trừng trị đôi "gian phu dâm phụ". Sau khi dàn xếp bắn lầm để giết Liễu - người ông tưởng là tình địch, Phiền tìm mua bông cỏ độc của người Mọi và bỏ vào siêu sắc thuốc để giết vợ qua đoạn văn vừa trích ở trên.

Vợ thầy Phiền không chết liền, nhưng liệt giường cả năm trời. Đây là đoạn tả trước khi chết:

"Khi các chức đến đọc kinh cùng kêu chúa đặng một hồi lâu, thì đồng hồ đánh ba giờ sáng. Khi ấy bạn tôi bắt tay tôi mà kéo tay tôi lại một bên miệng mà nói rằng: "Tôi biết vì làm sao mà tôi phải chết, song tôi cũng xin chúa thứ tha cho thầy". Nói rồi làm thinh cho đến bốn giờ thì linh hồn ra khỏi xác" (tr. 28).

Vợ chết, Lazarô xin Đức cha đi tu ở Tân-định. Sau đó Phiền nhân một buổi về thăm lại Bà Rịa thì nhận được thư thú tội của người đàn bà vợ quan tây trong đó có đoạn:

"... khi tôi thấy thầy xuống làm thông ngôn tại Bà Rịa thì tôi lại đam lòng thương thầy một cách rất lạ lùng lắm. (...) tôi mới viết hai cái thơ giả chữ thầy Liễu, mà sai người đem giấu hai cái thơ ấy nơi áo bạn thầy, rồi tôi gởi một cái thơ khác cho thầy mà cáo gian hai người nhơn đức ấy" (tr. 31-32).

Có lẽ hối hận dày vò, mấy tháng sau đó thì Lazarô Phiền chết.

Truyện Thầy Lazarô Phiền cho thấy tác giả chịu nhiều ảnh hưởng của tiểu-thuyết Âu tây, kể cả cách diễn tả tiếng Việt. Nội dung phân tích tâm lý, tả đời sống nội tâm, sự hối hận - một loại tiểu-thuyết tâm lý. Kết cấu và thắt mở câu chuyện bị ảnh hưởng tiểu-thuyết Pháp lúc đó hãy còn xa lạ với người đọc. Các nhân vật lại chỉ là những người thường mà không phải là những anh hùng liệt nữ như chính tác giả đã giới thiệu trong bài Tựa rằng những anh hùng hào kiệt "... *những đứng ấy thuộc về đời xưa chớ đời nay chẳng còn nữa. Bởi đó tôi mới giám bày đặt một truyện đời nầy là sự thường có trước mắt ta luôn, như vậy thì sẽ có nhiều người sẽ lấy lòng vui mà đọc; kẻ thì cho quen mặt chữ, người thì cho đặng giải phiền một giây...*" (tr. 4). Trong tuyển tập Khảo Về tiểu-thuyết: Những Ý Kiến, Quan Niệm Về tiểu-thuyết Trước 1945, do Hội Nhà Văn xuất bản (1995), cũng đã liệt kê truyện Thầy Lazarô Phiền là tiểu-thuyết quan trọng đầu tiên trên phương diện thể loại (9). Theo thiển ý, truyện Thầy Lazarô Phiền dù chỉ gồm 28 trang, đã chia làm 10 phần và như đã phân tích ở trên, đã là một tiểu-thuyết đúng nghĩa như nhiều tiểu-thuyết Âu châu thời tác giả Nguyễn Trọng Quản. Tác giả viết một câu chuyện, về một con người, một nhân vật, trong tương giao với những người khác, với cái nhìn về con người đó. Tác giả tin tưởng và đề cao một số lý tưởng văn hóa đạo đức căn bản của thời đại, tin ở một trật tự và tin ở con người. Câu chuyện thầy Lazarô Phiền nhưng tác giả cho thấy con người sống ra sao, xử sự thế nào, tình cảm biến chuyển ra sao, tin tưởng đạo đức luân lý thế nào, v.v. Một tiểu-thuyết "ngắn hơi", thắt mở đầy đủ, như một truyện vừa, do đó chúng tôi thấy có sự cưỡng ép chữ dùng khi có nhà nghiên cứu như Thế Uyên và John C. Schafer, đã gọi truyện *Thầy Lazarô Phiền* là một truyện-ngắn (10). tiểu-thuyết là một thể loại văn chương, không cứ phải dài, và còn có thể là văn vần, như Truyện Song Tinh đầu thế kỷ XVIII, như Truyện Kiều, Lục Vân Tiên, Truyện Hoa Tiên, Truyện Phan Trần của thế kỷ XIX hoặc *U Tình Lục* (1913) của Hồ Biểu Chánh! Tác giả Nguyễn Trọng Quản đã gọi tác phẩm của mình là truyện tức tiểu-thuyết để phân biệt với loại truyện-chí tức truyện Tàu!

Vậy truyện đã bị quên lãng có thể vì lý do tôn giáo chăng? Từ trước nay nhiều người Việt vẫn xem người theo Thiên Chúa giáo không phải là người Việt 100% - trong khi mọi tôn giáo ở Việt-Nam đều là ngoại nhập! Tên tác giả PJB Nguyễn Trọng Quản và tựa sách dễ bị lầm là "sách đạo", nhất là khi đoạn mở đầu đưa người đọc vào nghĩa trang các thánh tử đạo. Chữ dùng thời đó lại bị cho là theo lối nói trong giới Nhà Chung (như "tôi một có ý" trong Tựa). Một danh-tính tác giả, một tựa truyện như vậy dễ bị các nhà viết văn học sử không dồi dào tài liệu hoặc vì thành kiến, đã bỏ quên. Còn nếu nói rằng ngôn ngữ là của "nhà thờ" là thiếu chính xác. Phải nói rằng chữ dùng, giọng điệu đó là của tiếng Việt xưa, tiếng mọi người không phân biệt tín ngưỡng vẫn dùng vào thời tác giả Nguyễn Trọng Quản. Tiếng Việt đơn sơ của thời con người chưa... phức tạp như thời Phạm Quỳnh hay ngày nay. Đoạn cuối bài Tựa, ông đã viết: *"Vậy nếu truyện tôi in ra đây, làm cho đẹp lòng mọi người đặng, thì tôi lấy làm có phước lắm, mà ai có thấy sự gì chẳng đẹp ý ai, thì tôi xin cho tôi biết mà thú tội cùng sửa mình lại, thì tôi sẽ cám ơn vô cùng"* (tr. 4). Người viết còn nhớ thời ở Sài-Gòn đã được nghe nhiều lần lời rao của mấy thầy bói đạo, giọng điệu và chữ dùng y như câu mở đầu truyện này. Về một phương diện nào đó, có thể nói truyện *Quả Dưa Đỏ* của Nguyễn Trọng Thuật xuất bản 38 năm sau truyện Thầy Lazarô Phiền vì cũng viết về luân lý đạo đức đã cũng không được ưa chuộng, trái hẳn với *Tố Tâm* của Hoàng Ngọc Phách lãng mạn, ướt át xuất bản cùng thời!

Truyện không được nhiều nhà văn học sử trước nay nhắc tới và sự đóng góp của tác giả Nguyễn Trọng Quản đã không được đánh giá công bằng. Mĩa mai hơn nữa, khi viết truyện này, tác giả cho biết ông đã thực hiện *"mơ ước cho xứ Nam kỳ thân yêu của chúng ta một tương lai chói rạng ánh sáng, tiến bộ và văn minh* (... nous allions rêvant tout haut pour notre chère Cochinchine, un avenir brillant de lumière, de progrès et de civilisation)" (Tựa tiếng Pháp, viết lời tặng bạn là quận công Diệp Văn Cương). Nói như Bằng Phong, ông là một tác giả cô đơn không có bạn đồng hành trong thể loại của mình - tức tiểu-thuyết, cho đến một năm trước khi ông qua đời (1911); lúc ấy mới có Trần Nhựt Thăng tức Trần Chánh Chiếu xuất bản *Hoàng Tố Anh Hàm Oan* (11).

Bùi Đức Tịnh là nhà nghiên cứu đầu tiên chứng minh giá trị của tập truyện này trong *Phần Đóng Góp Của Văn học Miền Nam: Những Bước Đầu Của Báo Chí, Tiểu-thuyết Và Thơ Mới*, xuất bản tại Sài-Gòn tháng 1-1975 nhưng có lẽ vì biến cố 30-4 ngay sau đó, sách của ông đã không được phổ biến (12). Ước mong của nhà văn Dương Nghiễm Mậu có sách vở viết về Hồ Biểu Chánh để *"giúp những người sinh trưởng về sau học ông và dễ dàng tìm đến một thời đại văn chương khi chữ Quốc-ngữ còn ở trong thời phôi phai"* (13) đã được đáp ứng: năm 1987, để kỷ niệm 100 năm ra đời của thể tiểu-thuyết với truyện Thầy Lazarô Phiền, các giáo sư và sinh viên khoa Ngữ văn thuộc đại học Sư phạm thành phố HCM đã thành công phổ biến, đăng đàn thuyết trình về công trình tiên phong của Nguyễn Trọng Quản. Tuần báo Công Giáo Và Dân Tộc số 638 ra ngày 15-11-1987 đã in lại toàn bộ truyện Thầy Lazarô Phiền (Riêng tạp chí *Văn* của Hội nhà văn thành phố phải đến số tháng 3 và 4-1989 mới đăng lại trong mục "Dở chồng báo cũ").

Đến năm 1988, các ông Tầm Vu, Nguyễn Văn Trung và Nguyễn Văn Y qua bài "Văn học chữ Quốc-ngữ ở Sài-Gòn-Gia Định cuối thế kỷ 19, đầu thế kỷ 20" (14) đã xác định lại sự đóng góp này của tác giả Nguyễn Trọng Quản. GS Nguyễn Văn Trung cũng đã hoàn thành nghiên cứu của ông về Lục Châu Học đã bắt đầu từ thập niên 1980 đồng thời với các ông Nguyễn Văn Y và Thế Uyên, cuối cùng đã được NXB Trẻ trong nước xuất bản năm 2014. Riêng tập ông giới thiệu *"Truyện Ngắn Đầu Tiên Viết Theo Lối Tây-phương: Truyện Thầy Lazarô Phiền Của Nguyễn Trọng Quản"* đã được in rônêô phổ biến như tài liệu tham khảo cho sinh viên khoa Ngữ văn đại học sư phạm thành phố Hồ Chí Minh. Tiếp theo có Nguyễn Q. Thắng xuất bản *Tiến Trình Văn Nghệ Miền Nam* (NXB Tổng hợp An Giang, 1990) là một nỗ lực tiếp tay làm sáng tỏ vai trò văn học nơi vùng đất mới [Phạm Long Điền sau những bài viết về văn-học miền Nam thời khởi đầu đã cho nhà Trí Đăng xuất-bản cuốn *Tiến Trình Văn Học Miền Nam* trong 2 tháng cuối trước biến cố 30-4-1975 nhưng chúng tôi chưa tìm ra được ấn bản này]. Ông Bằng Phong trong cùng nhóm nghiên cứu với GS Nguyễn Văn Trung đã xuất bản *Văn Học Quốc-ngữ Ở Nam Kỳ (1865-1930)* (15). Các ông Hoài Anh, Thành Nguyên và Hồ Sĩ Hiệp (16) cũng như Lê Trí Viễn (17), Nguyễn Huệ Chi (18) và Thế Uyên (19) cũng đã nhắc nhở hoặc xác nhận sự đóng góp của nhà tiểu-thuyết tiền phong Nguyễn Trọng Quản.

Truyện Thầy Lazarô Phiền vào thời điểm ra đời đã quá mới, người đọc bấy giờ vẫn thích thưởng thức truyện viết theo thể thơ thường là lục bát như Thơ Cậu Hai Miêng, Thơ Sáu Trọng, Thơ Nam kỳ, hoặc viết văn có vần có đối như Hoàng Tố Anh Hàm Oan (1910) của Trần Thiên Trung tức Trần Chánh Chiếu. Riêng Hồ Biểu Chánh đã viết *U Tình Lục* (viết năm 1909 nhưng xuất bản vào 1913), một tiểu-thuyết viết theo thể lục bát dài 1790 câu - phụ bốn bài thơ thất ngôn bát cú, với cùng đề tài tình ái như truyện của Nguyễn Trọng Quản nhưng người đàn ông trở về lại nhà ở đoạn kết. Truyện đã được tác giả cho xảy ra tại Sài-Gòn và Mỹ Tho. Phải đợi đến những năm 1920 mới thấy có những tác phẩm tiểu-thuyết bằng văn xuôi theo con đường Truyện Thầy Lazarô Phiền như Kim Thời Dị Sử (đăng báo *Công Luận* từ tháng 10-1917, xuất bản 1921) của Biến Ngũ Nhy (tức Nguyễn Bính) và Oan Kia Theo Mãi (tức 32 Đêm Hồ Cảnh Tiên Tự Thuật, 1922) của Lê Hoằng Mưu (20).

Miền Nam sau đó đã tràn ngập những tiểu-thuyết tâm lý xã hội, "nghĩa hiệp", "kỳ tình" của các tác giả Nguyễn Chánh Sắt, Lê Hoằng Mưu, Trương Duy Toản, v.v. cũng như các bản dịch tiểu thuyết dã sử, nghĩa hiệp của Tàu; miền Bắc cũng xuất hiện những tiểu-thuyết luân lý ái tình *Cành Hoa Điểm Tuyết* (1921), *Cuộc Tang Thương* (1923) của Đặng Trần Phất và lâm ly *Tuyết Hồng Lệ Sử* của Từ Trẩm Á do Mai Khê dịch; sau đó *Tố Tâm* mới ra mắt độc giả mà nội dung đã bị ảnh hưởng rõ rệt của Tuyết Hồng Lệ Sử.

Một điểm khác cần nhắc đến, đó là trong khi ngoài Bắc xuất hiện những truyện tiểu-thuyết lâm ly bi đát của Từ Trẩm Á hoặc mô phỏng theo gây ảnh hưởng rất tai hại (bi quan yếm thế, dịch tự tử), thì cùng lúc đó một số nhà văn miền Nam đã xuất bản những tiểu-thuyết lịch sử như *Phan Yên Ngoại Sử Tiết Phụ Gian Truân* (1910) của Trương Duy Toản, *Oán Hồng Quần Phùng Kim Huê* (1920) của Mộng Huê Lầu (tức Lê Hoằng Mưu), *Giọt Máu Chung Tình Tòng Đình Thảm Kịch* của Tân Dân Tử (21), *Lê Triều Lý Thị* và *Tiền Lê Vận Mạt* của Phạm Minh Kiên. Dĩ nhiên những truyện với đề tài lịch sử này gây tinh thần tích cực và yêu nước. Đặc biệt là tiểu-thuyết dã sử **Giọt Máu Chung Tình** do nhà J. Nguyễn Văn Viết xuất bản năm 1925-1926 gồm 3 tập và 28 hồi, kể chuyện Võ Đông Sơ con của Võ Tánh, sau khi cha tuẫn tiết đã quyết chí học võ, gác một bên tình duyên với Thu Hà để ra tận Đông Kinh (tức Hà Nội) du học. Sau Đông Sơ ra mắt "Bắc kỳ Tổng trấn Lê Quận công chánh phủ" (tức Lê văn Duyệt) được cử đi dẹp hải khấu ở ngoài khơi Hải Dương rồi lại được cử "ngự tiền hộ giá" lên Lạng Sơn đánh giặc Mãn Thanh và đã hy sinh để tạo chiến thắng cho quân nhà. Thu Hà đã đến bên linh cữu chàng và tự sát với chính thanh gươm của người yêu. Trong Lời Tự, tác giả cho biết:

"*Những nhà đại gia văn chương trong xứ ta khi trước hay dùng sự tích sử truyện Tàu, mà diễn ra quốc văn của ta, như Kim-vân-Kiều, Nhị-độ-Mai, Phan-Trần truyện, Lục-vân-Tiên, thì toàn dùng cách văn lục bá(t) mà thôi, chưa thất truyện nào đặt theo cách văn lưu thủy là văn xu(ô)i theo tiếng nói thường của mình; cho dễ hiểu mau nghe và cũng chưa thấy Tiểu-thuyết nào làm ra một sự tích của kẻ anh hùng hào kiệt và trang liệ(t) nữ thuyền-quyên trong xứ ta, đặng mà bia truyền cho quốc dân rõ biết. (...) Như vậy thì trong xứ ta chỉ biết khen ngợi sùng bái người anh hùng liệ(t)-nữ xứ khác, mà chôn lấp cái danh giá của người anh-hùng liệ(t)-nữ trong xứ mình, chỉ biết xưng tụng cái oai phong của người ngoại bang, mà vùi lấp cho lu mờ cái tinh thần của người bổn quốc...*" (cuốn 1, tr. 4).

Trích *Hồi Thứ 27*

Đền nợ nước, anh hùng ra tử trận
Trọn ân tình, liệt nữ quyết liều thân.

Vừng ô thấm thoát phúc lặng đài tây, gương nguyệt lấp lòa đã treo bóng thỏ, đoạn Võ đông Sơ cùng Thu Hà đương ngồi trước hoa viên đàm đạo, bỗng thấy một tên Ngự lâm quân ngoài cửa, vội vã bước vô, cúi đầu chào Đông Sơ và nói: Bẩm Đô húy, thánh chỉ dạy đòi về việc binh tình cấp cấp.

Đông Sơ nghe nói liền bước lại tiếp lấy thánh chỉ đọc coi, thì thấy nói như vầy:

"Nay nhơn Thanh triều ỷ thế, nước mạnh binh nhiều, muốn xâm phạt lấn nước ta, vì vậy trẫm phải ngự giá thân chinh, quyết đánh cùng quân Tàu một trận, trước là bảo tồn giang san của tổ quốc, sau là cho quân Mản(g) châu biết ta là nước có Ái-quốc tinh thần, chẳng phải một dân tộc chịu đè ép dưới cường quyền, để cho chúng nó buộc ràng hà khắc như mấy đời trước. Vậy truyền cho Đông Sơ Đô húy lập tức đến tỉnh Lạng Sơn quảng xuất các đạo võ tam quân, và theo trẫm mà lãnh chức ngự tiền Hộ giá".

Đông Sơ đọc rồi thì nét mặt có sắc buồn dào dào, đứng ngó Thu Hà một cách sững sờ và nói: Ái khanh ôi ! Cũng tưởng hai ta đã hết cơn ly biệt, đến lúc trùng phùng, đặng cùng nhau vui cuộc lương duyên, cho toại chí lúc bình sanh sở nguyện, chẳng dè cái thời điên vận đảo, nó cứ theo đuổi buộc ràng, hờn thay cuộc thế đa đoan, khiến cho gặp buổi nước nhà hữu sự, vì vậy cho nên triều đình hạ chỉ đòi tôi ra hộ giá Thánh hoàng, làm cho đôi ta phải rẻ phụng lìa loan, thì biết chừng nào mới đặng vầy vui giai ngẫu.

Thu Hà nghe nói thì động lòng ly biệt, càng thêm xót dạ ân tình, rồi nghĩ cho nhà nước đương gặp buổi hoạn nạn truân chuyên, thì gượng gạo lấy lời hơn thua mà tỏ bày khuyến nhủ, rồi nói:

Lang quân ôi Hai ta vẫn đương lúc tình nồng nghĩa mặn, mà thình lình khiến cho én lạc nhạn xa, thì dẫu ai gan sắt dạ đồng gặp lúc nầy cũng phải đau lòng đứt ruột, nhưng mà tôi khuyên mình phải lấy chữ ân làm trước, rồi sau sẽ nói đến chuyện tình, ân là ân quốc gia thủy thổ, tình là tình ân ái vợ chồng, nay nước nhà đương gặp lúc hữu sự phân vân, và mấy vạn đồng bào ta đương đâu cật đâu lưng trong cõi chiến trường, mà xông pha giữa chốn lằn tên mũi đạn. Vậy thì lang quân là một đấng nam nhi phận sự, lại thọ ơn phước lộc triều đình, thế phải ra mà đỡ vạt nâng thành, lấy một gan đởm mà bồi đắp cho quê hương trong cơn nước lửa, tôi cũng ngày đêm khấn vái mà cầu chúc cho lang quân đặng bình an vô dạng trong chốn mũi đạn lằng tên. Ngõ mau mau trở bước khải hoàng, chừng ấy đôi ta sẽ hiệp mặt phòng lang, và vui tình nệm gối, thì cũng chẳng muộn (...)

Kết truyện khác hẳn những tiểu-thuyết thời thượng yếm thế cùng thời nói trên: "... *hai bên thạch trụ trước miếu có chạm hai câu liểng chữ vàng như vầy*:

Phận đứng anh hùng, một thác ơn đền non nước Việt,
Tấm gương liệ(t) nữ, ngàn thu dang rạng đất trời Nam,

Từ đây về sau thiên-hạ nhơn dân trong xứ ấy ai ai đi ngang qua miền nầy thất tên Võ-đông-Sơ và Bạch-thu-Hà trên tấm mộ bi, thì đều đem lòng kính vì sùng bái, và nhớ lại trong lúc Tùng-đình thì người người cảm khái và nhắc nhở hai người luôn luôn, nên sau người ta có đặ(t) một câu tục diêu mà hát như vầy:

Thảm thay giọt máu chung tình,
Thương người trung liệ(t) Tùng-đình ngày xưa"

(bản 1926, tr. 130-131 và 144).

Tân Dân Tử

Toàn bộ các tiểu-thuyết của Tân Dân Tử viết về giai đoạn lịch sử Tây Sơn-Gia Long đã thành công được người đọc yêu quý, đã ăn sâu vào lòng người trong Nam cũng như được "phổ" thành thơ nhạc và cải lương.

2

Tiểu-thuyết Việt-Nam hiện đại được vững chắc như ngày nay cũng là nhờ sự "lót đường", "thử nghiệm" của các tác giả miền Nam khác sau tiểu-thuyết gia tiên phong Nguyễn Trọng Quản như Lê Hoằng Mưu (1879-1941), tác giả 7 tiểu-thuyết và truyện, Nguyễn Chánh Sắt (1869-1947), tác giả 10 tiểu-thuyết lý tưởng, trinh thám, tâm lý và nghĩa hiệp, Hồ Biểu Chánh (1885-1958), thời 1912-1931 đã xuất bản 18 tác phẩm tiểu-thuyết, cả sự nghiệp gồm trên 70 tập truyện ngắn và tiểu-thuyết, Phú Đức (1901-1970) có tám tiểu-thuyết xuất bản từ 1926-1931 mà nổi tiếng nhất là *Châu Về Hiệp Phố* (1926), và Nam Đình (Nguyễn Thế Phương) chuyên viết tiểu-thuyết trinh thám, tác giả bộ tiểu-thuyết liên hoàn *Bó hoa lài* (1930) - *Túy hoa đình* (1930) - *Chén thuốc độc* (1932) và hơn 10 tập khác, Phạm Minh Kiên tác giả 16 truyện và tiểu-thuyết, v.v. Vào năm 1917, trong *Kim Thời Dị*

Sử đã có những đoạn văn tả cảnh mà theo Bùi Đức Tịnh (22) rất gần gũi với *Đoạn Tuyệt* (1936), *Nửa Chừng Xuân* (1934) của các nhà văn thuộc nhóm Tự-Lực Văn-đoàn về sau. Cũng theo ông, *Nghĩa Hiệp Kỳ Duyên* (1919-1920) của Nguyễn Chánh Sắt tuy vẫn giữ truyền thống "ân đền oán trả" của các truyện trước đó, đã tỏ rõ là một mô hình của tiểu-thuyết văn học mới: lời văn trau chuốt hơn, nội dung có tư tưởng, luân lý rõ, tình tiết câu chuyện dồi dào (23).

Chỉ có nhà văn Hồ Biểu Chánh là được một số nhà văn học sử nói đến và được xem là nhà văn tiền phong của văn học Quốc-ngữ, nhưng rất sơ sài, đề cập cho có. **Trúc Hà** trong bài "Lược khảo về sự tiến hoá của quốc văn trong lối viết tiểu-thuyết" đăng trên *Nam-Phong* tạp chí năm 1932 (số 175 & 176, 8 & 9-1932) đã không nhắc đến thời kỳ này và cũng không đề cập đến Hồ Biểu Chánh lúc bấy giờ đã xuất bản hơn 18 cuốn tiểu-thuyết và là tác giả nổi tiếng. Cũng như Trúc Hà, nhà thơ Đông Hồ tuy là người miền Nam nhưng theo văn chương lãng mạn và lối viết văn trau chuốt của miền Bắc (ông là tác giả tập *Linh Phượng Lệ Ký* khóc vợ). Ông chê văn của Hồ Biểu Chánh quá "trơn tru thẳng tuột". Trên tạp-chí *Sống* (số 19, 3-1945), ông cho biết: "Thời kỳ đó, theo quan niệm của chúng tôi viết là làm văn chương mà văn chương thì phải sửa sang gọt dũa, phải điêu luyện chải chuốt. Đâu là tả thực đâu là tả chân, câu văn cũng phải xếp đặt lại hơn ngôn ngữ thường dân. Tối thiểu phải có một kỹ thuật... Tôi không chịu được văn chương Hồ Biểu Chánh.. Như tôi bây giờ vẫn không chịu nổi văn chương hát cải lương với văn chương của những tiểu-thuyết"chưởng" hiện đang thịnh hành" (24).

Nhà biên khảo văn học **Dương Quảng Hàm** trong *Việt-Nam Văn Học Sử Yếu* (1951) cũng không nhắc tới giai đoạn văn học này và chỉ nói tới nhà thơ Đông Hồ trên *Nam Phong*.

Nhà phê bình **Vũ Ngọc Phan** trong bộ *Nhà Văn Hiện Đại* (1941) trình bày rất sơ sài về giai đoạn văn học này và đã giới thiệu các tác giả Trương Vĩnh Ký (7 trang), Hồ Biểu Chánh (8 trang) và Đông Hồ. Ở phần "Những nhà văn hồi mới có chữ Quốc-ngữ" gần 3 trang, trong gần một trang ông đã tóm gọn những thông tin tổng quát về giai đoạn này, như ông nhìn nhận *"người Nam kỳ là những người Việt-Nam đã dùng chữ Quốc-ngữ trước nhất"* (tr. 37). Trong phần viết về Hồ Biểu

Chánh, ông cho rằng tiểu-thuyết nhà văn miền Nam này chỉ được người ngoài Bắc biết đến vì đăng trong *Phụ-Nữ Tân-Văn*, trong khi có những cuốn tiểu-thuyết mà nhà phê bình Thiếu Sơn nhắc đến trong *Phê Bình Và Cảo Luận*, họ Vũ không thấy bán (tr. 359-360). Để kết luận, họ Vũ cho rằng lớp sau Nguyễn Bá Học, với hai nhà văn Hồ Biểu Chánh và Hoàng Ngọc Phách, "tiểu-thuyết nước ta mới bắt đầu đến bước vững vàng..." (tr. 366). Ông đã không đánh giá đúng đắn công của các nhà văn nhà báo tiền phong của miền Nam trong việc hiện đại hóa văn học. Sau này họ Vũ tiết lộ trong hồi ký *Những Năm Tháng Ấy* rằng khi lên ở trọ học tại Hà-nội, ông đã đọc hầu hết các truyện dịch từ Nam kỳ gửi ra như *Phong Thần, Chinh Đông, Chinh Tây, Thuyết Đường, Phấn Trang Lầu*, v.v. (25) chứng tỏ sách xuất bản trong Nam đã phổ biến khá sâu rộng.

Phạm Thế Ngũ trong *Việt-Nam Văn Học Sử Giản Ước Tân Biên*: Văn Học Hiện Đại 1862-1943 (1963) (26) đề cập một cách sơ sài về cái mà ông gọi là "sự manh nha văn Quốc-ngữ ở Nam-kỳ". Theo giáo sư Phạm, hai ông Petrus Ký và Paulus Của là những *"vì sao mọc quá sớm... dóng lên những tiếng chuông có giá trị song "điệu cao họa quả"*, họ đã *"làm tài liệu cho một nền học Việt-Nam, nhưng nền học này đã không được thiết lập nên công việc ấy bị bỏ rơi"*. Lý do vẫn theo ông, *"vì Nam-kỳ không hiến hoàn cảnh thuận lợi cho sự phát triển của văn học, nhất là văn học quốc gia"*. Tóm lại, giai đoạn "manh nha" này đã chỉ *"đề xướng lên những công việc mà rồi nhóm Nam-Phong ngoài Bắc tiếp tục"* nhưng đã *"làm được một việc mà nhóm Nam-phong không dám làm, ấy là cuốn tự vị Việt-Nam"*, rằng *"quốc văn do đó trong nhiều năm về sau ở Nam Kỳ chỉ bày tỏ trong hình thức báo chí phổ thông, với trình độ trí thức khá ấu trĩ hoặc ở tác phẩm tiểu-thuyết cho một công chúng hạ lưu dễ dãi"* (tr. 84-85). Cái "manh nha" đó thật sự đã gây thành nếp, thành phong trào mà trong bài này chúng tôi cố chứng minh. Và hoàn cảnh mà giáo sư Phạm nói đó, thật ra một phần do người Pháp khi họ chuyển nền cai trị thực dân ra Hà Nội, lập phủ Toàn quyền, trường Viễn Đông Bác Cổ (EFEO) và viện đại học, vì người Pháp đã hiểu người Nam-kỳ tuy học tiếng Pháp và có vẻ chịu đồng hóa nhưng trong thực tế người Nam-kỳ rất thủ cựu dân tộc chủ nghĩa và có thể hết còn những người trí thức và tai mắt dễ thao túng như những Nguyễn Văn Vĩnh, Phạm Quỳnh, v.v.

LM **Thanh Lãng** trong *Bảng Lược Đồ Văn Học Việt-Nam* (27), quyển hạ, về "ba thế hệ của nền văn học mới, 1862 đến 1945", đã viết về sự nghiệp của Trương Vĩnh Ký, Huỳnh Tịnh Paulus Của và Hồ Biểu Chánh cũng như bàn qua tranh luận mà ông gọi là "vụ án chữ Hán" trên tạp chí Nam-Phong khởi từ "Thư ngỏ gửi cho chủ bút Nam-Phong" của "Nam kỳ" Nguyễn Háo Vĩnh là người đã kết tội Phạm Quỳnh Hán hóa tiếng Việt. Linh mục đã xem Trương Vĩnh Ký là *"ông tổ văn học mới"*, *"bậc chỉ đạo của thời này, là linh hồn của thế hệ 1862, ông thầy khai đường mở lối cho thế hệ đến sau tức thế hệ 1913"*. Linh mục viết văn học sử xếp chung ba dòng văn học Hán Nôm và chữ Quốc-ngữ do đó ông đã gọi "thế hệ" 1862 là thế hệ đối kháng, vô tình ông đã không nhấn mạnh đủ những công trình của các nhà văn tiền phong của nền văn học chữ Quốc-ngữ! Sau năm 1975, ông đã có những công trình nghiên cứu bổ túc đề cao sự quan trọng của giai đoạn tiên phong này của văn học chữ Quốc-ngữ!

Nghiêm Toản trong *Việt-Nam Văn Học Sử Trích Yếu* (1949) có cái nhìn phiến diện khi cho rằng buổi đầu trong Nam chỉ có truyện dịch từ truyện Tàu như Phong Thần, Tây Du, Thủy Hử. Bùi Xuân Bào trong luận án tiến sĩ văn chương *Le Roman Vietnamien Contemporain* (28), cũng không nhắc nhở đến thời kỳ văn học phôi thai ở trong Nam.

Nhóm **Sáng Tạo** qua nhà lập thuyết Trần Thanh Hiệp trong một buổi diễn thuyết về "Viễn tượng văn nghệ miền Nam" ngày 12-8-1960 đã táo bạo tuyên bố *"văn nghệ miền Nam không có quá khứ"*, gây phong trào phản đối trên nhiều báo chí nhất là tạp chí *Văn Đàn* của nhóm Tinh Việt Văn-đoàn (29).

Lê Văn Siêu trong *Văn Học Sử Thời Kháng Pháp (1858-1945)* trong Lời nói đầu chủ trương không chia văn học Nam Bắc sợ mắc mưu thực dân; nhưng suốt gần 400 trang sách, ông dành cho văn học miền Nam chừng hơn 10 trang và gần như chỉ nói đến Hồ Biểu Chánh ngoài lời phê các truyện dịch *Chinh Đông Chinh Tây, Phong Thần, Thủy Hử,...* của Nguyễn Chánh Sắt, Nguyễn An Khương, Trần Phong Sắc *"không có giá trị văn chương nhưng cũng đáp ứng nhu cầu giải trí"* (30).

GS **Nguyễn Văn Trung** thời trước 1975 cũng theo quan niệm chung trên văn đàn cho đến thời đó, đã nghiêm khắc phê phán văn học thời Trương Vĩnh Ký là "nghèo nàn", ngưng đọng, vì các Petrus Ký, Paulus Của chỉ là những viên chức ăn lương của thực dân để thực hiện chính sách *"văn hóa, báo chí, giáo dục của thực dân"* (4), lợi dụng chữ Quốc-ngữ và văn học chữ Quốc-ngữ cho việc *"trực trị và đồng hóa"* (tr. 86). Dù vậy ông cũng đã nhìn nhận Petrus Ký *"có tư cách hơn... vì làm chính trị thì làm một cách kín đáo, còn làm văn hóa thì chỉ làm văn hóa thuần túy trong chính sách của thực dân, không như Phạm Quỳnh hay Tôn Thọ Tường"* (tr. 115). Trong khi việc người Pháp cưỡng bách dùng chữ Quốc-ngữ chỉ vì người Pháp muốn tiêu diệt truyền thống đạo lý, luân thường xuất phát từ sách vở Nho học, người Pháp sợ những sách này nhắc nhở ý thức về đạo lý dân tộc trong đó có lòng ái-quốc! Nếu trong Nam, người Pháp dùng báo chí chữ Quốc-ngữ để thông tin, cai trị, nhưng những người cộng tác có đầu óc khai-phóng, thức thời, đã lợi dụng để đặt nền móng cho văn học chữ Quốc-ngữ, thì ngoài Bắc, người Pháp đã dùng báo chí Đông-Dương, Nam-Phong để thực thi "sứ mạng" "khai-hóa" mà toàn quyền Albert Sarraut vẫn rêu rao.

Sau đó, ở miền Nam thời Việt-Nam Cộng-Hòa, **Nguyễn Văn Xuân** đã lên tiếng đặt lại vai trò tiền phong của văn-nghệ miền Nam trong tập *Khi Những Lưu Dân Trở Lại* (31). Trong chương đầu, "Văn nghệ miền Nam nhìn từ miền Trung", ông cho biết thời trước đó ông *"không hề chú ý văn chương miền Nam và cứ đinh ninh là nó sẽ chẳng đi đến đâu cả"* và thời trẻ, ông cũng như người trong vùng, đọc đủ truyện Tàu được dịch sang Việt ngữ của Tín Đức Thư Xã, những tập văn vần Phạm Công Cúc Hoa, Thoại Khanh Châu Tuấn…và kể cả tiểu-thuyết của Hồ Biểu Chánh, và theo ông, văn nghệ miền Nam có hai loại: bình dân thì "quê mùa, hủ lậu" qua các loại truyện bán hai ba xu, bày bán dọc đường khu chợ Hội An, họ chỉ biết tới những Tuyết Hồng Lệ Sử, Vợ Tôi, Vợ Lẽ Yêu Của Tôi,... Còn trí thức thì chỉ viết bằng Pháp ngữ, từ chương và lai Tây khó hiểu dù miền Nam đặc-biệt khác hẳn với miền Bắc, miền Trung: hình ảnh các phu xe ngồi dựa ngửa đọc báo ở bên vệ đường,...

Sau này khi đi vào lãnh vực nghiên cứu, Nguyễn Văn Xuân bắt đầu nhận ra rằng *"miền Nam vốn có một địa vị văn nghệ và có ảnh hưởng sâu rộng trong quảng đại quần chúng lan tràn đến cả miền*

Trung lẫn miền Bắc" và ông khẳng định báo chí miền Nam phong phú, đa dạng và "hiện đại hóa" nhất nước, cụ thể như *Phụ-Nữ Tân-Văn*. Ông cũng nêu lên danh tính một số cây bút tiểu-thuyết miền Nam đi tiên phong như Trần Chánh Chiếu, Lý Hoằng Mưu, Tân Dân Tử,... Ông còn đi xa hơn trong việc đánh giá những dịch giả, khi nêu lên thắc mắc "*tại sao nhắc đến Nguyễn Văn Vĩnh mà không nhắc đến những dịch giả truyện Tàu đầu tiên, những người đã có công dẫn khởi cho nền văn nghệ miền Nam buổi ban đầu?*". Theo ông chính trong miền Nam đã đi tiền phong về mọi lãnh vực văn nghệ, từ báo chí, truyện ngắn, truyện dài, truyện dịch...đến phong trào xuất bản và đến thời nay vẫn đi trước về sân khấu (thoại kịch, cải lương). Ông nhận định rằng từ năm 1862 đến 1932 thì miền Nam đã vọt lên vai tiền phong cho hai miền, ông lên tiếng "*Định lại giá trị văn học miền Nam, chính là trở về sự thật, chính là biết tỏ lòng yêu quý và lo lắng cho đời sống tinh thần của dân miền Nam trong hoàn cảnh hiện tại, đó là lực lượng chủ yếu của mọi thăng trầm*", vì theo ông miền Nam cũng như Hoa-Kỳ đất mới nhiều hứa hẹn về đời sống sung túc cũng như giúp có một nền văn nghệ đa dạng, mạnh mẽ, đất đai phì nhiêu, cuộc sống thuận lợi hơn so với các miền Trung, Bắc, cuộc sống phong phú thì nhu cầu giải trí nhiều hơn: đó đã và sẽ là sức mạnh của miền Nam đưa đến những thành tích văn nghệ, văn-hóa! Ông nhận định vóc dáng của nền văn học nghệ thuật miền Nam tự do qua các đề mục: 1- Văn nghệ miền Bắc di chuyển vào Nam và tại sao văn học miền Nam căn bản là nói và trình diễn; 2- Đi về miền Nam; 3- Hiện tượng Lục Vân Tiên; 4- Các làn sóng mới; và cuối cùng, 5- Một Thời Mới.

Nguyễn Văn Xuân có quan điểm khác những người vẫn chê truyện Lục Vân Tiên là quê mùa, vì theo ông, đặc điểm của Lục Vân Tiên cũng như nhiều truyện Nôm khác là ở cách truyền khẩu, là văn để nói, để kể, vì chỉ cần có người tốt giọng cất tiếng ngâm nga thì "*tất cả những ai có mặt cũng đều chăm chú theo dõi, say sưa... Hình như chưa hề có quyển truyện nào lôi cuốn họ đến như thế. Cả trí thức lẫn bình dân, kẻ giàu cũng như người nghèo, quân nhân cũng như thương gia, ai cũng cảm thấy như chính đó là giọng nói của đất nước*" (tr. 608-9). Về thể tuồng, theo ông, tuồng Sơn Hậu là "*bộ tuồng vĩ đại của ngành hát bội*" và "*có thể ví một cách không ngoa, Sơn Hậu chính là những kịch bản của Molière đối với diễn viên cổ điển Pháp, Shakespeare đối với diễn viên cổ điển Anh"* (tr. 600). Trong phần 4, ông nhận xét về các làn sóng mới vào đầu thế kỷ XX, là hiện-tượng các truyện Nôm được in ấn với số lượng cao cũng như sau đó là các tiểu-thuyết như của Hồ Biểu Chánh,... được quần chúng đủ thành phần tìm đọc, đồng thời là hiện-tượng các báo-chí được đón nhận nồng nhiệt cũng như sự xuất hiện của bộ môn cải lương.

Phan Cự Đệ trong *tiểu-thuyết Việt-Nam Hiện Đại* cũng theo vết xe người trước khẳng định: "Từ năm 1925 bắt đầu xuất hiện những cuốn tiểu-thuyết Quốc-ngữ đầu tiên: *Tố Tâm* của Hoàng Ngọc Phách, *Quả Dưa Đỏ* của Nguyễn Trọng Thuật, *Kim Anh Lệ Sử* của Trọng Khiêm, *Cay Đắng Mùi Đời, Tiền Bạc Bạc Tiền* của Hồ Biểu Chánh, *Nho Phong* (1926) của Nguyễn Tường Tam, v.v." (32). Các nhà văn học sử Hà Nội mỗi khi bàn về giai đoạn văn học này thường đặt lại nhiều nghi vấn về các nhà văn nhà báo Trương Vĩnh Ký, Huỳnh Tịnh Paulus Của, Hồ Biểu Chánh là "tay sai" của thực dân và báo chí thời này chỉ làm nhiệm vụ truyền công văn và là công cụ của thực dân - để từ đó thường bỏ qua, không bàn tới. Cả ba ông nói chung đã chịu nhiều oan trái. Riêng Huỳnh Tịnh Paulus Của tuy được xem là "ông tổ" của văn học Quốc-ngữ nhưng gần như bị quên lãng, ngay tên ông, Huỳnh Tịnh Paulus Của, cũng bị viết sai (33).

3

Nói chung, văn học miền Nam ở thời kỳ này đã có những tính *hiện thực, tả chân*, rất *nhân bản* và *khai phóng* như bản-chất của đa số con người ở vùng đất này. Các tiểu-thuyết gia Lê Hoằng Mưu và Hồ Biểu Chánh chẳng hạn kể chuyện giản dị như đời sống; nhưng cũng nhờ đó mà người đời sau còn tìm thấy được phong tục nếp sống của người Việt thời bấy giờ, đặc biệt đời sống dân giả, quê mùa của những người sống bên lề ảnh hưởng Tây-phương ở các thị tứ. LM Thanh Lãng trong bài "Hồ Biểu Chánh" trên tạp chí *Văn* số đặc biệt 80 (15-4-1967) cho rằng tiểu-thuyết của Hồ Biểu Chánh là một "bức truyền thần ghi lại bộ mặt của một thời" và đã đánh giá sự nghiệp nhà văn Hồ Biểu Chánh *"to tát quá điều chúng ta chúng ta ngờ. Điều lạ hơn nữa là tại sao cái sự nghiệp to tát ấy lại quá ư chìm lặng bên cạnh những công việc làm lẻ tẻ và kém giá trị như những truyện ngắn của*

Tương Phố chẳng hạn. *Phải chăng vì Hồ Biểu Chánh là người Nam-kỳ với cái lối văn mộc mạc, bị tưởng lầm là quê mùa, thô tục"* (34). Trên cùng số báo *Văn*, nhà văn Bình Nguyên Lộc thì xem Hồ Biểu Chánh như "biến cố" và là "chiếc cầu" về hình thức và hành văn giản dị, nối liền hai thế giới văn chương biền ngẫu như Chăng-Cà-Mun của Nguyễn Chánh Sắt hoặc Tuyết Hồng Lệ-sử và thế giới Đoạn Tuyệt của Nhất Linh, Tố Tâm của Hoàng Ngọc Phách, một "biến cố" và "chiếc cầu" không có ở miền Bắc! (35).

Như vậy *giai đoạn văn học này đã bị bỏ quên hoặc không được đánh giá đúng mức*. Bùi Đức Tịnh đánh giá sự bỏ rơi các đứa con tinh thần thời nầy là một hoang phí (36). Để cắt nghĩa cái mà chúng tôi gọi là bất công đối với thời văn học này, chúng ta nên trở lại với lịch sử để thấy rằng có một sự bắt nạt của cái mặc cảm tự tôn vẫn có từ nhiều trăm năm nay: cái gì xuất phát từ đất văn vật vẫn là chính thống, là cao, là quan trọng, v.v.. Lấy lý do địa lý cách trở, sách báo trong Nam không ra được ngoài Bắc không ổn, vì những Tản Đà, Nguyễn Văn Vĩnh, Phan Kế Bính, Đào Trinh Nhất, Phan Khôi, Thiếu Sơn, Vũ Bằng,... đã từng vào Nam làm báo hoặc nhiều lần du lịch như Phạm Quỳnh, Phạm Duy Tốn. Nhà phê bình Vũ Ngọc Phan trong hồi ký *Những Năm Tháng Ấy* viết năm 1985 như vừa trình bày ở phần trên đã vô tình làm chứng cho cái không ổn này. Vả lại tạp chí *Phụ-Nữ Tân-Văn* (1929) vẫn được phát hành ra Bắc, góp phần, tham gia các cuộc tranh luận văn học thời đó. Chính tạp chí này đã thông tin cho cả nước biết vụ khởi nghĩa Yên Bái (số 42, 6-3-1930).

Thế Uyên trong bài viết về Lê Hoằng Mưu (37) đã cho rằng Phạm Quỳnh và Vũ Ngọc Phan đã "'không chịu nổi' lối miêu tả lối viết về tình yêu và tình dục của những tác giả Nam Kỳ, đặc biệt là Lê Hoằng Mưu", và theo ông, các nhà văn trong Nam tả chân, phản ảnh trung thực cuộc đời do đó *"không quan tâm đến đạo lý cổ truyền của Khổng Mạnh, cũng chẳng để ý tới quan điểm thanh giáo của Công giáo về vấn đề xác thịt và tội lỗi. Những nhân vật nữ của các nhà văn miền Nam là những thân thể của đàn bà, với vú, mông và tam giác sinh dục. Họ khác xa những cô Thúy Kiều, Thúy Vân, hay Tố Tâm, chú tiểu Lan (của Khái Hưng) hay cô Loan (của Nhất Linh)...".* Thế Uyên đã phân tích những màn tả chân tình ái và dâm tính của cuốn *Người Bán Ngọc*. Họ Lê còn là tác giả cuốn *Hà Hương Phong Nguyệt* (1914) tả cảnh đời ăn chơi phóng đãng, đã gây bút chiến và cuối cùng bị nhà cầm quyền tịch thu tiêu hủy. Đạo lý Khổng Mạnh mà Thế Uyên nói đến có lẽ không phải là đạo lý làm người căn bản mà con người nơi vùng đất mới đã cố công duy trì, truyền bá, từ Nguyễn Đình Chiểu đến Trương Vĩnh Ký và các tiểu-thuyết gia như Hồ Biểu Chánh, Lê Hoằng Mưu,... Nhận định của Thế Uyên chỉ chứng tỏ ông bị ảnh hưởng của thanh giáo và luân lý Tống Nho dù các tác phẩm văn chương của ông đã vẫn chứng tỏ cởi mở về tình dục, từ *Những Hạt Cát* đến tập tiểu-thuyết tự truyện *Không Một Vòng Hoa Cho Người Chiến Bại* xuất bản tại hải-ngoại năm 1998.

Miền Nam đã bị thực dân Pháp xâm chiếm trước (1862) do đó bộ phận dân tộc này đã phải chịu ảnh hưởng của Pháp sớm hơn. Nhưng ảnh hưởng này phản ảnh trong các tiểu-thuyết *hiện-thực tả chân* trong khi miền Bắc thì lại đi vào con đường thơ văn *lãng mạn và trọng hình thức*. Miền Nam đất mới, lòng người chân thật, khai phóng đã biểu hiện tính đó qua văn chương, đã khiến cho nhiều nhà phê bình coi thường hoặc cao ngạo phê phán. Đối với những nhà mô phạm Phạm Thế Ngũ, 'sáng tạo' Trần Thanh Hiệp, v.v., chân thật, thoải mái, viết như nói và 'có sao nói vậy' không phải là "văn chương"! Nhận xét như vậy là hời hợt. Người Đàng Trong sau trở thành Nam kỳ đều là *lưu dân*, điều kiện sống *khó khăn* do đó phải *thực tế*. Dân khoa bảng không đông và vai trò không cùng quan trọng như ở Bắc hà. *Văn là người vì người làm nên văn*, trong hoàn cảnh đó văn học miền Nam có nhiều tính cách bình dân hơn là bác học. Lục Vân Tiên đơn sơ gần gũi người đọc hơn là truyện Kiều phức tạp, bác học. Truyện của Nguyễn Đình Chiểu được viết ra để đọc và có thể nói nặng phần trình diễn hơn là để ngâm nga, tra cứu một mình. Thật vậy văn chương miền Nam, nhất là vào cuối thế kỷ XIX đầu XX, nặng về *trình diễn* do đó mà viết như nói, và có tính cách *"tiểu-thuyết"* hơn văn học của nửa phần kia của đất nước, văn chương và nhiều khuôn thước. Cũng vì vậy, văn học miền Nam chủ yếu phục vụ *đa số quần chúng* thay vì chỉ phục vụ cho *thiểu số*. Bên Trung quốc vào đầu thế kỷ XX (chính xác là từ năm 1916) cũng xuất hiện một phong trào văn chương "bạch thoại" phổ thông đến gần với đại chúng và chống lại truyền thống văn học "văn ngôn" chỉ dành cho thiểu số - nhưng so với chữ quốc-ngữ thì bạch thoại của người Hoa không thể sánh bằng, chữ quốc-ngữ dễ học dễ phổ cập hơn nhiều. Rồi đến tranh luận về *văn như đời sống, như nói* hoặc *văn là trau chuốt, gọt giũa* vốn là một tranh luận kim cổ Đông Tây; gần đây ở Âu Mỹ văn học nói trở lại thành hiện tượng nghiên cứu, tranh luận. Chính *văn nói* mới giúp hiểu con người dân giả và tâm tình của họ và không thể tìm hiểu tâm tính một dân tộc qua các tác giả ở thành phố hoặc từng du học ở nước ngoài về rồi viết về văn chương truyền khẩu chẳng hạn! Bỏ qua phần văn học này, làm sao có một văn học sử đúng đắn?

Khuynh hướng *giáo dục quần chúng* do đó đã lộ rõ trong nhiều tác phẩm của thời kỳ này. *Hoàng Tố Anh Hàm Oan* (1910) của Trần Chánh Chiếu đề cao việc ở hiền gặp lành. Hồ Biểu Chánh kể trong "Đời Của Tôi Về Văn Nghệ" rằng ông viết tiểu-thuyết với ý muốn cảm hoá quần chúng theo con đường chính trực. Giáo dục quần chúng, đề cao những giá trị truyền thống của dân tộc như lễ nghĩa, nhân đạo, thuyết nhân quả. Đối với Hồ Biểu Chánh và một số nhà văn tiền phong miền Nam, tác phẩm được viết không cốt yếu để đưa ra những lý thuyết cao siêu trừu tượng, những diễn văn đao to búa lớn rỗng nội dung, mà như chỉ để chứng minh những truyền thống, tư tưởng luân lý ngàn đời, vẽ chân dung những phong hóa đặt trong môi trường sinh động của buổi giao thời. Chính việc làm này đã đóng góp cho việc bảo tồn văn hóa dân tộc trước ảnh hưởng ngày càng lớn của văn hóa ngoại lai.

4

Văn học miền Nam vào giai đoạn khai phá này còn chứng tỏ *tinh thần dân tộc* cao độ. Đầu thế kỷ XX, trên báo chí đã có phong trào bình luận thời sự, chính trị và cổ động lòng yêu nước. Nhiều nhà báo và chủ báo đã bị nhà cầm quyền thuộc địa bắt bớ (như Trần Chánh Chiếu), báo chí bị đóng cửa như *Phan Yên Báo* cuối thế kỷ trước, hoặc cấm lưu hành ở Trung và Bắc kỳ như tờ *Phụ-Nữ Tân-Văn* (bị cấm lưu hành từ 1931 đến 1933 vì phổ biến tin về vụ khởi nghĩa Yên Bái như đã trình bày ở trên). Tác phẩm của các nhà văn như Nguyễn Trọng Quản, Trương Duy Toản (38), Phạm Minh Kiên được viết với một tinh thần dân tộc, yêu nước rõ ràng, trong các bài Tựa chủ đích này được nêu rõ.

Bài Tựa của truyện Thầy Lazarô Phiền: "*... Tôi chẳng có ý làm sách này cho đặng khoe tài, khoe trí; tôi một có ý dụng lấy tiếng thường mọi người hằng nói mà làm ra một truyện hầu cho kẻ sau coi mà bày đặt cùng in ra ít nhiều truyện hay; trước là làm cho con trẻ ham vui mà tập đọc, sau là làm cho các dân các xứ biết rằng: người An nam sánh trí sánh tài thì cũng chẳng thua ai!*" (tr. 4).

Một tác giả khác, Trương Duy Toản, coi những truyện dã sử dịch của Tàu là mê tín dị đoan, do đó có ý *"sắp bày những truyện chi mới miễn là lánh khỏi cái nào dị đoan và báo ứng phân minh là đủ rồi"* như đã viết trong bài Tựa bộ *Phan Yên Ngoại Sử Tiết Phụ Gian Truân* (39).

Tinh thần dân tộc này được Phạm Minh Kiên tiếp nối trong bài Tựa truyện lịch sử *Lê Triều Lý Thị* (1920): "*Tôi thấy người mình hay đem những truyện Tàu ra mà diễn dịch, rồi hè nhau mà tặng phong cho người; cho nên tôi muốn tỉ cập coi truyện mình đem ra hát có bằng họ hay không*" hoặc trong Tựa truyện *Tiền Lê Vận Mạt*: "*Người mình nên biết sự tích nước nhà cho lắm lắm*" (40).

Hồ Biểu-Chánh soạn chung với Lê Quang Liêm vở tuồng hát *Vì Nghĩa Quên Nhà* (1917) và về sau, ông viết về Ngô Quyền trong *Nam Cực Tinh Huy* (1924) và về thời Lê Thánh Tông với *Nặng Gánh Cang Thường* (1930). Về sau, ông cho biết lý do ông viết truyện Nam Cực Tinh Huy: "*Người An Nam ai học chữ Pháp thì làu thông lịch sử nước Pháp, ai giỏi chữ Tàu thì làu thông truyện ký nước Tàu, còn những truyện xưa tích cũ của nước mình thì lờ mờ như trăng lu mây áng, lúng túng như rừng rậm lạc đường, ít ai thấy cho rành, ít ai nghe cho rõ...*" (41)

Các phong trào xã hội (cổ võ Minh tân công nghệ trên *Nông Cổ Mín Đàm* năm 1906, tẩy chay thương gia Hoa kiều do *Lục-Tỉnh Tân Văn* (42) xướng năm 1908 nhưng đồng thời "khuyến thương" vận động người Việt dấn thân làm việc thương mãi) cũng như chính trị (đòi dân quyền), chống thực dân (như Phong trào Đông Du) cũng được khởi xướng trong Nam Việt trước. So với miền Bắc, trong Nam có nhiều tác phẩm bị nhà cầm quyền thực dân cấm hơn. Từ 1927 đến 1931, có cả trăm cuốn bị cấm như *Hai Bà Trưng* của Nguyễn An Ninh, *Ngồi Tù Khám Lớn* của Phan Văn Hùm, *Tiểu Anh Hùng Võ Kiết* của Phú Đức, cũng như một số truyện và tiểu-thuyết phổ biến tình tự dân tộc khác, v.v. Đặc biệt nhà văn cách mạng Trần Thiên Trung (tức Gilbert Trần Chánh Chiếu), tác giả *Hoàng Tố Oanh Hàm Oan* (1910, đã cho ghi ở trang bìa "Cấm không đặng in nguyên bổn và dịch ra tiếng Langsa"), một tác phẩm mặt khác đã đánh dấu "kịch tính" văn chương và chữ dùng đại chúng!

Mặt khác, tinh thần dân tộc này còn được thể hiện qua hai thể loại *truyện phỏng dịch* nhưng nội dung và nhân vật Việt-Nam và thể *truyện lịch sử Việt-Nam*. Các truyện lịch sử này là một phản ứng lại khuynh hướng mê truyện lịch sử Tàu như Thủy Hử, Tam quốc, Đông Chu, v.v., một thức tỉnh của tinh thần dân tộc đối kháng với ảnh hưởng Trung Hoa. Trong hồi ký "Đời Của Tôi Về Văn Nghệ" chưa xuất bản, Hồ Biểu Chánh kể vào khoảng năm 1907, một số nhà Nho ở Nam kỳ như Tân Dân Tử, Nguyễn Tử Thức đề xướng việc "đưa Quan Công về Tàu" và "mời Thích-ca về Ấn Độ" gây thành phong trào quốc gia phục hưng (43). Thể tiểu-thuyết lịch sử - dã sử và ngoại sử, do đó cũng bắt đầu ở trong Nam trước: *Phan Yên Ngoại Sử* của Trương Duy Toản xuất bản 15 năm trước *Quả Dưa Đỏ* (1925) của Nguyễn Trọng Thuật. Tinh thần dân tộc và tiền phong cách mạng này đã bị nhiều thế hệ sử gia văn học đánh giá thấp nếu không quên sót.

5

Văn xuôi viết bằng chữ Quốc-ngữ và theo hình thức mới thật ra đã bắt đầu với những truyện đời xưa đăng trên *Gia-Định Báo* rồi sau được in thành sách: *Chuyện Đời Xưa* của Trương Vĩnh Ký (xuất bản năm 1866, ấn phẩm chữ Quốc-ngữ đầu tiên) và *Chuyện Giải Buồn* của Huình Tịnh Paulus Của và *Chuyện Phan Sa Diễn Ra Quốc-ngữ* (thơ và chuyện dịch, 1884) của Trương Minh Ký. Trương Vĩnh Ký kể chuyện xưa Việt-Nam cả những chuyện huyền thoại, truyền thuyết, văn rời rạc, theo lối nói bình dân, không trôi chảy trong khi đó Paulus Của phỏng theo chuyện Tàu nên văn nhiều biển ngẫu. Ngoài ra thể loại ký sự thường là bước đầu dẫn tới sự thành hình của thể tiểu-thuyết. Thể loại này cũng đã bắt đầu ở miền Nam. *Chuyến Đi Bắc Kỳ Năm Ất Hợi* (1879) của Trương Vĩnh Ký là tác phẩm đầu tiên được xuất bản năm 1881, sau đó có *Như Tây Nhựt Trình* (1889) của Trương Minh Ký, *Tây*

Phù Nhật Ký của Tôn Thọ Tường (đăng *Gia-Định Báo* (44). 50 năm sau, ở Bắc mới xuất hiện Mười Ngày Ở Huế, Một Tháng Ở Nam Kỳ và Pháp Du Hành Trình Nhật Ký (1927) đều của Phạm Quỳnh.

6

Về **dịch thuật**, trước khi Phan Kế Bính dịch Tam Quốc Diễn Nghĩa đăng báo (1907) và Nguyễn Văn Vĩnh phổ biến các tác phẩm dịch trên *Đông-dương tạp chí* (1913-1919) mà phần lớn là phỏng dịch - đến năm 1931, khi Nguyễn Đỗ Mục và Đào Hùng dịch tiểu-thuyết Vô Gia Đình đăng báo *Trung Bắc Tân Văn* lại dịch-thuật theo văn bản chữ Hán "Khổ Nhi Lưu Lãng Ký", thì trong Nam đã có những sách dịch của Trương Vĩnh Ký, của Trương Minh Ký (*Truyện Phan Sa diễn ra Quốc-ngữ*, gồm ba tập,1884; *Tê-lê-mác phiêu lưu ký*), sau đó có truyện Tiền Căn Báo Hậu (dịch Le Comte de Monte-Cristo của Alexandre Dumas) đăng trên *Lục-Tỉnh Tân-Văn* năm 1907, Ba người Ngự-lâm pháo-thủ tức Les trois mousquetaires (1914) của Alexandre Dumas dịch giả là Trần Chánh Chiếu còn ký Kỳ Lân Các.

Để đáp ứng nhu cầu học hỏi tiếp xúc với Tây-phương và nhu cầu phổ biến chữ Quốc-ngữ mà các tác phẩm dịch đã xuất hiện rất dồi dào vào giai đoạn phôi thai của nền văn học Quốc-ngữ ở miền Nam, đặc biệt các thể loại *văn xuôi* được dịch nhiều hơn so với thời trước nặng về thơ. Những tiểu-thuyết đầu tay của Hồ Biểu Chánh cũng là truyện phỏng dịch từ văn chương Pháp như *Vậy Mới Phải* (1918, Le Cid), *Chúa Tàu Kim Quy* (1922, Comte de Monte Cristo), *Cay Đắng Mùi Đời* (1923, Sans Famille của H. Malot), *Ngọn Cỏ Gió Đùa* (1926, Les Misérables của Victor Hugo) - chính cụ đã làm danh sách cảm tác này (45); tuy cốt truyện chính được lấy từ truyện gốc, tình tiết, khung cảnh, nhân vật và cả câu chuyện đều xảy ra ở miền Nam nước Việt. Các tác phẩm dịch thuật đã ảnh hưởng lên các sáng-tác văn-chương. *Quả Dưa Đỏ* không thể không chịu ảnh hưởng các truyện dịch của Nguyễn Văn Vĩnh, nhưng *Tố Tâm* đã rõ là chịu ảnh hưởng của Tuyết Hồng Lệ Sử và những tiểu-thuyết dịch của Trung quốc lúc bấy giờ! Xin mở dấu ngoặc ở đây về Trương Vĩnh Ký: trái với ngộ nhận của nhiều người, ông không hề dịch sách Pháp ra Quốc-ngữ và không hề giới thiệu văn hóa Pháp; có chăng là ông dịch Hán và Nôm ra Quốc-ngữ và đặc biệt giới thiệu văn hóa và đất nước Việt-Nam bằng tiếng Pháp. Ông cũng là soạn giả nhiều cuốn tự điển và biên khảo với tinh thần khoa học, lý luận thay vì tình cảm và tự hào xuông một chiều. Hợp tác với chính quyền thực dân nhưng con người và tâm hồn ông vẫn gắn chặt với đất nước, tổ tiên, ông vẫn coi mình là đồng bào với người Trung Bắc. ào cuối đời, hết được người Pháp trọng dụng, ông vẫn bền chí biên soạn sách vở. Bộ báo *Thông-Loại Khóa-Trình* của ông là một bằng chứng hùng hồn khác cho việc ông phục vụ văn hóa dân tộc vừa phải tự túc tài chánh!

7

Về **biên khảo**, giai đoạn đầu của nền văn học mới Quốc-ngữ đã có những đóng góp giá trị cho đến cả ngày nay như các bộ *Đại Nam Quấc Âm Tự Vị* (1895-96), *Tục Ngữ, Cổ Ngữ Gia Ngôn* (1897), *Gia Lễ* (1886), *Sách Quan Chế* (1888), *Ca Trù Thể Cách* (1907),... của Huỳnh Tịnh Paulus Của, *Tứ Thơ, Pháp-Việt Tự Điển* (1884), *Việt-Pháp Tự Điển* (1887) của Trương Vĩnh Ký. Ngoài ra, nhiều công trình sưu tập, chú giải thi-ca cổ cũng được xuất bản như *Thi Pháp Nhập Môn* (1898) của Trương Minh Ký, *Quốc Âm Thi Hiệp Tuyển* của Lê Quang Chiểu, *Việt Âm Thi Hợp Tuyển* của Lê Sum (1878-1927). Nhiều tác phẩm Nôm được Quốc-ngữ hóa: truyện Kiều, Lục Vân Tiên, truyện Hoa Tiên, Đại Nam Quốc Sử diễn ca... Việc phổ biến kho tàng văn hóa Hán Nôm là một đóng góp rất đáng kể, các nhà văn hóa thời này đã gây lòng yêu nước, khiến người Nam Việt đất thuộc địa vẫn gần với kho tàng văn hóa dân tộc, vẫn cảm thấy mình là người Việt như đồng bào Trung Bắc. Vừa bảo tồn văn hóa dân tộc, các nhà văn hóa này còn giúp canh tân đất nước qua phương tiện tân thời của chữ Quốc-ngữ và các tác phẩm dịch làm nhịp cầu đến gần với văn hóa và tư tưởng Âu Tây.

Giai đoạn văn học phôi thai này cũng đã có những tác phẩm nghị luận thời sự hoặc lý luận: lời sắc bén mà nội dung yêu nước cũng quyến rũ không kém. Đất thuộc địa do đó được quyền ăn nói và tự do báo chí hơn nhưng rồi một phần các tác phẩm đó cũng bị cấm hoặc tịch thu ; các thư xã được thành lập ở nhiều tỉnh: Bảo tồn thư xã, Cường học thư xã, Nữ lưu thư quán, Tân dân học xã, Chiêu Anh thư quán, v.v.. Trần Chánh Chiếu viết *Minh Tân tiểu-thuyết* (1907) và *Hương Cảng Nhân Vật, Quảng Đông Tỉnh Thành Phong Cảnh* cổ động Duy Tân. Trần Hữu Độ viết *Hồi Trống Tự Do, Tờ Cớ Mất Quyền Tự Do*, Nguyễn An Ninh viết *Hai Bà Trưng*, v.v. đều nhắm cổ động lòng yêu nước và chống thực dân.

*

Tóm lại, vào thời gọi là phôi thai, văn học chữ Quốc-ngữ đã đa dạng với đầy đủ mọi bộ môn, tác phẩm, từ dịch thuật, biên khảo, ký sự, chuyện xưa, bình luận, truyện ngắn, tiểu-thuyết, v.v.. Giai đoạn văn học này do đó có những giá trị lịch sử cần được thẩm định đúng mức. Một bộ văn học sử đúng nghĩa phải bao gồm thời kỳ này và các tác giả, tác phẩm cũng phải được công bằng nghiên cứu, đào sâu hơn là những gì đã được viết. Giả sử nếu những Trương Vĩnh Ký, Huỉnh Tịnh Paulus Của, Nguyễn Trọng Quản, Trương Minh Ký, Trương Duy Toản, Lê Hoàng Mưu,... không có tinh thần dân tộc, không có tự hào của người Việt, nếu họ chỉ là tay sai cho thực dân,... chắc chắn văn học Việt-Nam đã không có những tác phẩm vừa đặc biệt vừa cần thiết cho thời bấy giờ, và có thể cái giai đoạn phôi thai đó đã phải kéo dài hoặc khó khăn hơn! Chính Phạm Thế Ngũ cũng đã nhìn nhận công lao những nhà tiền phong này "làm tài liệu cho một nền học Việt-Nam" dù tiếp sau đó ông phán xét "công việc đó bị bỏ rơi". Và lại, nếu họ là tay sai trung thành cho thực dân, làm sao họ còn có tâm huyết để hoàn thành những tác phẩm dài hơi và giá trị như *Đại Việt Quấc Âm Tự Vị*. Chính Huỉnh Tịnh Paulus Của vào năm 1861, khi giữ chức giám đốc phòng phiên dịch Tư pháp của chính phủ thuộc địa, đã viết điều trần gởi vua Tự Đức đề nghị dùng chữ Quốc-ngữ thay chữ Hán nhưng đã không thành công. Hoặc như Trương Vĩnh Ký cả cuộc đời làm báo, soạn sách tiếng Pháp, Hán và Quốc-ngữ, dịch sách tân cổ ra Quốc-ngữ, soạn sách văn phạm, văn học, lịch sử địa dư, để lại khoảng hơn trăm tác phẩm lớn nhỏ. Ông làm những việc đó vì chí hướng dù có một thời đã lãnh lương của Pháp, về chính trị ông đã cô đơn; nhưng ông đã làm với lòng yêu nước, muốn nước được hùng mạnh, dân tộc được trường tồn. Mặt khác, lúc bấy giờ thực dân Pháp muốn sử dụng chữ Quốc-ngữ như là công cụ, phương tiện đô hộ; nhưng những vị nói trên lại tận dụng kẽ hở đó để gây dựng một nền văn học mới. Nếu phê bình gay gắt họ, thì ai sẽ phê phán những cá nhân và tập thể đã nhận viện trợ hoặc chịu áp lực của Hoa Kỳ, Trung-quốc, Liên Xô để làm 'mới' văn học? Và thế nào là yêu nước? Giữa các vị Văn thân Tống Nho tổ chức chống Pháp, chống chữ Quốc-ngữ nhưng không lượng định đúng tình thế, cán cân lực lượng, và những người như Nguyễn Trường Tộ liên tục điều trần xin vua canh tân đất nước không được đã phải chết vì tức, ai yêu nước tích cực hơn ai? Hay như Trương Vĩnh Ký đã thành tâm muốn làm gạch nối giữa hai nền văn minh ở buổi đại nạn!

Dù nhìn với lăng kính nào đi nữa, các nhà biên khảo lịch sử và văn học sử cũng phải nhận rằng chữ Quốc-ngữ và văn học Quốc-ngữ phát-triển và phong phú được như ngày nay là nhờ những đóng góp quý báu của các tác giả và các nhà văn hóa vào cuối thế kỷ XIX đầu thế kỷ XX nói trên. Cả một thế hệ văn học bị bỏ quên. Dù lưu thông khó khăn, dù thực dân mưu sâu, dù chiến tranh liên tục và khốc liệt, ký ức tập thể của một dân tộc không thể quên sót một phần mình.

III- Văn-Học thời Kháng-Chiến 1945-1954

Văn học miền Nam các giai đoạn sau đó cũng cùng một hoàn cảnh bị bỏ quên nhưng vì những lý do khác. Sau 1954, hoàn cảnh phân chia đất nước làm hai miền với những đối nghịch về ý thức hệ và cuộc chiến tâm lý Quốc-Cộng thường trực đã khiến cho văn học giai đoạn kháng chiến này bị bỏ rơi trong Nam. Những thập niên 40, 50, các nhóm Chân Trời Mới của bộ ba Tam Ích, Thiên Giang và Thê Húc cũng như một số nhà văn hoá độc lập như Lê Thọ Xuân, Vương Hồng Sển, Lê Ngọc Trụ, Bùi Đức Tinh, Bằng Giang, Đào Văn Tập,... nỗ lực đi tìm hướng đi mới từ những lý thuyết và hoàn cảnh mới. Tiếp theo là thời kháng chiến chống Pháp 1945-1950, miền Nam tràn ngập tác phẩm của các nhà văn Vũ Anh Khanh, Lý Văn Sâm, Quốc Ấn, Thẩm Thệ Hà, Dương Tử Giang, Nguyễn Bảo Hoá, Sơn Khanh... Hàng trăm tác phẩm được xuất bản, nhiều cuốn bị tịch thâu, bị cấm; phần lớn phục vụ cho công cuộc giải phóng dân tộc khỏi ách thực dân - có những tác giả như Ngọc Sơn, Thanh Thủy và những tiểu-thuyết bình dân như muốn tránh kiểm duyệt của chính quyền Pháp như *Mất Quê Hương, Người của Đất Nước*, v.v. Các nhà xuất bản nổi tiếng của giai đoạn này có thể ghi nhận các nhà Sống Chung của Sơn Khanh, Nam Việt của Đinh Xuân Hòa, Tân Việt-Nam của Vũ Anh Khanh và Thẩm Thệ Hà, v.v.

Đến sau 1954, các nhà văn nhóm Chân Trời Mới vẫn hoạt động ở miền Nam, nhưng quan điểm xã hội dù đệ Tứ đã không thể tiếp tục. Rồi một số nhà văn kháng Pháp tập kết ra Bắc, có người lại vượt tuyến vào Nam như nhà thơ Vũ Anh Khanh (nhưng bị bộ đội bắn chết ở cầu Bến Hải). Những người khác nếu vẫn còn viết văn làm báo vẫn không tiếp tục gây được bầu không khí văn nghệ trước đó. Miền Nam lại đón nhận rất nhiều nhà văn nhà báo di cư; những người mới tới hoạt động tích cực, gây những phong trào, nhóm văn nghệ mới như *Sáng Tạo, Hiện Đại, Thế Kỷ 20, Quan Điểm*,... Vì những lý do đó, các nhà văn chủ lực của miền Nam đầu thập niên 50 dễ bị rơi vào quên lãng. Chỉ có một ít nhà văn như Hồ Biểu Chánh, Bình Nguyên Lộc, Sơn Nam, tiếp tục viết. Giai đoạn văn học kháng chiến đặc sắc và giàu về phẩm lượng này trước nay vẫn không được đưa vào chương trình Trung và Đại học ngoại trừ một số bài giảng văn trích từ các tác phẩm của một số tác giả do một vài nhà biên soạn cấp tiến. Trong khi đó thì chương trình Việt văn được thống nhất nội dung cũng như tác giả do đó các thế hệ trẻ dù trong Nam bị đẩy xa dần các tác giả thời mở đầu vì văn nói và viết phải thay đổi theo thời gian và điều kiện địa lý.

Thế Phong là nhà phê bình đầu tiên đã giới thiệu giai đoạn văn học này trong *Nhà Văn Kháng Chiến Miền Nam 1945-1950* - tập 3 của bộ Lược Sử Văn Nghệ Việt-Nam xuất bản vào năm 1963 sau khi đã đăng trên tạp chí *Văn Hóa Á-châu*. Nhưng Nguyễn Văn Sâm mới là nhà nghiên cứu đánh giá đúng mức tinh thần yêu nước và sự đóng góp đáng kể của các nhà văn miền Nam thời kháng chiến, với tập *Văn Chương Tranh Đấu Miền Nam* (1969) và tập luận án cao học về *Văn Chương Nam Bộ Và Cuộc Kháng Pháp 1945-1950* (1972) (46).

Giai đoạn văn học kháng chiến này được các nhà nghiên cứu Hà Nội tô điểm như là một văn học tranh đấu chống ngoại xâm. Họ đề cao những Dương Tử Giang, Thẩm Thệ Hà, Thiếu Sơn, Mai Văn Bộ, Trần Văn Giàu, Nguyễn Bảo Hóa,... và bất công với Hồ Hữu Tường, Vũ Anh Khanh, Sơn Khanh,... Miền Bắc trưng dụng "mảng" văn học yêu nước này cho chính trị kháng chiến chống thực dân theo khuôn

Hà nội dù có người không hề phục vụ cho thứ chính trị đó như Vũ Anh Khanh, Dương Tử Giang, v.v. Có lẽ đó cũng là một phần lý do khiến miền Nam Cộng hoà không để ý đến và người thế hệ sau không biết nhiều về giai đoạn này cũng như đã khiến cho nhiều người nghĩ ở giai đoạn văn học tiếp theo, 1954-1975, một sinh hoạt văn học có vẻ không có gốc rễ, như "di cư" theo đồng bào từ miền Bắc vĩ tuyến XVII. Nay sự thực về thời kháng chiến đã nhiều rõ rệt, thì giai đoạn văn học kháng chiến này cũng cần được viết lại. Văn chương yêu nước, chống thực dân căn bản và trước hết đã là của mọi người Việt; nền văn chương đó có thể độc lập ngoài những ý thức hệ và ý đồ.

IV - Văn Học Miền Nam 1954-1975

Văn học thuần Nam lục tỉnh phát khởi từ 1865 đã tiếp tục vững mạnh với sự nhập cuộc của các nhà văn miền Bắc thời 1925-1945, đã dần dà nhường chủ-động cho người làm văn-nghệ cả nước từ nay tập trung ở phía nam vĩ-tuyến XVII.

Mai Thảo trong số ra mắt tạp chí *Sáng Tạo* cho rằng văn nghệ từ thủ đô Hà-Nội đã chuyển vào thủ đô văn hóa Sài-Gòn, *"văn-hóa Việt-Nam thực hiện hôm nay và sẽ được kiện toàn trong ngày tới đã có một trung tâm xuất phát, sinh thành: Thủ đô Sài-Gòn"* (47). Cao Huy Khanh trong loạt bài biên khảo về 20 năm tiểu-thuyết miền Nam (1954-1973) đăng nhiều kỳ trên tạp chí *Thời Tập* trước 1975 đã phân tích nền văn học đó như sự lớn dậy của một con người từ mới sinh đến khi trưởng thành. Họ Cao là người đầu tiên viết về giai đoạn văn học 1954-1973 (ông dùng thời điểm hiệp định Paris) nhưng chỉ mới được 4,5 bài dẫn nhập thì đã xảy ra biến cố 30-4-75, sau đó không thấy ông xuất hiện trên báo chí (48)!

Viết về 20 năm văn học này mà cứ nói đến các nhóm *Sáng Tạo, Quan Điểm, Văn Hóa Ngày Nay*, v.v. mà quên các nhóm "bản xứ" "bản địa" khác là một thiếu sót lớn và là một "bỏ quên", "bỏ rơi" có thể vô tình và có khi cố ý! Văn học miền Nam đã khởi đi từ 1865 - cũng là nơi bắt nguồn văn-học chữ quốc-ngữ cho cả nước thời hiện-đại, vẫn tiếp tục phát triển song hành hoặc hoà nhập nền văn học Việt-Nam nói chung, hay từ năm 1954, miền Nam có văn học khác, mới?

Theo thiển ý nên phân biệt ba dòng văn học tại miền Nam từ 1954 đến 1975 mà nếu công bằng ta có thể ghi nhận:

- một thuần Nam, từ Trương Vĩnh Ký qua Hồ Biểu Chánh đến Phi Vân, Bình-Nguyên Lộc, Sơn Nam, Vương Hồng Sển, Trang Thế Hy, Lê Xuyên, Phương Triều, Thanh Việt Thanh,...;

- bình dân hoặc trưởng giả trí thức với những đòi hỏi thông thường những giá trị dân chủ của Cách mạng Pháp 1789;

- một dòng giữa gồm miền Nam cộng với Trung và một ít Bắc đã khởi từ trước 1954, thiên chính trị cách mạng và công bằng xã hội; và

- dòng cuối là dòng nước mới từ miền Bắc di cư vào từ 1954, dòng trí thức tiểu tư sản và chính trị cốt lõi lý thuyết.

Trong hơn 20 năm, ba dòng văn học đó đã sống chung, đã nhập làm một dưới biểu tượng dân chủ, tự do và cộng hòa. Trần Tuấn Kiệt trong *Tác Giả Tác Phẩm Tiêu Biểu Nền Văn Học Nghệ Thuật Thời Chiến Tranh* (1973) đã nhận xét rằng "*Những nhà văn, tác-phẩm văn-học nghệ-thuật lúc bấy giờ có một năng lực đấu tranh, chống đối phản kháng vô cùng mãnh liệt đối với Cộng-sản chủ nghĩa (...) Về mặt chính-trị, thuận tiện cho việc kiến quốc xiết bao, nhưng chính quyền thời nhà Ngô biết (x)ử-dụng văn-nghệ sĩ vào các công tác chính-trị, nhưng chẳng được sự mến mộ của người dân, vì các văn-nghệ sĩ miền Bắc vào Nam chưa gây được sự tin tưởng hay có nền tảng, gốc gá(t) sâu rễ trong miền Nam, các tác-phẩm đó thiếu hụt không khí, thiếu nếp suy diễn và đời-sống Nam bộ, nên ít được đón nhận mặc dù lúc đó những loại văn-chương của Ngọc Sơn, bà Tùng Long, Phú Đức và các truyện Tàu như Tam quốc chí, như Thủy Hử vẫn đă(c) khách...*" (50).

Miền Nam của những năm đầu sau 1954 trước hết có nghĩa là *tự do*. Tự do trong chính trị, tự do của hết chiến tranh. Tự do của tái dựng cuộc đời, của thiên cư dù trong đổi thay đã có những bi kịch cho tập thể và cá nhân. Và tự do trong văn nghệ! Tuy nhiên cái tự do này sẽ bị hoàn cảnh mới về chính trị giảm thiểu đi phần nào, dù vậy vẫn giúp phát triển những cái mới trong văn nghệ như nhóm Sáng Tạo, thơ tự do, thơ lục bát mới, thơ văn xuôi, kịch nói, v.v.. Để đối phó với đấu tranh chính trị mà miền Bắc vẫn tiếp tục, dù sao thì tổng tuyển cử mà hiệp định đình chiến đã quy định vẫn như lưỡi kiếm Damoclès lơ lửng trên sự sống còn của cả miền Nam. Người dân miền đất mới đã phải bắt tay xây nền móng. Một văn nghệ tâm lý chiến phục vụ giai đoạn sẽ nằm trong nỗ lực vô hiệu hóa mũi dùi của cộng sản Hà-Nội, nỗ lực sẽ thành công ở những năm đầu 1954-1959, khiến cho miền Bắc tức tối sẽ thành lập Mặt trận Giải phóng miền Nam và gây chiến cho đến ngày 30 tháng 4 năm 1975.

Không khí tự do nói trên sẽ khiến một số nhà văn nghệ phải xét lại những nền tảng văn nghệ theo đuổi như thuyết Đệ Tứ Quốc-tế, thuyết giải phóng dân tộc, thuyết quốc dân và chống ngoại xâm, thực dân mới cũ. Dĩ nhiên có nhiều người sẽ tiếp tục "công tác" như trước 1954, sẽ vào tù hoặc vô bưng, tập kết, hay sẽ bị bắn chết khi vượt ngục như Dương Tử Giang. Những nhà Đệ Tứ Thiên Giang, Thê Húc sẽ đi vào con đường thuần giáo dục, Tam Ích sẽ pha Phật giáo nhưng vẫn bế tắc đến phải tự kết liễu cuộc đời. Hồ Hữu Tường xét lại thuyết của mình sau khi bị tù vì làm quân sư cho tướng Bảy Viễn nhưng sẽ vẫn không thuyết phục được nhiều người. Phú Đức Nguyễn Đức Nhuận, Tô Nguyệt Đình Nguyễn Bảo Hóa, Quốc Ẩn, Phi Vân, Ngọc Linh... sẽ hoạt động báo chí. Thẩm Thệ Hà sẽ chuyên hơn về giáo khoa, Sơn Khanh,... sẽ bỏ viết, làm luật sư và thủ tướng, v.v. Vũ Anh Khanh sẽ tập kết và vượt tuyến trở lại và sẽ bị bắn chết nơi đất nước bị qua phân. Lý Văn Sâm sẽ vô bưng khi đã lộ, riêng Thái Bạch, Sơn Nam, Trang Thế Hy, Lưu Nghi, Lê Vĩnh Hòa, Vũ Hạnh,... sẽ tiếp tục "nằm vùng" vững vàng trong một miền Nam quá tin người và "quá" đề cao những giá trị dân chủ, tự do!

Trong bầu không khí đó, các nhà văn thuần lục tỉnh và Sài-Gòn sẽ làm gì? Trước hết, họ tụ tập hoạt động báo chí và xuất bản. Các nhà xuất bản Phạm Văn Tươi (báo *Mới*), Phù Sa, Bến Nghé, Nam Cường,..., các nhật báo *Tiếng Chuông* (lúc mới ra là hàng tuần, đổi nhật báo từ giữa năm 1950), *Sài-Gòn Mới, Sài-Gòn Mai, Tia Sáng,...* và các tạp chí *Vui Sống, Nhân Loại, Đời Mới, Ban Mai, Mới, Sinh Lực, Đông-phương, Bông Lúa,...* sẽ là đất văn nghệ chính của các nhà văn miền Nam này trước khi họ sẽ hội nhập vào dòng văn học "miền Nam cộng hòa" với các tạp chí *Phổ Thông, Văn Học, Văn, Bách Khoa, Nghệ Thuật, Vấn-Đề, Khởi Hành, Thời Tập*, v.v..

Tạp chí *Nhân Loại* ra đời năm 1956 (có thời do Đông Hồ làm giám đốc, cuối 1956, Nguyễn Bảo Hóa làm giám đốc, Ngọc Linh thư-ký tòa-soạn) chuyên về văn nghệ và ít về nghị luận chính trị. *Ban Mai* của Phan Văn Chẩn tuần báo văn-nghệ với bài viết của Thiếu Sơn, ..., thơ văn của Bình-Nguyên Lộc, Nguyễn Bảo Hóa (Tiêu Kim Thủy), Lý Văn Sâm (ký Bách Thảo Sương),... *Đời Mới* của nhóm Trần Văn Ân đã ra từ 1951 và sẽ đóng cửa khi ông Ân bị bắt ở Rừng Sát, là tạp chí có nhiều ảnh hưởng về chính trị cũng như văn học nghệ thuật trong khi tờ *Đông-phương* của Hồ Hữu Tường chỉ chuyên về chính trị, cổ võ thuyết trung lập. Về sau có thêm báo chí Phật giáo như *Hải Triều Âm, Giữ Thơm Quê Mẹ,...* hoặc Công-giáo như *Thắng Tiến*. Giai đoạn sau tiêu biểu có tờ *Hoà Đồng* do Hồ Hữu Tường chủ trương tổng hợp văn minh mới và *Cấp Tiến* của nhóm Nguyễn Văn Bông với chủ trương như một thay thế những thế lực chính trị truyền thống đã "mỏi mệt" mà không tự biết!

Một cách tổng quát, tạm có thể phân biệt một số **khuynh hướng chính**:

- *phong tục và đời sống nơi vùng đất mới khai hoang và phù sa*: Bình-Nguyên Lộc, Sơn Nam, Phi Vân, Lê Xuyên, Vương Hồng Sển, Mộng-Tuyết thất tiểu-muội, Ngọc Linh, Lê Xuyên,...;

- *cổ võ đạo lý và phong hóa*: Hồ Biểu Chánh, bà Tùng Long, ...;

- *xã hội và đời sống thị tứ*: Nguyễn Thị Thuỵ Vũ, Hoài Điệp Tử,...;

- *chính trị, đấu tranh*: Phạm Thái, Thẩm Thệ Hà, Trang Thế Hy, Tô Nguyệt Đình,...;

- *tình cảm, lãng mạn, diễm tình bình dân*: Ngọc Linh, Sĩ Trung, Dương Hà, Phú Đức, bà Tùng Long, Phi Long-Ngọc Sơn, Dương Trữ La, Thanh Thủy, Trọng Nguyên... và

- *luận đề, triết lý và tôn giáo*: Hồ Hữu Tường, Phạm Công Thiện, Tô Thùy Yên, ...

*

Hiệp định Genève 7-1954 chia đôi nước Việt-Nam, chính thức công nhận sự thành công của chủ nghĩa cộng sản quốc tế ở nửa phần đất nước, vô tình bắt buộc chính phủ và người dân miền Nam nghĩ đến chủ quyền và xây dựng một miền Nam hùng mạnh và độc lập. Củng cố cái còn lại, xác định chỗ đứng với quốc tế và dân tộc. Trong hoàn cảnh mới đó của đất nước, biên giới địa lý thay đổi, sự di cư và tập hợp của người Việt đủ nguồn gốc, Nam Trung Bắc đã mất đi nhưng không mất hẳn ý nghĩa phân rẽ của thời thực dân, văn học miền Nam cũng sẽ có những biến đổi quan trọng. Cá tính "miền Nam lục tỉnh" và "Sài-Gòn" sẽ phải chịu những phân thân, hóa thân và hội nhập để dần biến dạng trong biển văn nghệ "miền Nam cộng hòa". Ngược lại, các tác giả Bắc và Trung đã nhận phần nào ảnh hưởng của tiếng nói và tâm tính người vùng đất mới qua các tác phẩm của họ.

Viết về giai đoạn văn học miền Nam 1954-1975, các nhà phê bình và biên khảo thường theo một cách nhìn theo đó nền văn học này là tiếp nối tự nhiên của văn học miền Bắc trước đó hoặc vai trò của miền Nam không được đánh giá đúng mức. Trước và sau 1975, Nguyên Sa, Du Tử Lê, Tạ Ty, Mai Thảo, v.v. trong các bài đăng báo hoặc in trong các tuyển tập, đã nhìn giai đoạn này như có đó và như thế với từng ấy người mà không đi sâu vào những khúc mắc hình thành nền văn chương đó. Cao Huy Khanh trong loạt bài biên khảo về 20 năm tiểu-thuyết miền Nam (1954-1973) đăng nhiều kỳ trên tạp chí *Thời Tập* trước 1975 đã phân tích nền văn học đó như sự lớn dậy của một con người từ mới sinh đến khi khôn lớn. Họ Cao là người đầu tiên viết về giai đoạn văn học 1954-1973 (ông dùng thời điểm hiệp định Paris).

Nhà văn Võ Phiến, trong *Hai Mươi Năm Văn Học Miền Nam* (1986) (49), đã có cái nhìn tổng hợp hơn và đã công bình dành cho miền Nam "lục tỉnh" một vai trò hình thành và xuất phát cho nền văn học 1954-1975. Tuy nhiên, cũng như bài viết "Cá tính văn-học miền Nam" trên *Bách Khoa* (số 63, 15-8-1959), Võ Phiến đã không đánh giá đúng mức tác phẩm của các nhà văn miền Nam thời kháng Pháp ngay trước đó là thời Sài-Gòn rất sôi động về chính trị và cách mạng trong khi Hà Nội sôi nổi về quân sự. Khuynh hướng văn nghệ đấu tranh này đã lớn mạnh và đa dạng ở Sài-Gòn trong khi văn nghệ kháng chiến ở phía Bắc đã phải chịu sự chỉ đạo trực tiếp của đảng cộng sản ngay từ những ngày đầu; một khuynh hướng nẩy mầm từ những

Trương Duy Toản, Lê Hoằng Mưu, Phạm Minh Kiên, Tân Dân Tử,... của những thập niên 20 và 30 là thời văn học miền Bắc đang lãng mạn đến đẫm lệ và tự tử với những *Cành Hoa Điểm Tuyết, Tuyết Hồng Lệ Sử, Tố Tâm*, v.v.

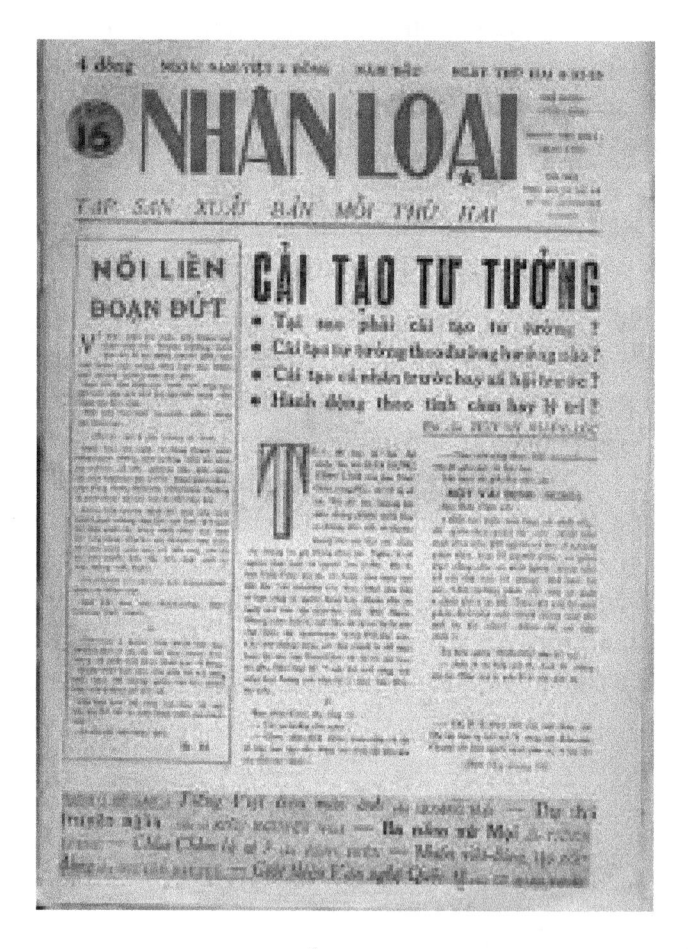

Tập biên khảo của Võ Phiến *Hai Mươi Năm Văn Học Miền Nam 1954-1975* (1986. 365 tr.) cho đến khi chúng tôi xuất bản bộ *Văn Học Miền Nam 1954-1975: nhận định, biên khảo và thư tịch* (Toronto: Nguyễn Publishing; amazon, tr.) năm 2016, đã là công trình duy nhất về thời kỳ này và là cái nhìn đại diện của người làm văn nghệ miền Nam. Người Nam ở thời điểm này đã bao gồm người ba miền. Công trình biên khảo này được ông tiếp tục với những giới thiệu cục bộ văn bản một số tác giả tiêu biểu theo bộ môn văn học như *Thơ Miền Nam* 1 (1991), 2 (1995), *Truyện Miền Nam* 1 (1992), 2 (1993), 3 (1995), *Ký*,

Bút, Kịch Miền Nam 1 (1993), 2 (1995). Cuối năm 1999, nhà xuất bản Văn Nghệ đã tái bản bộ sách *Văn Học Miền Nam* của Võ Phiến thành 7 tập với trên 3200 trang.

Văn học thời này đa dạng và đặc sắc về nhiều phương diện. Vì hoàn cảnh chính trị, người ba miền phải sống chung một mảnh đất, một chính thể. Các sinh hoạt báo chí, văn học phát triển mạnh. Từ đó mới thấy lý luận cho rằng đất văn vật lâu đời mới sinh văn hay, đất mới khó có tác phẩm hay là đã chắc gì đúng! Có những tổng hợp làm nên những cái tốt và đẹp. Trong khi miền Nam đất mới khẩn hoang hoặc phù sa trăm hoa đua sắc thì miền Bắc bút lông biến thành mũi tên đạn chiến đấu cho "lý tưởng", "bổn phận" ngoại nhập và người cầm bút trở thành cán bộ tuyên truyền. Ngày nay có mấy tác phẩm thời "huy hoàng" này hãy còn được nhắc nhở? Trong khi đó văn học của miền Nam thua cuộc cờ gian, bị gắn nhãn "ngụy" và từng bị cấm, lại được người dân Bắc cũng như Nam tìm kiếm, khám phá với nhiều thích thú. Một văn học khai phóng hơn nhiều và cũng đa nguyên, đa dạng không kém.

Đối với miền Bắc, nếu văn học miền Nam được đề cập hoặc đề cao thì cũng cùng mục đích với việc lập Mặt Trận Giải Phóng Miền Nam. Giải thưởng Nguyễn Đình Chiểu được lập ra để hỗ trợ cho cuộc chiến xâm lược miền Nam đó. Sau khi chiếm miền Nam vĩ tuyến XVII, các nhà lý-thuyết văn học Hà Nội đã xuất bản nhiều tổng kết, nhận định về nền văn học miền Nam Cộng Hòa. Trong các sách như *Văn Học Giải Phóng Miền Nam* (1976), *Văn Hóa Văn Nghệ Miền Nam Dưới Chế Độ Mỹ Ngụy* (1977), *Văn Học Việt-Nam Chống Mỹ Cứu Nước* (1979), v.v., các vị này nghiêm khắc với các nhà văn hóa "ngụy" bao nhiêu thì lại đề cao những kẻ nằm vùng hoặc đi bưng biền cùng phe dù văn của những người này thường thì giả tạo từ nội dung tới ngôn từ.

Khi có dịp, người "trung ương" vẫn tìm dịp để "dạy" người Nam viết văn. Trong cuốn *Văn Học Miền Nam Trong Lòng Miền Bắc*, soạn giả Hồ Ngọc khi phê bình "giá trị hiện thực" trong kịch ngắn của Nguyễn Vũ đã phán "... Dù tác giả là người miền Nam, dù nhân vật kịch là người miền Nam, ngôn ngữ kịch vẫn phải chú ý tới tính chất phổ biến trong toàn quốc của nó. Vả chăng, vấn đề màu sắc địa *phương đâu phải chỉ biểu hiện ở chỗ dùng từ địa phương!...*" (51). Có lẽ vì vậy mà cái gọi là mảng văn học "chiến tranh thần thánh chống Mỹ-Ngụy" "minh họa" nhau; mà văn học Việt-Nam cũng đã không có những Bình Nguyên Lộc, Sơn Nam, Lê Xuyên, Hồ Trường An, Võ Kỳ Điền, Nguyễn Tấn Hưng, v.v. nếu những nhà văn này phải viết trong những điều kiện đó.

Sau biến cố ngày 30 tháng Tư 1975, nền văn học Việt-Nam Cộng-Hòa 1954-1975 bị chính thức cấm đoán, sách báo bị tịch thu, tiêu hủy. Người làm văn nghệ cũng bị cầm tù và bị treo bút. Người "chiến thắng" cố tình phá hủy văn hóa miền Nam Cộng Hòa, ghi cả trong nghị quyết Đại hội Đảng lần thứ IV (1976) nhiệm vụ phải *"quét sạch ảnh hưởng của tư tưởng và văn hóa thực dân mới"* ở miền Nam (52).

Một nền văn nghệ mà "cả đất nước có một tâm hồn, có chung khuôn mặt" nói như Chế Lan Viên, "nền văn nghệ minh họa" đó nhập cảng từ Bắc phương không có gì đặc sắc cho đến khi có chính sách Đổi Mới (1987). Từ khi văn nghệ trong nước được cởi trói dù tương đối và sau một thời gian gạn lọc giả chân, một số nhà văn thơ có tài bắt đầu được độc giả trong cũng như ngoài nước biết đến: Nguyễn Huy Thiệp, Phạm Thị Hoài, Dương Thu Hương, Bảo Ninh, Nguyễn Khắc Trường, Nguyễn Duy, v.v.. Một câu hỏi: văn học cởi trói khởi sắc đó có không nếu không có sự tiếp xúc trước đó (dù bị cấm) với văn chương "ngụy"?

Gần đây ở Việt-Nam có những nỗ lực tìm hiểu, nghiên cứu văn học miền Nam trước 1975 và hiện tượng xét lại phục hồi danh dự cho giáo sĩ Đắc Lộ (vì chính trị, ngoại giao hơn là lịch sử, sự thực!) và Trương Vĩnh Ký (làm lấy lệ). Trong văn học cũng như chính trị, *sự thật* thường đi đôi với tự do và chuyện *lịch sử* thường cần thời gian soi sáng. Và lần hồi đã có những tìm tòi, dọ dẫm đi vào văn chương của miền Nam "cộng hòa" thời 1954-1975, như luận án phó tiến sĩ khoa học ngữ văn của bà Trần thị Mai Nhi "Chủ nghĩa hiện đại và văn học Việt-Nam hiện đại" trình ở trường đại học tổng hợp Hà Nội năm 1993. Văn học "ngụy" đó đã được nhìn thấy như một nỗ lực hiện đại hóa văn chương và những điểm tích cực mà hình như miền Bắc đã không hề biết đến (53). Và nhiều bàn tròn về những nhà văn miền Nam như

Hồ Biểu Chánh, nhiều tác phẩm văn học miền Nam cũng đã được tái bản, tác phẩm của Hồ Biểu Chánh, Tân Dân Tử, Phú Đức, Lê Hoằng Mưu,... cũng như của nền văn học "tự do" 1954-1975. Trong hoàn cảnh đó, các tác giả miền Bắc "cộng sản" không thể không có dịp tiếp xúc với nền văn học đã bị "cấm" này, cho đến nay vẫn chưa thấy có nhìn nhận. Đó cũng là điều tâm lý dễ hiểu. Trong một bài phỏng vấn "khó khăn' của nhà báo Eads Brian đăng trên tạp chí *Reader Digest* ra tháng 10-1998, Dương Thu Hương đã nói bà đã "bừng tỉnh khi nhìn thấy sự giàu đẹp của xã hội miền Nam... Điều làm bà ngạc nhiên nhất là số sách báo được lưu hành trong Nam". Phạm Xuân Nguyên, một nhà lý luận phê bình trẻ và đứng đầu một cơ quan nghiên cứu thuộc Viện Văn học Hà Nội đã nhìn nhận rằng *"Ở miền Nam, từ 1954-1975, đó là nền văn học bao gồm nhiều khuynh hướng và diễn biến trong tình thế phức tạp của các ảnh hưởng chống Cộng của chế độ Mỹ-Ngụy và chủ nghĩa thực dân mới"* (54). Ông liền bị các nhà phê bình "nhà Nước", "chính thức" hơn chỉ trích nghi ngờ đã dám loại bỏ hai loại "văn học giải phóng" và "văn học yêu nước" "thân thương" của cuộc chiến tranh "thần thánh" chống Mỹ! Dù càng ngày "văn-học miền Nam 1954-1975" càng được nói tới, nghiên cứu và xuất bản trong nước, nhưng hãy còn vướng mắc nhiều chủ quan, định kiến chính trị, tuyên truyền,... do đó vẫn chưa có thể gọi là "khách quan", "lịch sử" và "sự thật" được!

*

Chúng tôi viết bài này đưa ra một số sự kiện bị bỏ quên cũng như những thiếu sót, bất công trong quá khứ với hy vọng công việc viết văn học sử Việt-Nam từ nay và về sau sẽ công bằng hơn, "của Cesar trả cho Cesar" và đối với công lao người đi trước, kẻ hậu sinh cần phải biết ơn, ghi nhận. Độc giả đọc bài này, xin vô tư, đừng thiên kiến, đừng kẻ thắng kẻ thua, đừng phe phái, bỏ chiếu trên chiếu dưới, hãy quên mình gốc Bắc hay Nam, hãy rời xa những "quan điểm Tống Nho", "văn-hóa Bắc Hà",... sẽ không thấy chúng tôi lý luận vì mặc cảm hoặc kỳ thị địa phương. Nói chung chúng tôi cố gắng chứng minh người dân và "trí thức" miền Nam căn bản vốn có đặc tính "khai-phóng" (cởi mở, "open-mind", trái với cực đoan, khép kín, một chiều), và các nhà làm văn hóa, văn học ở vùng đất mới này sáng tác với tinh thần khai-phóng đó. Và từ thời bình minh của văn học chữ quốc-ngữ cho đến nay. Khai-phóng thuộc lãnh vực văn hóa, xã hội và tâm lý.

Thứ nữa, văn học chữ Quốc-ngữ đã bước những bước đầu (tiên phong, pioneering) ở trong Nam. Đây là một sự thực lịch sử: họ chấp nhận dùng chữ Quốc-ngữ, dùng các thể loại văn chương mới như tiểu-thuyết, truyện ngắn, biên khảo khoa học, từ-điển, v.v. Họ hành văn theo lối mới, xa ảnh hưởng Tàu, viết như suy nghĩ, như một người Việt.

Cuối cùng, các nhà văn này lấy đề tài trong đời sống thường ngày, hôm nay, của xã hội họ sống, nghĩa là không như các truyện Nôm. Nếu viết văn học sử thời hiện đại tức sau thời lịch triều, hết còn chữ Hán, chữ Nôm, các nhà phê bình đáng ra phải đến tận nguồn và đánh giá đúng mức các tác phẩm đầu tiên viết bằng chữ Quốc-ngữ. Tại sao các nhà viết lịch sử văn học cố công tìm cho được tác phẩm đầu viết bằng chữ Nôm mà lại không cố gắng với các tác phẩm tiền phong của văn học chữ Quốc-ngữ? Còn nếu phê bình chữ Quốc-ngữ và các thể loại tiểu-thuyết, truyện ngắn, v.v. là của ngoại lai, thì chúng ta đang dùng chữ gì và sáng tác với những thể loại nào, sao dễ quên công người đi trước? Chúng tôi cũng không hề có mục đích chính trị cũng không có ý kết án ai cả. Quá khứ là quá khứ! Tuy nhiên nếu thấy sai lầm của quá khứ mà không sửa chữa thì cũng không được. Thế hệ hôm nay phải biết ơn tổ tiên nhưng cũng phải trả giá cho sai lầm của ông cha thì cũng phải dùng ý thức và kiến thức mới của mình để cải chính, sửa đổi những sai lầm hoặc bất công của quá khứ.

Trong quá khứ - và cả hôm nay, các nhà phê bình đã không tách rời con người tác giả với tác phẩm: Petrus Trương Vĩnh Ký, Huình Tịnh Paulus Của, Hồ Biểu Chánh làm việc cho thực dân Pháp, hai ông trước lại là tín đồ Thiên-chúa giáo, thành ra tác phẩm của họ không đáng bàn đến (trong khi làm việc, thi hành chủ nghĩa quốc tế ngoại lai thì lại được gọi là... dân tộc!). Sau 1954, miền Bắc cộng sản khi viết về văn học miền Nam chỉ nói đến văn học giải phóng miền Nam và giải Nguyễn Đình Chiểu; trong khi đó miền Nam Cộng hòa khi nói đến miền Bắc chỉ nhắc tên các nhà văn thuộc Trăm Hoa Đua Nở. Sau 1975 và cho đến thập niên 1980, trong nước cấm đoán tác phẩm của những Nguyễn Mạnh Côn, Doãn Quốc Sỹ, Mai Thảo, Duyên Anh, v.v., và ngoài nước khó nói đến Sơn Nam, Vũ Hạnh, Mường Mán, Trần Vàng Sao, v.v. Đã đến lúc cần phải thay đổi lối phê bình văn học! Và cũng không thể bỏ qua phần văn học nói bình dân!

Qua lịch sử, chúng ta thấy miền Nam lúc nào cũng tích cực ra tay chèo lái con thuyền dân tộc theo vận nước trôi nổi, khi chính trị khi văn học, thời cận đại cũng như hiện đại và cả những ngày trước mắt. Nhưng công lao góp sức đó vẫn thường bị những người tới trước tới sau tiếm công, có khi vì con người miền Nam quá ngây thơ tin tưởng nhưng phần lớn vì những anh chị "Cả" đã quá quen một lối cư xử, khúc ruột đang liền thân cũng bị quên một bên hoặc cắt bỏ. Một miền Nam khai phóng, đa nguyên, không mặc cảm và có nhiều tài sức đó nếu được công bằng phát-triển, nếu được lịch sự đối xử, thì tương lai vận hội chung chắc chắn sẽ tốt đẹp hơn. Nếu đi ngược đường thì lịch sử những thập niên gần đây đã cho thấy ảnh hưởng tai hại như thế nào rồi!

Trong hoàn cảnh thiếu thốn tài liệu gốc ở ngoài nước, chúng tôi tài mọn cũng xin mạo muội ghi lại một số nhận xét hy vọng sẽ là những gợi ý đóng góp cho những nghiên cứu sâu xa hơn, vượt được những ràng buộc địa phương, phe đảng chính trị hoặc ý thức hệ.

Chú-Thích

1- Đến đời chúa Nguyễn Phúc Nguyên (chúa Sãi, 1613-35, con chúa Nguyễn Hoàng) mới chính thức ly khai với vua Lê chúa Trịnh: năm 1614, ông đuổi quan-lại do vua Lê (thật ra là do chúa Trịnh) cử vào Đàng Trong làm việc.

2- Gilbert **Trần Chánh Chiếu**, hiệu Quang Huy, biệt-hiệu Đông Sơ, các bút hiệu Trần Thiên-Trung, Trần Nhựt Thăng, Kỳ Lân Các, Thiên Trung, Mộng Trần,... Ông sinh ngày 3-7-1867 tại làng Vân Tập, Rạch Giá, điền chủ và được bổ làm Đốc-phủ sứ, có quốc tịch Pháp nhưng có tinh thần yêu nước cao độ. Năm 1906, ông thay Lương Khắc Ninh làm chủ bút tờ *Nông Cổ mín đàm* rồi chủ bút tuần báo *Lục-Tỉnh Tân Văn*. Ông hoạt động cho phong trào Đông du, có qua Nhật gặp Kỳ ngoại hầu Cường Để. Khoảng 1907, ông xuất bản tập *Minh Tân tiểu-thuyết* là một tập luận thuyết khuyên đồng bào tham gia công cuộc Minh Tân làm sáng cái đức sáng và làm mới dân. Sau những vụ nổi dậy chống nộp thuế ở Trung kỳ và Hà thành đầu độc năm 1908, thực dân Pháp ra tay khủng bố, phong trào Duy Tân bị tan rã, Trần Chánh Chiếu bị bắt và tờ *Lục-Tỉnh Tân Văn* bị đình bản. Tháng 4-1909, ông được thả, về Rạch Giá và Mỹ Tho bán hết ruộng đất, tài sản để trả nợ, rồi ở luôn Sàigòn mở tiệm buôn lấy tiền lời bí mật giúp Phan Bội Châu và Cường Để hoạt động. Năm 1917, ông lại bị tòa án quân sự Sàigòn bắt giam một lần nữa, vì cho ông là người yểm trợ Phan Xích Long khởi nghĩa chống Pháp hồi tháng 2 năm 1916. Ông mất năm 1919 tại Sàigòn, được an táng ở đất thánh họ đạo Tân Định. Để tiếp tục chống thực dân Pháp, các "hội kín" sau đó bành trướng khắp trong Nam và công khai thì có đảng Lập hiến của các ông Bùi Quang Chiêu, Nguyễn Phan Long. Sài-Gòn những năm 1920 trở thành thủ đô văn hoá chính trị quan trọng - một văn hóa tranh luận công khai và trực diện với chính quyền Pháp, trong khi Hà Nội lúc đó chỉ làm văn hoá... thuần túy với sự đốc thúc của quan thầy thực dân. Đó có thể là lý do khiến các ông Đào Trinh Nhất, Nguyễn Văn Vĩnh, Phan Khôi, Thiếu Sơn... vào Nam làm báo.

3- Theo Huỳnh Văn Tòng (*Lịch Sử Báo Chí Việt-Nam*. TpHCM: Đại-học Mở-Bán công TP HCM, 1994 tb, tr. 26-27) và Duy Vân (*Gia-Định Báo*. Sydney: Nguồn Việt, 1986, tr. 44-45), vì nhiều học giả trước đó vẫn ghi là 1-4-1865.

4- X. Nguyễn Văn Trung. *Chữ, Văn Quốc-ngữ Thời Kỳ Đầu Pháp Thuộc*. Sài-Gòn: Nam Sơn, 1974, Xuân Thu tb 1989, tr. 44 và 112-115. Sau 1986, ông nghiên cứu về nếp sống văn hóa của người miền Nam, soạn Lục Châu Học và xuất bản *Trương Vĩnh Ký Nhà Văn Hóa* (1993) trong đó ông đã tỏ hối tiếc quá khắt khe với nhà văn Quốc-ngữ tiền bối này trước 1975.

5- Hoài Thanh và Hoài Chân. Thi Nhân Việt-Nam. Sài-Gòn: Hoa Tiên tb, 1967, tr. 18-19.

6- *Lược Truyện Các Tác Gia*. Quyển 2. Hà Nội, 1972.

7- Nhà xuất bản J. Linage, đường Catinat, Sài-Gòn. Thật ra gồm 32 trang nhưng 4 trang là tựa sách, giới thiệu sách cùng tác giả sẽ in, lời đề tặng bạn tác giả là Diệp Văn Cương bằng tiếng Pháp và Tựa của tác giả. Theo nguyên bản, chữ "Truyện" như để báo tựa sách, hơn nữa in rời tựa *Thầy Lazarô Phiền*.

8- Trích từ bản chụp lại bản in lần đầu năm 1887, tr. 5. Cũng xin lưu ý là truyện được một số nhà nghiên cứu trích dẫn nhưng văn bản đã bị sửa chữa.

9- *Khảo Về tiểu-thuyết: Những Ý Kiến, Quan Niệm Về tiểu-thuyết Trước 1945*, Phụ Lục 2: Lược đồ sự phát triển của tiểu-thuyết cho tới 1945, tr. 428.

10- Có thể do số trang, Thế Uyên đã coi truyện Thầy Lazarô Phiền là "truyện ngắn" Quốc-ngữ đầu tiên của Việt-Nam và *Chơn Cáo Tự Sự* (1910) của Michel Tinh là "truyện vừa" ("Lê Hoằng Mưu, nhà văn bị bỏ quên". *Văn Lang* số 1 (1991); in lại trong *Nghĩ Trong Mùa Xuân* (Los Alamitos, CA: Xuân Thu, 1992, tr 233. Thế Uyên & John C. Schafer. "The Novel Emerges Cochinchina" (*Journal of Asian Studies* v. 52 no 4, November 1993, pp. 854-884), p. 871. Bản dịch "tiểu-thuyết xuất hiện tại Nam-kỳ" đăng trên *Văn Học* (CA) số 152 (12-1998), tr. 20-34.

11- *Sương Mù Trên Tác Phẩm Trương Vĩnh Ký* (Thành phố HCM: Văn Học, 1993), tr 171.

12- Năm 1992, nhà xuất bản Thành phố Hồ Chí Minh tái bản với tựa mới *Những Bước Đầu Của Báo Chí tiểu-thuyết và Thơ Mới*. 286 tr. [Bài viết Miền Nam Khai Phóng của tôi từ khi đưa lên Internet năm 1996 và in lại trong các tuyển tập, được khen thì ít nhưng phê bình nặng thì nhiều, tiếu lâm một tí là những thành phần mạnh miệng với tôi nhất là những đối tượng của bài tôi viết. Chỉ mới nêu lên một số sự thực hay mời suy nghĩ lại mà đã đụng rồi, nhưng tôi đã có con đường của tôi! Tôi muốn "của Caesar trả lại cho Caesar" khi viết bài nói trên, muốn nhắc nhở công trạng của những nhà tiên phương xây dựng nền văn học chữ Quốc-ngữ từ những năm 1865 ở trong Nam. Khi làm công việc đó tôi nhắc đến công của một nhà biên khảo văn học sử trong Nam, GS Bùi Đức Tịnh, từ năm 1974 (xuất-bản tháng 1-1975) đã là người đầu tiên đánh giá lại nền văn học đó. Năm 1988, *Địa Chí Văn Hóa Thành Phố Hồ Chí Minh* đã trích dẫn ấn phẩm 1975 này (Tập 2 - Văn Học. Thành phố HCM: NXB Thành Phố HCM, 1988, tr. 220, 226,...). Các ông Nguyễn Văn Trung và Thế Uyên (cũng như Bằng Giang) đều là những nhà nghiên cứu đến sau và một phần tình cờ vì hoàn cảnh của biến cố 30-4-1975, nhưng hai ông vẫn khoe là người có công đầu trong việc đó. Mảng văn học đó từng bị các nhà văn học sử miền Bắc làm ngơ, nay người miền Nam có công nói đến đầu tiên lại bị... tiếm công! Thụy Khuê trong bài "Văn-học miền Nam" cũng lập lại một cách sai lầm cái công "bất công" này! Phần tôi, khi bài được in trong tuyển tập *Văn Học Nghệ Thuật Liên Mạng* số 1 năm 1996 tôi mới biết GS Nguyễn Văn Trung đã từng nghiên cứu Lục Châu Học và vừa sang định cư cùng thành phố Montréal, Canada]

13- *Văn* 80, 15-4-1967, tr. 67.

14- *Địa Chí Văn Hóa Thành Phố Hồ Chí Minh*. Tập 2 - Văn Học. Thành phố HCM: NXB Thành Phố HCM, 1988. Tr. 197-251.

15- Thành phố HCM: NXB Trẻ, 1992. 435 tr.

16- *Văn Học Nam Bộ Từ Đầu Đến Giữa Thế Kỷ XX*. Tp HCM: NXB Thành phố Hồ Chí Minh HCM, 1988, tr. 12-13.

17- *Đặc Điểm Lịch-Sử Văn-Học Việt-Nam* (Hà Nội: Đại học và trung học chuyên nghiệp, 1987. 288 tr.) Trang 155 & 195.

18- Lời giới thiệu. *Tuyển Tập Hoàng Ngọc Phách* (Hà Nội: Văn Học, 1989), tr. 13.

19- "Truyện ngắn Quốc-ngữ đầu tiên của Việt-Nam: Thầy Lazaro Phiền của Nguyễn Trọng Quản" (*Văn Lang* số 2, 12-1991, tr. 93-120).

20- Theo Bùi Đức Tịnh. SĐd, tr 207.

21- **Tân Dân Tử** tên thật là Nguyễn Hữu Ngởi. Sinh năm 1875 tại tỉnh Gia Định và mất năm 1955. Ông là tác giả các bộ tiểu-thuyết *Giọt Máu Chung Tình* 1925, *Gia Long Tẩu Quốc* 1926, *Gia Long Phục Quốc* 1928, *Hoàng Tử Cảnh Như Tây* 1926 và *Tham ắt phải thâm* 1940, cùng đã cộng tác với các báo *Nông Cổ Mín Đàm*, *Công Luận*, *Lục-Tỉnh Tân Văn*,...

22- Bùi Đức Tịnh. SĐd, tr. 214.

23- Bùi Đức Tịnh. SĐd, tr. 233.

24- Trích lại từ Nguyễn Văn Trung. *Lục Châu học,* chương đầu: "Một mảng văn học bị bỏ quên".

25- *Những Năm Tháng Ấy* (Westminster, CA: Hồng Lĩnh, 1993), tr. 111.

26- *Việt-Nam Văn Học Sử Giản Ước Tân Biên*. Tập 3: Văn Học Hiện Đại 1862-1943. Sài-Gòn: TGXB, 1965.

27- *Bảng Lược Đồ Văn Học Việt-Nam. Quyển Hạ* (Sài-Gòn: Trình Bày, 1967), tr. 31-32.

28- Sài-Gòn: Tủ Sách Nhân văn xã hội, 1972. Nhà Đường Mới/La Vie Nouvelle ở Paris tái bản năm 1985 với tựa *Naissance et évolution du roman vietnamien moderne 1925-1945*.

29- Xem tạp chí *Bách Khoa* số 88 (1-9-1960), tuần báo *Văn-Đàn*, 20, 21, 22 (từ 15 đến 29-10-1960), và *Địa Chí Văn Hóa Thành Phố HCM*. SĐd, tr 219.

30- Sài-Gòn: Trí Đăng, 1974, tr. 139.

31- Thời Mới, 1969; viết xong 1967, in lại trong *Tuyển Tập Nguyễn Văn Xuân* (NXB Đà Nẵng, 2002), tr. 533-658.

32- Hà-Nội: NXB Đại học và trung học chuyên nghiệp, 1974. Tập 1, tr. 20.

33- Bìa sách bộ *Đại-Nam Quấc-Âm Tự-Vị* ghi tên tác giả là Huình Tịnh Paulus Của. Xem thêm Bằng Giang, *Mảnh Vụn Văn Học Sử* (Sài-Gòn: Chân Lưu, 1974, Xuân Thu tb) tr. 147-154.

34- *Văn*, số 80 đặc biệt về Hồ Biểu Chánh, 15-4-1967, tr. 8.

35- "Biến cố và chiếc cầu Hồ Biểu Chánh". *Văn*, bđd, tr. 37-42.

36- Bùi Đức Tịnh. SĐd. Tựa, tr 6.

37- Bđd in *Nghĩ Trong Mùa Xuân*, sđd, tr 235.

38- Lúc viết *Phan Yên Ngoại Sử* (1910), v.v., Trương Duy Toản đang hoạt động cho Việt-Nam Quang Phục Hội; trong truyện ông nói đến Tây Sơn là có ý nói Tây. Sau đó ông theo Kỳ Ngoại Hầu Cường Để qua Đức vận động chống Pháp nhưng không thành; ông lại đưa giác thư của Cường Để qua Paris nhờ cụ Phan Chu Trinh chuyển cho chính phủ Pháp nhưng bị Pháp bắt giam cùng cụ Phan cho đến 1916 thì bị trục xuất về an trí ở Cần Thơ. Sau ông chuyển qua viết bài bản cải lương mà bộ đầu tiên Lục Vân Tiên trở thành tiền phong cho bộ môn này.

39- Trích lại theo *Khảo Về tiểu-thuyết... Sđd*, tr. 25.

40- Trích theo BĐT. Sđd, tr. 17-19.

41- "Truyện Chưởng hậu quân Võ Tánh". Tạp chí *Nam Kỳ Khuyến Học Hội* số 1, 1926, tr. 25 - Trích theo Bằng Giang. *Văn Học Quốc-ngữ Ở Nam Kỳ 1865-1930*, (NXB Trẻ, 1998), tr. 253.

42- Số 1 ra ngày 14-11-1907, chủ bút là Trần Nhựt Thăng hiệu Đông Sơ tức Trần Chánh Chiếu. *Lục-Tỉnh Tân Văn* công khai cổ võ phong trào Duy Tân (Minh Tân) công kích chế độ thuộc địa, kêu gọi người Việt tự kiểm điểm bỏ hủ tục, thiên kiến và phải giành quyền lợi thương mãi từ tay Hoa và Ấn kiều ; ông cổ động lập công ty cạnh tranh với hai giới này. Nhưng mãi đến 1919 thì phong trào tẩy chay cửa hàng Hoa kiều mới trở thành quan trọng, khiến nhà cầm quyền thực dân phải ra tay, ông bị bắt ra tòa.

43- Theo Nguyễn Khuê. *Chân Dung Hồ Biểu Chánh* (Sài-Gòn: Lửa Thiêng, 1974), tr. 30.

44- Thực ra ông diễn Nôm tập *Như Tây Sứ Trình Nhật Ký* của cụ Phạm Phú Thứ dâng vua Tự Đức năm 1863.

45- Xem *Chân Dung Hồ Biểu Chánh*. Sđd, tr. 160.

46- Sài-Gòn: Lửa Thiêng, 1972. 295 tr.

47- Mai Thảo. "Sài-Gòn, Thủ đô văn hóa Việt-Nam", *Sáng Tạo,* số 1, 10-1956, tr. 1-5.

48- Cao Huy Khanh. "Hai mươi năm tiểu-thuyết miền Nam từ chia cắt đến ngưng bắn". *Thời-Tập* số 1, 14-12-1973, tr. 21-34.

49- Võ Phiến. "Vai trò của miền Nam" in *Hai Mươi Năm Văn Học Miền Nam 1954-1975* (Westminster, CA: Văn Nghệ. 1986), tr. 128-135.

50- Trần Tuấn Kiệt. *Tác Giả Tác Phẩm Tiêu Biểu Nền Văn Học Nghệ Thuật Thời Chiến Tranh* (TGXB, 1973), tr. 6-7.

51- *Văn Học Miền Nam Trong Lòng Miền Bắc*. Hà Nội: NXB Khoa học Xã hội, 1969, tr 305.

52- *Văn Hóa Văn Nghệ Miền Nam Dưới Chế Độ Mỹ Ngụy*. Hà nội: Văn Hóa, 1977. Tr. 8.

53- Hà Nội: Bộ Giáo dục và đào tạo, 1993. 173 tr. Sau xuất bản với tựa *Văn Học Hiện Đại Văn Học Việt-Nam Giao Lưu Gặp Gỡ*. Hà Nội (NXB Văn Học, 1994. 250 tr.

54- *Người Lao Động* 22-8-1994.

6-1996

Ghi thêm

Bài Miền Nam Khai Phóng sau khi được xuất hiện trên trang tạp chí liên mạng Việt-Nam đầu tiên và in lại trong tuyển tập *Văn-Học Nghệ-Thuật* trong tuyển tập *Văn-Học Nghệ-Thuật Liên Mạng 1* (Garland TX: 1996, tr. 13-32) đã gây tiếng vang về đề tài cũng như vấn nạn văn học sử đối với văn học miền Nam thời đầu. Một số tranh luận, bình luận trên các diễn đàn liên-mạng (như vnsa, vnforum) giữa các thành viên thời bấy giờ (1996-1997) ngoài các chuyên viên về điện toán và khoa học thông tin, còn có một số du học sinh và nghiên cứu sinh từ trong nước sang học và làm việc ở các nước như Hoa-Kỳ, Đức, Canada. Chúng tôi có tham gia các cuộc trao đổi này.

Từ "khai phóng" đã gây dị ứng với người đến từ trong nước nhất là từ miền Bắc, ở hai khía cạnh "tiền phong" (tiên phong, đi trước, đầu tiên, pioneering) và "khai phóng" (cởi mở, open-minded, sẵn sàng đón nhận cái mới cái lạ hay từ ngoài). Hai ý niệm này đã bị hiểu lầm và chính-trị hóa - còn bị hiểu là "yêu nước". Các định nghĩa về "khai phóng" của *Hán Việt Tự Điển* của Đào Duy Anh: "*buông thả ra, công khai*", *Việt-Nam Tự Điển* của Hội Khai Trí Tiến Đức: "*buông tha, mở rộng*" và *Việt-Nam Tự Điển* của Lê Văn Đức: "*thả cửa cho tự do; tôn trọng tinh thần khoa học, phát huy tinh thần dân chủ và xã hội, thâu thái tinh hoa văn hóa thế giới*" đã không được hiểu như thế. Vì cố chấp, có vài người đã có thể "đồng ý" truyện *Thầy Lazarô Phiền* là... "tiên phong" mà không chấp nhận là "khai phóng"! Trong khi các nhà văn học sử đi tìm cho ra tác phẩm đầu tiên viết bằng chữ Nôm được xem là bình thường mà lại dị ứng khi bài MNKP đi tìm các tác phẩm đầu trong các bộ môn bằng chữ Quốc-ngữ. Và các nhà văn nhà báo khai phóng này sử dụng các phương tiện (chữ Quốc-ngữ) và thể loại văn học mới nhưng về nền tảng văn hóa, đạo đức, họ rất dân tộc, không vọng ngoại tinh thần.

Dĩ nhiên đã có những quan điểm khá cũ, tiêu cực, thiển cận - như lời qua lại, những thái độ châm biếm, gây chia rẽ, kỳ thị. Có người đi xa hơn và vì không hiểu biết (tự do sáng tác, con số sách báo xuất bản, tái bản) nên đã đặt nghi vấn miền Nam 1954-1975 có văn học không? Trong khi chúng tôi xác định tinh thần "khai phóng" đã hiện diện ở những người làm văn học, văn hóa và giáo dục ở miền Nam từ đầu cho đến ngày 30-4-1975, tinh thần đó trong hơn 20 năm, đã làm nên một nền văn học khai phóng, hiện đại và đa nguyên.

Mục đích của chúng tôi khi viết bài MNKP là để giúp những ai muốn viết văn học sử Việt-Nam một cách toàn diện và công bằng bằng cách đưa ra một số dữ kiện sai lầm, khiếm khuyết, bị bỏ quên một cách vô tình hay cố ý. Tôi muốn chứng minh miền Nam từ xưa nay vốn (và vẫn còn) khai phóng về văn hóa, văn học, xã hội. Nhờ tinh thần "khai phóng" mà miền Nam đã có những đóng góp "tiên phong" với văn học chữ Quốc-ngữ. Nếu đọc bài MNKP một cách vô tư hơn, với common sense hay view khoa học hơn, đừng theo phe phái, đừng prejudice, hãy quên mình là Bắc hay Nam, CS hay quốc-gia ("ngụy"!), hãy quên cả những gì đã học được hay bị nhồi sọ, sẽ thấy tôi không có ý kỳ thị Nam Bắc hay phân biệt CS và không CS. Chẳng qua có những sự thực lịch sử cấm kỵ (tabou) nhiều người sợ nói đến! Mà không dám trực diện lịch sử và sự thực thì làm sao có tiến bộ?

Đại thể các phê phán tiêu cực nhắm một số chi tiết trong bài viết và họ đã sai khi chụp mũ "nam-kỳ" cho tôi và cho rằng tôi "gây rối" và "khiêu khích". Nay ghi lại nguyên văn đôi điều tôi đã phản ứng lại về các tranh luận thời ấy mà tôi hãy còn lưu giữ. *NVK*

Miền Nam Đạo Lý

Tinh thần đạo-lý ở miền Nam
qua văn học chữ quốc-ngữ từ thời khởi đầu

Nay thì đã hiển nhiên là hành-trình của văn-học và báo chí chữ quốc-ngữ hiện-đại đã khởi đi từ miền Nam (1). **Báo chí** khởi đầu với tờ *Gia Định Báo* từ 1869 (2), từ 1875 khai mở thời kỳ **phiên âm** ra chữ Quốc-ngữ thơ văn chữ Nôm như Nhị Độ Mai, Phan Trần, Lục Súc Tranh Công, Lục Vân Tiên, Sãi Vãi,... với Trương Vĩnh Ký, Phan Đức Hòa, Lương Khắc Ninh, v.v., sau đó là **tiểu-thuyết** sáng-tác theo hình-thức và thể-loại Tây-phương - đầu tiên là quyển *Thầy Lazaro Phiền* của Nguyễn Trọng Quản được xuất bản năm 1887 (nhưng phải đợi đến 1910, viết truyện tiểu-thuyết mới trở thành phong trào), rồi hát bội, **kịch nói** (*Tuồng Joseph*, 1887 của Trương Minh Ký - cũng là người viết thành tuồng Kim Vân Kiều 1896, "drame en 3 actes"), rồi đến thời **dịch văn thơ** Trung-Hoa với Huỳnh Tịnh Paulua Của và Trương Minh Ký trên *Gia Định Báo* và từ **truyện Tàu** từ khoảng năm 1904 và **tự truyện** với *Chơn Cáo Tự Sự* (1910) của Michel Tinh. Các biến cố đó đã diễn biến trong hoàn cảnh đặc biệt giao lưu văn hóa đông-tây và chuyển đổi kinh tế, xã hội đã góp phần hình thành một nền văn học quốc gia với sắc thái và truyền thống đặc biệt mang dấu vết cá tính của con người miền Nam "lục châu, lục tỉnh" - vùng đất mới. Bước đi hiện đại, nhưng nội dung mang tính đạo đức của thời đại đó, ghi đậm dấu tích phong hóa của thổ-ngơi đất mới.

Một mặt, các nhân sĩ và tác-giả thời tiền phong đã lựa chọn con đường kỹ thuật và thể loại của **Tây-phương** để cập nhật và hiện đại hóa văn chương học thuật lúc bấy giờ bị phong tỏa bởi Tống Nho gò bó đã đưa đến bế tắc tinh thần cũng như bại vong về quân sự. Từ 1887,

Nguyễn Trọng Quản đã dứt khoát sáng tác theo Tây-phương nhưng người đồng thời với ông không hưởng ứng, họ vẫn tìm đường! Mãi 37 năm sau Nguyễn Trọng Quản, ở ngoài Hà Nội, mới có người theo kỹ thuật và thể loại của Tây-phương như Hoàng Ngọc Phách với *Tố Tâm* 1925 và trước đó, Trọng Khiêm với *Kim Anh Lệ Sử* (1924): *"Tôi viết bộ Kim Anh Lệ Sử này, có ý thử viết tham bác hai lối văn xem; các ngài đọc sách sẽ nhận ra rằng tuy bề ngoài có mượn lối văn Âu Tây, song bề trong vẫn phảng phất cái hồn luân lý của Việt-Nam cố quốc ta vậy"* (3). Nhưng mặt khác, một trong những hiện tượng song-hành tìm kiếm lúc đầu là truyện Tàu.

Đạo lý trong truyện Tàu và ảnh hưởng

Lùi lại thời lịch-triều quân chủ, giáo dục thật ra chỉ là cái học Nho dù cái học đạo lý trên nguyên tắc gắn chặt với học chữ, vì thường là đạo lý hình thức cứng nhắc chứ không hẳn là đạo lý nhân bản và thực tế. Thật vậy, từ gần hai thế kỷ, đạo lý rất quan trọng: *"tiên học lễ, hậu học văn"*. Khi người Pháp sang, soạn lại chương trình giáo dục, luân lý trở thành một môn học, dù vẫn được xem trọng nhưng đã bắt đầu rời nguyên lý giáo dục làm người của thời xưa. Xã hội cũ bị tấn công từ căn bản! Tín ngưỡng, đạo lý cũ vừa mất sức mạnh vừa mất hấp-lực trong việc giải đáp những nhu cầu xã hội và tâm linh mới. Trong bầu không khí giao thời đó, nói chung đa số các nhà trí thức, nhân sĩ đã có một số cái nhìn chung, một số đồng thuận đặc biệt về học thuật, văn hóa, đạo đức hoặc đi đến những tổng-hợp tín-ngưỡng mới mà chúng tôi thử phân tích trong bài này.

Ngay từ khi văn học chữ Quốc-ngữ mới manh nha, các nhà trí thức đã chú tâm đến đạo lý dân tộc, trước mắt là để chấn chỉnh phong hóa và về lâu dài nhắm gìn giữ chính-đạo tức đạo Nho. Cái buổi giao thời đó phong hóa xã hội đang trên đà xuống thấp. Họ dịch sách đạo lý của nho-học ra chữ Quốc-ngữ, soạn sách về đạo đức văn hóa truyền thống, sao lục thơ văn có mục đích luân lý, giáo dục, v.v. Huỳnh Tịnh Paulus Của đã có những sách về *Gia Lễ* (1886) nói đến quan hôn tang tế là 4 lễ đầu cùng lễ phép học trò công tư thông dụng, Gia Ngôn (1896), Thơ Mẹ Dạy Con (1907), v.v. Trương Minh Ký soạn *Tiểu Học Gia Ngôn Diễn Nghĩa* (1896), v.v.

Trương Vĩnh Ký trong các số báo *Thông Loại Khóa Trình* viết nhiều bài xiển-dương tinh-thần đạo-lý căn bản của người Việt-Nam, dịch Kim Cổ Kỳ Quan ra tiếng Pháp, phiên dịch ra Quốc-ngữ *Minh Tâm Bửu Giám* (1891-93), v.v. Tờ *Thông Loại Khóa Trình* ra mắt năm 1888 như một tờ học-báo; nhan đề bài Bảo tức lời phi lộ nơi trang đầu ghi chữ Hán "*Thường bả nhất tâm hành chánh đạo*" (luôn đem tấm lòng mà hành đạo). Trong bài Bảo mở đầu số 1 khi nói về mục đích, họ Trương đã nói: "*Phép học là trước học lễ, sau học văn; được cả hai ấy mới ra con nhà gia giáo, biết phép tắc, lễ nghi, cang thường, luân lý, biết chữ nghĩa văn chương, kinh sử truyện tích cổ kim, ấy là đáng được con người tử tế: ở đời dù sao cũng chẳng nao, chẳng mếch: vì hễ người (Đạo) (Tâm) (Nhân) đạo tâm nhơn, người (Hiếu) (Tâm) Nhân) hiếu tâm nhơn, người (Hảo) (Tâm) (Nhân) hảo tâm nhơn, và người (Thiện) (Tâm) (Nhân) thiện tâm nhơn thì (Hoàng) (Thiên) (Bất) (Phụ) hoàng thiên bất phụ. Lấy đó làm mực mà ở thì nên, vì trời đất không lầm (Thiên) (Địa) (Bất) (Thác) thiên địa bất thác. Hãy cứ thường nắm một lòng làm đạo chính thì sẽ qua truông đời xống (sic), xống bình-an vô-sự. P. Trương-Vĩnh-Ký*" (4).

Trong số báo 11 (3-1889), Trương Vĩnh Ký cắt nghĩa thêm về mục-đích, lý tưởng của học-báo: "*Chánh ý là thuật đạo lành lẽ ngay các đấng tiên thánh tiên hiền khuyên răn, truyền thuần phong mĩ tục xưa nay cho đặng suy cổ nghiệm kim mà bá nhứt tâm hành chánh đạo mà thôi...*" (4).

Mở đầu cuốn *Minh Tâm Bửu Giám* (1887) - gồm những châm ngôn đạo lý, giáo dục của tam giáo chứ không chỉ riêng đạo Nho, cho biết: "*Chọn lấy bốn chữ Minh Tâm Bửu Giám đặt làm nhan sách, có ý nghĩa rằng: "Đây là một quyển sách góp nhặt những lời vàng tiếng ngọc của các bậc Hiền triết hoặc Danh nhân thời xưa đã nói trong các kinh điển hay sách vở (vào cuối đời nhà Nam Tống), ngõ hầu để cho người đời sau học lấy và xem đó như là tấm gương báu để soi sáng lòng người. Và, khi mà người ta biết soi mình vào tấm gương báu ấy rồi, tất sẽ thấy được những điều hay lẽ phải để mà gắng sức noi giữ, ăn ở cho trọn đạo làm người; đồng thời người ta cũng sẽ tất thấy những điều hư lễ trái (lỗi đạo làm người) để mà sửa đổi và trau dồi lấy chính mình cho được trở nên con người trọn lành (tốt) vậy...*"

(5). Bản thân ông còn làm gương ở cách suốt đời ăn mặc như ông bà ta ngày xưa và không xin vô dân Tây!

Trương Vĩnh Ký cắt nghĩa Tam Cang như sau trong *Thông Loại Khóa Trình*, số 2: "Ở dưới đời, người ta không phép sinh ra mà ở một mình cho đặng. Có cha có mẹ, có anh em chị em, bà con cô bác, có bằng-hữu, thân-quyến. Có vợ có chồng sanh con đẻ cháu ra nối dòng; thành nên gia-thất; nhiều ra, ở lan ra có xóm có làng, có huyện, có phủ, có tỉnh, có xứ, có nước, có ra như vậy thì phải có tôn-ti, đẳng-cấp, nên phải có vua có chúa, có quan có quyền mà cai-trị, gìn-giữ đùm-bọc lấy nhau cho yên nhà vững nước.*

Vì vậy phải có đạo tam-cang ràng-rịt vấn-vít nhau; mà giữ phép ở với nhau cho trên thuận dưới hòa, thì mới bảo hộ nhau được. Lớn theo phận lớn, nhỏ theo phận nhỏ các y kỳ phận thì bằng-an. Vua cũng có phép buộc phải ở với tôi dân làm sao; con dân cũng có luật buộc phải ở với vua quan thể nào cho phải đạo. Cha mẹ có phận phải giữ với con-cái cách nào; con-cái có phép dạy phải ở làm sao với cha mẹ cho trọn niềm; còn chồng với vợ cũng có ngãi phải giữ với nhau cho trọn nhân trọn ngãi nữa. Ấy là ba mối cả, là chánh giềng làm nên tấm lưới chắc chắn vững bền" (6).

Tiếp đến, cùng với phong trào báo chí lên cao, cùng lúc viết báo xiển dương mỹ tục, đạo lý cũng như canh tân xã hội và dịch các áng văn chương như Kim Cổ Kỳ Quan (Nguyễn An Khương), Liêu Trai Chí Dị (Nguyễn Chánh Sắt), v.v., một số nhà báo và trí thức đã quan niệm nên dịch ra Quốc-ngữ các truyện Tàu tức tiểu-thuyết chương-hồi lúc bấy giờ gọi là "tiểu-thuyết cổ điển" hay "bạch thoại tiểu-thuyết". Nhưng dịch giả truyện Tàu ra Quốc-ngữ đầu tiên là một người Pháp, Canavaggio chủ báo *Nông Cổ Mín Đàm*, dịch Tam Quốc Chí Tục Dịch đăng báo ngay từ số báo ra mắt (1-8-1901) (7), sau đến Huỳnh Tịnh Paulus Của với *Tống Tử Vân* (1904). "Những tay dịch thuật trứ danh ở Nam Kỳ" - nói theo một Lời Rao trên tờ *Phụ-Nữ Tân-Văn* giữa năm 1930 (8), và theo Bằng Giang (9), trứ danh và số lượng nhiều nhất là ba ông **Nguyễn Chánh Sắt** dịch *Tây Hớn* rồi *Đông Hớn, Chung Vô Diệm, Tam Quốc Chí, Ngũ Hổ Bình Tây, Nhạc Phi, Mạnh Lệ Quân*,... trước khi sáng tác *Nghĩa Hiệp Kỳ Duyên, Gái Trả Thù Cha, Tài Mạng Tương Đố, Thập Nhị Quả Phụ, Man Hoang Kiếm*

Hiệp,...), **Trần Phong Sắc** (10) là dịch giả *Truyện Nhạc Phi* xuất-bản ở Sài-gòn năm 1905, đồng dịch với Phụng Hoàng San, sau một mình dịch thêm 18 truyện Tàu tính ra hơn 5000 trang như *Tam Hạ Nam Đường Diễn Nghĩa, Phong Thần Diễn Nghĩa* 1906, *Tiết Đinh San Chinh Tây,...* và **Nguyễn An Khương** (*Phấn Trang Lầu Diễn Nghĩa, Thủy Hử Diễn Nghĩa, Vạn Huê Lầu Diễn Nghĩa,...*). Cũng cần ghi nhận thêm Nguyễn Liên Phong và Nguyễn An Cư là hai dịch giả *Tam Quốc Diễn Nghĩa* của nhà Tín Đức Thư Xã in trong hai năm 1927-1928 gồm 31 cuốn, cuốn 1 ghi người dịch NLP và từ số 2 ghi NAC. Nhà Tín Đức Thư Xã thời này là một trong những nhà in khá nhiều truyện Tàu dịch sang tiếng Việt cũng như truyện thơ và tuồng cải-lương, những nhà in khác là Joseph Nguyễn Văn Viết, Đinh Thái Sơn, Thuận Hòa, Xưa Nay, Nguyễn Háo Vĩnh, Bảo Tồn, Phạm Văn Thình, Đức Lưu Phương, Đoàn Trung Côn, v.v.

Một số các nhà trí thức thời bấy giờ có thể đã nghĩ rằng **truyện Tàu** là phương tiện tốt nhất vì tải đầy đạo lý. Lật xem truyện Tàu, ta sẽ thấy nhan nhản những *gương trung nghĩa* như Quan Công, *gương trung hiếu* của Nhạc Phi "tận trung báo quốc", *ơn nghĩa* (bát cơm Phiếu Mẫu của Hàn Tín), *tinh thần thượng võ* (Quan Công không giết người dưới ngựa), *quân tử nhứt ngôn, đi đại lộ về đại lộ* (Quan Công), *tình bằng hữu tri âm* ngoài *bốn biển anh em* (anh hùng Lương Sơn Bạc) và *cắt máu ăn thề* (Lưu Quan Trường, Ngũ Hổ) còn có *tri âm* (Bá Nha - Tử Kỳ), *tri kỷ* (Quản Trọng - Thúc Nha), *tiết tháo trung thần, thác trong hơn sống đục* (Khuất Nguyên), nhẫn nhục, nằm gai nếm mật (Việt Vương Câu Tiễn), v.v.

Những *tam cang, ngũ thường; tam tòng, tứ đức* đã ăn sâu vào đời sống người Việt-Nam (dù tương đối và tùy vùng vì yếu tố Việt khá mạnh), những khi người ta nói đến "nhân, nghĩa, lễ, trí, tín" hay đối xử với nhau trong họ hàng, xã thôn và làng nước. Đã là một thứ "đạo đức" vượt không gian và thời gian của dân tộc.

Tất cả đều có thể tìm thấy trong truyện Tàu! Nhưng đạo lý trong truyện Tàu đa dạng, không thuần độc tôn. Nền tảng tam giáo Nho-Đạo-Phật thấm nhuần trong mọi sinh hoạt tín ngưỡng, trí thức cũng như giao tiếp, lễ nghĩa, xã hội. Nho giáo vẫn luôn là căn bản vì Nho còn là triết lý chính trị của các triều đại vua chúa, một triết lý nhập thế.

Đạo giáo đem đến tư tưởng thoát tục, xuất thế, nhưng cũng khuyến sống thiện và không quá bám víu vật chất hoặc danh (hão) để sống an nhiên, nhàn nhã - trong đó có kiểu "quẳng gánh lo đi mà vui sống", ngay cả khi hành thế. Triết lý nhà Phật đưa đến ý niệm tu thân và từ bi. Tùy giai đoạn của cuộc đời và nhân sinh quan của mỗi người mà những tư tưởng, đạo lý đó áp dụng nặng hay nhẹ, nhiều hay ít. Truyện Tàu là tấm gương phản-ảnh trung thành những quan niệm sống này! Có truyện chỉ đề cao một đạo như *Tây Du Ký* của Ngô Thừa Ân mục đích xuất-thế, giải-thoát; nhưng qua các nhân-vật tác-giả cũng để lại dấu ấn ảnh-hưởng những triết-lý khác: "Lão Tôn" đại diện cho lý-trí kiêu căng ưa phân-biện, phản-diện của một Đường Tăng quyết chí tu-hành đã phải vượt thoát bao cám-dỗ, yếu đuối. Nói chung, khác với kinh sách chính thức, nội dung truyện Tàu tải đạo Nho nhưng đồng thời có cả tam giáo hòa đồng vốn đã trở thành nhân sinh quan của người Trung quốc, và trong thể truyện Tàu, con người đã bắt đầu có chỗ đứng, dù khiêm tốn!

Với chữ Quốc-ngữ, việc phiên-dịch truyện Tàu sang tiếng Việt trở nên dễ dàng, thuận tiện hơn là với chữ Nôm. Truyện Tàu lại đa dạng về đề tài cũng như nhân vật, không gian: ngoài các tiểu-thuyết "ngôn tình" lãng mạn, còn có võ hiệp, Truyện Tàu được in ấn rất nhiều hồi đầu thế kỷ XX, được tái bản nhiều lần và có nhiều bản dịch khác nhau của một truyện - y như hiện tượng dịch truyện chưởng Kim Dung (11) vào thập niên 1960 ở miền Nam và ở trong nước từ năm 1988 tái bản truyện Tàu - nay được phức tạp gọi là "tiểu-thuyết cổ điển Trung quốc", khởi đầu với *Tam Quốc Chí*, rồi in lại và "dịch lại" Kim Dung và gần đây nhất ào ạt dịch các tác giả họ gọi là "đương đại" như Trương Hiền Lương, Mạc Ngôn, Giả Bình Ao (12), v.v..

Ảnh hưởng truyện Tàu như vậy khá hiển nhiên ở các tiểu-thuyết kim-văn thời tiền phong ở miền Nam. Về số lượng cũng vậy. Phong trào phiên âm Quốc-ngữ những tác-phẩm chữ Nôm dù được hùng hậu cổ võ, nhưng kho tàng văn học này không đồ sộ lắm, mỗi tác-phẩm lại không đủ dài và hấp dẫn người đọc (ngoại trừ Lục Vân Tiên), do đó vẫn bị khối lượng truyện Tàu lấn lướt. Lục Vân Tiên dù sao cũng đã đóng trọn vai trò của truyện Kiều của Đàng Ngoài, đã là sách đầu giường và đầu môi giảng dạy đạo lý làm người vừa là văn chương truyền thống truyền khẩu; tác-giả Nguyễn Đình Chiểu đã tài tình cho nhân vật những cá-tánh của con người lục tỉnh bộc trực, thẳng thắn, có tình nghĩa, lạc quan và chịu đựng, can đảm. Riêng Lục Vân Tiên đã là một hiện tượng về xuất-bản hồi đầu thế kỷ 20, được tranh giành nhau in và bổn cũ soạn lại, thành cũng có một số dị bản, và lại tác-giả mù lòa đọc cho học trò và con cháu chép lại nên khó mà kết luận đâu là nguyên-bản trung thành nhất.

Truyện Tàu thay thế phần nào chỗ của Lục Vân Tiên, cung cấp cho người đọc (và người nghe kể) những hình ảnh anh hùng, những gương sống và ứng xử ở đời, do đó gây thích thú say mê nhiều thế hệ và hấp dẫn nhiều tầng lớp xã hội, trí thức, dân thị thành cũng như thợ thuyền, nhà nông. Nhà văn Trúc Hà tác-giả một số biên khảo văn học sử và cũng là nhà thơ có sáng tác đăng báo *Nam Phong* và *Sống*, từng thú nhận ông mê truyện Tàu ra sao: *"Giữa khoảng tám, chín tuổi, tôi sống với truyện Tàu. Không một bộ truyện nào trong thời ấy có bán mà tôi không đọc. Tôi lấy làm thích mà tưởng tượng Triệu Tử đang tung hoành ở Đương Dương trường bản, La Thành đi miếng hồi mã thương, Lưu Khánh nhẹ nhàng cất mình lên không nhờ cặp tịch vân phách. Nhà viết truyện cổ thời của Trung Hoa khéo sáng tạo những nhân vật phi thường có thể thỏa mãn đầy đủ tánh hiếu kỳ và vượt hẳn sức tưởng tượng của độc giả. Tôi còn thích hơn nữa là nghe được mấy ông lão trong làng bình phẩm các nhân vật ấy"* (13). Cụ Vương Hồng Sển thì học được nhiều bài học xử thế từ những tuồng đời bất hủ trong truyện Tàu, ông viết cả một tập tản-mạn *Thú Xem Truyện Tàu* (14).

Truyện Tàu được người trong Nam ưa thích đặc biệt phần lớn là tiểu-thuyết bạch thoại trường thiên xuất hiện từ thời nhà Minh, thành công mở đầu cho truyền thống tiểu-thuyết chương hồi - theo thứ tự xuất hiện là *Tam Quốc Chí Diễn Nghĩa* (đào viên kết nghĩa: Lưu Bị -Quan Công-Trương Phi cắt máu ăn thề; Ngũ Hổ), *Thủy Hử* (tứ hải giai huynh đệ: Lâm Xung, Lỗ Trí Thâm, Võ Tòng, Dương Chi, Tống Giang), *Tây Du Ký* (Tôn Ngộ Không, Đường Tăng, Sa Tăng, Trư Bát Giới), rồi *Liệt Quốc Chí Truyện*, *Phong Thần Diễn Nghĩa* (các vua Vũ, Trụ), v.v. Riêng *Kim Bình Mai* cũng thuộc thời này, nhưng giới dịch thuật Việt-Nam lúc bấy giờ chưa đụng tới - phải chăng cũng vì lý do đạo lý? Dù vậy, cũng có thể vì áp lực đạo lý mạnh mà lại có hiện tượng buông thả vượt cương tỏa luân lý Tống Nho: Lê Hoằng Mưu năm 1915 khi xuất bản đã "dám" viết *Hà Hương Phong Nguyệt* (ghi chú là "roman fantastique" và "dịch" bút hiệu "Hoằng Mưu" là "Le fantaisiste"), và đến 1931, *Người Bán Ngọc* (4 quyển; NXB Lưu Đức Phương) kể chuyện phòng the với nhiều chi tiết tuột khỏi khuôn luân lý đương thời, trở thành cây viết tiền phong trong lãnh vực, trước cả Vũ Trọng Phụng, Trương Tửu,...!

Truyện Tàu văn bạch thoại, mang hình thức truyện kể, do đó có những đặc điểm là dễ đọc, dễ hiểu, có thể đọc đứt đoạn - trong khi "văn ngôn" súc tích cầu kỳ gần thể truyện ký hơn là tiểu-thuyết. Về thể loại, truyện Tàu cũng đa dạng: dã sử như *Tam Quốc Chí, Phong Thần Diễn Nghĩa, Tây Hớn, Đông Hớn*,... ; võ hiệp, nghĩa hiệp, "đạo lý" giang hồ như *Thủy Hử*, ,...; kỳ tình, tình cảm, xã hội như *Hồng Lâu Mộng, Kim Bình Mai*, phúng thích như *Nho Lâm Ngoại Sử*. *Phấn Trang Lầu Diễn Nghĩa* ở phần kết có hậu, yến tiệc khoản đãi người tài và ngay (La Xáng), trai tài gái sắc đoàn tụ (những năm phu nhơn!), được thiên-tử tưởng thưởng, người viết truyện Tàu đã nói: *"Lúc ấy cả nhà vui lòng đẹp ý, muôn thuở vinh hoa, ngàn thu khoái lạc; ấy cũng đủ mà sánh so cho trung nịnh hai đàng, và xét suy quốc vận. Nửa bộ trước mịt mù như địa phủ u minh, đến nửa bộ sau thiệt rõ ràng là quang thiên hóa nhựt; cũng nên lấy sự than hiền viễn nịnh mà răn mình. Nay tôi dịch bộ truyện này ra đây, là có ý để làm gương cho kẻ hậu lai, coi lấy đó rồi suy cổ nghiệm kim, chớ có bắt chước theo lũ Trầm Khiêm mà mang tai mang họa. Thận chi! Giai chi!"* (15).

Truyện Tàu được ưa thích không chỉ vì bình dân dễ hiểu mà còn vì chúng được viết ra từ hoàn cảnh loạn lạc của phong kiến Trung-Quốc. Do đạo đức cần được đề cao và phục hồi trong các thời chiến quốc đó phù hợp với hoàn cảnh chiến tranh loạn lạc của Việt-Nam (Trịnh-Nguyễn, Gia Long-Nguyễn Huệ rồi kháng chiến chống Pháp) cho nên dễ đi sâu vào lòng người - Kim Dung sau này cũng thành công cùng với những lý do đó.

Ảnh hưởng của truyện Tàu nhập vào trong đời sống, trong nền tảng đạo đức luân lý mà cả trong ca-dao, vè bình dân cũng như tiểu-thuyết, lý luận của báo chí; giới trí thức sử dụng như phương tiện giáo dục. Dĩ nhiên từ truyện Tàu khai sinh ra nhiều *điển tích, thành ngữ* và *nhân vật tiêu biểu*, người ta có thể dùng trong đối thoại và thuật xử thế thường ngày (cùng với nguồn thứ hai là tục ngữ tức kho tàng khôn ngoan của riêng tiền nhân ta để lại). Những nhân vật Bá Di-Thúc Tề (nghĩa khí), Đắc Kỷ, Điêu Thuyền (sắc đẹp cứu nước), Bao Tự (sắc đẹp phá nước), Tây Thi, người đẹp Trữ La Thôn (sắc đẹp nghiêng nước nghiêng thành), Khương Tử Nha, Bá Lý Hề (thành danh muộn), Quan Công, Tào Tháo, Lỗ Thâm, Lữ Bố, Phàn Lê Huê;... trở thành "điển tích", hễ nói đến là ai cũng có thể hiểu và được đem vào trong các truyện thơ sáng tác! Trương Duy Toản còn phỏng theo nhân vật truyện Tàu viết truyện đăng báo Đơn Hùng Tín An Nam Tục Kêu Ba Tính năm 1925 (16).

Trước hiện tượng truyện Tàu bành trướng đến thành phố thông và bình dân một cách tự nhiên đó, có người bắt đầu lo lắng, lên tiếng tra vấn có nên không? Có người thì từ dịch truyện Tàu đi đến sáng tác như Hồ Biểu Chánh bước đầu muốn viết tiểu-thuyết cũng đã phải đi học chữ Nho (17) vì ông cho biết viết khó khăn vì *"không tìm ra lời mà tả trí-ý cho người ta thông cảm được"* (18). Ông bắt tay dịch lấy 20 truyện Tàu từ hai tập Tình Sử và Kim Cổ Kỳ Quan (sau xuất-bản 1910 tựa *Tân Soạn Cổ Tích*, cùng Giáo Sỏi Đỗ Thanh Phong) và viết truyện lục bát *U Tình Lục* ("roman annamite"), trước khi thật sự viết truyện văn xuôi với *Ai Làm Được* (1912, đăng *Nông Cổ Mín Đàn* 2-1920, xuất bản năm 1922). Có người không dịch mà bắt đầu bằng sáng tác như Trần Thiên Trung (tức Gilbert Trần Chánh Chiếu) viết cuốn *Hoàng Tố Anh Hàm Oan* (1910), trong lời Tựa ông cho biết: *"... Nay tôi ngụ ý soạn một bổn nói về việc trong xứ mình, dùng tiếng tầm thường cho mọi người dễ hiểu đặng. Ấy là làm thử, nên chỗ nào có sơ siểng, xin chư quý vị khán quan dung túng. Truyện này tuy là đồ thuyết, song theo cuộc đời thường tình thiên hạ hằng có như vậy luôn, chẳng phải nói việc dị đoan sang đàng quá trí khôn cho con người"* (19). Tờ *Nông Cổ Mín Đàn* ra ngày 3-5-1910 quảng cáo truyện này cùng với *Phan Yên Ngoại Sử Tiết Phụ Gian Truân* cho biết: *"Từ xưa nhẫn nay, truyện nào sách nào cũng chỉ có một việc khuyên lành lánh dữ mà thôi. Song người trước thường ưa những việc dị đoan, cho nên phải lập dị đoan mà răn thiên hạ, chớ như đương lúc ni là lúc văn minh đã tràn ra khắp hoàn cầu, vậy ta cũng nên bỏ mất cái nẻo dị đoan lần lần, đặng có gội nhuần gió Mỹ mưa Âu, hầu mở mặt mày* cùng chư quốc. Nay có một bọn nho gia hiệp lại kêu là Trứ Thơ viện mà làm truyện đời nay hoặc truyện đời xưa của Nam Việt và truyện Âu Mỹ... trong ấy chỉ lo một điều thuần phong mỹ tục, còn những thói hư vô bạo ngược thì đều có lời răn luôn..."* (20). Một người khác cùng thời là Trương Duy Toản cũng bắt đầu sự nghiệp với sáng tác, vì *"theo trí mọn của tôi nay phải bỏ những Lê Huê pháp thuật, Kim Đính thần thông, Khương Thượng phong thần (...) mà sắp bày những món cho mới miễn là lánh khỏi cái nẻo dị đoan và báo ứng phân minh là đủ rồi"* (21).

Bước đầu truyện Việt-Nam đã phải cạnh tranh khó khăn với truyện Tàu, một trong những lý do khiến phải đăng trên các báo hoặc quảng cáo các hiệu thuốc người Hoa như trường hợp hai cuốn truyện của Nguyễn Chánh Sắt, *Tình Đời Ấm Lạnh* in trong Thiên Sanh Đường đại dược-phòng ở Chợ Lớn và *Nghĩa Hiệp Kỳ Duyên* in trong sách quảng cáo *Vệ Sanh Chỉ Nam* (1919) của nhà thuốc Nhị Thiên Đường, v.v. Đó cũng là lý do khiến nhiều nhà trí thức tân học không để ý tìm đọc hoặc xem thường. Nhưng rồi truyện Tàu cũng như truyện Việt-Nam đều đã trở nên món ăn tinh thần của mọi từng lớp dân chúng - hơn nữa, rất thích hợp với người dân Nam-kỳ lục-tỉnh, mà rồi ngôn ngữ cũng chuẩn hơn và kỹ thuật, hình thức cũng thuyết phục người đọc hơn!

Đạo lý trong truyện Ta

Truyện Tàu chương hồi bạch-thoại đọc để giải trí, lại chuyên chở đạo lý nên dù có tính dung-tục không nhiều giá trị văn chương nhưng có nghệ thuật và hợp thị hiếu đa số quần chúng, giá trị tinh thần thật là thiết yếu cho buổi giao thời bấy giờ! Sau khi đã dịch và soạn sách giáo dục luân lý cũng như dịch truyện Tàu, các nhà trí thức, nhân sĩ nghĩ đến sáng tác tiểu-thuyết. Như lời cổ võ của tờ *Nông Cổ Mín Đàn* vừa trích, *"nay có một bọn nho gia hiệp lại kêu là Trứ Thơ viện mà làm truyện đời nay hoặc truyện đời xưa của Nam Việt và truyện Âu Mỹ... trong ấy chỉ lo một điều thuần phong mỹ tục, còn những thói hư vô bạo ngược thì đều có lời răn luôn..."*. Do đó mục đích của tiểu-thuyết ban đầu có tính cách giáo dục, *"văn dĩ tải đạo"* vì các tác giả quan niệm tiểu-thuyết có khả năng giáo hóa quốc dân; họ viết đủ loại "kim thời tiểu-thuyết" như "luân lý tiểu-thuyết", "nghĩa hiệp tiểu-thuyết", "kiếm hiệp tiểu-thuyết", "lý tưởng tiểu-thuyết",... các danh xưng sau cũng trong sứ mạng khai hóa, giáo dục, nên cuối cùng cũng là luân lý!

Như vậy khởi đầu, năm 1910 có Trần Thiên Trung tức Gilbert Trần Chánh Chiếu viết cuốn *Hoàng Tố Anh Hàm Oan* (52 tr.) và Trương Duy Toản với *Phan Yên Ngoại Sử Tiết Phụ Gian Truân* (48 tr.), tập trước truyện ta mà tác giả khiêm tốn gọi là "đồ thuyết", tập sau truyện dã sử; hai tập tiểu-thuyết đầu tiên 23 năm sau Nguyễn Trọng Quản này vẫn theo phân hồi như truyện Tàu cũng như bố cục vẫn hợp-rồi-tan và cuối cùng "thiện ác đáo đầu chung hữu báo", mà các nhân vật hai phe chính và tà, và riêng *Phan Yên Ngoại Sử Tiết Phụ Gian Truân* cách đặt tên nhân vật cũng đã ngụ ý: Ngưu Cường, Mã Kiện,... như dựa theo truyện Kiều!

Cũng trong chiều hướng đó, Trọng-Khiêm khi viết *Kim Anh Lệ Sử* (1924), *"một câu chuyện về đầu thế kỷ 20"*, đã cho biết tuy hình thức mượn của Âu tây nhưng *"bề trong vẫn phảng phất cái hồn luân lý của Việt-Nam cố quốc ta vậy"* (3). Thực vậy, hình như chủ đích của tác giả là phê phán xã hội buổi giao thời. Truyện kể cuộc đời bi thảm đầy nước mắt của một thiếu nữ con nhà nề nếp, vì hoàn cảnh gia đình sa sút phải chạy theo cuộc sống gian truân đầy cạm bẫy. *Mảnh Trăng Thu* của Bửu Đình, đăng *Phụ-Nữ Tân-Văn* năm 1930, xuất bản 1931, kể lại chuyện tình lãng mạn của đôi thanh niên tân học Minh Đường và Kiều Tiên lồng trong vụ án mạng ngay trong đêm hợp-cẩn người chồng Kiều Tiên bị ép lấy. Một cốt truyện và văn bản xuất hiện trước *Đoạn Tuyệt* (1935) của Nhất Linh về nếp sống hiện đại, mới, và những đụng chạm với những thế lực văn hóa cựu trào, nhưng câu văn, hình thức đơn sơ hơn!

Ảnh hưởng truyện Tàu nặng nề nhưng phần nào đó cũng là nền nếp, phong hóa của Việt-Nam ta từ lâu đời và cách riêng đối với vùng đất Nam-kỳ lục-tỉnh có người Hoa Minh-hương trong dân số hình thành. Có thể nói các tiểu-thuyết của Nguyễn Chánh Sắt rồi Hồ Biểu Chánh là một phát triển tự nhiên từ những truyện Lục Vân Tiên, Hậu Lục Vân Tiên hoặc những truyện thơ phát triển mạnh ở trong Nam. Về hình thức đã vậy, mà về nội dung, các tiểu-thuyết của Hồ Biểu Chánh và một số nhà văn tiền phong vẫn cố giữ yếu tố truyền thống dân tộc trong đó luân lý, phong hóa giữ một nhiệm vụ quan trọng. Đa số các tiểu-thuyết của Hồ Biểu Chánh nặng tính luân lý, chỉ cần xem qua các tựa cũng đã rõ phần nào nội dung và chủ đích. Văn dĩ tải đạo, viết để xiển dương đạo lý, mà ông lại tỏ ra thủ cựu tư tưởng dù làm việc cho tân trào là chánh quyền thuộc địa Pháp. Một đạo lý truyền thống nhưng phổ quát, bình dân, thực tế áp dụng chứ không luân lý suông, cứng nhắc, do đó mà truyện ông lắm khi dài dòng: cảnh Trần Văn Sửu lỡ xô ngộ sát vợ ngoại tình, mười mấy năm trốn sống vùng người Thổ (Miên) lén lút về thăm con, dài dòng nói đi lý lại cốt chỉ để tả cha con thâm tình ra sao, tía vợ hiếu con rể thế nào, v.v. trong *Cha Con Nghĩa Nặng*! Tình cha con thắm thiết nhưng nhẹ nhàng, đầy đủ chứ không cứng nhắc như "nghiêm đường, hiếu tử" ở miền Ngoài! Tình phụ-tử con với cha được Hồ Biểu Chánh triển-khai trong *Ngọn Cỏ Gió Đùa* khác với nguyên bản *Les Misérables* của Victor Hugo: tình con Vương Thể Phụng đối với cha Thể Hùng thật thấm thiết! Bên cạnh là những chuyện khuyến khích lập gia đình, con thừa tự (*Cay Đắng Mùi Đời*), cổ võ những xử-sự đừng trái đạo luân thường (*Bức Thư Hối Hận*), ... Đạo lý làm người quân tử cũng được cổ võ (*Bức Thư Hối Hận*, v.v.),...

Như vậy nghĩa là vẫn có **phần riêng của phong hóa Việt**. Vẫn mạnh tư tưởng đạo đức luân lý, tính nghĩa hiệp, trọng công bằng và tình người. *Phan Yên Ngoại Sử Tiết Phụ Gian Truân* 1910, kể chuyện chàng Vương Thể Trân ở Phan Yên (tức Sài-Gòn) thời Nguyễn Huệ đánh lấy thành Gia Định, chàng lên đường giúp Chúa Nguyễn qua bao chiến đấu trận mạc để rồi cuối cùng tái-hồi hôn lễ với Nhan Khả ái tiểu thơ bị cướp Chàm bắt cóc. Truyện nói đến nhiều thứ tình nghĩa lồng trong không khí kêu gọi cứu nước khỏi thực dân Pháp. Đề cao hiếu nghĩa đã có Phạm Minh Kiên với *Hiếu Nghĩa Vẹn Toàn* (1923). Hôn nhân tuy vẫn theo nếp cha mẹ đặt đâu con ngồi đấy nhưng cũng đã có hiện tượng dung hòa rộng rãi hơn, tự do luyến ái được đề cao hơn nhưng vẫn trong khuôn khổ. Có tác giả thực tế nhiều kinh nghiệm sống hơn như Hồ Biểu Chánh trong vài truyện như mặc nhiên nhìn nhận việc trai gái sống chung không hôn thú và cả "tiền dâm hậu thú" (*Ai Làm Được, Bỏ Vợ*), nhưng đâu đó vẫn thấy phân biệt được phải quấy. Xung đột mới cũ được đề cập trong nhiều tiểu-thuyết của ông như *Tiền Bạc Bạc Tiền* (1925), đến *Chút Phận Linh Đinh*, tình nghĩa vợ chồng nhiều thử thách trong xã hội xưa "cha đặt đâu con (trai) ngồi đấy, áo mặc không qua khỏi đầu", nhưng cuối cùng tác giả đã để cho nhân đạo và lẽ phải thắng, cải hóa hết trong đoàn viên và niềm vui. Bản chất người được đề cao và "nhân chi sơ tánh bổn thiện", từ đó mới có chuyện hoàn lương, cảm hóa hoặc giàu sang mà không kiêu và gần gũi những cùng đinh trong xã hội!

Mặt khác, nếu truyện Tàu như Phong Thần kể những phép thuật tu hành - tiền bối của những truyện chưởng Kim Dung sau này, thì một số tác giả Việt-Nam tin ở sự đầu thai (HBC *Tơ Hồng Vương Vấn*), tin ở Phật Trời (HBC *Một Đời Tài Sắc*),... Tuy vậy đa số đều chủ trì sự thờ cúng ông bà như phần đông người dân miền Nam. Truyện đề cao lợi ích chung, của tập thể, quên cá nhân (*Giọt Máu Chung Tình* của Tân Dân Tử; *Ngọn Cỏ Gió Đùa*, v.v. của Hồ Biểu Chánh, v.v.). Trong Lời Tự *Giọt Máu Chung Tình*, Tân Dân Tử cho biết: "... *Tôi chẳng nài lao tâm khổ não đem những ngày giờ dư giả trong lúc đêm tịnh canh trường, mà tìm tòi một sự tích có thú vị, có ân tình, có tinh-thần, có phẩm giá, đặng phô diễn ra đây, trước là phụ ích với các nhà Tiểu thuyết đương thời, sau là tỏ rằng trong xứ ta cũng hiếm kẻ khí phách anh-hùng, trung trinh liệt-nữ như các nước khác kia vậy.*

Trong quyển tiểu thuyết nầy có ba đều đại yếu: 1- trai như Đông-Sơ là một trai có tinh thần đởm lược, khí phách anh-hùng, chỉ biết lấy một gan đởm mà đền đáp nợ nước ơn nhà, cho rõ phận sự tu mi đứng trong hoàn võ, 2- gái như Thu-Hà là một gái tánh tình cao thượng, biết lấy một sự trung trinh tiết hạnh mà đối đãi với chồng cho khỏi tiếng sỉ tiết ô danh, tồi phong bại tục, 3- Triệu-Dỏng là bạn giao tình kết nghĩa song cũng giữ một lòng nhiệt thành chỉ tín, mà đối đãi với cố hữu thân bằng; hoạn nạn chung cùng, xem dường anh em đồng bào cốt nhục..." (Impr. Nguyễn Văn Viết, 1926, tr. 5).

Vai trò của phụ nữ được đề cao hơn so với văn hóa Tống Nho. Nhiều nhân vật nữ trong tiểu-thuyết của Hồ Biểu Chánh có học khá như Đoàn Thu Hà trong *Khóc Thầm*, Xuân Hương trong *Một Đời Tài Sắc*, hoặc tích cực xông xáo như nhân vật Bạch-Tuyết trong *Ai Làm Được* (1912, 1922) hoặc nhân vật cô Hai Tân tự lập và có những tư tưởng tiến bộ và có những quyết định hay hành động vượt qua nếp sống cố hữu của thời đại hãy còn nặng đạo lý Nho giáo trong *Tân Phong Nữ Sĩ* - đây là đoạn hai nhà tính làm sui gia gặp nhau lần đầu:

"Cô Hai Tân vừa nói vừa kéo tay Vĩnh Xuân mà dắt qua phòng ăn. Hai ông và hai bà ngó nhau mà cười. Bà hội đồng Thạnh nói rằng: "Gái đời nay dạn dĩ quá!" Bà Đạo cười mà đáp rằng: "Tại thầy cho nó học chữ Tây, nên tánh nó như đầm. Tôi rầy nó hết sức, muốn sửa cho nó theo con gái An Nam, mà sửa không được".

Ông Đạo nói rằng: "Đời nào phải theo đời nấy, sửa giống gì. Đờn ông đời nầy người ta cùng là giao thiệp đều theo cách người Âu Mỹ. Đờn bà con gái tự nhiên phải tập ăn ở như đầm, mới hiệp ý nhau được chớ".

Theo tinh thần đạo lý của truyện Tàu, nhưng các tác giả Việt-Nam cũng đề cao tính người, giá trị con người, muốn con người hãy làm con người đúng nghĩa và con người là hiện thân của Chân Thiện Mỹ - một đạo lý hoàn toàn nhân bản, dân gian, liên hệ đến hoàn cảnh sống cụ thể của miền đất Nam-kỳ tân lập, chứ không phải xuất phát từ giáo điều, tôn giáo!

Tiểu-thuyết có hậu, quả báo nhãn tiền, mọi việc đều có ý để răn dạy - anh-hùng nữ-kiệt trong truyện Việt-Nam tha hồ "thế thiên hành đạo". Quan niệm tiểu-thuyết để giáo hóa con người, một số viết truyện đề cao đạo-đức, luân lý bình dân như Biến Ngũ Nhi (*Kim Thời Dị Sử*, đăng *Công Luận Báo* 10-1917, xuất bản 1921), Nguyễn Chánh Sắt, Hồ Biểu Chánh,... Trần Thiên Trung trong *Hoàng Tố Anh Hàm Oan* (1910) chứng minh thuyết nhân quả và người hiền rồi cũng được thưởng và kẻ ác phải đền tội. Nguyễn Chánh Sắt nổi tiếng với *Nghĩa Hiệp Kỳ Duyên* (1919): chuyện nàng Chăng Cà Mum bị người Miên bắt cóc từ nhỏ về làm đầy tớ, với những nhân vật gian như Lâm Trí Viễn, Phi Đàng, Triệu Bất Thanh, hiền như Trọng Nghĩa,... Truyện minh chứng quan niệm đạo-đức xưa "thiện ác đáo đầu chung hữu báo" với kết cuộc kẻ hiền được thưởng, được đoàn viên, kẻ ác phải chết hay bị trừng phạt (sau này truyện chưởng và kiếm hiệp giữa thế kỷ XX chứng minh Thiện Ác trong cuộc đời không đơn giản, khó mà phân minh và không dễ thấy, cũng Âm Dương là hai mặt của một thực thể. Tà đạo trong truyện chưởng của Kim Dung cũng vậy, mang cả hai đặc tính, đáng sợ, phải tránh nhưng cũng gây cám dỗ). Cũng như trong các truyện sau đó của ông như *Tài Mạng Tương Đố* (1925). Phú Đức thì thành công hợp thị hiếu với *Châu Về Hiệp Phố* (1926),...

Khuynh hướng giáo dục quần chúng do đó đã lộ rõ trong nhiều tác phẩm của thời khởi đầu này. Hồ Biểu Chánh kể trong "Đời của tôi về văn nghệ" rằng ông viết tiểu-thuyết với ý muốn cảm hóa quần chúng theo con đường chính trực (22). Giáo dục quần chúng, đề cao những giá trị truyền thống của dân tộc như lễ nghĩa, nhân đạo, thuyết nhân quả. Đối với Hồ Biểu Chánh và một số nhà văn tiền phong miền Nam, tác phẩm được viết không cốt yếu để đưa ra những lý thuyết cao siêu trừu tượng, những diễn văn đao to búa lớn rỗng nội dung, mà như chỉ để chứng minh những truyền thống, tư tưởng luân lý ngàn đời, vẽ chân dung những phong hóa đặt trong môi trường sinh động của buổi giao thời. Chính việc làm này đã đóng góp cho việc bảo tồn văn hóa dân tộc trước ảnh hưởng ngày càng lớn của văn hóa ngoại lai.

Truyện thời này nói chung nhằm mục đích hướng thượng, nội dung thường là cuộc thư hùng giữa thiện và ác, người viết luôn đề cao những nhân vật thiện hoặc người xấu cuối cùng cũng cải hóa, theo con đường lương thiện. Kết cục loại truyện này có hậu, thiện bao giờ cũng thắng ác. Lạc quan: nhân quả, phúc hoạ vô lường, ở hiền gặp lành, tin có thần đến cứu (*Ngọn Cỏ Gió Đùa* HBC). Ngay *Thầy Lazarô Phiền* cũng là truyện luân lý nói đến sự hối hận và chuộc tội! Đời sống mới, có tốt thì cũng có mặt trái. Các nhà văn tiền phong tiếp như Lê Hoằng Mưu (*Oán Hồng Quần Phùng Kim Huê Ngoại Sử*, 1920), Biến Ngũ Nhi (*Kim Thời Dị Sử*, 1921), nhất là Hồ Biểu Chánh ngay từ những tác phẩm đầu như *Ai Làm Được* (1912, 1922), v.v., đời thường đó được đưa vào tiểu-thuyết một cách tự nhiên các nền tảng đạo lý trở nên nồng cốt cho một xã hội mới từ đây không vua ở trên và không huấn-đạo ở địa phương, mà giai cấp nhà Nho cũng mất chỗ đứng!

Người dân thích truyện Tàu, cho nên một số nhà văn Việt-Nam viết theo thị hiếu, vì người đọc thích những truyền thống ông bà để lại xuyên qua những chuyện trung hiếu tiết nghĩa, những gương dũng khí, anh hùng. Muốn so sánh khi đối thoại hoặc lý luận, truyện Tàu đã có sẵn nhân vật hai mặt chánh-tà, trực-phản, nào Tần Cối-Nhạc Phi, La Thành-Đơn Hùng Tín, Tào Tháo-Quan Công, Tôn Tẫn-Bàng Quyên, v.v. Như vậy, có người tiếp tục cóp nhặt sản phẩm văn hóa Trung Hoa, nhưng lại có người chủ xướng một tinh thần học thuật có tính quốc gia và bài xích chống đối những gì là của ngoài (Ấn, Hoa,...). Khoảng năm

1907, một số nhà Nho ở Nam kỳ như Tân Dân Tử, Nguyễn Tử Thức đề xướng việc "đưa Quan Công về Tàu" và "mời Thích-ca về Ấn Độ" gây thành phong trào quốc gia phục hưng (23).

Mặt khác cho rằng truyện sử Tàu không đáng học bằng lịch sử nước ta. Từ đó có hiện tượng truyện lịch sử mà số lượng rất đáng kể dù về văn chương và hình thức chưa trưởng thành lắm. Các truyện lịch sử này là một phản ứng lại khuynh hướng mê truyện lịch sử Tàu, một thức tỉnh của tinh thần dân tộc đối kháng với ảnh hưởng Trung Hoa. Vấn đề quốc-gia xã-tắc: dân tộc đang gặp khủng hoảng trong một xã hội bình mà không an vì những phong trào kháng Pháp vẫn liên tục âm ỉ hoặc ra mặt và kẻ cai trị không được lòng dân! Phần khác, một vài đạo lý chủ trì trong các truyện Tàu có thể không thích hợp với thời đại và người Việt, các nhà văn nhà báo Việt-Nam xét lại tính quân tử Tàu cố chấp và cực đoan ở Quan Công, Bá Di Thúc Tề, Giới Thôi Tử, v.v. cũng như đề cao sự uyển chuyển hợp lý trong hành động qua một số nhân vật tiểu-thuyết của Hồ Biểu Chánh, Phú Đức (Nguyễn Đức Nhuận), v.v.

Tinh thần đạo lý Nho giáo đề cao lòng trung quân ái quốc và người sĩ-phu Việt thêm tự hào dân tộc. Thời đầu thế kỷ, một số nhà vận động Duy tân đã xuất bản những tập gọi là "tiểu-thuyết" (nay gọi là tiểu-luận) như *Minh Tân tiểu-thuyết* (1907) của Trần Chánh Chiếu luận văn khuyên đồng bào theo lẽ phải và "minh minh đức" (làm sáng đức sáng) và "tác tân dân" (làm mới dân)! Sau đó phong trào lớn mạnh, bị đàn áp nhưng lúc nào cũng có người vận động, các Trứ thơ viện và Thư xã cũng như các hội kín mọc lên ở nhiều nơi. Tân Dân Tử, tác giả nhiều tiểu thuyết lịch sử đã cắt nghĩa sự hấp dẫn của các truyện này trong Lời Tựa bộ *Gia Long Tẩu Quốc*: "*Lịch-sử đại-lược chỉ nói tóm tắ(c) những sự lớn lao mà không nói cặn kẽ những sự mảy mún(g). Còn lịch sử tiểu thuyết thì nói đủ cả, vừa chuyện lớn lao vừa chuyện mảy múng, đều trạng ra như một cảnh vật tự nhiên, hiển hiện trước mắt. Lịch sử đại lược có nói nhơn vật sơn xuyên, quốc gia hưng phế, mà không t(o)ả trạng mạo ngữ ngôn, không t(o)ả tánh tình phong cảnh.*

Còn lịch-sử tiểu-thuyết thì t(o)ả đủ các nhơn vật sơn xuyên, tánh tình ngôn ngữ, tả tới hỉ, nộ, ái, ố, trí não tinh thần, t(o)ả tới phong cảnh cỏ hoa, cửa nhà đài các, nhành chim lá gió, nhạc suối kèn ve, làm cho các độc giả ngồi xem quyển sách, miệng đọc câu văn, mà dường như mình đã hoá thân đi du lịch một phong cảnh nào kia, xem thấy một nhơn vật nào đó, khiến cho kẻ đọc ấy để cảm xúc vào lòng, để quan niệm vào trí" (Impr. Bảo Tồn, 1930, tr. IX-X)

Một số tác-giả viết truyện và tiểu thuyết lịch-sử Việt-Nam như Phạm Minh Kiên là tác giả viết nhiều nhất (*Việt-Nam Anh Kiệt-Vì Nghĩa Liều Mình* 1926, *Lê Triều Lý Thị* 1931, *Tiền Lê Vận Mạt* 1932, *Vì Nước Hoa Rơi* 1936), và Trương Duy Toản (*Phan Yên Ngoại Sử Tiết Phụ Gian Truân*, 1910), Tân Dân Tử (*Giọt Máu Chung Tình* 1926, *Gia Long Tẩu Quốc, Hoàng Tử Cảnh Như Tây và Gia Long Phục Quốc*). Tiểu-thuyết lịch sử *Giọt Máu Chung Tình* tuy không thành công về văn chương nhưng đã gây tiếng vang thời đó nhờ ở nội dung chuyện tình Bạch Thu Hà - Võ Đông Sơ giả tưởng con Võ Tánh xảy ra vào đời Gia Long, đề cao trung hiếu tiết nghĩa với hai cái chết của đôi tình nhân vào cuối truyện. Võ Tánh ứng mộng dạy bảo Đông Sơ hy sinh vì nước: "*Con ôi! Con hãy coi theo cha mà tận trung báo quốc, cho rõ tấm nhiệt thành. Chẳng nên ràng buộc theo đám nhi nữ thường tình mà làm cho tiêu ma cái chí khí của con nhà trung thần hiếu tử. Con phải lấy giang san quê vức mà gánh vác ở đầu vai, phải lấy phẩm giá nhơn tài mà đúc rèn lòng thiết thạch...*" (24). Đây là phản ứng lại phong trào dịch truyện Tàu theo tác giả đã làm "*thêm mê muội tâm thần làm cho hai mươi mấy triệu linh hồn của quốc dân ta đến ngày nay hãy còn mơ màng theo lối ám quỉ làng ma, lẩn bẩn theo thói tin tà tưởng mị, đã chẳng lợi cho quê hương, mà cũng chẳng ích chi cho trí thức*" (25). Tuyên ngôn văn chương nhịp nhàng với những bài báo nầy lửa của Nguyễn An Ninh trên *La Cloche Fêlée* cùng những biến cố như cái chết của cụ Phan Chu Trinh (24-3-1926).

Trung quân ở đây là với nhà Nguyễn Gia-Long. Báo chí cũng như tiểu-thuyết và nghiên cứu lịch sử trong Nam đều chứng tỏ lòng trung không lay chuyển với nhà Nguyễn, từ các Chúa Nguyễn đến các vua sau này. *Cours d'histoire annamite* (1875-1879) của Trương Vĩnh Ký cũng như *Đại Nam Việt Quấc Triều Sử Ký* (1879) đều xem nhà Tây Sơn là ngụy. Dân Sài-gòn ai mà không nhớ những vụ năm 1776 Nguyễn Lữ cướp lúa kho chở hơn 200 thuyền đem về Qui Nhơn và năm 1782 Nguyễn Nhạc giết 10,000 người Hoa thả trôi sông làm tê liệt kinh tế Sài-gòn. Sài-Gòn cũng là kinh đô của chúa Nguyễn Ánh từ 1779 đến 1801. Trong tiểu-thuyết như *Giọt Máu Chung Tình* (1926) nền truyện xây trên bối cảnh Tây Sơn là ngụy triều, là giặc, trong khi Gia-Long là chính-thống. Mở ngoặc về cuốn *Giọt Máu Chung Tình* của Tân Dân Tử, khi NXB Tiền Giang trong nước tái bản năm 1988 đã cắt bỏ đoạn đầu vì tác giả đã xem triều đại Tây Sơn là "ngụy triều" và đề cao chính nghĩa của triều đại vua Gia Long.

Hồ Biểu Chánh viết hai tập tiểu-thuyết lịch sử *Nam Cực Tinh Huy* (1924) về thời Ngô Quyền và *Đại Nghĩa Diệt Thân* (1955) kể chuyện gia-đình làng xóm ông Nhiêu Võ Minh Giám thời Thủ Khoa Huân kháng chiến chống Pháp. Văn học thời kháng chiến ở Nam bộ chủ trì hiện thực và những vấn đề khẩn thiết của đất nước, do đó đã rời bỏ lãnh vực tiểu-thuyết lịch sử xa xôi. Sau hiệp định đình chiến Genève tháng 7-1954, một số tác giả như Tô Nguyệt Đình (*Mỵ Lan Hương* 1961, *Cờ Bay Theo Gió* 1962,...), v.v. đã tiếp tục truyền thống thể loại tiểu-thuyết lịch sử.

Một khía cạnh khác của ảnh hưởng truyện Tàu và sự bành trướng của các "luân lý tiểu-thuyết" là hiện tượng văn học sân khấu tức bài bản hát bội và cải lương diễn từ các truyện Tàu cũng như các đề tài lịch-sử và truyện cổ Việt-Nam. Các tuồng nổi tiếng: Sơn Hậu, Đinh Lưu Tú và Trần Trá Hôn, v.v. được diễn nhiều lần. Chính một số tác-giả truyện soạn các bài bản cải lương như Trần Phong Sắc (viết 13 vở tuồng cải lương lấy tích lịch sử Trung-quốc: Tham Phú Phụ Bần, Bội Thê Thiên Xứ, Tam Tạng Xuất Thế, Đắc Kỷ Nhập Cung, Khương Hậu Thọ Oan, Hạng Võ Biệt Ngu Cơ, v.v.), Trương Duy Toản (Kim Vân Kiều, Lục Vân Tiên, Trang Tử Cổ Bồn Ca, Lưu Yến Ngọc Cứu Cha Đại Hiếu, Hạnh Nguyên Cống Hồ), v.v.). Truyện *Giọt Máu Chung Tình* của Tân Dân Tử sau cũng được biến thành tuồng cải lương (Bạch Thu Hà) có một thời rất ăn khách! *Châu Về Hiệp Phố* và *Lửa Lòng* của Phú Đức lên sân khấu cải lương thành nhiều vở Bách Si Ma, Hoàn Ngọc Ẩn, Đỗ Hiếu Liêm Phục Thù, v.v hơn thập niên sau khi tiểu-thuyết ra đời! Tính cách răn đời, đả kích cái xấu, đề cao đạo lý xem ra hữu hiệu hơn ở các vở cải lương hay ca vọng cổ, như đã từng với truyện thơ Lục Vân Tiên!

Tưởng cũng cần nhắc nhở ở đây rằng cái tinh thần đạo lý đó đã có trước thời văn học hiện đại vừa phân tích. Tinh thần đạo lý đã đến với con người miền Nam đất mới từ những giai đoạn Nam tiến: *Song Tinh Bất Dạ* của Nguyễn Hữu Hào đầu thế kỷ 18, *Truyện Sãi Vãi* (1750) của Nguyễn Cư Trinh,... rồi truyền thống "nói thơ Vân Tiên" xuất từ *Lục Vân Tiên* của Nguyễn Đình Chiểu. Có thể nói truyện Lục Vân Tiên đã thay thế các huấn đạo và thầy đồ và đi sâu vào cả những vùng hẻo lánh được Sơn Nam tài tình tả lại trong *Hương Rừng Cà Mau*. Từ Lục Vân Tiên sinh ra hàng loạt thơ biến thể Hậu Lục Vân Tiên, Hậu Phạm Công Cúc Hoa, v.v. - nói theo ngôn ngữ ngày nay là những liên văn bản văn chương, nghệ thuật.

Trần Phong Sắc viết thêm 6 hồi truyện thơ *Hậu Vân Tiên Diễn Ca* (1925; ghi ở đầu tập: *"Tiếp theo cuốn nhứt của Đồ-Chiểu đặt"*) - để tiếp nối truyền thống biểu dương chính đạo và trừ tà cũng như bọn gian - trong Lục Vân Tiên, người ngay là Vân Tiên tài đức, Kiều Nguyệt Nga chung thủy, Hớn Minh nghĩa hiệp, kẻ gian-tà là Bùi Kiệm, Trịnh Hâm, v.v. Đây là truyền thống giáo dục bằng văn chương bình dân. Nguyễn Đình Chiểu trong Lục Vân Tiên đã trình bày một số đề nghị cải cách xã hội cũng như đã cho thấy ngôn ngữ và tâm lý con người Đàng Trong.

Ảnh hưởng đạo lý mạnh rõ rệt với các truyện thơ rồi vè bình dân: Thơ Thầy Thông Chánh (cuối thế kỷ 19), Thơ Sáu Trọng, Thơ Cậu Hai Miêng cả ba chỉ trích cuộc đổi đời nhố nhăng và đều nhắm người Pháp. Đoạn mở đầu Thơ Cậu Hai Miêng:

"Đêm thu bóng nguyệt soi mành,
Bâng khuâng dạ ngọc chạnh tình ngâm nga.
Xét trong thế sự người ta,
Tài ba cho mấy cũng là như không.
Cho hay thiên địa chí công,
Dữ lành báo ứng vô cùng mầu linh.
Gương xưa trông thấy rành rành,
Người nay xem đó giữ mình cho yên.
Nam Kỳ có cậu Hai Miêng,
Con quan lớn Tấn ở miền Gò Công,... "

Và đoạn kết Thơ Sáu Trọng:

"Trước sau lời đã tỏ lòng,
Anh em coi giữ lấy thân kẻo lầm.
Chẳng ai ở đặng hảo tâm,
Bãi buôi trước mặt hại thầm sau lưng" (26).

Trí thức và văn chương hơn có các tác giả như Hồ Biểu Chánh đã chứng tỏ chịu ảnh hưởng đạo lý này qua hai công trình đầu đều là tiểu-thuyết văn vần: *U Tình Lục* (viết 1909, xuất bản 1913) và *Vậy Mới Phải* (viết 1913, xuất bản 1918), tựa sau phỏng theo vở kịch Le Cid của Corneille mở đầu:

"Trên đời chữ hiếu chữ tình,
Cả hai đều trọng khó gìn vẹn hai.
Đêm thu nương án thơ-đài,
Buồn xem ngoại-sử thấy bài kỳ-duyên
Triều Lê niên hiệu Thuận-thiên,
Có quan học-sĩ Thanh-Tuyền là danh..." (27).

Truyện thơ ngoài loại sáng tác như vừa nói, còn có loại "bổn cũ soạn lại" như thơ Thạch Sanh, Lý Thông, v.v. Khi muốn dạy đời hay châm chọc, nói chuyện thời sự thì thơ thành vè và vè ở đây xa dần nghĩa gốc là một bài văn có vần và cốt kể chuyện. Vè được Huỳnh Ngọc Trảng gọi là "báo chí truyền miệng" (27) và thời đó cũng đã có "thơ rơi" là thơ nặc danh có vần có điệu về những việc chướng tai gai mắt trong xã hội - có lẽ đây là nguồn gốc của hiện tượng "thư rơi" sau này?

Các nhà văn tiền phong của nền văn học chữ Quốc-ngữ ở miền Nam đã đại chúng hóa văn học, vì trước đó văn học quá trí thức với ảnh hưởng Nho học. Thứ nữa, đạo lý có thể biến mất ở miền đất đã bị thực dân ngoại bang xâm chiếm. Tinh thần đạo lý bình dân được các phương tiện văn hóa nói trên đến với người bình thường, mà rồi người trí thức cũng biết đến. Hồ Biểu Chánh tỏ rõ lập trường đạo đức của ông như là một tiểu-thuyết gia cải lương xã hội. Trong số các tiểu-thuyết gia thời đầu thế kỷ XX, Hồ Biểu Chánh có tư tưởng dung hòa cũ-mới một cách chọn lọc, mời gọi khai phóng và thực tế. Truyện ông nói đến đủ thế thái nhân tình mới cũ, chân dung và quan hệ, mỗi cái đều có tích cực cũng như mặt trái, vấn đề là làm sao để áp dụng vào cuộc sống, Hôn nhân gia đình là phong hóa tốt, nhưng cũng có những mặt trái, cổ hủ phong kiến cũng như theo mới quá tự do đều có những trở ngại, hạn chế. Mê tín dị đoan, ngoại tình, án mạng, lường gạt, thủ đoạn, v.v. xuất hiện thường xuyên trong nhiều tiểu-thuyết của Hồ Biểu Chánh, được ghi nhận như bức tranh xã hội nhưng đồng thời ngụ ý chê trách, mời gọi cải đổi. Cả giai cấp thống trị, quan lại mà ông là thành phần cũng bị ông phê phán (Từ Hải Yến trong *Ngọn Cỏ Gió Đùa*, Võ Như Bình trong *Bỏ Vợ, Bức Thơ Hối Hận*), vì đối với ông có nhiều cái vượt quá khuôn khổ đạo lý thông thường! Dĩ nhiên thế giới tiểu-thuyết của ông vẫn có những địa chủ giàu lòng nhân ái, sẵn sàng giúp đỡ người hoạn nạn như Hội đồng Chánh trong *Khóc Thầm*,... Ông có ý định dùng quan niệm đạo lý của dân gian "Thiện ác đáo đầu chung hữu báo" để giáo dục con người, như ông đã từng nói trong "Đời của tôi về văn nghệ": "*Viết tiểu-thuyết để cảm hoá đặng lần lần dắt quần chúng trở về đường chánh đại quang minh*" (23), thành thử ông đã không ngần ngại đưa cả những giảng dạy luân lý của tác giả vào, như một nghị luận. Các truyện nói đạo lý đi kèm với nói chuyện đời hoặc dùng chuyện đời để nói đạo lý, như Hồ Biểu Chánh phác họa được nhiều khuôn mặt đầy tình nhân ái của tầng lớp nông dân nghèo. Có định mệnh nhưng cũng có cố gắng của con người. Lê Văn Đó (*Ngọn Cỏ Gió Đùa*) định mệnh oan trái, cùng đinh mạt vận, bị đời khinh rẻ một cách bất công, phải sống âm thầm, chịu đựng, không dám chống lại "định mệnh" cay nghiệt đó; vì muốn sống bình thường, nhân ái nên vẫn phải liên tục cố gắng dù bị vùi dập đến cùng! Xin ghi nhận về sau Hồ Biểu Chánh đã viết các thiên biên khảo và sưu tập như *Trung Hoa tiểu-thuyết lược khảo* (1944), *Đông Châu liệt quốc chí bình nghị* (1945), *Nho học danh thơ, Nho giáo tinh thần* (1951),...

Những nhà văn khác cùng thời như Phú Đức viết *Châu Về Hiệp Phố* (1926), *Lửa Lòng* (1929), v.v. và nhiều thập niên sau như Bình Nguyên Lộc, Ngọc Linh, các bà Tùng Long, Vân Trang, Hợp Phố, Minh Quân, v.v. cũng theo đuổi cùng mục đích! *Châu Về Hiệp Phố* một thời nổi tiếng và tái bản nhiều lần; thành công và để đáp ứng đòi hỏi của độc giả, Phú Đức đã ra tiếp *Lửa Lòng* nối dài chuyện *Châu Về Hiệp Phố*. Cả hai pha trộn trinh thám với võ hiệp kỳ tình; một thế giới anh hùng hiệp khách hảo hán quen thuộc trong văn chương Nam-kỳ vừa hiện thực xã hội đương thời như giới làm báo và guồng máy cai trị thực dân Pháp. Một thể loại tổng hợp đông-tây! Kết thúc câu chuyện *Lửa Lòng* thỏa mãn tự ái dân bị (Pháp) trị: Lâm Hổ Hiệp tự sát trước mặt quan biện-lý bên cạnh xác người yêu sau những lời vĩnh biệt *"Một nhà được cả người là anh hùng, một nước được cả nhà như vậy thì nước sẽ được mạnh được tự trị, không sợ nước nào đè nén áp chế. Người anh hùng mới ái quốc được, đứa hèn nhát không bao giờ ái quốc. Ở đời việc đáng chết, thì phải chết chớ có sợ, cái chết ấy là một vinh diệu rỡ mặt non sông, đẹp mặt nở mày, toàn cả quốc dân. Anh sẽ chết,... chết vì nghĩa vụ,... chết mà được rạng danh anh hùng là cái chết để cho người noi gương đó,... chết vinh hơn sống nhục..."* (29). Và chén rượu vĩnh biệt đàn em! Hiệp khách, giang hồ nhưng thắm đầy tình nghĩa, nhân đạo và lòng ái quốc - khác nào Hoàng Dung trong *Anh Hùng Xạ Điêu* của Kim Dung nửa thế kỷ sau!

Tóm, tinh thần đạo lý của văn học giai đoạn đầu này đã góp phần quan trọng cho việc bảo tồn, xiển dương văn hóa của Việt-Nam và đặc thù của miền lục tỉnh đất mới dùng văn tự, văn viết mà giáo hóa, bảo tồn. Một câu hỏi: liệu tính đại chúng có làm giảm giá trị sáng tạo và văn chương của các tác phẩm xuất bản thời này?

Thể hiện trong hình thức, kết cấu

Ảnh hưởng của truyện Tàu thấy rõ nhất là vào giai đoạn đầu thế kỷ 20 trong hình thức và kết cấu các truyện và tiểu-thuyết Việt-Nam. Nhân vật, nội dung, khung cảnh lịch sử Việt-Nam nhưng hình thức, thể loại vẫn bị ảnh hưởng truyện Tàu. Thứ nữa, ảnh hưởng rõ rệt ở thể loại chương hồi của truyện Tàu - có mào đầu có kết hậu! - và thường mở đầu với hai câu đối tóm lược nội dung như kiểu "abstract" hôm nay - tuy vậy nhiều nhà văn thời này đã biết phối hợp đông-tây cả trong thể loại, vừa chương hồi vừa hiện đại theo tiểu-thuyết phương Tây. Hai câu đối mở đầu tập truyện *Phan Yên Ngoại Sử Tiết Phụ Gian Truân* như sau:

"Đời loạn lạc anh hùng toan ẩn tích,
Giữa lộ đồ hào hiệp gặp gian nan" (30).

Oán Hồng Quần Phùng Kim Huê Ngoại Sử (1920) của Lê Hoằng Mưu, mở đầu hồi thứ ba:

*"Bỏ vợ góa Triệu lang cam mạng bạc;
Ôm trẻ thơ Phùng thị tạc lòng son"* (31).

Nhơn Tình Ấm Lạnh (1928) của Hồ Biểu Chánh mở đầu hồi thứ 16:

*"Từng cay đắng mới biết thế tình gian dối
Lắm thảm sầu nên nhìn người ngọc quặn đau".*

Hai câu có thể dùng để chung kết truyện, như: *"Long vân thiên cổ kỳ phùng; / Loan phụng bách niên túc ước"*, để chấm dứt chuyện tình của Tô Huệ Nhi (Lê Hoằng Mưu) (32).

Ảnh hưởng ở cách đặt tựa cô-đọng các chương hồi như trong *Bức Thơ Hối Hận* (HBC): Cang mạnh dạn hy sinh / Bình để lời hối hận,... Cũng như ảnh hưởng ở lối khai mào theo kiểu "trước đèn xem chuyện... ", nghe rồi kể lại, vừa khiêm tốn vừa nhắc nhở chuyện người xưa chứ không dám nhận là do mình sáng tác. Cách đặt tựa truyện khiêm tốn như *Việt Trung Tiểu Lục* (1920) của Nguyễn Thành Phương hoặc cũng còn phân biệt nội-ngoại, chính-dã như *Oán Hồng Quần Phùng Kim Huê Ngoại Sử* và *Tô Huệ Nhi Ngoại Sử* (1920) của Lê Hoằng Mưu hoặc "ngoại sử", "dã sử" nhẹ nhàng như những tiểu-thuyết của Phạm Minh Kiên, Tân Dân Tử, v.v. chứ không như các cây viết tiểu-thuyết lịch sử thời nay, những năm 2000 cứ ghi là "tiểu-thuyết lịch sử"! Hoặc đem tác-giả vào cuối truyện cố cắt nghĩa tại sao có truyện , thí dụ lấy ở đoạn cuối *Nghĩa Hiệp Kỳ Duyên*: "... Vậy sẵn lúc này có ông Nguyễn Chánh Sắt là người đồng hương với ta, đang bỉnh bút một tòa báo quán tại Sài-gòn, một người trước thuật có danh thì thầy nó cũng nên biên hết đầu đuôi lai lịch của vợ chồng ta đây, gởi lên cậy người tô điểm lại cho hoàn toàn mà làm cho thành một pho tiểu-thuyết, gọi là Nghĩa Hiệp Kỳ Duyên rồi ấn hành ra hầu có nêu để làm gương mà lưu truyền cho hậu thế" (33).

Ảnh hưởng còn ở lối viết truyện như kể chuyện, ở văn trơn truột như nói, khiến lắm khi dài dòng, hoặc ở lối văn biền ngẫu, viết như để đọc, để kể với giọng lên bổng xuống trầm, không những trong văn tả mà còn cả trong các mẩu đối thoại. Trong *Oán Hồng Quần Phùng Kim Huê Ngoại Sử* của Lê Hoằng Mưu, nàng Kim Huê sơ ngộ Triệu Bất Lượng tại nhà ga Tân Hiệp đã xưng thiếp gọi thầy như sau: *"Thiếp* mới nghĩ thiếp là con nhà gia giáo, lại cũng có chút danh giá với đời; vì ngỗ ngang bỏ nhà cha mẹ mà đi, tưởng lập đặng nên thân, chẳng dè rủi sa nơi bùn lấm. Lỡ vậy thì thôi, phải giữ sao cho 'bạch ngọc di ư ô nê bất năng tham thấp kỳ sắc' cũng như thấy 'quân tử xử ư trược địa bất năng nhiễm loan kỳ tâm', mới phải cho. Không lý đem thân ra mà lót đàng, cho nhục nhã tông môn, hư danh tổ đức. Nghĩ vậy nên thiếp chẳng chịu dạn sương dày gió, theo một phường liễu ngõ hoa tường, thiếp chẳng cam bướm chán ong chường, vui với lũ mèo đường chó điếm. Dầu rủi gặp lòng người nham hiểm, thiếp cũng nguyền gìn chữ trinh một điểm không dời. Thà thiếp cam chín suối ngậm cười, đền tội với đất mười trời chin..." (34) - một Kiều Nguyệt Nga của những năm 1920 đầu thế kỷ!

Ngoài ra, kỹ thuật xây dựng kết cấu, thường sắp xếp các tình tiết theo một trật tự thời gian xuôi, diễn biến trước sau. Mặt khác, kết thúc tác phẩm trong truyền thống này thường có hậu nhưng dễ mắc khuyết điểm thiếu tự nhiên: *Lòng Người Nham Hiểm* (1926) của Nguyễn Chánh Sắt kết thúc với cảnh "đại đoàn viên" hơi gượng ép! Thêm tính "vòng vo Tam quốc", không đi thẳng, mà phải cho sự việc xảy ra, rồi lý luận, khuyên lơn! Lại có khi đang kể chuyện bỏ ngang để thêm nhiều cắt nghĩa, bàn luận luân lý dài dòng, như trong *Ngọn Cỏ Gió Đùa*, v.v. Nguyễn Chánh Sắt trong truyện *Lòng Người Nham Hiểm* vừa kể, đã lý giải tâm trạng của hai nhân vật Phan Quốc Chấn và Hoàng Hữu Chí.

Về nhân vật, ngoài các nhân vật xuất phát từ lòng sùng bái cổ nhân, các nhân vật lịch sử cũng như anh hùng giai nhân, thời này đã bắt đầu đa dạng có thêm những nhân vật đời thường và con người hiện thực của xã hội mới. Ngoài ra, các nhân vật trong tiểu-thuyết đạo lý thường có tính tiêu biểu cho một hạng người: tốt hoặc xấu, thiện hoặc ác, khiến thiếu tính hiện thực. Có tác giả như Nguyễn Chánh Sắt, đi xa hơn vai trò, đặt tên tiêu biểu theo từng cá tính nhân vật: hiểm độc thì tên là Lâm Trí Viễn, Trịnh Bất Thanh người tốt có là Trần Trọng Nghĩa, Trịnh Thế Xương, người sẽ phải đền tội mang tên là Trịnh Phương Lang, Đào Phi Đáng! Hồ Biểu Chánh cũng vậy, đặt tên người con gái trinh trắng là Bạch Tuyết, kẻ có chí tên Chí Đại,... Muốn đổi đời, nhân vật Lê Văn Đó đã phải đổi tên lại là Trần Chánh Tâm!

Ngoài ra, về thể-loại, truyền thống văn chương đạo lý có tính kể lể này đắc dụng thể-loại thơ lục bát, cũng có thể do truyền thống nói thơ Vân Tiên, đã ảnh hưởng đến nhiều thế hệ nhà thơ trong Nam, đến cả thời Bình Nguyên Lộc sau này, điển hình là những bài trong tập *Thơ Ba Mén* của ông.

Khuynh hướng tổng hợp tâm linh đặc biệt ở miền Nam

Từ những lưu dân đầu tiên từ Thuận Hóa đến những lớp di dân từ những vùng khác của đất nước đã đưa vào vùng đất mới văn hóa dân tộc chính thống, sẵn có, truyền-thừa, để rồi khi hợp với dân địa phương trở nên một thứ văn hóa tạp-đa, phức-tạp hơn. Tính hiếu kỳ, hội-nhập, khai-phóng,... tạo nên khuôn mặt (cũng như cái ruột) mới cho miền Nam, từ con người, nếp sinh hoạt, liên hệ xã hội đến tín ngưỡng, kiến trúc đền chùa. Người Việt sống chung với người Miên (Thổ), Chàm, Ấn (Chà), Hoa - mà Hoa ở đây là người Minh Hương tức cũng đã bắt đầu pha trộn - nếu chưa thì đã được gọi là khách, khách trú!

Về tín ngưỡng, Việt-Nam ta đã đón nhận tam-giáo, mỗi đạo có thời thịnh suy, nhưng nói chung và với thời-gian, người Việt bao-dung, cởi mở hơn người Ấn, Hoa, do đó có hiện-tượng "tam-giáo đồng nguyên". Đạo ông bà sống chung với đạo Phật tiểu thừa, đại thừa và Bà La Môn, Hồi rồi Thiên Chúa giáo. Và người Việt thờ Trời, tin ở định-mệnh, thờ Quan-công, cả chư tiên chư thánh. Người ngoài di dân vào Nam lập nghiệp do đó hội nhập hòa mình với thổ ngơi và con người xa lạ và khác tín ngưỡng, đã có khuynh hướng cởi mở, chấp nhận và hòa đồng theo các tín ngưỡng khác. Nguyễn Cư Trinh đã viết *Sãi Vãi* (1750) và Nguyễn Đình Chiểu trong *Dương-Từ Hà-Mậu* đã để Tiên Nho ngồi lại bàn luận với nhau đi tìm Chính Đạo mà theo nhưng vẫn đề cao trung hiếu tiết nghĩa cùng trung quân ái quốc! Tức, các tinh-hoa đạo-lý đã được Việt-Nam hóa, dung hóa! Mặt khác, tôn giáo, "tín ngưỡng" ở trong Nam trở thành tư tưởng, triết-lý sống thay vì vẫn là "tôn giáo" cứng nhắc như ở đất Bắc.

Từ Trương Vĩnh Ký đến Hồ Biểu Chánh, ta đã thấy có một tinh thần cộng-cư, dung hòa Đông Tây, văn minh khoa học Âu Tây với phong hóa, đạo lý Á-đông. Mặt khác, một khuynh hướng tổng hợp khác về tâm linh (syncrétisme) chỉ có và mạnh ở miền Nam lục tỉnh hoặc xuất phát từ miền đất tổng hợp này. Nói chung, các tín ngưỡng "tư tưởng" này có tính cứu nhân độ thế. Lớn thì có các đạo Cao Đài, Phật giáo Hòa Hảo, Bửu Sơn Kỳ Hương (Phật Thầy Tân An),... Phần lớn là tín ngưỡng dân gian nhưng cốt tủy hoặc nguồn vẫn là đạo Phật cộng với tinh thần nông dân nghĩa là thích ứng với địa lý, đó là các đạo Lành, đạo Phật Đường, đạo Minh Sư, đạo Hiếu Nghĩa (Tứ Ân Hiếu Nghĩa),... và đạo các Ông Đạo Dừa, Đạo Kiếng, Đạo Cậy, Đạo Trần, v.v. Riêng đạo Cao Đài thì tổng hóa rộng nhất, quy nguyên tam giáo và hợp nhất ngũ chi cũng như trở về nguồn thể tánh của các đạo vừa tự phức-thể ra. Có thể nói các tôn-giáo khi nhập vào đất đàng Ngoài vốn dễ dị-ứng, bảo thủ, định-kiến, đã được chấp nhận gần như nguyên-thể; nhưng khi vào đến đàng Trong thì từ khai-phóng đón nhận đã đi đến biến-hóa, tổng-hợp cho phù hợp tâm-hồn và nhu-cầu tín-ngưỡng của con người nơi vùng đất mới. Có những biến-thể đã sa-đọa thành mê-tín dị đoan, nhưng cũng có những tổng-thể thành công thuyết-phục được người bình dân cũng như trí-thức.

Đạo ở miền Nam có tính nhập thế nên có khuynh hướng dính luôn đến chuyện chính trị, quân sự: các đạo Cao Đài, Phật giáo Hòa Hảo tổ chức như một guồng máy và có thời có quân đội hay lực lượng phòng thủ và an ninh riêng, như trước đó Thiên Địa Hội đến từ con cháu nhà Minh! Nhóm Minh-Tân của Trần Chánh Chiếu có liên-hệ nhiều với đạo Cao-Đài ở "tư tưởng" hòa đồng, tổng-hợp Đông-Tây, canh tân. Mà sau đó nhóm Phan Xích Long khi khởi nghĩa đã ghi trên lá cờ những chữ "Bửu Sơn Kỳ Hương" và "Thánh Minh Vương Phật" để thu hút quần chúng. Các đạo tổng hợp ở trong Nam lại thêm đặc tính hay sử dụng thể thơ trong kinh kệ nhất là thể lục bát, có thể vốn đã quen thuộc với con người miền Nam vẫn nói thơ Vân Tiên!

Hồ Hữu Tường là một điển hình tổng hợp đặc biệt đó. Tư tưởng và tác phẩm của ông thường mang tính tổng hóa này; ông có khoa học Tây-phương (du học Pháp, có cao học Toán), thông thái lý thuyết chính trị (ông là đệ tứ quốc tế), nhưng cũng là một tổng hợp tín ngưỡng khi ông phổ biến đạo Bửu Sơn Kỳ Hương và Hòa Hảo, ông cũng chứng tỏ rất rành Thánh kinh Thiên Chúa giáo và dĩ nhiên kinh điển Phật giáo cũng như các đạo. Khoảng 1970, ông xuống tóc tu tại gia theo đạo Bửu Sơn Kỳ Hương. Ông luận thuyết về hòa đồng (ra cả báo cùng tên khoảng 1966), và các chủ trương "đường lối thứ ba", Trung lập chế và giải pháp Siêu-lập của ông cũng do tính đặc thù tổng hợp của con người miền Nam của ông. Minh Đạo "cứu rỗi" của ông cũng là một tổng thể từ Hồ Quí Ly, Nguyễn Huệ (mà ông cho là tên Hồ Thơm) đến tư tưởng Phật từ Nam Á vào. Cũng như Phật Thầy Tân An, Hồ Hữu Tường nói nhiều đến đấng minh quân cứu đời độ thế - một tổng hợp đạo lý tam cang ngũ thường cộng thuyết nhân quả và tận-thế luận (Hội Long Hoa). Cũng vậy, khi viết về văn học Việt-Nam, ông chủ trương chỉ giữ lại phần bình dân, nôm và chữ Quốc-ngữ; nhưng về tư tưởng "Việt-Nam" thì ông lại chủ trương xét hết những gì người Việt viết bất cứ ngôn ngữ nào! Trong *Lịch Sử Văn Chương Việt-Nam*, ông nói: *"nếu ghép các tác phẩm bằng chữ Hán, dầu cho người Việt viết ra, vào "văn chương Việt-Nam" là một việc vô lý"* vì *"văn chương của một dân tộc tất phải biểu diễn bằng tiếng nói của dân tộc ấy. Mà tiếng Việt không phải là một phương ngữ của tiếng Tàu - điều mà chúng ta sẽ thấy rõ trong tập mở mào của sách nầy, - nên chúng tôi phải loại những tác phẩm viết bằng ngoại ngữ ra ngoài đối tượng, và dành để đó cho những ai nghiên cứu lịch sử tư tưởng của Việt-Nam"* (35).

Trong *Tương Lai Văn Hóa Việt-Nam*, Hồ Hữu Tường đề cao một nền văn hóa Việt-Nam đặc sắc. Theo ông, Việt-Nam có khả năng văn hóa đáp ứng cho toàn thể nhân loại *"đòi hỏi một cái văn hóa, đòi hỏi cho đạo học, khoa học xưa 'chân ngược lên trời, đầu dộng xuống đất' để phụng sự cho văn hóa, để rồi văn hóa phụng sự cho nhân loại"* (36).

Do đó tâm linh là một trong những đặc tính của văn học lục tỉnh, đậm nét từ Lục Vân Tiên, Trương Vĩnh Ký đến Hồ Biểu Chánh, Phú Đức, Phi Vân,... rồi đến Hồ Hữu Tường, Sơn Nam, Nguyễn Thị Thụy Vũ, v.v.

*

Trong một nghiên cứu khác (1), chúng tôi đã trình bày ý kiến phổ biến của một số nhà văn học sử cho rằng thời đầu trong Nam chỉ biết dịch truyện Tàu bình dân (37), hoặc chỉ có những *"tác phẩm tiểu-thuyết cho một công chúng hạ lưu dễ dãi"* (38), là không thấu triệt, là sai, vì thời đó trong Nam vẫn có dịch những truyện Tàu Tam Quốc Chí, Đông Chu Liệt Quốc cũng như đã có những truyện dịch chọn lọc từ các truyện cổ tích Kim Cổ Kỳ Quan và những bản dịch kinh sách như Đại Học, Trung Dung,.. của Trương Vĩnh Ký! Phán xét thiên lệch và thiếu công bằng. Truyện Tàu phổ biến rộng, được yêu thích vì được đa số bình dân thưởng thức và dùng như kim chỉ nam cho đời sống. Cũng như Lục Vân Tiên, truyện Tàu phần nào đã không được giới trí thức rộng tay đón nhận dù rằng chính các thức-giả đã phổ-biến truyện Tàu.

Thứ nữa, khi nhìn lại chữ Quốc-ngữ cứ tưởng là công cụ cai trị của thực dân Pháp và cũng như quyết định của người Pháp cho dịch sách Nho giáo với mưu đồ làm quên lòng trung quân ái quốc, nhưng thực tế đã cho thấy phản ứng ngược lại. Chữ Quốc-ngữ được các vị truyền giáo Bồ Đào Nha và Pháp chế biến ra như phương tiện thông tin, truyền giáo (39), bị người Pháp sử dụng như phương tiện thống trị, đã trở thành phương tiện lần hồi vững vàng cho một nền văn học mới, hiện đại; bước đầu dùng để phiên dịch các tác phẩm văn học, sau được dùng để sáng tác. Thật vậy chữ quốc-ngữ đã tác động đến tư duy và ảnh hưởng lên đời sống văn hóa! Chữ quốc-ngữ, một trớ trêu của lịch sử, đã là phương tiện để phát triển văn hóa, khai mở một nền văn học mới, mà còn chứng tỏ là khí-cụ thống-nhất ngôn ngữ và văn tự, từ ải Bắc đến mũi cực Nam. Thêm hoàn cảnh thuộc địa của miền lục tỉnh, khiến cho người dân ở đây thoát khỏi vòng cương tỏa của Tống Nho giáo điều, khoa cử gò bó, mà tư tưởng đạo đức Nho được người dân và trí thức gạn lọc để trở thành một nền luân lý truyền thống, không nhiều hình nhi thượng nhưng đã đủ đáp ứng cho những vấn nạn nhân sinh và đạo lý. Vào thế kỷ 19, cái học Nho giáo ở trong Nam đã khác Đàng Ngoài quá Tống Nho khoa cử làm hại văn chương văn hóa và tính đặc thù Việt. Trong Nam-kỳ lục-tỉnh đã nẩy mầm tiết nghĩa, con người nhắm nghĩa lý hơn là câu nệ từng chữ từng luật. Lục Vân Tiên thí dụ đã đưa người đọc vào những phiên lưu của vùng đất mới với một tâm lý thích ứng với vùng đất của người dân lưu xứ từ từ xa dần không còn giống như trước đó ở Đàng Ngoài. Nhà trí thức hay văn hóa trong Nam từ thế kỷ 19 đã phải tự vượt chính mình (nhà Nho) để làm người Việt-Nam! Có thể vì lý do địa lý vùng đất mới và lại không còn giữ chặt "truyền thống" khiến đạo lý đã phải trở nên như vậy chăng?

Mặt khác, trong khi miền Nam "ôm" truyện Tàu và tiểu-thuyết lịch sử thì ở miền Bắc cũng có phong trào mê truyện dịch Tàu ngoài *Tam Quốc Chí* (40), *Đông Chu Liệt Quốc, Tây Sương Ký*,... còn là một Tàu trữ tình lãng mạn như *Gương Tự Do, Tuyết Hồng Lệ Sử, Ngọc Lê Hồn, Vân Lan Nhật Ký, Dư Chi Phu* (Chồng Tôi), *Dư Chi Thê* (Vợ Tôi), v.v. Những tiểu-thuyết của Từ Trầm Á đó đã đưa đến phong trào sáng tác lãng mạn như *Kim Anh Lệ Sử* (1924) của Trọng Khiêm, *Tố Tâm* (1925) của Hoàng Ngọc Phách,... Đưa đến kiểu cách, phong lưu có nếp! Ngoài Bắc từ Nguyễn Văn Vĩnh, Phạm Quỳnh cũng dịch nhiều tác phẩm tiếng Pháp hơn, do đó đưa đến hiện tượng mà GS Phạm Thế Ngũ đã chí lý nhận xét: *"khi đã đọc Mai Nương Lệ Cốt hay Kẻ Khốn Nạn thì ít ra đối với một thiểu số, người ta chán Chinh Đông Chinh Tây, và thấy như rứa mới là tiểu-thuyết chân chính"* (41). Tuy nhiên giáo sư họ Phạm không nhắc đến rằng trước đó, vào năm 1926, trong Nam-kỳ, Hồ Biểu Chánh đã tài tình Việt-hóa Les Misérables thành *Ngọn Cỏ Gió Đùa* - Nguyễn Văn Vĩnh cùng năm 1926 cũng dịch với tựa *Những Kẻ Khốn Khổ* do nhà Trung Bắc Tân Văn ở Hà Nội in song ngữ dài 10 tập khoảng 3000 trang! Một lý do cắt nghĩa là từ sau năm 1932, con người văn hóa, thơ văn trở mặt quay lưng lại Sài-Gòn và hướng về Hà Nội như đỉnh cao của học thuật, văn nghệ cho đến thời kháng chiến chống Pháp thì văn học lại vùng dậy từ Sài-Gòn - chủ yếu là văn-học yêu nước!

Văn hóa gắn liền với địa dư, con người, do đó khi muốn nói đến văn hóa là phải nói đến một địa-danh nhất định và chứng minh được là sản phẩm đặc thù của con người từng sinh hoạt nơi vùng đất đó. Bản sắc văn-hóa là những cụ-thể cộng với những tâm linh, tinh thần, trừu tượng, nhưng bộc lộ, hiển hiện qua vật chất, con người cũng như môi trường sống. Người miền Nam dù gì thì vẫn có một nếp văn hóa và đời sống tâm lý khác người ở những vùng khác. Có thể do ảnh hưởng truyện Tàu bình dân mà người Nam có những đức tính hào phóng, anh hùng mã thượng, hào hiệp ngang tàng và quân tử Tàu, mà phong lưu cũng khác! Truyện Tàu tóm lại đã ảnh hưởng đến sinh hoạt văn hóa của người Việt mà nhiều cao điểm có thể được ghi nhận từ hồi đầu đến cuối thế kỷ XX. Vào giai đoạn đầu của nền văn học chữ Quốc-ngữ, truyện Tàu đã đến với người dân Nam kỳ lục tỉnh thuộc địa của Pháp như một bù đắp cho khoảng trống tinh thần do việc triều đình nhượng đất, ở một vùng đất mới nơi phong hóa cổ truyền chưa thật sự chi phối. Nho học chưa đủ nên rễ, con người lại tạp chủng hoặc chịu sự ảnh hưởng và hội nhập trong hoàn cảnh bắt buộc, do đó đạo lý nội dung của các truyện Tàu đã như một lớp đất phù sa bồi lên mảnh đất nhân-tình ít nhiều phôi thai nếu không muốn nói là đơn sơ, "trinh nguyên" (cả với trai tứ chiếng gái giang hồ!). Lớp phù sa này trong hoàn cảnh đó đã là một căn bản, đã gây rễ tạo nên tâm tính con người lục tỉnh và biến họ khác đồng-bào ở miền Ngoài. Ngoài ra việc truyện Tàu bị ngưng xuất-bản ở miền Bắc sau năm 1954 đã ảnh-hưởng đến văn-học và văn-hóa con người ở đó thế nào, đáng là một đề tài nghiên cứu khác!

Khi người Pháp đến chiếm lục tỉnh miền Nam đã xáo trộn cuộc sống người dân cũng như các sinh hoạt thượng tầng. Thiên tử ở đất Thần-kinh nay càng xa hơn, mờ nhạt, văn hóa Tây-phương nhập vào đời sống người dân. Đất, vật chất không còn, đã vậy hiểm họa Tây hóa ở ngay trước mặt không thể trốn tránh, người Nam-kỳ đã khéo trồng "cây" đạo lý để trường tồn phần tinh thần truyền thống. Giai cấp "sĩ, nông, công, thương" thay đổi giá trị, tổ chức xã hội, kinh tế thay đổi, nhà nông vẫn chính nhưng người thị thành ngày càng đông và dần dà nắm nhiều quyền về thương trường cũng như văn hóa (Trần Chánh Chiếu, Lương Khắc Ninh, ...). Những kẻ chủ động về văn hóa không còn là nhà Nho, kẻ sĩ, khoa bảng cũ, nay thay đổi, nay là những trí thức tân-học tức tây-học (Trương Vĩnh Ký, Nguyễn Trọng Quản, Trương Minh Ký, Biến Ngũ Nhi,...) và những kẻ làm quan chức cho Pháp (Huỳnh Tịnh Paulus Của, Tôn Thọ Tường, Hồ Biểu Chánh,...). Trong số có nhiều người nhạy bén với cái mới, cái khác sẽ vận-động khiến thêm nhiều người đón nhận rồi chấp-nhận cái mới, cái khác. Mặt khác, kẻ sĩ (cũ) thì chọn thái độ ở ẩn hoặc bất hợp tác với chủ mới (Phan Văn Trị,...), thành thử sự tham gia chính thức của họ dần yếu đi trong các sinh hoạt văn hóa cũng như văn học nghệ thuật. Trong tình thế đó, các nhà cầm bút (nhà báo, nhà văn) đóng vai trò rất quan trọng trong việc hướng-dẫn dân-trí và cải-lương xã hội, và từ hoàn cảnh bi đất nước mất nhà tan đã tự lực giúp miền đất Nam-kỳ trở thành tự chủ về văn hóa. Trí thức mới làm báo, viết nghị luận và các thể loại văn chương, nội dung cũng nhắm văn hóa, tinh thần và cả chính trị, cụ thể thực hiện những quan niệm xiển dương đạo lý, "văn dĩ tải đạo", "văn ngôn chí, thi ngôn chí". Tinh thần đạo lý như đã trình bày, đã là cách thế của các nhà trí thức Nam-kỳ thời đó chống lại sự đô hộ của văn hóa Pháp, trung hòa cái độc tôn của kẻ cai trị, cũng là cách bảo tồn và truyền thừa phần nào phong hóa cổ truyền!

Mặt khác, tinh thần đạo lý này đã là căn bản để hiện-đại hóa văn học lịch triều chữ Nôm và Hán, với phương tiện chữ Quốc-ngữ - cũng chính chữ Quốc-ngữ đã chứng minh rồi ra là sợi dây liên hệ với đồng bào cả nước, với hồn Việt. Nếu chữ Hán và Nôm đã từ Đàng Ngoài vào Nam thì chữ Quốc-ngữ đã làm cuộc hành-trình ngược lại! Từ chỗ nội dung rập khuôn đạo lý cương thường và hình thức sáo mòn đi đến sáng-tác chú tâm đến nhân vật và kỹ thuật. Hiện đại hóa tức đa dạng hóa và màu mè hơn, do đó nhiều nhà văn đã phải phấn đấu giữa truyền thống và hiện đại - vì hiện đại thời đầu còn mang ý nghĩa theo Tây, theo "ngoại bang"! Vừa hấp thụ, tinh lọc, vừa phải đề kháng chống lại ngoại-lai; hai vận động văn hóa với mục đích giữ gìn và dựng nên tinh-túy Việt-Nam! Hoàn cảnh bị bắt buộc đó dù sao cũng đã giúp văn học hiện đại hóa dễ dàng hơn là tự ý đi tìm, giúp vươn ra khỏi cái vỏ á-đông để đi đến dung hòa, dung hóa, tổng hợp, để thích ứng với tình thế mới và nhân sinh quan mới. Người có Nho học còn khá đông, mà người Nam-kỳ gốc Hoa cũng tương đối có tỉ lệ cao, nên dịch truyện Tàu cũng tiện lợi đôi bề. Người giỏi tiếng Pháp dần dà đông đảo nên dịch truyện Pháp cũng thoải mái. Mà dịch truyện, sách Tàu hay Pháp đều là những tìm kiếm. Cái Tôi dần quan trọng ra nhưng vẫn còn nền tảng đạo lý, phải đợi đến nửa cuối thế kỷ XX ở miền Nam, cái Tôi sẽ chiếm gần hết chỗ văn học nghệ thuật!

Nói khác đi, văn hóa miền Nam lục-tỉnh là một tổng thể văn hóa mới, một dòng nước từ nhiều thượng và hạ nguồn giao lưu, kết chung lại và trở thành một "đặc thù" ở mặt tiềm-ẩn cũng như biểu-hiện. Đạo lý, tín ngưỡng, văn học, v.v. đều như cũ mà khác, mới mà như đã thấy qua. Những nỗ lực văn hóa vào cuối thế kỷ XIX đầu thế kỷ XX đã làm thay đổi miền Đàng Trong thành một miền Nam khác hẳn phần còn lại của đất nước. Tổng thể văn hóa này biến dịch theo thời đại và con người, khiến văn hóa miền đất này hồi thế kỷ XIX hay XX và hôm nay đều có điểm cốt lõi còn đó nhưng bao quanh bởi những biến thay và thời thượng. Do đó về văn hóa không thể xét đoán hay hoặc dở, nhưng một điều có thể xác quyết chắc chắn là đã khác!

Từ đó nhìn lại hiện tượng của thập niên cuối thế kỷ XX ở trong nước có hiện tượng in lại sách của thời tiền phong văn học chữ Quốc-ngữ ở trong Nam: tiểu-thuyết của Hồ Biểu Chánh, Phú Đức cũng như các tác giả khác được in lại, được tìm đọc và nghiên cứu ở các đại học. Phải chăng đây là đi tìm một thời văn học bị bỏ quên, hay trân trọng tìm lại cái phong hóa - những bóng dáng, những tấm gương ("minh tâm bảo giám"), đã và đang mất dần? Phải chăng sau một thời liên lục chiến tranh, phân ly, loạn lạc, con người sống sót và hậu-sinh của họ muốn vớt vát lại phần nào những đạo lý, văn hóa đã bị rẻ rúng?

Chú-Thích

1- X. Nguyễn Vy-Khanh. "Miền Nam Khai Phóng" in *Văn Học Và Thời Gian* (Văn Nghệ, 2000), tr. 15-61; cũng như các biên khảo của Bùi Đức Tịnh (*Phần Đóng Góp Của Văn học Miền Nam: Những Bước Đầu Của Báo Chí, tiểu-thuyết Và Thơ Mới*, 1-1975; tb 1992: *Những Bước Đầu Của Báo Chí tiểu-thuyết và Thơ Mới*), từ sau 1988: Nguyễn Văn Trung, Tầm Vu và Nguyễn Văn Y. "Văn học chữ Quốc-ngữ ở Sài-Gòn-Gia Định cuối thế kỷ 19, đầu thế kỷ 20" in *Địa Chí Văn Hóa Thành Phố Hồ Chí Minh*. Tập 2 - Văn Học. Thành phố HCM: NXB Thành Phố HCM, 1988); Nguyễn Q. Thắng (*Tiến Trình Văn Nghệ Miền Nam*, 1990); Bằng Giang (*Văn Học Quốc-ngữ Ở Nam Kỳ 1865-1930*, 1992), v.v.

2- Số ra mắt ngày 15-4-1865 nhưng thực sự chỉ từ 1869, khi Trương Vĩnh Ký làm giám đốc và Huỳnh Tịnh Paulus Của chủ bút, và với phần chữ Quốc-ngữ.

3- Trích theo tuyển tập *Khảo Về tiểu-thuyết: Những Ý Kiến, Quan Niệm Về tiểu-thuyết Trước 1945* (Vương Trí Nhàn biên soạn. Hà Nội: NXB Hội Nhà Văn, 1996), tr. 44.

4- "Bảo", *Thông-Loại Khóa-Trình*, số 1, 1888, tr. 3; "Cho ai nấy đặng hay", số 11 (3-1889), tr. 3.

5- *Minh Tâm Bửu Giám*. Bản Xuân Thu in lại từ bản Hoa Tiên (Sài-gòn, 1968), tr. 11.

6- *Thông Loại Khóa Trình*, số 2, tr. 3.

7- Theo Vương Hồng Sển trong *Thú Chơi Sách*, người dịch chính là cụ Dũ Thúc Lương Khắc Ninh (1862-1943).

8- Vì có bản dịch in bất chính, theo Bằng Giang, *Văn Học Quốc-ngữ Ở Nam Kỳ 1865-1930* (NXB Trẻ, 1992), tr. 237.

9- Bằng Giang, *Văn Học Quốc-ngữ Ở Nam Kỳ.* Sđd, tr. 236.

10- **Trần Phong Sắc** còn ký Trần Đình Diệm, Đặng Huy, **Giáo Sỏi**, Phong Sắc; 1873-1928; sinh tại Tân An): từ khoảng 1899-1900 viết sách báo và cộng tác với các báo *Nông Cổ Mín Đàm, Lục-Tỉnh Tân Văn.* Tác phẩm xuất bản: *Hậu-Vân-Tiên diễn ca* (Saigon: J. Viết, 1925 - 53 p. ill.).

11- Truyện chưởng Kim Dung có thể xem là một tổng hợp nhiều thể loại nghĩa hiệp, dã sử, tâm lý xã hội, triết lý, v.v. Thập niên 1960 còn là thời truyện Quỳnh Dao, cũng như truyện Kim Dung, được giới phê bình gọi là "cận văn học" (para-literature).

12- Trương Hiền Lương tác giả *Một Nửa Đàn Ông Một Nửa Đàn Bà* được dịch và xuất bản thời Cởi Trói văn nghệ 1987; Mạc Ngôn giải tiểu-thuyết Trung quốc 1995 tác giả *Báu Vật Của Đời, Cây Tỏi Nổi Giận, Đàn Hương Hình;* Giả Bình Ao tác giả *Phế Đô,...* được đọc một phần vì nói đến và phê phán những truyền thống dân gian Trung quốc - như Lỗ Tấn đã làm hồi đầu thế kỷ XX. Từ 1992 trong nước tái bản truyện kiếm hiệp Kim Dung "đồi trụy" của miền Nam trước 1975, năm 1996 nhà Văn Nghệ thành phố Hồ Chí Minh in *Tam Quốc Chí,* nhưng Hà nội thì từ năm 1999 mới chính thức dịch và xuất bản truyện kiếm hiệp, bắt đầu với cuốn *Tuyết Sơn Phi Hồ* (mà Tiền-Phong trong Nam đã dịch từ thập niên 1960).

13- Trúc Hà. "Luân lý là gì?" *Đại Việt Tập-chí* 3, 1-11-1942, tr. 1, trích theo Bằng Giang. Sđd, tr. 248. **Trúc Hà** tên thật Trần Thiêm Thới, sinh năm 1909 tại Hà Tiên. Ông cộng tác với các báo *Phụ-Nữ Tân-Văn* (1929-30), *Nam Phong Tạp Chí* (1932), *Nay* (1937), *Đại Việt Tập Chí* (1942-43), *Nam Kỳ Tuần Báo* (1942-43); thời kỳ 1935-36 cùng "Hà Tiên tứ tuyệt" thành lập và làm chủ nhiệm tuần báo *Sống* tại Hà Tiên và phát hành tại Sài-Gòn; sau đó dạy Việt văn ở các trường tư thục Lê Bá Cang, Huỳnh Khương Ninh ở Sài-Gòn rồi mất vì bệnh ngày 7-11-1944. Ngoài loạt bài "Lược khảo về sự tiến hoá của quốc văn trong lối viết tiểu-thuyết" đăng Nam Phong tạp-chí, ông đã xuất bản *Những Lỗi thường lầm trong sự học Quốc-văn* do Trí Đức học-xá in năm 1936 và *Tâm Hồn Đất Nước* xuất bản năm 1939.

14- *Thú Xem Truyện Tàu.* (Hiếu Cổ Đặc San, Saigon, số 2, 1970; Xuân Thu tb 1989), tr. 50.

15- Nguyễn An Khương. *Phấn Trang Lầu Diễn Nghĩa.* Bản Xuân Thu tb, tr. 414.

16- Theo *Khảo Về tiểu-thuyết...* Sđd, tr. 421.

17- Ông để ra 3 năm học các sách Tứ Thư. X. Nguyễn Khuê. *Chân Dung Hồ Biểu Chánh* (Saigon: Lửa Thiêng, 1974), tr. 30.

18- Trích tự thuật ở đầu cuốn *Cha Con Nghĩa Nặng,* đăng lại trong *Khảo Về tiểu-thuyết...,* Sđd, tr 27.

19- 3-1916, Trích *Khảo Về tiểu-thuyết..,* Sđd, tr. 26.

20- Trích theo *Địa Chí Văn Hóa TP HCM.* Sđd, tr. 236.

21- Lời Tựa, *Phan Yên Ngoại Sử Tiết Phụ Giang* (sic) *Truân* 1910, Trích theo *Khảo Về tiểu-thuyết* Sđd, tr. 25.

22- X. Nguyễn Khuê. Sđd, tr. 33.

23- Hồ Biểu Chánh. "Đời Của Tôi Về Văn Nghệ" - theo Nguyễn Khuê. Sđd, tr. 30.

24- Trích theo Bùi Đức Tịnh. Sđd, tr. 192.

25- Lời Tựa, Trích theo Bằng Giang, Sđd, tr. 220.

26- Cả hai đoạn trích theo Bùi Đức Tịnh. Sđd, tr. 158-9 và 146.

27- *Vậy Mới Phải*. Nguồn: http://www.hobieuchanh.com/pages/truyentho/VayMoiPhai/VayMoiPhai_ptt.pdf

28- Huỳnh Ngọc Trảng. *Vè Nam Bộ*. NXB TpHCM, 1988. Tr. 14.

29- Phú Đức. *Lửa Lòng*. S.l.: NXB Tổng Hợp Tiền Giang, 1989, tr. 428.

30- Trích lại theo Bùi Đức Tịnh, Sđd, tr. 175.

31- Trích lại theo Bùi Đức Tịnh, Sđd, tr. 180.

32- Trích lại theo Bùi Đức Tịnh, Sđd, tr. 185.

33- Trích theo Bùi Đức Tịnh. Sđd, tr. 231-2.

34- Trích theo Bùi Đức Tịnh. Sđd, tr. 181-2.

35- Hồ Hữu Tường. *Lịch Sử Văn Chương Việt-Nam*. Tập 1: Lịch Sử Và Đặc Tánh của Tiếng Việt. Paris: Lê Lợi, 1949, tr. 6 & 7.

36- Hồ Hữu Tường. *Tương Lai Văn Hóa Việt-Nam*. Sàigòn: Huệ Minh tb lần 3, 1965, tr. 58.

37- Nghiêm Toản, *Việt-Nam Văn Học Sử Trích Yếu 2*, Sài-gòn: Vĩnh Bảo, 1951.

38- Phạm Thế Ngũ. *Việt-Nam Văn Học Sử Giản Ước Tân Biên*: Văn học hiện đại 1862-1945. Đại Nam tb, s.d., tr. 85.

39- Song song với khuynh hướng trội bật hơn viết kinh sách bằng chữ Nôm và chữ Hán.

40- Ngoài bản dịch *Tam Quốc Diễn Nghĩa của Phan Kế Bính* - năm 1959, NXB Phổ Thông Hà Nội in lại với phần hiệu đính của Bùi Kỷ, có thể ghi nhận thêm bản dịch Tam Quốc Chí Diễn Nghĩa do Nghiêm Tử dịch và Phong Di san nhuận, đăng trên *Tiểu-thuyết Thứ Bảy* từ số 417 ngày 13-6-1942.

41- Phạm Thế Ngũ. Sđd, tr. 322.

4-2004

Vài Ghi Nhận về Văn Học Yêu Nước

Đây là bài viết cuối trong loạt bài nhìn lại một số nếp văn-hóa và văn-học miền Nam lục-tỉnh khởi từ cái mốc miền Lục-tỉnh mất vào tay người Pháp và trở thành thuộc địa Cochinchine (1867) trước khi cả nước cũng bị thực dân Pháp thâu tóm. Suốt hơn 90 năm cả nước Việt bị trị đó, dân-tộc ta đã nhiều lần khởi nghĩa, chống ngoại bang, dưới nhiều hình-thức, đến năm 1945 rồi 1954, Việt-Nam mới tìm lại được độc lập quốc-gia tương đối, thì lại xảy ra cuộc chiến mới, một cuộc nội chiến vì ý thức hệ ngoại lai. Sau 30-4-1975, ngày chiến-tranh Việt-Nam ngưng tiếng đạn, miền Nam vì hoàn cảnh phải buông súng và miền Bắc làm chủ cả nước nhờ thời "chiến tranh lạnh" chuyển hướng và địa lợi nhưng không nhân hòa. Độc lập đất nước và tinh thần ái quốc chưa ngừng ở đó; cuộc chiến thay đổi tần số, nồng độ và nhân sự. Tinh thần ái-quốc vẫn tiếp tục được dương cao, cổ võ, ở đầu thế-kỷ XXI! Do đó, bàn đến hai chữ "ái-quốc" dù của thời quá-khứ vẫn bị ảnh-hưởng bởi những chuyện đang và tiếp tục diễn ra. Nhu cầu nghiên cứu buộc chúng tôi giới hạn định nghĩa hai chữ "ái-quốc" vào những thời điểm, biến cố và quan điểm có tính phổ quát, tránh không để thời-đại tính và phe-đảng tính chi phối.

Bài khởi từ miền Nam lục-tỉnh nhưng không thể không mở rộng ra miền Nam cộng-hòa, dân chủ, tự do và Việt-Nam bị thống nhất sau đó. Một đề tài khúc mắc, tế nhị và hãy còn nóng đối với người cùng thời hôm nay, tuy nhiên chúng tôi với mục-đích nhìn lại, tìm hiểu, với tâm trạng hậu sinh, thiển nghĩ cũng có thể ghi lại được vài ý tưởng về chủ-đề này. Những từ "Nam Bắc, Nam-bộ, lục-tỉnh, miền Nam, v.v." trong loạt bài được dùng như lịch-sử đã xảy ra, ngoài ra chúng tôi không có ý phân biệt, chia rẽ, vì dân-tộc và văn-học Việt-Nam Bắc-Nam, trong-ngoài và trước-sau chỉ là Một!

Thơ văn ái-quốc thường bùng phát khi nước nhà nguy biến và tình trạng bi đát đó càng kéo dài thì vô tình càng phong phú về lượng cũng như giá-trị. Lịch-sử nước Việt-Nam ta là lịch sử của một dân-tộc luôn phải trả giá đắt bằng sinh mạng, tài nguyên, để được tự chủ, độc lập và phải thường trực cảnh giác vì kẻ thù luôn có mặt. Nhưng kẻ thù ta qua lịch-sử là ai? Là những kẻ đồng màu da nhưng khác chủng tộc, là những kẻ khác màu da khác chủng tộc và cuối cùng là những kẻ cùng màu da nhưng khác lý tưởng. Kẻ thù còn là chính con dân, là đồng loại nhưng rước voi về dày mả tổ, rước ngoại bang và lý thuyết ngoài về dày xéo con người và đất nước. Lịch-sử đã và sẽ đánh giá những con người và tập thể tự biện minh và đánh bóng "sứ-mạng lịch-sử" của mình cũng như sẽ thẩm định công tội ái-quốc của các triều đại, chế độ và lãnh tụ! Con người và triều đại, chế độ, tất cả sẽ qua đi, nhưng thơ văn yêu nước luôn được trân trọng vì văn-học nghệ thuật là phương tiện và là hình thức hữu hiệu nhất cho mục-đích chính-trị yêu nước và vận động dân quyền và nhân quyền, cũng như sẽ lưu dấu lịch sử!

Tinh thần yêu nước Việt ở bất cứ miền nào đã được thể hiện dưới nhiều hình thức qua nhiều giai-đoạn khác nhau, lúc âm ỉ, lúc náo động. Các nhà trí thức và văn-nghệ sĩ đã sử-dụng đủ các hình thức và thể loại, để ghi nhận, nói lên, kêu gọi tinh thần ái-quốc đồng thời vạch mặt, chỉ tên, tố cáo những âm mưu và thủ đoạn "bán nước". Thời Pháp thuộc, nhiều văn phẩm bị kiểm-duyệt, cấm đoán, mà đến thời gọi là độc lập sau 1954 ở miền Bắc cộng-sản, các tác-phẩm nói lên lòng yêu nước cũng bị kiểm cấm và tác-giả của chúng bị án tù đày hoặc xử lý nặng nề. Ngay cả hiện nay, khi hai miền đã thống nhất và đất nước lớn mạnh về vật chất, lòng yêu nước vốn là thứ bộc phát tự nhiên và tưởng là tự do thể hiện, nhưng không ngờ hai chữ ái-quốc vẫn còn là cấm ky, trở nên hiểm nguy cho nhiều công dân; vì đối với nhiều tập đoàn bên này hay bên kia lằn ranh, yêu nước phải theo đúng quan điểm chỉ đạo hoặc ý đồ độc đoán, hèn yếu!

Thơ văn ái-quốc hồi đầu thế-kỷ XX

Từ khi miền Nam lục tỉnh trở thành thuộc địa Pháp, lòng trung quân ái quốc và tinh thần quốc gia của con người miền Nam được biểu lộ, lưu truyền, qua các phương-tiện thông tin đại chúng như câu hò, câu vè, thơ, ca dao, v.v. - những hình-thức văn-hóa qua đó đã nung đúc tư tưởng chiến đấu của người dân:

"Chim bay trong núi
Nước đổ trên nguồn
Mồ cha cái lũ Tây Dương
Mắc mớ chi nó tầm đường qua đây!"

Lịch sử đã chứng minh tinh thần chống ngoại xâm đã phải trở nên thường trực, liên tục, nhất là khi phải đứng lên để giải phóng đất nước:

"Nước rông, nước kém / Một tháng hai kỳ
đuổi loài bạch quỉ / đâu sá gì ngày đêm... "

Rồi những truyện thơ như Sáu Trọng, thơ Thầy Thông Chánh, v.v. được dùng để chuyên chở ý tình đối với đất nước. **Thơ Sáu Trọng** là truyện thơ dân gian được lưu truyền rộng rãi ở Nam bộ vào cuối thế kỷ XIX, đầu thế kỷ XX và được in thành sách lần đầu tiên khoảng năm 1905, là một tác phẩm văn học dân gian khá đặc sắc, câu đầu tiên "Kỷ vì thọ Pháp tân trào". Cùng với truyện thơ Thầy Thông Chánh, truyện thơ Sáu Trọng thuộc dòng văn học dân gian phản-ảnh khá chân thật diện mạo xã hội và tâm lý chống đối của giới bình dân lục-tỉnh thời ấy. Ở tác phẩm này, người đọc dễ dàng nhận ra giá trị tố cáo tội ác của bọn thực dân Pháp cướp nước, tố cáo hệ thống cai trị của Pháp nhằm đàn áp bóc lột dân ta cũng như chà đạp lên các giá trị đạo đức, văn hóa truyền thống của người Việt.

Báo chí và văn-học chữ quốc-ngữ khởi hình từ thời Trương Vĩnh-Ký, Huỳnh Tịnh Paulus Của, Trương Minh Ký,... thời yêu nước kín đáo, ẩn mình của người dân bị trị, qua văn hóa, đạo lý dân tộc; đến đầu thế kỷ XX, những Trần Chánh Chiếu, Trương Duy Toản, v.v. tiếp nối, đông đảo hơn và công khai đối đầu với thế lực thực dân.

Ngay từ đầu thế kỷ XX, thời Minh Tân ảnh hưởng trào lưu Tân thư từ Trung Hoa và Nhật Bản, năm 1903, Phan Bội Châu đã vận động ở miền Nam, đã viết *Lưu Cầu Huyết Lệ Tân Thư* rồi sau đó, những *Ái Chủng Ca, Ái Quốc Ca* khoảng 1911; Đông Kinh Nghĩa Thục thành lập năm 1907,... tiếp nối nỗ lực canh tân đất nước của những Nguyễn

Trường Tộ, Nguyễn Lộ Trạch, v.v. Từ trời Âu, Phan Châu Trinh rồi Nguyễn An Ninh truyền bá tư tưởng tự do bình đẳng và nhân bản, bác ái, v.v. nhắm khai mở trí tuệ dân-tộc để yêu nước hơn. Mở đầu cho một ý thức hệ dân quyền! Nhóm Nguyễn An Ninh ra tờ *La Cloche fêlée/Tiếng Chuông Rè* rồi *La Lutte/Tranh Đấu* năm 1933 công khai đấu tranh chính-trị với người Pháp, kể cả ra tranh cử Hội đồng Thành phố Sài-Gòn!

Các thập niên 1920, 1930, báo chí và văn học miền Nam vào giai đoạn khai phá này còn chứng tỏ một tinh thần dân tộc cao độ. Nhiều nhà báo và chủ báo đã bị nhà cầm quyền thuộc địa bắt bớ, báo chí bị đóng cửa hoặc cấm lưu hành ở Trung và Bắc kỳ như tờ *Phụ-Nữ Tân-Văn* (bị cấm lưu hành từ 1931 đến 1933 vì phổ biến tin về vụ khởi nghĩa Yên Bái). Ngoài ra, tác phẩm của các nhà văn như Nguyễn Trọng Quản, Trương Duy Toản, Phạm Minh Kiên được viết với một tinh thần dân tộc công khai, hiển nhiên.

Trong khi ở miền Bắc, Nguyễn Tử Siêu và Đinh Gia Thuyết viết tiểu-thuyết lịch sử chương hồi nhằm gửi gắm tâm tình yêu nước, thì cùng lúc đó một số nhà văn miền Nam như Trương Duy Toản đã xuất bản những tiểu-thuyết lịch sử như *Phan Yên Ngoại Sử Tiết Phụ Gian Truân* (1910), Mộng Huê Lầu (tức Lê Hoằng Mưu) in *Oán Hồng Quần* (hay *Phùng Kim Huê Ngoại Sử*, 6 quyển; Union, 1920), Tân Dân Tử có các tiểu-thuyết *Giọt Máu Chung Tình, Tòng Đình Thảm Kịch* (3 cuốn, 1925-26), *Gia-Long tẩu-quốc* (5 cuốn; Sài-Gòn: Nhà in Bảo-Tồn, 1930), *Gia-Long phục-quốc* (4 cuốn; Sài-Gòn: Nhà in Bảo-Tồn, 1932), *Hoàng-tử Cảnh như Tây* (2 cuốn; Sài-Gòn: Nhà in Bảo-Tồn, 1931) và Phạm Minh Kiên với các tiểu-thuyết "dã sử thuần túy Việt-Nam" *Lê Triều Lý Thị, Tiền Lê Vận Mạt* (17 hồi, 5 cuốn), *Việt-Nam Lý Trung Hưng* (Đức Lưu Phương, 1929, 4 cuốn, 405 tr.), *Việt-Nam Anh Kiệt - Vì Nghĩa Liều Mình* (Xưa Nay, 19?), v.v. - những truyện với đề tài lịch sử này gây tinh thần tích cực và yêu nước.

Ngoài ra, Trần Chánh Chiếu biên tập *Minh Tân tiểu-thuyết* (1907) và *Hương Cảng Nhân Vật, Quảng Đông Tỉnh Thành Phong Cảnh* cổ động Minh Tân. Trần Hữu Độ viết Cây dù gãy của nước Việt-Nam (1925), *Tiếng chuông truy hồn* (1925), *Hồi Trống Tự Do* (1926), *Tờ Cờ Mất Quyền Tự Do* (1926) tất cả bị người Pháp cấm, Nguyễn

An Ninh viết *Hai Bà Trưng* cũng bị liệt vào sách cấm, v.v. đều nhắm cổ động lòng yêu nước và chống thực dân. Ngay cả công chức làm việc với người Pháp như Hồ Biểu Chánh cũng không quên tình nước, đã soạn chung với Lê Quang Liêm vở tuồng hát *Vì Nghĩa Quên Nhà* (1917), v.v.

Giai đoạn văn học phôi thai này cũng đã có những tác phẩm nghị luận thời sự hoặc lý luận, lời sắc bén mà nội dung yêu nước cũng quyến rũ không kém. Đất thuộc địa do đó được quyền ăn nói và tự do báo chí hơn nhưng rồi một phần các tác phẩm đó cũng bị cấm hoặc tịch thu, như từ 1927 đến 1931 có cả trăm cuốn bị cấm như *Hai Bà Trưng* của Nguyễn An Ninh, *Ngồi Tù Khám Lớn* của Phan Văn Hùm, *Tiểu Anh Hùng Võ Kiết* của Phú Đức, cũng như một số truyện và tiểu-thuyết phổ biến tình tự dân tộc, v.v. Các thư xã được thành lập ở nhiều tỉnh: Bảo tồn thư xã, Cường học thư xã, Nữ lưu thư quán, Tân dân học xã, Chiêu Anh thư quán, v.v.. Các hội kín được thành lập, nổi lên thành phong trào, như Hội kín Nguyễn An Ninh,...

Như vậy, các Tân thư hồi đầu thế kỷ XX và các luồng tư tưởng dân chủ Tây-phương, đã giúp đưa đến những tư tưởng mới về yêu nước, như tư tưởng dân chủ, nhân quyền, khác với yêu nước thời quân chủ cho đến đó chỉ là "trung quân ái quốc", yêu nước một chiều, lại như các chế độ sau 1945, 1954, 1975, v.v.

Thời kháng-chiến chống Pháp 1945-1954

Năm 1944, Kỳ-ngoại-hầu Cường Để đã viết Khuyến Cáo Quốc Dân Ca như một tâm thư cuối cùng của đời ngài:

"Nước mất 80 năm rồi đó
Quốc dân ta có nhớ hay không?
Kìa xem các nước Á-đông,
Diến, Phi đều đã thoát vòng Mỹ Anh!
Chỉ còn một mình ta đó
Vẫn để cho Pháp nó đè đầu.
Pháp kia còn có chi đâu,
Từ ngày thua Đức đã hầu diệt vong
Gọi là nước thật không thành nước

Ấy thế mà vẫn được trị mình
Vẫn còn bạo ngược hoành hành
Mà ta lại vẫn trung thành lạ thay!!!
Làm nô lệ đến ngày nào nữa?
Đến ngày nay chưa biết chán sao?
Hỡi hăm lăm triệu đồng bào!
Chuyện ta ta phải tính sao bây giờ! (...)" (1)

Đến thời điểm đó, thời điểm Kỳ-ngoại-hầu gửi đồng bào trong nước những lời trên, là thời chế độ thực dân tưởng đã vững mạnh ở Đông-dương, trong thực tế bắt đầu lung lay và phải chấm dứt sau đó, sau một cuộc kháng chiến kéo dài cả gần chục năm. Thật vậy, các vận động chính-trị của nhiều từng lớp và thành phần trí thức và cách-mạng từ khi chiến thuyền Pháp bắn vào Đà Nẵng rồi chiếm đoạt miền Nam lục-tỉnh đã hun đúc lòng yêu nước nơi người Việt khắp ba kỳ và đã đưa đến kháng chiến khởi động đúng lúc ở trong Nam.

Cuộc chiến Đông-dương thứ nhất có thể xem như khởi đầu đêm 22 rạng 23 tháng 9 năm 1945 (trước đó gần năm năm, ngày 23-11-1940, đã có những nổi dậy chống Pháp ở Sài-Gòn và Mỹ Tho, Vĩnh Long, nhưng bị Pháp chận đứng). Đêm 22-9-1945, do liên quân Anh-Pháp bất ngờ đánh chiếm trụ sở Ủy-ban Hành chính Lâm thời Nam Bộ là cơ-cấu xuất hiện từ 25-8-1945 khi Trần Văn Giàu tuyên bố Nam bộ độc lập và chế độ Cộng-hòa dân chủ thành lập tại đây - xem như một tiếp nối của phong-trào Thanh Niên Tiền-phong của BS Phạm Ngọc Thạch. Ngày 23-9-1945, Nam-Kỳ kháng-chiến (2), khởi đầu cho một cuộc chiến tranh nhiều mặt trận, bắt đầu mở ra với du kích, thanh niên vô bưng - rừng U-Minh, Đồng Tháp Mười, v.v., theo những đoàn Giải Phóng Quân, Vệ Quốc Đoàn. Sẽ bị cưỡng bức hoặc tinh tế lợi dụng, nhưng kháng-chiến chống Pháp đã là một phong trào đấu tranh bộc-phát của thanh niên, sinh viên học sinh yêu nước ngay trong vòng vây của thực dân. Kế thừa truyền thống cha ông, mang trong mình hào khí Hoa Lư, Lam Sơn và Đông A, tuổi trẻ thời nào cũng nhanh chóng tìm được tiếng nói chung trước cảnh sơn hà nguy biến. Ngoài Bắc từ khi Chính phủ lâm thời ra mắt ngày 2-9-1945, các nhóm chính trị đấu tranh (Việt quốc, Việt cách, đệ Tứ và đảng cộng-sản Việt-Nam) tranh giành thế chủ động, thì trong Nam, tình hình khác hẳn. Phải chăng miền Nam bị Pháp chiếm trước, tinh thần yêu nước đã bùng lên sớm và mạnh hơn, vì đã từng bàng bạc qua đạo lý, tinh thần hảo hán, Lục Vân Tiên, rồi các phong trào vận động Minh Tân, Đông Du, đám tang Trần Văn Ơn ngày 9-1-1950? Tiếng súng kháng chiến chống Pháp chỉ nổi lên ngày 19-12-1946 ở Hà Nội và vùng phụ cận, khá lâu sau Tạm ước ngày 14-9-1945 và Hiệp định Sơ bộ ngày 6-3-1946! Như vậy, miền Nam kháng chiến trước miền Bắc hơn một năm!

Sau ngày 1-7-1949, khi cựu hoàng Bảo Đại về nước trở thành quốc trưởng chính phủ "Quốc-Gia Việt-Nam" (thay cho Nam kỳ tự trị), nước Việt-Nam 'tự-do' trong Liên-hiệp Pháp ("Quốc-Gia Việt-Nam" là một thực thể chính-trị từ Hiệp ước Pháp và Bảo Đại ký ngày 8-3-1949 cho đến ngày 26-10-1956 sẽ trở thành thực thể "Việt-Nam Cộng-Hòa" với Hiến pháp mới). Mặt khác, phía chính quyền kháng chiến Việt-Nam đã dần để lộ rõ chân tướng cộng-sản, lúc bấy giờ ý nghĩa của "kháng-chiến" đã thay đổi và đến khi hiệp định đình chiến Genève ký ngày 20-7-1954 thì không ai còn nói đến "kháng-chiến" nữa, lúc đó quốc-cộng rạch ròi phân đôi đất nước (vì miền Bắc đánh thắng Pháp và chủ trì phân chia Nam-Bắc như chiến thuật) cũng như trong lòng người dân Việt-Nam; vĩ tuyến XVII qua-phân lãnh thổ và người dân tập trung, tập kết chuẩn bị cho một cuộc đối đầu mới, sẽ được gọi là "chiến-tranh lạnh" (ngôn-ngữ đối ngoại) và "nội chiến" hoặc "chiến-tranh huynh đệ" (ngôn-ngữ đối nội), kéo dài gần 21 năm và hậu quả đến nay, gần 40 năm sau, vẫn chưa chấm dứt!

Văn-nghệ đã và cũng sẽ bắt đầu một cuộc qua phân thường trực, thành hai chiến tuyến: kháng chiến ban đầu ở miền Nam có "chánh đạo" yêu nước chấp nhận tinh thần khai phóng, tiến bộ khác với kháng chiến Việt cộng dùng tà đạo và khư khư bảo thủ như Đảng dạy, thì nền và mảng văn-nghệ "kháng-chiến cộng-sản" không có mặt người làm văn-nghệ ở "thành" (vùng tề), mà sau đó những người làm văn-nghệ "tự do, quốc-gia" cũng sẽ không đứng bên những nghệ sĩ gọi là "chống Mỹ, chống ngụy" - dĩ nhiên ngoại trừ những cây bút "ăn cơm quốc gia thờ ma cộng sản"!

Thời điểm 1945-1950 đã là thời đặc biệt của văn học kháng chiến và yêu nước ở trong Nam. Nhà biên-khảo văn-học Nguyễn Văn Sâm đã nhận xét xác đáng về nền văn-chương tranh đấu này: "... *Trước* giai đoạn 1945, chúng ta chỉ có những tác phẩm tranh đấu nhưng chưa có một nền văn-chương tranh đấu vì thời đó chỉ có một vài nhà văn sáng tác lẻ tẻ khi lòng mình rung động về vấn đề quốc-gia, dân-tộc; nhà văn chưa đặt vấn đề đường hướng sáng tác để những cây bút đồng thời cùng đánh vào một mục tiêu. Ngày xưa, Nguyễn Đình Chiểu, Huỳnh Mẫn Đạt... lạc loài trước bao nhà văn cùng thời đại. Năm 1945, gần như tất cả văn gia đều hướng về việc tranh đấu, giải thực (...) Hi vọng vừa bừng nở đã chợt tắt vì ý đồ thực dân của người Pháp trong việc muốn tái lập chế độ đô hộ xưa, dân chúng vì vậy oán hận, căm thù. Thêm vào đó cảnh máu lửa khắp nơi, người chết, nhà cháy, lòng người như một cảm thấy yêu mến quê hương, dân-tộc hơn. Họ làm mọi điều hữu ích cho quốc-gia không để ý gì đến những hậu quả tai hại cho chính bản thân và gia đình họ: gia nhập bộ đội, xung vào ban cứu thương, sáng tác tuyên truyền lòng ái quốc hay phổ biến những sáng tác đó, muôn người như một (...) văn-chương Nam-Bộ vì vậy được những người cầm bút lúc đó coi như thể hiện sự đóng góp phần mình vào công cuộc chung của quốc-gia " (3).

Như đã phân tích ở trên, chính tinh thần đạo lý bình dân cộng với lòng trung quân và yêu nước của con người ở vùng đất bị thực dân xâm chiếm đã gây nên phong trào kháng chiến rất đặc biệt ở trong Nam. Tâm lý thực tế, ngôn ngữ dân gian càng khiến lòng ái quốc dễ đi vào lòng người hơn. Đó là lý do khiến trường ca *Chiến Sĩ Hành* (1949) và tiểu-thuyết *Cây Ná Trắc* của Vũ Anh Khanh, truyện *Sương Gió Biên Thùy, Nắng Bên Kia Làng* của Lý Văn Sâm, *Vó Ngựa Cầu Thu* (1945), *Người Yêu Nước* của Thẩm Thệ Hà, *Tôi Bị Đày Đi Bà Rá* của Việt Tha, *Tàn Binh* của Sơn Khanh (Nguyễn Văn Lộc), *Cứu Lấy Quê Hương* của Hoàng Tấn,... và thơ văn ở Sài-gòn và trong Nam, đã thành công khơi dậy tinh thần yêu nước và kháng chiến chống Pháp. Thơ văn này có khác biệt tinh tế nếu so sánh với thơ văn chống Pháp từ các liên-khu ở Bắc và Trung bộ sau đó. Cũng kêu gọi lên đường, cầm giáo mác khí giới, nhưng lòng ái-quốc trong thơ văn Vũ Anh Khanh, Lý Văn Sâm, Sơn Khanh,... vừa có nét tình lý... gần gũi và dễ cảm hóa người đọc - cũng như những *Cha Tôi* của Lê Đạt, *Bên Kia Sông Đuống* của Hoàng Cầm, *Chiều Mưa Đường Số 5* của Thâm Tâm, nhiều bài của Quang Dũng,... hơn là những *Ta Đi Tới* của Tố Hữu, *Đất Nước* của Nguyễn Đình Thi, *Nhớ Máu* của Trần Mai Ninh, v.v.

Văn học kháng chiến và yêu nước khởi dậy từ Sài-Gòn với các nhóm văn-học yêu nước như nhóm gồm Thẩm Thệ Hà, Vũ Anh Khanh, Sơn Khanh, Quốc Ấn, Lý Văn Sâm, như Ngao Châu (Bùi Đức Tịnh), Phi Vân, Dương Tử Giang, Hoàng Tố Nguyên, Thiên Giang, Khổng Dương, Bách Việt (Mai Văn Bộ),...

Thẩm Thệ Hà, Vũ Anh Khanh lập nhà xuất-bản Tân Nam Việt. Lý Văn Sâm chủ trương tờ *Việt Bút* có sự cộng tác của các nhà thơ Hoàng Tấn, Hoàng Phố,... - tờ này về sau trực thuộc nhóm báo chí cũng như một số hiệp hội văn nghệ sĩ khác do Thành ủy Sài-Gòn chi phối; họ tổ chức những cuộc bãi công vào tháng 3-1950, ký giả Nam Quốc Cang (người viết mục "Sài-Gòn hoạt cảnh" và "Trớ trêu" nhiều bài phúng thích các chính phủ Nam kỳ tự trị) bị ám sát (6-5-1950), Pháp bắt nhà báo Thành Nguyên của tờ *Điện Báo* ngay buổi họp ở rạp Nguyễn Văn Hảo, sau đó một số nhà văn nhà báo như Lý Văn Sâm, Dương Tử Giang, Thiếu Sơn, v.v. phải rút vô khu kháng chiến. Đấu tranh công khai sau đó yếu dần, chuyển sang những cuộc chống những "sản phẩm khiêu dâm" (1952) và "đầu độc tinh thần dân-tộc" (1953) - trong thơ văn và cả kịch trường, ca nhạc, rồi quay ra làm báo giáo dục như tờ *Việt-Nam Giáo Khoa* của Bùi Đức Tịnh, Nguyễn Bảo Hóa, Thuần Phong, v.v. Các báo đăng nhiều truyện thơ nói lên tình yêu nước và kêu gọi chống xâm lăng,... Riêng tờ *Nhân Loại* dần dà trở thành cơ quan văn-nghệ qui tụ nhiều nhà văn thơ yêu nước theo cộng hoặc độc lập.

Thơ văn nói chung đề cao lòng yêu nước, tinh thần dân-tộc và kêu gọi đấu tranh giành độc lập. Về văn xuôi, *Con Đường Cứu Nước* của Thẩm Thệ Hà và Hường Hoa (Xuân Tước) nhắn nhủ người đọc muốn họ "nhận lấy cái ý niệm tranh đấu của một mùa Xuân tranh đấu" (4). Trí thức và văn nghệ sĩ chính kiến và tư tưởng có thể khác nhau - như không khí trong *Giai Cấp* của Sơn Khanh nếu so với các tác phẩm khác, nhưng trước vận nước, tất cả chung vai đấu tranh! *Người Yêu Nước* (1950) của Thẩm Thệ Hà cũng như tác-phẩm của Vũ Anh Khanh đề cao, cổ võ cuộc kháng chiến chống thực dân Pháp trong hầu hết các tác-phẩm lớn nhỏ của ông, văn cũng như thơ: *Cây Ná Trắc, Bạc Xỉu Lìu, Nửa Bồ Xương Khô, Đầm Ô Rô, Sông Máu, Ngũ Tử Tư*, v.v. Và nhiều nhà văn khác nữa!

Thơ là thể loại rất thịnh hành thời kháng-chiến. Đáng kể có Ái Lan với tập *Trên Đường*, Liên Chớp có *Khói Sương*, Ngao Châu Bùi Đức Tịnh tố cáo thực dân xâm lăng qua tập thơ *Chiêu Hồn* trong đó có bài Hận Nam Kỳ, Xuân Miễn với *Lửa Binh* có bài An Phú Đông vẫn được chính thức đề cao "đã trở thành sử thi của cuộc kháng-chiến Nam Bộ":

"*Bạn đã từng nghe An Phú Đông,*
Một làng nho nhỏ ở ven sông.
Một năm chinh chiến! Ôi chinh chiến!
Sông nước Sài-Gòn nhuộm máu hồng,
(...) Nhưng chẳng nao gan người chiến sĩ,
Quân giặc vào đây chết ở đây.
Thân dẫu nát thành tro bụi nữa,
Cũng không rời khỏi Phú Đông này"

Tuyển tập *Thơ Mùa Giải Phóng* (1949) gồm 20 nhà thơ cùng nói lên lòng yêu nước và cổ động tinh thần dân-tộc chống ngoại xâm: Chim Xanh, Hoàng Tố Nguyên, Bân Bân nữ sĩ (Mộng Tuyết), Ái Lan, Khổng Dương, Vũ Anh Khanh, Trúc Khanh, v.v

"*Muôn lồng ngực hít khí trời cao rộng,*
Muôn cánh tay chào đón phút tự do.
Ôi! Say sưa, cuồng nhiệt reo hò!
Thề lấy máu điểm tô trang lịch-sử"

(Ái Lan, Thu Giải Phóng).

Bên cạnh đó, nhà thơ Đằng Phương (Nguyễn Ngọc Huy) thì có cái nhìn khác, nhuốm âu lo hậu vận:

"*... Trời mù mịt, giang-san tràn ngập máu,*
Khúc lâm-hành đã trỗi thúc ba quân,
Cùng một lòng hăng hái, cả muôn dân
Đã tiến bước lên đường tìm ánh-sáng.
(...) Hồn dân-tộc bừng lên trong gió phất,
Tình quốc-gia bàng-bạc phủ sơn-xuyên,
Tim muôn dân chỉ nhịp một câu nguyền:
"Tranh quyền sống về dâng cho chủng-tộc"
Sao có kẻ nỡ manh-tâm lừa-lọc,

*Hướng đấu-tranh theo một nẻo mơ-màng:
Mộng đại-đồng, hờ-hững với giang san
Lấy giai cấp để thay tình máu-mủ?
Cờ giải-phóng mầu trung ôi đã trở!
Và đồng-tâm đổ vỡ tự bao giờ.
Biết bao người đã lạc bước trơ-vơ
Trước thảm cảnh tương-tàn trong cốt-nhục!..."* (5)

Bài thơ trường thiên *Chiến Sĩ Hành* của Vũ Anh Khanh, được viết cuối Thu năm 1947 nhưng chỉ được xuất-bản hai năm sau, vì kiểm duyệt và khó khăn thời đó cho thơ văn tranh đấu (6). Hành là một thể-loại thơ cổ Trung-Hoa, được các nhà thơ Việt-Nam sử-dụng cho các đề tài ái-quốc (kêu gọi, đề cao,...) và tranh đấu, tương đương với Hịch bên văn xuôi. Hành là thể thơ cho phép vấn hỏi và than thở với vài dụng-ngữ như "hề!" và cấu trúc nghi-vấn. Vũ Anh Khanh đã tận dụng những phép đó. Ngoài ra, chữ dùng và khí thơ trong bài *Chiến Sĩ Hành* dựng lại hình ảnh quê-hương hào hùng cha ông đã hy-sinh để lại mà nay chính mảnh đất đó lại lâm vào loạn ly:

*"Hai năm trước, cuối mùa thu xám
Lửa căm hờn cháy nám trời xanh
... Khói hờn loạn phủ ải xa
Lửa hờn dậy khắp sơn-hà Việt-nam"*

cũng như nói lên chí khí thanh niên yêu nước. Tác-giả đã tả rõ nét hình ảnh người yêu nước: những người thanh niên ra đi vì đại-nghĩa, vì đất nước lâm nguy, những chiến sĩ chủ-trì hành-động nhiều hơn nói xuông! Lời thơ và hình ảnh hùng tráng (*Vó ngựa gõ dịp cầu cao vọi / Gươm mình khua mắt dõi đêm dầy*) nhưng sao nỗi ngậm ngùi, thương tiếc cứ vương vất (*Chiến-sĩ đi buồn tênh tiếng dế!*), tâm-trạng người đi vướng tâm-tình người ở lại, hành trình dài và đầy hy vọng nhưng viễn tượng sẽ ra sao, nào ai hay (*Trời hộ người trai trẻ thành công*)! *Chiến Sĩ Hành* thuộc về thi-ca tranh đấu, và thiển nghĩ, nhà thơ đã thành công làm sống lại thời hào-hùng đầy khí-thế và hoài bão của người trẻ những năm tháng đó, dù có dăm câu cho thấy ảnh-hưởng thi-ca lãng-mạn yêu nước như Chinh phụ ngâm. Vũ Anh Khanh còn là tác-giả Tha La Xóm Đạo, một bài thơ nổi tiếng khác từ cùng thời kháng-chiến, được sáng-tác khi nhà thơ trên đường kháng Pháp về ngang qua quê nhà, nhìn lại nơi xưa đầy dấu vết chiến-tranh tàn phá và ngậm ngùi sự trống vắng của người xưa yêu dấu! Bài này đã được nói đến rất nhiều, nhưng hễ nói đến thơ văn kháng-chiến trong Nam không ai có thể quên giá-trị văn-học cũng như lịch-sử của bài Tha La Xóm Đạo!

Thời văn-học kháng chiến có một đặc điểm nữa là việc **dịch thuật** các tác-phẩm rất được chú trọng. Các tác-phẩm nói lên lòng yêu nước của các tác-giả Âu châu được liên tục dịch đăng báo và xuất-bản: *Con Đường Cứu Nước* (của P.I. Stahl do Thẩm Thệ Hà dịch chung với Hường Hoa Xuân-Tước, 1947), *Đường Lên Cõi Bắc* (của R. Wright do Bùi Nam Tử dịch), v.v.

Về **lý luận** và lý thuyết văn-nghệ, nhiều nhà văn hóa thời kháng-chiến này viết báo và xuất bản những vận động cho một văn-hóa mới, nghệ-thuật mới: *Văn Nghệ Và Phê Bình, Nghệ Thuật Và Nhân Sinh* (1949) của nhóm Chân Trời Mới (Tam Ích, Thiên Giang và Thê Húc), *Việt-Nam Trên đường Cách Mạng Tân Văn Hóa* (1949) của Thẩm Thệ Hà, *Con Đường Văn Nghệ Mới* (1951) của Triều Sơn. Thiên Giang viết *Văn Chương Và Xã Hội* (1947), *Nghệ Thuật Vị Nhân Sinh* (1949) dùng lý luận văn-nghệ cổ động đấu tranh văn-hóa, xã hội. Nhà thơ Ái Lan viết *Sứ Mạng Thi Nhân* (1948) cổ động thơ ca vị nhân sinh, thơ cứu nhân loại. Nguyễn Bảo Hóa xuất-bản *Nam Bộ Chiến Sử* (1949) với tự ngôn *"Nghệ sĩ Việt-Nam lấy tư cách nghệ sĩ có nhiệm vụ phải làm trong cuộc giải phóng dân-tộc chống xâm lăng"* - sách bị nhà cầm quyền Pháp tịch thu!

Thời kỳ văn-học kháng chiến ở Nam bộ 1945-1950 có đặc điểm là thời này nhất là lúc khởi đầu, lúc đảng Cộng-sản Việt-Nam chưa can thiệp mạnh mẽ và chưa có nhân sự về văn-nghệ và các nhà văn vào các chiến khu 8,9 chưa nhiều. Chính người lãnh đạo kiêm lý thuyết văn-nghệ Lưu Quý Kỳ, phó ban tuyên huấn của Xứ ủy Nam bộ, chi hội trưởng Chi hội Văn Nghệ kháng-chiến Nam bộ, đã tường thuật trong *Qua Thực Tiễn Văn Nghệ Kháng Chiến Nam Bộ* xuất-bản ở Hà-nội năm 1958 rằng văn-nghệ sĩ kháng chiến Nam bộ cho đến năm 1949 hoạt động tự phát 'theo cảm tính' và 'bồng bột, sôi nổi', từ 7-1949 mới có cuộc nghiên cứu báo cáo Chủ nghĩa Mác và vấn-đề văn-hóa của Trường Chinh. Tháng 1 năm 1951 thêm cuộc họp lần thứ hai trong khu 9 đã nghiên cứu bản cương lĩnh của đảng, và đến đầu năm 1954 thêm cuộc họp để kiểm điểm sự thực hiện chủ trương *"khai thác và sử dụng vốn cổ văn-nghệ dân-tộc, phục vụ kháng chiến"* (7). Chi hội Văn-nghệ Nam bộ được hình thành ngày 3-1-1950 và từ đó miền Bắc thật sự chi phối mạnh kháng chiến miền Nam. Xứ ủy Đảng CS Đông-dương ở Nam bộ cấm đoán ca vọng cổ, hát bộ, nói thơ Bạc-Liêu (khá ướt át, khác nói thơ Vân Tiên, để thay thế ca vọng cổ, ở vùng Cà-Mau), đàn nguyệt, đàn cò, v.v. nhưng các vùng kháng chiến vẫn không tuân theo - đó cũng có thể là lý do đưa đến bế tắc vì truyền thống tín ngưỡng bình dân và hạ tầng nông dân không hưởng ứng văn-nghệ chỉ huy - chính xứ ủy Lê Duẩn cũng đã báo cáo như vậy.

Từ 1950, lãnh đạo văn-nghệ trương phương châm "dân-tộc, khoa học, đại chúng" nhập cảng từ các chiến khu Việt Bắc và chú ý đến "tác phong của người văn-nghệ sĩ nhân dân, văn-nghệ sĩ cách mạng" cũng như lập trường giai cấp của văn-nghệ sĩ! Phải chăng đó là lý do văn-nghệ yêu nước và kháng chiến bộc phát ở Sài-Gòn đã yếu dần rồi vắng tiếng? Và cũng từ đó, văn-nghệ chỉ huy từ lập trường đến nhân sự dần dà độc tôn chiếm lĩnh! Sau cuộc hội tháng 1-1951, đảng đề ra thêm lập trường giai cấp trong văn-nghệ, đề cao thơ lục bát (vè) và những hình thức văn-nghệ đại chúng từng bị cấm đoán nhưng không thành công: các tuồng cải lương và hát bộ được... nhuận sắc theo văn kiện 'khai thác vốn cổ dân-tộc' đem từ đại hội thành lập đảng cuối năm 1951 ở vùng Việt Bắc vào. Lưu Quý Kỳ cho biết chiến dịch bộ đội 'sáng tác' ca dao, trong một vài tiếng đồng hồ, một tiểu đoàn (400 bộ đội) có thể 'sáng tác' được 500 câu "ca dao". Bảo Định Giang, một nhà thơ kháng-chiến đã có kỷ lục sáng tác 'ca dao' in thành tập (*Ca Dao Đồng Tháp*, 1947 và *Ca Dao Gọi Lính*, 1948). Tuy vậy, đến cuộc họp cao cấp vào tháng 5-1954, đảng và chỉ đạo văn-nghệ Nam bộ vẫn kiểm thảo và phàn nàn về tính văn-nghệ hữu khuynh 'dám nghĩ dám làm' của cán bộ và quần chúng trong Nam vẫn chưa 'chữa' được (8)!

Văn-nghệ kháng-chiến trong các Khu đã được sách báo trong nước ghi thành tích và xuất bản nhiều biên tập, ở đây xin nhắc sơ qua. Khu 8 Đồng Tháp Mười là nơi sinh hoạt văn-nghệ của Bảo Định Giang, Nguyễn Bính ('chín năm đốt đuốc soi rừng' của ông đã để lại trường ca *Những Thanh Gươm Bén*, truyện thơ *Hương* và hai kịch thơ *Ông Lão Mài Gươm* 1947 và *Chiếc Áo Đêm Trăng*). Khu 9 có Sơn Nam, Đoàn Giỏi, Kiên Giang Hà Huy Hà,... Miền Tây địa phương văn-nghệ của Bảo Định Giang (lúc đầu), Viễn Phương, Xuân Miễn,... Đặc Khu Sài-Gòn Chợ Lớn có sự góp mặt của Lý Văn Sâm, Lê Vĩnh Hòa, Dương Tử Giang, Nguyễn Bảo Hóa, v.v.

Nguyễn Bính sau khi tập kết trở về Bắc đã xuất-bản *Đồng Tháp Mười, Trả Ta Về, Gửi Người Vợ Miền Nam*, v.v. Thơ rất bình dân, như lời hứa với người "má" miền Nam trong bài Chung Một Lời Thề:

"(...) *Mấy doi, mấy vịnh, mấy vàm*
Con nhìn theo má chèo ngang bong dừa
Gió lùa mái tóc bạc phơ
Mến thương tràn ngập mấy bờ sông sâu:
'- Má ơi, con dám quên đâu
Con xin thề đúng như câu má thề
Nghìn muôn gian khổ chẳng nề
Má chờ con nhé, con về, má ơi!"
(*Tuyển Tập Nguyễn Bính*, 1986, tr. 107).

Khi viết về văn-học kháng chiến giai đoạn này, các nhà phê bình và văn-học sử tùy vị trí người quốc-gia hay cộng-sản hoặc yêu nước độc lập, đến nay, dù đã có những thay đổi, "mở cửa", nhưng vẫn có những quan điểm và lựa chọn không đồng nhất (sự thật chỉ có Một nhưng lại có nhiều cái nhìn và "tiếp cận"!). Như với Vũ Anh Khanh, kháng chiến thành rồi theo kháng chiến khu và tập kết ra Bắc năm 1954 nhưng rồi không lâu sau thức tỉnh bơi qua sông Bến Hải trở về miền Nam đã bị bộ đội bắn chết. Như định nghĩa hay cách xếp các nhà văn nhà báo vào loại "yêu nước công khai" ở Sài-Gòn của các soạn-giả tập *Địa Chí Văn Hóa Thành Phố HCM* trong đó người kháng chiến nằm vùng và người kháng chiến thành hoặc độc lập được đặt cạnh nhau. Với cách nhìn của trong nước cho đến nay, các tác-giả kháng chiến như Sơn Khanh,... ít được nhắc đến hoặc có nhắc nhưng nhắc cho có như Tam Ích, Thiên Giang, Thê Húc,... hoặc nhắc để phê phán nặng nề như với Hồ Hữu Tường! Về tiểu sử, Lý Văn Sâm, Dương Tử Giang hình như cũng có "vấn đề" và Lê Vĩnh Hòa chẳng hạn từng xuất-bản *Mái Nhà Thơ* (1965) và *Người Tị Nạn* nhưng văn học trong nước chỉ nhắc đến *Chiếc Áo Thiên Thanh* (NXB Trùng Dương, 1957) là một tuyển tập tuyện ngắn chung với Tiêu Kim Thủy và Ngọc Linh, còn Võ Phiến trong bộ *Văn Học Miền Nam* không ghi lại tiểu sử Lê Vĩnh Hòa - dù là em ruột, phải chăng vì anh chống Cộng?

Thơ văn kháng chiến ở Trung Bộ và Việt Bắc

Khởi động từ Sài-Gòn và lục-tỉnh Cochinchine, ngọn cờ Vệ quốc kháng chiến và thơ văn yêu nước sau đó đã chuyển lửa ra Trung Bắc và đồng thời một nền văn-học gọi là cách-mạng lớn mạnh trong các liên khu Việt Bắc và chuyển trở về các liên khu miền Nam, chỉ thị và đề-cương theo nhân sự và tác phẩm đi vào Nam. Trần Mai Ninh với bài Nhớ Máu như tiếng kêu gọi lên đường từ miền Trung:

"Ta quyết thắng / Việt-Nam rồi đứng dậy
Sáng vô chừng / rất đẹp với Nha Trang và Nam Bộ
Phan Thiết, Phan Rang, Đà Lạt
Máu chan hòa trên góc cạnh kim cương
Các anh hùng tay hạ súng trường
Rồi khẽ vuốt mồ hôi và máu
Họ cười vang rung lớp lớp tinh cầu..."

Với những cái gọi là "tiêu chí" "văn-nghệ là vũ khí, nhà văn là chiến sĩ", viết văn theo đường lối xã-hội chủ-nghĩa là sử dụng phương pháp hiện thực phê phán, phê phán là xấu tất cả những gì của các chế độ khác, thứ hai là sử dụng hiện thực xã-hội chủ-nghĩa, nghĩa là cái gì của thế giới cộng-sản đều tốt hết, đều không có khuyết điểm, nếu có thì chỉ là hiện tượng (chứ không là thực chất), là do kẻ thù gây ra hoặc chỉ là tạm thời. Chiến trận thì khủng khiếp nhưng nhà văn "cách-mạng" không được nói đến cái chết, những mất mát và cảnh bi thương - vành khăn trắng của Phạm Tiến Duật là trật chỗ, là sai! Kẻ thù không bao giờ tốt, hoặc có thì cũng không được nói. Các nhân vật chính của văn thơ CS đều "tốt", là những nhân vật chính diện! Hình ảnh anh bộ đội - "điển hình bộ đội", lúc nào cũng "đẹp", "khoẻ" về hình hài cũng như lý trí: trong thơ Chính Hữu (*Đồng Chí*, 1947), người bộ đội đối xử với nhau bằng tình cảm cao quí, người lính bộ đội trong *Xung Kích* của Nguyễn Đình Thi thì trưởng thành, xứng danh là chiến sĩ cách mạng; cũng như những phụ nữ kháng chiến vùng Huế trong *Gặp Gỡ* của Bùi Hiển! Người phụ nữ mẹ và vợ bộ đội đảm đang, vị tha vì chồng con yêu nước!

"Thằng Trâu con chó / Cặp đuôi chạy dài
Mã bố nhà nó / Nịnh Tây hết thời"

Là Bà Mẹ Việt Bắc bên cạnh những Bầm ơi, Bà bủ, Chị là người Mẹ của Tố Hữu, Bà mẹ Canh biển của Tế Hanh, Mẹ của Nguyễn Bính, Gửi mẹ trong vùng giặc chiếm của Chế Lan Viên,... Người vợ trong *Đợi Chờ* của Nam Cao đảm đang hết mọi việc nhà cho chồng đi công tác bộ đội xa. Quan hệ dân với bộ đội lúc nào cũng "chân thật, đẹp đẽ",... Huy Cận viết Gặt lúc đêm trăng tả cảnh bộ đội giúp dân gặt lúa, Hoàng Trung Thông viết Bao giờ trở lại tả lòng mong đợi anh bộ đội trở lại làm nhộn nhịp thôn quê:

"Anh đi chín đợi mười chờ
Tin thường thắng trận, bao giờ về anh?"

Lưu Trọng Lư thì:

"Ngô cải đã ra hoa / Bí bầu đã trổ trái
Nỡ nào anh đi mãi / Bộ đội đã về làng
Súng đạn đã âm vang / Giặc tháo sau tháo trước
Tay cơi trầu, đợi nước / Miệng gọi mạ gọi thầy
Chớ chi anh về đây / Giữa đoàn quân chiến thắng!"

(Ngô cải đơm hoa, 1949) (9)

Bài thơ từng bị chỉ trích có tư tưởng bi quan, vì câu áp chót.

Phần lớn thơ văn yêu nước và kháng chiến ở ba miền nói chung hãy còn lãng mạn, trữ tình. Thơ vẫn là thể-loại được sử-dụng nhiều nhất và được xem là "binh chủng mũi nhọn".

"Thôi hãy lên đường tráng sĩ ơi!
Quê hương mong đợi đã bao đời
Biên thùy nghe dậy niềm ai oán,
Gươm hận mài chưa? Khát máu rồi..."

(Biết gửi đưa ai, Vệ Quốc 1-1946) (10)

Xin trích bài Chia tay - có thể là sáng tác tập thể. Vào những ngày đầu của Nam bộ kháng chiến, các chiến sĩ của Vệ Quốc Quân đã đột phát gia nhập hàng ngũ. Khả năng quân sự, trình độ văn hóa, tư tưởng v.v. rất phức tạp. Nhằm mục đích tuyển chọn các cấp sĩ quan, lãnh đạo các đơn vị chiến khu 9 đã tổ chức đại hội sát hạch để xác định khả năng các chiến sĩ ưu tú và cấp lãnh đạo sẽ định cấp bực quân hàm. Bài thơ được ghi lại sau đây được sáng tác vào đêm liên hoan bế mạc đại hội sát hạch lần đầu và được in trên báo *Tiếng Súng Kháng Địch* số 1, thu 1947. Bài thơ ghi lại qua trí nhớ của một cựu kháng-chiến, có thể có vài từ ngữ ghi sai và có thể thiếu một câu:

"Chia nẻo sa trường, / Bạn về, thôi thế.
Tặng bạn lưỡi gươm, / Đừng quên nhau nhé.
Cười hát điên cuồng, / Mắt không mờ lệ, / Lòng sao rất thương.
Bạn đi lồng lộng trùng dương,
Ta về gối súng ôm gươm đợi thù.
Nhớ mãi một mùa thu, / Tung bay cờ đại hội.
Ta cùng bạn thi đua. / Mến thương mà sôi nổi.
Có ngại gì hơn thua. / Chỉ biết nêu chói lọi,
Danh dự của toàn khu. / Vắng nghe lời bạn như ru:
Ta thi là để rửa thù giang sơn.
Nghĩ tới giặc căm hờn nét mặt.
Gươm bạn trao vằng vặc trăng soi,
Rực lên ý thép sáng ngời.
Gươm trao là để cho người lập công.
Hãy lập chiến công, / Hãy giành thắng lợi.
Tiếng thét xung phong, / Rung cờ đại hội.
Còn cháy bên lòng, / Còn vọng núi sông. [có thể thiếu 1 câu]
Giờ đây sùng sục máu hồng cuộn trôi.
Trăng có sáng phương trời rạng đông.
Gió có reo lồng lộng đêm nay. / Cho ta nhắn bạn câu nầy:
Nhớ nhau xin chặt đầu Tây cho nhiều.
Rồi đây ta vỗ gươm reo.
Lũ ta nghèo súng không nghèo chiến công.
Rồi mai mốt cờ tung chiến thắng,
Ta gặp nhau đầm ấm làm sao !
Gươm thề chẳng hẹn lời trao.

Tình xưa đại hội ai nào quên ai...
Đêm đã gần phai. / Trăng kia đã ngả bóng dài ngang sân".
(Vô danh) (11)

Về **Truyện và ký** có *Đôi Mắt, Ở Rừng, Đợi chờ*, Truyện biên giới của Nam Cao, Du kích huyện của Tô Hoài, *Làng* của Kim Lân, Đường Vui, Tình chiến dịch của Nguyễn Tuân, Đất nước yêu dấu, Đêm giải phóng của Nguyên Hồng, Thư nhà của Hồ Phương, *Xung Kích* của Nguyễn Đình Thi - được xem như là truyện dài đầu tiên thực địa về cuộc kháng chiến qua những giao tranh ở chiến dịch Vĩnh Yên. Trong *Đôi Mắt* (1948), Nam Cao nói đến thay đổi nhãn quan, bỏ con mắt thờ ơ việc nước mà mang lấy đôi mắt của nhân dân; nhân vật chính, nhà văn Hoàng, từ một người "trí thức nửa mùa", "chỉ tài chửi đổng", "chẳng yêu một cái gì", giỏi buôn bán chợ đen, thích đọc Tam quốc, nuôi chó dữ, đã tự thắng bỏ cũ theo nếp sống mới, kháng chiến! Nhà văn yểu mệnh này ghi trong nhật ký *Ở Rừng* (1948): *"cách mạng đã đổi hẳn óc mình, kháng chiến chẳng những làm già dặn thêm khối óc đã đổi mới kia, còn thay đổi ngay chính bản thân mình..."*.

Bên cạnh thơ văn trữ tình lãng mạn là thơ văn chính luận, loại dùng để kết tội, xử lý,... tuyên truyền cổ võ cho một mục-đích, ý hướng, có khi không hẳn phải là văn-học yêu nước, những 'thơ văn' minh họa những anh bộ đội, v.v. Thơ văn đấu tranh cộng-sản tức thứ văn thơ mà đảng cộng-sản đề cao và gọi là cách-mạng yêu nước. Tính chiến đấu trở nên thường trực, phải là phẩm chất hàng đầu của nền văn nghệ, cũng là tính Đảng. Một thứ thơ văn đấu tranh với đề-tài, mục-đích dù sao vẫn là những thứ ngắn hạn, mang tính thời sự, Đề-tài cưỡng ép do đó đưa đến những bài bản không giá trị văn-chương và không sống mãi với thời-gian. Nhà văn viết tuyệt đối theo tư tưởng Đảng nhưng với ngôn-ngữ của nhà văn. Nhân vật, chủ đề thì theo hình tượng điển hình (hình tượng Tổ quốc, bộ đội anh hùng, nhân dân anh hùng, v.v.). Những nhà văn chân chính, đích thực hay muốn là lương tri của thời đại, có lúc cũng phải dằn vặt. Có người như Hoài Thanh đã phải phủ nhận công trình *Thi Nhân Việt-Nam* của mình. Nhân Văn Giai phẩm là một thí dụ điển hình nhưng xảy ra sớm do đó các văn nghệ sĩ sớm cất tiếng ý thức đã phải khốn khổ phần đời còn lại. Ngay quan chức như Nguyễn Đình Thi đã phải viết hai vở kịch *Con nai đen* và *Nguyễn Trãi Ở Đông Quan* mà nhiều năm sau mới dám công khai nhắc đến như những vở kịch vạch trần sự nói dối.

Những Hội Văn Hóa Cứu quốc (9-1945), Văn Nghệ Việt-Nam (1948) được thành lập, những tạp chí *Tiền Phong, Văn Nghệ, Lúa Mới, Cứu Quốc Việt-Nam*, v.v. được ra mắt, để hỗ trợ cuộc kháng chiến. Báo-chí được chiếu cố, phát hành từ trung ương Hà-nội đến tận cùng các bưng biền cả ba miền. Trong khắp các liên-khu, vì vai trò của văn nghệ sĩ được đề cao nên họ bị theo dõi và chỉ đạo. Văn-học trở nên tập trung và được gọi là "văn-học cách mạng", chủ đạo và chi phối hết mọi ngành sinh hoạt; những tư tưởng bị gán nhãn "tư sản, phản động" bị loại trừ và kiểm điểm. Bản Đề-cương về văn-hóa Việt-Nam (1943) được đem ra học tập và áp dụng và những Đại hội văn-hóa toàn quốc (lần 1, 12-1946) liên tục kiểm thảo, định hướng! "Nền" văn-học cách mạng ở các liên khu kháng chiến này trở nên cao độ sau 1948. Trong Nam, các chiến khu có những tờ *Vệ Quốc* (1946), *Lá Lúa, Tiếng Súng Kháng Địch, Tổ Quốc, Tiền Đạo, Cứu Quốc, Nhân Dân Miền Nam* (với phụ trương tiểu-thuyết Nhân Dân), *Văn Nghệ Miền Nam*,... phát hành đều đặn, nội-dung gồm những bài thơ văn, truyện ngắn, tùy bút và nghị luận, thông tin, tuyên truyền. Nhiều "nhà văn" như Anh Đức, Nguyễn Thi, Nguyễn Trung Thành,... xuất thân và xuất hiện đều đặn trên các báo tuyên truyền này. Để cổ động và tuyên truyền mạnh hơn, giải văn-nghệ Cửu Long đã được lập ra (Sơn Nam từng được giải này về truyện ngắn Tây Đầu Đỏ). Tiếp là cuộc chiến "chống Mỹ", giải Nguyễn Đình Chiểu được lập ra từ 1965 để thưởng công những cây viết đã đạt được những tiêu chuẩn đề ra của "chủ-nghĩa anh hùng cách-mạng Việt-Nam của văn-học chống Mỹ", một "nền" văn-học có "đặc điểm thống nhất" là "sự lãnh đạo chặt chẽ của Đảng", như Từ Tuyến Đầu Tổ Quốc, tập thư của một miền Nam chống Mỹ!

Kịch thơ và kịch nói là những thể loại được sử-dụng nhiều trong giai đoạn kháng chiến. Từ 1945, ở Sài-Gòn đã có kịch thơ của nhóm Hoàng Mai Lưu (Hội nghị Diên Hồng, Đêm Lam Sơn, Mê Linh,..), Tây Thi Gái Nước Việt của Hoàng Mai (Mai Văn Bộ), Giặc Cờ Đen của Ninh Huy, v.v.

Văn-học kháng-chiến dưới sự chỉ đạo và điều động của cộng-sản miền Bắc nay dần trôi vào quên lãng sau những đợt ghi lại lịch-sử và đề cao, nay mảng con rơi 1945-1950 của miền Nam thì lại được nói đến nhiều hơn. Tuy nhiên văn thơ do chỉ thị và chiến dịch giai đoạn thì giá trị văn-chương không có mà sự hiện diện của chúng cũng không bền lâu. Một cây viết của kháng-chiến thời này là Đoàn Giỏi sau này đã kiểm điểm như sau: *"Truyện Cá Bông Má (1952) của tôi đã được viết đúng như chủ trương, mặc dù hồi đó viết như vậy tôi thấy cũng đã là "dám" vượt ra khỏi khuôn khổ quá xa rồi. Yêu cầu chỉ có cốt truyện, không cần tả cảnh, cảm xúc. Truyện như vậy, bây giờ tôi không muốn nhìn lại nó nữa, hoặc có đọc lại thì tôi không khỏi thấy buồn cười"*. Đoàn Giỏi phê bình cả những truyện thơ và kịch được giải thưởng Cửu Long thời kháng-chiến, *"những tác-phẩm này bây giờ đọc lại thấy bình thường thậm chí có khi còn rơi vào tự nhiên chủ nghĩa (...) Chỉ có những chuyện của Sơn Nam bây giờ đọc lại vẫn còn thấy xúc động"* (12). Bạn ông, Bảo Định Giang, "tác-giả" nhiều tập "ca-dao kháng-chiến", nổi tiếng với hai câu... ca dao:

*"Tháp Mười đẹp nhất bông sen
Việt-Nam đẹp nhất có tên bác Hồ"*.

Nhìn chung, văn-học thời kháng chiến 1945-1954, với mục đích khẩn cấp, cấp thời, đã là những công trình bình thường về phương diện văn-chương hay thẩm mỹ học. Đãi lọc thì cũng có được một số tác-phẩm văn-chương như *Chiến Sĩ Hành, Cây Ná Trắc* của Vũ Anh Khanh, *Sương Gió Biên Thùy* của Lý Văn Sâm, *Vó Ngựa Cầu Thu, Người Yêu Nước* của Thẩm Thệ Hà, *Tàn Binh* của Sơn Khanh, v.v. Các lý thuyết văn-nghệ cũng có như đã trình bày, nhưng chưa qua thử thách và không có dịp thảo luận bình thường và công khai. Nhiều nghiên cứu và lý luận như tập *Văn Học Kháng Chiến Chống Pháp 1945-1954* của Phong Lê, Vũ Tuấn Anh và Vũ Đức Phúc (1986) phê phán gay gắt và gần như phủ nhận thơ văn kháng chiến một cách "bộc phát" ở các thành phố và khu kháng chiến miền Nam không theo lập trường và chỉ đạo của đảng - họ phân biệt hai loại văn-nghệ sĩ "cách-mạng" và "tiến bộ". Ngay cả người từng được guồng máy đảng đề cao như Lý Văn Sâm cũng bị "đánh giá lại". Trên tờ *Văn Nghệ Đồng Nai* số 7 (1981) của Hội văn-nghệ tỉnh Đồng Nai (mà Lý Văn Sâm là chủ tịch): *"Tiếc rằng tác-giả để ngòi bút của mình bị những chi tiết ly kỳ gây cấn, những cảnh ngộ éo le ngang trái dẫn đi khá xa, đến nỗi những tình cảm yêu nước bị chìm ngập trong không khí đường rừng phiêu lưu mang nặng màu sắc lãng mạn. Vì thế những nhân-vật của anh dù có nhiều đức tính dũng cảm, phóng khoáng, cao thượng, trọng danh dự, cuối cùng cũng đều chịu một kết cuộc bi thảm, có khi kết cuộc bi thảm đó lại do chính những đức tính kia gây nên. Do tánh chất lưỡng phân đó, nên nhân-vật của anh chưa phải là nhân-vật tích cực theo đúng ý nghĩa của nó, cũng chưa phải là điển hình cho con người mầm mống của tương lai*" (13).

Trong thời kháng chiến 1945-1954, miền Bắc đề ra những chính sách 'dân-tộc mới, cách mạng, khoa học và tiến bộ' để chống lại những cái mà họ gọi là 'chủ nghĩa vong bản' (có khi còn gọi là 'chủ nghĩa thế giới') cũng như chủ nghĩa dân-tộc của người quốc-gia và tự do là 'chủ nghĩa dân-tộc hẹp hòi' (14). Trí thức vong bản, văn-nghệ sĩ vong bản, kinh tế vong bản, cả nông dân cũng vong bản (thích nghe tân nhạc, v.v.),... tất, nếu không xuất thân từ chính sách, đề-cương và lò tôi luyện của họ, đều là vong bản, đều không phải là tác-phẩm 'tốt', khán giả 'tốt'! Nhà văn ở những vùng họ gọi là 'vùng địch kiểm soát' nếu viết lên tình yêu đất nước vẫn bị những kẻ giáo điều miền Bắc phê phán là 'khách quan tư sản' và 'thiếu lập trường' nên không có nội-dung, chỉ trọng hình thức chủ nghĩa - thật ra vì nội dung và lập trường không theo ý họ và văn-nghệ cách mạng vô sản không quý hình thức văn-chương! Họ muốn đồng thời đẩy mạnh đấu tranh giai cấp, mà ở miền Nam lục-tỉnh cũng như miền Nam tự do, vấn-đề giai cấp không trầm trọng như ở miền ngoài! Nhưng một thiểu số người (sĩ có, nông có) trong Nam có cái Tôi quá cao nên đã bị chế độ miền Bắc sử dụng trong kháng chiến chống Pháp cũng như các MTGPMN, nằm vùng, nhị trùng, phản thùng, v.v.

Tinh thần ái-quốc ở miền Nam đã được biểu lộ dưới nhiều hình-thức: ái quốc cảm tính, lỗi thời, hiệp sĩ, nên bị lợi dụng; ái-quốc khoáng đạt, do đó dễ rơi vào sai lầm, bị lợi dụng. Văn-chương yêu nước và kháng-chiến 9 năm dù vậy đã góp phần đánh động lòng yêu nước, chống thực dân và đã là một phần tích cực của công cuộc kháng-chiến đó. Từ miền Nam văn-chương kháng-chiến đã trỗi lên, trong năm năm, 1945-1950, đã thành công khơi dậy và đi những bước đầu cho đại cuộc. Công việc văn-chương và cổ động đó đã được người đọc đón nhận một cách tích cực và hiển nhiên: văn-chương cảm hóa được lòng người, một thứ văn-chương dấn thân, không những ý tình tác-phẩm chuyên chở mà nhiều tác-giả đã thật sự dấn thân. Không những nhà văn thơ nhập cuộc mà cả nhà giáo, nhà báo và trí thức đủ ngành sinh hoạt (luật sư, thương gia,...).Tất cả đã đồng loạt, mỗi người một con đường, phương pháp, tố cáo chế độ thực dân và cùng kết luận chỉ có một con đường cứu nước là đánh đuổi thực dân Pháp. Giai đoạn 1950-1954, đảng cộng-sản Việt-Nam dần nắm quyền điều khiển cuộc kháng-chiến, văn-chương trở vô các liên khu, từ Việt Bắc đến Đồng Tháp Mười, hình thành một thứ văn-học cách-mạng có tính đảng và giai cấp. Nhà văn Xuân Tước trong *Hồi Ký 60 Năm Cầm Bút*, đã kể lại kinh nghiệm mắt thấy tai nghe về kháng-chiến thời 1945, về những công tác văn-nghệ kháng-chiến ở nhiều Khu và các thành phố, như phe cộng-sản lấn chiếm những trại huấn luyện và đoàn Thanh Niên Cứu Quốc của kháng-chiến, như các lãnh đạo kháng-chiến ở Bắc (Lê Duẩn, Lê Đức Thọ,...) vào điều khiển cuộc kháng-chiến trong Nam. Xuân Vũ trong nhiều tác-phẩm xuất-bản ở Sài-Gòn và sau này ở hải-ngoại đã nhắc nhở những kinh nghiệm văn-nghệ kháng chiến của ông và đồng thời cho thấy cộng-sản đã lợi dụng lòng yêu nước của con người miền Nam như thế nào.

Cũng cần ghi nhận là văn-học thời kháng chiến khắp ba miền đất nước này sẽ tiếp tục được phổ biến, nghiên cứu và độc giả biết đến sau năm 1954, nhưng tuyệt đối không được in lại ở miền Bắc từ 1954 và cả nhiều năm sau 1975.

Văn-nghệ vùng tự do

Các đảng phái quốc gia, dưới danh nghĩa chung Việt Minh lúc đầu kháng chiến, đã có những chiến khu, sau Việt Minh bị cộng sản hóa, các lực lượng quốc gia người bị tàn sát, người phải thiên sang đất Trung quốc, người về thành. Những năm 1946-1949, văn-nghệ sĩ theo kháng chiến về những chiến khu Việt Bắc, v.v. Hà-nội bị "bỏ trống" do đó không thật sự có sinh hoạt trí thức và văn-nghệ. Từ khoảng năm 1950, tức từ khi có những vụ 'dinh tề' thì văn-nghệ ở thành bùng lên, ở Hà-nội một số nhóm văn-nghệ như nhóm *Thế-Kỷ* (tên tờ tạp-chí của nhóm gồm Bùi Xuân Uyên, Triều Đẩu, Tạ Ty, Trúc Sĩ,...) chống kháng-chiến dưới sự chỉ đạo của đảng cộng-sản, nhưng cũng không hợp tác với Pháp, họ đi tìm một chủ nghĩa dân-tộc khác, một cách xây dựng 'tiêu cực', qua văn thơ và báo-chí. Trong số những nhà văn viết cho các báo và tạp-chí xuất-bản ở Hà-nội có thể ghi nhận Mặc Thu (*Bão Biển*, 1951), Trúc Sĩ (*Kẽm Trống*), Triều Đẩu (*Trên Vĩa Hè Hà Nội*), Nguyễn Thạch Kiên (*Hương Lan*, 1951), Ngọc Giao (*Quán Gió, Mưa Thu, Đất,...*),... chống kháng chiến cộng-sản, Hoàng Công Khanh (*Trại Tân Bồi*), Sao Mai (*Ánh Mắt Mùa Thu* 1952, *Nhìn Xuống* 1953) day dứt thân phận làm người Việt-Nam thời nhiễu loạn.

Bên cạnh có văn-chương đô thị, lãng mạn với những Thanh Nam, Nguyễn Minh Lang, Vũ Đình Trung (*Đồi Thông Hai Mộ*),... Có nhà văn thuộc quân đội quốc-gia như Kỳ Văn Nguyên (*Những Kẻ Sống Sót*, 1950), Nguyễn Ái Lữ (*Sóng Gió*, 1952), Huy Quang (*Ngày Anh Trở Lại*, 1951, *Đôi Ngã*, 1953),... Phần lớn các tác-giả này, cũng như kịch giả Hoàng Như Mai với *Tiếng Trống Hà Hồi* (diễn ở vùng tề Hà-nội 1952, Vũ Khắc Khoan đạo diễn) đã dóng lên những tiếng nói yêu nước khác, không thuộc dòng kịch kháng-chiến chủ trì ở trong các Liên khu, phần còn lại diễn tả quan niệm sống trong thời chinh chiến!

Thời này, một số nhà thơ miền Trung xuất-hiện và dần vững bước thời văn-học miền Nam sau 1954, như Đỗ Tấn, Diên Nghị, Thanh Thanh, Thế Viên, Tạ Ký, v.v. Thơ yêu nước và kháng-chiến có mặt nhưng yếu hơn trong Nam dù về mặt văn-chương có nhiều nỗ lực sáng tạo. Một Hồ Hán Sơn (ký Trần Hồng Nam):

"*Nhớ thuở / Anh cày thuê*
Em chăn trâu / Bóng mát dưới cầu / Quen nhau...
(...) Bao giờ / Giặc chết trên ngàn / Giặc tan ngoài bể
Nhớ lời em nhé / Và cánh đồng quê
Dù không may / Anh cứ về
Ai chê người đuổi giặc
Ai ghét kẻ thương binh
Còn làng, còn nước, còn anh
Còn đồng ruộng cũ, còn tình lứa đôi
Em vui / Nước nhà độc lập
đường quê tấp nập / Trai tráng về làng
Hai mùa lúa chín ngô vàng hơn xưa (Tình Nghèo, 1952)

Không xa một Kiên Giang Hà Huy Hà của *Tình Quê Tình Nước* - được ghi là sáng tác khi thì năm 1954 khi 1955, vì ý những câu chót đã/sẽ khác:

"... Quê hương là máu, là xương thịt,
Nước mắt mồ hôi của giống nòi,
Tranh đấu từ bao nhiêu thế kỷ,
Bảo tồn gấm vóc đến muôn đời.
Còn sống ngày nào trên đất nước,
Nếu ai xâm chiếm đến quê hương,
Tình quê sẽ xoá ra tình nước:
Tình nước đúc thành súng với gươm.
Lòng dân võ trang bằng tình cảm,
Tay dân võ trang bằng súng đạn.
Dân đứng lên siết chặt quân hàng:
Giặc vào đây giặc sẽ rã tan..."

Dù gì thì lịch sử đã ghi rằng quân đội viễn chinh Pháp rút hết ra khỏi Việt-Nam ngày 25-4-1956. Nhà thơ đại tá Cao-đài Hồ Hán Sơn đã có bài thơ "Tiễn đoàn quân viễn chinh Pháp" được in trên vài nhật báo Sài-Gòn một hôm trước khi toán quân cuối cùng của Pháp xuống tàu rút quân vĩnh viễn. Tác giả của bài thơ này tuy ký là Vô danh nhưng về sau được biết là Hồ Hán Sơn. Có lẽ bài thơ này là tác phẩm cuối cùng của Hồ Hán Sơn, vì không lâu sau đó ông mất tích. Một người bạn của ông đã xác nhận như vậy!

"Ánh hồng chói rạng chân trời mới
Ngọn lửa đao binh tắt lịm rồi
Có kẻ chiều nay về cố quận
Âm thầm không biết hận hay vui
Chiều nay, / Kèn kêu tức tưởi nghẹn lời
Tiếng ngân xúc động dạ người viễn chinh
Chiều nay trên nghĩa địa / Có một đoàn tinh binh
Cờ rũ và súng xếp / Cúi đầu và lặng thinh
Âm thầm giã biệt người thiên cổ
Đất lạ trời xa sớm bỏ mình
Thịt nát xương tan hồn thảm bại
Nghìn năm ôm hận cõi u minh

Hỡi ơi làm lính viễn chinh
Chiều nay bước xuống tàu binh trở về
Tàu xúp lê, tàu xúp lê / Cửa Hàm Tử lao xao sóng gợn
Bến Bạch đằng lởn vởn hồn quê
Bước đi những bước nặng nề
Ngày đi không biết ngày về không hay
Một ngàn chín trăm năm sáu / Một ngàn tám trăm sáu hai
Giật mình bấm đốt ngón tay
Trăm năm một giấc mộng dài hãi kinh
Ngày anh đến đây, / Cửa Đà nẵng tan hoang vì đại bác
Xác anh hùng, Đinh Lý gục đâu đây
Giữ Gia Định, Duy Ninh liều mạng thác
Ôm quốc kỳ tử tiết giữa trùng vây
Phan Thanh Giản ngậm hờn pha thuốc độc
Bởi xâm lăng chẳng nhượng nước non nầy
Và Thăng long máu hòa ba thước đất
Mất kinh thành Hoàng Diệu ngã trên thây
Hỡi ơi xương máu vẩy đầy
Chân anh dẫm đến nước nầy tóc tang
Tay gươm, tay súng / Bước nghênh, bước ngang
Anh bắn, anh giết / Anh đập, anh vằm
Anh đày Bà Rá Côn Loan / Anh đoạn Sơn La Lao Bảo
Anh đoạt hết cơm hết gạo / Anh giựt hết bạc hết vàng
Chém đầu ông lão treo hàng thịt
Mổ mật thanh niên giữa chiến tràng
Cối quết trẻ thơ văng máu óc
Phanh thây sản phụ ném vào than
Con lìa mẹ, vợ lìa chồng / Cây hết trái, nhà trống không
Người chìm đáy biển, người tấp ven sông
Người ngã trên núi, người gục trong rừng
Đây Cà Mau, đó Nam Quan / Thôi rồi mảnh đất Việt-Nam
Hung hăng anh bóp trong lòng tay anh
Nước tôi đang độ yên vui sống
Mít ngát hương mùa bưởi ngọt thanh
Cỏ nặng tình quê khoai mến đất
Không thương nhau lại giết nhau đành

Cắn răng tôi chịu cực hình
Vuốt râu anh hưởng công trình của tôi
Nhưng thôi, / Hận thù kể mãi bao giờ dứt,
Bút mực làm sao tả hết lời / Nói mãi nói hoài thêm tủi nhục
Linh hồn thơm ngát tổ tiên tôi
Bao năm chiến đấu ta hiểu nhau rồi
Cái gì tàn ác và bạo ngược / Là trái lòng dân nghịch ý trời
Sắt thép tinh ròng binh tướng dữ
Không sao thắng được trái tim người
Anh về là phải anh ơi / Về bây giờ để cho đời nhớ anh
Việt-Nam nước của tôi
Sông sâu đồng rộng / Trái tốt hoa tươi
Hà Nội kinh thành tràn sĩ liệt
Sài Côn đô thị rạng anh tài
Phú Xuân bừng chói gươm ưu quốc
Nghĩa nặng tình thâm vạn thuở nay
Việt-Nam nước của tôi / Già cũng như trẻ
Gái cũng như trai / Chết thì chịu chết
Chẳng cúi lòn ai / Tham lam ai muốn vô xâm chiếm
Thì giặc vào đây chết ở đây
Dù ai cắt đất chia hai
Cho trong than thở cho ngoài thở than
Dù ai banh ruột xé gan / Cho tim xa óc cho nàng xa tôi
Thì anh cứ nhớ một lời / Ngày mai thống nhất liền đôi bến bờ
Anh về nước Pháp xa xôi / Chắc anh bao giờ quên được
Những là đường đi nước bước / Những là tên tuổi Việt-Nam
Suối Yên Thế tuôn tràn hậm hực
Đất Thái Nguyên câm tức nổi vồng
Tháp mười hận nước mênh mông
U Minh mấy trận bão lòng chưa nguôi
Bao giờ tôi chẳng nhớ / Nước Pháp rộng bao la
Cốt-Da-duya người thanh và cảnh lịch
Bờ Mạc-xây xinh đẹp nhất sơn hà
Khí sông núi đúc nhiều trang tuấn kiệt
Bậc anh hùng cứu quốc Rốp, Gian-đa
Tôi nhớ mãi một ngày năm tám chin

Anh vùng lên phá ngục Bát-ti nhà
Anh giải thoát cho giống nòi được sống
Được yên vui trong đệ tứ cộng hoà
Anh vui anh sướng anh hát anh ca
Tôi là người ở phương xa
Ngày anh xán lạn cũng hoà niềm vui
Thôi, / Đã đến giờ chia tay cách biệt
Anh rời nước Việt vừa tủi vừa mừng
Bên nhà vợ đợi con trông
Vắng anh tình mặn nghĩa nồng cũng phai
Tàu xúp lê một, tàu xúp lê hai / Bắt tay anh nhé anh về nước
Biển lặn trời êm nhớ lấy ngày
Và chẳng bao giờ quên chiến đấu
Cho ai đừng đến doạ đày ai
Bóng ngã trời tây, gió lồng biển cả / Phút giây từ giả
Trang sử trăm năm / Tàu anh rời bến Việt-Nam
Hãy xuôi một ngả một đường mà đi
Xin tàu đừng ghé bắc Phi
Sóng to gió lớn chắc gì đến nơi / Đừng oan trái nữa tàu ơi
Hãy xuôi về nước cho người hát ca
Anh về mạnh giỏi ô-voa".

Bài thơ ghi dấu hồi kết thúc cuộc chiến-tranh Việt-Pháp sau trận Điện Biên Phủ, người lính viễn chinh Pháp đã phải tập trung vào Nam rồi rút về mẫu quốc năm 1956 theo hiệp định đình chiến tháng 7 năm 1954.

Chiến tranh 1957-1975

Đảng cộng-sản Việt-Nam giành độc quyền từ những thành phần yêu nước không cộng-sản, giành giơ cao ngọn cờ "yêu nước" vì mưu lược kế hoạch lâu dài và tuân theo chủ nghĩa quốc tế. Miền Bắc cộng-sản muốn xích hóa cả nước Việt-Nam, do đó đã ý đồ chiếm miền Nam bằng võ lực, ngay từ khi tiếng súng tạm ngưng với hiệp định Genève tháng 10-1954. Đề tài cải cách ruộng đất sôi nổi ngay từ 1953-1954, những năm cuối cuộc kháng chiến, nay rầm rộ lớn rộng, lên tiếng tố cáo, đấu tố và đấu tranh giai cấp. Trong những năm 1955-64, các nhà văn miền Bắc viết lại kinh-nghiệm kháng-chiến chống Pháp và tỏ lòng thương miền Nam đưa đến mảng văn-học động viên đấu tranh song song với các chiến dịch Đồng Khởi và MTGPMN; nhưng cũng là thời của những vết thương Trăm Hoa Đua Nở, Nhân Văn giai phẩm!

Sự thành lập MTGPMN năm 1960 là sản phẩm của Hà Nội, nhưng sự tham gia nhiệt tình của một số người Nam theo thiển ý cũng là sự nối dài tinh thần đạo lý bình dân. Lịch sử là chuyện của lịch sử tập thể, nhưng ở đây chúng tôi nêu lên như một cắt nghĩa! Người miền Nam mở lòng yêu nước ra và người Cộng sản đã lợi dụng, hay có thể nói thêm rằng mọi người đều nghĩ lợi dụng thời cơ, tổ chức để thi thố, thực hiện lòng yêu nước, và trong mọi chiến thuật và tình huống, đã có người thua kẻ thắng, có kẻ lợi dụng có kẻ lòng ngay! Có thể nói người kháng-chiến miền Nam nếu có chung mừng "Cách-mạng Tháng Tám, Chiến Thắng Mùa Thu" nhưng có thể không ca mừng "chiến thắng Điện Biên Phủ" như người miền Bắc. Tết Mậu Thân 1968 là một thử nghiệm của guồng máy chiến-tranh miền Bắc, nhưng với người bên này vĩ tuyến 17, là một cơ hội để bạn thù có dịp phân minh, để những thành phần nằm vùng lộ mặt thật. Văn thơ phản chiến đã nở rộ ở các đô thị miền Nam, một phần phản chiến tự giác, phần kia nằm vùng và Cộng sản.

Thời chiến-tranh xâm chiếm miền Nam, là văn nghệ hiện thực phản-ảnh, xây dựng những hình tượng và tình cảm chống Mỹ, ngụy. Văn học minh họa, các tác phẩm giống nhau, lẩn quẩn hiện thực, mỗi công trình là như một hòn đá xây chung bức tường cách-mạng một màu một kiểu:

"Dẫu một cây chông trừ giặc Mỹ
Hơn nghìn trang giấy luận văn chương"

(Tiễn Bạn, Tố Hữu)

Tác-phẩm nào ra ngoài quỹ đạo chính thức sẽ bị phê (và đến nguy hiểm cho nhà văn) là "lệch lạc", là "hoang mang, hoài nghi, giao động" về cái gọi là "chiến thắng tất yếu của cách-mạng": từ các nhóm Nhân Văn Giai phẩm đến xét lại, v.v. Con chữ và lời, ý yêu nước dễ mang vạ vào thân!

Những nhà văn lớn ở tận trung ương đã phải tham dự việc hiện thực phản-ảnh, xây dựng những hình tượng và tình cảm chống Mỹ, 'ngụy'. Tố Hữu (Miền Nam, Máu Và Hoa, Nước Non Ngàn Dặm, Theo chân Bác, Xuân 68, v.v.), Xuân Diệu (Tôi giàu đôi mắt), Chế Lan Viên (Những bài thơ giết giặc, Những Ngày Nổi Giận, Nhớ lấy để trả thù, Chim báo bão,...), Huy Cận (Chiến-trường gần đến chiến-trường xa), Thâm Tâm (Căm thù, Đầu Quân, Lá Cờ Máu), Trần Huyền Trân (Soi Đường), Nguyễn Huy Tưởng (Bắc Sơn), v.v., nói chung không mấy giá trị văn-chương (như của thời trước đó) vì mục đích trước mặt và nhu cầu cấp thiết. Tố Hữu ngồi ở Bắc bộ phủ gửi thơ vào "miền Nam trong lửa đạn, sáng ngời. Hà-nội, ngày 11-12-1963" như ghi ở cuối bài trong tập thơ *Miền Nam* được Ban tuyên truyền thành Đà-Nẵng in năm 1967 và người lính cộng hòa đã có thể tịch thu được trên xác người bộ đội sinh Bắc tử Nam, như tập Nhật ký của Đặng Thùy Trâm:

"... Ôi Tổ-quốc giang sơn hùng vĩ
Đất anh hùng của thế kỷ hai mươi!
Hãy kiêu hãnh: trên tuyến đầu chống Mỹ
Có miền Nam: anh dũng tuyệt vời"
Nhà thơ tay làm thơ tay cầm súng lục:
"Ai tạc chúng ta lúc này xin hãy tạc lời căm
Có những căm thù là hạnh phúc
Mặt ta rạng rỡ hào quang, tay ta hồng hào sinh lực
Có gì đâu ta sắp được giết mày"

Hay... triết lý: " ... *Ta đánh Mỹ vậy thì ta tồn tại*"

Chế Lan Viên triết lý về hận thù, hăng đến độ triệt để: *"Dĩ vãng buồn thương mang lá cờ đen / Đến làm giặc giữa lòng ta, ta bắn chết...*". Đem cả tiền bối Nguyễn Du ra để chống Mỹ: *"Gặp Nguyễn nơi đây trên đất Quảng Bình / (...) Đêm thắng giặc Bảo Ninh, mẹ Suốt ngâm Kiều / Nhật Lệ sông dài thuyền mẹ lại qua / Câu thơ Nguyễn cũng góp phần đánh Mỹ..."*. Thơ như vậy được đề cao là thơ chính luận, chi phối bởi cảm quan 'sử thi', nghĩa là trở thành tuyên truyền và thời sự! Yêu nước (được đổi thành Tổ quốc) bây giờ trở thành yêu xã hội chủ nghĩa!

Trẻ cũng được khuyến khích làm thơ chống Mỹ, với những cuộc thi thơ. Lâm Thị Mỹ Dạ:

"Tôi nhìn xuống hố bom đã giết em
Mưa đọng lại một khoảng trời nho nhỏ
Đất nước mình nhân hậu
Có nước trời xoa dịu vết thương đau
(...) Có phải thịt da em mềm mại trắng trong
Đã hóa thành những làn mây trắng? " (Khoảng trời hố bom)

Thời này xã hội cũng như văn nghệ được Đảng lãnh đạo chặt chẽ và "văn học" trở nên thống nhất, thành minh họa, không cá tính. Đường lối văn-nghệ cách-mạng qua các văn kiện của Đảng: văn-nghệ có nhiệm vụ chủ yếu động viên nhân dân đánh đuổi thực dân bảo vệ tổ-quốc; phương-pháp sáng tác hiện thực xã-hội chủ nghĩa, phản-ảnh cuộc sống hiện thực như là đúng hướng đi của lịch-sử. Về nghệ-thuật phải điển hình hóa cao độ. Văn-học chiến-tranh phục vụ nhiệm vụ chính-trị của từng giai đoạn cách-mạng, mỗi thời theo những định hướng của tư tưởng chính trị có tính cách chiến lược của giai đoạn, từ chủ đề, nội dung và cả phương pháp sáng tác!

Để đạt được mục đích thống nhất đất nước, thời 1957-1975, tiền tuyến nay ở trong Nam và phải thắng cho được 'giặc Mỹ'! Vì thế một bộ phận Đảng vào Nam, mà các văn nghệ sĩ cũng phải vào Nam đi 'thực tế' để có thể hoàn thánh sứ mạng mới, như Nguyễn Thi (Nguyễn Ngọc Tấn), Nguyễn Trung Thành (tức Nguyên Ngọc, từ 1962), Anh Đức (Bùi Đức Ái, 1954 tập kết, 1962 trở về Nam), v.v.. Các 'tác phẩm' làm ra trong cuộc chiến chưa đủ, sau "hoà bình thống nhất", các nhà văn thơ vẫn phải tiếp tục 'nền' văn học cách-mạng chống Mỹ, vì "giá trị của văn-học chống Mỹ trước hết là giá trị lịch-sử của nó" (15).

Văn truyện được tung ra, những Nguyễn Thi (*Từ tuyến đầu tổ-quốc, Người mẹ cầm súng...*), Hồ Phương (*Kan Lịch*), Phan Tứ, Nguyễn Sáng, Nguyễn Trung Thành (*Rừng Xà-nu, Đất nước đứng lên*), Trần Hiếu Minh, Trần Đình Vân (*Sống như anh*), Anh Đức (*Hòn Đất*), Nguyễn Đình Thi (*Vào Lửa*), Chế Lan Viên (*Những Ngày Nổi Giận*), Nguyễn Minh Châu (*Dấu Chân Người Lính, Cửa Sông*),...

Nhân vật Lữ của Nguyễn Minh Châu trong *Dấu Chân Người Lính* được xây dựng trên nền tảng anh hùng ca và là một người lính quá lý tưởng. Con tim yêu nước sang ngời nhưng người đọc không một lần biết được con tim tình cảm của anh hùng Lữ! Nhà văn Nguyên

Ngọc dưới bút hiệu Nguyễn Trung Thành từ Bắc vào Nam tham gia cuộc chiến chống Mỹ và đã viết nhiều truyện và tiểu-thuyết; các nhân vật của ông *"đều đã cầm súng chiến đấu từ một lòng căm thù, từ ý chí tiêu diệt giặc để bảo vệ cuộc sống và hạnh phúc"* - không biết những tấm lòng và ý chí đó thật sự ra sao, hay chỉ là mỹ từ? Và "giặc" có là... anh em hay ai xa lạ?

Hăng quá rơi vào cường điệu cương: nhân vật Chị Út trong *Người Mẹ Cầm Súng* của Nguyễn Thi có những câu bất hủ như *"Còn lại cái quần cũng đánh! (...) Đánh giặc sướng bằng tiên chớ cực gì!"*. Hai nhân vật chính của *Mẫn Và Tôi* (1972) của Phan Tứ là Mẫn và Thiêm theo giáo trình của Nguyễn Bá Thành và Bùi Việt Thắng là *"hai ngôi sao sáng trên nền trời đầy sao của chủ nghĩa anh hùng cách mạng toàn dân"* (16). Chỉ là những sử thi của những nhân vật tiền chế, giả tưởng, không dấu vết của con người thật, có suy nghĩ và tình cảm, cùng lẽ phải, con người với bi hài kịch cuộc đời!

Thơ văn yêu nước miền tự do từ sau đình-chiến tháng 7-1954

Sau năm 1954, ở trong Nam và nhất là Sài-gòn hết còn nóng lửa chiến tranh, nhưng cuộc chiến vẫn âm ỉ, thời lập thuyết đấu tranh ý thức hệ bắt đầu, những mặt trận văn-hóa, những Phạm Thái, Thiếu Sơn, Hồ Hữu Tường, Ngô Đình Nhu,... Thời thơ của những Hồ Hán Sơn, Đỗ Tấn, Phan Lạc Tuyên, Hà Huyền Chi, Hoàng Trúc Ly, v.v. xuất-hiện trên các báo và tạp-chí *Đời Mới, Nhân Loại, Mùa Lúa Mới, Nghệ Thuật,* v.v. Trong tập *40 Năm Văn Học Chiến Tranh* (1997), chúng tôi đã ghi nhận tổng quan các sinh hoạt và khuynh hướng văn-học. Trong khuôn khổ đề tài yêu nước, chúng tôi nghĩ có thể thâu tóm trong 3 khuynh hướng văn-học: yêu nước chống Cộng - yêu nước/ kháng-chiến thành - và thiên tả cùng nằm vùng.

Những năm đầu sau 1954, nói chung, các tác-giả viết để ôn lại quá khứ, rút kinh nghiệm và xây dựng một miền Nam tự do, dân chủ. Tác-phẩm của những Kỳ Văn Nguyên, Nguyễn Mạnh Côn, Doãn Quốc Sỹ, Triều Lượng Chế, Đỗ Thúc Vịnh, Trần Lê Nguyễn, Võ Phiến, v.v. lấy chất liệu từ cuộc đời dấn thân kháng-chiến của những thanh niên thời chiến. Có người sử-dụng văn-chương cho chính-trị, lập thuyết, đao to búa lớn nhưng phần lớn làm văn-chương bình thường. Phan Lạc Tuyên qua bài Tình Quê-Hương:

*"Anh về qua xóm nhỏ / Em chờ dưới bóng dừa
Ánh chiều lên mái tóc / Tình quê-hương đơn sơ
(...) Em hẹn em sẽ kể / Tình quê-hương đơn sơ
Mẹ già như chiều nắng / Nhớ con trai chưa về
Ruộng nghèo không đủ thóc / Vườn nghèo nong tằm thưa
Ngõ buồn mầu hoang loạn / Quê nghèo thêm xác sơ... "*
(Mùa Hoa Mới, 1956)

Một Hoàng Trúc Ly nhẹ nhàng:

*"Có người anh không quen / đến tôi nhà im cửa ngõ
Trời mưa phiêu bạt hoa đèn / Tâm sự nửa chiều cởi mở
Anh kể bài thơ / Ngồn ngang năm tháng
Thu xưa biền biệt áo tím kinh kỳ
Nắng không đè nổi vai người bước đi
đồng núi mênh mang / Dép mòn lá rụng
Xóm làng từ buổi thăm loang
Tàn phá đỏ loe đầu súng / Biết còn gì nữa... người anh
Những mái nhà cay đắng chiến-tranh
Ruộng vườn ai lạnh lẽo cho đành
Từng vành khăn trắng như mây trắng
Xuân đến tha hồ thương tóc xanh
Đại dương lửa khói mờ nhân ảnh
Sực tỉnh nao nao khúc độc hành
Lạ lùng anh đến thăm tôi / Dừng chân mưa bay nhạt lối
Bóng chiều nghiêng xuống cuộc đời
Anh mỉm cười nghe đêm tối
Ngày ủng hoa sau lửa mắt khơi vơi".*
(Gặp Người Em, 1956)

Một Quách Thoại yêu dân chủ tự do:

*"Chiều chiến-tranh / Những mẹ già run sợ
Và tiếng sung cối xay / Đêm sắp tối rồi
Người ta đang giết nhau quá mê say*

(...) Ngoài kia vùng Bắc Việt / Nơi kẻ thù tôi
Và đồng bào tôi / Đang giết nhau
Hỡi ôi / Đất nước chia đôi
Nam Bắc hai đầu / Nhìn nhau mà ruột đứt..."
(Những Buổi Chiều Việt-Nam).

*

Trong một khảo cứu về nhà văn Bình Nguyên Lộc viết năm 1996 (17), chúng tôi đã trình bày qua rằng Bình Nguyên Lộc bỏ bưng về thành, làm "kháng chiến thành". Ông xem văn chương là lương tri của thời đại, do đó ông đã kiên trì trong đường hướng này. Bình Nguyên Lộc yêu nước từ căn bản tình yêu đất, yêu làng quê nơi chôn nhau cắt rún (*Tình Đất* 1966, *Cuống Rún Chưa Lìa* 1969,...). Trong tác phẩm, Bình Nguyên Lộc rõ là có chủ trương đề cao và gìn giữ cội nguồn dân tộc, đề cao tình-yêu quê hương, đất nước, thiết tha với lịch sử dân tộc - thiết tha đến độ khảo cứu tận nguồn gốc dân-tộc với bộ *Nguồn Gốc Mã Lai Của Dân Tộc Việt-Nam* (1971). Tác-phẩm của ông mặt khác chứng minh thêm tính lạc quan, cũng là đặc tính làm nền cho tuần báo Vui Sống do ông chủ trương năm 1959. Báo *Vui Sống* (số 1 ra ngày 9-9-1959) là nơi quần hội những cây viết thường xuyên là: Bình Nguyên Lộc, Sơn Nam, Diên Quỳnh, Nguyễn Ang Ca, Tô Kiều Ngân, Trang Thế Hy, Thiên Giang, Ngọc Linh, Kiên Giang Hà Huy Hà, Nguyễn Đạt Thịnh, Hà Liên Tử, Minh Phẩm (TTH), Minh Đức, Trần Lê Nguyễn, Từ Trầm Lệ, Tường Linh, Khổng Nghi, Thanh Nghị, Lê Thương, Viễn Châu,... Trong số có người từng đi kháng-chiến hoặc nằm vùng sau đình chiến 1954. Đặc biệt báo nhấn mạnh có sự cộng tác của 20 cây viết nữ: 'Cô Thu Trang, cô Linh Bảo, cô Minh Đức, cô Hương Trang. cô Linh Hà, cô Vinh Lan, cô Trúc Liên, cô Kiều Mỹ Thôn, cô Thạch Hà, cô Hợp Phố, bà Mộng Liên,..... '. Hợp Phố, Linh Bảo lúc đó đã nổi tiếng. Minh Đức văn trên báo hiền lành, trái hẳn với Minh Đức Hoài Trinh của *Sám Hối,...* hoặc của *Chiếm Lại Quê Hương, Bài Thơ Cho Quê Hương, Bên Ni Bên Tê* sau này. Nhà văn Vinh Lan của *Vui Sống* sau này xuất-bản tập truyện và ký *Nỗi Sợ Và Niềm Hy Vọng* (2006).

Lý tưởng của *Vui Sống* được in chữ đậm trong một cột nhỏ: "*Tôi được Thượng đế mời dự đại hội liên hoan nơi thế gian nầy*"

Tagore Thi hào Ấn Độ (trích tập thơ Offrandes lyriques). Nhưng, xin chớ hiểu lầm! Vui Sống không có nghĩa là cười đùa hay buông trôi để tận hưởng cuộc đời. Và hội liên hoan không phải là những cuộc truy hoan. Vui Sống (la joie de vivre) là hòa mình với cuộc sống, để lấy thăng bằng hầu đủ can đảm mà làm việc. Trác táng không phải là Vui Sống, và kề gái đẹp, nếm rượu ngon, chỉ là nước bí của những kẻ mất thăng bằng. Vui Sống bắt nguồn nơi thanh thản của tâm hồn, mặc dầu ta bận rộn trí óc và nhọc nhằn xác thịt".

Người đọc biết chủ trương, đường lối, quan điểm của Vui Sống qua các bài mở đầu mỗi số, như trong *Vui Sống* số 1 với tựa đề "Ngả ba số mạng: Cộp... Cộp... Cộp...- Lý tưởng đi vắng!":

"Trên đường lịch-sử, cứ vài mươi năm một, thì một dân-tộc tiến đến một ngả ba của số mạng của họ.

Đó là một khúc quanh lịch sử vô cùng nguy hiểm mà họ bắt buộc phải chọn nẻo, không thể trốn tránh được. Chọn đúng đường, họ sẽ đến nơi xán lạn, chọn lầm, họ sẽ rơi vào vực thẳm.

Mà một thế hệ hoang mang, không thể nào chọn đúng con đường được. Họ Phải Biết Cái Gì Họ Muốn, tức là họ phải có lý tưởng.

Năm 1945, ta đã đứng trước một ngả ba như thế. Ta đã chọn đúng con đường, là đem xương máu giành độc-lập, vì trong thời tiền-chiến, ta có lý tưởng rõ rệt, đó là ý-chí tự quyết-định số phận của mình.

Từ khi độc-lập được thu hồi, kẻ già an-phận vì kiệt lực, hoặc vì thích ngủ trên vòng hoa tráng lệ của thành công, còn thế-hệ mới thì ngơ-ngác không biết mình phải làm gì, trong khi còn không biết bao nhiêu công việc phải làm.

Cuộc phỏng vấn của Vui Sống, mà kết quả đăng bên trang 5, là bằng chứng hùng-biện của sự bỡ ngỡ của thanh niên hậu chiến.

Không lý-tưởng là nguồn gốc của bao nhiêu là cuộc đời thừa, có cũng như không, là nguồn gốc của bao nhiêu cuộc đời hư-hỏng, mà người ta không xét kỹ, cứ đổ lỗi cho nhiều nguyên nhơn khác.

Hồi tiền chiến, không nước nào có nhiều trà thất bằng nước Nhựt. Thế mà không thanh niên nước nào hăng hái với nhiệm vụ cho bằng thanh niên Nhựt của thời đó.

Hồi tiền chiến, số vũ trường ở V. N. không kém số vũ trường bây giờ. Thế mà lúc khởi nghĩa, thanh niên ta đã đứng lên đáp lời sông núi, trong sô chiến-sĩ ấy, có rất nhiều thanh niên đã đi nhảy.

Hồi tiền chiến, phim cao bồi vẫn chiếu ở đây. Thế mà thanh-niên ta thuở ấy không cao bồi.

Là vì thế hệ tuổi trẻ tiền chiến của ta có một chỗ nhắm để mà hướng tất cả tâm chí và hành động của họ về cái đích ấy: độc lập.

Trà thất, vũ-trường, hộp đêm, hay gì gì nữa, không là nguyên-nhơn chánh của sự buông trôi để hưởng-thụ. Những ánh đèn mê hoặc ấy không làm sao rủ quến những con thiêu thân được, nếu những con thiêu thân kia có hào quang khác, rực rỡ hơn để mà say mê.

Khi thanh niên được hào quang lý tưởng chiếm lòng họ thì vũ nữ hay tiên nga đi nữa cũng chỉ là trò đùa giây lát, mà họ quên ngay sau vài giờ.

Nếu ta cứ lười nghĩ, dễ dãi tìm những nguyên-nhơn dễ-dàng và gạt-gẩm như thế thì không bao giờ ta trừ được căn bịnh đồi trụy cả.

Chánh thủ-phạm là sự thiếu lý-tưởng, sự rỗng không nơi trí và hồn của con người.

Vui Sống ra đời chỉ có một sứ mạng độc nhứt là gây cho thanh niên một lý tưởng. Khi họ có ngọn lửa thiêng ấy trong người họ rồi, thì xa hoa, trụy lạc khỏi phải trừ, cũng bị họ khinh thường.

Tham-vọng trên đây, Vui Sống cả quyết thực-hiện".

Dù một số biên khảo của trong nước có nhắc danh tính và tác-phẩm của Bình Nguyên Lộc nhưng đến nay chưa có thể kết luận rằng Bình Nguyên Lộc thuộc thành phần nằm vùng như Vũ Hạnh, Lý Văn Sâm, Sơn Nam, Viễn Phương, v.v. Nếu chỉ xét khía cạnh tư tưởng văn-nghệ dân-tộc qua các tác phẩm của ông cũng đã có thể liệt ông vào hàng ngũ yêu nước chân chất. Có thể với lý do đó mà trong nước đã vinh danh Bình Nguyên Lộc trong số các nhà văn "yêu nước tiến bộ cách mạng trên văn đàn công khai Sài-Gòn 1954-1975" (18).

Văn-chương của những người lính Cộng hòa theo nồng độ của chiến-tranh mà leo thang lên những góc độ hãi hùng, hiểm nghèo, từ cảnh tượng chiến trường đến tâm cảm, suy tư. Những Kinh Dương Vương, Trần Hoài Thư, Y Uyên, Nhã Ca, Nguyên Vũ, v.v. đưa chiến-tranh đến gần với người đọc. Khác với bộ đội miền Bắc, người chiến sĩ Cộng hòa có thể viết về chiến-tranh một cách đa diện - dĩ nhiên nếu rơi vào phản chiến hay chống đối chế độ, sẽ bị kiểm duyệt cắt đục. Hồ Minh Dũng, với bài Khi giải ngũ về, đã nhắn nhủ người yêu dấu:

*"Còn ba năm nữa anh sẽ về
anh biết chắc không còn quê hương để ở
em gắng sắm cho anh một cây đàn bầu
làm bằng nắp hòm người lính nghèo
chết ngoài mặt trận / anh sẽ đàn cho mọi người cùng nghe
mà không xin tiền / chỉ tìm lại ngững đôi mắt trân tráo
những bước chân đi qua vỉa hè
với nụ cười mà nhiều năm anh đã mất"* (19).

Từ cuối năm 1963 là thời của đảo chánh, biểu dương lực lượng, người Mỹ đồng minh can thiệp công khai vào nội tình chính quyền miền Nam.... Trong hoàn cảnh đó đã xuất hiện một số người thiên tả, phản chiến hay thiên cộng. Có người tự xưng là cấp tiến, lương tâm thời đại hay ý thức hệ dân quyền không *cộng-sản! Phát sinh những nhóm* Hành Trình, Thái Độ, Đối Diện,... với báo chí, văn-chương xám (in *ronéo*, phát hành bán chính thức, v.v.).

Có người tự nhận là "thành phần thứ ba", có người thân cộng hay trở thành cộng sản. Họ là những trí thức ở thành thị, là sinh viên, giáo sư, nhà văn, nhà báo, tu sĩ. Thái độ của họ có khi chỉ là một thái độ tinh thần, chính trị hay luân lý nhưng có người dấn thân tranh đấu. Có người cho họ là can đảm nhưng hoạt động của họ bất lợi cho các chính quyền miền Nam và vô tình hay cố ý hỗ trợ hữu hiệu cho Mặt trận Giải phóng và cộng sản Bắc Việt. Có người ngây thơ hay không hiểu thấu đáo về cộng sản Bắc Việt hay Mặt trận Giải phóng, có người hoạt động có tính cách lãng mạn cách mạng.

Bên cạnh họ có những nhà văn dấn thân tích cực, có thể nói đến Phan Nhật Nam, Nguyên Vũ, Trần Hoài Thư, Thảo Trường, v.v. Nhân vật Lực của Thảo Trường đi lính cộng-hòa, phải theo chiến-tranh bom đạn và sống giữa những xác chết, của kẻ thù và cả của đồng đội! *"Cuộc chiến-tranh bây giờ là một cuộc giằng co khổ cực và giai dẳng. Giải đất quê-hương không còn là những hình ảnh êm đềm. Quê-hương đã bị dầy xéo, đã bị ung nhọt..."* (Chạy Trốn, tr. 37).

Quê-hương đích thực không còn, trở nên xa lạ vì đã bị những kẻ cướp nhân danh đủ thứ chân lý. Mỗi con người là một hoang đảo, một kẻ khác, không ai cứu được ai. Tin được ai? Qua các nhân vật của Thảo Trường người đọc nhìn thấy đó là một đối kháng liên tục, những tra vấn không ngừng của con người trí thức, "cấp tiến", trong một xã-hội, đất nước đang lâm chiến và kéo dài, một cuộc chiến-tranh huynh đệ trong khung cảnh tranh chấp ý thức hệ của cái gọi là "chiến-tranh lạnh" của tương tranh quốc tế về sau biến dạng thành tranh hùng quốc-cộng nay vẫn còn tiếp tục.

Văn-chương gọi là "**phản chiến**", một mảng nhưng đa-loại chứ không đồng nhất, như chúng tôi đã phân tích khi viết về nhà văn Thảo Trường. "Thảo Trường thật sự đánh dấu một dứt khoát của dấn-thân và của một ý-thức muốn khác dòng tâm-thức đang thịnh-hành. Thật vậy, cùng với những trí thức, giáo sư đại học, trung học và nhà văn "cấp tiến" khác (Nguyễn Văn Trung, Trịnh Viết Đức, Lý Chánh Trung, Thế Nguyên, các LM Thanh Lãng, Nguyễn Ngọc Lan, Trương Bá Cần,...), và khác với một dòng vận động trí thức khác, mạo danh "dân tộc", của những kẻ nằm vùng (Lữ Phương, Vũ Hạnh, Ngụy Ngữ, Trần Hữu Lục, Thế Vũ,...), Thảo Trường đã, qua các sáng tác văn-chương, vạch một ranh giới giữa vô thức và ý thức tích cực, giữa một dấn thân dù chân trời chưa rõ nét và một buông tay, chịu trận số-phận.

Trong cuộc chiến vừa qua, sống ở bên này hay bên kia thì người dân vẫn đã không có tự do lựa chọn. Nhưng có thể có thái độ dấn thân khi đã chấp nhận định mệnh (chiến-tranh như một định mệnh), một chấp nhận rất hiện sinh mà cũng trung-thực không kém. Phản kháng trong khuôn định mệnh, tác-phẩm lấy bối cảnh cuộc chiến nóng bỏng đang diễn ra, đang tàn phá; nhưng Thảo Trường và một số nhà văn như Phan Nhật Nam, Nguyên Vũ, Ngô Thế Vinh, Trần Hoài Thư, v.v. đã bị chụp mũ làm nhụt lòng chiến sĩ hoặc làm mất miền Nam, trong khi họ cầm súng bảo vệ miền Nam. Dĩ nhiên, họ là người dứt khoát của bên này chiến tuyến chứ không phải nằm vùng hoặc là người của bên kia - như Vũ Hạnh, Lữ Phương, Sơn Nam, Trang Thế Hy, Thế Nguyên, Ngụy Ngữ, v.v. là những người viết theo nghị quyết hoặc chỉ thị, làm công-cụ cho Mặt Trận Giải Phóng tức là Hà-nội! Như vậy, không thể xếp những nhà văn mặc áo lính nói trên vào số văn nghệ sĩ phản chiến được. Không thể tổng quát hóa cho rằng họ đã tiêu cực phản chiến làm mất miền Nam. Phản chiến đúng ra là một nhãn hiệu chỉ có thể áp dụng cho những nhóm thanh niên hoặc trí thức ở Hoa-kỳ hoặc Âu châu chống chiến-tranh Việt-Nam; trong khi đó, các nhà văn trên đã nhập cuộc. Nói rằng họ nói lên cái ý chí phản kháng thì đúng hơn. Dấn thân, nhập cuộc là hình-thức hiện hữu trọn vẹn nhất của nhà văn qua tác-phẩm! Thật vậy, chân lý sẽ được tỏ ngời khi nó đã được nắm bắt hiệu lực qua các tố cáo, nhắc nhở, tra vấn,... tức là qua phản-kháng! Dấn thân không chỉ trực diện, mà còn có thể đi đường vòng hoặc dùng các phương-tiện khác; vì phản kháng có những điều kiện và hậu quả cay đắng như tác-phẩm bị kiểm duyệt hoặc tịch thu và bị ra tòa - thường là tòa án quân sự. Thái độ dấn thân, phản kháng này được Thảo Trường đề cập nhiều lần, như trong Chạy Trốn, những thanh niên ở phía quốc-gia thì đi lính và chiến đấu nhưng khi đường cùng, thì quyết định không... chạy trốn. Họ nhận ra chân lý rằng sự có mặt cũng đã là chiến đấu rồi. *"Chiến đấu không cứ phải là bắn giết. Có thái-độ cũng là chiến đấu"* (tr. 58).

Ngoài ra, có thể cùng chủ đích nhưng với mỹ-học khác với Bình Nguyên Lộc, Võ Hồng, Nguyễn Hiến Lê, v.v. các tác-phẩm của Phan Nhật Nam, Thảo Trường, Thế Uyên, v.v. ẩn chứa tiềm tàng những cổ-xúy đạo-đức, những điểm nhắm chính-trị vừa con người cá-thể vừa con người tập-quần, và cả một chủ trương ngầm về văn-chương là gì, cho ai và để làm gì! Văn-chương ở đây là của dấn thân, của tra-vấn không ngừng, không nhân danh chủ nghĩa, ý thức hệ, nhưng nhân danh con người, nhân danh lương trí, ý thức,... Như vậy, Thảo Trường và Phan Nhật Nam làm nhà văn dấn thân tham dự chiến-tranh, Thế Uyên dấn thân chính-trị làm cách-mạng xã-hội, Trần Hoài Thư, Ngô Thế Vinh, Nguyên Vũ, Hồ Minh Dũng, v.v. nhân danh con người và nạn nhân chiến tranh để phản đối chiến tranh còn những Vũ Hạnh, Thế Vũ, Thế Nguyên, Trịnh Công Sơn, Trần Hữu Lục, Ngụy Ngữ,... đã phản chiến theo chỉ thị của guồng máy gây chiến-tranh trong đó một số đã bị lừa phỉnh!" (20).

Bút nhóm Việt ở Huế với Trần Hữu Lục, Trần Duy Phiên, Võ Quê, Đông Trình, Bửu Chỉ, Võ Trường Chinh, Tần Hoài Dạ Vũ, Nguyễn Phú Yên, Trần Hồng Quang, Huỳnh Ngọc Sơn, Trường Sơn

Ca, Trần Phá Nhạc, Nguyễn Đông Nhật, Lê Gành... Trước 1975, họ viết theo chỉ thị, mệnh lệnh để tố cáo chế độ, xuyên tạc hay làm tuyên truyền, trên các báo Đối Diện, Bách Khoa, v.v. Là một nhóm trẻ theo Cộng "đánh Mỹ" và công khai chống chế độ cộng hòa miền Nam, được chế độ cộng-sản đánh bóng gọi họ là những "thanh niên trí thức đô thị miền Nam". Họ sử dụng chuyện nhỏ, tiểu tiết, ngoại lệ (ức hiếp, lợi dụng, 'chuồng cọp', v.v.) để tổng quát hóa làm lớn chuyện tuyên truyền. 'Chuồng cọp' của trại tù miền Nam - do thực dân Pháp làm ra, nhưng làm sao có thể so sánh được với nhà tù Hỏa Lò ở Hà-nội và những trại tù 'cải tạo' trên khắp nước Việt-Nam sau 1975 của cộng-sản? Nếu có thống kê thì những tù nhân của 'chuồng cọp' có mấy người đã chết vì tù hay gần như tất cả đều trở ra sau 1975 và làm chức lớn cả? Còn thống kê về những kẻ sống ở miền Nam bị đòn tù 'cải tạo' thì sao, bao nhiêu chết trong trại tù và bao nhiêu được thả về để chết ở nhà hoặc lê lết bệnh tật chết mòn? Sau 1975, nhiều người được chế độ thưởng công cho giữ những chức vụ trưởng, phó đầu ngành như Võ Quê, Trường Sơn, Lê Gành, Lê Văn Ngăn, Trần Hồng Quang, Tiêu Dao Bảo Cự, làm hội viên các Hội Nhà văn Việt-Nam như: Võ Quê, Trần Hữu Lục, Đông Trình, Lê Văn Ngăn, Tần Hoài Dạ Vũ, Hội Nghệ thuật tạo hình Việt-Nam: Bửu Chỉ., Hội Nhạc sĩ Việt-Nam (Nguyễn Phú Yên...).

Nhóm Ý Thức ở Phan Rang và các tỉnh miền Trung có tờ báo in ronéo Ý Thức và nhà xuất bản cùng tên tụ tập những cây viết Trần Hoài Thư, Võ Tấn Khanh, Mang Viên Long, Kinh Dương Vương, Hồ Mạnh Dũng, Ngụy Ngữ, Trần Hữu Lục, Trần Hữu Ngữ, Châu Văn Thuận, Phạm Văn Nhàn, Nguyên Minh, Lữ Kiều, Lữ Quỳnh, Nguyễn Lệ Uyên, Chu Trầm Nguyên Minh, v.v. Cũng phản đối chiến-tranh nhưng nhóm Ý Thức của những người cùng tuổi với nhóm Việt, tỏ ra phẫn nộ với lương tâm và ý thức công dân khác nhóm ở Huế. Thơ truyện của họ viết chống các cấp chỉ huy xôi thịt, những cách điều khiển chiến-tranh phi lý, phí phạm, tả những cảnh cực hình lao công chiến trường (Kinh Dương Vương, Trần Hoài Thư) hay cảnh tòa án quân sự, hay trốn lính, đào ngũ, trình diện trễ, bất tuân thượng lệnh, v.v.

Các cây viết thuộc khuynh hướng này nói lên cái tiêu cực nhưng đồng thời họ đang cầm súng chống cộng-sản và bảo vệ miền Nam. Sự có mặt của họ cùng với các nhà văn khác như Nguyên Vũ, Phan Nhật Nam, Ngô Thế Vinh, các nhóm Thái Độ của Thế Uyên, Hành Trình của Nguyễn Văn Trung, Trình Bày của Thế Nguyên, Diễm Châu, *Giữ Thơm Quê Mẹ* của văn nghệ sĩ và tu sĩ Phật giáo, *Đối Diện* của trí thức tu sĩ Công giáo thiên tả (Nguyễn Ngọc Lan, Chân Tín, Trương Bá Cần,...), v.v. chứng tỏ miền Nam đã trưởng thành về chính trị, chấp nhận đối lập và tiêu cực dù trong tình cảnh chiến tranh khốc liệt, dù rằng đức tính đó (và nhân đạo) đã bị lạm dụng và trong nhiều trường hợp đã tỏ ra yếu kém (Vũ Hạnh, Lữ Phương, *Tin Văn*, nằm vùng, gián điệp, v.v.). So với nhóm Việt, nhóm Ý Thức nhiều người cầm súng, để bảo vệ miền Nam tự do, không lựa chọn, hay nói cách khác họ phải bảo vệ đất nước của họ, dù họ biết cấp trên có người không tốt, chính quyền có thành phần lợi dụng, phung phí tài nguyên. Lời của Trần Hoài Thư *"Tôi đang viết về một thảm kịch, cho con cháu chúng ta trong tương lai, để sau này khi lớn lên chúng sẽ hiểu về cuộc chiến này. đêm qua, cả làng bên sông, nơi mà bọn tôi đã đến và gìn giữ, sau đó bàn giao lại cho nghĩa quân và xây dựng nông thôn, đã bị pháo dập. địch kéo về cả đại đội chọc thẳng vào làng. Từ lâu những người bên kia đã coi cái làng như một cái gai cần phải nhổ bằng bất cứ giá nào. Những người ngồi ở Sài-Gòn hay Hoa thịnh đốn thì muốn coi ngôi làng như một thành công trong chính sách bình định phát triển. Nhưng đó chỉ là lý thuyết. Họ đã ngu xuẩn để hiểu về kế hoạch bảo vệ dân làng về lâu về dài. Một trung đội nghĩa quân làm sao đủ sức che chở cả ngôi làng. (...) Tôi đã đến cùng với bãi hoang tàn để hiểu rõ hơn về sự thật của cuộc chiến. Cuối cùng cũng vẫn là dân vô tội. Rõ ràng chúng ta đã bị thua. Chúng ta đã đến với họ, mang lại niềm tin cho họ, nhưng chúng ta không thể bảo vệ họ..."*(Nhật Ký Hành Quân). Cuộc chiến đã khiến con người đánh mất phẩm giá, trở thành biện minh dễ dãi cho mọi hành động: *"Chiến tranh, tôi phải cảm ơn nó, để tôi có thể dẹp bỏ hết những sự ghê tởm, khinh bỉ cái quá khứ rục mửa của tôi. Chiến tranh đã giúp cho tôi thấy rõ rằng mọi sự là vô nghĩa, là hư vô. đừng bận tâm và thắc mắc. đừng tự ái và ghê tởm. (...) Xã hội này thối nát này phải cảm ơn chiến tranh..."* (21). Người lính của Trần Hoài Thư đáng tội, chỉ vì anh có suy nghĩ, biết nhìn thấy những bất nhân và bất công, những tâm địa và tư cách của những kẻ cùng chiến tuyến!

Sau 1975, Trần Vàng Sao đã viết *Tôi Bị Bắt*, Tiêu Dao Bảo Cự viết *Nửa Đời Nhìn Lại* rồi *Tôi Bày Tỏ* như một tự kiểm, Lý Quí Chung biên hồi ký *Hồi Ký Không Tên* (2005), không tên như thất vọng, bị dùng, không thể nói trắng ra và không lương thiện tự trách mình (tiên trách kỷ hậu trách nhân!). Thế Nguyên (tác-giả *Cho Một Ngày Mai Mơ Ước*, 1972) thì đã chết trong thất vọng, còn những Nguyễn Trọng Văn, Lý Chánh Trung còn đâu tiếng nói của lương tri? (Hơn nữa những gì các vị này phê phán miền cộng-hòa như đĩ điếm, nghèo đói, bất công hay sách báo, thời trang, Pepsi Cola của Mỹ thì nay đầy rẫy mà còn tệ hơn trước 1975!). Và những Thái Lãng (*Nhật Ký Của Người Chứng*, 1966, NXB Thời Mới của Võ Phiến), Thái Luân (*Vùng Tủi Nhục*, 1965) từ chống Cộng chuyển sang phản chiến chống Mỹ, họ nghĩ gì? Tất cả, những tài năng với nhược điểm - cũng như Trịnh Công Sơn, MĐT bên ca nhạc, được thổi phồng và dĩ nhiên sẽ xẹp nhanh khi đã xong thế cờ và lợi dụng!

Xin ghi lại đây Trần Vàng Sao thời *"bốn ngàn năm nằm gai nếm mật"*:

"Tôi bước đi / Mưa mỗi lúc mỗi to,
Sao hôm nay lòng thấy chật
Như buổi sáng mùa đông chưa thấy mặt trời mọc
Con sông dài nằm nhớ những chặng rừng đi qua
Nỗi mệt mỏi, rưng rưng từng con nước
Chim đậu trên cành chim không hót
Khoảng vắng mùa thu ngủ trên cỏ may
Tôi yêu đất nước này những buổi mai
Không ai cười không tiếng hát trẻ con / đất đá cỏ cây ơi
Lòng vẫn thương mẹ nhớ cha / Ăn quán nằm cầu
Hai hàng nước mắt chảy ra
Mỗi đêm cầu trời khấn Phật, tai qua nạn khỏi
Tôi yêu đất nước này áo rách
Căn nhà dột phên không ngăn nổi gió
Vẫn yêu nhau trong từng hơi thở
Lòng vẫn thương cây nhớ cội hoài
Thắp đèn đêm ngồi đợi mặt trời mai
Tôi yêu đất nước này như thế "

(Bài thơ của một người yêu nước mình, 1967)

Tôi: Chế Lan Viên đã làm một bài thơ về Mậu Thân với tựa đề Ai?

"Mậu Thân 2.000 người xuống đồng bằng
Chỉ một đêm, còn sống có 30
Ai chịu trách nhiệm về cái chết 2.000 người đó?
Tôi!
Tôi - người viết những câu thơ cổ võ
Ca tụng người không tiếc mạng mình
trong mọi cuộc xung phong.
Một trong ba mươi người kia ở mặt trận
về sau mười năm
Ngồi bán quán bên đường nuôi đàn con nhỏ
Quán treo huân chương đầy, mọi cỡ,
Chả huân chương nào nuôi được người lính cũ!
Ai chịu trách nhiệm vậy?
Lại chính là tôi!
Người lính cần một câu thơ
giải đáp về đời,
Tôi ú ớ.
Người ấy nhắc những câu thơ tôi làm người ấy xung phong
Mà tôi xấu hổ.
Tôi chưa có câu thơ nào hôm nay
Giúp người ấy nuôi đàn con nhỏ
Giữa buồn tủi chua cay vẫn có thể cười."

*

Về các nhà văn nhà báo và trí thức năm vùng, cộng-sản hoặc yêu nước ở miền Nam sau hiệp định Genève 20-7-1954, thiển nghĩ hãy để lịch-sử sau này xét đoán vinh danh hay luận tội, hiện hãy còn khá gần để có thể có cái nhìn và kết đoán khách quan, trung thực; những Thiếu Sơn, Lưu Nghi, Bình Nguyên Lộc, Trang Thế Hy, Thẩm Thệ Hà, Ngọc Linh, Kiên Giang, Ái Lan, Kiêm Minh,... Tuy nhiên đã có một số khá hiển nhiên như Vũ Hạnh, Sơn Nam, Lê Vĩnh Hòa, Nguyễn Bảo Hóa, Dương Tử Giang, Lý Văn Sâm, Thái Bạch, Lữ Phương, Vân Trang,...

Xin nói qua vài tạp chí và tên tuổi cánh tả và cực tả.

Nhân Loại với chủ trương "phục vụ văn-chương lành mạnh" như ghi trên tiêu đề báo bộ cũ 1955 đến 1956. Bộ mới từ tháng 4-1956 đến 1958 thì đình bản. Tiếng nói của văn-học miền Nam lục-tỉnh tiếp nối dòng văn-học Hồ Biểu Chánh, đăng truyện Nguyễn Chánh Sắt, Phi Vân, v.v. Có mặt Dương Tử Giang, Hợp Phố, Ngọc Linh, Viễn Phương, Lý Văn Sâm, Lê Vĩnh Hòa, Văn Phụng Mỹ Trang Thế Hy, Tiêu Kim Thủy Tô Nguyệt Đình, Kiêm Minh, v.v. Từ đầu đến gần cuối, tờ Nhân Loại là cơ quan ngôn luận bị Việt cộng thao túng sử dụng. Cùng trường hợp có nhà xuất-bản Phù Sa của Ngọc Linh (từng xuất-bản sách của Ngọc Linh, Lê Vĩnh Hòa, Sơn Nam, v.v.), nhà xuất-bản Trùng Dương của Lưu Nghi và Lá Dâu do Thẩm Thệ Hà phụ trách.

Tạp chí *Bách Khoa* ra mắt tháng 1-1957, do Huỳnh văn Lang điều khiển và viết bài về kinh tế; Phạm ngọc Thảo viết về quân sự, chính trị,... 1958 Lê Ngộ Châu điều hành khi ông Lang đi tu nghiệp ở Mỹ, nhưng báo vẫn đứng tên Huỳnh văn Lang cho đến tháng 2-1965 dù sau đảo chánh 1-11-1963, ông Lang bị đảo chánh bắt vì tội... Cần Lao. Bách Khoa vào những năm cuối trước tháng 4-1975 từng đổi thành *Bách Khoa Thời Đại*. Khi viết về văn-học miền Nam thời này, Võ Phiến nói đúng nhưng không đủ, có thể vì ông trong cuộc, khi cho rằng "*... Bách Khoa là một tạp chí dung hòa rộng rãi mọi khuynh hướng. Không có chủ trương "văn nghệ cách mạng" cũng không chủ trương "vượt thời gian", nó đăng bài của các lão thi sĩ tiền bối Đông Hồ, Quách Tấn, Vũ Hoàng Chương, lẫn truyện của Thanh Tâm Tuyền, Trùng Dương... Về mặt chính trị, sức dung hòa của nó khiến có lần Nguyên Sa nói đùa: Bách Khoa là một vùng xôi đậu. Nó đón nhận cả Nguyễn văn Trung, Nguyễn Ngọc Lan, Vũ Hạnh, lẫn Võ Phiến, Vũ Bảo...*" (22).

Nguyên Sa nói đúng hơn! Huỳnh Văn Lang chủ nhiệm với tinh thần bình dân học vụ, văn-hóa cần lao nhân-vị, Phạm Ngọc Thảo, Nguiễn Ngu Í... là người cựu kháng chiến, Võ Phiến từng ở Khu 5 kháng chiến, với bút hiệu Tràng Thiên và Thu Thủy (phê bình sách của Võ Phiến), những năm cuối trước 1975 là thời của Nguyễn Mộng Giác, Trần Hoài Thư, Phạm Long Điền,... Vũ Hạnh lèo lái những người làm văn-hóa "dân tộc" và "văn chương" - đăng *Vòng Tay Học Trò* có phải là có ý đồ đồi trụy? Lê Ngộ Châu cũng như Nguyễn Hiến

Lê là những người cẩn mực, có văn-hóa và tin người, riêng Nguyễn Hiến Lê vì tự tin đã tẩy chay giới cầm quyền chính trị văn-hóa thời cộng-hòa và có cảm tình với những người cộng-sản dưới áo khoác bảo vệ văn-hóa dân-tộc kiểu Vũ Hạnh, Lữ Phương, Nguyễn Văn Giáp,... cộng tác với *Tin Văn* ("Văn-chương và dân-tộc tính", số 10, 1966). Sau 1975 thì Nguyễn Hiến Lê đã thức tỉnh và chỉ nhẹ nhàng phê phán chế độ cộng-sản phớt qua trong *Hồi Ký* (vẫn bị kiểm duyệt ấn bản in trong nước). Bách Khoa còn là đất vẫy vùng của những nhà văn nằm vùng hoặc cảm tình viên Việt cộng như Vân Trang, Thiếu Sơn, Trần Thúc Linh, Hợp Phố, Đông Trình,... Người cộng-sản cũng như quốc gia và yêu nước không tả không hữu đều đã dùng người khác làm bình phong để thao túng, như với *Bách Khoa*, hay với *Sinh Lực, Mai* (Hoàng Minh Tuynh), v.v. hoặc đã dùng những chủ trương lành mạnh hóa xã hội, bảo vệ thuần phong mỹ tục, bình dân học vụ, hội Khổng học,... Nhưng chúng tôi không đồng ý với nhận xét cho rằng những nhà văn trẻ của thời cuộc chiến và văn thơ ca nhạc chống chiến-tranh cao độ nhất như Trần Hoài Thư, Kinh Dương Vương, Hồ Minh Dũng, Ngô Thế Vinh,... bị cộng-sản lèo lái đưa vô tròng. Dĩ nhiên những người khác hoặc có kẻ hở, ngây thơ, háo thắng hoặc mạng nhện tình lý đã bị dùng như con cờ; đó là những Thế Nguyên, Ngụy Ngữ, Nguyễn Trọng Văn, Trần Hữu Lục, Bảo Cự, Trần Vàng Sao,... bên văn thơ, và những Trịnh Công Sơn, Miên Đức Thắng, Nguyễn Đức Quang, Phạm Thế Mỹ,... bên nhạc.

Do trung ương cục và đặc khu ủy Sài-Gòn-Gia Định do Trần Bạch Đằng chỉ đạo, tờ *Tin Văn* ngoài Nguyễn Nguyên (Nguyễn Ngọc Lương), Vũ Hạnh, Hoàng Hà, Vân Trang, Mặc Khải, Phương Đài, Thái Bạch,... còn lôi kéo thêm Nguyễn Trọng Văn, Bình Nguyên Lộc, Nguyễn Văn Xuân, Minh Quân, Phan Du,... Dùng dân-tộc làm bình phong, do đó khi chiến lược cần, lại hô hào tự do: nhóm tung ra "Bản tuyên ngôn của văn-nghệ sĩ về tự do sáng tác, tự do biểu diễn, tự do xuất-bản" ngay trong số ra mắt (6-6-1966)!

Vũ Hạnh viết cho nhiều tờ báo dưới nhiều bút hiệu Nguyên Phủ, Minh Hữu, Hoàng Thanh Kỳ, cô Phương Thảo, hoạt động trong Văn Bút Việt-Nam, tổng thư ký Hội Bảo vệ văn-hóa dân-tộc, một tổ chức ngoại vi của Việt cộng, viết phê bình, điểm sách và lý luận, tranh luận văn-nghệ (*Tìm Hiểu Văn Nghệ* 1970,...) trước sau một ý cưỡng ép văn-nghệ làm chính-trị một chiều, dùng cả biệt hiệu tác-giả A. Pazzi lẫn dịch giả Hồng Cúc (cùng tên với phụ trách tòa soạn Tin Văn) giả vờ... dịch cuốn *Người Việt Cao Quí* để lừa người đọc, cuối cùng bị bắt ở tòa báo *Bách Khoa* (7-1967) - nhưng được chế độ pháp quyền và nhân đạo miền Nam buông thả (cùng áp lực của LM Thanh Lãng chủ tịch Văn Bút tin người và những giá trị nhân bản!).

Sơn Nam trong thời kháng-chiến hoạt động ở miền Tây và Khu 9 và từng được giải giải Cửu Long 1952 với hai truyện ngắn Tây Đầu Đỏ, Bên rừng Cù lao Dung ký Phạm Minh Tài - cũng như khi cộng tác với báo Nhân Dân Miền Nam do đảng cộng-sản điều khiển, Trần Bạch Đằng phụ trách có đăng các truyện ngắn Tây Đầu Đỏ, Bên rừng Cù lao Dung, Cây đàn miền Bắc, v.v. Hai truyện đầu chống thực dân và địa chủ tức đấu tranh giai cấp và 'dân-tộc'; truyện sau đề cao tình đồng chí Bắc Nam. Trong Tây Đầu Đỏ (khu kháng-chiến xuất-bản thành tập cùng tựa), vì mắc nợ trả chưa đủ mà bị 'tên' tây bắt con bò đang chửa mổ bụng lấy bào thai nhắm rượu để trừ nợ:

"*- Trời ơi! Phen này mổ bụng con bò chửa của tôi để trừ nợ. Thiệt sao, thầy Tư?*

- Ổng nói vậy đó. Không tin, lát nữa ông qua bứng cột nhà cho coi" (23).

Sau đình chiến 10-1954, theo nhà văn Xuân Tước (24), Sơn Nam dựa bóng Bình Nguyên Lộc và Vương Hồng Sển để nằm vùng ở Sài-Gòn, bị bắt tù hai lần, 1960 và 1974. Suốt thời Cộng hòa, Sơn Nam viết nhiều về lịch sử, văn-hóa và một số tiểu-thuyết xã hội thời cựu trào.

Nguyễn Bảo Hóa là nhà văn yêu nước "tiến bộ" thời đầu kháng-chiến Nam-bộ, về sau theo cộng-sản nằm vùng sinh hoạt báo chí và trở qua viết tiểu-thuyết dã sử đăng nhật trình. Lê Vĩnh Hòa tác-giả nhiều truyện ngắn trên *Nhân Loại, Bách Khoa*, v.v. sau xuất bản tập *Mái Nhà Thơ* (1965) và *Người Tị Nạn*. Ông chết do bom dội trong bưng, còn Dương Tử Giang, thì vượt ngục Tân Hiệp bị bắn chết năm 1956.

Trang Thế Hy (còn ký Văn Phụng Mỹ, Minh Phẩm, Triều Phong, Vũ Ái, Phạm Võ,...) xuất-bản *Nắng Đẹp Miền Quê Ngoại* (ký

Văn Phụng Mỹ, 1963), làm thơ viết truyện ngắn và tiểu-thuyết (đăng báo), có những tác-phẩm nổi tiếng như bài thơ Khoai Ngọt Bánh Đăng ký Minh Phẩm được Bình Nguyên Lộc đưa vào truyện *Quán Bên Đường* và Phạm Duy phổ nhạc, truyện ngắn Người bào chế thuốc giảm đau,... Là cảm tình viên của Mặt Trận GPMN "chống Mỹ", sống ở Sài-Gòn, cộng tác với *Nhân Loại, Vui Sống, Bách Khoa*, v.v. bị bắt 1962 và sau đó vô bưng ở Củ Chi năm 1963, viết báo viết truyện đăng báo của Thành ủy Sài-Gòn ký dưới nhiều bút hiệu ông, truyện ngắn Anh Thơm râu rồng được giải văn học Nguyễn Đình Chiểu của Hội Văn nghệ Giải Phóng miền Nam Việt-Nam 1960-1965: truyện ở tù của một phu đạp xích-lô 'cảm tình viên Việt cộng' đặt truyền đơn bị công an Cộng hòa bắt giam, trong tù anh gặp nhiều người cùng hoàn cảnh hoặc nạn nhân của những đấu tranh giai cấp chống 'địa chủ'. Sau 1975, ông có thêm các tập truyện ngắn *Mưa Ấm* (1981), *Người Yêu Và Mùa Thu* (1981), *Vết Thương Thứ 13* (1983), *Nợ Nước Mắt* (2002), tập truyện ngắn và hồi ức *Tiếng Khóc Và Tiếng Hát* (1993) và sau cùng, tuyển tập *Truyện Ngắn Trang Thế Hy* (2006). Ông viết trên dưới 50 truyện ngắn, không nhiều như Bình Nguyên Lộc, Sơn Nam. Thời chiến tranh 1957-1975, ông viết theo chiều hướng đề cao người theo Mặt trận chống lại miền Nam cộng hòa, cũng như khuyến khích cầm súng và vô bưng. Trong *Mưa Ấm*, cô gái tên Thu 'cảm tình viên cộng-sản', thuộc một 'tổ chức mà em phải chấp hành mệnh lệnh' rủ người yêu ra vùng giải phóng nhưng chàng Diệp chỉ muốn làm 'một người chân chính cỡ nhỏ' tức 'tham gia đại cuộc nhưng không toàn tâm toàn lực'. Dù sao thì con người Trang Thế Hy, cũng như tác-phẩm, thẳng thắn, chống bất công và những chuyện bất bình, yêu sự thật, dù có bị lợi dụng, tâm hồn bộc lộ qua những lời lẽ tự nhiên như bài thơ Lời nói dối nhân ái,... không quỵ luỵ quyền hành dù là với những người 'bạn' từng chung chiến đấu thời kháng-chiến (truyện Chất Liệu), và lúc nào cũng lòng nhân ái (truyện Thềm Thơ, Chuyện Người Chế Thuốc Giảm Đau,...). Truyện Thềm Thơ kết thúc trong nuối tiếc:

"... Loan ơi! Chết đem theo sự thèm nghe thơ và sống mà thèm nghe thơ chưa biết ai khổ hơn ai. Bài thơ mà em thèm nghe và anh thèm làm cũng chẳng đẹp gì cho lắm. Để thèm nó có lẽ ít buồn hơn là thưởng thức nó với sự đau xót trong lòng. Sẽ có một ngày kia, khi một cô gái ôm một chàng trai trong giấc ngủ yên lành, thì hơi ấm của cô *ta tạo ra không gợi đến một tứ thơ cay đắng như em nghĩ. Bài thơ về hơi ấm đó sẽ có người làm và làm hay hơn bây giờ."*.

Lòng thương người nhuốm sự bất lực không làm được gì nhiều, như trong một truyện ngắn khác, Một Thiếu Nữ Không Đáng Kể, đăng trên tạp-chí *Nhân Loại* năm 1957! Hoặc như nhân vật nam trong *Nắng Đẹp Miền Quê Ngoại* trong cơn lốc của chiến-tranh đã 'bán đứng' người con gái tên Thơm, cũng là bạn thời nhỏ, để phải hối hận bên nấm mồ: *"Em Thơm ơi! Có những kẻ muốn tàn phá hết, sát phạt hết không muốn chừa lại một chút gì tươi đẹp trên giải nước non này. Nhưng cái đẹp vẫn muôn đời tồn tại: biển cỏ đẹp, dòng kinh đẹp, màu nước đẹp, cô gái chèo ghe đẹp, tiếng hót con chim đẹp và tấm lòng bao dung tha thứ của người cha rộng lượng của em cũng đẹp đẽ vô cùng. Đến như cái tâm tư đen tối của anh mà cũng chói lên được vài tia sáng đẹp dưới ánh nắng miền quê ngoại. Anh không đổ thừa chiến-tranh để mong em tha thứ như người cha thân mến của em đã vịn vào đó mà xá tội cho anh. (...) Anh chỉ muốn hứa với em rằng tâm tư u tối của anh từ đây sẽ trong sáng lần lần nhờ sự soi rọi của nắng đẹp miền quê ngoại"* (25).

Trang Thế Hy cũng như một số những người miền Nam (và cả nước) thiên tả vì lý tưởng yêu nước và nhân đạo, viết cho một sứ mạng xã hội, ông đứng về phía những người bị đàn áp, những nạn nhân của địa chủ, guồng máy chính trị và thực dân, cả guồng máy và con người cộng-sản sau 1975.

Văn thơ của những người yêu nước vì yêu nước, chân thành yêu nước, chân thành kháng-chiến, chống mọi bạo quyền bạo lực; văn thơ của những người này tự nó có giá trị đánh thức, tố cáo và phục vụ tình tự dân tộc. Lòng yêu nước xuất phát từ chế độ thực dân thành ý thức và hành-động kháng-chiến, như đã nói, người yêu nước miền Nam tự nguyện hoặc bị chiến thuật chiêu hiền hoặc tâm lý chiến mà sát nhập hoặc đi dưới trướng của Mặt trận GPMN; những người khác thành đối lập hay lực lượng chính trị sinh hoạt một cách dân chủ (Liên trường, Đại Việt miền Nam, "Hoa Sen", Trần Văn Hương, Dương Văn Minh, v.v.), những thế đứng khác nhau, thành-bại, hay-dở đã là những kinh nghiệm! Cái nhãn có thể không quan trọng, nhưng lòng yêu nước chân thành nếu có, sẽ sáng tỏ với thời gian!

Những thăng trầm, ngụy tín, từ khi thống nhất

Thống nhất đất nước xong là những chiến dịch bôi xóa, tịch thu, cấm đoán những văn-hóa phẩm của miền Nam 'thua cuộc', là tù đày, tra khảo những người làm văn-hóa văn-học ở miền đó. Chúng tôi đã có dịp viết về những sự kiện văn-hóa này trong bài "Văn học tự do khai phóng vẫn là nguồn hy vọng!" (26), do đó ở đây chỉ ghi lại đôi điều.

Từ *Đề Cương về Văn-hóa Việt-Nam* (1943) qua thời kháng-chiến chống Pháp, chống Mỹ, văn-học đã bị chính-trị và guồng máy hóa, cơ cấu hóa, từ chủ đạo tiến sang độc tôn. Văn-học trong một thời-gian dài đã bị dùng như phương tiện, công cụ, chức năng bị hạ thấp ở giáo dục, tuyên truyền, trở nên công thức, dần dà qua thời Đổi Mới (1987) mới nhận ra thêm chức năng thẩm mỹ (mỹ cảm) và tính đa diện của văn-chương! Hiện thực rời sử thi, chỉ thị để xuống đường, đụng đến đời thường và con tim có những mạch máu. Từ đó sinh ra những nỗi buồn thật của chiến-tranh, những hiện thực của những *Bến Không Chồng* (Dương Hướng), *Mảnh Đất Lắm Người Nhiều Ma* (Nguyễn Khắc Trường), *Bước Qua Lời Nguyền* (Tạ Duy Anh), v.v. Chu Lai phải *Ăn Mày Dĩ Vãng*, Lê Lựu phải trở về *Thời Xa Vắng*, Trần Mạnh Hảo phải *Ly Thân*, tất cả đã phải trở về quá khứ để có thể sống đời thường hôm nay, dùng quá khứ làm chỗ dựa tinh thần. *Nỗi Buồn Chiến Tranh* của Bảo Ninh - được viết với tiềm thức, với ký ức trí tưởng và với tưởng tượng, đã nương theo phong trào Cởi Trói để viết công khai rằng người lính đã có thể nghe và nhìn thấy *"những lời đồn đại, những sấm truyền và những lời tiên tri"* (bản 1989, tr. 15), "những linh hồn lồm xồm lông lá", râu tóc quá dài, cởi trần truồng ngồi trên một thân cây "tay cầm lựu đạn"; những "bóng ma rách bươm, uyển chuyển và huyền bí, lướt ngang luồng ánh sáng rồi mất hút đi với mái tóc đen dài xõa bay". Những hồn ma của đồng đội từng là những con người biết cầm súng, biết yêu thương, được người sống kêu gọi "Anh là ai? Hãy ra với chúng tôi. Chúng tôi là bạn. Chúng tôi tìm anh, chúng tôi đã tìm anh bấy lâu nay, khắp nơi". Đời lính phải chứng kiến biết bao cái chết nhưng với Kiên, những cái chết ấy sao thảm thương, đau đớn quá! Có những người chết mà không được một nấm mồ, chết mà không còn nguyên vẹn thân xác để hồn mãi lang thang: "hồn bơi ra khỏi xác biến thành con ma cà rồng đi hút máu người". Có những người chết trở thành "đống giẻ nát nhừ vắt mình trên bờ công sự ". Bao nhiêu cái chết dồn dập về trong tâm trí Kiên. Truyện là "bầu không khí của những khu rừng tăm tối, ngùn ngụt tử khí và lam chướng, mờ mịt bóng yêu tà. Những di vật và những bộ xương mũn nát được vớt lên từ đáy những rừng cây ấy". Nếu trước đó thơ văn của Chế Lan Viên, Tố Hữu, v.v. rùng rợn thì vì phong phú tưởng tượng hơn là hiện thực, thì rùng rợn của *Nỗi Buồn Chiến Tranh* là của thực tế sinh sát nhau. Đây là tiểu-thuyết về một thế giới dị thường, về đêm tối - theo tác-giả, biểu tượng của chiến tranh là bóng đêm và những cơn mưa dày đặc trong rừng sâu! Tưởng huyền ảo, rùng rợn mà là hiện thực sống qua, do đó đã thành công gây được nơi người đọc những cảm xúc đau xót, ghê tởm chiến-tranh và con người, mở ra một tính nhân-bản như một khám phá mới, một tìm thấy (vì có đi tìm!).

Sau 1975, guồng máy "chiến thắng" tung hàng loạt ấn phẩm gọi chung là "thơ văn cách-mạng, kháng-chiến chống Pháp và chống Mỹ", nào là anh hùng ca, trường ca, hành,... Người viết "lớn" có (Xuân Diệu, Chế Lan Viên, Huy Cận, v.v.) "nhỏ" có, từ bưng biền ra (Anh Đức, Lý Văn Sâm,..), từ vùng nằm ra mặt (Vũ Hạnh, Lữ Phương, Sơn Nam, Bảo Cự, Thế Hoài, Trần Hữu Lục, v.v.). Văn thơ yêu nước và cách-mạng trong chiến-tranh 1945-54 (và cả 1957-1975) đã không thật sự có phần phản kháng, như sau 1987 cho đến nay. Trong vùng kiểm soát của đảng cộng-sản Việt-Nam, thơ văn phải phản-ảnh hiện thực theo quỹ đạo chính thức (chủ nghĩa hiện thực xã-hội chủ-nghĩa) - ngay đến 2005 mà *Bóng Đè* của Đỗ Hoàng Diệu viết theo linh cảm của thế hệ trẻ về tổ quốc mà hãy còn bị phê phán là không biết lịch-sử, quá-khứ, chiến-tranh nên đã *"bắn súng lục và nã đạn vào quá-khứ"*. Hay truyện *Cánh Đồng Bất Tận* của Nguyễn Ngọc Tư đăng ba kỳ trên báo *Văn Nghệ*, và nhà xuất bản Trẻ in 2005, sau bị công văn của Ban Tuyên giáo Tỉnh ủy tỉnh Cà Mau quy kết tội nhà văn trẻ thuộc diện quản lý của mình viết truyện đó có ý bôi xấu hiện thực quê hương vùng miền (!).

Văn chương kháng chiến cũ là tô hồng nên đã xa, sai sự thật, còn những Bảo Ninh, Nguyễn Minh Châu, Dương Thu Hương, v.v. sau này đã dũng cảm khi viết ra một số sự thật khác với chính thức, đó là phe bộ đội cũng có những tổn thất và những hành động tàn ác. Văn thơ kháng chiến cũ, đã chỉ vẽ ra được cái đại thể, cái đa số tốt đẹp, cái chiến thắng, còn thì kỵ tránh nói đến phần mất mát và xấu xa. Thường được tiếng nói chính thức xem đơn lẻ chứ không thuộc về bản chất của quân cách mạng. Thật ra, đã không ai viết thật (đúng sự kiện, thật lòng, thật biết) vì đã chỉ làm nô lệ cho một lý thuyết giáo điều, một ý thức hệ, ngày càng mơ hồ và cả bất lực! Đề cập đến tiêu chuẩn, vì văn thơ nào không theo đúng hai phương pháp đó, đều bị coi là phản động, đồi trụy... bị nghiêm khắc cấm đoán, tiêu hủy, như đã xẩy ra cho văn học miền Nam Việt-Nam trước đây và hải ngoại hiện nay.

Đã có những công trình nghiên cứu, phê-bình "văn-học" của chế độ cộng-sản Việt-Nam trong thời chiến-tranh 1957-1975 và sau đó, mà tác-giả phần lớn là cán bộ văn-hóa và giáo dục, vì mục-đích chính-trị do đó đã có những xếp loại, phê phán mà nay có thể nói là sai, một chiều, bất cập! Thỉnh thoảng đây đó có những nhận xét "khách quan", "xét lại" về nền văn học 'cách-mạng' minh họa đó, gióng tiếng phê bất cập, tiếc rẻ, "giá như..." - như Nguyên Ngọc, ngay cả Phong Lê (27). Văn-học yêu nước đã phải chịu thịnh suy cùng các biến cố lịch-sử và chế độ chính trị, nay còn lại gì với các thế hệ hôm nay? Có nên mổ xẻ thực chất và nhận diện nguồn cơn những sai lầm cá nhân và tập thể? Ai có thể làm công việc này? Nhiều người trong cuộc đã có dịp giãi bày, giải tỏa một số nghi vấn, phản kháng bằng tự phê tự kiểm (Nguyễn Hộ, Nguyễn Văn Trấn, v.v.), nhưng phần lớn đã yên lặng và sống hết cái kiếp làm người, đã dĩ lỡ làm hoặc được tôn làm anh hùng yêu nước hoặc từng có thái độ, lựa chọn, thì muốn quên hoặc phó mặc công luận.

Cuộc chiến 1957-1975 đã lùi vào quá-khứ và lịch-sử đối với các thế lực quốc tế, chiến-tranh lạnh cũng đã được xem như tàn cuộc, Mỹ đi rồi Mỹ lại về, Trung quốc giúp từ 1949 rồi có lúc bị hất ra, đàn anh bèn cho bài học 1979 rồi anh-em lại tái hồi môi hở răng lạnh, v.v. Nhưng vấn-đề chiến-tranh và yêu nước vẫn còn đó giữa người Việt với nhau, giữa những người từng đối đầu chiến tuyến và cả giữa những người từng chung chiến tuyến ở cả hai bên, cảnh 'anh em nồi da xáo thịt' không cùng chiến tuyến là một đề tài dễ gặp, ngay từ đầu thập niên 1950 như trong Chiếc Mũ Lá của Nguyễn Hoài Văn, Sơn và

Thành trong *Cánh Hoa Trước Gió* của Nguyễn Minh Lang, đến cuối thập niên 1980 với anh đại tá bộ đội thăm em bị cải tạo trong Gặp Gỡ Cuối Năm (*Cánh Cửa*) của Nhật Tiến, v.v. hay *Dòng Đời* (2005) của Nguyễn Trung mới in trong nước, ám ảnh với những vấn-đề của cơ chế và quá-khứ trong đó có những người anh em ruột thịt đã từng bị chiến tranh tách chia ở hai bên trận tuyến đối địch, dù trong những năm tháng chiến tranh, tình huynh đệ đã giữ được cho họ ý nghĩ 'không bao giờ có thể chĩa nòng súng vào đầu người em ruột của mình' nhưng rồi ngày nay xem như 'đất nước đã chiến thắng cuộc chiến tranh, nhưng anh chưa chiến thắng được em', chiến tranh đã phải phân chia thắng bại nhưng khi phải lựa chọn tương lai cho đất nước thì cần phải có đối thoại giữa những con người của những ý thức hệ từng đối nghịch nhau. Nhưng đối thoại có khả thi không với những người vẫn 'kiên định lập trường' và văn-nghệ chỉ huy theo cơ chế?

Sau bao nhiêu năm, trên con đường Nam Bắc hôm nay nhiều người Việt yêu nước vẫn còn đang đi tìm tổ quốc, một 'tổ quốc', một đất nước. Các nhật ký tìm thấy của Nguyễn Văn Thạc, Đặng Thuỳ Trâm, các hồi ký của Trần Vàng Sao, Tiêu Dao Bảo Cự, v.v. được xuất hiện thời gian gần đây thêm dấu chứng cho những cuộc tìm hoặc dấn thân vì lòng yêu nước. Tuổi trẻ Thạc, Trâm chết với tâm nguyện mình yêu nước mình, nhưng tình yêu nước đó của họ không hẳn đã phát xuất từ trái tim chân chất và ý thức tinh tuyền của tuổi trẻ mà lịch sử đã chứng minh họ đã được dạy yêu nước một cách 'kiên định lập trường' theo quan điểm. Nhật ký của họ nằm cùng truyền thống 'cách-mạng' và tiếp nối sứ mạng tuyên truyền cho một mục đích phải đạt, cho 'sự nghiệp cách-mạng của tập thể', và nếu đạt rồi thì phải giữ. Sống còn sau chiến-tranh như Bảo Ninh, viết lại xúc cảm mà ngay khi xuất-bản đã bị một chiến dịch kết án đã đi sai con đường 'văn-học bảo hiểm cho sự thật lịch-sử' và tác-phẩm bị tố cáo là 'bệnh hoạn', là viết về một 'cõi chập chờn bất định'!

Cuộc chiến đã xong chưa khi mà âm ĩ tiếng bom tàn tích của quá khứ vẫn còn đó? Tùy phía nhìn, tùy cặp kính mầu mà ta có thể gọi tên cuộc chiến là "chiến tranh ý thức hệ", chiến tranh "ủy nhiệm", "giải phóng", "xâm lược". Phe nào nắm được cái gọi là "chính nghĩa"? Dù gọi là gì thì sau cuộc nội chiến nhiều tang thương đó, con người Việt-

Nam vẫn bất khả cảm thông và đối thoại với nhau sao? Như gần đây khi nói đến nhà văn Thanh Tâm Tuyền, một nhà văn tiêu biểu của văn-học miền Nam tự do 1954-1975, vừa mất, CS trong nước cất lời phê bình như sau: *"Đối với độc giả miền Bắc, cái tên Thanh Tâm Tuyền hoàn toàn xa lạ, với nhiều độc giả miền Nam cái tên này gần với một giai đoạn đen tối của đất nước dưới ách kìm kẹp của Mỹ - nguy, đó cũng là giai đoạn sáng tác đắc ý của nhà thơ Thanh Tâm Tuyền, sĩ quan cộng hoà, với lý tưởng chống cộng tươi mới vừa chạy ngoài Bắc vào, phục vụ cho chính quyền nguy (...) Sự thất bại của chế độ bù nhìn cũng là sự thất bại của tư tưởng văn nghệ chống cộng. Trên thực chất nền văn nghệ ấy không có gì phù hợp về nội dung với văn nghệ của chúng ta"*. Đến nỗi nhà thơ Thanh Thảo từng tham gia cuộc chiến trước 1975 "ở chiến trường Nam bộ", đọc bài ông Vũ Đức Tân cũng đã phải thốt lên " *đọc nó người ta không khỏi cảm thấy một thoáng lạnh mình. Chúng ta đang ở năm thứ 6 của thế kỷ XXI, đất nước đã "thống nhất" 31 năm, người Việt dù sống trong nước hay nước ngoài đều muốn xích lại gần nhau, xóa đi những dị biệt, thậm chí những hận thù trong quá khứ, để cùng chung tay góp sức xây dựng đất nước Việt-Nam trước ngưỡng cửa những vận hội mới"* (28)!

*

Nước Việt-Nam tồn tại đến ngày nay là do tình yêu đất nước và tinh thần phản kháng chống ngoại xâm của nhiều thế hệ con dân và qua nhiều ngàn năm văn hiến; nhưng Việt-Nam ta do hoàn cảnh địa lý và lịch-sử cùng nhân chủng, đã từng mở cửa và hội nhập khi cần. Vì bản chất văn-hóa và nhân chủng của người Việt nhưng cũng vì sự sinh tồn và tương lai dân-tộc. Lịch-sử cho chúng ta nhiều bằng chứng về việc mở cửa hay tùy cơ ứng biến thì sống (tam giáo, thắng quân Tàu xâm lược xong rồi triều cống,...) mà đóng cửa thì thất bại (như triều đình Tự Đức khi phải đối đầu với người Pháp và Tây Ban Nha, v.v.). Trong cuộc kháng chiến 1954-1954 cũng như cuộc chiến 1957-1975, guồng máy chiến-tranh và văn-hóa của miền Bắc đã cứng rắn đẩy việc chống vong bản đi quá xa. Họ xếp vào 'chủ nghĩa vong bản' những sản phẩm văn-hóa, văn-minh từ Âu Mỹ (hoặc do Pháp, Mỹ để lại), kết án những người sống với tiện nghi kỹ thuật của thời đại là vong bản, xem thơ văn ca nhạc ảnh hưởng từ những trào lưu học thuật mới sau thế chiến thứ hai chẳng hạn là vong bản, kể cả mác-xít giáo điều tức những người theo troskisme tức đệ tứ quốc tế, tất cả, họ đã tung bao nhiêu chiến dịch rồi cả đặt bom, ám sát. Năm 1976 họ đã bỏ chung một rọ toàn bộ báo chí văn-hóa phẩm của miền Nam tự do 1954-1975 rồi tịch thu, tiêu hủy và cấm đoán. Tất cả những việc làm này nay đã bị chính người của chế độ phê phán và họ dùng lại hết mọi thứ... 'vong bản', từ sách báo đến nếp sống!

Văn-học chữ Quốc-ngữ mới hơn một thế kỷ, vậy mà từ thời khởi đầu đến nay, lúc nào 'mảng' yêu nước cũng có mặt. Yêu nước khởi phát từ niềm tin, văn-học yêu nước Việt-Nam suốt thế kỷ XX đã từ niềm tin mà xuất hiện, lúc công khai lúc thầm kín, lúc đơn sơ như tấm lòng người viết, lúc đạt đỉnh cao văn-chương.... Như đã xét qua, yêu nước không thể ích kỷ, quá khứ dù oai hùng, thần thánh đến mấy, nếu cứ ôm chặt thì có ngày cũng vuột mất! Yêu nước oai đẹp khi tự phát, tự giác hay tự nhận thức, nghĩa là không vì chỉ thị, chiêu bài! Xin đừng để lịch sử che lấp con người!

11-2006

Chú-thích

1- Trích từ Đông Tùng. *Bút Chiến Đấu*, "lược sử đấu tranh giải phóng dân-tộc Việt-Nam trong mặt trận văn-nghệ, báo-chí" (Sài-Gòn: Hội Khổng Học, 1957), tr. 66-67.

2- Vấn đề định danh và thời điểm của Nam-kỳ khởi nghĩa, Nam-bộ kháng-chiến và Chiến-tranh Đông-dương thứ nhất trước nay vẫn không đồng nhất, tùy quan điểm chính-trị và chế độ. Cộng-sản Việt-Nam vẫn xem ngày 23-11-1940 là ngày khởi động Nam-kỳ khởi nghĩa; Nam-bộ kháng-chiến 23-9-1945 lúc thì tính từ tháng 8, lúc thì văn vẻ gọi là "Mùa Thu rồi ngày 23", v.v. Theo Trần Bạch Đằng trong *Đồng Bằng Sông Cửu Long 40 Năm* (NXB TpHCM, 1986), "ngày 23 tháng 11 (1940) Nhân dân Nam Bộ tiến hành cuộc khởi nghĩa vũ trang dưới sự lãnh đạo của Xứ Ủy Nam-Kỳ" (tr. 183).

3- Nguyễn Văn Sâm. *Văn Chương Nam Bộ Và Cuộc Kháng Pháp 1945-1950*. Los Alamitos CA: Xuân Thu tb, 1988, tr. 21-22. Nghiên cứu này là một công trình dồi dào tài liệu và tham khảo, Mã Giang Lân trong giáo trình *Văn-học Việt-Nam 1945-1954* đã đánh giá là "quyển sách có nhiều tư liệu quý, hiếm và có những nhận định thỏa đáng" (tr. 142). Ngoài ra công trình đã được các tác-giả tập *Địa Chí Văn Hóa Thành Phố HCM* dùng lại khi trích dẫn các tác-phẩm xuất-bản vào thời văn-học này.

4- Lời giới thiệu của Vũ Anh Khanh. Trích từ Xuân Tước. *Hồi Ký 60 Năm Cầm Bút*. Houston TX: Văn Hóa, 2000, tr. 48.

5- *Hồn Việt*, NXB Đuốc Việt, 1950, tr. 97,98.

6- *Chiến-Sĩ Hành*. Thơ trường thiên của Vũ-Anh Khanh, Tam Ích đề tựa, Thẩm-Thệ Hà đề bạt, nhà xuất-bản Tân-Việt-Nam, 1949.

7- Lưu Quí Kỳ. Qua *Thực Tiễn Văn Nghệ Kháng Chiến Nam Bộ* (Hà-nội: NXB Văn Hóa, 1958), tr. 5-6.

8- Lưu Quí Kỳ. Sđd, tr. 28, 32, 73, 39-40.

9- Trích từ *Cách Mạng Kháng Chiến Và Đời Sống Văn Học (1945-1954) Hồi Ức Kỷ Niệm*. Tập 1. Hà-nội: Tác Phẩm Mới, 1986, tr. 206.

10- Trích theo Mã Giang Lân. *Văn Học Việt-Nam 1945-1954*. TpHCM: NXB Giáo Dục, 2004, tr. 37.

11- Chúng tôi cảm ơn GS Phan Tấn Tài đã cung cấp tài liệu này.

12- *Cách Mạng Kháng Chiến Và Đời Sống Văn Học (1945-1954)*. Sđd, tr. 350, 348. Truyện viết về đấu tranh giai cấp giữa nông dân và "địa chủ", theo chính sách và chỉ đạo, do đó sau này Đoàn Giỏi tự tiếc! Ông tập kết ra Bắc và từng bị nghi ngờ trong vụ Nhân Văn giai phẩm! Một nhà thơ khác, Hoàng Tố Nguyên cùng tập kết ra Bắc, bị kiểm điểm, kỷ luật.

13- Trích theo *Địa Chí Văn Hóa Thành Phố HCM*. 2-Văn Học. 1988, tr. 269.

14- Lưu Quí Kỳ. Sđd, tr. 75-85.

15- Nguyễn Bá Thành & Bùi Việt Thắng. *Văn Học Việt-Nam 1965-1975*. Hà-nội: Tủ sách trường ĐH Tổng hợp, 1990. Tr. 28.

16- Nguyễn Bá Thành & Bùi Việt Thắng. Sđd, tr. 89.

17- Nguyễn Vy Khanh. *Văn Học Việt-Nam Thế Kỷ XX: Một Số Hiện Tượng Và Thể Loại*. Glendale CA: Đại Nam, 2004, chương 16, tr. 491.

18- *Văn Học Yêu Nước Tiến Bộ - Cách Mạng Trên Văn Đàn Công Khai Sài-Gòn 1954-1975*. Tp.HCM: Nxb Văn Nghệ Tp.HCM, 1997.

19- Trích từ *Thơ Miền Nam Trong Thời Chiến*. South Bound Brook NJ: Thư ấn quán, 2006, tr. 166.

20- Nguyễn Vy Khanh. "Thảo Trường, nhà văn dấn thân với nỗi ý thức không rời". *Hợp Lưu* 88, 4&5-2006, tr. 162-183.

21- "Cuộc Sống Tôi", *Những Vì Sao Vĩnh Biệt*, Saigon: Ý Thức, 1971. tr. 105. Năm 2006, nhà Thư ấn-quán xuất bản tuyển tập truyện *Một Thời Ý Thức* in lại truyện ngắn của 24 cây viết của tạp chí Ý Thức, 262 tr.

22- Võ Phiến. *Văn Học Miền Nam - Tổng Quan*. Westminster CA: Văn Nghệ, 2000, tr. 239.

23- Trích từ Hoài Anh. *Văn Học Nam Bộ Từ Đầu Đến Giữa Thế Kỷ XX (1900-1954)*. NXB TpHCM, 1988. Tr. 360.

24- Xuân Tước. Sđd, tr. 40.

25- *Nhân Loại*, 82, 29-11-1957. Trích lại theo bản Trần Hữu Tá. *Nhìn Lại Một Chặng Đường Văn Học*. NXB TpHCM-Fahasa, 2000. Tr. 436.

26- X. *Ngày Nay* TX, 548, 1-5-2005; Đàn Chim Việt (danchimviet.com), 21-12-2005 và in lại trong *Văn Học Miền Nam 1954-1975* xuất bản năm 2016 và tái bản 2018, 2019.

27- Phong Lê. *Về Văn Học Việt-Nam Hiện Đại - Nghĩ Tiếp*. Hà-nội: NXB ĐHQGHN, 2005, tr. 223-227. Theo VietNamNet, "ngày 3/11/2006, trong khuôn khổ Hội thảo Quốc tế Văn học Việt-Nam trong bối cảnh giao lưu văn hóa khu vực và quốc tế, nhà văn Nguyên Ngọc cho rằng không thể xét văn học Việt-Nam thế kỷ 20 một cách toàn diện nếu không bao gồm hai mảng văn học mà lâu nay chúng ta vẫn không tính tới một cách thích đáng. Đó là văn học đô thị miền Nam trước năm 1975 và văn học của các tác giả đương đại người Việt ở nước ngoài".

28- X. Vũ Đức Tân. "Sự lập lờ trong đánh giá về Thanh Tâm Tuyền". *Người Hà Nội*, 22-9-2006; Thanh Thảo. "Quyết tâm... chụp mũ" (talawas.org) 23-9-2006.

Phụ lục

1- Bài **Chiến Sĩ Hành** của Vũ Anh Khanh (X. Chương về Vũ Anh Khanh)

2- Chia tay, có thể là sáng tác tập thể, được sáng tác vào đêm liên hoan bế mạc đại hội sát hạch lần 1 và được in trên báo *Tiếng Súng Kháng Địch* số 1, khoảng thu 1947. Vào những ngày đầu của Nam bộ kháng chiến, nhằm mục đích tuyển chọn các cấp sĩ quan, lãnh đạo các đơn vị chiến khu 9 của Vệ Quốc Quân (Vệ Quốc Đoàn, Giải Phóng Quân), các đại hội sát hạch đã được tổ chức để xác định khả năng các chiến sĩ ưu tú và cấp lãnh đạo sẽ định cấp bực quân hàm.

"Chia nẻo sa trường,/ Bạn về, thôi thế.
Tặng bạn lưỡi gươm,/ Đừng quên nhau nhé.
Cười hát điên cuồng,/ Mắt không mờ lệ,
Lòng sao rất thương.
Bạn đi lồng lộng trùng dương,
Ta về gối súng ôm gươm đợi thù.
Nhớ mãi một mùa thu, / Tung bay cờ đại hội.
Ta cùng bạn thi đua. / Mến thương mà sôi nổi.
(...) Ta thi là để rửa thù giang sơn.

Nghĩ tới giặc căm hờn nét mặt.
Gươm bạn trao vằng vặc trăng soi,
Rực lên ý thép sáng ngời.
Gươm trao là để cho người lập công.
Hãy lập chiến công, / Hãy giành thắng lợi.
(...) Giờ đây sùng sục máu hồng cuộn trôi.
Trăng có sáng phương trời rạng đông.
Gió có reo lồng lộng đêm nay.
Cho ta nhắn bạn câu nầy:
Nhớ nhau xin chặt đầu Tây cho nhiều.
Rồi đây ta vỗ gươm reo.
Lũ ta nghèo súng không nghèo chiến công.
Rồi mai mốt cờ tung chiến thắng,
Ta gặp nhau đầm ấm làm sao !
Gươm thề chẳng hẹn lời trao.
Tình xưa đại hội ai nào quên ai
Đêm đã gần phai.
Trăng kia đã ngả bóng dài ngang sân".

3- **Tiễn đoàn quân viễn chinh Pháp**

Thực dân Pháp thua cuộc chiến-tranh Đông-dương, ký Hiệp định Genève tháng 7-1954, đành rút vô Nam và hai năm sau, rút quân về nước. Báo *Tiếng Chuông* (1956) đã đăng bài thơ "Tiễn đoàn quân viễn chinh Pháp", tác-giả vô danh:

"(...) Chiều nay,
Kèn kêu tức tưởi nghẹn lời
Tiếng ngân xúc động dạ người viễn chinh
Chiều nay trên nghĩa địa
Có một đoàn tinh binh
Cờ rũ và súng xếp
Cúi đầu và lặng thinh
Âm thầm giã biệt người thiên cổ
Đất lạ trời xa sớm bỏ mình
Thịt nát xương tan hồn thảm bại
Nghìn năm ôm hận cõi u minh
Hỡi ơi làm lính viễn chinh

*Chiều nay bước xuống tàu binh trở về
Một ngàn chín trăm năm sáu
Một ngàn tám trăm sáu hai
Giật mình bấm đốt ngón tay
Trăm năm một giấc mộng dài hãi kinh*

*Tàu xúp lê, tàu xúp lê
Cửa Hàm tử lao xao sóng gợn
Bến Bạch đằng lởn vởn hồn quê
Bước đi những bước nặng nề
Ngày đi không biết ngày về không hay (...)
Đây Cà Mau, đó Nam Quan
Thôi rồi mảnh đất Việt-Nam
Hung hăng anh bóp trong lòng tay anh
Nước tôi đang độ yên vui sống
Mít ngát hương mùa bưởi ngọt thanh
Cỏ nặng tình quê khoai mến đất
Không thương nhau lại giết nhau đành
Cắn răng tôi chịu cực hình
Vuốt râu anh hưởng công trình của tôi
(...) Bóng ngã trời tây, gió lồng biển cả
Phút giây từ giã
Trang sử trăm năm
Tàu anh rời bến Việt-Nam
Hãy xuôi một ngả một đường mà đi
Xin tàu đừng ghé bắc Phi
Sóng to gió lớn chắc gì đến nơi
Đừng oan trái nữa tàu ơi
Hãy xuôi về nước cho người hát ca
Anh về mạnh giỏi ô-voa".*

4- Hồ Hán Sơn nổi tiếng với bài Chày Tre Cối Đất - sau được phổ nhạc với tựa Tình Nghèo:

*"Nhớ thuở / Anh cày thuê / Em chăn trâu
Bóng mát dưới cầu / Quen nhau
Một cỗ trầu cau / Nên đôi vợ chồng
Túp lều tre nứa / Dựng cuối vườn làng*

Hai mùa lúa chín, ngô vàng
Chày tre cối đất nhịp nhàng đã vui !
Thế rồi ! / Mõ giục từng hồi
Giặc tràn mấy xứ / Lúa khoai màu mỡ
Ai không tiếc ruộng tiếc đồng
Đường quê thiên hạ tiễn chồng
Em đưa anh ra lính
Giặc vào anh đánh / Giặc tan anh về
làm sao đuổi hết giặc đi
Để cho cối đất chày tre nhịp nhàng
Bao giờ / Giặc chết trên ngàn
Giặc tàn ngoài bể? / Nhớ lời Em nhé !
Và, cánh đồng quê
Dù, không may... / Anh cứ về
Ai cười: người đuổi giặc???
Ai ghét: kẻ thương binh !!!
Còn làng còn nước còn Anh
Còn đồng ruộng cũ còn tình lứa đôi
Em vui ! / Nước nhà độc lập???
Đường quê tấp nập / trai tráng về làng
Hai mùa lúa chín ngô vàng
Chày tre cối đất nhịp nhàng như xưa
(ấn bản 1952)

5- Kiên Giang **Tình Quê Tình Nước** (1954)

Ai yêu nước Việt-Nam hơn người Việt,
Nhau rún chôn sâu giữa đất lành.
Bông trái muôn mùa không ngớt chín,
Sông đầy nước biếc, núi xanh xanh.

Luống cày mầu mỡ thơm mùi đất,
Vun bón rẫy vườn bông trái thơm.
No ấm cũng nhờ bông với trái,
Áo đời vẫn ấm, hột cơm ngon.

Kìa nước trường giang chảy uốn quanh,
Giữa giòng sông mát bóng dừa xanh,

Có cô gái trẻ nâu tà áo,
Chèo chiếc đò ngang trước bến đình.
Nào ai lăn lóc, xa quê cũ,
Mê chốn phồn hoa trắng bụi đường;
Giây phút chạnh lòng sao khỏi nhớ,
Nhớ nhà, nhớ đất, nhớ quê hương.

Nhớ quê có những đêm trăng sáng,
Sáng cả vườn xanh, cả ruộng vàng.
Con trẻ quây quần theo gót mẹ,
Lên chùa cúng Phật để dâng hương.

Nhớ tiếng võng đưa trầm điệu nhạc,
Hoà theo tiếng hát giọng ầu ơ....
Từ môi người mẹ thân yêu quá,
Gợi lên bao tình thuở ấu thơ.

Tiếng chày nằng nặng nện không gian,
Cùng tiếng gà trưa gáy trễ tràng,
Tiếng tập đánh vần cùng nhịp thước,
Buồn như nước chảy giữa trường giang.

Ai quên cho mượn mái tranh nâu,
Luống đất bờ ao với nhịp cầu;
Mồ mả ông bà nằm giữa đất,
Lòng người lòng đất cảm thông nhau.

Quê hương là máu, là xương thịt,
Nước mắt mồ hôi của giống nòi,
Tranh đấu từ bao nhiêu thế kỷ,
Bảo tồn gấm vóc đến muôn đời.
Còn sống ngày nào trên đất nước,
Nếu ai xâm chiếm đến quê hương,
Tình quê sẽ hoá ra tình nước:
Tình nước đúc thành súng với gươm.

Lòng dân vũ trang bằng tình cảm,
Tay dân vũ trang bằng súng đạn.
Dân đứng lên siết chặt quân hàng:
Giặc vào đây giặc sẽ rã tan...

Tiếng Việt
qua một số tác phẩm chữ quốc-ngữ thời đầu

Trên các sách báo xuất bản ở những thập niên gần đây, người đọc đã có dịp biết đến một số những khám phá và giả thuyết mới về văn học Việt-Nam qua các đóng góp của hai học giả quá cố: Hoàng Xuân Hãn và Tạ Trọng Hiệp. Nhiều học giả khác cũng có những công trình đóng góp đáng kể. Các phát hiện, khám phá về Nguyễn Trãi (thơ Nôm, Gia Huấn Ca), Nguyễn Du, Dương Khuê, Lê Quý Đôn, Hồ Xuân Hương (thơ chữ Hán *Lưu Hương Ký*), v.v. sẽ buộc người viết văn học sử tu chính lại những gì đã được viết.

Theo ý chúng tôi, có những phát hiện khác về văn học miền Nam chưa được phổ biến rộng rãi một cách chính thức sẽ thay đổi hơn nữa nội dung của một bộ văn học sử Việt-Nam đúng nghĩa. Trong biên-khảo Miền Nam Khai Phóng, chúng tôi đã đề cập đến những công bố mới về *Thầy Lazarô Phiền* của Nguyễn Trọng Quản, cuốn tiểu-thuyết đầu tiên viết bằng chữ Quốc-ngữ cũng như một số khai-phá tiên-phong về văn học và báo chí mở đường cho nền văn học bằng chữ Quốc-ngữ được như ngày nay. Sau đó chúng tôi được biết thêm công trình nghiên cứu *Lục Châu Học* ("dựa vào Văn, Sử bằng chữ Quốc-ngữ xuất bản ở miền Nam Việt-Nam 1860-1930, tìm hiểu con người vùng đất mới") của GS Nguyễn Văn Trung cũng như một số công trình khác của khoa Ngữ văn thuộc đại học tổng hợp thành phố Hồ Chí Minh sau khi có chính sách Đổi mới ở trong nước, như tập *Về Sách Báo Của Tác Giả Công Giáo (Thế kỷ XVII-XIX)*. Trong bài này, chúng tôi sẽ giới thiệu cuốn *Sấm Truyền Ca*, cuốn sử *Đại Nam Việt Quấc Triều Sử Ký* và *Truyện Ông Gioang Ngô Kim Thạch* cũng như một vài khám phá khác về những đóng góp văn học và văn hóa của miền Nam; từ đó chúng tôi sẽ nêu một số ý kiến về sự phát triển của tiếng Việt.

1. **Sấm Truyền Ca** (1670):

Đạo Thiên Chúa du nhập vào Việt-Nam từ thế kỷ XVI, đến thế kỷ XVIII đã chỉ có một thời được ít nhiều thuận lợi nhất là ở miền Nam, dù liên tục bị các vua chúa cấm, đã "giúp" Nguyễn Ánh thống nhất hai miền Đàng Trong Đàng Ngoài, thật sự thống nhất sau cái thống nhất ngắn ngủi của vua Quang Trung. Về văn hóa xã hội, nói chung, đạo Thiên Chúa đã góp phần giải phóng cá nhân. Trong hoàn cảnh tiếp xúc mới xuất hiện những truyện Nôm đáp ứng nhu cầu mới của những tiếp xúc với người Tây-phương và của cả chiến tranh. Theo bà Quách Thanh Tâm, hai truyện Phan Trần và Thạch Sanh đã ra đời trong hoàn cảnh đó (1). Bên cạnh những tác phẩm của giới trí thức, có khi khuyết danh cố ý, đã có những tác phẩm tôn giáo có giá trị văn học viết bằng chữ Nôm như Sấm Truyền Ca (1670) của Lữ Y Đoan, như Thiên Chúa Thánh Giáo Khải Mông (cùng thế kỷ XVII) của Majorica, hoặc viết bằng chữ Quốc-ngữ như Tuồng Joseph (1888) của Trương Minh Ký, Phi Năng Thi tập của Philippe Phan Văn Minh, linh mục được phong thánh năm 1989 và là tác giả cộng sự viên soạn Tự điển Tabert (1838), khuyết danh có tập Văn Và Tuồng (1899, in lần 3). Hay như tập *Đại Nam Việt Quốc Triều Sử Ký* (1879) có thể nói là bộ sử đầu tiên viết theo lối Tây-phương và có đặc điểm viết với quan điểm của người dân thường miền Nam thay vì viết theo chính sử, đầu tiên về in ấn, vì trước đó, năm 1659, thầy giảng Bento Thiện đã là người đầu tiên viết lịch sử Việt-Nam dưới dạng viết tay (2).

Sấm Truyền Ca nguyên tác viết bằng chữ Nôm, tác giả là thầy giảng (linh mục) Lữ Y (Louis) Đoan, được viết vào năm 1670. Hiện nguyên tác đã thất lạc, chỉ còn bản Quốc-ngữ. Sấm Truyền Ca là một tác phẩm văn học đặc sắc vì phản ảnh một nỗ lực Việt-Nam hóa và bình dân hóa Kinh Thánh bằng cách mượn những yếu tố văn hóa Việt-Nam và Đông-phương để diễn dịch Kinh Thánh. Lưu truyền hạn chế trong giới thu hẹp "nhà thờ", tác phẩm chắc đã được sửa đổi nhiều lần vì bản hiện còn dễ khiến người đọc nghĩ đến các truyện Nôm nổi tiếng của thế kỷ XVIII và XIX. Theo bản chép tay chúng tôi hiện có của

Paulus Tạo, người dịch bản Nôm ra Quốc-ngữ là Simong Phan Văn Cận. Trong lời tựa ghi tại Cái Mơn ngày 8 tháng chạp Tây năm 1820, ông giới thiệu:

"Truyền rằng sách Sấm Truyền Ca là của Thầy Cả Lữ Y Đoan đặt ra năm 1670, viết bằng chữ Nôm. Thầy cả này đã trở lại đạo hồi nhỏ và đã làm thầy giảng giáp địa phận Đàng Trong, thầy rất tinh thông chữ nho, thuộc Tứ Thư, Ngũ Kinh. Thầy làm sách này cho hạng văn nho đọc để biết rõ đạo Chúa Giê-su. (...) Sách này của thầy bị nhiều thầy cả Tây đang hồi đó không ưng vì nó lai sách đạo Nho và đạo Phật, nhưng bổn đạo rất ưa và chép lại để đọc (...)."

Trần Hớn Xuyên (1854-1940) là người đã sưu tầm tập Sấm Truyền Ca kể lại trường hợp ông khám phá ra bản hiện nay vào năm 1910: *"Trải qua cơn bắt đạo dữ dằn đời vua Minh Mạng, Thiệu Trị, Tự Đức, việc giữ đạo ở miền Nam phải âm thầm, sách vở ảnh tượng đều được chôn giấu. Đến năm 1870 có người đào được tại Cái Nhum (Chợ Lách, Vĩnh Long) một hầm vô chủ, có nhiều sách vở về đạo thánh, trong đó có Sấm Truyền Ca, giấy đã mục nhiều (...) Các linh mục Pháp thời đó không nhìn nhận là đúng với Kinh Thánh của bổn đạo, nên cấm bổn đạo vì sách dị đoan. Vì đó Sấm Truyền Ca bị mai một (...) Sấm Truyền Ca là sự dung hòa giữa nền văn hóa Đông-phương và Tây-phương. Tôi không nhận xét về mặt hợp hay không hợp Kinh Thánh, tôi mến phục lối thơ lục bát của người xưa và cách dùng chữ An Nam hồi đó, đã lột được ý nghĩa của Kinh Thánh cho người An Nam dùng cách dễ dàng. Vì thế tôi đã xin chép lại để làm tài liệu quý giá, dành cho con cháu ngày sau được biết ông bà xưa cũng đóng góp rất nhiều vào kho tàng quốc văn của dân tộc"*.

Paulus Tạo của tuần báo *Nam Kỳ Địa Phận* và Nguyễn Văn Nhạn của báo *Tông Đồ* là hai người đã phổ biến bản Sấm Truyền Ca vốn gồm 5 quyển của Kinh Thánh Cựu Ước, bản hiện có chỉ còn quyển 1 Genesis và một phần của thiên Exodus.

Trước hết, có thể nói *Sấm Truyền Ca* là dấu tích văn bản Nôm xưa nhất của Việt-Nam (1670) vì các văn bản văn học Nôm khác như Thơ Nôm hay Gia Huấn Ca của Nguyễn Trãi (hay Lý Văn Phức?!), Thơ Văn Quốc Âm của Nguyễn Bỉnh Khiêm, Hồng Đức Quốc Âm Thi Tập, v.v. cũng chỉ là những bản chép lại vào thời Tự Đức với chữ

Nôm của thời vua Tự Đức (1840-1883). Tình trạng văn bản, thư tịch Việt-Nam trước thời hiện đại vừa thô sơ vừa phức tạp. Thô sơ về cách in ấn và vì nguồn gốc văn bản thường không được ghi lại; phức tạp vì các văn bản thất tán, sao lục sai lạc bừa bãi, có khi sự nhuận sắc tự đồng hóa với bổ sung, hiệu đính cho hoàn hảo hơn dù chủ quan; tên tác giả không phải lúc nào cũng được tôn trọng, lại có truyền thống ẩn danh đối với một số tác phẩm. Việc kiểm soát thư tịch Việt-Nam rất khó đối với các tác phẩm chữ Hán và Nôm. Một lý do văn hóa của vấn đề nằm ở truyền thống kiểm soát của các chế độ lịch triều quân chủ: vấn đề chính thống, dù có thời chỉ là Tống Nho. Truyện Kiều của Nguyễn Du chẳng hạn, nay không còn dấu vết bản Nôm gốc đầu thế kỷ XIX, thơ Nôm của Nguyễn Trãi chỉ được sưu tầm biên soạn 400 năm sau (Ức Trai Di Tập của Dương Bá Cung, 1868 đời Tự Đức); nói chi đến thơ văn Thiền Tông (chữ Hán) đời Lý Trần thế kỷ X và XI bản in đầu chỉ vào năm 1715 (Thiền Uyển Tập Anh). Trong tình trạng thư tịch như vậy, các nhà nghiên cứu khi có những khám phá gọi là mới sẽ không có lựa chọn nào khác hơn là phải cẩn thận trong giải đoán và kết luận!

Là một trong bốn linh mục Đàng Trong đầu tiên được thụ phong tại Kẻ Chàm (Quảng Ngãi) năm 1676, Lữ Y Đoan đã Việt-hóa và Đông-phương-hóa Kinh Thánh với một tinh thần dân tộc rất cao, việc làm mà chỉ từ công đồng Vatican II (1962) mới được cho phép. Ông đã dùng những quan niệm Tam cương, Ngũ Thường của nền luân lý Á đông cũng như những thực tế và truyền thống văn hóa dân tộc để giải thích giáo lý của Kinh Thánh về vũ trụ vạn vật. Ông đã theo sát Kinh Thánh Cựu Ước nhưng đồng thời chứng tỏ có óc sáng tạo độc đáo và tầm trí tuệ hiểu Thần học cao hơn cả các vị bề trên người Pháp của ông ; ngoài việc không hiểu văn hóa Đông-phương, đó có thể là lý do những người này loại bỏ Sấm Truyền Ca cho là dị đoan, sái đạo, đi lệch ra ngoài tinh thần cơ bản của Kinh Thánh. Lữ Y Đoan chứng tỏ giới linh mục, tu sĩ thời đó có tinh thần độc lập, tự chủ, tự hào về văn hóa Việt-Nam, bình đẳng với các thừa sai ngoại quốc chứ không mất độc lập và bình đẳng như sau này khi thực dân Pháp đã thôn tính cả nước Việt-Nam. Và cũng chứng tỏ một tinh thần khai phóng của con người ở Đàng Trong.

Lữ Y Đoan đã Việt hóa tên người và tên địa dư của nguyên tác cũng như dịch rất văn hóa tựa Kinh Thánh Cựu Ước là Sấm Truyền Ca, Genesia là Tạo Đoan Kinh, Exodus là Lập Quốc Kinh.

Hãy đọc đoạn thơ "Vào Đề" quyển I Tạo Đoan Kinh:

"Ngày ngày trước mắt chúng sinh
Chữ đời chữ đạo phân minh đôi đường
Xưa nay trong kiếp vô thường
Thấy điều vân cẩu mà thương nhơn phàm
Loài người từ thuở A-đam
Đua nhau xây dựng mộng ham làm trời
Một pho Kinh Thánh ra đời
Chứng minh vạn đại những lời do Thiên..."

Thiên Lập Quốc Kinh thì được mở đầu như sau:

"Xưa nay diễn biến trò đời
Đồ vương tranh bá bao người máu xương
Một dân dựng nước khác thường
Bàn tay Thượng đế đo lường trước sau
Giếp Tô quyền lực Phan trào
Muôn binh hùng dũng, đất giàu dân đông
Yết Linh đứng dậy tay không
Phá xiềng nô lệ về vùng Trà Nam..."

Trong đoạn trên, Lữ Y Đoan đã có một cái nhìn sáng tạo độc đáo khi quan niệm chuyện dân tộc Do Thái (Yết Linh) 40 năm thiên cư qua sa mạc để về vùng đất hứa Canaan (Trà Nam) như một sự đứng dậy tay không phá xiềng nô lệ. Sáng tạo và mới cả đối với ngày nay, thì làm sao Sấm Truyền Ca không bị các thừa sai người Tây-phương vốn coi thường văn hóa phương Đông thời đó hiểu được.

Đoạn diễn ca truyện Tháp Babel kể chuyện con cháu ông Nô Ê (Lữ Y Đoan dịch là Nhữ Y) sau trận hồng thủy ngạo nghễ rủ nhau xây tháp cao chạm trời. Chúa đã trừng phạt bằng cách làm cho họ ngôn ngữ bất đồng không hiểu được nhau và hết đoàn kết với nhau; cuối cùng họ phải bỏ dở và phân tán đi khắp mặt đất thành nhiều chủng tộc khác nhau:

"Vả chăng, ngôn ngữ cổ thời
Những điều cảm nghĩ, nói lời như nhau
Phía Đông nhiều tộc vùng cao
Dân đông, đất chật, hoa màu cũng vơi
Định cư đất mới kịp thời
Bàn nhau xây tháp để đời hậu lai
Góp nhau vật liệu đủ đầy
Công trình kiến tạo mỗi ngày rộng cao
Vươn lên tháp đụng Thiên Tào,
Muôn đời danh tiếng, trăng sao phải nhường
Nhân gian ngạo nghễ thiên đường
Trời rằng: "Hiệp nhất vi cường, đại công...
Phải cho ngôn ngữ bất đồng
Mỗi chi một ngả là xong ý đồ !
Thế là nhứt hữu cửu vô
Thế nhân bỏ cuộc, trở cờ chống nhau
Hỗn Lầu (Ba Bên) danh gọi về sau
Kể từ việc ấy, ngũ châu người tràn..." (đoạn XI)

Ông đã dịch tài tình tháp Babel là Hỗn Lầu, và đã có ý niệm về năm châu. Trong Sấm Truyền Ca, dịch giả đã dùng những tư tưởng Phật như "vô thường, hỉ xả, tiền định, chống sát sinh", của Đạo học như "cửu hào, dịch tượng quẻ kiền, thái ất, v.v." và quan niệm Nho giáo như "âm dương, ngũ hành, hiếu trung, thiên thời, v.v.":

"Cơ trời sinh hóa hóa sinh
Ngũ hành thiên địa tiến trình yên xuôi" (đoạn II).

Tóm lại, Sấm Truyền Ca là một tác phẩm thuộc di sản văn chương cổ điển của dân tộc hiếm hoi còn sót lại sau bao chiến tranh, khủng hoảng. Sấm Truyền Ca là dấu tích gia tài của người xưa, dấu tích sáng tạo đồng thời là dấu tích của tiếng nói và viết của người xưa. Lâu nay vì nhiều lý do đã bị bỏ quên, ngay bởi người Công giáo, thì nay Sấm Truyền Ca cần được nghiên cứu hơn nữa. Có thể nói Sấm Truyền Ca là một giao lưu điển hình theo kiểu Việt-Nam, khởi từ căn bản tự chủ dân tộc để mở tay mở trí thu nhận các nền văn hóa thế giới.

2. *Đại Nam Việt Quấc Triều Sử Ký* (1879):

Đây là một tác phẩm sử học viết bằng chữ Quốc-ngữ, in lần đầu năm 1879 tại Sài-Gòn (256 tr.), do các linh mục địa phận Nam kỳ ở Tân Định biên soạn và sửa chữa ở những lần in lại. Nhóm Nghiên cứu Sử-Địa in lại tại Sài-Gòn năm 1974 và tái bản tại Montréal, Canada năm 1986 theo bản in lần 5 (1909, 174 tr.) - nhưng thiếu phần phụ lục thơ văn vần của ấn bản trước đó (3).

Đây là tập sách lịch sử đầu tiên viết bằng chữ Quốc-ngữ được xuất bản (bản chép tay đầu tiên là của thầy giảng Bento Thiện năm 1659) vì công trình lịch sử có tính cách khoa học đầu tiên do người Việt biên soạn là bộ *Cours d'histoire annamite à l'usage des écoles de la Basse-Cochinchine* tức Giáo Trình Lịch Sử An-Nam của Trương Vĩnh Ký gồm hai tập mà tập 1 xuất bản tại Sài-Gòn năm 1875. Tập *Đại Nam Việt Quấc Triều Sử Ký* là dấu tích chữ Quốc-ngữ và việc học sử ở Nam kỳ vào cuối thế kỷ XIX. Đặc biệt, tác phẩm này cung cấp nhiều tài liệu giá trị, mới mẻ về Tây Sơn và vua Gia Long chưa từng được các sách sử khác nói đến. Tựa sách và ở nhiều chỗ trong sách gọi Tây Sơn là ngụy hay giặc, nhìn chung các tác giả có quan điểm gần với các sử quan nhà Nguyễn, nhưng Gia Long hay Nguyễn Ánh đều "được" gọi là Ông. Khen chê Tây Sơn và nhà Nguyễn khách quan hơn và khác với quan điểm của sử thần nhà Nguyễn. Một đoạn nói lên nỗi khổ của người dân giữa hai lần "đạn" - chúng tôi trích theo bản in lần hai năm 1885:

"... *Dầu quân Tây Sơn, dầu ông Hoàng Tôn (cháu đích tôn Vũ Vương) thì cũng lấy điều dữ mà nộ nạt ngăm đe thiên hạ, hầu ép lòng dân tùy phục mình; bằng cứ lời nhủ bảo mà thôi thì chẳng hề đặng việc gì. Bởi đó thiên hạ khốn cực lắm, vì phải giặc hai bên chỉ đánh nhau luôn, khi thì bên nọ thắng, khi thì bên kia thắng; thiên hạ chẳng biết vâng cứ ai, chẳng biết mình thuộc về ai. Hoặc bên nọ lấy đặng xứ nào một ít lâu, mà đến sau phải thua chạy bỏ xứ ấy, thì bên kia liền bắt tội những người xứ ấy, vì đã theo giặc*".

Vũ Vương tức chúa Nguyễn Phúc Khoát (1738-1765), con là Nguyễn Phúc Thuần tức Định Vương nối ngôi cha. Các tác giả cho biết như sau về nguồn gốc suy yếu của Đàng Trong đưa đến phong trào khởi nghĩa của Tây Sơn:

"Ông Hiếu Vũ Vương (...) độc dữ làm khốn cho người ta quá lẽ, gây cực khổ cho dân. (...) Ông ấy có lòng tham cùng xấu tính nết, cho đến đỗi hễ biết ai có của gì, hay là sản vật gì quý trọng như chó, ngựa, chim, vườn hay hoa quả, cây cối, như cam, quít, mít, hồng cùng những giống khác thể ấy, hay là vợ con đẹp đẽ xinh tốt, thì cướp lấy, cùng bắt nộp những của trọng vật lạ ấy nữa. (...) Vì Vũ Vương ăn ở thể ấy nên chẳng còn phép tắc gì: trong nhà nước các quan muốn làm sao thì làm; ai nấy cũng bắt chước Vũ Vương mà hiếp dân sự. Sau nữa ông ấy mê sắc dục, ra như chẳng còn tính loài người, chẳng những là có nhiều vợ chẳng kể xiết, lại cũng lấy con và chị em làm vợ, mà đã sinh ra nhiều con lắm" (tr. 2).

"Hiếu Vũ Vương lấy em làm vợ, và sinh đặng một con trai là Hoàng Thượng. (Ông này) ít trí khôn, cũng mê ăn uống, chơi bời, xem trò xem hát, cùng xem săn bắn; cho nên các quan có ý tìm ích riêng cho mình, vì tin thật ông Hoàng Thượng (Duệ Vương) mê chơi bời làm vậy, thì sẽ có tên chúa mà thôi, còn quờn thế chi thì tại mình. Bởi vậy, hai ông ấy (một trong hai là Trương Phúc Loan) bàn tính với nhau mà lập một phe kín, và cứ lời Vũ Vương mà giúp ông Hoàng Thượng. Bao nhiêu quan chẳng hiệp một lòng một ý với mình, hay là có ý binh ông Chưởng Vũ (bố Nguyễn Ánh), thì tìm lẽ nọ lẽ kia mà bắt tội cất chức: kẻ thì phải giam, có kẻ phải chết chém" (tr. 4).

Về việc Nguyễn Ánh cầu cứu quân Xiêm:

Giám mục Bá Đa Lộc qua đến Xiêm, sau "vui mừng quá bội" được gặp lại Nguyễn Ánh ở "trong cõi hòn Dừa cách xa đất Xiêm ba ngày đàng" (tr. 29). Sau đó, "quân Tây Sơn trở về Qui Nhơn, để ông quan lớn tên là Nam Đĩnh ở lại trong thành Sài-Gòn làm quan quận công cai trị xứ Đồng Nai, và các xứ khác xung quanh. Vậy ông Nam Đĩnh ấy gửi thơ cho vua Xiêm mà cách nói phụ phàng rất kiêu ngạo, cùng lấy quyền bề trên mà truyền dạy cho ông vua Xiêm hoặc vua An Nam là ông Nguyễn Ánh có qua bên Xiêm hay là có gặp vua ấy ở đâu thì phải bắt mà nộp cho mình bằng không thì sẽ đem quân sang đánh mà đoạt lấy cả nước Xiêm. Vua Xiêm thấy thơ ấy nói một cách vô phép làm vậy thì giận lắm, cùng quyết sang đánh giặc bên An Nam để phạt quân ấy song chẳng có ý cứu vua An Nam đâu".

"Đức Thầy Vêrô (Bá Đa Lộc) biết ý vua Xiêm nên đã xin vua An

Nam dầu khốn cực thế nào thì cũng đừng bao giờ tin cậy vua Xiêm, vì vua ấy có ý làm hại nước An Nam mà thôi. Cho nên khi Đức Thầy còn ở bên Xiêm mà xin phép về, thì chẳng nói tỏ mình có ý giúp vua An Nam, một lấy lẽ khác. Người lại thử ý lòng vua và các quan Xiêm, thì đặng biết mọi sự. Vậy người lại vào trong cõi hòn Dừa, ở lại hai tháng tròn, mà bàn các việc cùng vua. (...) Các quan đã bỏ vua hết, còn một chiếc tàu và ba trăm quân mà thôi".

"... *Vậy vua thiếu thốn thể ấy thì xin Đức-Thầy Vêrô chịu sang Tây, xin vua Pha-lang-sa sai binh sĩ qua cứu giúp mình. Vua giao ấn nhà nước cùng ban phép rộng cho người được giao cùng vua Pha-lang-sa thế nào thì mình sẽ ưng thể ấy. Vả lại có ý cho vua Pha-lang-sa càng dễ tin và sẵn lòng thương phì phú con đầu lòng, là Đông-cung, cho Đức-Thầy đưa sang nước Pha-lang-sa nữa...*" (tr. 43).

"… *Quân Tây sơn những tìm bắt người (Nguyễn Ánh), nên phải cứ ẩn mình trong hòn Dừa, và sai kẻ đi dọ trong các xứ xung quanh cho biết việc ra thể nào.*

Quân do ấy đến Hà Tiên, thì gặp một đội quân Xiêm đang sắm sửa đi đánh quân Tây Sơn. Quan đại tướng quân Xiêm biết là quân do vua An Nam sai thì tỏ lòng thương cùng cho xem sắc chỉ vua Xiêm đã sai mình đi đánh quân Tây Sơn, và nói nhiều lời cho quân do tin thật, bởi vua Xiêm có nghĩa riêng với vua An Nam, mới sai mình đi đánh giặc mà cứu. Cho nên nếu vua An Nam có sẵn lòng hiệp cùng mình, thì càng dễ lo liệu các việc. Quân Xiêm lại gởi nhiều của lễ quí trọng mà mừng vua. Vua nghe các điều ấy thì chẳng vội tin, một sai người khác hai ba lần, cho đặng biết quân ấy có ý đánh giặc mà giúp mình chăng. Kẻ ấy trở về cũng nói như những người trước, và quyết quân Xiêm có lòng ngay và có ý cứu giúp vua thật. Bởi đó vua mới sang Hà tiên cho đặng gặp quan đại tướng Xiêm. Nhưng mà khi đến nơi, thì quân Xiêm bắt lấy và chẳng nói đến sự đi đánh giặc nữa, một sắm sửa trở về nộp vua An Nam cho vua Xiêm. Bấy giờ vua thấy mình mắc mưu làm vậy, thì phàn nàn cho đến đỗi la khóc cùng trách mình dại, vì nhớ khi trước Đức Thầy đã nói đi nói lại rằng: không nên tin quân Xiêm bao giờ, bởi vì quân ấy chẳng thực lòng, song hối bất cập" (tr. 45-46).

Trương Vĩnh Ký trong *Cours d'histoire annamite à l'usage des écoles de la Basse-Cochinchine* phê phán nhà Nguyễn: "*Gia Long có* công thống nhất đất nước nhưng ông làm vua một đất nước đã tan hoang. Đất nước này có tiềm năng giàu có vì tài nguyên phong phú nếu có một chính quyền sáng suốt biết lo cho dân. Nhưng đáng tiếc là các vua nhà Nguyễn mù quáng, cố chấp nên đã làm mất Nam-kỳ (Basse-Cochinchine), còn nền hành chánh lủng củng của họ đã làm mất lòng dân Đàng Ngoài (Tonkin), còn Đàng Trong (Cochinchine) thì tai biến, khủng bố và các quan chức thì tham nhũng, tàn ác ai cũng đều đã biết...(V. 2; Saigon: Impr. du Gouvernement, 1877; tr. 251).

Thì trong *Đại Nam Việt Quấc Triều Sử Ký* xa hơn, ghi thêm những chi tiết ít được sử sách ghi lại, như về vua Gia Long *"Vua mê sắc dục, nên ghét đạo, và đôi khi chẳng vì nể Đức-thầy; những nói nặng đều chê bai sự đạo và thêm lời hoa tình nữa. Song chẳng mấy khi vua dám nói trước mặt Đức-thầy, vì người chẳng nể vua mà cải ngài; nên vua nói sau lưng, có ý cho kẻ nghe học lại cùng người..."* (tr. 91).

Toàn bộ cuốn sử này viết từ thời kỳ Vũ Vương đến thời vua Gia Long, sách không liệt kê các nguồn tài liệu hoặc nhân chứng và có nhiều sai lầm về tên gọi như các quốc hiệu nước ta, chỉ dùng "Giao Chỉ", "An-Nam" để gọi chung. Việc này dễ hiểu vì trước thế kỷ XX, thi Hương chỉ thi Bắc sử (Trung Hoa), đến đầu thế kỷ XX mới cho học và thi Nam sử; và các cuốn sử như bộ *Đại Việt Sử Ký Toàn Thư* hoặc *Khâm Định Việt Sử Thông Giám Cương Mục* dù được khắc in nhưng không phải ai cũng có ở tầm tay trong hệ thống in ấn và thư viện ngày xưa. Đó là lý do của những sai lầm trên. Tác phẩm sử này có thể viết từ tài liệu riêng của các giáo sĩ nhân chứng thời kỳ lịch sử đó. Đặc biệt của tập *Đại Nam Việt Quấc Triều Sử Ký* là quan điểm không theo chính sử và những chi tiết cụ thể kể lại với một ngôn từ bình dị của cuối thế kỷ XIX chứ không như những bộ sử chính thức. Một cuốn sử viết theo lối Tây-phương, của những người dân thường, Công giáo, ở miền Nam. Gần đây có khuynh hướng xét lại "công tội" của hai vua Nguyễn Huệ và Nguyễn Ánh, chúng tôi tin cuốn sử đặc biệt này sẽ giúp ích không nhỏ.

3. **Truyện Ông Gioang Ngô Kim Thạch** (1916):

Đây có thể nói là một trong những truyện Việt-Nam viết theo truyện Tàu đâu tiên đượm tinh thần Thiên Chúa giáo. Truyện được đăng trên tờ *Nam Kỳ Địa Phận* từ số 403 (1916) đến số 415 (1917), tác giả là Charles Ngọc Minh đến nay vẫn chưa tìm ra tiểu sử. Truyện cho thấy ở Nam-Kỳ, truyện Tàu rất ảnh hưởng đến quần chúng thế nào, khiến cho những người truyền đạo mượn lối viết đó để truyền bá đạo mà tác giả tin là phù hợp với đạo lý dựa trên Nho học bình dân. Truyện cũng có nhiều tình tiết giống các truyện Kiều và Lục Vân Tiên - các truyện này được viết theo thể văn vần trong khi Truyện Ông Gioang Ngô Kim Thạch viết theo văn xuôi.

Đoạn mở đầu truyện:

"Tôi thường nghe bên Nho giáo nói rằng: Họa vô đơn chí (cái họa không xảy đến lẻ một mình). Chữ từ chữ thì nghĩa như vậy mà hiểu cho rõ câu ấy có ý chỉ làm sao, thì tôi chưa hiểu rõ. Nay nhơn lúc rảnh, giở sách tích truyện đời xưa gặp cái cơ hội nhà ông Gioang này, thì bây giờ tôi mới thấu động ý nghĩa sâu cái câu "họa vô đơn chí" là gì".

Sau đó tác giả cắt nghĩa thêm: *"Anh hùng hào kiệt đời xưa có chăm lo bốn chữ Trung Cang Nghĩa Khí, thì vẫn có ý trông danh vọng lưu hậu thế, hoặc cho đặng thắng lộc tấn quyền. Còn như ông Ngô Kim này thì lại khác, không màng chi danh tiếng phước lộc, can tâm gánh hết các sự gian nan vì biết trong trời đất có Đấng Chí Linh, công bình chính trực, chầy kíp cái nạn người ngay có ngày phải hết, đặng lãnh thưởng và chẳng bao lâu chước độc kẻ gian phải tỏ bày mà chịu phạt..."*.

Truyện Ông Gioang Ngô Kim Thạch theo thể truyện chí của Tàu ở chỗ nội dung nói chuyện đạo đức, ở lối chia truyện làm 11 hồi với hai câu thất ngôn ở đầu mỗi hồi, cũng như lối mở đầu câu chuyện:

"Lối năm 1685, gần rốt đời nhà Minh, buổi vua Thần Tông, ở Triệu Khánh phủ về tỉnh Quảng Đông có nhà kia hai vợ chồng sanh đặng một trai đặt tên là Joseph Ngô Kim Luông, cha tên là Gioang Ngô Kim Thạch, mẹ là Martha Đặng Ngọc Khanh".

Nội dung là chuyện luân lý, một kết hợp giữa tam cương ngũ thường của đạo Nho với mười điều răn (thập giới) của Thiên Chúa Giáo, giữa nhân ái của Khổng giáo với bác ái của đạo Chúa, với đức tin vào Thiên Chúa là cha trên trời chí công và chí nhân:

"Ông Gioang Ngô Kim ra sức dạy dỗ con cho nó ghi tạc vào lòng khăng khăng đức tin, cậy, kính, mến, và lo các nghĩa cho con hiểu biết mấy điều luật tự nhiên: Tam giáo và tam cương ngũ thường (...) Cha mẹ yêu thương con thật, nhất là vì có một con mà thôi, song cha mẹ bằng lòng thấy con chết trước mặt, chẳng thà thấy con sai lỗi điều gì trong đạo thánh, tam cang ngũ thường. Chẳng những lành phải trả lành, mà lại dầu dữ cũng phải trả lành thay vậy, mắc giữ sự trung với bạn trung, mà cũng mắc giữ trung với kẻ bất trung nữa, làm người thì phải lo cho tròn trung tín".

Truyện kể chuyện cấm đạo bên Trung Hoa nhưng tác giả có ngụ ý nói chuyện Việt-Nam. Vì cấm đạo, nhiều vị quan tài ba phải lẳng lặng từ quan quy điền, gia đình ông Gioang Ngô Kim Thạch phải trốn lên núi, rồi lạc nhau và phải chịu nhiều đau thương. Nhưng chính những người bị vua quan bách hại vì nghi ngờ lòng trung lại là những người trung quân ái quốc. Cuối cùng biết chuyện, vua đã phong tặng các người có đạo và ban sắc chỉ khen đạo "cho phép mọi người giữ đạo và phép đạo mặc ý mình". Con ông Ngô Kim Thạch là Kim Luông giúp vua đánh diệt giặc, được vua quan phong lãnh ấn Nhị Lộ Nguyên Soái. Vua đón Kim Luông hồi triều, lại đứng ra làm chủ hôn: "Vua đứng làm mai và cho phép làm theo lễ phép hôn nhân có đạo. Cũng thêm một dịp cho vua chúa nhìn biết lòng can đởm trung quân ái quốc. thắng ngay của kẻ có đạo. Và từ đó vua ra sắc ban khen đạo thánh Chúa Kirixitô và cho phép giữ đạo và phép đạo mặc ý mình". Rõ là những lời muốn nhắn gửi những vị vua thiển cận như Minh Mạng, Tự Đức đã nhắm mắt nghe sự xiển nịnh các vị hủ nho. Chính sự hủ lậu này làm mất nước chứ không phải vì đạo Chúa; đạo nào cũng có kẻ theo giặc, ai đi với giặc thì cứ bắt người đó nhưng đừng lấy cớ đó để bắt đạo, cấm đạo!

Tiếng Việt dùng trong truyện là một lối văn bình dị, đơn sơ mà sáng sủa, của đầu thế kỷ XX, khác xa truyện Kiều và gần với Lục Vân Tiên về tiếng nói dân gian, ngôn ngữ của người bình dân.

4. Tiếng "Nhà Thờ" Hay Tiếng Việt Xưa?

Tác phẩm chữ Nôm xưa hiện có phải nói đến là cuốn Thiên Chúa Thánh Giáo Khải Mông (thế kỷ XVII) của Majorica và một tác phẩm văn học xưa viết bằng chữ Quốc-ngữ đã in là cuốn Inê Tử Đạo Văn gồm 560 câu thơ lục bát in trong cuốn *Tự Vị Latinh-Việt* Tabert (1838). Nhưng qua ba tác phẩm vừa giới thiệu, người đọc đã có thể thấy có một thứ tiếng Việt khác phần nào với tiếng Việt hiện nay, khác về cấu trúc, khác trong cách sử-dụng chữ và thành ngữ, tiếng Hán Việt cũng ít hơn, v.v.

Tiếng nói là một bộ phận chính của văn hóa một dân tộc. Tiếng Việt từ thời Trịnh Nguyễn phân tranh và Nam tiến cho đến ngày nay đã có những khía cạnh chưa được điều nghiên kỹ. Chiến tranh nối tiếp nhau đã khiến con người chỉ lo sống còn, rồi trở nên phân hóa, có những thành kiến, v.v. Tiếng nói và chữ viết người Việt chúng ta đã tiến hóa theo thời đại và con người. Nhưng nếu tiến hóa mà mất cội nguồn, phải chăng đó là chuyện tốt?

Cuối thế kỷ XIX và đầu thế kỷ XX, sự mở cửa đón nhận những trào lưu văn hóa và khoa học hiện đại, tiếng Việt đã phải thu nhận, sáng chế ra thêm những từ ngữ mới. Nghiên cứu sách báo xuất bản trong Nam là nơi phải tiếp xúc văn hóa thực dân trước, cho thấy có những cố gắng du nhập trên căn bản dân tộc, những cuốn từ điển của Huình Tịnh Paulus Của, Trương Vĩnh Ký, những biên khảo giới thiệu các khoa học mới như *Phép Toán, Phép Đo, Bác Học Sơ Giai* của Huình Tịnh Paulus Của, rồi những phong trào Đông Du, Duy Tân xuất phát trước trong Nam. Từ 1903, các nhóm Nghĩa thục ở miền Trung rồi Đông-kinh nghĩa-thục (1907) ở Hà Nội đã bắt đầu dịch danh từ chung từ tiếng Hán. Đàng Trong và miền Nam cho đến đầu thế kỷ XX đã thành công chặn đứng xâm nhập văn hóa từ thuộc địa Pháp bằng cách phát huy những căn bản văn hóa bình dân của dân tộc. Xuất hiện sau nhưng báo chí miền Bắc có thể vì vị trí địa lý thuận tiện và cũng có thể vì giới trí thức dễ đón nhận sản phẩm văn hóa ngoại nhập dễ dàng từ hàng xóm Trung Hoa, do đó các trào lưu văn học và khuynh hướng học thuật đã dễ nhập đất "ngàn năm văn vật", mà sau đó các trường phái văn học và tư tưởng cũng đâm bông dễ dàng hơn ở vùng đất này.

Tiếng Việt vốn bình dị, tự nhiên, khiến "văn xuôi" tự nhiên; nhưng khi nhận ảnh-hưởng chữ Hán và văn-học Trung-Hoa (văn vần, biền văn) đưa đến lời văn hoa mỹ, cầu kỳ, trừu tượng,... khiến cho câu văn xa xôi, tối nghĩa hoặc không rõ ràng, chính xác,... Ảnh-hưởng Tây-phương thì lại có khuynh-hướng câu văn ngắn, có khi thành quá gọn.

Trên tạp chí *Nam-Phong* số 16 (tháng 10-1918), ông Nguyễn Háo Vĩnh, ký giả, từ Sài-Gòn gửi "Thư ngỏ cho chủ bút Nam-Phong" đã lên tiếng đả kích chủ trương nhu nhập ào ạt vào tiếng Việt những từ ngữ mượn từ tiếng Hán Việt mà lúc bấy giờ Phạm Quỳnh, chủ bút Nam-Phong là người hăng hái nhất cùng với các cộng sự viên khác như Nguyễn Đỗ Mục, Phan Kế Bính, v.v. Nam-Phong đã có những ảnh hưởng rất lớn về văn chương học thuật và đã đóng góp nhiều cho sự phát-triển của chữ Quốc-ngữ, nhưng đồng thời đã biến tiếng Việt phát-triển theo một con đường tuy lớn rộng nhưng đã xa lần những người Việt không đi cùng đường và người Việt trong Nam, và nhất là đã trừu tượng hóa ngôn ngữ Việt-Nam. Miền Nam đã là nơi trú ẩn những thành phần chống lại đô hộ văn hóa của Tống Nho, những người chỉ thu nhận những cốt lõi văn hóa của Tam giáo, sau lại là phần đất tị nạn của những người Việt theo đạo Thiên Chúa hoặc không sống được ở Đàng Ngoài. Phan Khôi đã nhìn nhận: *"Đại khái chữ Quốc-ngữ nước ta, phát nguyên tuy từ Bắc, mà bắt đầu thạnh hành lại từ miền Nam. Cho nên bây giờ chúng ta có thể nói được rằng xứ Nam kỳ đối với lịch sử chữ Quốc-ngữ lại có quan hệ mật thiết hơn Trung, Bắc kỳ"* (4).

Xin nhắc: ông Phan Khôi đã nói như vậy vào năm 1929! Trong khi đó nhà phê bình Vũ Ngọc Phan trong bộ *Nhà Văn Hiện Đại* (1941) ở phần "Những nhà văn hồi mới có chữ Quốc-ngữ" nhìn nhận *"người Nam kỳ là những người Việt-Nam đã dùng chữ Quốc-ngữ trước nhất"* và cho rằng thứ chữ Quốc-ngữ do các "cố đạo Gia-Tô" đặt ra đã dùng *"giọng Bắc Kỳ và giọng miền Bắc Trung Kỳ là đủ"* vì *"người Nam Trung Kỳ và Nam Kỳ phát âm sai"*, *"càng xuống miền Nam càng nhiều, càng thấy sai bấy nhiêu"* (5). Họ Vũ đã không phân biệt văn nói với văn viết, và người trong Nam từ Trương Vĩnh Ký đến Hồ Biểu Chánh đã dùng tiếng Việt xưa trước thời Nam tiến. Ông Nguyễn Háo Vĩnh trong thư nói trên đã cắt nghĩa thêm: *"Khi nước Lăng-sa qua giao thông với nước ta thì trong cõi Nam-kỳ nổi lên một người là ông Trương Vĩnh Ký mượn cái xác la-tin mà dựng lại cái hồn của tiếng A-Nam còn sót lại. Cái xác la-tin ấy là chữ Quốc-ngữ bây giờ! Cái hồn của tiếng ta còn sót lại lần lần nhập vào xác mới và trong khoảng năm sáu mươi năm vừa qua rồi, cái xác mới với cái hồn xưa vừa ưa nhau, vừa quen hơi nhau, hiệp sức mà tiêu hóa cái sự phát ách tiếng chệt"* (6).

Nguyễn Háo Vĩnh đặt vấn-đề rất đúng; chính Phạm Quỳnh đã vô tình trừu tượng hóa tiếng Việt - việc mà ngày nay vẫn còn là vấn nạn đối với chính quyền Hà-nội trong nước (*chệt thời Mao!*). Phạm Quỳnh đã có thái độ trịch thượng chê văn quê mùa của người miền Nam trong Một Tháng ở Nam-kỳ (*Nam-Phong tạp-chí*) và còn tỏ ra mỉa mai khinh bỉ hơn trong những bài trả lời bài lai-cảo của Nguyễn Háo Vĩnh, viết từ miền Nam phê phán Nam-Phong dùng nhiều chữ nho trong khi đã có chữ tương đương tiếng Việt. Khi giới thiệu đăng lai-cảo Thư ngỏ cho chủ bút Nam-Phong của Nguyễn Háo Vĩnh (*Nam-Phong tạp-chí*, 16, 10-1918, tr. 198-209), Phạm Quỳnh cho biết *"Nay có một ông Nam-kỳ bàn về cái vấn đề ấy một cách rất "kỳ khôi" (...) đọc đến cũng không thể nhịn cười được" (...) Tuy lời lẽ có lắm chỗ quá đáng - nôm na là cha mách qué...".*

Rồi trong lời chú, ký Q., đăng theo Thư ngỏ nói trên, vì Nguyễn Háo Vĩnh đề cao công lao của Trương Vĩnh Ký nên Phạm Quỳnh bồi thêm: *"Ông Trương chẳng qua là một nhà làm sách giáo-khoa thường cho con nít học mà thôi, đã có công-nghiệp gì với tổ-quốc, đã từng bao giờ đem cái xác 'Latinh' mà đựng cái hồn Nam-Việt? Chẳng dám khinh gì người trước, nhưng những bậc danh-sĩ nước Nam cứ như ông Trương cả thì cũng không lấy gì làm vẻ vang cho nước lắm"* (*Nam-Phong tạp-chí*, 16, 10-1018, tr. 199). Bài đó đã gây tranh luận với các ông Nguyễn Bá Trác, Thân Trọng Huề, ... và Phạm Quỳnh đã tạm thời kết thúc với bài trên số 20, "Bàn về sự dùng chữ nho trong văn quốc-ngữ" (2-1919, tr. 83-97).

Riêng Linh mục Thanh Lãng đã ghi lại công lao của nhà văn tiền bối Hồ Biểu Chánh bỏ lối văn biền ngẫu "vô lối" thịnh hành thời đó như sau: *"Hồ Biểu Chánh là người đầu tiên làm cách mạng: đập vỡ cái khuôn khổ văn chương đài các giả tạo ấy. Ông đặt vào miệng các vai truyện của ông những ngôn ngữ đơn sơ chất phác, lắm khi thô tục nữa là khác (...) Hơn thế nữa, Hồ Biểu Chánh còn là văn sĩ của miền Nam, dùng tiếng địa phương. Văn của ông là văn cùng chung truyền thống với Huỳnh Tịnh Của, Trương Vĩnh Ký... tức là nói và viết "tiếng A-Nam ròng" là viết tiếng Việt "trơn truột như lời nói"*. Cái chủ trương của Trương Vĩnh Ký cũng là chủ trương của các văn gia miền Nam: chống đối văn *đài* các miền Bắc (...) (7).

Thật vậy, nhiều người miền Nam lúc bấy giờ đã không hiểu thứ tiếng Việt dùng trên *Nam-Phong tạp chí*. Nhập cảng từ vựng Trung Hoa rồi Hán Việt hóa, trong khi đó tiếng Việt đơn giản đã có lại không được dùng, cái họa bắt đầu được nhìn thấy, người còn để lại dấu vết là ông Nguyễn Háo Vĩnh, tác giả cuốn *Cách Vật Trí Tri Phổ Thông Sơ Giai* (1918, 1927) và chủ trương báo *Khoa Học Tập Chí* (1924) và báo *Hoàn Cầu Tân Văn* ở Sài-Gòn cùng làm chủ nhà in Xưa Nay sau khi bị thực dân Pháp bắt ở Hương Cảng và ở tù ra. Ông tố cáo tạp chí Nam-Phong: *"Các ngài làm thư thế thì hình như các ngài là người Tàu qua lấy nước An Nam, muốn đem tiếng nó qua mà thế tiếng ta vậy"* (8).

Trong *Sấm Truyền Ca, Đại Nam Việt Quấc Triều Sử Ký* và *Truyện Ông Gioang Ngô Kim Thạch*, chúng ta đã thấy tiếng Việt miền Nam ở thế kỷ XVII đến XX đơn giản và bình dị. Rồi trong *Tuồng Cha Minh* (1881, thật ra gần kịch nói hơn là tuồng), theo GS Hoàng Châu Ký từng viện trưởng viện nghiên cứu sân khấu Hà Nội, văn đối thoại trong vở này rất gần gũi với lời nói của dân giả, mới mẻ và đơn giản hơn câu văn đầu thế kỷ XX như văn Nam-Phong chuộng lối văn biền ngẫu và cách điệu. Ông nhân đó đặt lại quan niệm cho rằng vở kịch *Chén Thuốc Độc* của Vũ Đình Long diễn năm 1921 ở Hà Nội là vở kịch nói đầu tiên (9). LM Nguyễn Bá Tòng thời làm thư-ký Tòa Giám mục Sài Gòn, cũng đã viết *Tuồng Thương Khó* (1912), kịch nói dựa vào bản văn ngoại ngữ đã được trình diễn tại Oberammergau, Paris và Nancy và tham khảo thêm từ "Sách Gẫm Sự Thương Khó Đức Chúa Giêsu".

Học giả Phan Khôi trong bài "Chữ Quốc-ngữ ở Nam kỳ với thế lực của phụ nữ" trên tờ *Phụ-Nữ Tân-Văn* số 28 (7-11-1929) học giả Phan Khôi đã nhìn nhận thứ chữ Quốc-ngữ dùng trong môi trường đạo Công giáo thống nhất một mối nghĩa là pha lẫn Bắc Nam. Ông cũng đề cao hai tiền bối Trương Vĩnh Ký và Huỳnh Tịnh Paulus Của mà ông tôn là "đại sư" vì hai ông đều viết đúng tiếng Việt: *"hai ông cùng học trường bên Đạo mà ra cho nên các ông ấy viết chữ như người bên Đạo nghĩa là viết đúng"* (10). Tưởng cũng nên ghi lại ở đây, "trường phái" Trương Vĩnh Ký tiếp nối với Trương Minh Ký, Nguyễn Trọng Quản tác giả *Thầy Lazarô Phiền*, tiểu-thuyết đầu tiên viết bằng chữ Quốc-ngữ. Tiếp đó, trên *Phụ-Nữ Tân-Văn* số 86 (11-6-1931) Phan Khôi đã thêm một lần khẳng định rằng "Tiếng hay văn Việt-Nam cũng chỉ có một mà thôi. Không ai được lấy cớ gì mà chia ra Nam Bắc". Theo ông, *"Nam Bắc có khác nhau là* giọng *chớ không phải* tiếng".

Trước đó, cuối năm 1929 đầu 1930, nhật báo *Thần Chung* đã có cuộc thảo luận trên xung quanh một ý kiến của một đại biểu nêu ra tại Hội đồng quản hạt Nam kỳ, yêu cầu Nha học chính Đông-dương cho phép giáo chức Nam kỳ soạn sách dạy tiếng Việt dành *riêng* cho các trường ở Nam kỳ. ["Cuộc điều tra về sách giáo khoa Quốc-ngữ": "Chừng nào xứ ta mới có kho sách để cho bình dân dùng?". *Thần Chung,* 281, 27-12-1929, tr. 1; số 288 (6-1-1930) đến 294 (13-1-1930), v.v.]. Sau đó có những bài viết về "Tiếng Annam vẫn có một" 301 (21-1-1930), "Chữ Quốc-ngữ đối với dân ta" ký Phan Thứ Khanh từ số 316 đến 324 (2-1930), "Tiếng Việt-Nam" 330 (5-3-1930) - Đặc biệt trên đầu trang nhất bên cạnh tên báo có hàng chữ lớn, như số 302, 22-1-1930: *"Sách giáo khoa là một cái bước đầu mà chúng ta phải do theo đó mà bước lên con đường hiệp nhứt".* Về các việc này, các ông chủ biên tờ *Thần Chung* Diệp Văn Kỳ và Nguyễn Văn Bá đã cho rằng sự đề xuất nêu trên, nếu được phép thực hiện, sẽ dẫn tới việc chia rẽ dân tộc.

Linh mục Thanh Lãng trong các nghiên cứu cuối đời, những nghiên cứu trong tâm tình dân tộc như ông đã tự kiểm thảo (11), đã kết luận về tiếng Việt "nhà thờ" "đúng thật là tiếng Việt thông thường, phổ thông mà mọi người Việt thời xưa đã nói, tức là cái giới gọi là "nhà thờ" đó, đã nói như mọi người Việt nhà quê cái thứ tiếng nói nhà quê, tiếng nói dân gian mà mọi người Việt nhà quê nói với nhau, hiểu với nhau một cách bình thường" (12). Cũng theo ông, tác phẩm do cộng đồng Công giáo biên soạn vào thế kỷ XVII hiện còn giữ được, sách vở bằng chữ Quốc-ngữ chỉ có khoảng 700 trang, trong khi đó tài liệu bằng chữ Nôm còn được 14 tựa với cả 4200 trang; 4200 trang chữ Nôm gốc của thế kỷ XVII chưa bị sửa đổi theo thời gian. Ngoài các tác phẩm chữ Nôm và Quốc-ngữ đã giới thiệu ở trên, còn có nhiều văn bản chữ Nôm và Quốc-ngữ khác được lưu trữ ở Âu châu mà các giáo sư Hoàng Xuân Hãn, Tạ Trọng Hiệp, linh mục Thanh Lãng, Đỗ Quang Chính, v.v. đã khám phá và chụp vi bản đem về nước. Viện Hán Nôm thuộc Viện Khoa học xã hội đã sưu tầm được 24 văn bản chữ Nôm thuộc thế kỷ XVII trong đó có những bản từng được lưu trữ ở chùa Kiểng Phước tại Vọng Các, Thái Lan. Những văn bản sau này là dấu vết chữ Nôm dùng ở đàng Trong.

Những người đàng Ngoài vào Nam lập nghiệp, theo chân các chúa Nguyễn, đã mang theo gia tài văn hóa trong đó có tiếng nói và chữ viết Nôm (và chữ Hán). Sự phân chia địa lý sẽ đưa đến những dị biệt hay cách biệt về văn hóa. Một văn hóa trưởng thành song hành với những điều kiện khác biệt và với những con người thành phần tập hợp mới. Ông bà ta sẽ đồng hóa người Chiêm Thành, nhưng ta cũng đã bị ảnh hưởng trở lại về văn hóa. Tổ tiên ta cũng sẽ nuốt phần Thủy Chân Lạp. Vua chúa nhà Nguyễn sẽ mở rộng tay đón nhận con cháu nhà Minh; những người này sẽ khai phá những vùng thị tứ mới nay là Chợ Lớn, Biên Hòa, Hà Tiên, v.v. Xa Đàng Ngoài, một tập thể người Việt mới được thành lập, trên mảnh đất đã trải qua những văn minh Sa Huỳnh, Đồng Nai hoặc xa xưa hơn như Óc-Eo, Phù Nam; những lưu dân này sẽ giữ lại những nòng cốt văn hóa của Nho giáo, Đạo giáo, Phật giáo đại thừa rồi thêm ảnh hưởng của Phật giáo tiểu thừa và đạo Bà La Môn.

Từ những lý do đó, tiếng nói lưu dân nơi vùng đất mới sẽ cập nhật theo hoàn cảnh sinh hoạt và môi trường địa lý mới. Những "hội nhập" này khiến chữ viết Nôm trong Nam đã có những biến hóa, cấu trúc khác đi theo phát âm, lối viết và phương ngữ Nam bộ. Thí dụ phương ngữ như "chả", "dùa", dị biệt về phát âm như "Chun, chuyến, chiền", thay vì "chung, chiến, truyền / chuyền" (13). Từ đó như tạo thành một "thứ" tiếng Việt của miền Nam lưu dân mà từ lâu nay vẫn bị gán là "tiếng của nhà thờ".

Ông Nguyễn Háo Vĩnh trong bài nói trên đã viết tiếp lời phê về văn Nam-Phong như sau: *"Coi mà chẳng hiểu thì có ích gì đâu, dần dần người ta ngã lòng trông cậy chẳng còn muốn coi nữa"*. Mới nghe thì có vẻ văn "nhà thờ", nhưng thật ra không có thứ văn nào gọi là văn "nhà thờ", chỉ có tiếng Việt dùng vào chốn nhà thờ cũng như tiếng Việt dùng ở chùa đình vậy thôi. Với những khám phá mới, có khi chỉ là một trở về nguồn với văn bản thời thế kỷ XVII và sau đó như đã đề cập trong bài này, có thể nói từ khi Nam Bắc phân tranh, ở Đàng

Trong, tiếng nói bắt đầu xa dần đồng bào ở Đàng Ngoài; đến khi các vua Nguyễn Huệ và Gia Long thống nhất đất nước, tiếng Việt Đàng Ngoài sẽ tiếp tục phát-triển theo một hướng độc lập với người trong Nam, trở thành một tiếng nói và viết có khác biệt. Trong khi đó trong Nam, đồng bào di dân từ Bắc vào, từ các thế kỷ XVII và XVIII, vẫn tiếp tục nói tiếng nói họ mang theo vào. Đó là tiếng Việt được giới tu sĩ và giáo dân Công giáo như các linh mục Lữ-Y Đoan, Philippe Phan Văn Minh, v.v. sử-dụng cũng như mọi người trong cùng xã hội. Đó cũng là tiếng Việt mà các nhà văn nhà báo và trí thức trong Nam từ Trương Vĩnh Ký, Huỳnh Tịnh Paulus Của đến Nguyễn Trọng Quản, Trương Minh Ký, Nguyễn Háo Vĩnh, các nhà báo của tờ *Nam Kỳ Địa Phận*, v.v. sử-dụng. Đó cũng là tiếng Việt mà những cộng đồng người Việt lưu vong ở Miên, Lào và Xiêm vẫn nói từ khi họ phải rời đất nước. Tiếng Việt đó là tiếng Việt thống nhất mà Phan Khôi trên *Phụ-Nữ Tân-Văn* nói đến và khởi từ đó ông phê bình những nhà báo ở Sài-Gòn lúc bấy giờ viết sai tiếng Việt - nghĩa là sai tiếng Việt của Trương Vĩnh Ký, Huỳnh Tịnh Paulus Của, tiếng vẫn bị coi là của "nhà thờ"! Nếu có ai muốn phê người Nam viết sai nói sai - là chuyện có, những nhà văn nhà báo viết sai theo tiếng nói sai, tức chỉ một phần trong số các nhà văn miền Nam, từng là đối tượng chỉ trích của học giả Phan Khôi nói ở trên, thì không nên tổng quát hóa, mà nên phân biệt với tiếng Việt thống nhất này, tiếng xưa nay đã có nhiều dấu vết ở trong Nam!

Như vậy, vì hoàn cảnh canh tân, hiện đại, tiếng Việt đã phát triển mạnh từ những năm 1920 với sự nhập cảng ồ ạt từ vựng mới của Trung Hoa (và Nhật) với tạp chí *Nam-Phong*, sau đó theo đà Âu Tây hóa, các báo của Tự-Lực Văn-đoàn, Tân Dân, nhóm Hàn Thuyên, rồi phân chia Nam Bắc, tiếng Việt thêm nhiều từ mới. Nhưng tiếng Việt trước 1920 bị xem là tiếng "nhà thờ" và bị bỏ quên, các hoàn cảnh biến cố tiếp sau đó đã tiếp tục đẩy đưa cái khuynh hướng này. Cùng tiếng nói nhưng có những dị biệt về chữ viết, thành ngữ và phát âm khiến không hiểu nhau trọn vẹn. Đây cũng cùng trường hợp với tiếng Pháp dùng ở Canada là tiếng Pháp cổ thế kỷ XV do những di dân từ mẫu quốc sang vẫn sử-dụng. Đế quốc Pháp thua Anh, bỏ rơi luôn dân của họ. Bên này Đại Tây Dương, người mẫu quốc phát-triển tiếng nói và xa dần hẳn tiếng Pháp của "anh em họ" (cousins) ở Canada.

Mặt khác, cùng trường hợp với văn học Việt-Nam trước khi có chữ Quốc-ngữ đã có hai dòng bình dân và bác học "nói chữ", tiếng Việt trước 1920 đơn giản, bình dị thế nào thì tiếng Việt canh tân sau 1920 trừu tượng hơn nhiều, dù từ những thế kỷ XVII đã có nhu cầu sáng chế nhiều từ Hán Việt và từ Tây-phương hóa (phiên âm theo tiếng Tây-phương) để theo kịp đà tiến hóa và tiếp xúc với Tây-phương. Trừu tượng, đó là lý do khiến ký giả Nguyễn Háo Vĩnh phàn nàn với ông Phạm Quỳnh. Một "học sanh về điện máy chuyên nghề", Nguyễn Duy Thanh ở Paris, góp ý trên *Phụ-Nữ Tân-Văn* số 119 (18-12-1932), đã chỉ trích Phạm Quỳnh làm tối tiếng Việt. Ông đưa ra những thí dụ những tiếng Việt dễ hiểu như "màng ngăn bụng, mạch máu nhỏ tí, mạch máu đi, mạch máu về" hay "chung của" bị ông Phạm Quỳnh thay thế bằng "hoành cách mô, vi ti huyết quản, hồi huyết quản, khứ huyết quản" và "cộng sản". Theo ông, người Tàu phát âm ngọng vì có những âm không có trong tiếng nói của họ, nên đã phiên âm sai nhiều danh từ riêng và địa lý như Hoa Thịnh Đốn (Washington), Anh Cát Lợi (England), Bỉ Lợi Thì (Belgium), nay Phạm Quỳnh "theo đuôi" người nói ngọng thì lại càng đi xa từ gốc (14).

Trong số những độc giả phản đối Phạm Quỳnh có hai ông Nguyễn Văn Ngọc và Dương Quảng Hàm lúc đó hãy còn là sinh viên cũng đã lên tiếng phản bác chủ trương/khuynh hướng nói chữ mà họ cho là "lố bịch" của Nam-Phong. Và nhiều từ Hán-Việt do Nam-Phong tạp chí xướng lên đã rơi vào quên lãng, như: liễu kết, chuâu tuần, diên mạn, phó nạn, (kẻ) hậu tấn, v.v. Đó là với người có học; còn người bình dân chắc còn ít hiểu tường tận những chữ như "ý thức hệ, thủy quân lục chiến" chẳng hạn, dù họ nghe đã quen và biết là nói cái gì. Rồi chính chữ Quốc-ngữ cũng trở thành một trở ngại cho sự phát triển kiến thức, có thể cả tinh thần, vì so với chữ Nôm, chữ Quốc-ngữ không "hồn", thường hay trùng chữ trùng âm và không gợi hình, rất hợp cho tưởng tượng thơ văn và "chơi chữ" nhưng xa dần căn bản ý nghĩa của văn tự dễ đưa đến những diễn văn không nội dung hoặc "ông nói gà bà nói vịt"! Văn học Việt-Nam cổ kim có những nhà văn thơ lớn như Nguyễn Trãi, Nguyễn Bỉnh Khiêm, Nguyễn Du, v.v. tư tưởng tâm tình rất tổng hợp về tín ngưỡng, về nguồn cảm hứng. Đến các tác giả miền Nam của thời văn học Quốc-ngữ tiên phong cũng tỏ ra rất tổng hợp và khai phóng về văn hóa. Văn học đã tổng hợp, khai phóng, người nghiên cứu không thể không có được cái tinh thần chủ động căn bản của nền văn học đối tượng nghiên cứu đó.

Văn học Việt-Nam ngày nay phong phú với nhiều thể loại đa dạng nếu so với văn chương cổ điển Hán Nôm thời lịch triều xưa: tiểu-thuyết, kịch nói, bút ký, hồi ký, báo chí, v.v. Đây là những hình thức diễn tả văn hóa của Tây-phương ta đã du nhập, khởi đầu với các tác giả Thiên Chúa giáo vì họ gần gũi và theo đa số hay vì tiện lợi phổ thông (chẳng hạn vào thế kỷ XVII, giới tu sĩ Công giáo đã viết chữ Nôm nhiều hơn chữ Quốc-ngữ, như đã nói ở trên): thể nhật ký với Philipphê Bỉnh (Sách Sổ Sang Chép Các Việc, thế kỷ XVIII), thể kịch nói với Tuồng Cha Minh (1881), thể khảo cứu về thể loại văn học với Hồ Ngọc Cẩn tác giả loạt bài Thi Phú Qui Pháp trên *Nam Kỳ Địa Phận* năm 1913 (*Việt Hán Văn Khảo* của Phan Kế Bính ra đời 17 năm sau), thể ký sự với Trương Vĩnh Ký (*Chuyến Đi Bắc Kỳ Năm Ất Hợi*, 1876), thể truyện với Nguyễn Trọng Quản (*Thầy Lazarô Phiền*, 1887), thể hồi ký với Michel Tinh (*Chơn Cáo Tự Sự*, la petite biographie de Michel Tinh par lui même, 1910). Ba tác giả sau viết ngoài môi trường giáo hội. Và trái với những gì nhiều người vẫn nghĩ, người Việt đã tham gia tích cực trong việc sáng chế ra chữ Quốc-ngữ: thầy giảng Bento Thiện đã viết về lịch sử nước ta từ năm 1659 bằng chữ Quốc-ngữ như đã nói đến ở trên, và cuốn Từ Điển Tabert là công trình của các cộng tác viên người Việt như linh mục Philippe Phan Văn Minh, tác giả *Phi Năng Thi Tập*.

Vì lẽ đó, những gì chúng tôi nêu lên trong bài này, cũng như trong biên-khảo Miền Nam Khai Phóng, chỉ nhắm bổ túc những thiếu sót, khiếm khuyết và đưa ra một số đặc thù văn hóa, xã hội chứ không phải để chia rẽ, kỳ thị, vì chúng tôi chủ trương phải thống nhất tiếng Việt. Để mọi người có thể hiểu nhau và nếu chúng ta còn muốn hiểu nhau! Thống nhất đồng thời phải chấp nhận có những đặc thù địa phương phải tôn trọng. Về tiếng nói cũng như văn học sử. Mặt khác phải có thái độ chấp nhận, sát nhập các tác giả tác phẩm của người Phật giáo, Công giáo, Cao Đài, Phật giáo Hòa Hảo v.v. vào dòng văn hóa chung. Thơ văn đời Trần có nội dung Phật giáo, đời Lê và Nguyễn rất Nho giáo, đã là gia tài văn hóa chung của người Việt, vậy không lý gì thơ văn do người Công giáo viết ra lại bị xếp loại ra ngoài. Nay là thời đa văn hóa, đối thoại, cảm thông, mà ngay từ thời lập quốc, dân tộc ta từng tỏ ra rất bao dung và khai phóng: đã qua rồi cái thời xem cái gì liên hệ đến đạo là không phải dân tộc hay không phải là văn hóa. Vả chăng, Phật, Chúa, Khổng hay Lão, đâu có tín ngưỡng hay tôn giáo nào xuất phát từ Việt-Nam; tổ tiên chúng ta đã đón nhận và sống với các văn hóa, tư tưởng, tôn giáo ngoại nhập qua bao thế kỷ, có thời Phật Nho đã là quốc giáo, nhưng khi xong nhiệm vụ vẫn trở về trong tâm linh người Việt, một tâm linh tổng hợp, trong tinh thần khai phóng, bao dung.

Ở trong nước, từ những năm 1987, những người nghiên cứu của nền văn học vẫn nổi tiếng là "một chiều, phải đạo, minh họa" đã có những cố gắng thay đổi cách nhìn và cách nghiên cứu. Có thể nói nếu không có chính sách Cởi trói văn hóa, đã không có những công trình nghiên cứu mới mẻ về nền văn học Miền Nam trước thế kỷ XX. Hoàn cảnh mới đã cho phép những phát hiện mới, mà sau nhiều thập niên mù quáng vì chiến tranh, có những cái đã bị biến hủy nhưng cũng có những nhận diện, cảm thông về những cái tưởng đã chết hoặc yếu đi như tôn giáo. Vả lại, tôn giáo đã trở nên nguồn sống tâm linh của nhiều người, kể cả cán bộ. Cuộc chiến chính thức tàn năm 1975, những thất bại của chuyên chính từ 1975 đến 1986 đưa đến Cởi Trói như một lối thoát dọ dẫm có cái hay là đã tạo môi trường những cố gắng mới với quan điểm mới hơn, dân tộc hơn, tổng hợp hơn. Trong hoàn cảnh đó càng ngày càng có những nghiên cứu trở về với truyền thống dân tộc thật sự, đó là điều nên mừng. Bước đầu khó khăn đã có người đi, dĩ nhiên còn cần nhiều nghiên cứu sâu xa và khách quan hơn nữa!

6-1997

THAM-KHẢO

- Đỗ Quang Chính. *Lịch Sử Chữ Quốc-ngữ 1620-1659.* Sài-Gòn: Ra Khơi, 1972. 171 tr.

- Nguyễn Khắc Xuyên. "Chữ Quốc-ngữ vào năm 1838" *Văn Lang* số 4, 12-1992, tr. 117-124.

- Thanh Lãng. *13 Năm Tranh Luận Văn Học (1932-1945).* 3 tập. Tp HCM: NXB Văn Học, 1995. Nhờ bộ sưu tập này mà người đọc có thể tham khảo những bài báo đã đăng trên *Hà Nội Báo, Ích Hữu, Phụ Nữ Diễn Đàn, Ngày Nay* và *Tiểu Thuyết Thứ Bảy* liên hệ đến những cuộc tranh luận thời đó về văn học, ngữ học và cả chính trị, thời sự.

- *Về Sách Báo Của Tác Giả Công Giáo (Thế Kỷ XVII-XIX).* Tài Liệu Tham Khảo. Tp HCM: Trường Đại học tổng hợp tp HCM. Khoa Ngữ Văn, 1993, 184 tr. Các tác giả: Nguyễn Văn Trung, Trần Thái Đỉnh, Thanh Lãng, Võ Long Tê, Nguyễn Nhã, Trần Thanh Đạm, Phạm Đình Khiêm, Đỗ Như Thắng, Cao Xuân Hạo, Hoàng Châu Kỳ.

Chú-thích

1- Quách Thanh Tâm. "Suy nghĩ về các truyện Nôm khuyết danh thế kỷ 18" Tr. 152-161 in *90 Năm Nghiên Cứu Về Văn Hóa Và Lịch Sử Việt-Nam / 90 ans de recherches sur la culture et l'histoire du Việt-Nam.* Hà Nội: NXB Xã Hội; École Française d'Extrême-Orient, 1995.

2- Tài liệu viết tay, 12 trang chữ nhỏ, khổ 20X29 cm. Phát hiện của linh mục Đỗ Quang Chính. Sđd.

3- *Sử-Ký Đại Nam Việt Quốc Triều,* Nhứt Là Doãn Tích Từ Hiếu Vũ Vương Cho Đến Khi Vua Gia Long (Nguyễn Ánh) Đặng Trị Lấy Cả Và Nước An Nam (Annales Annamites). Montréal: Nghiên cứu Sử-địa, 1986. xx + 106 trang.

4- Phan Khôi. "Chữ Quốc-ngữ ở Nam kỳ với thế lực của phụ nữ" *Phụ-Nữ Tân-Văn* số 28 (7-11-1929). Trích từ *13NTLVH.* Sđd, t. 2, tr. 470.

5- Thăng Long tái bản, Sài-Gòn, 1960, tr. 36-37.

6- *Nam-Phong tạp-chí* 16, 10-1918, tr. 199.

7- Thanh Lãng. "Hồ Biểu Chánh". *Văn* số 80 (15-4-1967), tr. 16.

8- *Nam-Phong,* số 16, Octobre 1918, tr. 199.

9- *VSBCTGCG.* Sđd, tr 132.

10- Trích từ *13NTLVH* Sđd, t 2, tr. 473.

11- Ngoài ra trong di chúc viết ngày 28-11-1988 (chúng tôi có phóng bản), linh mục Thanh Lãng đã xin lỗi các Giám mục và linh mục: "Tôi công khai sám hối tất cả với tình anh em linh mục mà tôi vô tình hay cố ý làm mất lòng...".

12- *VSBCTGCG,* Sđd, tr. 6

13- X. thêm Vũ Văn Kính. "Vài nét sơ lược về chữ Nôm miền Nam", tr. 328-331 in *5 Năm Hán Nôm 1991-1995.* TpHCM: Trung Tâm Nghiên Cứu Hán Nôm, 1995.

14- Trích từ *13NTLVH.* Sđd, t. 2, tr. 100-118.

Báo-chí từ thời bình minh văn-học chữ quốc-ngữ đến buổi qua phân 1954

Biên khảo trình bày lược sử về báo-chí Việt-Nam nói chung từ khi xuất hiện phương tiện thông tin gọi là **báo-chí**, bằng chữ **quốc-ngữ**; thứ nữa, chúng tôi gộp chung báo-chí thông tin với tạp-chí văn-chương. Và chúng tôi chỉ trình bày một cách tổng quát theo thời-gian xuất hiện và ngoại trừ một số báo-chí văn học hoặc đánh dấu lịch sử, còn lại thường không đi sâu vào chi tiết từng tờ báo, và cũng có đôi nét tổng quan về các loại báo hoặc về mỗi thời kỳ.

Trong các nghiên cứu về những bước đầu của *văn-học chữ quốc-ngữ*, chúng tôi đã khẳng định vai-trò quan-trọng của báo chí trong quá trình hình thành và phát triển của nền văn-học đó, một nền văn học được xem như xuất phát từ báo chí. Khác với các nền văn-học ở phương Tây và nhân loại nói chung, nơi văn-học có trước báo-chí, và cũng khác với thời lịch triều trước đó chỉ có cách in ấn thạch bản hoặc mộc bản nhiều công nhưng số in hạn chế, thường chỉ phổ biến giới hạn trong giới thông hiểu chữ Hán hay Nôm. Triều đình trung ương chỉ có sử biên niên và ghi chép về khí tượng, ngoài ra có phương tiện thông tin bưu trạm đối với trung ương (1) và "thằng mõ" ở các thôn xã; nhưng kể từ năm 1865 ở Nam-kỳ rồi 20 năm sau ở Bắc kỳ, sau khi thiết lập đường dây thép (đầu tiên ở Biên Hoà dài 28 km, 27-3-1862) và hệ thống bưu điện (Sài-Gòn, 13-1-1863) - đường truyền dây thép điện tín năm 1872 đã có 6.600 km trong đó có 36 đường cáp ngầm xuyên sông, nảy sinh mối liên hệ báo chí - văn-học và ngày càng mật thiết. Sự hình thành của nền văn-học mới này đã cho thấy có ảnh-hưởng và liên hệ giữa sự phổ biến dễ dàng với phương-tiện in ấn theo Tây-phương với "tiến bộ" hiện đại hóa của văn-học và báo chí. Ảnh-hưởng đó không chỉ đơn thuần văn-hóa mà cả trong đời sống chính-trị Nam-kỳ lục-tỉnh rồi cả nước và còn ảnh-hưởng qua đến thế-kỷ sau, thế-kỷ XX (2).

Khi người Pháp đến chiếm Việt-Nam bắt đầu với miền lục-tỉnh, họ đem theo phương-tiện ấn loát theo kỹ thuật cơ khí của thời bấy giờ. Đô đốc Bonard đến Sài-Gòn đem theo một *máy in và thợ in*, và dĩ nhiên cả một cơ cấu hành chánh! Người cai trị và đứng đầu guồng máy hành chánh có bổn phận phải phổ biến luật pháp cũng như các quyết định đến các viên chức từ trung ương đến tận các địa phương xa xôi. Một số ấn phẩm đã được thực hiện tại mẫu-quốc Pháp rồi chở sang thuộc địa, nhưng các Công báo thì được khởi in tại Sài-Gòn: tờ *Bulletin officiel de l'Expédition de la Cochinchine* số 1 phát hành ngày 29-9-1861. Guồng máy thuộc địa ở Nam-kỳ chính thức ở Sài-gòn với dinh toàn quyền, các ty sở, tòa án, trường học,... Các cơ sở phụ trách nghiên cứu, dịch thuật,... xuất hiện. Lần hồi, các hiệu sách, nhà in tư cũng xuất hiện. Nhà in xuất hiện ở Nam-kỳ lúc đầu như là một phương-tiện chính-trị, hành chánh, để cai trị bằng thông tin. Xuất hiện văn thư, tác-phẩm bằng tiếng Pháp rồi bằng chữ quốc-ngữ. Trở thành một hệ thống in ấn, phân phối, trong đó có sách giáo khoa cho các trường học - có thời còn có trợ cấp để in sách giáo khoa như với Trương Vĩnh Ký,...

Báo-chí Việt-Nam chỉ mới hiện diện được khoảng 150 năm nhưng đã phát triển nhanh chóng và cũng đã đa dạng với nhiều thay đổi, thăng trầm theo dòng lịch-sử của dân-tộc. Lịch-sử báo-chí cũng do tình cờ lịch-sử và địa lý đã phải bắt đầu với người Pháp; trong khi đó người Pháp cũng chẳng vì văn-hoá Việt-Nam mà sự thực đó là qua báo-chí, người Pháp muốn phục vụ cho quyền lợi của nước Pháp và phổ biến chữ Pháp và chữ quốc-ngữ với mục-đích chinh phục người dân thuộc địa Cochinchine. Sau hai tờ *Bulletin officiel de l'Expédition de la Cochinchine* tiếng Pháp (chính thức là công báo nhưng có thêm phần hướng dẫn binh lính Pháp làm quen với điều kiện sinh sống ở Nam-kỳ. Đây có thể xem là tờ báo xuất hiện đầu tiên ở Việt-Nam, tồn tại 27 năm với 173 số, đình bản năm 1888) và *Le Bulletin des Communes* (công báo) bằng chữ Hán, thống đốc Nam-kỳ đầu tiên là Louis Adolphe Bonard (bổ nhiệm ngày 25-6-1862) đã nghĩ đến một tờ Công báo bằng tiếng Việt nên đã cho khắc làm chữ in quốc-ngữ ở Pháp mất hai năm, hoàn thành vào tháng Giêng năm 1864 (3). Nhân đây xin mở dấu ngoặc để thêm rằng thống đốc Nam-kỳ G. Ohier đã ký nghị định ngày 22-2-1869 bắt buộc các cơ sở hành chánh Nam-kỳ phải **dùng chữ quốc-ngữ** trong các công văn, và đến ngày 6-4-1878, một nghị định mới đi xa hơn, ngoài việc dùng chữ quốc-ngữ còn buộc các *công chức phải biết chữ quốc-ngữ* mới được tuyển dụng và thăng thưởng. Đến ngày 17-3-1879, thống đốc Le Myre de Vilers ra lệnh thiết lập một nền *học chánh* mới ở Nam-kỳ; năm sau, 1880, Soái phủ Sài-Gòn (nghị định đăng *Gia-Định Báo* số 15, năm 16, ngày 29-6-1880) hoạch định việc học chữ quốc-ngữ cũng như việc xây cất trường học và việc phát không sách báo để phổ biến chữ quốc-ngữ.

Mặt khác, trước khi Nam-kỳ bị mất vào tay thực dân Pháp, các giáo sĩ Bồ-đào-nha rồi Pháp cùng với việc truyền bá đạo Thiên Chúa đã du nhập vào Việt-Nam nhiều kỹ thuật hiện đại của phương Tây, trong đó một ngành công nghệ có tầm quan trọng đặc biệt đối với sự phát triển của văn hoá Việt-Nam được các giáo sĩ Thừa sai đưa vào Việt-Nam khá sớm trước cả đoàn quân xâm lược Pháp: đó là ngành **ấn-loát**. Cùng với việc sáng tạo ra chữ Quốc-ngữ công đầu của các giáo sĩ Bồ-đào-nha rồi Pháp, *sự du nhập công nghệ in hiện đại vào Việt-Nam* đã góp phần làm thay đổi diện mạo văn hoá nơi đây từ những năm đầu thế kỷ XIX, đặc biệt trên lãnh vực báo chí.

Thật vậy, việc in ấn sách chữ quốc-ngữ đã có ở Việt-Nam trước khi người Pháp đến xâm chiếm. Trong giới Nhà Chung của các thừa sai và người Công-giáo đã có kỹ thuật in ván khắc để in các sách đạo và giáo lý bằng chữ Hán, chữ Nôm, chữ Latinh và chữ Quốc-ngữ. Dấu vết hiện còn là một cuốn giáo lý bằng chữ Nôm của Pigneau de Béhaine được khắc và in ở Quảng Châu năm 1774. Sách dày 82 trang, kích cỡ 0,152 x 0,097. Lời tựa ghi năm 1774 mang chữ ký của Pigneau de Béhaine (Arch. M.E. de Paris, Vol. 1095, X. Pham Dam Ca, *De la nécessité de la création d'une typographie vietnamienne*, ÉSAD Amiens, 2012, tr. 32-33) (4).

Cuối cùng, một nhà in được lập nên ở Vĩnh Trị năm 1855, vừa áp dụng công nghệ in khắc gỗ để in chữ Hán, chữ Nôm đồng thời kết hợp với in chữ rời - là công nghệ in tiên tiến nhất ở Việt-Nam thời ấy để in chữ Latinh và chữ Quốc-ngữ. Vì chính sách cấm và bắt đạo của nhà Nguyễn nên nhà in này phải ngừng hoạt động cho đến năm 1862 mới hoạt động trở lại. Đến năm 1868, sau khi được bổ nhiệm làm Giám mục địa phận Tây-Đàng-Ngoài, Puginier đã cho chuyển xưởng in về **Kẻ Sở**, gửi mua thêm dụng cụ in từ Pháp như máy in chữ rời, máy in thạch và máy đóng sách. Chính nhà in này đã xuất-bản cuốn Tự điển Taberd năm 1877 - Trước đó các sách tiếng Pháp với phụ bản chữ Hán, Nôm đều được in ở thủ đô Paris mẫu quốc Pháp, như cuốn *Luc-Van-Tien, poème populaire annamite* của Gabriel Aubaret năm 1864, Abel Del Michels dịch và chú *Lục Vân Tiên Ca Diễn*, 1883, và dịch *Kim Vân Kiều Tân Truyện* xuất-bản năm 1884,...

Ở Đàng Trong, lịch sử ghi nhận sự hiện diện và những công trình của những **Nhà in Làng Sông** - còn được gọi là Nhà in Qui Nhơn (Imprimerie de Quinhon) và Nhà in Truyền giáo (Imprimerie de la Mission), được Giám mục Eugène Charbonnier Trí, Đại diện Tông tòa Giáo phận Đông Đàng Trong, thành lập năm 1868 trong khuôn viên Chủng viện Làng Sông, Qui-Nhơn - cho đến khi ngưng hoạt động năm 1953, đã trở thành trung tâm truyền bá chữ Quốc-ngữ và văn học Quốc-ngữ. Trong số các linh-mục làm giám-đốc điều hành, L.M. Paul Maheu từng học nghề in ấn với L.M. Francois Monnier, giám đốc Nhà in Nazareth ở Hồng Kông. Thời LM Paul Maheu làm giám đốc là thời kỳ cực thịnh của Nhà in Làng Sông: người quản lý giỏi kỹ thuật in ấn, hệ thống máy mới, khổ in rộng, một số lượng sách báo rất lớn đã được nhà in ấn hành. Theo thống kê trong *Mémorial de Qui Nhơn* năm 1922, Nhà in Làng Sông đã in 18.000 tờ báo định kỳ, 1.000 bản sách các loại, 32.000 ấn phẩm khác, riêng báo *Lời Thăm* mỗi tháng hai số, mỗi số ra 1.500 bản và phát hành cả Đông Dương. Tổng cộng ấn phẩm của nhà in Làng Sông-Qui Nhơn trong năm lên đến 63.185 ấn phẩm với 3.407.000 trang in.

"Ở lĩnh vực văn học Quốc-ngữ, Nhà in Làng Sông đã in một số lượng lớn tác phẩm của các cây bút nổi tiếng Nam bộ lúc bấy giờ như *Chuyện Đời Xưa* của Trương Vĩnh Ký, 30 đầu sách của Lê Văn Đức gồm nhiều thể loại: *Tây hành lược ký, Đi săn bắt cướp* (tuồng), *Tìm của báu* (tiểu-thuyết), *Chúa hài nhi ở thành Nazarét* (kịch), *Du lịch Xiêm*,...(...) Số lượng sách Quốc-ngữ in tại Nhà in Làng Sông lên đến hàng ngàn bản, theo thống kê của Thư viện Quốc gia (Hà Nội) hiện đang lưu giữ 241 đầu sách của Nhà in Làng Sông / Qui Nhơn, hầu hết là sách Quốc-ngữ, một số ít tiếng Pháp, quyển sớm nhất in năm 1910, quyển muộn nhất in năm 1944, như *Lưu Tình* (tâm lý tiểu-thuyết, 1931, Nguyễn Vân Trai), *Thiệt phận thuyền quyên* (tiểu-thuyết, 1925, Đinh Văn Sắt), *Địa dư tỉnh Phú Yên* (bản đồ, 1937, Nguyễn Cầm, Trần Sĩ), *Địa dư mông học Bình Định* (1933, Bùi Văn Lăng),..." (5). Các tựa tiểu-thuyết và truyện ngắn khác: *Hai Vai Gánh Nặng* ('Hiếu, tình tiểu-thuyết' của Hy Chính, *Tấm Lòng Bạc Bẽo* (Nguyễn Nhạn Hồng), *Chiếc Nhẫn Vàng* (Thanh Lam), *Lưu tình* (tâm lý tiểu-thuyết, 1931, Nguyễn Vân Trai), *Truyện Công Nghĩa và Tích Hương Nga, Thân Gái Dặm Trường* (J. Tăng Thái Bảo dịch).

Làng Sông còn xuất bản sách văn học cho **thiếu nhi:** "Ngai vàng" (Jacques Lê Văn Đức, 1925), "Hai chị em lưu lạc" (Pierre Lục, 1927) ngoài bìa ghi: "tiểu-thuyết cho trẻ nhỏ (roman pour les petits) - Pierre L. đã dọn", các tác phẩm kịch nói "Trước cửa thiên đàng" (Jacques Đức - xuất bản 1923) và "Vì thương chẳng nệ" (Đảnh Sơn - 1924) - trên bìa chính mỗi cuốn sách đều có dòng chữ rất trân trọng: "Cho nhi đồng nữ". Như vậy, trước khi *Quả Dưa Đỏ* của Nguyễn Trọng Thuật xuất bản năm 1925, sách văn học cho thiếu nhi đã được sáng tác và in tại Qui Nhơn, là tiểu-thuyết thiếu nhi đầu tiên của văn chương phía Nam miền Trung.

L.M. Maheu cũng đã viết và cho in một cuốn từ vựng bỏ túi Pháp Việt *Petit lexique de poche français-annamite*, 326 trang, in tại "Librairie Imprimerie Quinhon (Annam)" vào năm 1910 mà Cha đã viết rõ mục đích với những lời lẽ rất khiêm tốn trong Lời Tựa: *"Đây không phải là tự điển (dictionnaire) mà chỉ là cuốn từ vựng bỏ túi đơn giản (simple lexique de poche), không nhằm mục đích khoa học cũng chẳng là một cuốn sách đã hoàn tất ... dù những thiếu sót và bất toàn không tránh khỏi, chúng tôi hy vọng cuốn sách nhỏ này với khoảng năm ngàn từ Pháp và nhiều đặc ngữ, có thể giúp ích cho những đồng bào của tôi, những người mà chúng tôi cầu chúc may mắn trong việc học tập ngôn ngữ Annam rất hữu ích cho họ, trong khi chờ đợi một cuốn sách khác tốt hơn"*.

Với chính sách nộp bản (dépôt légal) của chính quyền thuộc địa Pháp, đa phần các sách báo do nhà in Làng Sông xuất bản đã được Thư viện quốc gia Pháp tàng trữ và cũng đã được số-hóa. Theo *Catalogue* của Imprimerie Làng Sông năm 1934, trong mục Littérature (Văn-học), phần Romans, nouvelles (tiểu-thuyết, truyện ngắn) có 15 tựa, phần Poésie (Thi-ca) 11 tựa trong số có truyện thơ phiên âm từ chữ Nôm và 30 vở Théâtre (Kịch nói) phần lớn là chuyện các Thánh và chuyện Đạo. Trang Héritage của Thư viện Quốc-gia Pháp cho biết:

"Từ năm 1874 đến năm 1921, khoảng một nghìn cuốn sách bằng chữ Quốc-ngữ được đưa vào Tổng kho của Thư viện. ... Ấn phẩm xuất bản bằng tiếng Việt từ năm 1922 nhiều hơn ấn phẩm xuất bản bằng tiếng Pháp. Nó tăng lên gấp 3 hay 4 lần số đầu sách xuất bản hàng năm từ 1922 đến 1929. Năm 1923, 147 đầu sách được xuất bản bằng tiếng Việt và 103 đầu sách bằng tiếng Pháp. Năm 1929, 643 đầu sách tiếng Việt và 233 đầu sách tiếng Pháp. Paul Boudet (1888-1948), Giám đốc Lưu trữ và Thư viện Đông Dương, đã tổ chức luật lưu chiểu dành riêng cho Đông Dương, quy định nộp hai bản của tất cả các ấn phẩm, một bản cho Thư viện Hà Nội và một bản cho Thư viện Quốc gia Pháp. Luật lưu chiểu có hiệu lực đối với hầu hết các ấn phẩm. Các ấn phẩm in bằng tiếng Pháp và tạp chí định kỳ bằng chữ Quốc-ngữ xuất bản từ năm 1922 đến năm 1954 tiếp tục được nhập vào Tổng kho. Mặt khác, các ấn bản độc lập gồm sách, cuốn, tập nhỏ lẻ bằng tiếng Việt được tập hợp riêng để lập thành Kho Đông Dương" vì luật nộp bản (https://heritage.bnf.fr/france-vietnam/fr). Ngày nay, cũng nhờ chính quyền "thực dân" có bổn phận với văn hóa, quý sách báo và không đốt hoặc cấm sách báo như người Cộng sản Việt-Nam năm 1946 ở miền Bắc và sau ngày 30-4-1975 ở miền Nam, mà 12.000 ấn phẩm tiếng Việt một thời được lưu trữ và người người có thể tham khảo từ khi đa phần được người Pháp số-hóa.

*

Cùng thời đó, khoảng năm 1856, còn có **Nhà in Đàng Ngoài** (Kẻ Sở, họ đạo Kẻ Nhàu) và Tây-Đàng-Trong (Gia Định). Năm 1874, giáo phận Đông-Đàng-Trong thành lập nhà in Thừa sai (Imprimerie de la Mission), sau đó được đổi tên là **Nhà in Tân Định** - hoạt động đến năm 1965 với 8 giám mục thay nhau làm giám đốc. Nhà in Tân Định sản xuất các sách chữ Hán, chữ Nôm, chữ Latinh, chữ Pháp và chữ Quốc-ngữ, là nơi đã in cuốn Tự điển Việt-Pháp của LM Pénibrel vào năm 1898, và hàng ngàn sách báo đạo Thiên Chúa, trong đó tiêu biểu có tờ tuần báo Nam Kỳ Địa Phận, *Giáng Sanh Vãn* (1886), sách giáo khoa lịch-sử, địa lý như *Đại Nam Việt Quốc Triều Sử Ký* 1879, v.v. Dù các xưởng in đó lúc đầu chỉ phục vụ cho nội bộ giáo hội, nhưng qua đó là sự du nhập kỹ thuật in tiến bộ của phương Tây vào Việt-Nam, từ đó giúp cho sự phát triển của văn hoá Việt-Nam mà trước hết là sự xuất hiện của báo chí và ấn phẩm văn-học.

Lịch-sử báo-chí Việt-Nam bắt đầu ở Nam-kỳ năm 1865

Gia-Định Báo (1865 - 1910) là tờ báo chữ Quốc-ngữ đầu tiên ở Việt-Nam, số 1 ra ngày 15-4-1865 xuất-bản ở Sài-Gòn, tòa soạn đặt tại Chợ Quán. Thống đốc Bonard giao trách nhiệm cho Ernest Potteau, đến ngày 16-9-1869 nghị định mới của đô đốc Marie Gustave Hector Ohier giao cho ông Trương Vĩnh Ký. Lúc đầu là nguyệt san sau đổi thành tuần báo (nghị định 51 ngày 18-3-1869), và lúc đầu là một thứ công báo của chính quyền thực dân Pháp, phần quốc-ngữ được dịch lại từ công văn, tài liệu tiếng Pháp và tin tức hành chánh. Báo ban đầu gồm 4 trang, dưới tên báo bằng chữ Hán, ghi thêm *"Tờ báo này mỗi*

tháng Tây cứ ngày rằm in ra một lần ai muốn mua cả năm phải trả 6 góc tư". Sau đó mỗi tháng ra 2 lần rồi ra mỗi tuần vào ngày thứ Ba và từ số ra ngày 2-6-1900 (6) thì 3 chữ *Gia-Định Báo* chữ Hán bị bỏ thay vào là hàng chữ "*République Francaise, Liberté-Egalité-Fraternité*" đã có từ 1882. Khổ báo 25 x 32 cm. Trị sự và nơi phát hành thì không hiển nhiên và thay đổi luôn, lúc thì ở dinh quan Thượng lại, lúc ở dinh quan Hiệp lý Nam-kỳ!

Như đã nói, mục-đích của người Pháp được xác nhận rõ ràng trong văn thư ngày 9-5-1865 của G. Roze, thống đốc Nam-kỳ gởi bộ trưởng Bộ Thuộc địa Pháp: "*Tờ báo này nhằm phổ biến trong giới dân bản xứ tất cả những tin tức đáng cho họ lưu ý và cho họ có một kiến thức về những vấn-đề mới có liên quan đến văn-hoá và những tiến bộ về ngành canh nông*" (7). Ban biên tập có: Paulus Của, Paulus Tới, Trần Bảng Vàng, Trương Vĩnh Ký, phủ Ka,... được ghi lúc thì 'cộng tác viên' lúc thì 'người viết báo'. [Có thông tin cho rằng Trương Vĩnh Ký đã yêu cầu lập một tờ báo chữ Quốc-ngữ mang tên GĐB, lời yêu cầu ấy được nghe theo bằng nghị định của Thống đốc Bonard cho phép xuất bản ký ngày 1-4-1865 nhưng không phải cho họ Trương mà cho Ernest Potteaux, một thông ngôn của thống đốc Nam kỳ (8)].

Đến ngày 16-9-1869, khi Trương Vĩnh Ký được cử làm Chánh-tổng-tài và Huỳnh Tịnh Paulus Của làm chủ bút, Tôn Thọ Tường, Trương Minh Ký, v.v., trong ban biên tập, *Gia-Định Báo* được phong phú thêm phần truyền bá chữ Quốc-ngữ, khuyến khích dùng thứ chữ này để viết báo viết văn, cổ động cho lối học mới, tức nhằm 3 chủ đích: cổ động tân học, truyền bá Quốc-ngữ và giáo dục quốc âm. Quyền thống đốc Nam kỳ Ohier ký quyết định 189 ngày 16-9-1869 giao tờ báo cho Trương Vĩnh Ký làm chủ biên: "*Kể từ hôm nay việc biên tập tờ* Gia Định báo *được giao phó cho ông Petrus Trương Vĩnh Ký, người với tư cách là chánh tổng tài của tờ này, sẽ được lãnh khoản lương hằng năm là 3.000 đồng quan Pháp. Tờ báo tiếp tục ra mỗi tuần. Nó sẽ được chia ra làm hai phần: một phần chính thức gồm các văn kiện, quyết định của ông thống đốc và nhà cầm quyền với tài liệu bằng tiếng Pháp do nha nội vụ cung cấp và được ông Trương Vĩnh Ký dịch ra chữ Quốc-ngữ; phần khác không chính thức, sẽ gồm những bài viết bổ ích và vui về những đề tài lịch sử, những sự kiện về luân lý, thời sự... để có thể đọc được trong các trường học bản xứ và khiến cho công chúng Việt-Nam quan tâm đến. Trước khi phát hành, việc trao đổi sẽ thực hiện tại Nha nội vụ. Giám đốc Nha nội vụ thi hành quyết định này...".*

Từ khi Trương Vĩnh Ký được cử làm chánh tổng tài thì nội-dung phong phú hơn với những bản văn thơ, từ chữ Nôm, Hán và Pháp, những lời bình giải và sáng-tác. Vô tình, *Gia-Định Báo* đã đóng vai trò tiền phong truyền bá *chữ quốc-ngữ* khiến chữ này trở nên "trơn truột như lời nói" và cái về sau được gọi là **văn học chữ Quốc-ngữ**. còn đăng tải nhiều công trình dịch thuật, sưu tầm, biên khảo của các tác giả Trương Vĩnh Ký, Trương Minh Ký, Huỳnh Tịnh Paulus Của, Tôn Thọ Tường, ... Trong lời nói đầu, Trương Vĩnh Ký xác định mục đích của phần báo chữ quốc-ngữ nguyên văn như sau: *"Coi sách dạy lắm, nó cũng nhàm; nên phải có cái chi chi pha vào một hai khi nó mới thú. Vậy ta tính làm một tháng đôi ba kỳ, một tập mỏng mỏng nói chuyện sang - đàng, chuyện tam hoàng cuốc chí, pha phách lộn - lạo xài - bẩn để cho học trò coi chơi cho vui. Mà không phải là chơi không vô - ích đâu; cũng là những chuyện con người - ta ở đời nên biết".* Đây đã là chủ trương của ông, như sau này ông xác định trong Lời đầu sách *Vần Quốc-ngữ* xuất-bản năm 1876: *"Chữ Quốc-ngữ phải trở thành chữ viết của đất nước. Phải như thế vì lợi ích và sự tiến hóa. Vậy, người ta nên tìm cách phổ biến thứ chữ này bằng mọi phương tiện...".*

Đến năm 1874, J. Bonet được cử làm chánh tổng tài thay Trương Vĩnh Ký, tờ *Gia-Định Báo* trở lại với vai trò thông tin tuyên truyền cho chính quyền thuộc địa, cho đến khi đình bản vào đầu năm 1910 (01-01-1910), một năm sau khi Diệp Văn Cương được cử làm chánh tổng tài (với nghị định ngày 20-9-1908 của Thống đốc Nam Kỳ Louis Alphonse Bonhoure), sống được 44 năm. Có giả thuyết cho rằng Trương Minh Ký từng phụ trách tờ báo "sau Huỳnh Tịnh Của", nhưng luận cứ này không có tài liệu dẫn chứng và đúng hơn là cả hai ông đều từng làm chủ-bút. Đầu thế kỷ 20, Tập san hành chánh Nam kỳ năm 1918 đăng nghị định ký ngày 20-9-1908 cử *"ông Diệp Văn Cương thay ông Nguyễn Văn Giàu, được chỉ định giữ chức vụ khác, làm chủ biên Gia Định Báo và được hưởng phụ cấp 250 đồng/ tháng".* Tạp chí *Bách Khoa* số 416 (10-9-1974) có trích đăng nghị định của thống đốc nam kỳ Outrey đăng trên Tập san hành chánh Nam kỳ, trang 2864: "... *Ông Diệp Văn Cương, thông ngôn hạng nhất ngạch châu Âu, được giao trách nhiệm biên tập tờ* Gia Định báo *kể từ ngày 21-5-1908, thay thế ông Nguyễn Văn Giàu được giao nhiệm vụ khác. Với cương vị này, đương sự sẽ được lãnh phụ cấp 250 đồng (piastre) dự liệu định ngày 27-12-1901".* Đáng tiếc, đến nay chưa có tài liệu cho biết chính xác về tiểu sử ông Giàu và phụ trách tờ báo này vào những năm nào. Như vậy danh sách những người quản lý tờ *Gia-Định Báo* là Ernest Potteaux (1865-1869 và 1872 và sau cùng, từ tháng 2-1882 đến 1884), Trương Vĩnh Ký (1869-1871), (Huỳnh Tịnh Paulus Của được cử thay thế Trương Vĩnh Ký 1872-1907?) Sau đó, J. Bonet (1874 hoặc 1873-? và 1880 đến tháng 2-1882), Nguyễn Văn Giàu (1907-1908) và Diệp Văn Cương (1908 đến cuối 1909).

Nội-dung bài vở gồm phần *Công-vụ* với các thông báo, thông tư, nghị định, chỉ thị, tin tức bổ nhiệm, thăng thưởng (hai cộng sự viên Trần Đại Học, Lê Văn Thế của *Gia-Định Báo*, thầy giáo Trương tấn Bửu được nghỉ phép, v.v.), tình hình địa phương, canh nông, biên bản Hội đồng quản hạt, bên cạnh phần *Tạp vụ*. Sau thêm phần *Thứ vụ* với những thông tin khoa học (khí hậu, cào cào châu chấu, ống dòm, ống thiên lý,...), thường thức (đặt rượu, tiểu công nghệ đồ sành, đồ sứ, trồng ca-cao,...), xã-hội, văn-hoá, luân lý và tin tức nước Pháp và thế giới, bài viết hoặc sưu tầm. Về sau có thêm văn thơ, chuyện xưa tích cũ, chuyện giải buồn,..., bằng văn xuôi và văn vần. Hiện chưa ai tìm thấy *Gia Định Báo* số ra mắt ngày 15-4-1865, tuy vậy trong số ra ngày 15-8-1865 đã có những bài viết của Trương Vĩnh Ký như Chuyện về Tổng binh Luận, Chuyện về người Mọi được xem như là những văn bản báo chí đầu tiên bằng chữ Việt Quốc-ngữ.

Văn thơ như Lục Súc Tranh Công (từ số 2 đến 7, năm 27, ngày 13-1 đến 17-2-1891), Truyện Mạng Lục tức những chuyện cổ tích ngắn do Trần Đại Học viết, Tây Phù Nhật Ký (số 41, năm 31, ngày 8-10-1895) của Tôn Thọ Tường về chuyến đi Pháp năm 1863, **Trương Minh Ký** về *văn vần* có các bài Phan Sa Quốc Sử Diễn Ca (số 14 năm 27, 7-4-1891), Nhị Thập Tứ Hiếu diễn ca (số 1 năm 33, ngày 5-1-1897), Nồi đất với nồi đồng (34, năm 14, 13-10-1883),... các ngạn ngữ, và khởi dịch *Kinh Thi; văn xuôi* có các bài ngắn Tên chăn bò và Thằng ăn trộm với con heo (1-12-1881), Con chó sói (8-12-1881), Gà đẻ trứng vàng (14, năm 18, 6-5-1882), Con Khỉ cái, con khỉ đực với trái noix (10, năm 18, 7-4-1882), Con ếch muốn làm cho mình to lớn bằng con bò (3, năm 19, 27-1-1883), v.v; **Paulus Của** có các bài trong mục Tục Ngữ An-Nam (1895) như Đa tài lụy thân, Đâm lao phải theo lao, v.v. **Trương Vĩnh Ký** về Đại Nam Quốc Sử Diễn Ca (số 32, năm 35, ngày 10-8-1897), *Chư Quấc Thại Hội (*số 12 năm 27, 24-3-1891), **Võ Thành Đức** có bài Khuyên đừng cờ bạc (42, năm 33, 19-10-1897),...

Phần cuối thường đăng ở trang bìa cuối là lời rao và quảng cáo dược phẩm hay dược phòng như Pharmacie Reynaud, Pharmacie Holbé, rượu, nhà in Rey và Curiol, sách như của Trương Vĩnh Ký (số 40 năm 27, 6-10-1891) và Lục Súc Tranh Công, Phú Bần Truyện Ca, Pháp học Tân Lương (Cours gradué de langue francaise), v.v. của các tác-giả.

Trích đoạn một vài văn bản:

- *Gia-Định Báo* 13, năm 20, ngày 29-3-1884: Một tin đám tang:

"Ngày thứ sáu, nhằm ngày 21 Mars, 7 giờ rưởi ban mai, đang lúc phòng kêu án thứ nhứt mở việc hội theo lệ tại phòng bàn nghỉ, ông Esquer là quan đồng lý phòng ấy, nhọc nhằn trong mình phải đuối hơi cùng bất tỉnh nhơn sự. Qua đến chiều tối thì người tắt hơi.

Qua ngày thứ bảy thì chôn, dùng hết lễ nhạc theo đẳng bậc. Đến giờ thứ 5 rưởi đưa quan tài ra. Trên hòm để những dấu sang trọng về phẩm bậc lớn ông ấy, có tủ một cái áo đỏ dài, có dấu bội-tinh sang trọng chói lói, lại có dấu sang trọng về bậc quan lớn của Vua Cao-mên tặng cho ông ấy.

Chung quanh cái xe đưa xác có kết nhiều thứ mảo bông hoa rực rỡ. (...) Kế lấy các xe đưa xác, thì là thân nhơn ông đồng lý ấy, lại có phái nhơn bên dinh Thượng thơ cầm đưa một cái mảo hoa sang trọng. Quan Khâm-mạng đi trước, bên hữu có quan Chưởng lý tam tòa, chính là người hộ đưa đám xác. (...) Dân nhơn trong thành phố Sàigòn đều sẵn lòng đưa đám lớn, tỏ ra là một đám tang khó chung cho cả và thành phố. Hai bên có binh bộ kéo theo. Có lính thổi kèn đánh nhạt (nhạc).

Lễ phép theo việc đạo làm tại nhà thờ chánh, có cha sở Le Mee làm phép tại đất thổ mộ.

Ai nấy kéo ra về thì trời đã thiệt tối, ai nấy đều cảm động về cuộc đám xác đáng thương tiết (tiếc) ấy" (9).

Đầu năm 1862 chưa chiếm xong, đã phát hành tờ công báo bằng tiếng Pháp đầu tiên có tên *Bulletin officiel de l'expédition de Cochinchine* (Nam kỳ viễn chinh công báo: BOEC). Trang đầu của tờ báo nêu rõ:*"Tờ Nam kỳ viễn chinh công báo đăng những văn kiện chính của ông Tổng tư lệnh sẽ phát hành mỗi tuần một lần; nó bao gồm các nghị định, quyết định và thông cáo có liên quan đến các giới chức dân sự và quân sự và cư dân nước ngoài thuộc lục địa châu Á sống tại Nam kỳ, trong những tỉnh đặt dưới thẩm quyền của nước Pháp. Các quảng cáo và lời rao thương mại được đăng ở một trang riêng kèm theo tờ công báo...."*

Tờ báo tồn tại một năm rưỡi, không phải kéo dài đến năm 1888 như có tài liệu đã nhầm lẫn. Đầu tháng 7-1863, nó được thay thế bằng tờ Bulletin officiel de la Cochinchine française (Công báo Nam Pháp: BOCF), với nội dung và hình thức hầu như không có gì thay đổi. Năm 1888, tờ BOCF được sáp nhập vào tờ Bulletin officiel de l'Indo-chine française (Công báo Đông Pháp: BOIF), trở thành phần thứ nhất (première partie: Cochinchine-Cambodge) của tờ công báo này. Đến năm 1902, nó lại được tách ra khỏi tờ BOIF và trở lại là một tờ báo riêng với cái tên mới: *Bulletin administratif de la Cochinchine* (Tập san hành chánh Nam kỳ: BAC). *Gia-Định Báo* đơn thuần là bản dịch có chọn lọc của tờ công báo BOCF.

1-1-1864, Pháp lại cho ra đời tờ *Courrier de Saigon* (Tây Cống Nhật Báo). Báo ra nửa tháng một kỳ, nội dung gần gũi với báo chí đời thường hơn, vì ngoài phần công vụ, còn có các mục nghị luận, khảo cứu, quảng cáo…

Ngày 7-12-1865, Thống đốc De La Grandière ký nghị định cho ra đời tờ Bulletin de la Direction de l'Intérieur (Tập san Nha Nội vụ)

Từ năm 1882 (nghị định 27-1-1882), song song với tờ *Gia-Định Báo*, người Pháp còn phát hành thêm tờ *Gia-Định Công Văn* đăng đầy đủ tất cả công văn của Nhà nước thuộc địa.

Như vậy, chính **Trương Vĩnh Ký** là người đã đặt nền móng cho sự phát triển báo chí Việt-Nam về hình-thức cũng như nội-dung, làm cho phong phú với đủ thể loại, tổ chức thì quy mô, có cả việc tiếp xúc với bạn đọc và được thiện cảm của nhiều giới. [Theo LM Thanh Lãng, Nguyễn Trường Tộ là người đầu tiên đã có ý tưởng xuất-bản báo-chí: *"trong một tờ điều trần đã xin vua Tự-Đức lập ra báo-chí để giáo dục quần chúng, nhưng không thành"* (10)].

Tờ *Gia-Định Báo* đơn thuần Công-báo khi đến tay Trương Vĩnh Ký quản nhiệm năm 1869 thì tờ báo khác hẳn, cả hình thức lẫn nội dung đều thay đổi nhiều, Trương Vĩnh Ký (cùng Nguyễn Trọng Quản...) chủ trương đưa cuộc sống đời thường và lời nói thường vào trang viết, khởi từ một ý thức rõ rệt về việc hiện đại, khai phóng và dân chủ hoá văn chương. Thật vậy, **chữ quốc-ngữ** trên *Gia-Định Báo* như ghi lại tiếng nói thường ngày của mọi người, câu văn và cách dùng chữ giản dị, dễ hiểu - tương đối của thời đó, nếu so với sau này. Đây là chữ quốc-ngữ mà sau này ông Nguyễn Háo Vĩnh đã đề cao khi phản đối văn 'chệt' của nhóm *Nam-Phong tạp-chí*.

Đặc biệt là so với *Nông Cổ Mín Đàm* và *Lục-Tỉnh Tân Văn* ra đời năm 1901 và 1907 tức ra sau trên dưới 30 năm mà văn phong cũng như *Nam-Phong Tạp-Chí* sau này, trong khi *Gia-Định Báo* ra trước mà văn tiếng Việt ròng, câu văn xuôi, gọn, thông dụng; đây là công phần nào của nhóm Trương Vĩnh Ký - chủ trương viết nôm na, nhưng câu văn trong sáng, xuôi chiều và gọn gàng cũng như thống nhất về chính tả - ngược với lối hành văn biền ngẫu theo hướng đại chúng hoặc bác học trong các tờ báo vừa kể. Với Gia-Định Báo, Trương Vĩnh Ký, Huỳnh Tịnh Paulus Của và Trương Minh Ký với tư cách chủ biên hay chủ bút, cả ba đã xử-sự như một trí thức làm văn hoá, đưa đến cho công chúng nhu cầu *đọc văn chương* song hành với nhu cầu tiên khởi về *thông tin*.

Phan Khôi, một nhà báo nổi tiếng chuyên nghiệp từ thập niên 1930, đã nhận ra vai trò quan trọng của Trương Vĩnh Ký và Huỳnh Tịnh Paulus Của, khi cho rằng: *"không những hai ông đại sư ấy, lúc bấy giờ người Nam kỳ hễ đã viết Quốc-ngữ thì ai cũng phải viết đúng. Vì hồi đó người ta học Quốc-ngữ một cách nghiêm. Bây giờ thử tìm một vài cuốn sách xuất bản thời ấy ra mà coi, cuốn nào in cũng hẳn* hoi, cho đến *dấu* ngã *dấu hỏi cũng phân minh*" (11). Bùi Đức Tịnh trong *Những Bước đầu của Báo chí Tiểu-thuyết và Thơ Mới (1865-1932)* cho biết: "*Trong chức vụ Chánh Tổng tài Gia-Định Báo ông đã tìm một hương hướng để thực hiện cuộc duy tân (...) Khuyến khích và tạo điều kiện tập tành cho các thầy thông ngôn ký lục giáo tập viết báo viết văn...*" (12).

通 類 課 程
MISCELLANÉES
OU
LECTURES INSTRUCTIVES
POUR
LES ÉLÈVES DES ÉCOLES PRIMAIRES, COMMUNALES & CANTONALES
PAR
P. J - B TRƯƠNG-VĨNH-KÝ
士載
張
永
記
--
SAIGON
IMPRIMERIE COMMERCIALE REY & CURIOL
*
1888

Thông-Loại Khóa-Trình

- ***Thông-Loại Khóa-Trình*** / *Miscellannées* là tờ báo **chữ quốc-ngữ thứ nhì** và là **thứ nhất do tư nhân** - là Trương Vĩnh Ký, xuất-bản đầu tiên năm 1888. Tựa tập san ghi chữ Hán 通 類 課 程 (Thông-Loại Khóa-Trình), phía dưới là hàng chữ lớn ***Miscellanées*** *ou Lectures instructives, pour les élèves des écoles primaires, communales et cantonales*. Số 1 và 2 ghi năm 1888 nhưng không ghi ngày tháng, từ số 3 ghi Juillet 1888, như vậy số 1 có thể ra vào tháng 5-1888. Và số cuối cùng là số 18 ra tháng 10-1889. 6 số báo năm thứ 2 được ghi số lại, từ số 1 (Mai 1889) đến 6 (Octobre 1889). Khổ báo 16 x 23,5 cm; từ số 1 đến số 3 năm thứ nhất mỗi số có 12 trang, từ số 4 trở đi, mỗi số có 16 trang. In tại nhà Rey et Curiol, Saigon.

Dưới tựa học báo ghi "par P.J.B. Trương Vĩnh Ký" có lẽ đó là lý do khiến trong các thư-mục thường ghi như là "tác-phẩm" của ông - và ngay trong các *Catalogue* do ông lập cũng ghi như vậy. Chúng tôi xem như ông là chủ-nhiệm, chủ-bút và chủ-biên của tờ tạp-chí hay học-báo này, và xếp *Miscellannées / Thông-Loại Khóa-Trình* vào phần này nói về các tờ báo mà ông làm chủ hoặc cộng tác.

Trong lời Bảo (tức lời phi lộ, "Thường bả nhất tâm hành chánh đạo") của số 1, Trương Vĩnh Ký nói về mục đích của báo: *"Coi sách dạy (tức sách giáo khoa) lắm, nó cũng nhàm; nên phải có cái chi vui pha vào một hai khi, nó mới thú. Vậy ta tính làm ra một tháng đôi ba kì, một tập mỏng mỏng nói chuyện sang đàng, chuyện tam hoàng cuốc chí, pha phách lộn lạo xào bần để cho học trò coi chơi cho vui. Mà chẳng phải chơi không vô ích đâu, cũng là những chuyện con người ta ở đời nên biết cả. Có ý có chí thì lâu nó cũng thấm, như là trí con trẻ còn đang sáng láng sạch sẻ, tinh thần còn minh mẫn, tươi tốt như tờ giấy bạch, như sáp mềm, vẽ vời, uốn sửa sắc nào thế nào cũng còn đặng: tre còn măng dễ uốn, con còn nhỏ dễ dạy.*

Phép học là trước học lễ sau học văn; được cả hai ấy mới ra con nhà gia giáo, biết phép tắc, lễ nghi, can thường, luân lý, biết chữ nghĩa văn chương, kinh sử, truyện cổ tích cổ kim ấy là đấng đợt con người tử tế: ở đời dù sao cũng chẳng nao, chẳng mếch: vì hể người (Đạo) (Tâm) (Nhân) đạo tâm nhơn, người (Hiếu) (Tâm) Nhân) hiếu tâm nhơn, người (Hảo) (Tâm) (Nhân) hảo tâm nhơn, và người (Thiện) (Tâm) (Nhân) thiện tâm nhơn thì (Hoàng) (Thiên) (Bất) (Phụ) hoàng thiên bất phụ. Lấy đó làm mực mà ở thì nên, vì trời đất không lầm (Thiên) (Địa) (Bất) (Thác) thiên địa bất thác. Hãy cứ thường nắm một lòng làm đạo chính thì sẽ qua truông đời xống (sic), xống bình-an vô-sự. P. Trương-Vĩnh-Ký" (Bảo, số 1, 1888, tr. 3).

Trong số báo 11 (3-1889), Trương Vĩnh Ký cắt nghĩa thêm về mục-đích, lý tưởng của học-báo: *"Chánh ý là thuật đạo lành lẽ ngay các đấng tiên thánh tiên hiền khuyên răn, truyền thuần phong mĩ tục xưa nay cho đặng suy cổ nghiệm kim mà bá nhứt tâm hành chánh đạo mà thôi..."* ("Cho ai nấy đặng hay", tr. 3).

Như vậy, tuy về sau - từ số 4, tháng 8-1888, ở bìa báo có ghi thêm đối tượng là **gia đình** ("et les familles") nhưng nội dung và khuynh hướng vẫn như vậy. Ấn phẩm có mục đích cổ động những điều hay và đẹp của phong hóa cũ, phổ biến văn hóa dân tộc kể cả văn thơ chống Pháp của Nguyễn Đình Chiểu, Nguyễn Tri Phương, Bùi Hữu Nghĩa,... Có thể xem Thông-Loại Khóa-Trình là tạp-chí chuyên về văn-học Việt-Nam đầu tiên tuy chủ yếu đăng những bài sưu tầm và dịch thuật. Việc sưu tầm không chọn lọc, chỉ cốt thu thập được những tác phẩm văn học dân gian (để biết qua hoặc để học hỏi - vô tình lại là những văn liệu quý của một thời sẽ mai một nếu không được sưu tập, ghi chép lại!): các bài hát dân ca, hò, vè, những câu ca dao, câu đố, phương ngôn, tục ngữ, chuyện vui, trò chơi trẻ con,... Về văn học thành văn, có những bài diễn Nôm, những áng văn hay của người xưa như hịch, phú, văn tế, thơ Đường luật. Ngoài ra còn các ghi chép về phong tục tập quán, lịch sử, địa lý, nhân-vật; những sưu tập về tuồng, chèo, truyện,...

Bài vở nói chung đều do **Trương Vĩnh Ký** viết, từ số 6 có thêm các bài "diễn ra thơ Nôm" của **Trương Minh Ký**, diễn và giải nghĩa các câu chữ Hán, và từ số 1 năm thứ hai, có bài "Nữ nhi ca" (số 8, 12-1888, tr. 15). Những cộng tác viên mới khác như **Huình Tịnh Paulus Của, Trần Chánh Chiếu** (đề thơ), **Lương Khắc Ninh, Léon Trương Vĩnh Viết** (thứ nam của TVK, chuyên phóng tác truyện Pháp ra quốc-ngữ, và các bài Vè lái rỗi (số 3, 7-1889, tr. 11-13), Bông Hường, Con Ong (số 2, 6-1889, tr. 12-13); **Antoire Trần Hữu Hạnh** phóng tác các sách hay ra văn vần như *Kiếp Phong Trần* và *Bất Cượng*... của Trương Vĩnh Ký ("Kiếp Phong Trần ca", số 9, 1-1889, tr. 12-16; "Tiếp Kiếp Phong Trần ca", số 10, 2-1889, tr. 6-8; "Bất Cượng, tiếp theo ca Phong trần", số 10, 2-1889, tr. 8-10; "Tiếp theo ca sách Bất cượng", số 11, 3-1889, tr. 3-8) và thơ vịnh, "đặt" (Thơ Bức Sáo Xỏ Bằng Ống Trúc, số 2, tr. 7); **Nguyễn Khắc Huê** đăng thơ: Câu đối (số 3, juillet 1889, tr. 6), "Ngũ-luân tuyệt-cú của Bùi Hữu Nghĩa" (số 6, 10-1889, tr 12), "Thơ gởi cho vợ" (số 10, 3-1888, tr. 16), "Thơ răn đánh bạc" (số 3, 7-1888, tr. 12); **Đặng Đức Tuấn** (linh-mục, bài sưu tầm "Nói vần những câu chữ người ta quen dùng" gồm 148 câu, số 9, 1-1889, tr. 4-7), **Lê Minh Triết** (linh-mục ở Bình Định, thơ trao đổi với LM Nguyễn Đức Nhi ở Cầu Kho, số 11, 3-1889, với LM Nguyễn Biện Doan ở Saigon, số 10, 2-1889), **Phan Tấn**, thông phán ở Quảng nam, chép "Vè Khâm-sai" (số 11, 3-1889), **Tôn Thọ Tường** thơ ("Tôn phu-nhân qui Hán thơ" (số

2, 6-1889, tr. 15), "Lời truyền thị" *"... khuyên dân ở yên đừng nghe lời quân đội mộ binh... khi ngồi Đốc-phủ tại xứ Vũng-liêm"* (số 3, 7-1889, tr. 13-15); **Trần Văn Nghĩa** diễn thơ (Thượng dụ huấn-điều diễn ca, từ số 3, 7-1889, đến số 5, 9-1889 - dở dang vì báo đình bản), **Lê Ngọc Chất** thơ chuyện cổ kim ("Tân trào nhơn chánh ca", số 12, 4-1889, tr. 9-16 & số 1, 5-1889, tr. 13-15),...

Về **nội dung** chính-yếu nhắm văn-học và văn-hóa Việt-Nam và gồm có các đề mục:

- *Nhơn vật nước Annam* (danh nhân, do Trương Vĩnh Ký kể bằng văn xuôi, về Nguyễn Trãi, Lý Thường Kiệt (số 1, 5-1888), Mạc Đĩnh Chi (số 4, 8-1888, tr. 5-6), Nguyễn Hiền (số 5, 9-1888, tr. 3), Phùng Khắc Khoan (số 6, 10-1888, tr. 5-8), Nguyễn Bỉnh Khiêm (số 3, 7-1889, tr. 6-7), Hà Tôn Quyền (số 5, 9-1889, tr. 4-5), Phan Thanh Giản ("Phan-Lương-Khê tự-thuật thế-sự" (số 5, 9-1889, tr. 9-11 & số 6, 10-1889, tr. 6-8);

- Dạy "chữ Nhu" (chữ Hán): "Giải câu chữ",...;

- Dạy tiếng Pháp căn bản ("Tập đọc tập nói tiếng Phangsa");

- Giảng nghĩa về luân lý, xử-sự ở đời: nhiều bài về Tam-cang bắt đầu từ số 1 (5-1889), về Ngũ luân (quân-thần, số 8, 12-1888; phụ-tử, số 9, 1-1889; huynh-đệ, số 10, 2-1889; phu-phụ, số 11, 3-1889; bằng hữu, số 12, 4-1889), về Tứ thú (Ngư tiều canh mục, số 3, 7-1889, tr. 9-10), "Về phép cấm chẳng nên lúc-láo xốc-xáo" (số 6, 10-1889, tr. 4), v.v.;

- Giải-nghĩa các câu hát, hát nhà trò, thơ răn đời, nói ngược, câu thai, câu đố, tiếng nói ("Giải tiếng nói Annam"), tiếng kép, phương ngôn, tục-ngữ, v.v.;

- Từ-vựng địa lý, tên vật, cây trái: "Cây giá-tị" (số 3, 7-1888, tr. 5); "Vị thuốc" (số 3, 7-1889, tr. 10); "Tên cây trái tùy xứ mà kêu" (số 4, 8-1888, tr. 10-11); "Vật tùy xứ kêu tên" (số 5, 9-1888, tr. 5); "Cây lê" (số 10-2-1888);

- Khảo cứu về thi-ca, phong tục: các lễ lớn theo phong-tục Á-đông ("Lễ mồng 5 tháng 5", số 4, 8-1888; "Ăn trung-thu", số 5, 9-1888; "Ăn trùng cửu", số 6, 10-1888); "Chữ viết dán ngày Tết" (số 10, 2-1889, tr. 3-4); "Năm cũ bước qua năm mới", số 11, 3-1889;... Mỗi mùa và tháng đều có thơ văn liên quan;

- "Thơ" (Thơ răn đời; "Nghĩa khuyến giáo dân tân cựu ca" (số 7, 11-1888, tr. 12-13, nhắm người mới cũ theo đạo Thiên Chúa); "Thiêu văn án hịch" dùng giống muỗi dạy luân lý ở đời (số 8, 12-1888, tr. 3-4); "Thơ răn đánh bạc" (số 3, 7-1888, tr. 12);

- "Truyện" (truyện dân gian trong số có truyện kể lại bằng văn xuôi như Quan Âm truyện (số 6, 10-1888, tr. 8), Cương Từ Thức truyện (số 8, 12-1888), Tân lang (số 3, 7-1889);...);

- "Trang văn hóa";

- Vui cười ("chuyện vui", "Chuyện khôi hài Tây").

Ngoài ra có các mục "Cho hay" hoặc "Cho ai nấy đặng hay" giống với mục "Lời tòa soạn", mở đầu thì có mục "Bảo" tương đương với "Lời nói đầu" của báo chí sau này.

Các bài viết chứng tỏ tinh thần và thái độ của chủ bút trân trọng, chân thành và cởi mở: *Xin kẻ coi sách hoặc có thấy lớp-lang sắp-đặt, hoặc có điều-khoản nào chẳng ưng bụng thì xin cho ta hay mà sửa lại...* ("Cho ai nấy đặng hay", số 11, 3-1889). Đặc-biệt, tờ học-báo còn đăng văn-bản **thơ văn yêu nước** như bài "Phụng dụ tế Hậu quân Võ-Công-Tánh Ngô Tùng Châu đồng văn" (số 8, 12-1888, tr. 11-13),"Phụng dụ tế Khâm-sai Ngoại tả chưởng Châu-văn-Tiếp" (số 9, 1-1889, tr. 10-12), "Bài Hịch của Ông Nguyễn Tri Phương" (số 2, 6-1889, tr. 9-12),... và những bài thơ chống Pháp của các sĩ-phu ẩn-danh hoặc ghi rõ tên, như bài Vè Khâm sai của Phan Tấn, bài "Con Rận Thơ" ("hút máu hại dân như loài rệp", số 2, 6-1889, tr. 15) tương truyền của Phan Văn-Trị, hoặc của Nguyễn Đình Chiểu, Bùi Hữu-Nghĩa (số 6, 10-1889) hay số 2 (6-1889) mở bài bằng hai câu như sau:

"Ai khiến thằng Tây tới vậy à

Đất bằng bỗng chúc nổi phong ba..." (số 11, 3-1889).

Những bài như Thơ Năm Canh Điểm Mục (tức Vè Nằm Dỏ; số 4, 8-1889, tr. 3) gồm 38 câu nói đến việc canh phòng trong làng mạc và chỉ-trích chính-sách cai trị hà-khắc của thực-dân,... Tất cả đã luôn chứng tỏ Trương Vĩnh Ký có tinh thần dân-tộc, chống Pháp, chớ không phải theo nịnh thực dân như những xuyên tạc của Cộng-sản và tàn dư ở hải-ngoại:

*"Ngồi buồn lấy viết cùng nghiên,
Đặt thơ nằm dỏ người hiền xem qua.
Kể từ có giặc Lang Sa,
Muôn dân thiên hạ nhà nhà đảo điên.
Dân tình ai nấy ưu phiền,
Sưu cao thuế nặng quan truyền vô đây.
Ngày thì bồi lội đông tây,
Tối thì ra dỏ, làng đòi làm chi.
Vai mang chiếu gối ra đi,
Người trong thuỷ thổ luận gì lao đao.
Xảy ra có lịnh Thầy rao:
"Canh giờ nghiêm nhặt kẻo tao đánh đòn.
Canh thì phải giữ vuông tròn,
Thằng nào đủ thiếu bắt dân đi đòi.
Canh ba thì phải đi tuần,
Đường quanh nẻo tắt ngó chừng cho lanh.
Làm người bất tất thanh sanh,
Hễ vô uý tử, mới thành tôi ngay.
Đứa nào trốn tránh ở nhà,
Không ra ngoài dỏ người ta canh giờ?... "* (tr. 9-10).

Hoặc những bài như "Phụng dụ tế hậu quân Võ-công-Tánh Ngô-tùng-Châu đồng văn" (số 8, décembre 1888, tr. 11-13) đề cao hai cái chết khác nhau nhưng cùng tỏ lòng trung với nhà Nguyễn và vì nước quên thân mình, của Võ Tánh và Ngô Tùng Châu:

*"Đạo thần-tử hết lòng thờ chúa
Gian-nan từng tỏ dạ trung thành,
Đứng anh-hùng vì nước quên mình,
Điên-bái chẳng dứt lòng tiết nghĩa,
Ngọc dầu tan, vẻ bạc nào phai?
Trúc tuy cháy tiết ngay còn để.*

Nhớ hai người xưa

*Thao-lược ấy tài,
Kinh-luân là chí!
(...) Sửa áo mão chầu về bắc quyết,
Ngọn tinh-trung un mát tấm trung can,*

Chỉ sông non giá với cô thành,
Chén tân-khổ nếm ngon mùi chánh khí,
Há rằng ngại một phen thỉ thạch,
Mở trùng-vi mà tìm đến quân vương,
Bởi vì thương muôn mạng tì-hươu,
Thời nhứt quyết để cho toàn tướng sĩ,
(...) Đôi chữ cang thường nghĩa nặng,
Lửa cồn-huê thỏa chốn u-cung.
Ngàn năm quang-nhạc khí linh,
Giúp mao-việt mở nền bình-trị!"

Thông-Loại Khoá Trình là một tờ học-báo (tự học, vì không theo chương trình) đầu tiên, đưa văn-học đến người đọc và giúp tập làm văn-chương. Báo sống *được 18 tháng thì phải đình bản do vấn đề kinh phí hoạt động: mỗi số, chỉ bán được gần 500 bản, nhưng chậm thu hồi vốn và bị thiếu hụt. Chủ bút ngao ngán thừa nhận: "Thật là hữu hằng tâm nhưng ngặt nỗi bất hữu hằng sản nên đành…". Bài "Cho Hay" trong số cuối cùng (10-1889) chua chát cho biết lý do đình bản: "Nay vì bởi không có vốn cho đủ in luôn Thông-Loại khoá trình nữa nên ta cực chẳng đã, phải đình in".*

244 | Văn-Học Quốc-Ngữ thời đầu và miền Nam lục-tỉnh qua vài nhận định, biên khảo

Nam Kỳ (phụ đề *"Nhựt trình mỗi tuần lễ in một lần nhằm ngày thứ Năm"*) số đầu ra là ngày 21-10-**1897** (xem phóng bản *Nam Kỳ* năm thứ nhứt, số 1 ghi ra ngày thứ Năm 21 octobre 1897, ghi cả ngày âm-lịch Ngày 26 tháng Chín năm Đinh-Dậu), đình bản sau 3 năm. Huỳnh Văn Tòng và một số nhà nghiên cứu ghi nhận tờ *Nhựt trình Nam-Kỳ* này xuất-bản vào năm 1883 là sai (13). Báo này đăng các tin tức công vụ, thông báo, và các bài viết, bài dịch của Trương Vĩnh Ký, Trương Minh Ký, Diệp Văn Cương, …

Nam Kỳ là tờ báo viết bằng chữ quốc-ngữ (HVT ghi là "viết bằng hai thứ tiếng Pháp và Việt". Giám đốc (directeur) là ông A. Schreiner, *"Một xấp giá một cắc bạc"* tức giá 5 đồng cho Nam-kỳ, Bắc-kỳ, Cao-Mên, Lào, ngoài ra 6 đồng cho Langsa và Ngoại-quấc, với các lời rao: *"Ai muốn mua, hay là muốn in việc chi vào nhựt-trình nầy thì phải gởi bạc cho ông A. Schreiner Directeur du Nam-kỳ, 53, rue National, SAIGON"*, *"Ai muốn in việc chi thời phải do sở nhựt-trình, hai đàng tùy thích mà định lấy giá cả,"* *"Mua nhựt-trình Nam Kỳ thời phải mua cho đủ một năm."*

Trong *"Lời cùng các người coi nhựt trình ta"* mà chúng tôi ghi lại nguyên văn không sửa dấu và chữ dùng của ngày nay, cho biết: *"Làm nhựt trình hôm nay gọi là nhựt trình Nam Kỳ, để cho ai nấy coi chung; ấy là điều chúng ta muốn làm cho người Annam rõ biết sự Nhà nước cùng các quan trên nghị định nhiều việc là vì lẽ gì; nếu cắt nghĩa không rõ thì sẽ sinh ra điều lầm lạc, khó hiểu.*

Chúng ta cũng có ý muốn làm cho người Annam hiểu biết các nước ở chung quanh mình, cho biết chánh sự, phong tục cùng sự các nước ấy giao thông cùng nước Langsa thế nào, chúng ta cũng có ý binh vực các đều lợi ích cho dân bổn-quấc, làm cho người bổn-quấc hiểu biết sự thể mình ra làm sao, làm cho người bổn-quấc hiểu biết về sự lợi ích riêng ngoài, làm cho các kẻ ấy đặng nhớ.

Trong nhựt trình Nam Kỳ nầy chẳng những là chúng ta đem những đều dạy bảo người Annam, chẳng những là chúng ta đem những đều nói về việc Nhà nước, về việc làng xả ở tại cỏi Đông-Dương, mà chúng ta lại còn đem những chuyện các nước ở gần, như là nước Trung-Quấc, Nhựt-Bổn, Lữ-Tống, các thuộc địa Hồng Mao ở bên Thiên-Trước, cùng nước Xiêm, vân vân...

Nhựt trình Nam Kỳ cũng làm như các nhựt trình khác, nghĩa là cũng chừa khoản chừa hàng cho ai nấy được thế đem những đều mình muốn nói, những văn thơ vảng lai các người có chịu tiền kháng gỡi cho mình.

Về việc chữ nghĩa thì dùng những tiếng tầm thường, không dùng những tiếng cao kỳ, dân sự ít hiểu. Chúng ta có ý nói về đều này, là vì nhựt trình Nam Kỳ thì là để mà rao báo những chuyện có ích cho mọi người đều hiểu, không phải là chuyện cao xa để cho một ít người thông minh hiểu biết mà thôi. Những người Annam hay chữ nghĩa đã thông hiểu ý tứ chúng ta, thì biết việc rõ ràng, chẳng câu chấp sự chúng ta dùng những tiếng tầm thường, vì các người ấy đã biết là việc làm ích chung cho mỗi một người..." (trang 1).

Các số báo đầu mà chúng tôi có được, mỗi số gồm 16 trang, ngoài bài vở sáng tác, biên khảo còn đăng các nghị định (Công vụ), tin tức trong nước (Cỏi nội tân văn, Hạt nội tạp vụ, Đông-dương chư hạt, Nam-kỳ các hạt), tin quốc tế (Ngoại quốc tân văn).

Trong 3 số đầu có bài viết của các tác-giả như Sĩ Tải Trương Vĩnh Ký (Trái đất, số 1), Thế Tải Trương Minh Ký (Loài người ta, số 2), Diệp Văn Cương (Nông vụ, số 1), Huỳnh Tịnh Paulus Của (Chuyện tiếu đàm, Chuyện giải buồn), ... Trương Minh Ký còn ký bút hiệu Mai Nham khi viết cho tờ *Nam-Kỳ*, phụ trách mục "Tiếu Đàm Truyện" (ông có các bài Chuyện Thắng Lẳng, Đi Giày Buồn Ngủ, Giá Bánh, Đứa Câm Biết Nói, Đi Rước Thầy Hay, Tiền Công Vớt Một Người Phú Hộ, Hai Người Bộ Hành,...) và các bài khác như "Lời Nói Thường Dùng, Rút Trong Tam Quấc" (số 80, 11-5-1899, tr. 1265-1267).

Phần còn lại là các quảng cáo của các lương y, bác sĩ, nhà in, nhà sách, nhà thuốc, các tiệm bán áo quần, súng đạn, nhạc cụ, bút mực, sách báo mới cũ,... Trên báo này vào thời cuối thế kỷ XIX đã có nỗ lực phiên dịch các tên riêng và địa lý, nhiều từ khác với sự sử dụng sau này từ tờ tạp-chí *Nam-Phong* cho đến thời Việt-Nam Cộng-Hoà và cộng-sản Việt-Nam.

Số báo 80 ra ngày 11-5-1899, Mai Nham Trương Minh Ký có bài "Lời nói thường dùng, rút trong Tam Quấc" ở hai trang đầu, hình thức câu thơ 4 chữ ghi lại những câu tác giả La Quán Trung đã dùng trong bộ truyện lịch sử Tam Quốc Chí đã trở nên thông quen với người Việt dù lúc bấy giờ chưa có bản dịch tiếng Việt Quốc-ngữ chính thức:

Đồng tâm hiệp lực - Tham sanh húy tử - Tham vinh mộ lợi - Thơ phú niệm chú - Tả xung hữu đột - Văn quan võ tướng - Chiêu hiền đãi sĩ - Hô phong hoán võ - Thâm căn cố đế - Bội ngỡi vong ân - Diễu vũ dương oai - Cứu nạn phò tai - Động địa chấn thiên - Túc trí đa mưu - Binh bại tướng vong - Xuất quỉ nhập thần - Phí lực lao tâm - Long tranh hổ đấu - Kim chi ngọc diệp - Binh phù tướng ấn - Thông câm bác cổ - Thiên văn địa lý - Tinh binh mãnh tướng - Trung quân ái quấc - Trị quốc an dân - Chiêu hiền nạp sĩ - Khử tà quy chánh - Mại (bán) chủ cầu vinh - Lộng giả thành chơn, v.v.

Phan Yên Báo (1898), thông tin nguyệt san, là tờ báo thứ hai do tư nhân xuất-bản, số 1 ra tháng 12 năm 1898, xuất-bản ở Gia-Định, ra đời được bảy số thì bị cấm "lưu hành". Đây là tờ báo do chủ nhiệm Yên-Sa Diệp Văn Cương, một cựu du học sinh ở Alger (cùng Nguyễn Trọng Quản) sáng lập. Theo tiểu sử, ông Diệp Văn Cương sanh năm 1860 hoặc 1862 (có thuyết 1876 thì phi lý vì quá nhỏ tuổi). Tháng 4-1886, DVC được Paul Bert mời ra Huế làm thông ngôn cho tòa Khâm sứ Huế và cuối năm này thì thay thế Trương Vĩnh Ký làm thầy dạy tiếng Pháp cho hoàng tử Chánh Mông tức vua Đồng Khánh, rồi từ tháng 9 năm 1908 đến cuối 1909, ông là chánh tổng tài cuối cùng của tờ *Gia-Định Báo*. Như vậy nghi vấn tờ báo chỉ xuất hiện năm **1898** có thể được chấp nhận hơn, vì chỉ ra được bảy số thì bị toàn quyền Paul Doumer ra sắc luật 30-12-1898 cấm lưu hành, sau loạt bài chống đối sự có mặt của người Pháp ở Việt-Nam, nhất là bài "Đòn cân Archimède". *Phan Yên Báo* là tờ báo đầu tiên trong lịch sử báo chí Việt-Nam bị nhà cầm quyền cấm vì bài viết có tính cách chính trị (14), dù trước đó ở đất thuộc địa Cochinchine vẫn được tự do ngôn luận và báo chí như ở mẫu quốc (đạo-luật 29-7-1881). Về sau, sắc luật 30-12-1898 buộc báo-chí Việt-Nam phải xin giấy phép trước và không được ra báo chính-trị. Theo Huỳnh Ái Tòng, "Có người cho rằng Phan Yên hay Phiên An Trấn là tên cũ của đất Gia Định và Phan Yên Báo là tờ báo viết bằng chữ Hán do Nguyễn Trường Tộ làm chủ-nhiệm" ("Các công trình văn-học quốc-ngữ miền Nam").

Nông Cổ Mín Đàm (農 賈 茗 談 nghĩa là nhà nông và nhà buôn cùng uống trà trò chuyện), với mục tiêu mở mang dân trí, "thông tin nhau mà lại rộng kiến văn", về nông nghiệp và thương nghiệp, số 1 ra ngày 1-8-1901 tại Sài-Gòn, phát hành vào ngày thứ Năm hàng tuần sau mỗi tuần 3 kỳ, do Paul Canavaggio, một người Pháp đảo Corse, thương gia và chủ đồn điền, thành viên Hội đồng Quản hạt Nam Kỳ, sáng lập; Canavaggio mất năm 1922 Nguyễn Chánh Sắt vào làm chủ nhiệm và Nguyễn Tấn Phong (quản lý 1902-07). Báo được điều hành (chủ nhiệm) lần lượt bởi Gilbert Trần Chánh Chiếu, Lương Khắc Ninh, Lê Hoằng Mưu, Nguyễn Đông Trụ, Lê Văn Trung; và liên tiếp qua tay các chủ-bút Dũ-Thúc Lương Khắc Ninh, Gilbert Trần Chánh Chiếu, Nguyễn Chánh Sắt, Nguyễn Đông Trụ, Lê Văn Trung (một trong những lãnh tụ khai sáng đạo Cao Đài). Đây là tờ báo kinh tế đầu tiên trong lịch sử báo chí, số cuối ra ngày 4-11-1921 - sau này có thêm tờ *Canh Nông Luận*, số 1 năm 1930 và ngưng năm 1945, gồm những bài nghiên cứu, chuyên môn.

Cộng tác thì có Cao Hải Để, Đặng Thúc Liêng, Đỗ Thanh Phong, Hồ Văn Hiến (Viên Hoành), Lê Hoằng Mưu, Lê Quang Chiểu, Lê Sum, Lương Khắc Ninh, Nguyễn An Khương, Nguyễn Bính (Biến Ngũ Nhy), Nguyễn Chánh Sắt, Nguyễn Hữu Ngỡi (Tân Dân Tử), Nguyễn Quang Trường (Cửu Viễn), Nguyễn Văn Sỏi (Bồng Dinh, Giáo Sỏi, Liêm Khê, Thanh Phong), Phạm Minh Kiên, Phan Quốc Quang (Thượng Tân Thị), Trần Huy Liệu, Trần Phong Sắc, Trương Quang Tiền, v.v.

Chính trên *Nông Cổ Mín Đàm* ngay từ những số đầu đã xuất hiện *Tam Quốc Chí tục dịch*, bản dịch chữ quốc-ngữ đầu tiên, người dịch là Canavaggie. Cũng trên tờ báo này đã xuất hiện những feuilleton - truyện dài đăng từng kỳ, đầu tiên mà tiên phong là *Hà Hương Phong Nguyệt* (tựa ban đầu là Truyện Nàng Hà Hương, từ ngày 20-7-1912) của Lê Hoằng Mưu, sau đó là *Ai Làm Được* (1919) của Hồ Biểu Chánh, *Nghĩa Hiệp Kỳ Duyên* (1920) của Nguyễn Chánh Sắt, các tiểu-thuyết lịch-sử của Phạm Minh Kiên, v.v. Trong số 262 (23-6-1906), báo đã đề xướng một cuộc thi với tên gọi "Quốc Âm thí cuộc" thi viết tiểu-thuyết dài „*chừng 50 tờ giấy lớn, chia làm ba thứ (...) đặt tiếng thường, thanh nhã, dễ hiểu như truyện vậy...*". „tiểu-thuyết" được cơ quan ngôn luận yêu nước này định nghĩa „*người Lang Sa gọi là roman nghĩa là lấy trí riêng mà đặt riêng ra một truyện tùy theo nhân vật phong tục trong xứ, dường như truyện có thật vậy*" (15). Số 280 (5-3-1907) công bố "Lương Hoa Truyện" của Pierre Eugène Nguyễn Khánh Phương ở Thủ Đức được nhận giải thưởng và truyện được đăng trên báo từ số 280 này.

Lục-Tỉnh Tân Văn (六省新聞) số ra mắt ngày 14-11-1907, lúc đầu là tuần báo, sau ra 3 lần một tuần, chủ nhân là ông Pierre-Jeantet Sombsthay thành lập từ ngày 16-8-1907, năm 1909 bán lại cho François Henri Schneider (16) cũng là chủ nhân nhà in F.H. Schneider

- lúc đó đã làm chủ một tờ báo ở Bắc Kỳ, tờ *Đại Nam Đồng Văn Nhật Báo* (chữ Hán, xuất bản từ năm 1893), rồi tháng 10-1921 bán lại cho Nguyễn Văn Của và đốc phủ sứ Lê Quang Liêm. Từ năm 1926, báo là cơ quan ngôn luận của Đảng Lập Hiến Đông Dương.

Chủ bút đầu tiên là Nguyễn Chánh Sắt, qua đầu năm 1908, Schneider đã mời ông Trần Nhật Thăng (Trần Chánh Chiếu) làm Chủ bút (trước đó ông từng làm Chủ bút cho tờ *Nông Cổ Mín Đàm*), từ số 53, Lương Khắc Ninh làm chủ bút rồi Trương Duy Toản, Diệp Văn Kỳ, Nguyễn Tử Thức và cuối cùng là Lê Hoằng Mưu. Lục-Tỉnh Tân Văn công khai cổ võ phong trào Duy Tân (trong Nam gọi là Minh Tân) công kích chế độ thuộc địa, kêu gọi người Việt tự kiểm điểm bỏ hủ tục, thiên kiến và phải giành quyền lợi thương mãi từ tay Hoa và Ấn kiều; ông cổ động lập công ty cạnh tranh với hai giới này. Đây là tờ báo chuyên nghiệp, thể hiện qua số lượng bài vở, thể-loại với nhiều đề tài như tin tức, chính trị, kinh tế, văn hoá, xã hội,... Từ khi Trần Chánh Chiếu làm Chủ bút, báo khởi sắc văn-học với những tiểu-thuyết đăng từng kỳ của chính ông như Oan Kia Theo Mãi, Đỗ Triệu Kỳ Duyên, Hoan Hỉ Kỳ Oan, v.v. Lúc đầu tờ *Lục-Tỉnh Tân-Văn* có lập trường chống đối nhà đương quyền Pháp vì có những liên hệ với phong trào Đông-du, nhưng càng về sau có lúc cũng nhận tiền và đăng các bản dịch các nghị định, công văn của chính quyền Pháp. Từ ngày 3-10-1921 bán lại cho Nguyễn Văn Của (chủ nhà in Imprimerie de l'Union và đồng sáng lập Nam Kỳ Nhật Báo Ái Hữu Hội tại Sài-Gòn) và đốc phủ sứ Lê Quang Liêm. Từ năm 1926, báo là cơ quan ngôn luận của Đảng Lập Hiến Đông Dương, tờ báo này sát nhập tờ *Nam Trung Nhật Báo* (do Nguyễn Tử Thức thành lập và làm chủ nhiệm tại Sài-Gòn từ năm 1917; chủ bút Diệp Văn Kỳ) và trở thành nhật báo *Lục-Tỉnh Tân-Văn* khổ lớn 37x64 và giám đốc là Nguyễn Văn Của, chủ bút là Lê Hoằng Mưu; báo tồn tại đến ngày 12-10-1944. Cộng tác bài vở trước sau có Bút Trà (Nguyễn Đức Nhuận), Dũ Thúc (Lương Khắc Ninh), Đạm Phương nữ sử, Đặng Thúc Liêng, Giác Ngã, Hoàng Minh Tự, Hồ Văn Hiến (Viên Hoành, là em ruột nhà văn Hồ Biểu Chánh), Lê Quang Liêm, Lê Sum, Mộng Huê Lầu (Lê Hoằng Mưu), Nguyễn Bá Trác, Nguyễn Bửu Mộc, Nguyễn Chánh Sắt, Phan Kế Bính, Phan Khôi, Phạm Duy Tốn, Phạm Minh Kiên, Tân Dân Tử (Nguyễn Hữu Ngôi), Thiện Đắc, Trần Chánh Chiếu (Trần Nhựt Thăng), Trần Phong

Sắc, v.v. Đạm Phương nữ sử (Công Nữ Đồng Canh, 1881-1947) được xem là tác giả văn xuôi nữ đầu tiên của văn học chữ quốc-ngữ, với *Kim Tú Cầu* đã được đăng nhiều kỳ trên *Lục-Tỉnh Tân Văn* (từ số 1460, 15-7-1922 đến số 1567, 22-10-1923) và *Trung Bắc Tân Văn* (từ số ngày 25-5-1923 đến số ngày 21-7-1923) và sau đó xuất bản năm 1928 do Nữ Lưu Thơ Quán Gò Công hợp tác với nhà Bảo Tồn ở Sàigòn. Trong *Lời Tựa*, tác giả viết: "*Tiểu thuyết nhân tình ngẫu lục, toàn tập mười truyện, hoặc truyện thuộc về cựu thời, hoặc thuộc về kim thời, hoặc tự soạn, hoặc biên dịch; tùy dài ngắn khác nhau, song cái quan niệm của tác giả đều là hữu sở nhân mà ghi chép lại, chớ không phải bỗng dưng bịa đặt ra, hay là ưa vui văn chương mà làm ra (...) Xưa nay người ta thường nói "tiểu thuyết là để cảm xúc lòng người"; nhưng về phần tôi, thì tôi nói rằng: vì có cảm xúc mới làm ra tiểu thuyết; bao nhiêu những điều mắt thấy tai nghe, dầu vui hay buồn, thương hay ghét, khen hay chê, có quan hệ đến nhơn tình phong tục há chẳng nên miêu tả như những bức truyền thần, để lại làm chỗ ký ức cho mình, và cũng để giúp phần suy nghiệm cho người đời*".

Nam-Kỳ Địa Phận phụ đề tiếng Pháp "Semaine religieuse" ("tuần tôn giáo" hay "thời sự tôn giáo trong tuần", sau đổi phụ đề là "Semaine religieuse de Sài-Gòn") xuất-bản ở Sài-Gòn từ ngày 26-11-1908. Tiêu đề cho biết là báo của Tòa Giám Mục Sài-Gòn, mục đích đưa đạo vào đời kiểu tốt đạo, đẹp đời, "để cho bà con nhà Annam thông phần đạo, ngoan việc đời" - như lời "Bổn Quán kính cáo" số 1: *"Trong Nhựt báo sẽ biện luận về những điều sau nầy: Đạo lý, Phong hóa, Bá nghệ, Bát học, và Văn tín"* (tr. 1) và cuối bài có bài thơ:

*"Nam Kỳ Địa Phận Nhựt trình chung,
Lương Giáo hai bên mặc thích dùng:
Giáo, Hóa, Công, Văn, bày lẽ chánh,
Sĩ, Nông, Công, Cổ, tỏ đường cùng,
Dám khuyên chư vị lòng quang cố,
Hãy rán với nhau đậu vốn hùn;
Như thế mau mau vào tấn bộ,
Ắt là hồn xác đặng vui hung"*.

Là tờ báo Công giáo chữ Quốc-ngữ đầu tiên, mở ra truyền thống báo tôn giáo, là cơ quan phổ biến giáo lý và sinh hoạt cho người Công-giáo, nhưng đồng thời cũng là cơ quan văn hoá thông tin và văn học (các mục Câu thai, Câu đố, Tục ngữ Langsa, Tiểu đàm truyện, Cổ tích, thơ vịnh, thơ đạo lý hoặc thơ chuyển dịch thư như "Đức Thầy Vêrô gửi thơ cho cha mẹ" của Trịnh Khánh Tấn, số 18) và "hữu ích thì đem vô hết" như giúp mở rộng kiến thức thường thức về khoa học, thực hành và khuyến khích thương mãi, cải cách phong hóa và xã hội.

Thật vậy kể từ năm 1916, *Nam Kỳ Địa Phận* thiên về văn-học và bắt đầu đăng các truyện sáng-tác hoặc các truyện mà nhân-vật, bối cảnh Việt-Nam như Bạch Mai Truyện của J. Trần T., Huỳnh Ngọc Diệp của T.N.C.T., cùng với các truyện dịch và phóng-tác như Truyện Ông Gioang Ngô Kim Thạch của Charles Ngọc Minh. Đến năm 1926 báo tăng thêm trang cho phần phụ trương (supplément du N.K.Đ.P.) gồm 4 trang chuyên đăng quảng cáo và truyện, tiểu-thuyết. Trong số có các truyện dịch hoặc phóng tác phiêu lưu mạo hiểm (Người Mặt Sắt 1932, Mối Thù Mật Nhiệm 1934,...) và hình sự (Trên Đường Quản Hạt 1932),... Năm xuất-bản tờ *Nam-Kỳ Địa-Phận* là 1908 nhưng theo Huỳnh Văn Tòng là năm 1883 trong luận án xuất-bản *Lịch sử báo chí Việt-Nam từ khởi thủy đến năm 1930* (13). Chúng tôi có trong tay bản sao nguyên Năm thứ nhứt kể từ ngày 26 novembre 1908 tới ngày 30 décembre 1909, do đó kết luận năm ra đời của tờ *NKĐP* là 1908. Báo xuất bản trong 37 năm, số cuối cùng là số 1849 ngày 1-3-1945 đình bản vì Đệ nhị thế-chiến.

Mỗi số 30 trang và trong các năm đầu thường có các đề mục: 1. Tòa thánh - 2. Châu tứ Đức GM Sài-Gòn - 3. Lời thánh kinh - 4. Đạo lý - 5. Hạnh các thánh, sự tích phép lạ, những gương lành và sự tích các cha đã qua đời - 6. Phong Hóa - 7. Thương mại, canh nông, ngư nghiệp - 8. Cách nuôi súc vật, chế tạo đồ gia dụng và các điều cần biết - 9. Thiên văn, bác vật - 10. Thi phú, ca tụng - 11. Tục ngữ, phương ngôn và chữ Nho - 12. Thai đố, câu đáp và cửa qui - 13. Chuyện giải buồn 14. Chữ Quốc-ngữ tân văn - 15. Các bài thuốc - tức 10 đề mục chuyện đời và 5 thuần túy chuyện đạo.

Nam Kỳ Địa Phận đã cung cấp cho người đọc kiến thức, thông tin về đời sống tinh thần, lịch sử Việt-Nam, lịch sử đạo Công giáo ở Nam-kỳ, cũng như về kinh tế, xã hội - như mỗi số đều giới thiệu một nghề truyền thống, cũng như về văn học và ngôn ngữ. Tục ngữ, ngạn ngữ, câu đố, chuyện giải buồn của văn học dân gian được lưu tâm sưu tập. Tiếng Việt theo truyền thống Nhà Chung và tiếng Việt ròng, cho nên chỉnh đốn và sống động hơn các báo cùng thời chịu ảnh hưởng biền ngẫu, nặng điển tích hoặc truyện Tàu. Lời giảng đạo và Kinh thánh kèm "lời bình" của tòa soạn. Đặc biệt văn viết có thể theo chủ trương tiếng Việt "ròng" cho nên gọn gàng, sáng sủa và do đó dễ hiểu, dễ gần người đọc - nếu so với tiếng Việt biền ngẫu, có vần có đối đến độ vô nghĩa và nặng nề, chịu ảnh hưởng Trung-Hoa thời bấy giờ.

Chúng tôi ghi lại đây một số báo quan-trọng ra đời sau năm 1908:

Nữ Giới Chung ("tiếng chuông của phái nữ"), chủ nhân là Henri Blaquière cùng là giám đốc tờ *Le Courrier Saigonnais*. Lê Đức làm Chủ nhiệm và chủ-bút là nữ sĩ Sương Nguyệt Anh (Nguyễn Xuân Khuê 1864-1921, là con gái thứ tư của nhà thơ Nguyễn Đình Chiểu), bà điều khiển ban biên tập. Báo ra mắt ngày 1-2-1918 và phát hành vào ngày thứ Sáu mỗi tuần; tồn tại chỉ vài tháng, nhưng đây là tờ báo có chủ trương truyền bá chữ Quốc-ngữ và quan tâm đến vị trí của người phụ nữ, cùng nâng cao dân trí và khuyến khích nông thương. Tờ này đăng những bài xã luận, thơ truyện, một vài tin tức và một phần gia chánh. Ảnh hưởng của tờ báo này đã khiến mật thám Pháp e ngại, do đó sau số ra ngày 19-7-1918 thì báo bị đình bản (và biến thành một tờ báo khác, tờ *Đèn Nhà Nam* - thân chính quyền Pháp, chủ-nhiệm là Trần Năng Thuận, số 1 ngày 4-12-1918 và ra được 5 số, số cuối 8-1-1919).

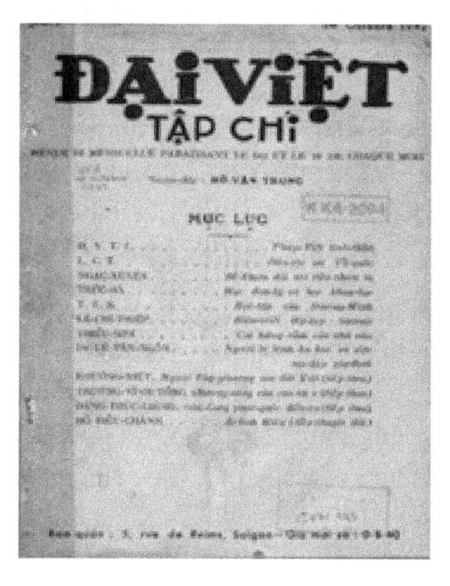

Đại Việt Tập Chí, bán nguyệt san do các ông Lê Quang Liêm, Hồ Văn Trung (Hồ Biểu Chánh) và Hội Khuyến học Long Xuyên thành lập tại Long Xuyên tháng 1-1918; năm sau, 1919, chuyển về Sài-Gòn. Số 1 ra tháng 1-1918. Các chủ bút: đốc phủ sứ Lê Quang Liêm (bị mật vụ Việt Cộng sát hại tại Sài-Gòn tháng 9-1945) rồi Hồ Biểu Chánh. Tục bản bộ mới từ số ra ngày 1-10-1942 đổi tên là *Đại Việt Tập Chí* (do Hồ Văn Kỳ-Trân làm quản lý) và đình bản luôn năm 1945. Tạp chí trước sau được sự cộng tác của nhiều nhà nghiên cứu, biên khảo như Đặng Thúc Liêng, Trương Vĩnh Tống, Thiếu Sơn, Hồ Văn Hiến (Viên Hoành), Hồ Văn Lang (Thất Lang), Lê Thọ Xuân (Lê Văn Phúc), Lý Vĩnh Khuông (Khuông Việt), Ngạc Xuyên (Ca Văn Thỉnh), Thiếu Sơn (Lê Sỹ Quý), Thượng Tân Thị (Phan Quốc Quang), BS Lê Văn Ngôn, Đào Duy Anh, Trúc Hà. Báo truyền bá tư tưởng Pháp cùng văn học và thông tin.

Nam Kỳ Tuần Báo ra ngày thứ 5 hàng tuần, Hồ Văn Trung giám đốc kiêm chủ nhiệm; quản lý Hồ Văn Kỳ Trân (trưởng nam của Hồ Văn Trung), xuất bản từ năm 1942 (số 1, 3-9-1942) đến số cuối (85) ngày 8-6-1944, có trợ giúp của chính quyền Pháp. Cộng tác bài vở: Bất Tử, Cao Chi, Đào Thanh Phước, Hải Ngô, Hồ Biểu Chánh (Hồ Văn Trung),

Hồ Văn Lang, Hương Trà, Hữu Nhân, Khuông Việt (Lý Vĩnh Khuông), Kim Tử Anh, Lê Chí Thiệp, Lê Thọ Xuân (Lê Văn Phúc), Lê Văn Vị (Vita), Mã Sanh Long, Miễn Trai, Ngạc Xuyên (Ca Văn Thỉnh), Ngọc Ước, bác sĩ Ngô Quang Lý, Ngô Văn Đức, Nguyễn Hương Trà, Nguyễn Hữu Trí, Nguyễn Tả Chơn, Nguyễn Thị Tố Lan, Nguyễn Văn Liên, Phạm Thiều, Phong Vũ, Quang Phong, Tam Chi, Thái Hữu Thành, Thân Văn (Nguyễn Văn Quý), Thiếu Sơn (Lê Sỹ Quý, Lạc Quan Nhơn), Thượng Tân Thị, Tịnh Đế, Tố Quyên, Trần Hồng, Trọng Liêm, Trúc Hà (1942-43) và Trường Sơn Chí (Ung Ngọc Ky).

Điển Tín (La Dépêche): nhật báo Việt ngữ do Henry Chavigny de Lachevrotière thành lập ở Sài-Gòn; báo quán chung với tờ báo Pháp ngữ *La Dépêche*; Số 1 ra ngày 15-1-1935, đến tháng 3-1945 đình bản khi Nhật đảo chánh Pháp; cùng với bản Pháp ngữ *La Dépêche* là tờ báo đạt được số lượng phát hành cao nhất tại Sài-Gòn (và cả Đông Dương) thời ấy; chủ nhiệm Lê Trung Cang; chủ bút Bùi Thế Mỹ rồi Trần Tấn Quốc, với sự cộng tác bài vở của Chế Lan Viên, Đào Trinh Nhất (Quán Chi), Hàn Mặc Tử, Hoàng Trọng Miên, Hoàng Trọng Quy, Ngân Giang (Đỗ Thị Quế), Nguyễn Thế Phương (Nam Đình), Thành Kỉnh (Tạ Thành Kỉnh), v.v.

Nhựt Tân báo chủ nhiệm là Lê Thành Tường rồi Cao Hải Để, các chủ bút trước sau: Phạm Minh Kiên (17), Gabriel Võ Lộ, Cao Hải Để số 1 ra ngày 6-4-1922, số cuối ngày 6-7-1929; từ tháng 11-1926 được Cao Hải Để biến báo thông tin thời sự thành cơ quan ngôn luận của Đông Dương Lao động Đảng; hoạt động đến 22-6-1929 thì bị nhà cầm quyền Pháp khám xét, rồi đóng cửa ngày 6-7-1929; cộng tác bài vở: Cao Hải Để, Cao Văn Chánh (Thạch Lan), Dương Quang Nhiều (Phụng Các), Gabriel Võ Lộ, Phạm Minh Kiên (Tuấn Anh)...

Đông Pháp Thời Báo (Le Courrier Indochinois): 4 đến 8 trang khổ lớn, tuần 3 kỳ (thứ hai, thứ tư, thứ sáu), sau trở thành nhật báo, số 1 ra ngày 2-5-1923, chủ-nhiệm Nguyễn Kim Đính (đến 10-1927), sau Diệp Văn Kỳ mua lại (từ số 635, 14-10-1927) nhưng giữ được chỉ hơn một năm. Chủ bút: Hồ Văn Trung (5-1923 - 12-1924), Trần Huy Liệu (1-1925 - 7-1926, chuyển khuynh-hướng chống Pháp), Nguyễn Văn Bá (từ 8-1928, đăng loạt bài điều tra toàn diện về vụ bắt giam Nguyễn An Ninh từ số ra ngày 4-10-1928). Tản Đà phụ trách trang văn-chương một thời gian từ năm 1927. Đình bản sau số 809 ra ngày 22-12-1928. Ban biên-tập ngoài Diệp Văn Kỳ, Tản Đà, Ngô Tất Tố còn có sự cộng tác của Phan Khôi (ký C.D. K., Kh., và T.V. hay Tân Việt bút hiệu chung với DCK khi viết mục Câu chuyện hằng ngày), Nam Kiều Trần Huy Liệu, Bùi Công Trừng, Bùi Thế Mỹ,.... Với sự điều khiển của hai ông Diệp Văn Kỳ và Nguyễn Văn Bá, tờ báo có "khuynh hướng đối lập", có nhiều độc giả và tờ báo thêm ba phụ trương văn-chương, phụ trương thể thao và phụ trương phụ nữ và trẻ em. Báo đã đăng truyện ngắn đầu tay Tình ái mỹ đăng (1928) của nhà văn Cung Giũ Nguyên.

Rạng Đông tạp chí (1926), báo ảnh và bài viết, do Trần Huy Liệu làm chủ bút, nhắm thông tin và nghị luận cho "giới thượng lưu An-nam" (THL theo Quốc dân đảng rồi trở thành một lãnh tụ của Cộng-sản Việt-Nam).

Kịch Trường (số 1, 22-3-1927), tuần báo rồi bán tuần báo tranh ảnh. Tuy là báo chuyên về điện ảnh, kịch và thể thao, nhưng sau đó báo đã hoàn toàn đối lập với chính quyền. Báo này ca ngợi lý thuyết Tam-dân của Tôn Dật Tiên, đăng vụ án Nguyễn An Ninh. Báo đã bị đóng cửa sau số 64 tháng 6-1929.

Kỳ Lân Báo ra mắt tháng 8-1928, có khuynh hướng thiên tả, tuyên truyền tư tưởng cộng-sản. Phát hành tuần 3 kỳ, bị đóng cửa năm 1929. Chủ nhiệm là Bùi Ngọc Thự, chủ bút: Vân Trình.

Đuốc Nhà Nam (Le Flambeau d'Annam) số 1 ra ngày 26-9-1928, ngày 2-12-1935 ra số 1 bộ mới; năm 1937 báo bị đình bản, đến tháng 9-1945 tái lập bộ mới; ra 3 kỳ một tuần, báo thông tin thời sự và nghị luận, chú trọng đến giới nông dân, lao động, chủ trương vạch rõ bộ mặt thật của chế độ thực dân và thực chất của nền văn minh Âu tây; báo bị cấm lưu hành ở miền Bắc ngay từ 10-1-1929 nhưng tồn tại trong Nam cho đến năm 1937. Chủ nhiệm là Dương Văn Giáo, tiến sĩ Luật và chính-trị học Paris (18), chủ-bút Nguyễn Phan Long rồi Đào Trinh Nhất. *Đuốc Nhà Nam* ban đầu là phiên bản tiếng Việt của tờ *La Tribune Indochinoise*. Ban biên tập và cộng tác trước sau: Trần Văn Ân, Lương Trung Nghĩa, Nguyễn Văn Sâm (19), Ái Lan (Lê Liễu Huê), Cẩm Tâm nữ sĩ, Hồng Tiêu (Nguyễn Đức Huy), Lê Quang Liêm, Lê Trung Nghĩa, Lê Văn Vị (Vita), Lương Trung Nghĩa, Nam Đình (Nguyễn Thế Phương), Nguyễn Văn Tạo, Phú Đức (Nguyễn

Đức Nhuận), Quán Chi (Đào Trinh Nhất), Thiếu Sơn (Lê Sỹ Quý), Thượng Tân Thị (Phan Quốc Quang),... Những cuộc bút chiến của Nguyễn Phan Long trên *Đuốc Nhà Nam* với Phan Khôi (tờ *Trung Lập*) về trách nhiệm của người làm chính trị trước thời cuộc và vận mệnh người dân đã không chỉ thu hút sự quan tâm về phương diện thông tin mà còn là tiêu biểu của sự phát triển về học thuật của báo chí Nam Kỳ. Cuộc bút chiến kết thúc với lời xin lỗi và đề nghị chấm dứt tranh cãi đăng trên *Đuốc Nhà Nam* cũng được xem như là tiêu biểu của tinh thần khách quan học thuật, không tị hiềm cá nhân của Nguyễn Phan Long - từng làm chủ nhiệm báo tiếng Pháp *L'Écho Annamite* (1920-1928) trực diện chính trị với người Pháp.

Thần Chung (La Cloche du Matin; tiếng chuông buổi sớm mai), nhật báo thông tin và chính-trị, tinh thần quốc gia đối lập, nói lên "những vấn đề phản-ảnh những nỗi lo âu của người dân và ý-thức quốc gia từ lâu bị che trong lòng dân tộc". Chủ nhiệm Diệp Văn Kỳ (20), chủ bút Nguyễn Văn Bá (người sáng lập Thi đàn Sầm Giang, bút hiệu Tiểu Vân), cộng tác viên gồm Tản Đà, Ngô Tất Tố, Phan Khôi, Phan Văn Hùm, Đặng Thúc Liêng, Lê Cương Phụng (Tùng Lâm), Nam Đình (Nguyễn Thế Phương), Đào Trinh Nhất, Bùi Thế Mỹ (Lan Đình), Nguyễn Đức Huy (Hồng Tiêu), Nguyễn Đức Nhuận (Phú Đức), Trần Huy Liệu, Trần Quang Nghiệp,... Số 1 ra ngày 7-1-1929, số cuối ngày 25-3-1930 thì bị đình bản, ra được 344 số. *"Thần Chung sẽ ra đời thay thế cho Đông Pháp. Thần Chung là gì? Thần Chung là tiếng chuông buổi sáng. Trong vài tháng nữa đây tiếng chuông ấy sẽ vang lừng khắp cả, nghĩa là báo Thần Chung sẽ xuất hiện ở xã hội Việt-Nam"* (Thông báo của *Đông Pháp thời báo* số ra ngày 15-11-1928). Báo dựa vào luật pháp để đấu tranh với chính quyền Thực dân. Báo đặc biệt chú ý lên án vi phạm quyền tự do thân thể, chống việc bắt người vô cớ, lên án những hành động áp bức ngang ngược của Thực dân. "Chiếu theo luật, người không có quyền mà bắt đùa là phạm pháp" (*Thần Chung* số 15, 23-1-1929), phản đối việc chính quyền thực dân Pháp kết án quá nặng trong vụ Việt-Nam Quốc Dân Đảng ở Bắc và Trung kỳ và vụ Việt-Nam Thanh Niên Hội ở Trung kỳ. Báo còn phản-ảnh các cuộc đình công, biểu tình, bênh vực quyền đình công của công nhân là phản đối nhà cầm quyền "chụp mũ" tính chất chính trị của các cuộc đình công để đàn áp, "Người làm công có điều chi không bằng lòng chủ mướn công thì đặng phép làm "reo", luật không cấm" (*Thần Chung* 225, 18-10-1929, tr. 2). Phản đối chính sách thuế của nhà cầm quyền "*... chúng tôi tưởng nhà nước nên làm cách nào lợi cho nước Pháp mà đừng hại cho người An Nam mới tốt hơn. Chớ tăng miết thuế đoan thì chẳng hại chi cho nhà buôn ngoại quốc, mà chỉ hại cho An Nam thôi*" (*Thần Chung* 240, 6-11-1929), v.v.

Thần Chung có công với văn học khi chủ trương đăng các "**đoản thiên tiểu-thuyết**" hình thức nhẹ nhàng không hẳn văn chương, ngôn ngữ hiện thực, châm biếm, nhưng với nội dung phản-ảnh những vấn đề nóng bỏng trong đời sống xã hội, về giới bình dân và công nhân, bắt đầu với "Mảnh kiến(g), soi chung" của Nguyễn Văn Sanh và "Thêm một lá thăm của..." của Trần Quang Nghiệp (số 8, 15-1- 1929) rồi những "Xét nhà về vụ Hội kín" của Sâm Giang (số 43, 8-3-1929), "Thảm trạng nhơn công" (số 47, 13-3-1929), "Câu chuyện thương-khẩu Saigon" của Công Đình (số 95, 14-5-1929), "Đời lao động" của C.B. Kim-Khanh (số 100, 21-5-1929), Câu chuyện học sanh trường sư phạm bãi khóa của TDT (số 112, 6-1929), v.v.

Ngày 25-3-1930, tờ *Thần Chung* bị Toàn quyền Đông-dương ra lệnh đóng cửa. Theo *Phụ-Nữ Tân-Văn* số 46 ra ngày 3-4-1930 thì báo *Thần Chung* bị đóng cửa vì lý do sau: "*Cứ theo tin của Ty kiểm duyệt cho biết, thì báo Thần Chung bị đóng cửa vì có hai cớ: 1. Trước đây, có bài bị Ty kiểm duyệt cắt bỏ dài đoạn, nhưng báo Thần Chung cứ để vậy mà in, chớ không rút bỏ chỗ bị kiểm duyệt ra. Lần ấy, Ty kiểm duyệt đã kêu ông Diệp Văn Kỳ lên mà nói trước cho biết; Ngày mới rồi đây, báo Thần Chung có đăng một bài nói về tình hình người Nhựt Bổn, dưới ký tên tắt có hai chữ CĐ. Khi đem lên Ty kiểm duyệt thì như vậy, nhưng đến khi về, hai chữ tắt kia, lại thêm hai chữ rõ ràng là Cường Để. Chánh phủ cho rằng báo Thần Chung cố ý gạt Ty kiểm duyệt, Vì vậy Chánh phủ đóng cửa báo Thần Chung không cho xuất bản nữa kể từ ngày 25 Mars 1930.*"

Diệp Văn Kỳ trong *Chế-Độ Báo-Giới Nam-Kỳ: Năm Mươi Sáu Năm Nay* (Saigon: Bảo Tồn, 1938. 66 tr.) viết về "chế độ báo giới Nam-kỳ" và tự do ngôn luận cho dân Nam-kỳ (được nhìn nhận là công dân Pháp với Huấn lịnh ngày 25-5-1881), cho biết quyền "tự do xuất bản báo-chí" này đã được chánh quốc Pháp cho dân Thuộc địa từ luật ban hành ngày 29-7-1881, mãi đến năm 1938 mới thực sự được công nhận qua bản án của Tòa Thượng thẩm Paris ngày 29-12-1937. Nguyên do từ vụ báo *Dân Quyền* đã bị chính quyền thuộc địa Pháp hủy giấy phép xuất bản, mà lại cứ phát hành ngày 8-9-1936, chủ nhiệm Cendrieux bị truy tố ra Tòa, ông kháng án lên tòa trên và đưa đến bản án ngày 29-12-1937 nói trên - tha bổng Cendrieux. *"Cứ theo trình độ tấn hóa trong nước ngày nay, tôi tưởng chẳng còn một ai hiểu rằng báo chí là một lợi khí của đời văn minh, tự do xuất bản báo chí là một cái tự do "chìa khoá" để giải phóng và để dần dần thâu thập những tự do khác, làm cho người có thể nghĩ mình là người để mình khỏi thẹn"* (tr. 3). Từ tháng 12-1948, báo Thần Chung bộ mới được Nguyễn Thế Phương (Nam Đình) tái lập.

Công Luận Báo của Diệp Văn Kỳ, 2 kỳ mỗi tuần và từ năm 1918 thành nhật báo, vốn là phiên bản tiếng Việt của tờ báo tiếng Pháp *L'Opinion* của Jules Haag, tòa soạn chung ở Sài-Gòn, ra đời ngày 29-8-1916 với tên *Tân Đợi Thời Báo* sau đổi tên là *Công Luận Báo*, và sau khi tờ *Thần Chung* bị cấm, Nguyễn Văn Bá làm chủ bút cho *Công Luận Báo*, rồi từ chức, nhà báo Nguyễn Đức Nhuận (Bút Trà) thay thế, rồi lại từ chức (tháng 8-1931), Nguyễn Văn Bá trở lại vào làm chủ bút đến tháng 1-1932 thì để Võ Khắc Thiệu thay thế. Sau đó, Diệp Văn Kỳ và Nguyễn Văn Bá cùng nhau mua lại chủ quyền *Công Luận báo*; số đầu bộ mới ra ngày 28-4-1932 và số cuối tháng 10-1939, với một bộ biên tập mới. Cộng tác trước sau gồm Diệp Văn Kỳ, Nguyễn Văn Bá, Tản Đà Nguyễn Khắc Hiếu, Tùng Lâm Lê Cương Phụng, Ngô Tất Tố, Hồ Hữu Tường, Trần Đình Khiêm, Hoàng Tân Dân, Nguyễn Thương, Hà Trì (Nguyễn Phước Bửu Đình), Nguyễn Văn Sỏi, Biến Ngũ Nhy (Nguyễn Bính), Dương Minh Đạt, Đào Trinh Nhất (Quán Chi), Đào Văn Châu, Đặng Thúc Liêng, Hồ Văn Lang và Viên Hoành Hồ Văn Hiến (cả 2 là em ruột nhà văn Hồ Biểu Chánh), Huỳnh Thị Bảo Hòa, Lê Cương Phụng (Tùng Lâm), Lê Hoằng Mưu, Lưu Thoại Khải (Việt Đông), Nguyễn Đức Huy (Hồng Tiêu), Nguyễn Đức Nhuận (Phú Đức), Nguyễn Háo Vĩnh, Nguyễn Hữu Ngỡi (Tân Dân Tử), Nguyễn Thế Phương (Nam Đình), Nguyễn Trọng Trí (Hàn Mặc Tử), Nguyễn Văn Sỏi, Trần Quang Nghiệp, Trần Tấn Quốc,...

Nguyễn Văn Sỏi, tự Thanh-Phong, tục gọi Giáo-Sỏi (Liêm-Khê), đạo hiệu Bồng-Dinh; từng cộng tác với báo *Nông-Cổ Mín-Đàm* trước đó và xuất-bản nhiều tác-phẩm biên và dịch trong số có *Tân-Soạn Cổ-Tích* (F.-H. Schneider,1910) chung với Hồ Văn Trung tức Hồ Biểu Chánh. **Biến Ngũ Nhy**, một trong những nhà văn tiền phong của nền văn-học chữ quốc-ngữ, tác-giả *Kim Thời Dị Sử - Ba Lâu Ròng Nghề Đạo Tặc* đã đăng *Công Luận Báo* từ tháng 10-1917 và xuất bản năm 1921. *Công Luận Báo* cũng là nơi xuất hiện nhiều tác-phẩm văn-chương của Phú Đức (*Châu Về Hiệp Phố* (21), *Lửa Lòng*, …), của Hồ Biểu Chánh (*Chúa Tàu Kim Quy*), Bửu Đình (*Một Thiên Tuyệt Bút Trường Hận*), Nam Đình Nguyễn Thế Phương (*Bó Hoa Lài, Di Hận Ngàn Thu, Giọt Lệ Má Hồng,...*), v.v. Diệp Văn Kỳ thời này còn phát hành tuần báo *Đông Thinh* (La voix de l'Orient) nhưng chỉ ra được vài số năm 1935.

Ngoài *Thần Chung*, tờ nhật báo thứ hai đối lập với Pháp là tờ **Tân Thế Kỷ** (Le Nouveau siècle) do Cao Văn Chánh chủ trương, chủ bút Lê Chơn Tâm, tòa soạn ở Sài-Gòn thời 1926-27, mỗi kỳ in 6.000 bản, cũng là cơ quan của Việt-Nam Ái Quốc Liên Hiệp có mục-đích muốn phục hưng nước Việt-Nam: *"Khuyến khích dân Việt-Nam làm việc để xây dựng có ý thức; Phục hưng nền quốc học; và Kêu gọi đồng bào hãy kính trọng các nhà ái quốc và khinh khi bọn phản quốc"*, là đường lối của tờ báo. Từ số 6 (10-11-1926) mở thêm chi nhánh tại Huế, phát hành 1.000 bản ở Trung Kỳ; qua các chủ bút kiêm tổng lý chi nhánh Huế: Bửu Đình (từ số 6 đến khi bị bắt 24-2-1927), Bùi Thế Mỹ (tháng 2 và 3-1927); báo đăng nhiều bài chống đối chánh quyền, nên hoạt động đến tháng 3-1927 thì bị cấm phát hành tại Trung Kỳ và các cộng tác viên Bửu Đình, Đồng Sỹ Bình, Tam Hà đều bị bắt; sau đó báo ở Sài-Gòn cũng bị đình bản theo lệnh cấm ngày 19-4-1927 của toàn quyền Đông Dương Pasquier; cộng tác bài vở gồm: Bùi Thế Mỹ (Lan Đình), Bửu Đình, Đồng Sỹ Bình (tại Huế), Lê Thành Lư, Mộng Trần (Lê Chơn Tâm), Tam Hà (Trần Thiên Dư, tại Trung Kỳ), Thạch Lan (Cao Văn Chánh), v.v. Nhà văn Bửu Đình làm chủ bút mà ngay trong số 2 (2-11-1926) đã viết bài công kích thói khiếp nhược của quan lại triều đình Huế. Chống vua, nên báo bị nghị định ngày 19-4-1927 cấm lưu hành ở Trung kỳ và Bửu Đình bị triều đình Huế bắt bỏ tù vì ông là người hoàng tộc, sau 2 cuộc biểu tình phản đối Thống đốc Nam kỳ Blanchard de la Brosse đòi tự do báo-chí và ủng hộ tờ *Tân Thế Kỷ* (Bửu Đình còn là người đã sáng lập ra tờ *Nam-Kỳ Kinh Tế*

Báo từng gây tiếng với tiểu-thuyết *Lỗi Bước Phong Tình* của Nguyễn Thành Long bị phê bình nặng nề).

Ngay tháng 4-1927, Cao Văn Chánh bèn thuê lại tờ **Pháp Việt Nhứt Gia**, cử Lê Thành Lư làm chủ bút; dùng để tiếp tục tấn công chống chánh quyền Pháp và Triều đình Huế; hoạt động được vài tuần thì báo bị chánh quyền kiểm duyệt, đục bỏ thông tin, tịch thu nhiều lần, cuối cùng bị toàn quyền Đông Dương Varenne ra lệnh cấm vào ngày 15-5-1927; ngày 17-5-1927 báo ra được thêm một số cuối không trình kiểm duyệt và phân phát miễn phí trên đường phố.

Nam-Kỳ Kinh-Tế Báo (L'Information économique de Cochinchine): tuần báo ấn hành tại Sài-Gòn, số 1 ra ngày 7-10-1920; ban đầu thuần về kinh tế, nhưng từ năm 1921 thì bắt đầu có khuynh hướng phản đối các chánh sách kinh tế của Nhà Nước. Tháng 11-1923 được Nguyễn Háo Vĩnh (22) mua lại, làm chủ nhiệm và dùng tờ báo để phát động một chiến dịch kịch liệt chống đối chánh quyền thực dân về các chánh sách kinh tế lẫn chánh trị, vì thế báo bị đóng cửa sau số 43, ra ngày 21-2-1924. Các chủ bút: Nguyễn Thành Út (1920-23), Cao Văn Chánh (1-1923 đến 2-1924) và cộng tác bài vở có Bửu Đình, Cao Văn Chánh (Thạch Lan), Phạm Minh Kiên, Huỳnh Thị Bảo Hòa, Nguyễn Háo Vĩnh, Nguyễn Thành Út, Trần Huy Liệu, v.v.

Phụ-Nữ Tân-Văn là tờ báo thứ hai - sau *Nữ Giới Chung*, dành cho phụ nữ, ra mắt ngày 2-5-1929 tại Sài-Gòn và phát hành khắp Nam Bắc. Báo ra ngày thứ Năm hàng tuần, ngoài bìa có hình vẽ 3 cô gái Bắc Trung Nam với câu *"Phấn son tô điểm sơn hà / làm cho rõ mặt đàn bà nước Nam"*. Chủ nhiệm là bà Nguyễn Đức Nhuận (Cao Thị Khanh), chủ bút Đào Trinh Nhất, nhưng khiến tờ báo được nổi tiếng hơn nữa là nhờ ký giả lão thành Phan Khôi với lý luận sắc bén, trung thực gây ra nhiều cuộc tranh luận, bút chiến. Ban biên tập gồm các bà/cô Cao Thị Khanh, Cao Thị Ngọc Môn, Hướng Nhựt, Nguyễn Thị Kiêm (Manh-Manh), Phạm Vân Anh, Phan Thị Nga, Thu Tâm nữ giáo, Trần Thanh Nhàn và các ông Bùi Thế Mỹ, Bửu Đình, Cao Văn Chánh, Đào Trinh Nhất, Hồ Biểu Chánh, Phan Khôi, bác sĩ Trần Văn Đôn, Trịnh Đình Rư, luật sư Trịnh Đình Thảo. Ngoài ra còn có sự hợp tác của nhiều nhà văn nhà báo nổi tiếng thời bấy giờ. *Phụ-Nữ Tân-Văn* đã được nồng nhiệt đón nhận, vì báo đến với *giới trung lưu*, *nam cũng như nữ* (khác xa *Nam-Phong* nhắm trí thức và khoa bảng cựu và tân học). Báo gồm các đề mục: - Ý kiến chúng tôi đối với thời sự; - Vấn-đề giải phóng phụ-nữ Việt-Nam; - Phụ-nữ và gia-đình (gia chánh); - Vệ sinh, khoa học; - Tiểu-thuyết; - Mục dành cho nhi đồng.

Về văn học, ngoài những biên luận về nhiều vấn-đề học thuật. văn-học sử, *Phụ-Nữ Tân-Văn* đăng nhiều thơ văn, tiểu-thuyết *đăng từng kỳ* được độc giả mong đợi như Cậu Tám Lọ, Mãnh (sic) Trăng Thu của B.Đ. (sau mới rõ là Bửu Đình), *Cha Con Nghĩa Nặng, Vì Nghĩa Vì Tình, Con Nhà Giàu, Con Nhà Nghèo, Khóc Thầm, …* của Hồ Biểu Chánh, v.v.

Phụ-Nữ Tân-Văn số 122 ngày 10-3-1932, đăng bài thơ "Tình già" của Phan Khôi, mở đầu phong trào Thơ mới - mới - vì cùng bài này, "Một lối "thơ mới" trình chánh giữa làng thơ", Phan Khôi đã gởi đăng trong Tập Văn Mùa Xuân, phụ trương của báo *Đông Tây* ở Hà Nội, xuất-bản dịp Tết Nhâm Thân ngày 6-2-1932, tức hơn một tháng trước, nhưng *không* gây được sự chú ý (23); sau đó báo tiếp tục cổ võ Thơ Mới với các bài diễn thuyết của Nguyễn Thị Manh-Manh và đăng thơ của Hồ Văn Hảo, Nguyễn Thị Manh-Manh, Lưu Trọng Lư,… *Phụ-Nữ Tân-Văn* được phát hành khắp 3 miền và đã góp phần, tham gia các cuộc tranh luận văn học, văn-hoá thời đó như Thơ Mới, về quốc học, về tiếng Việt ròng, v.v.

Phụ-Nữ Tân-Văn bị Pháp cho đình bản nhiều lần và đình bản hẳn với nghị định ngày 20-12-**1939** viện dẫn lý do báo này đã "mạ ly" ông Bùi Quang Chiêu về tội dính líu mật thiết với nhóm thực dân cá mập Homberg (24). Trong số cuối này, bản báo thắc mắc: *"Không biết làm sao mới chưa đầy hai tháng đã có nhiều bất pháp như thế xảy ra, mà lại xảy ra ở Sài-Gòn nhiều hơn cả? Quan thủ hiến xứ này tưởng nên sửa sang giềng mối lại, để được yên ổn hơn, để dân tình khỏi xạo xự, nói vầy nói khác"*. Trước đó, năm 1930 báo cũng từng bị ngưng phát hành ra Bắc sau số 42 (6-3-1930) đã thông tin cho cả nước biết vụ *khởi nghĩa Yên Bái*. Và báo tuy không chủ trương làm "quốc sự" nhưng đã có những bài viết chống chính quyền thực dân Pháp. Báo còn đi tiên phong trong việc thành lập Nữ lưu học hội, Việt-Nam phụ nữ học bổng cũng như tổ chức những Bữa cơm của bình dân dành cho người lỡ chân hụt bữa.

Việt Dân, tuần-báo ra ngày thứ năm, từ năm 1931, chủ-nhân là Đặng Thúc Liêng (**25**). Bộ mới số 1 ra tháng 1-1934, luật sư Phan Văn Thiết đứng tên chủ nhiệm (1934-36). Tòa báo ở 245 đường Espagne, Saigon. Báo đình bản năm 1939 Các cộng tác bài của Lâm Tấn Phác (Đông Hồ), Phan Văn Thiết (Lan Đình, Thân Việt), v.v. Từ 2-12-1936, Nguyễn Văn Tạo và Dương Bạch Mai thuê báo công khai tuyên truyền cho Cộng sản Đệ Tam và Liên Xô, nhưng chỉ ra được hai số thì bị mật thám đe doạ nên Đặng Thúc Liêng lấy báo lại rồi bị Pháp đình bản luôn. Sau này Đặng Thúc Liêng bị Việt Minh sát hại ngày 16-8-1945 để trả thù.

Phe **Đệ Tứ** (trotskist) có các tờ *Tiền Quân, Thợ Thuyền Tranh Đấu* và *Tranh Đấu*. *Tiền Quân* (L'Avant-garde) do Nhóm Tả Đối Lập (Trotskyst) thành lập tại Sài-Gòn từ tháng 7-1930; chủ nhiệm Tạ Thu Thâu; biên tập viên Trịnh Hưng Ngẫu…; đến năm 1931 bị cấm nên Ban biên tập mở thêm tờ *Đông Tây Công Luận* để thay thế, trong khi báo *Tiền Quân* vẫn tiếp tục được phát hành ngầm cho đến tận năm 1937.

Thợ Thuyền Tranh Đấu thực hiện năm 1938 - Số 1 bộ mới ra ngày 1-4-1938. *Tranh Đấu* (La Lutte ouvrière) do Phan Văn Hùm thuộc Đệ tứ xuất bản ở Sài-Gòn từ năm 1937 đến 11-12-1946, với cộng tác bài vở của Hoàng Hoa Khôi, Phạm Đình Bách (Hoa Sơn),... Thời kỳ 1939-45 còn có *Tia Sáng* (L'Étincelle): báo đấu tranh đối lập công khai, do Hồ Hữu Tường thành lập và điều hành ở Sài-Gòn từ 1939; lúc đầu là tuần báo, đến khoảng 1943 trở thành nhật báo; chủ bút Tam Lang (Vũ Đình Chí).

Chính ở trong Nam, năm 1935, giới viết lách chống thực dân đã hơn một lần đánh lừa được Sở Mật Thám, đó là sử dụng các chữ in rất rõ và rất đẹp (thật ra làm báo tại một cái chòi vùng ngoại ô Sài-Gòn) khiến người Pháp đinh ninh báo lén lút của họ chỉ có thể in tại Pháp mà thôi! Đinh ninh như vậy nên mật thám Pháp chuyển hướng truy tầm mãi tận Paris. Đó là do kế hoạch vận động thanh niên xin làm công nhân trong nhà in tối tân Ardin đường Catinat, học cách xếp chữ, rồi ăn cắp từ từ ngày một ít các chữ đúc sắc sảo của nhà in này. Tờ báo Pháp ngữ "La Lutte" (Tranh Đấu), bắt đầu từ số 5 tháng 10 năm 1934 với **Nguyễn An Ninh** "đứng mũi chịu sào" cho cả các phe phái gồm Đệ Tam, Đệ Tứ và Nhân Sĩ, họ cùng đồng tâm viết báo và hô hào chống thực dân Pháp. Nguyễn An Ninh thuần túy quốc gia và rất uy tín với quần chúng Miền Nam, nên đã được mời làm vai trò làm trung gian điều hợp cho tờ báo.

Nguyễn An Ninh còn cộng tác với tờ **Trung Lập Báo** (Edition annamite de l'Impartial, do Henri de Lachevrotière thành lập, chủ-bút Lương Khắc Ninh, số 1 ra ngày 16-1-1924 và số cuối 30-5-1933; đến năm 1930 bán lại cho Trần Thiện Quý; Các đời chủ bút gồm: Phú Đức (1924), Trương Duy Toản (1924-26), Trần Văn Giao (Vân Trình), Bùi Thế Mỹ (Lan Đình), Trần Văn Chim (Phi Vân (26)), Nguyễn An Ninh (biên tập, 1932-33), Nguyễn Văn Tạo (chủ bút, 1932-33). Nguyễn An Ninh vị tình Nguyễn Văn Tạo, một lãnh tụ Đệ Tam Quốc Tế trong nhóm "La Lutte" của Tạ Thu Thâu, vào viết giúp cho tờ nhật báo Trung Lập, ông phụ trách mục "Bia miệng", dưới ký tên Thông Reo, thay cho Tú Phan Khôi, đảm trách mục này từ lâu, từ đầu tháng 6/1932 đến giữa tháng 7/1932, với bút danh N., và giai đoạn sau từ đầu năm 1933 và nhất là từ tháng 3 đến hết tháng 5-1933 khi Trung Lập bị đóng cửa, ông viết với nhiều bút danh hơn: Cao Vọng, N., N.A.N. Trung Lập Báo tuy tự nhận không làm chính-trị và phe nhóm, nhưng cũng tỏ ra thân chính quyền Pháp, vì người sáng lập là H. De Lachevrotière, chủ tịch Hội đồng quản hạt, in 5000 số mỗi ngày, thành công nhờ các nhóm tài phiệt đăng quảng cáo; báo đình bản sau khi vị sáng lập trở về Pháp. Ban biên tập gồm Đặng Thúc Liêng, Lương Khắc Ninh, Nguyễn Viên Kiều, Trương Duy Toản đều nổi tiếng thời bấy giờ và nhất là nhờ nhà văn Phú Đức đăng tiểu-thuyết trinh thám những năm 1925-26. Trích đoạn bài Gia đình và phụ nữ giải phóng đăng Trung lập số ra ngày 7/3/1933: "Trong xã hội xưa, gia đình là hệ trọng nhứt. Bất lựa là Á hay Âu... Cái đạo thờ ông bà, là cái đạo thờ nhơn loại, còn sanh sanh nối nối vô cùng... Mà tôi lại có ý giúp cho phong trào phụ nữ giải phóng ở xứ này, lắm kẻ cho tôi là mâu thuẫn. Vì theo ý họ phong trào phụ nữ giải phóng phá hoại gia đình đó. Không đâu! Gia đình ngày nay phải thức họp lại hơn ngày xưa...".

Thời Đại nhật báo, cơ quan ngôn luận của Đệ Tứ Quốc Tế; do Cao Văn Chánh cùng các cộng sự thành lập và điều hành tại Sài-Gòn; Số 1 và điều hành tại Sài-Gòn; Số 1 ra tháng 10-1938, số cuối là Số 1 bộ mới ra tháng 4-1939. Cao Văn Chánh (còn ký Cao Chánh, Thạch Lan) từng là chủ bút các tờ Công Luận (1922 - 23), Nam Kỳ Kinh Tế Báo (1-1923 - 2-1924), Tân Thế Kỷ và cộng tác với nhiều báo khác xuất bản ở Việt-Nam và Pháp. Ông bị Việt Cộng sát hại ở Sài-Gòn cuối năm 1945.

Đông Dương Tả Phái Cộng Sản Báo (La Gauche communiste indochinoise): báo do Nhóm Tả Đối Lập theo đường lối Trotskyist của Tạ Thu Thâu thành lập, phát hành công khai trong năm 1932 tại Sài-Gòn và các tỉnh Nam Kỳ và Trung Kỳ - Tạ Thu Thâu và Nguyễn Khánh Toàn trước đó ra báo tiếng Pháp đối lập Le Nhà Quê nhằm tranh đấu chống thực dân nhưng chỉ ra được một số duy nhất vào sáng 11-2-1926 thì đến chiều ban biên tập bị bắt, báo bị đóng cửa vì can tội 'xúi giục nổi loạn'; nhưng sau đó các thành viên còn lại vẫn tiếp tục phát hành báo nửa công khai nửa bí mật cho đến tận năm 1928.

Phe **Đệ Tam** có tuần báo bí mật **Thanh Niên** theo sách báo Cộng sản, là do Nguyễn Ái Quốc sáng lập và chỉ đạo trở thành cơ quan ngôn luận trung ương của tổng-bộ Việt-Nam Thanh niên Cách mạng Đồng chí Hội, in chụp tại Hương Cảng, số thứ nhất phát hành ngày 21/6/1925, sau được chọn là ngày Báo chí Cách mạng Việt-Nam, ra được 88 số, ngưng tháng 4-1927 (27). Đảng Cộng-sản Đông-dương sau này có thêm tờ *Tranh Đấu* là cơ quan chính thức của đảng, ra đời năm 1930 và các tờ *Nhành Lúa*, *Tạp chí Cộng sản*, *Cờ giải phóng*, *Giải phóng*, *Cứu quốc*, *Lao động*….

Các đảng cách-mạng không-Cộng sản thì có *Việt-Nam Hồn* số 1 ra mắt tháng 1-1926 ở Pháp và ra được 7 số thì tháng 8-1926 số 8 bị Pháp ra lệnh cấm, do nhà cách mạng Nguyễn Thế Truyền thuộc nhóm "Ngũ long" chủ biên. Ngoài ra 2 tờ báo khác cũng bí mật và in theo lối chụp lại là *Hồn Cách Mạng* năm 1936 của Nhượng Tống (28) ở Hà-Nội và *Hồn Nước* ra mắt năm 1929 ở Hải Phòng. Hà-Nội còn có tờ *Dân Báo* ra mắt năm 1927 và đình bản với số 16 tháng 5-1927, Nhượng Tống (Hoàng Phạm Trân) phụ tá.

Sống, tạp-chí của *Trí Đức Văn-đoàn*, Đông Hồ (Lâm Tấn Phác) thành lập và làm chủ-bút và Trúc-Hà (Trần Thiêm Thới) chủ nhiệm; số đầu tiên ra ngày 22-1-1935, giá mỗi số 10 xu. Đây là tạp chí văn học đầu tiên ở Hà Tiên - nhưng in và phát hành ở Sài-Gòn, của nhóm Hội bạn Trí Đức gồm Đông Hồ, Trúc Hà, Trúc Phong, Lư Khê (Trương Văn Em), Trọng Toàn, Quang Đầu, Bạch Như, Mộng Tuyết (Lâm Thái Úc) và Phạm Đình Bách (Hoa Sơn). *Sống* ra đời sau khi Trí Đức Học Xá bị nhà cầm quyền đóng cửa. Báo chỉ tồn tại được 30 số và đình bản ngày 18-9-1935 vì khó khăn tài chánh. Báo *Sống* hướng đến hai mục đích chính: mục đích thứ nhất là dùng văn chương như một công cụ cải tạo xã hội nhân sinh, mục đích thứ hai hướng vào chính bản thân văn chương, vào giá trị thẩm mỹ, khiến văn chương phát triển theo hướng càng ngày càng trở nên *"sáng sủa, giản dị, vui vẻ, hợp với sự sống ngày nay"*. Tôn chỉ này được thể hiện ở những dòng đầu tiên của số báo đầu tiên: *Đạo trời tiến hành mạnh mẽ, người ta cũng coi theo cái lẽ đó mà sống mạnh mẽ mãi không thôi* (Thiên hành kiện, quân tử dĩ tự cường bất tức - Kinh Dịch), *Sống là chiến đấu* (Ceux qui vivent sont ceux qui luttent - Victor Hugo): tôn chỉ của báo cho thấy ý thức muốn dung hoà, gạn đục khơi trong trong giao tiếp văn hoá. Báo cổ võ cái mới từ phương Tây, nhưng không gạt bỏ những giá trị văn hoá ngàn năm mà ông cha đã từng tiếp thu từ Trung Hoa và cải biến khiến đượm tinh thần Việt. Tuy là báo trong Nam, nhưng *Sống* lại ảnh hưởng sâu đậm từ báo chí ngoài Bắc, mà cụ thể là báo *Nam-Phong*. Văn phong trên báo phảng phất lối văn chương phía Bắc và những người chủ trương báo *Sống* cũng thường xuyên cộng tác với các báo miền Bắc như Trúc Hà, Đông Hồ, Mộng Tuyết... Chính vì vậy mà báo *Sống* có ảnh hưởng rộng rãi cả trong Nam lẫn ngoài Bắc. Lực lượng sáng tác chủ yếu của báo là Hội Bạn Trí Đức, ngoài ra còn có các tác giả miền Nam khác như Thiếu Sơn, Trúc Phong (đăng trên *Sống* các tiểu thuyết Đời Vui Đẹp, Băn Khoăn, Sóng Gió Hồ Đông), Minh Đức, Tô Mai, Liên Thành, Liên Tiểu Lê Thọ Xuân, Huỳnh Văn Nghệ,... và các tác giả đất Bắc như Tản Đà, Á Nam Trần Tuấn Khải, Đồ Nam Nguyễn Trọng Thuật, Vân Đài, và các tác giả khác như Thái Phỉ Nguyễn Đức Phong, Hạc Thủy, Ngô Chung Tử,... Năm 1949 Đông Hồ bỏ Hà-Tiên về Sài-Gòn xuất bản tập san *Nhân Loại*, rồi mở nhà xuất bản Bốn Phương năm 1950.

Nay, tuần báo, Thu Giang Nguyễn Duy Cần làm chủ nhiệm và quản lý, tòa soạn đặt tại Vila 55 đường Avie Mỹ Tho, sau chuyển về Sài-Gòn; số đầu năm 1937, số cuối là số 15, tháng 7-1938; cộng tác bài vở của Manh-Manh (Nguyễn Thị Kiêm), Trúc Hà (Trần Thiêm Thới), Lư Khê (Trương Văn Em), v.v.

Bình Dân mỗi tuần ra hai số, do nhà văn Phú Đức chủ trương, chủ nhiệm Trần Văn Quang; quản lý Võ Văn Nhiêu. Số 1 ấn hành năm 1935, bộ mới (1946-54) và trực tiếp làm chủ bút (1953-54).

Mai (*Demain*) tuần báo ra ngày thứ bảy ở Sài-Gòn, của nhà thơ Thúc Tề (28). Số 1 ra ngày 5-8-1935; đến tháng 2-1936 bán lại cho Đào Trinh Nhất đổi thành bộ mới, số 1 (1-3-1936), với cộng tác bài vở của Đông Hồ (Lâm Tấn Phác), Lãng Tử (Thúc Tề), Phan Văn Hùm, Dương Bạch Mai, Mộng Sơn (Vũ Thị Mai Hương), Ngân Giang (Đỗ Thị Quế), Nguyễn Văn Tạo, v.v. Báo chuyên viết về thanh niên, văn chương, khoa học, kinh tế và cổ võ đấu tranh chính trị. Ngày 25-7-1939 Đào Trinh Nhất bị bắt trục xuất ra Bắc và báo bị đóng cửa.

Báo-chí miền Bắc

Năm 1905, ở Bắc mới thấy có ***Đại Việt Tân Báo*** (L'Annam) là tờ báo *đầu tiên* có *chữ Quốc-ngữ* nhưng in bên cạnh bài chữ Hán; báo do Alfred-Ernest Babut thành lập và làm chủ nhiệm; chủ bút là Đào

Nguyên Phổ. Từ tháng 3-1907, Đào Nguyên Phổ biến *Đại Việt Tân Báo* và *Đăng Cổ Tùng Báo* thành cơ quan ngôn luận của Đông Kinh Nghĩa Thục nên đến tháng 11-1907 thì cả hai tờ báo đều bị chánh quyền đình bản.

Tờ công-báo *Đăng Cổ Tùng Báo* do Francois Henri Schneider làm chủ nhiệm, chủ bút là Dương Lâm (1891-92) và Đào Nguyên Phổ (1892-1907) là tờ nhật báo đầu tiên *bằng chữ Hán* xuất bản tại Hà Nội từ cuối năm 1891 và đến năm 1907 kể từ số 793 ngày 28-3-1907, Đào Nguyên Phổ và các đồng chí trong phong trào Duy Tân muốn biến tờ báo này thành cơ quan ngôn luận của Đông Kinh Nghĩa Thục, đã đề nghị với chủ báo F.H. Schneider cho in thêm phần Quốc-ngữ trên báo - ghi thêm tên bằng Quốc-ngữ là *Đại Nam (Đăng Cổ Tùng Báo)* bên cạnh tên **Đại Nam Đồng Văn Nhật Báo** bằng chữ Hán và báo đổi từ nhật báo thành tuần báo; phần Hán ngữ do Đào Nguyên Phổ làm chủ bút; phần Quốc-ngữ do Nguyễn Văn Vĩnh làm chủ bút, Phan Kế Bính trợ bút với sự cộng tác bài vở của Đào Nguyên Phổ, Nguyễn Văn Vĩnh, Phan Khôi, v.v. Nhưng báo sống chỉ thêm tám tháng, bị đình bản sau khi ra số cuối 826 (14-11-1907).

Có thể nói một cách tổng quát sinh hoạt văn hóa bằng chữ Quốc-ngữ ở hai miền Bắc và Trung xuất hiện 40 năm sau Nam kỳ - và 20 năm sau miền Nam về phần báo chí tiếng Pháp và tiếng Hán. Nam-kỳ là đất thuộc địa và báo chí đã đóng một vai trò rất quan trọng vì các cơ quan này đã là đất nẩy mầm và phát-triển của các bộ môn văn học khác. Nhưng vai trò tiền phong này của báo chí miền Nam đã bị hạ giá, bị kết án là làm tay sai cho thực dân Pháp (29). Nhưng hai tờ *Đông-Dương, Nam-Phong Tạp-Chí* và nhiều tờ khác cũng đều là công cụ của thực dân Pháp! Dĩ nhiên những tờ báo này tuyên truyền cho chính sách cai trị của Pháp, phê phán các phong trào dân-quyền và yêu nước đồng thời đả phá lối học truyền thống và đề cao văn hoá, văn minh phương tây. Mục tiêu chính của các tờ báo này nhắm hạn chế tầm ảnh hưởng của văn-hóa, giáo dục truyền thống vừa nhắm cổ võ sự sử dụng chữ Quốc-ngữ trong mọi từng lớp dân chúng. Nhưng cũng từ đó gây dựng nên một nền văn-học mới nhận ảnh-hưởng phương Tây chủ yếu là của Pháp. Và báo chí đã là phương tiện cho sự phát triển sáng-tác văn chương.

Sau khi đã ổn định việc cai trị ở đất Nam-kỳ thuộc địa, người Pháp dần dà chuyển các công tác giáo dục, văn-hóa ra Hà-nội, đất bảo hộ cũng như ở Trung-kỳ (L'Annam). Người Pháp cũng như các sĩ phu, trí thức Việt-Nam cùng thay đổi hình-thức đấu tranh chính-trị và thu phục nhân tâm ("Giáo dục quần chúng để canh tân xứ sở"). Các sinh hoạt văn-hóa, giáo dục khởi động, lôi kéo báo-chí theo như là một phương-tiện thiết yếu. Phía người Việt, phong trào Minh Tân, Đông du xuất phát từ Nam-kỳ với những Gilbert Trần Chánh Chiếu, Phan Bội Châu,..., ra đến Bắc kỳ với Đông Kinh Nghĩa Thục.

Nhà in đầu tiên người Pháp thiết lập ở Hà-nội là 1883 và tờ báo đầu tiên được phát hành ở đây là tờ báo tiếng Pháp *Le Bulletin du Comité d'Etudes Agricoles, Industrielles et Commerciales de l'Annam et du Tonkin*. Sau đó, ngày 13-12-1884 thêm tờ *L'Avenir du Tonkin*. Ở Hà-nội những tờ báo ra lúc đầu là do người Pháp (De Cuers De Cogolin của tờ *Bảo Hộ Nam Dân*, rồi François-Henri Schneider của *Đại-Nam Đồng Văn Nhật Báo*,...) quen biết các thống sứ, toàn quyền.

Đến năm 1907, Nguyễn Văn Vĩnh cùng với Dufour mở nhà in đầu tiên ở Hà Nội và làm biên tập viên phần chữ quốc-ngữ cho tờ *Đăng Cổ Tùng Báo*.

Đăng Cổ Tùng Báo (1907-1909) do François-Henri Schneider sáng lập, tờ tuần báo đầu tiên viết bằng chữ Quốc-ngữ tại miền Bắc. *Đăng Cổ Tùng Báo* vốn là ấn bản tiếp tục tờ *Đại-Nam Đồng Văn Nhật Báo* chữ Hán có từ năm 1892, từ số 793 (ra ngày 28-3-1907) thì đổi tên thành *Đăng Cổ Tùng Báo* vừa chữ Hán vừa chữ Quốc-ngữ, tờ này được xem như công-báo và sống được hơn 2 năm - số cuối 826 (14-11-1907). Với Nguyễn Văn Vĩnh, tờ *Đăng Cổ Tùng Báo* (cùng tủ sách Phổ Thông Giáo Khoa Thư Xã) đã là bước đầu của ông đóng góp trong việc phổ biến tiếng Việt và mở đầu cho một nền văn-học mới, rời bỏ ảnh-hưởng Bắc-thuộc của chữ Hán. Pierre Jantet, một công chức Pháp, điều khiển tổng quát với một bộ biên tập trước sau gồm các ông Thọ An Phạm Duy Tốn, Nguyễn Bá Trạc, Thiện Đắc, Nguyễn Tử Thức, Lê Sum, Giác Ngã, Trần Quang Văn, Trần Quang Sang, Du Giang Tả, Phan Khôi,... Trên tờ này đã xuất hiện những bài viết tài hoa và thực tế của Nguyễn Văn Vĩnh ký dưới các bút hiệu Tân Nam Tử và Đào Thị Loan.

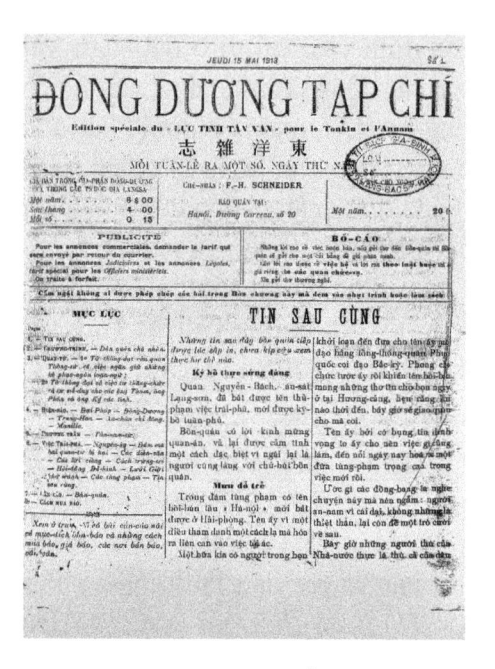

Đông-Dương Tạp-Chí: Đăng Cổ Tùng Báo đóng cửa vì lý do chính-trị thì cũng vì tình hình chính-trị mà ngày 15-5-1913, người Pháp cho ra mắt tờ *Đông-Dương Tạp-Chí* (*La Revue Indochinoise*) mà số đầu đã có bài viết "Vụ một trái phá" lên án người Việt-Nam yêu nước đã tổ chức vụ ám sát do Việt-Nam Quang Phục Hội tổ chức tại Hôtel Hanoi ngày 22-4-1913. Tờ *Đông-Dương Tạp-Chí* lúc đầu được xem như là một phụ bản của tờ *Lục-Tỉnh Tân Văn* của trong Nam (Edition spéciale du Lục-Tỉnh-Tân-Văn pour le Tonkin et l'Annam) và cho đến số 85 (31-12-1914) tờ báo chủ yếu nhắm chính-trị và thương mại. Từ số 86 (10-1-1915) đến số 102 (31-12-1916) tạp-chí thiên về **văn-học** nhiều hơn với những trang văn-học, với những truyện dịch, biên khảo về lịch-sử, giáo dục, phong tục, văn-hóa, v.v. và đây là phần đóng góp tích cực cho văn-học nước nhà. Vẫn François-Henri Schneider làm chủ nhiệm, Nguyễn Văn Vĩnh làm chủ bút. Cùng lúc phụ trách chủ bút Đông-Dương Tạp-Chí, Nguyễn Văn Vĩnh quản nhiệm thêm tờ *Trung Bắc Tân Văn* cũng của Schneider. Năm 1919, Schneider rút lui vì già yếu, Nguyễn Văn Vĩnh toàn quyền quản lý, đã biến thành nhật báo và mua lại nhà in. Năm 1919, *Đông-Dương Tạp-Chí* - số cuối 231 ngày 15-6-1919, trở thành *Học Báo* song ngữ Pháp-Việt, bài soạn theo chương trình của Nha tiểu học Bắc-kỳ, mở đường cho những tờ báo có tính sư phạm và luyện thi sau này. Cùng năm này, với Emile Vayrac, Nguyễn Văn Vĩnh mở ban tu-thư 'Âu-Tây Tư Tưởng/La pensée de l'Occident' chuyên xuất bản các tác-phẩm Pháp dịch ra Việt văn chủ yếu là của Nguyễn Văn Vĩnh. Tờ *Đông-Dương Tạp-Chí* và *Học Báo* qui tụ được nhiều trí thức và khoa bảng của Bắc và Trung-kỳ như Trần Trọng Kim, Nguyễn Đỗ Mục, Phan Kế Bính, Phạm Quỳnh, Nguyễn Văn Tố, Phạm Duy Tốn, Nguyễn Bá Trạc, Tản Đà, Nguyễn Hữu Tiến, Phan Khôi, Thân Trọng Huề, v.v. Công khác của *Đông-Dương Tạp-Chí* cũng đáng ghi nhận: từ số báo 801 ra ngày 23-5-1907, Nguyễn Văn Vĩnh mở thêm mục "Nhời Đàn Bà" với bút hiệu Đào Thị Loan để bênh vực phụ nữ và khuyến khích họ đổi mới.

Dù người Pháp lúc thành lập tờ *Đông-Dương Tạp-Chí* đã có mục đích chính-trị nhưng vô tình tờ báo đã đi những bước đầu đóng góp phổ biến tư tưởng, học thuật Âu-tây và cổ truyền Đông-phương, và đã tích cực truyền bá chữ quốc-ngữ khiến sẽ được sử-dụng rộng rãi bởi các trí thức tân-học cũng như cựu-học. Và Nguyễn Văn Vĩnh là người đầu tiên đã biết lợi dụng và phát triển hai ngành báo-chí và xuất-bản ở Việt-Nam - cùng đi Pháp quan sát về như Nguyễn Văn Vĩnh nhưng Phạm Quỳnh thì nhắm chính-trị và lý thuyết tư tưởng, học thuật hơn!

Năm 1937, *Đông Dương Tạp Chí* tuần báo bộ mới tục bản tại Hà Nội, do Nguyễn Giang - con Nguyễn Văn Vĩnh, chủ trương và chủ nhiệm, chủ bút Việt ngữ: Vũ Trọng Phụng; cộng tác bài vở gồm: Lưu Trọng Lư, Nguyễn Nhược Pháp, v.v…; Số 1 ra ngày 15-5-1937, số cuối là số 10 ra tháng 9-1939.

Trung Bắc Tân Văn (Gazette de l'Annam; 1913 - 1945): Tờ *Trung Bắc Tân Văn* từ năm thứ tư, 1-1919, biến thành nhật báo 4 trang và sống đến năm 1945 (theo HVT, nhưng có thuyết cho số cuối tháng 4-1941, ra được 7265 số), do Francois Henry Schneider thành lập tại Hà Nội, mục đích làm một ấn bản của Lục-Tỉnh Tân Văn cho Trung Kỳ và Bắc Kỳ. Chủ bút đầu tiên là Nguyễn Văn Vĩnh, Nguyễn Văn Luận quản lý. Sau khi Nguyễn Văn Vĩnh mất (5-1936), người kế tục điều hành là Nguyễn Văn Luận và Phạm Huy Lục. Ban biên tập gồm: Hoàng Tăng Bí, Nguyễn Bá Trác, Nguyễn Đỗ Mục. Cộng tác bài vở gồm: Doãn Kế Thiện, Đạm Phương nữ sử, Đào Trinh Nhất, Đông Hồ (Lâm Tấn Phác), Lê Văn Trương, Mộng Đài (Trần Dũ Lương), Nam Hương (Bùi Huy

Cường), Nguyễn Khắc Kham, Phạm Duy Tốn, Tam Lang (Vũ Đình Chí), Trúc Khê (Ngô Văn Triện), Vũ Bằng, Vũ Ngọc Phan,...

Ngoài ra có phụ trang *Trung Bắc Tân Văn Chủ Nhật* chuyên về văn-chương; quản lý Dương Phượng Dực (1940-43) rồi Nguyễn Doãn Vượng (1943-45). Các ông Hoàng Tăng Bí, Nguyễn Bá Trạc chuyên về xã luận, Vân Hạc Lê Văn Hòe phụ trách phần nghiên cứu, Nguyễn Đỗ Mục dịch tiểu-thuyết Tàu và Nguyễn Văn Vĩnh bao sân phần còn lại. Năm 1943 được Nguyễn Doãn Vượng đổi tên thành *Trung Bắc Chủ Nhật* số cuối 257 ra ngày 12-8-1945, ngay sau khi Nhật đảo chánh Pháp.

Năm 1931, Nguyễn Văn Vĩnh cho ra tờ ***L'Annam Nouveau*** để làm cơ quan ngôn-luận đối đầu với tờ Nam-Phong Tạp-Chí trong cuộc tranh luận chính-trị với Phạm Quỳnh "Chế độ trực trị và chế độ quân chủ lập hiến". Nguyễn Văn Vĩnh tư tưởng duy tân cấp tiến đã đề ra chủ thuyết trực trị, trái ngược với chủ trương quân chủ lập hiến của Phạm Quỳnh, chủ trương sau này sẽ đưa họ Phạm vào Huế làm thượng thư. L' Annam Nouveau" (Nước Nam mới) xuất bản số đầu ngày 21 tháng 1 năm 1931, một tờ báo theo như Phan Khôi và Vũ Bằng, đó là tờ báo đầu tiên ở Việt-Nam xuất bản bằng tiếng Pháp do người Việt-Nam chịu trách nhiệm. Mâu thuẫn giữa Nguyễn Văn Vĩnh với người bạn thân Phạm Quỳnh cũng bắt nguồn từ chính trị, khi cụ Quỳnh, dưới sức ép của nhiều thế lực, đã phối hợp với nhà cầm quyền ủng hộ chế độ quân chủ. Chính vì sự kiện này nên Nguyễn Văn Vĩnh lập tờ *Nước Nam Mới* (*L'Annam Nouveau*), như một lời trách bạn, đồng thời khẳng định hình thái xã hội lý tưởng phải là: Một xã hội cộng hòa, trong đó, luật pháp, quyền dân chủ và bình đẳng được tôn trọng.

Giữa năm 1935, với lý do Nguyễn Văn Vĩnh bị vỡ nợ, chính quyền thực dân đã tịch thu toàn bộ tài sản của ông đem bán đấu giá. Tuy vậy, số tiền bán đấu giá vẫn chưa đủ. Lúc đó, người Pháp đưa ra 3 lựa chọn cho Nguyễn Văn Vĩnh: nếu vào Huế làm Thượng thư, sẽ được trả lại toàn bộ tài sản như cũ; hoặc phải ngồi tù ở Hoả Lò, dù chỉ một ngày; hoặc biệt xứ sang Lào dưới danh nghĩa đi tìm vàng để trả nợ. Và ông đã lựa chọn đi Lào. Ngày 1-5-1936, Nguyễn Văn Vĩnh đột ngột qua đời trong một chiếc thuyền độc mộc bên bờ sông SêPôn khi đang thực hiện dở loạt phóng sự dài kỳ "Một tháng với những người đi tìm vàng" đăng trên báo *L'Annam Nouveau.*

Nam-Phong Tạp-Chí (1/7/1917-12/1934), nguyệt san văn học in bằng Quốc-ngữ, Pháp ngữ, Hán ngữ. Người chủ xướng ra tờ Nam-Phong là Albert Sarraut, Toàn quyền Pháp ở Đông-dương và người điều khiển trực tiếp là Louis Marty, trưởng phòng Chính trị và An ninh của chính phủ thuộc địa. Viên Toàn quyền này muốn ảnh-hưởng các nhà trí thức Việt-Nam nên đưa ra một chính sách thống trị lâu dài và muốn tạo ra một thứ "huyền thoại" về nền văn minh Pháp, gây nên một thứ mặc cảm cho trí thức Việt-Nam, vì theo A.Sarraut, có nắm được đám sĩ phu Việt-Nam và những thành phần ưu tú của xã hội Việt-Nam thì người Pháp mới có thể cai trị lâu dài nước Việt-Nam qua trung gian của những thành phần trí thức hợp tác. Và các tài liệu còn cho biết có *hai nguyên nhân* khiến Albert Sarraut cho ra đời tạp chí Nam-Phong. Trước hết, người Pháp muốn đánh bại và loại bỏ ảnh hưởng của Đức ở Đông-dương qua các Tân thư gây nên phong trào Minh Tân, Đông du,... đã từ Nam-kỳ lan ảnh-hưởng ra cả nước.

Thời đó ở Hà Nội chỉ có các tờ *Đại Nam Đồng văn nhật báo, Đăng cổ Tùng báo* và ở Sài-Gòn đã có vài tờ bằng chữ quốc-ngữ nhưng có tính cách địa phương. Do đó chính quyền thuộc địa Pháp có sáng kiến cho ra đời thêm một số báo chí trong Nam và ngoài Bắc cốt phản công một cách có hệ thống và liên tục hơn trước sự tuyên truyền của Đức và trước sự chống đối của các bậc sĩ phu Việt-Nam. Tuyên truyền của Đức đã thuyết phục nhiều bậc sĩ phu Việt-Nam khi người Đức bêu xấu người Pháp và nền văn minh Pháp qua trung gian của các sách vở Tân thư từ Trung Hoa, Nhật Bản: người Đức được trí thức á-đông và Việt-Nam xem như là những người thật sự chủ trương tiến bộ mới mẻ có tính khoa học trong mục-đích đem hạnh-phúc đến cho con người. Do đó, Albert Sarraut đã đề ra *hai biện pháp* để chặn đứng phong trào "bêu xấu" nước Pháp trong giới sĩ phu Việt-Nam, đó là đề cao văn hóa văn minh Pháp và ca ngợi người Pháp, và tách rời trí thức Việt-Nam ra khỏi ảnh hưởng văn-hóa Trung Hoa và "Pháp hóa" những thành phần ưu tú của xã hội Việt-Nam để dễ bề thống trị lâu dài.

Một khi vật liệu, máy móc xong xuôi, và phía văn phòng chính trị và an ninh được phép, do nghị định ngày 30-12-1916, người Pháp xuất bản một "tạp chí giáo dục và tuyên truyền hầu phổ biến trong giới trí thức An Nam": tạp chí *Nam-Phong* ra đời đầu tháng 7-1917, A. Sarraut giao cho Louis Marty trọng trách điều khiển - tất cả bài vở trước khi in đều phải qua sự kiểm duyệt và chấp thuận của Marty. Trước tờ Nam-Phong, Albert Sarraut đã giao cho hai ông Phạm Quỳnh và Nguyễn Bá Trác làm một tờ báo tên là *Âu châu chiến sử*, viết bằng chữ Hán và được gởi sang phổ biến bên Trung Hoa trong cùng mục-đích chống tuyên truyền của Đức. Và chọn Phạm Quỳnh làm chủ bút (Nguyễn Bá Trác chủ biên phần chữ Nho), vì cây bút Phạm Quỳnh theo như lời nói của Albert Sarraut trong một bài diễn văn khai mạc buổi họp của Nghiệp đoàn Báo chí thuộc địa tại Sài-Gòn ngày 8.9.1917: "Một tờ báo! Một cây viết! Quả là một sức mạnh phi thường!". *Nam-Phong Tạp-Chí* thật sự đã chỉ là công cụ cho bộ máy tuyên truyền của chính phủ Pháp!

Đầu trang bìa mỗi số báo được ghi rõ: "L'Information française. La France devant le monde - Son rôle dans la guerre des nations" và trên bìa có ghi "Il n'y a que ceux qui sont des égaux qui sont égaux" / "Có đồng đẳng mới bình đẳng được" nói rõ mục-đích ra báo Nam-Phong như vừa nói ở trên. Nhưng mục-đích của báo Nam-Phong ghi ở phía trái bìa "*Mục-đích của báo Nam-Phong là thể cái chủ nghĩa khai hóa của nhà nước, biên tập các bài bằng quốc văn, Hán văn và Pháp văn, để giúp sự mở mang trí thức, giữ gìn đạo đức trong quốc dân An Nam, truyền bá các khoa học của thái tây, nhất là học thuật tư tưởng Đại Pháp, bảo tồn cái quốc túy của Việt-Nam ta, cùng là bênh vực quyền lợi, người Pháp, người Nam trong trường kinh tế. Báo Nam-Phong lại chú ý riêng về sự luyện văn quốc-ngữ cho thành một nền quốc văn An Nam".* Với ý tưởng "Nam-Phong là ngọn gió nước Nam", Các chuyên mục của tạp chí, như: Lý thuyết, Văn hóa bình luận, Khoa học bình luận, Triết học bình luận, Văn uyển, Tạp văn, Thời đàm, tiểu-thuyết…

Chính sách mới **Pháp Việt đề huề** nhằm xoa dịu không khí chính trị căng thẳng tác giả của nó chính là Albert Sarraut. Người Pháp hứa hẹn: Sẽ trả quyền độc lập cho các quốc gia ở Đông-dương; người dân bản xứ sẽ trở thành công dân, đặt ngạch bậc cho người dân bản xứ có chức vị tương đương với công chức người Pháp; "làm cho dân bản xứ được sống thái bình, cùng thương nghiệp, học thức mở mang, xã hội tiến bộ…" Chính sách thỏa hiệp với thực dân Pháp nhằm dành quyền lợi về kinh tế, chính trị cho dân bản xứ tầng lớp trên, thiếu hẳn sự ủng hộ của đông đảo quần chúng và không có thực lực, đảng Lập Hiến trong Nam-kỳ nhanh chóng bị chính quyền chi phối, do đó đảng lập Hiến lặng lẽ ngưng hoạt động năm 1930. Chính sách này đã trở thành nội dung chính cho các tờ báo công khai, đánh lừa một số nhà báo có tinh thần quốc-gia thời đó. Báo chí Việt-Nam lúc đó vì vậy mà chia thành 2 khuynh hướng khác nhau đó là phái ca ngợi tư tưởng Pháp-Việt đề huề và phái chống lại tư tưởng đó.

Phạm Quỳnh

Nam-Phong Tạp-chí tồn tại đến ngày 11-11-1932 khi Phạm Quỳnh được triệu vào Huế làm Ngự tiền Văn phòng - rồi Thượng thư Bộ Học và cuối cùng Thượng thư Bộ Lại (1944-1945), thì tạp-chí ra cầm chừng từ số 193 cho đến số cuối 210 ra ngày 16 tháng 12-1934 do Nguyễn Tiến Lãng (30) phụ trách.

Ban biên tập *Nam-Phong* gồm Phạm Quỳnh (kiêm chủ bút tân học), Phạm Duy Tốn, Trần Trọng Kim, Nguyễn Bá Học, Đông Hồ, Tương Phố. Cựu học: Dương Bá Trạc (đồng chủ bút), Nguyễn Bá Trác (chủ bút cựu học), Nguyễn Bá Học, Nguyễn Hữu Tiến, Nguyễn Trọng Thuật, Nguyễn Đôn Phục, Đặng Phúc Thông, Đặng Thai Mai, Vũ Ngọc Phan... Các cộng tác viên: Bùi Hữu Diên, Bùi Kỷ, Chu Mạnh Trinh, Cung Giũ Nguyên, Doãn Kế Thiện, Dương Bá Trạc, Dương Quảng Hàm (Hải Lượng), Đạm Phương nữ sử, Đặng Phúc Thông, Đoàn Quỳ (Đoàn Tư Thuật), Đoàn Như Khuê (Hải Nam), Đông Châu (Nguyễn Hữu Tiến), Đông Hà, Đông Hồ (Lâm Tấn Phác), Đông Xuyên (Nguyễn Gia Trụ, thơ), Hán Thu, Hoàng Minh Giám (Chu Thiên), Hoàng Trọng Phu, Hoàng Xuân Hãn, Huỳnh Thị Bảo Hòa, Lê Dư (Sở Cuồng), Lê Sỹ Quý (Thiếu Sơn), Lê Tài Trường, Lê Văn Phúc, Nguyễn Bá Học, Nguyễn Bá Trác, Nguyễn Công Tiễu, Nguyễn Đôn Phục, Nguyễn Đỗ Mục, Nguyễn Học Sỹ (Nam Trân), Nguyễn Hữu Tiến, Nguyễn Mạnh Bổng (Mân Châu), Nguyễn Mạnh Tường, Nguyễn Phan Lãng, Nguyễn Trọng Thuật, Nguyễn Văn Huyên, Nguyễn Văn Ngọc (Ôn Như), Nguyễn Văn Nho, Nguyễn Văn Tố, Phan Khôi, Phan Văn Dật (Thường Nga Phố, Tiêu Lang), Phạm Duy Tốn, Phạm Quỳnh, Phạm Tuấn Tài, Pierre Đỗ Đình (Đỗ Đình Thạch), Tản Đà, Thân Trọng Huế, Trần Đình Nam, Trần Huy Liệu, Trần Lê Nhân, Trần Trọng Kim, Trần Văn Giáp, Trúc Hà, Tương Phố, Ưng Quả, Vũ Ngọc Phan...

Văn Học Tạp Chí nguyệt san chuyên về cổ văn, do anh em Dương Bá Trạc chủ bút, Dương Tự Quán chủ nhiệm thành lập ở Hà Nội năm 1932; với sự cộng tác của Bửu Kế, Đỗ Huy Nhiệm (Đỗ Phủ, Thiếu Lăng), Hoàng Duy Từ, Lê Tràng Kiều, Mộng Sơn (Vũ Thị Mai Hương), Nguyễn Vỹ, Thái Can, Thúc Tề, Trần Tuấn Khải (Á Nam), Trúc Khê (Ngô Văn Triện)...; báo đăng nhiều bài có ý chống đối chánh quyền nên bị đình bản tháng 8-1935. Hai ông Trạc-Quán mở tiếp ***Đông Tây Báo*** ra ngày 25-11-1935 để thay thế.

Báo Tết

Với ấn phẩm "Số Tết. 1918" - Mậu Ngọ, *Nam-Phong Tạp-Chí* đã là *tờ báo Tết đầu tiên*, mở ra truyền thống làm *báo Xuân* cho làng báo Việt-Nam; tiếp sau đó là những *Đông Pháp thời báo (Le Courrier Indochinois)* năm 1928 Mậu Thìn, *Thần Chung* xuân Kỷ Tỵ 1929, *Phụ-Nữ Tân-Văn* xuân Canh Ngọ 1930 - và những năm sau đó, *Công Luận* xuân Tân Mùi 1931, *Trung Lập* Xuân Ất Hợi 1933, *Đuốc Nhà Nam* Xuân Ất Hợi 1935, *Phong Hóa* từ 1934, 1935, 1936, *Loa* 1935, *Ngày Nay* 1937, *Khoa Học Phổ Thông* 1938, v.v. Theo Sơn Nam trong bài "Báo xuân năm Mậu Thân 1908" trên tờ *Văn Nghệ* số ra ngày 17-1-1986 thì *Lục-Tỉnh Tân Văn* số phát hành ngày 30-1-1908 tức 27 tháng Chạp năm Đinh Tỵ mới là số báo Tết đầu tiên của làng báo Việt-Nam, cũng là số duy nhất trong 30 năm.

Truyền thống bên cạnh các báo Tết / báo Xuân, là các *Sách Xuân, Sách Xem Tết, Sách Coi Tết, Cách Chơi Xuân, Chào Xuân, Ăn Tết,* v.v. số trang và bài vở hạn chế hơn so với các báo Tết. Đầu tiên trong Nam có thể xem là *Sách Coi Tết* Canh Ngọ ra ngày 16-1-1930 của "sáu ngọn bút" và ngoài Bắc là *Sách Xem Tết* năm Mậu Thìn 1928 của nhà Tân Dân, *Sách Chơi Xuân* Kỷ Tỵ 1929 của nhà Nam Ký Tùng Thư và *Tập Văn Mùa Xuân* của báo *Đông Tây* Xuân 1932 là những tập đầu tiên. Cũng cần ghi nhận nhà thơ Hàn Mặc Tử từng xuất bản *Sách Chơi Xuân* Năm Đinh Sửu tức 1937 in tại Imprimerie de Qui Nhơn - trong đó có bài Mùa Xuân Chín, Thi Sĩ Chàm tặng Chế Bồng Hoan của nhà thơ, và thơ trích từ *Điêu Tàn* của Chế Bồng Hoan tức Chế Lan Viên.

Nói chung, Phạm Quỳnh và *Nam-Phong* Tạp-Chí đã có công phát huy chữ quốc-ngữ, hệ thống hóa triết học Đông-phương, phát động phong trào nghiên cứu sử học tư nhân (trước chỉ có quan sử) và đưa sử học lên thành khoa học, phong trào biên-khảo văn-hóa văn-học và đặt nền móng lý thuyết cho sáng-tác văn-học, v.v.

Suốt hơn 17 năm hiện diện, vì bản chất chính-trị, *Nam-Phong* đã có những tranh luận như quân chủ và trực trị với Nguyễn Văn Vĩnh, "Chánh học cùng Tà thuyết" với Ngô Đức Kế (*Hữu Thanh* 9-1924, sau khi Phạm Quỳnh đề cao truyện Kiều là quốc hoa, quốc hồn, quốc túy với 1 thái độ chính-trị làm hại tinh thần tranh đấu cho dân-tộc, khiến Phạm Quỳnh phải từ bỏ thái độ mập mờ văn-học-chính-trị trên *Nam-Phong* và rời hội Khai Trí Tiến Đức), với Phan Khôi (Luận về quốc học, *Phụ-Nữ Tân-Văn* số 94, 6-8-1931; chống Lê Dư và Phạm Quỳnh viết trên *Nam-Phong* 6-1931 cho rằng Việt-Nam chưa có Quốc học. Rồi lần nữa nhân cuốn *Nho Giáo* của Trần Trọng Kim xuất-bản), mà về ngôn-ngữ, văn-học cũng có những tranh cải đáng kể, như ngay từ những năm đầu, báo đã phổ biến tận trong Nam-kỳ đất thuộc địa, nhưng cũng vì thế mà gây nên tranh luận bút chiến với ông Nguyễn Háo Vĩnh. Tạp chí *Nam-Phong* số 16 (tháng 10-1918), đã đăng bài 'lai-cảo' của ông Nguyễn Háo Vĩnh, ký giả, từ Sài-Gòn, "Thư ngỏ cho chủ bút Nam-Phong", trong đó ông Vĩnh đã lên tiếng đả kích chủ trương nhu nhập ào ạt vào tiếng Việt những từ ngữ mượn từ tiếng Hán Việt mà lúc bấy giờ Phạm Quỳnh, chủ bút Nam-Phong là người hăng hái nhất cùng với các cộng sự viên khác như Nguyễn Đỗ Mục, Phan Kế Bính, v.v. Ông Vĩnh cho rằng Phạm Quỳnh đã sử dụng chữ Hán quá nhiều đến độ không cần thiết trong văn viết trên *Nam-Phong*, viết chữ quốc-ngữ như một người "chệt".

Nam-Phong đã có những ảnh hưởng rất lớn về văn chương học thuật và đã đóng góp nhiều cho sự phát-triển của chữ Quốc-ngữ, nhưng đồng thời đã biến tiếng Việt phát-triển theo một con đường tuy lớn rộng nhưng đã xa lần những người Việt không đi cùng đường và người Việt trong Nam, và nhất là đã trừu tượng hóa ngôn ngữ Việt-Nam. Ông Nguyễn Háo Vĩnh trong thư nói trên đã cắt nghĩa thêm: *"Khi nước Lăng-sa qua giao thông với nước ta thì trong cõi Nam-kỳ nổi lên một người là ông Trương Vĩnh Ký mượn cái xác la-tin mà dựng lại cái hồn của tiếng A-Nam còn sót lại. Cái xác la-tin ấy là chữ Quốc-ngữ bây giờ! Cái hồn của tiếng ta còn sót lại lần lần nhập vào xác mới và trong khoảng năm sáu mươi năm vừa qua rồi, cái xác mới với cái hồn xưa vừa ưa nhau, vừa quen hơi nhau, hiệp sức mà tiêu hóa cái sự phát ách tiếng chệt"* (31).

Nguyễn Háo Vĩnh đặt vấn-đề rất đúng; chính Phạm Quỳnh đã vô tình trừu tượng hóa tiếng Việt - việc mà ngày nay vẫn còn là vấn nạn đối với chính quyền Hà-nội trong nước (*chệt* thời Mao!). Phạm Quỳnh đã có thái độ trịch thượng chê văn quê mùa của người miền Nam trong Một Tháng ở Nam-kỳ (*Nam-Phong tạp-chí*) và còn tỏ ra mỉa mai khinh bỉ hơn trong những bài trả lời bài lai-cảo của Nguyễn Háo Vĩnh, viết từ miền Nam phê phán Nam-Phong dùng nhiều chữ nho trong khi đã có chữ tương đương tiếng Việt. Khi giới thiệu đăng lai-cảo Thư ngỏ cho chủ bút Nam-Phong của Nguyễn Háo Vĩnh (*Nam-Phong tạp-chí*, 16, 10-1918, tr. 198-209), Phạm Quỳnh cho biết *"Nay có một ông Nam-kỳ bàn về cái vấn đề ấy một cách rất "kỳ khôi" (...) đọc đến cũng không thể nhịn cười được" (...) Tuy lời lẽ có lắm chỗ quá đáng - nôm na là cha mách quế..."*

Rồi trong lời chú, ký Q., đăng theo Thư ngỏ nói trên, vì NHV đề cao công lao của Trương Vĩnh Ký nên Phạm Quỳnh bồi thêm: *"Ông Trương chẳng qua là một nhà làm sách giáo-khoa thường cho con nít học mà thôi, đã có công-nghiệp gì với tổ-quốc, đã từng bao giờ đem cái xác 'Latinh' mà đựng cái hồn Nam-Việt? Chẳng dám khinh gì người trước, nhưng những bậc danh-sĩ nước Nam cứ như ông Trương cả thì cũng không lấy gì làm vẻ vang cho nước lắm"* (*Nam-Phong tạp-chí*, 16, 10-1018, tr. 199).

Bài đó đã gây tranh luận với các ông Nguyễn Bá Trác, Thân Trọng Huề, ... và Phạm Quỳnh đã tạm thời kết thúc với bài trên số 20: "Bàn về sự dùng chữ nho trong văn quốc-ngữ" *NPTC*, 20, 2-1919, tr. 83-97. Về sau NHV ra báo *Hoàn Cầu Tân Văn* ở Sài-Gòn và kết nên bạn hữu, ra Bắc thăm Phạm Quỳnh và Nguyễn Hữu Tiến năm 1935.

Cũng trên *Nam-Phong tạp-chí*, Phạm Quỳnh từng nói: "Tiếng ta còn, thì nước ta còn" nhưng cách trừu tượng hóa tiếng Việt của nhóm *Nam-Phong* đã cùng với chính sách của cộng-sản Việt-Nam dùng từ vựng của Trung-quốc của Mao đã càng khiến tiếng Việt ngày nay ở trong nước trở nên ngớ ngẩn, nói như "chệt", "nói ngọng" thì thử hỏi có phải tiếng Việt ròng đang tàn chết chăng?

Nam-Phong tạp-chí đã có công với văn-học chữ quốc-ngữ, trên tạp-chí đã xuất hiện các truyện ngắn đầu tiên ở Bắc-kỳ: Phạm Duy Tốn 3 truyện, Nguyễn Bá Học 9 truyện, Tùng Văn có 9 truyện ngắn, Lê Đức Nhượng 11 truyện (từ số 193 năm 1933 đến 210), Hoàng Ngọc Phách, ... *Quả Dưa Đỏ* của Nguyễn Trọng Thuật đăng liên tục 11 số báo, từ số 103 (3-1926) đến số 111 (1-1927), *Đời Súng Đạn* của Tùng Toàn 9 kỳ báo, từ số 197 đến 210 số cuối, năm 1934, ...

Các tờ *Đông-dương Tạp-Chí, Nam-Phong Tạp-Chí* đã đóng góp làm lớn mạnh nền báo chí và văn hóa Việt-Nam. Sống vào buổi giao thời và bị trị, nhiều trí thức Tây học (Nguyễn Văn Vĩnh, Phạm Quỳnh, Phạm Duy Tốn, Nguyễn An Ninh,...) và/hoặc có tư tưởng duy-tân (Phan Chu Trinh, Trần Chánh Chiếu,...) đã vận động hiện đại hóa đất nước cũng như cập nhật hóa tư tưởng, nâng cao dân trí. Nguyễn Văn Vĩnh chủ trương dung hòa Đông tây và đã tỏ ra dứt khoát chọn con đường hiện đại hóa ngôn ngữ cũng như tư tưởng học thuật và văn hóa dân tộc!

Nếu phải **so sánh 3 nhà báo tiền phong Trương Vĩnh Ký, Nguyễn Văn Vĩnh và Phạm Quỳnh** thì Trương Vĩnh Ký có ý chăm lo cho văn-hóa và giáo dục để có thể đưa đến thỏa hiệp hay tổng hợp nào đó về văn-hóa và chính-trị (ông từng cho biết nước Pháp là người anh lớn dìu dắt đứa em nhỏ Việt-Nam). Ông sử dụng và chủ trương tiếng Việt bình dân, đại chúng. Nguyễn Văn Vĩnh và Phạm Quỳnh làm việc cho thực dân công khai hơn Trương Vĩnh Ký, nhưng Nguyễn Văn Vĩnh tỏ ra có độc lập tư tưởng hơn Phạm Quỳnh. Phạm Quỳnh chủ trì tiếng Việt viết ra phải là ngôn-ngữ quí phái, có đẳng cấp.

Nhưng về **chính-trị** thì Phạm Quỳnh là người tệ nhất trong 3 vị: năm 1925 khi Phan Chu Trinh mất và cụ Phan Bội Châu bị bắt, Phạm Quỳnh nhìn nhận nguyện vọng chống thực dân của người Việt nhưng lại muốn chống trong ôn hòa, thỏa hiệp trong khuôn khổ bị trị, "cho phép", vì ông cho là chưa tới lúc: *"Cứ tình thế nước ta ngày nay chính là đương vào thời kỳ thu liễm, thời kỳ dự bị, thời kỳ tạo nhân (...) Nghĩa vụ của chúng ta ngày nay... không phải là quay cuồng xuân động, không phải là phụ họa a dua; chính là phải thu thập tinh thần để dự bị về sau vậy"* ("Nghĩa vụ ngày nay". NP 95, mai 1925, tr. 410). Đến khi xảy ra **vụ khởi nghĩa Yên Bái**, Pháp xử tử hình 13 chiến sĩ quốc-gia thì Phạm Quỳnh vẫn cho rằng *"Thiểu số ngoan cố tự đặt mình ra ngoài vòng pháp luật, dùng những phương-tiện bạo động tội ác như giết người, ám sát, nổi loạn (...) Chúng tôi biết rằng bạo lực của nước Pháp bao giờ cũng vô tư và cảnh giác: nó sẽ đánh mạnh nhưng cũng đánh đúng"* (32). Như vậy, Phạm Quỳnh đi tìm một cơ sở lý luận văn-học, triết lý đông-tây cốt đề cao ý tưởng trật tự, tùng phục quyền bính đương thời để duy trì, bảo vệ trật tự quyền lực của chế độ bảo hộ. Đó là lý do, Phạm Quỳnh chống **Tản Đà** với tác-phẩm *Giấc Mộng Con* ("Mộng hay mị?". NP 7, 1-1918, tr. 23-25) sau khi đã từng ca ngợi *Khối Tình Con* của nhà thơ, cũng vì lý do chính-trị - Trong *Giấc Mộng Con*, Tản Đà đã mượn chuyện mộng tưởng đi chơi khắp năm châu và trên trời để giải bầy tâm sự của người dân mất nước. Phạm Quỳnh hạ giá con người Nguyễn Phan Long và chê **Nguyễn An Ninh** là *trẻ con trong tư tưởng, bất nhất trong hành động, không phải là một niềm hãnh diện cho nền giáo dục Pháp*, v.v., ("Influence francaise", NP 108, phần tiếng Pháp, p. 9) chỉ vì các ông này không đi theo đường lối của Phạm Quỳnh làm dưới sự cho phép và chỉ đạo của thực dân Pháp - *La Cloche Fêlée* muốn dùng gậy ông đập lưng ông khi dùng những tư tưởng nhân bản và tiến bộ, dân chủ pháp trị của Pháp để chống thực dân Pháp, cũng như *L'Écho Annamite* của Nguyễn Phan Long trực diện tranh luận chính trị công khai với nhà cầm quyền Pháp.

Hữu Thanh là bán nguyệt san do Hội Tương tế Thương mãi và Kỹ nghệ Bắc kỳ chủ trương ở Hà-Nội, số ra mắt ngày 1-8-1921, Tản Đà làm chủ bút 6 tháng, Hà Đức Phong thay ông làm chủ bút, ban biên-tập trước sau là Ngô Đức Kế đến 1924 là Đào Trinh Nhất (ông là con nhà báo tiên phong Đào Nguyên Phổ) và cuối cùng là Nguyễn Mạnh Bổng. Các cộng tác bài vở: Dương Quảng Hàm (Hải Lượng), Trịnh Đình Rư, Đào Trinh Nhất (Quán Chi), Nam Hương (Bùi Huy Cường), nữ sĩ Đạm Phương, Nguyễn Mạnh Bổng (Mân Châu), Nguyễn Tiến Lãng, Phan Khôi, Trần Tuấn Khải (Á Nam), Vũ Đình Long (Phong Di). Báo đình bản năm 1924 với số cuối 22 ra tháng 9-1924.

An-Nam tạp-chí (1926-1933) của Tản Đà Nguyễn-Khắc-Hiếu, lúc đầu ra mỗi tháng 2 kỳ sau thành 2 tháng một kỳ rồi bất định kỳ - số 1 ngày 1-7-1926, đình bản nhiều lần và đình bản hẳn sau số 48 ngày 1-3-1933; thư ký tòa soạn Ngô Tất Tố (1926-27), cộng tác bài vở: Đông Xuyên (Nguyễn Gia Trụ), Huỳnh Thị Bảo Hòa, Nam Trân (Nguyễn Học Sỹ), Nguyễn Tiến Lãng, Vân Bằng…

Tản Đà mở Tản Đà thư điếm (sau đổi là Tản Đà Thư Cục, 1922) xuất-bản nhiều tác-phẩm văn-học giá trị, viết cho *Đông-Dương Tạp-Chí* (phụ trách mục "Một lối văn nôm"). Sau làm chủ bút Hữu Thanh tạp chí 6 tháng, ông bỏ để chuẩn bị ra báo An Nam tạp chí (1-7-1926 đình bản 3 lần, số cuối 1-3-1933), được xem là tờ báo thuần văn-học đầu tiên. Ông cảm tác "An Nam tạp chí lại ra lần thứ năm ở Hàng Bông, Hà Nội":

"Thần Chung" lên tiếng phương nam,
"Phổ Thông " xứ Bắc ai làm tắt hơi?
"Duy Tân" thôi đã cũ rồi,
"Đông Tây" lại cũng đi đời đằng mô?
Khóc ai! riêng cũng mừng cho
"An Nam tạp chí" dư đồ còn đây.
Mới xưa Hàng Lọng cờ bay,
Thứ năm lại có phen này Hàng Bông.
Cuộc đời xoay chuyển lung tung,
Mà trong báo giới tranh hùng những ai?
"Thức lâu mới biết đêm dài ",
Tiền chưa mạnh sức, mà tài cũng thua!
Hơn nhau một bức dư đồ,
Khí thiêng sông núi hộ phù nước non.
Hơn nhau một tấm lòng son,
Cho người chung nước, chung non, chung tình".

Nhà báo Diệp Văn Kỳ từng tặng Tản Đà 1.000 đồng lúc mới quen và năm 1927 ông cùng Ngô Tất Tố vào Sài-Gòn viết báo *Đông Pháp Thời Báo* rồi *Thần Chung, Công Luận Báo* của Diệp Văn Kỳ. Thất thời, nợ nần chồng chất - và thêm phong trào Thơ Mới đang lên, ông phải viết cho nhiều tờ báo khác như *Văn Học tạp chí* kể cả tờ *Ngày Nay* vốn từng châm chọc ông.

Với sự xuất hiện của **Hoàng Tích Chu** (1897-1933), báo-chí tiến thêm một bước về ngôn-ngữ báo-chí và ngôn-ngữ văn-chương nói chung. Sau khi ở Pháp học nghề làm báo về, năm 1927 ông làm chủ bút tờ **Hà Thành Ngọ Báo** rồi năm 1929, ông chủ trương báo **Đông Tây** cùng Đỗ Văn, chống lại lối viết du dương, bóng bẩy, dài dòng, biền ngẫu, đầy danh từ Hán Việt và điển tích của *Nam-Phong Tạp-Chí* và chủ trương lối viết ngắn gọn, bỏ hết những từ phụ như *rằng, thì, là, mà,...* bỏ luôn những loại-tự như *sự, nỗi, niềm,...* và bỏ bớt những từ kép, chỉ giữ một từ như chỉ dùng *sạch, bẩn, nói, trắng,...* thay vì *sạch sẽ, bẩn thỉu, nói năng, trắng trẻo,...* Ngoài ra ông còn chủ trương cắt bỏ những bài dài, câu dài để tăng hiệu quả của nội-dung, thông tin, đưa tin thời sự lúc bấy giờ thường ở trang trong ra trang bìa khiến biến cố, tin tức trở nên đáng quan tâm, có giá trị mà tờ báo cũng sống động, hấp dẫn hơn, tức là đưa đời sống thường nhật lên trang báo, đưa đến các thể loại phỏng vấn và phóng sự. **Hà Thành Ngọ Báo** ra mắt 1-6-1927, của hai cha con Bùi Xuân Học và Bùi Xuân Thành, 1929 Hoàng Tích Chu làm chủ bút thay Bùi Xuân Học, chủ trương lối hành văn ngắn gọn ông cho là thích hợp với báo chí - cho đến cuối năm 1929, họ Hoàng bỏ sang làm báo *Đông Tây*. Đỗ Văn điều khiển kỹ thuật. Trên báo Hà Thành từ số tháng 5-1927, Tam Lang với thiên phóng sự "Tôi kéo xe" đã mở đầu thể loại phóng sự. Từ 15-8-1931 đổi tên là *Ngọ Báo* và sống đến tháng 6-1936 - lúc Lê Văn Hòe làm chủ bút - ông còn mở nhà xuất bản Quốc Học Thư Xã từ năm 1941 và là nhà nghiên cứu văn học với nhiều tác phẩm biên khảo, tổng hợp và chú giải cổ văn.

Thành lập năm 1929, tờ tuần báo rồi nhật báo **Đông Tây** *"tạp-chí văn-học, nghệ-thuật và khoa học"* đã đánh dấu một thế hệ báo-chí mới về nội-dung lẫn hình-thức, do Hoàng Tích Chu và Đỗ Văn điều khiển. Số 1 ra ngày 15-11-1929, đến 28-5-1932 trở thành nhật báo và bị đình bản ngày 25-7-1932 vì nhiều lần đăng bài có ý cảm tình với các liệt sĩ Việt-Nam Quốc Dân Đảng; chủ bút là Lãng Nhân Phùng Tất Đắc, phụ tá có Vũ Bằng và Tế Xuyên cùng với sự cộng tác của Tạ Đình Bích, Phùng Bảo Thạch, Tam Lang và nhà thơ Á Nam Trần Tuấn Khải, lúc đầu là tuần san rồi bán tuần san và cuối cùng thành nhật báo. Báo thành công do chủ trương viết tiếng Việt mới, gọn của Hoàng Tích Chu và tài phụ trách hình-thức tờ báo của Đỗ Văn đổi mới cách tổ chức trang báo cùng đưa tin tức, tranh ảnh minh họa vào trang nhất để cho tờ báo trở nên sinh động và hấp dẫn. Trên *Đông Tây* xuất hiện *truyện ngắn* Gò Cây Mít của Hoàng Tùng tức Hoàng Ngọc Phách. Hoàng Tích Chu đưa quan niệm mới về nghề làm báo và vai trò của chủ báo cũng như người viết báo ngay trong số 2 ra ngày 2-12-1929: *"Nghề làm báo ở nước ta cho đến ngày nay vẫn chưa phải là một nghề theo nghĩa đúng của nó vì ở nước ta chưa có trường dạy về báo chí. Chúng ta xem đó là một trò tiêu khiển về tinh thần, ký giả chỉ là những người lĩnh lương, tức là những người làm công, vì vậy ký giả làm việc miễn cưỡng (...) Người chịu trách nhiệm lớn là các ông chủ báo. Khi* lập tờ báo, ông chủ chỉ chú ý tới vấn đề tiền bạc, thay vì chú ý tới bộ biên tập. Chủ báo quan niệm rằng ký giả là người làm công, ngày hai buổi đến tòa soạn viết xã luận, dịch tin tức để trám cho đầy cột báo (...) Người chủ báo, tuy ở trong nghề, nhưng chưa biết tờ nhật trình có vai trò gì? Nhật báo đối với họ chỉ là những bài xã thuyết cộng với vài tin tức lượm lặt... Có người xem việc lập một tờ báo như mở một tiệm tạp hóa. Chủ báo ít vốn nên không dám chịu tốn kém để mua hoặc tìm tin tức. Họ chỉ trám vào mấy cột báo bất cứ tin tức nào bắt gặp trong báo Tàu hay báo Pháp" ("Nghề làm báo ngày nay". Đông Tây số 2). Ông cũng đặt nặng yếu tố văn hóa trong nghề làm báo, mỗi cơ quan ngôn luận cũng là một cơ quan văn hóa, người làm báo chuyên nghiệp do đó phải có cách ứng xử văn-hóa.

Phụ Nữ Thời Đàm là tờ đầu tiên cho phụ nữ xuất-bản ở Hà-nội, số đầu là nhật báo ra ngày 8-12-1930, số cuối 138 (20-6-1931). Báo do cô Xuyên Đắc Bằng (tên thật Nguyễn Thị Xuyên) chủ trương với sự hợp tác của bà mẹ là bà Nguyễn Văn Đa, Ngô Thúc Địch làm chủ nhiệm, Trịnh Đình Rư, Phan Khôi cũng từng hợp tác với tờ này. Mục-đích được nêu rõ là *"trong mọi địa hạt, cần nâng cao đời sống của phụ-nữ và nâng đỡ họ, trên cán cân xã-hội, người đàn ông và đàn bà đứng ngang nhau sẽ đem lại thế quân bình căn bản cho loài người"* (33). Ngày 17-9-1933 báo ra số 1 bộ mới, chuyển thành tuần báo ra ngày chủ nhật hàng tuần; chủ bút Phan Khôi (17-9-1933 đến tháng 2-1935). Trong hơn hai năm sau đó, 1936-38, chủ báo cho thuê báo làm cơ quan của Đệ Tứ quốc tế cộng sản ở Bắc Kỳ. Sau đó báo được bà Đa lấy lại cho ra bộ mới trong năm 1938, nhưng đình bản hẳn cuối tháng 12-1938.

Phong Hóa (1932-36) và **Ngày Nay** (30-1-1935 đến 2-9-1940) của Tự-Lực Văn-đoàn là một tổ chức văn chương có tôn chỉ và tổ chức, hoạt động theo hình thức đóng góp cổ phần với mỗi cổ đông 500 đồng, Nhờ đó Tự-Lực Văn đoàn có đủ tiền để gây dựng nhà xuất bản Đời Nay và 2 tờ báo *Phong Hóa, Ngày Nay*. **Phong Hóa** (Revue hebdomadaire des moeurs) là tuần báo vốn là của Nguyễn Xuân Mai, số 1 ra từ ngày 28.9.1931, ông bán lại cho Nguyễn Tường Tam, ra "Phong hoá tập mới", số 1 (tức số 14) ra ngày **22-9-1932** và số cuối cùng (190) ra ngày 5-6-1936. Trong số đầu tiên do Nguyễn Tường

Tam làm chủ bút, đã ghi rõ tôn chỉ: - *Hăng hái theo con đường mới, tìm lý tưởng mới;* - *Không chịu khuất phục thành kiến;* - *Không làm nô lệ ai, không xu phụng một quyền thế nào;* - *Lấy lương tri mà xét đoán, theo lẽ phải mà hành động;* - *Lấy thành thực làm căn bản;* - *Lấy trào phúng làm phương pháp, tiếng cười làm vũ khí* (34). Phong Hóa từ số 1 (ra ngày 16/6/1932) đến số 13 (ra ngày 8/9/1932) do ông Phạm Hữu Ninh làm quản lý; từ số 14 Nhất Linh mua lại đứng tên chủ bút. Tháng 9-2012 nhân kỷ niệm 80 năm ngày ra mắt số 14 tức số mở đầu cho sự xuất hiện của nhóm Tự-Lực Văn đoàn, các số báo Phong Hóa được số hóa và công bố trên mạng Internet ở hải-ngoại.

Nhất Linh

7 thành viên chính thức của Tự-Lực Văn-đoàn bao gồm 7 người: Nhất Linh, Khái Hưng, Hoàng Đạo, Thạch Lam, Thế Lữ, Tú Mỡ, Xuân Diệu (Xuân Diệu là người được kết nạp muộn nhất). Về cộng tác viên, ngoài các anh em trong nhà là Nguyễn Tường Cẩm, Nguyễn Tường Long (Hoàng Đạo), Nguyễn Tường Lân (Thạch Lam), còn có sự tham gia của một số cây bút nổi tiếng thời bấy giờ như Trần Khánh Giư (Khái Hưng), Hồ Trọng Hiếu (Tú Mỡ), về sau thêm Xuân Diệu, Trần Tiêu (em Khái Hưng), Thế Lữ. Nhiều người có bài cộng tác chặt chẽ, thường xuyên với Phong Hoá như Trọng Lang, Huy Cận, Thanh Tịnh, Đoàn Phú Tứ. Cộng tác bài vở gồm: Bùi Văn Bảo (Bảo Vân), Đoàn Phú Tứ (thơ), Lê Doãn Vỹ (Cẩm Thạch), Lưu Trọng Lư, Nguyễn Đức Phòng (Lan Sơn, thơ), Nguyễn Học Sỹ (Nam Trân, thơ), Nguyễn Văn Kiện, Nhất Linh (Đông Sơn), Phạm Cao Củng (Phạm Thị Cả Mốc (35)), Phạm Huy Thông, Phan Khắc Khoan (Chàng Chương), Tân Việt, Thanh Tịnh (thơ), Thái Can (thơ), Thế Lữ (thơ), Trần Tân Cửu (Trọng Lang, 1935-36), Vân Đài (thơ), Vi Huyền Đắc (Giới Chi, 1935), Vũ Đình Liên (thơ), Xuân Diệu... Báo và bìa sách do nhà Đời nay xuất-bản và tranh được minh họa bởi các họa sĩ Nguyễn Gia Trí, Tô Ngọc Vân.

Tuần báo *Phong Hóa* châm biếm, phê phán các thói tật trong xã hội, các tập tục, lễ nghi lỗi thời đang đè nặng lên người dân vùng quê, đề cao quyền công dân tại các thôn xóm và sự bình đẳng trong gia đình,... sau lấn sang lãnh vực chính-trị, phê phán các chính sách cai trị, các quan lại, đả kích sự tham lam, độc ác của tầng lớp thống trị... cũng như phê phán mê tín dị đoan của các tín hữu tam giao truyền thống, đồng thời đề cao khoa học, văn minh Âu Tây.

Tháng 6-1936, *Phong Hóa* đình bản, nhóm ra tờ **Ngày Nay** số 1 xuất bản ngày 30-1-1935, xuất bản hằng tuần / 10 ngày ra một số. Tòa soạn tại Hà Nội. Các chủ nhiệm trước sau: Nguyễn Tường Cẩm, Nguyễn Tường Lân, Nguyễn Kim Hoàn, Nguyễn Tường Tam; chủ bút duy nhất: Thạch Lam Nguyễn Tường Lân. Cộng tác bài vở gồm: Anh Thơ (Vương Kiều Ân), Bảo Vân (Bùi Văn Bảo), Cẩm Thạch (Lê Doãn Vỹ), Đoàn Phú Tứ (thơ), Đoàn Văn Cừ, Hằng Phương, Hoàng Đạo (Nguyễn Tường Long), Huy Cận (Cù Huy Cận), Huy Thông (Phạm Huy Thông, thơ), Khái Hưng (Trần Khánh Giư), Lan Sơn (Nguyễn

Đức Phòng, thơ), Nguyên Hồng, Nguyễn Bính, Nguyễn Cát Tường (họa sĩ Lemur), họa sĩ Nguyễn Gia Trí, họa sĩ Nguyễn Huyến, Nguyễn Nhược Pháp, Nguyễn Tường Cẩm, Nhất Linh (Nguyễn Tường Tam), Phạm Thị Cả Mốc (Phạm Cao Củng), Tản Đà (Nguyễn Khắc Hiếu), Thanh Tịnh (thơ), Thạch Lam (Nguyễn Tường Lân), Thâm Tâm (Nguyễn Tuấn Trình), Thế Lữ, họa sĩ Tô Ngọc Vân, họa sĩ Trần Bình Lộc, Trọng Lang (Trần Tân Cửu), Vân Đài, Vi Huyền Đắc (Giới Chi), Xuân Diệu, v.v.

Tết Âm lịch hằng năm ra số đặc biệt bìa nhiều màu, ra được 4 số đặc biệt mừng Xuân. Phí tổn cao nên đình bản sau số 12 ngày 18-3-1935. Do báo *Phong Hóa* bị đóng cửa, nên nhóm Tự Lực Văn Đoàn cho tục bản báo *Ngày Nay* từ ngày 26-3-1936, để tiếp tục đường lối và công việc của báo Phong Hóa, nhưng để tránh sự chú ý của chánh quyền, báo Ngày Nay ít nói về chánh trị, giảm bớt bài châm biếm, trào phúng, chú ý tăng cường bài văn chương, thời sự, xã hội. Từ số 166 ngày 17-6-1939, quản lý Nguyễn Khoa Hoan. Sau khi xuất bản số 206, tháng 4-1940, báo bị đình bản một thời gian. Sau tiếp tục ra đến số 224 ngày 7-9-1940 thì bị toàn quyền Pháp tại Việt-Nam rút giấy phép, bắt đóng cửa. Năm 1945, Nguyễn Tường Bách cùng một số thành viên cũ như Khái Hưng, Hoàng Đạo, Thế Lữ, Tú Mỡ, Thanh Tịnh, v.v. tụ tập lại, cho ra tờ *Ngày Nay Kỷ Nguyên Mới*, nhưng chỉ được 16 số thì đình bản, ngày 18-8-1945. Đề cao chủ nghĩa cá nhân và chủ nghĩa cải lương tư sản.

Báo chí và tác-phẩm văn-chương của Tự-Lực Văn-đoàn cung cấp chất liệu nghiên cứu về các biến chuyển của xã hội Việt-Nam trong giai đoạn chịu ảnh-hưởng phương Tây như chủ nghĩa cá-nhân, phong hóa và truyền thống, như chủ trương cải cách xã hội, vận động hiện đại hóa đời sống xứ sở, văn-hóa cùng tuyên truyền cho văn minh, cho khuynh hướng đô thị hóa và Âu hóa.

Báo của nhà Tân Dân

Tân Dân là một tập hợp nhà văn, nhà báo hơn là một văn đoàn mà linh hồn của nhóm là Vũ Đình Long (36), một chủ báo và nhà xuất bản thức thời. Về báo có Phổ Thông bán nguyệt san, tiểu-thuyết Thứ bảy, Ích Hữu, *Truyền Bá,* Tao Đàn, Tác Phẩm Hay. Các nhà văn cộng tác của nhóm Tân Dân có Nguyễn Công Hoan, Vũ Bằng, Lan Khai, Lê Văn Trương, Nguyễn Tuân, v.v.

Tiểu-Thuyết Thứ Bảy (2-6-1934 - 1945) tuần báo chuyên đăng truyện ngắn, truyện dài, thơ và cả tranh luận về nghệ-thuật vị nghệ-thuật hay vị nhân sinh với Hoài Thanh, Thiếu Sơn; mỗi số 44 trang giá 6 xu. Thư ký tòa soạn: Ngọc Giao, với sự cộng tác của Nguyễn Công Hoan, Nguyễn Tuân, Nam Cao, Tô Hoài, Nguyên Hồng, Thanh Châu, Nguyễn Triệu Luật, Bùi Hiển, Kim Lân, Trần Huyền Trân, Lê Văn Trương, Bùi Văn Bảo (Bảo Vân), Bửu Kế, Chế Lan Viên, Đái Đức Tuấn (Tchya), Đào Trinh Nhất, Huy Thông (Phạm Huy Thông), Khổng Dương (Trương Văn Hai), Lan Khai, Lê Văn Bái (J. Leiba), Lưu Kỳ Linh (thơ), Lưu Trọng Lư, Mã Giang Tử (Trần Đức Lai), Mộng Đài (Trần Dũ Lương), Mộng Sơn (Vũ Thị Mai Hương), Ngân Giang (Đỗ Thị Quế), Ngọc Giao (Nguyễn Huy Giao), Nguyễn Khắc Kham, Nguyệt Hồ (họa sĩ), Như Phong (Nguyễn Đình Thạc), Phạm Cao Củng, Tản Đà (Nguyễn Khắc Hiếu), Thanh Thanh (Lê Xuân Nhuận), Thái Can, Thâm Tâm (Nguyễn Tuấn Trình), Thiếu Sơn (Lê Sỹ Quý), Trần Thanh Địch, Trúc Khê (Ngô Văn Triện), Vũ Đình Long, Vũ Trọng Phụng....... Báo đã đăng những bài thơ bất hủ của T.T.KH sau truyện ngắn của Thanh Châu. **Phụ Trương Tiểu-Thuyết Thứ Bảy** ra đời nhằm vào ngày kỷ-niệm đệ thất chu niên của T.T.T.B (7-6-1941), từ đó mỗi tuần ra một số 24 trang giá 5 xu.

Phổ Thông Bán Nguyệt San (1-12-1936 - 4-1945): Tạp-chí văn-học, mỗi tháng 2 số ra đầu tháng và giữa tháng. Mỗi số thường đăng hết một tác phẩm với một phần "Văn-học phổ-thông". Bìa đen trắng lẫn bìa màu (số 14bis bìa màu đầu: *Con Đười Ươi* của Lưu Trọng Lư, 16-1-1943). Mỗi số in khoảng 2000 cuốn, riêng tiểu-thuyết Lê Văn Trương in tới 3000 cuốn. Mỗi số đăng toàn truyện của nhiều nhà văn Hà-nội nổi tiếng thời bấy giờ như Lê Văn Trương, Lan Khai, Lưu Trọng Lư, Thanh Châu, TCHYA, Ngọc Giao, Nguyên Hồng, Thâm Tâm, Trương Tửu, Vũ Bằng, Trúc Khê, Phan Khôi (*Trở Vỏ Lửa Ra*, số 41, 16-8-1939),... Phần lớn tất cả là truyện ngắn, tiểu-thuyết, truyện lịch-sử, đường rừng, truyện dịch, v.v. về sau thêm các sách biên khảo (*Cần Vương* của Phan Trần Chúc, số 89; Bùi Huy Bích danh nhân truyện ký của Ngô Văn Triện, số 142, v.v.). Số 1 (1-12-1936) đăng tiểu-thuyết *Tắt Lửa Lòng* của Nguyễn Công Hoan, số cuối 156 tháng 4-1945 đăng toàn tập *Bích Câu Kỳ Ngộ Dẫn Giải* của Nguyễn Đỗ Mục.

Từ số 133 (1-7-1943), PTBNS không in những số mỏng nữa, mà chỉ còn phát hành mỗi tháng một tập chuyên về tiểu-thuyết vào ngày 16, khoảng 160-200 trang; đồng thời vào đầu mỗi tháng ra thêm một tập **Phổ Thông Chuyên San** về văn chương, lịch sử hay triết học - mỗi tập là một chuyên-san về văn-học, sử-học hay triết-học. Mục đích là phổ thông trí thức, gây dựng một kho tài liệu thiết yếu cho tủ sách của người học thức. Số 1 (1-7-1943): Lục Vân Tiên dẫn giải (Đinh Xuân Hội); Số 2 (1-8-1943): Trần Thủ Độ (Trúc Khê); Số 3 (1-9-1943): Trương Vĩnh Ký (Lê Thanh); Số 4 (1-10-1943): Quốc sử diễn ca dẫn giải (Nguyễn Đỗ Mục); Số 5 (1-11-1943): Thi sĩ Trung Nam (Vũ Ngọc Phan); Số 6 (1-12-1943): Tang thương ngẫu lục (Trúc Khê dịch của Nguyễn An và Phạm Đình Hổ).

Ích Hữu (1-1936 - 30-3-1938) Tuần báo văn chương ra ngày thứ ba, do Lê Văn Trương và Vũ Đình Long thành lập ở Hà Nội, chủ nhiệm Vũ Đình Long; chủ bút Lê Văn Trương; phụ tá chủ bút về thơ: Lê Văn Bái, với sự cộng tác bài vở của Lê Văn Bái (J. Leiba), Nguyễn Đình Thạc (Như Phong), Phùng Tất Đắc (Cố Nhi Tân, Lãng Nhân), Trúc Khê (Ngô Văn Triện), Trương Tửu (Nguyễn Bách Khoa). Số 1 (25-2-1936), ra được 110 số (30-3-1938). Báo còn phát hành thêm Phụ Trương tiểu-thuyết Lịch Sử Ích Hữu Tuần Báo.

Tân Dân chủ yếu nhắm giới bình dân - điểm mà nhóm Tự-Lực Văn-đoàn đã công kích, và cũng là nguyên nhân khiến Tân Dân cho ra tờ *Tao Đàn*, một tạp-chí văn-học nghiêm túc hơn cho trí thức và sinh viên, gồm biên khảo, nghiên cứu bên cạnh các sáng-tác.

Tao Đàn cũng của nhà Tân Dân, tạp-chí văn-học mỗi tháng xuất-bản một kỳ, ngày 16. Ba tháng xuất bản một số đặc-biệt. Mỗi số 100 trang giá 25 xu. Tạp-chí Tao Đàn lúc đầu là bán nguyệt san sau thành nguyệt san, ra được 13 số, từ tháng 3 đến 12 năm 1939, do Lan Khai (37) làm quản lý và tổng thư ký Bộ biên tập từ số 1 (16-2-1939) đến 10, 3 số cuối do Nguyễn Triệu Luật (38) thay thế và Lưu Trọng Lư phụ trách biên tập 2 số đặc biệt về Tản Đà (7-1939) và Vũ Trọng

Phụng (12-1939). Từ số 2, tạp-chí đã tổ chức trao đổi ý kiến về chủ đề "Gây dựng nền văn-hóa dân-tộc Việt-Nam như thế nào?" với sự góp mặt của hai phe nghệ-thuật vị nghệ-thuật và nghệ-thuật vị nhân sinh trở lại đề tài này lần thứ 3. Lan Khai chủ trì nghệ-thuật vị nghệ-thuật góp 7 bài, ngoài ra là ý kiến của Hải Triều, Tô Vệ, Bùi Công Trừng, Lưu Trọng Lư, Lê Quang Lộc, Hoài Thanh, ... Về sáng tác, tạp-chí đã đăng 1 số di cảo của Vũ Trọng Phụng và là nơi xuất hiện của nhà văn mới Nguyễn Tuân sau in thành tập Vang Bóng Một Thời.].

Từ tháng 2-1940, Tao Đàn Tạp Chí chuyển thành **Tủ sách Tao Đàn**, ra hai tháng một quyển vào các tháng 2, 4, 6, 8, 10, 12, cho đến 1945, chuyên về văn học. Tủ sách Tao Đàn đã xuất bản: Cao Bá Quát (danh nhân truyện ký, Trúc Khê, 1940); Chinh Phụ Ngâm Khúc dẫn giải (Nguyễn Đỗ Mục, 1942); Cung Oán Ngâm Khúc dẫn giải (Đinh Xuân Hội, 1941, 1942); Đường thi (Ngô Tất Tố, 1940); Một chuyến đi (du ký, Nguyễn Tuân, 1941); Một cuộc săn vàng (phiêu lưu ký sự, Lê Văn Trương, 1941); Nguyễn Trãi (danh nhân truyện ký, Trúc Khê, 1941); Nhà văn hiện đại (Vũ Ngọc Phan, 5 tập, 1942-45); Thi văn bình chú: Lê-Mạc-Tây Sơn I (Ngô Tất Tố, 1941); Thi văn bình chú: Nguyên sơ-Cận kim II (Ngô Tất Tố, 1943); Tôi thầu khoán, hay là Ba tháng ở Trung Hoa (phiêu lưu ký sự, Lê Văn Trương, 1940); Vương Thúy Kiều (chú giải tân truyện, Tản Đà Nguyễn Khắc Hiếu, 1940).

Những Tác Phẩm Hay (1938-1944): tạp chí chuyên về tiểu-thuyết, do Tân Dân Thư Quán ấn hành tại Hà Nội; ra hai tháng một số, vào các tháng 1, 3, 5, 7, 9, 11; mỗi số đăng một tiểu-thuyết hoặc tập truyện. Tủ Sách Những Tác Phẩm Hay đã in: Bà Chúa Chè (Nguyễn Triệu Luật, 1938); Hận nghìn đời (Lê Văn Trương, 1938); Lầm than (Lan Khai, 1938); Trước đèn (Phùng Tất Đắc, phiếm luận, 1939); Đứa cháu đồng bạc (Lê Văn Trương, 1939); Liêu Trai Chí Dị (Nguyễn Khắc Hiếu dịch của Bồ Tùng Linh, 2 tập, 1939); Loạn kiêu binh (Nguyễn Triệu Luật, 1939); Phấn hương (Ngọc Giao, 1939); Một linh hồn đàn bà (Lê Văn Trương, 1940); Vang bóng một thời (Nguyễn Tuân, 1940), Chúa Trịnh Khải (Nguyễn Triệu Luật, 1940); Truyện đường rừng (Lan Khai, 1940); Truyện hai người (Vũ Bằng, 1940); Lịch sử một tội ác (Lê Văn Trương, 1941); Những con đường rẽ (Lê Văn Trương, 1941); Thềm nhà cũ (Nguyễn Xuân Huy, tập truyện ngắn, 1941); Chiếc cáng xanh (Lưu Trọng Lư, 1941); Bảy Hựu (Nguyên Hồng, tập truyện ngắn, 1941); Cô gái làng Sơn Hạ (Ngọc Giao, 1942); Cuộc sống (Nguyên Hồng, 1942); Tà áo lụa (Thanh Châu, 1942); Sau phút sinh ly (Lê Văn Trương, 1942); Danh nhân Việt-Nam qua các triều đại: Cận đại I (Phan Trần Chúc, 1942); Hận ngày xanh (Hoàng Cầm, 1942); Lâu đài họ Hạ - Những truyện kỳ quái của Hoffmann (Vũ Ngọc Phan dịch, 1942); O Chuột (Tô Hoài, 1943); Cai (Vũ Bằng, hồi ký, 1944), v.v.

Tủ Sách Tao Đàn (1940-1945): hai tháng ra một quyển nhưng không phải tiểu-thuyết.

Nhóm Tân Dân còn xuất-bản một tạp-chí tiền phong cho thiếu nhi: tờ **Truyền Bá**, "tuần báo của tuổi trẻ", ra ngày 10 và 25, sau ra ngày thứ Năm, sống được 4 năm, 25-8-1941 đến 20-9-1945. *Truyền Bá*. Mỗi số 36 trang, đăng hết một truyện dài, một truyện ngắn và nhiều bài có ích cho trẻ em. Truyền Bá đăng các truyện ngắn và tiểu-thuyết của Nguyễn Công Hoan (Phần thưởng danh dự, số 2; Chuyện ma, số 5; Nhà triệu phú thọt, số 13; Ma biên, số 24; Đứa con đã khôn ngoan, số 38; Tấm lòng vàng, kịch, số 51-52, v.v.), Tô Hoài (Con dế mèn, số 3; Mực Tàu giấy bản, số 12; Dế mèn phiêu lưu ký, số 16-17; Ngọn cờ lau, số 25; U Tám, số 40; Ba ông cháu, số 79), Ngọc Giao (Hiền, số 42), Thanh Châu (Vàng, số 43; Cún số 5, 1942), Lê Văn Trương (Con thiên lý mã, số 1; Những người ngày xưa, số 8; Giặc Tàu bắt cóc, số 59-60; Mưu Gia Cát, 46), Thâm Tâm (Chín bông hoa, số 19; Thằng Cuội phiêu lưu, số 28; Tiên trong giếng thần, số 41; Đười ươi giữ ống, số 45; v.v.), ...

Tuổi Trẻ (1943 - 1945) cùng một mục-đích và một tôn-chỉ với báo Truyền Bá, loại sách *Tuổi Trẻ* này cống hiến cho học-giới và gia-đình những quyển dày khoảng 80 trang, bìa nhiều màu vui và đẹp. Mỗi cuốn in một truyện dài hay là mấy truyện ngắn, phần nhiều là truyện sáng tác, nhưng cũng có khi dịch thuật, truyện nào cũng có ích về phương-diện giáo-dục hay giải-trí. Có thể kể: Số 1 (Anh em thằng Việt, Lê Văn Trương, 1943); Người giữ ngựa (Thâm Tâm, 1944); Cái chấm sáng (Vũ Bằng, 1944); Hổ với Mọi (Lưu Trọng Lư, 1944); Truyện người trẻ tuổi (Ngọc Giao, 1944); Tiếng mùa xuân (Thâm Tâm, 1945); v.v.

*

Từ giữa thập niên 1930 và nhất là đầu thập niên 1940, các nhà trí thức Việt-Nam rơi vào tình trạng đứng trước ngã ba đường tư tưởng và chính-trị; một số báo-chí trở mình cùng với sự hồi hương của ngày càng nhiều khoa bảng và trí thức từ Pháp và Âu châu về. Ở Hà-nội từ năm 1941 có cuộc vận động Tân Văn Hóa với nhóm **Hàn Thuyên** với tạp-chí Văn Mới của nhóm chuyên về biên khảo văn-hóa và văn-học; tạp-chí Khoa Học của Hoàng Xuân Hãn, Nguyễn Dương Đôn,...; *Thanh Nghị* của các giáo-sư Vũ Đình Hòe, Phan Anh, Vũ Văn Hiền, Đỗ Đức Dục,... Đồng thời có khuynh hướng tìm về quá-khứ và bản sắc dân-tộc như tạp-chí **Tri Tân** với Nguyễn Văn Tố, Hoa Bằng, Nguyễn Tường Phượng,... chuyên về nghiên cứu lịch-sử.

Thanh Nghị tạp-chí "nghị luận, văn-chương, khảo cứu", lúc đầu là nguyệt san, số đầu tiên xuất-bản tháng 5-1941, số sau cùng vào tháng Tám, 1945. Từ ngày 1-5-1942, báo thành bán nguyệt san ra những ngày 1 và 16. Và đến đầu năm 1944 thì Thanh Nghị bắt đầu ra hàng tuần, cùng lúc có nhà in riêng. Nhóm chủ trương lúc đầu là ba người bạn cùng học luật trong thập niên 1930 là Vũ Đình Hòe, Phan Anh và Vũ Văn Hiền sau nhóm thêm hai người nữa là Hoàng Thúc Tấn và Lê Huy Văn. Đặc biệt Thanh Nghị cuối năm 1942 đã in lại 15 số đầu, để thỏa mãn yêu cầu của những độc giả đã không mua từ những số đầu. Thanh Nghị giống báo Phong Hóa trước đó, đã mua lại giấy phép làm báo của một người khác, với một cái tên đã xin phép sẵn: nhóm đã điều đình mua lại giấy phép ra báo với tên Thanh Nghị từ ông Doãn Kế Thiện. Ông Vũ Đình Hòe được cả nhóm đề cử làm Chủ nhiệm kiêm quản lý, và ông Hoàng Thúc Tấn làm Thủ quỹ. Tên của ông Doãn Kế Thiện được đưa lên báo như là người sáng lập. Ban biên tập Văn chương gồm Bùi Hiển, Đinh Gia Trinh, Đoàn Phú Tứ, Đỗ Đức Thu, Huy Cận, Nguyễn Tuân, Nguyễn Xuân Sanh, Vũ Đình Liên, Vũ Hoàng Chương; Ban Triết học-lịch sử gồm Đặng Thai Mai, Hoàng Xuân Hãn, Nguyễn Văn Huyên, Nguyễn Văn Tố, Trần Văn Giáp; Ban Nghị luận gồm Phan Mỹ, Phan Quân, Vũ Đình Hòe, Vũ Văn Hiền; Ban Giáo dục gồm Ngô Bích San, Tân Phong, Vũ Đình Hòe; Ban Luật pháp gồm Đỗ Đức Dục, Vũ Văn Hiền; Ban Kinh tế gồm Đinh Gia Trinh, Lê Huy Vân, Phạm Gia Khánh; Ban Chính trị gồm Phan Anh, Vũ Đình Hòe. Ban Khoa học gồm Hoàng Xuân Hãn, Ngụy Như Kontum. Ban Vệ sinh-y học gồm Đặng Huy Lộc, Trần Văn

Bảng, Trịnh Văn Tuất, Vũ Văn Cần. Ngoài nhóm chủ trương và ban biên tập, còn có các cây bút cộng tác: Nguyễn Trọng Phấn, Phạm Lợi, Tô Ngọc Vân, Hoài Thanh, Đào Duy Anh, Nguyễn Thiệu Lâu, Tạ Như Khuê, Nguyễn Hiến Lê, Nguyễn Lân, Đào Đăng Vỹ, Bùi Hiển, Đỗ Đức Thu, Hoa Bằng (Hoàng Thúc Trâm), Khuông Việt (Lý Vĩnh Khuông), Mộng Sơn (Vũ Thị Mai Hương), Ngô Bích San, Nguyễn Xuân Sanh, Phan Quân, Phạm Đình Tân, Trịnh Văn Tuất, Vũ Đình Liên, v.v...

Tờ Thanh Nghị ngay khi khởi đầu, đã cùng lúc xuất bản hai tờ báo thay vì một như giấy tờ cho phép: một tờ là **Thanh Nghị** phần Trẻ Em, ra mỗi tháng ba kỳ, ra được 16 số, từ 15-5-1941 đến tháng 10-1941; tờ chính thức là **Thanh Nghị** - Nghị Luận - Văn Chương - Khảo Cứu, dành cho người lớn, mỗi tháng ra một lần. Tờ Thanh Nghị Trẻ Em mỗi số 20 trang, chuyên về giáo dục nhi đồng là một tờ báo có hình thức đẹp, in nhiều màu, truyện và hoạt họa, bài vở vui nhộn, bổ ích cho các em, coi như là phần thực hành cái lý thuyết cải cách giáo dục của nhóm chủ trương.

Tôn chỉ của báo Thanh Nghị về sau được Vũ Đình Hòe ghi lại trong Hồi-Ký như sau: "là một phương tiện thực hiện phương thức hoạt động của một số trí thức yêu nước phần nhiều còn ở tuổi thanh niên, mới qua quãng đời sinh viên, và bước vào cửa của cuộc sống xã hội, trong những năm Đại chiến thế giới thứ hai. Họ muốn làm một việc có ích để phụng sự Tổ quốc trong hoàn cảnh nước sôi lửa bỏng nhưng lại là cơ hội ngàn năm có một. Trong khi còn bỡ ngỡ, mà tâm trạng thì rối bời, họ cảm thấy chưa có điều kiện khách quan cần và đủ để lao ngay vào hành động trực tiếp chiến đấu với kẻ thù dân tộc. Cho nên họ rủ nhau, trước còn ít người, rồi dần dần nhiều lên, làm báo, tạm thời hãy làm báo để rèn chí luyện gan, tích lũy liến thức vào cuộc đấu tranh dân tộc, tự trang bị thế và lực chuẩn bị bước vào hành động trực tiếp, đồng thời nghiên cứu một số vấn đề có quan hệ đến tương lai đất nước" (39).

Vai trò báo chí đối với giới trí thức tân học trong thời Pháp thuộc. Thế hệ Phạm Quỳnh, Nguyễn Văn Vĩnh (thập niên 1910, 20), đến thế hệ Nhất Linh, Khái Hưng, Hoàng Đạo, Nguyễn Gia Trí... (1930), rồi đến Vũ Văn Hiền, Phan Anh, Vũ Đình Hòe... (1940) đều thấy báo chí là phương tiện để giải quyết các điểm yếu đuối và nhu cầu của dân tộc, đất nước tùy theo từng thời kỳ, và càng về sau thì càng coi báo chí là cái lò luyện để chuẩn bị lao vào hành động nhằm thanh toán cái ách thực dân đang đè trên đầu dân tộc. Sau chín năm trong lò luyện Phong Hóa Ngày Nay, nhóm chủ trương đã buông báo chí để đi làm cách mạng. Và với Thanh Nghị, cái công thức ấy lại đang được lặp lại: các trí thức trẻ dùng tờ báo để giải quyết các vấn nạn của đất nước trong tình hình mới trong khi chờ đợi "có điều kiện khách quan cần và đủ để lao ngay vào hành động trực tiếp chiến đấu" giống như lớp người trước đã làm.

Tri Tân, "tạp-chí văn-hóa ra ngày Thứ Ba hàng tuần", số 1 ra ngày 3-6-1941, số cuối 214 tháng 7-1946. Chủ-nhiệm Nguyễn Tường Phượng, quản lý là Dương Tụ Quán; từ đầu tháng 7-1943, Nguyễn Tường Phượng đảm nhiệm toàn phần - ông cũng là chủ tịch Đoàn báo-chí Việt-Nam thành lập ngày 27-12-1945.

Tri Tân xuất bản số đầu tiên vào ngày 3-6-1941 và ngay từ đầu đã tự xác định là tạp chí văn hoá ra hằng tuần (revue culturelle hebdomadaire); với 24 trang khổ 20x25 cm mỗi số, sau 5 năm liên tục, Tri Tân đã ra được 214 số với trên 5.000 trang (gồm 212 số "Tri tân loại cũ" từ số 1 đến số 212, ngày 22/11/1945, và 2 số "Tri tân loại mới", đánh số lại từ số 1, ngày 6/6/1946, đến số 2, ngày 16/6/1946, trên thực tế là số cuối cùng). Cuối tháng 11/1945, tạp chí ngừng lại sau số 212. Nửa năm sau, vào giữa tháng 6/1946, Tri tân loại mới ra mắt số 1 bằng chuyên về Nam Bộ đất Việt-Nam do Long Điền biên tập; mười ngày sau ra tiếp số 2, rồi sau đó ngừng hẳn.

Tên *Tri Tân* xuất xứ từ câu "ôn cố tri tân", như trong Lời phi lộ ở đầu số 1 đã cho biết: *"Ôn cũ! Biết mới!" Nhằm cái đích ấy, Tri Tân đi riêng con đường văn hoá. Với cặp kính khảo cứu, Tri Tân lần dở từng trang lịch sử; bằng con mắt nhận chân và lạc quan, Tri Tân ngó rộng chân trời tri thức. Ghé vai gánh gạch xe vôi, Tri Tân đứng vào hàng ngũ công binh, xây dựng lâu đài văn hoá Nam Việt."*

Bài vở về văn-hóa, văn-học và lịch-sử Việt-Nam của các học giả và giáo-sư Nguyễn Văn Tố (Ứng Hòe), Hoa Bằng Hoàng Thúc Trâm (1902-77), Tiên Đàm Nguyễn Tường Phượng (1899-1974), Chu Thiên Hoàng Minh Giám (1913-91), Trúc Khê Ngô Văn Triện

(1901-47) (40), Nhật Nham Trịnh Như Tấu (1915-47?), Hoàng Thiếu Sơn (1920-2005), Lê Thọ Xuân (1904-78), Đào Duy Anh (1904-88), Trần Huy Bá (1901-87), Đào Trọng Đủ, Lê Thanh (1913-44), Kiều Thanh Quế (1914-47?), Đặng Thai Mai, Hoài Thanh, Nguyễn Đình Thi, v.v…

Về sáng tác đa số có đề tài lịch sử. Trọn vẹn các cuốn tiểu-thuyết lịch sử của Chu Thiên (Bà quận Mỹ, Thoát cung vua Mạc, Trúc mai xum họp), các tiểu-thuyết và kịch lịch sử của Nguyễn Huy Tưởng (Đêm hội Long Trì, An Tư, Vũ Như Tô), một loạt kịch thơ hoặc bài thơ dài hoặc ngắn về đề tài lịch sử như Trần Can, Lý Chiêu Hoàng, Phạm Thái của Phan Khắc Khoan, Hát Giang trường lệ, Sóng Bạch Đằng, Tạo hoá và Nhân loại của Minh Tuyền, Ngọc Hân của Tân Phương, Lê Lai đổi áo của Lưu Quang Thuận, v.v… Ngoài ra còn có tác-phẩm của Mộng Tuyết (Lâm Thái Úc), Ngân Giang (Đỗ Thị Quế), Phạm Hầu, …

Văn Mới bán nguyệt san, tạp chí phổ thông giáo dục, do nhóm Tân Văn Hóa thuộc Hàn Thuyên Xuất Bản Cục ấn hành; có mặt từ năm 1936 đến 1945 (số cuối 58, 25-9-1945) nhưng sinh hoạt không liên tục, do đình bản, bị cấm rồi tục bản nhiều lần. Chủ nhiệm Nguyễn Xuân Lương; chủ bút Nguyễn Đức Quỳnh. Cộng tác bài vở: Bùi Huy Phồn (Đồ Phồn), Chàng Khanh, Chu Thiên (Hoàng Minh Giám), Đặng Thai Mai, Đỗ Trường Xuân, Lê Văn Siêu, Lương Đức Thiệp, Mai Lâm (Nguyễn Đắc Xuân), Nghiêm Tử, Nguyễn Đình Lạp, Nguyễn Đức Quỳnh, Nguyễn Hải Âu, Nguyễn Tế Mỹ, Nguyễn Tuân, Phạm Ngọc Khuê, Thiên Hạ Sỹ, Trần Văn Thanh, Trương Tửu (Mai Viên, Nguyễn Bách Khoa), v.v.

Khai Trí Tiến Đức Tập San, cơ quan ngôn luận của Hội Khai Trí Tiến Đức tại Hà Nội; ấn hành mỗi ba tháng từ 1940 đến 1944; cộng tác bài vở của Bùi Hữu Diên, Bùi Kỷ, Dương Quảng Hàm (Hải Lượng, em của Dương Bá Trạc và Dương Tụ Quán, bị Việt Cộng sát hại đêm 19-12-1946 tại Hà Nội vì là đảng viên Việt-Nam Quốc Dân Đảng, còn Dương Tụ Quán bị bắt lao động cải tạo 2 năm, 1958-59), Hoàng Minh Giám (Chu Thiên), Hoàng Xuân Hãn, Nguyễn Công Tiễu, Nguyễn Đỗ Mục, Nguyễn Mạnh Tường, Nguyễn Văn Huyên, Nguyễn Văn Ngọc, Trần Lê Nhân, Trần Văn Giáp…

Tinh Hoa: tạp chí văn chương do Đoàn Phú Tứ thành lập tại Hà Nội; Số 1 ra năm 1937, Số cuối 13 ra tháng 7-1937; ban biên tập gồm Nguyễn Đức Phòng, Thế Lữ, Vũ Đình Liên…; với cộng tác bài vở của Lan Sơn (Nguyễn Đức Phòng), Nguyễn Nhược Pháp, Thanh Tịnh, Thế Lữ, Vân Đài, Vũ Đình Liên, Xuân Diệu…;

Ngoài ra còn có các nhật báo và tuần báo sau:

Hà Nội Tân Văn: tuần báo văn chương tại Hà Nội, thời 1939-45; chủ nhiệm Vũ Đình Dy; chủ bút Vũ Ngọc Phan; với sự góp mặt của Bùi Hiển, Đinh Hùng (Hoài Điệp Thứ Lang, Thần Đăng), Hằng Phương, Lưu Trọng Lư, Ngô Tất Tố, Nhượng Tống (Hoàng Phạm Trân), Phạm Văn Thứ (Mạnh Phú Tư), Phan Khắc Khoan, Thanh Tịnh, Tô Hoài, Trần Tân Cửu (Trọng Lang), Xuân Tiên,…

Đông Phương Tuần Báo đặt tại Hà Nội; chủ nhiệm Hoàng Minh Tuynh; chủ bút Nguyễn Lan Khai; Số 1 ra năm 1934; cộng tác bài vở của Ngô Tất Tố, Nguyên Hồng, Trúc Khê (Ngô Văn Triện), Mộng Sơn (Vũ Thị Mai Hương), …

*

Trong Nam, có các báo và tạp chí:

Đồng Nai báo do BS Đoàn Quang Tấn chủ trương với sự cộng tác của Hồ Hữu Tường và Phan Văn Hùm, là cơ quan ngôn luận của Nhóm Tả Đối Lập ở Sài-Gòn thời 1932-33; với sự cộng tác của Lê Thọ Xuân (Lê Văn Phúc), Ngạc Xuyên (Ca Văn Thỉnh), Trần Văn Thạch (41), Việt Tha (Lê Văn Thử), v.v.

Trong Khuê Phòng (1937 - 1939) với tiêu đề 'Tạp chí của Phụ nữ Việt-Nam'; chủ báo kiêm chủ nhiệm: Mme Đài Gương G. Mignon; đại lý độc quyền cổ động ở Đông Dương: M. Đoàn Trung Còn; chủ biên: Hoàng Trọng Miên; đồng chủ bút là Nguyễn Trọng Trí (Hàn Mặc Tử) và Hoàng Trọng Quỵ (Thanh Nghị); cộng tác điều hành: Trần Thanh Địch…với sự cộng tác bài vở của Chế Lan Viên, Hàn Mặc Tử, Hoàng Trọng Miên, Thanh Nghị, Thúc Tề, Trần Thanh Địch…

Tân Thời Tuần báo do bà Lê Thị Bạch Vân (Bà Tùng Long) nhờ bà Hồng Tiêu (bà Nguyễn Đức Huy) đứng tên chủ báo và thuê lại giấy phép; báo chủ trương chuyên viết về phụ nữ và đời sống xã hội; chủ bút Lê Thị Bạch Vân; biên tập viên: Nguyễn Văn Sinh (sau này thời kỳ 1945-40 lấy bút danh là Nam Quốc Cang); cộng tác bài vở gồm: Hàn Mặc Tử (Nguyễn Trọng Trí), Nguyễn Văn Sinh (giữ mục Chuyện Hằng Tuần), Nguyễn Đức Nhuận (thơ)...; Số 1 ra ngày 17-11-1935; ra đến Số 11 (tháng 2-1936) thì Nguyễn Văn Sinh có bài công kích Chánh phủ Pháp nên báo bị thống đốc Nam Kỳ Khrautemer gọi bà Tùng Long lên khiển trách và báo ngưng hoạt động; đến tháng 5-1936, bà Hồng Tiêu Nguyễn Đức Huy đứng tên tục bản báo nhưng ra chỉ thêm được 1 số thì ngưng hẳn.

Văn Lang tuần báo của các trí thức từ Pháp về như các bác-sĩ Hồ Văn Nhựt (giám đốc Bệnh viện Từ Dũ), Hồ Tá Khanh (chủ bút), Dương Tấn Tươi, Nguyễn Văn Nhã, Phạm Ngọc Thạch, các kỹ sư Nguyễn Ngọc Bích, Kha Vạn Cân, kỹ sư Nguyễn Văn Nghiêm. Số đầu ra ngày 29-7-1939, số cuối 44 ra tháng 6-1940.

Thanh Niên tuần báo do Phan Văn Hườn thành lập; chủ nhiệm là kiến trúc sư Huỳnh Tấn Phát; Nguyễn Duy Cần rồi Mai Văn Bộ làm chủ bút, với sự cộng tác của Bình-Nguyên Lộc, Ca Văn Thỉnh, Huỳnh Văn Tiểng, Lê Sỹ Quý (Thiếu Sơn), Lê Thọ Xuân, Lưu Hữu Phước, Lý Vĩnh Khuôn (Khuông Việt), Mai Văn Bộ, BS Ngô Quang Lý, Nguyễn Hương Trà, Nguyễn Văn Liên, Phạm Thiều, Ung Ngọc Ky (Trường Sơn Chí), Nghiêm Xuân Việt, Huỳnh Văn Nghệ, Xuân Diệu, Huy Cận, Phạm Thiều, Tạ Thành Kỉnh (Thành Kỉnh) (42). Sống được 2 năm 1943-1944.

Các Hội Truyền bá Chữ quốc-ngữ, Hội Khuyến học Nam-kỳ (có tờ Kỷ Yếu Hội Khuyến học Nam Kỳ (Bulletin de la Société d'Enseignement Mutuel), từ 1942 đến 1957) với những giải thưởng văn-học đóng góp gây dựng một nền văn-học Việt-Nam đúng nghĩa hơn. Ủy ban Phan Thanh Giản xuất thân từ hội Đức trí thể dục (SAMIPIC) gồm Trúc Hà, Khuông Việt, Lê Thọ Xuân, Thiếu Sơn, Phạm Thiều, Nguyễn Văn Liễn,... xuất-bản sách và tổ chức những buổi nói chuyện và thăm mộ tiền nhân....

Phần nhật báo, có thể kể các tờ

Saigon nhật báo kể từ ngày 3-5-1933 - đổi từ tên Sài Thành là báo xuất bản từ 2-3-1932 đều do Nguyễn Đức Nhuận (Bút Trà) làm chủ nhiệm, em là Nguyễn Đức Huy (Hồng Tiêu) làm chủ bút; và đến năm 1942 đổi thành báo Sài-Gòn Mới; cộng tác bài vở gồm: Bà Tùng Long (tức bà Nguyễn Đức Huy, trang Phụ Nữ), nữ sĩ Hồng Cẩm, Hàn Mặc Tử (Nguyễn Trọng Trí), Hoàng Trọng Miên, Hoàng Trọng Quy, Lê Văn Vị (Vita), Nguyễn Văn Sinh, Thinh Quang, Nguyễn Duy Hinh, Lê Quế, ... Hàn Mặc Tử (tên thật Nguyễn Trọng Trí, còn ký Lệ Thanh, Minh Duệ Thị, Phong Trần) vào Sài-Gòn từ tháng 7-1935, làm sửa chữa lỗi ấn công và điều hành tờ phụ trương văn chương trên báo Saigon Mới với bút hiệu Hàn Mạc Tử, và phụ trách trang văn chương trên các báo Saigon, Công Luận, Tân Thời, Trong Khuê Phòng. Trên các báo này, ông cho đăng thơ của ông, còn ký bút danh Mlle Mộng Cầm. Một nhà thơ đặc biệt của thời Thơ Mới, tháng 10-1936 trở về Qui Nhơn và về sau mắc bịnh phong, vào điều trị tại bệnh viện Qui Hòa rồi mất ngày 11-10-1940.

Dân Báo xuất bản ở Sài-Gòn, số 1 phát hành năm 1939, đến sau số 1123 (4-5-1945) thì đổi thành Số 1 bộ mới sống đến cuối năm 1945; giám đốc là Trần Văn Hanh (chủ nhân nhà Tín Đức Thư Xã) với ban biên tập gồm: Tế Xuyên, Thinh Quang, Viên Hoành Hồ Văn Hiến với sự cộng tác bài vở của Nguyễn Văn Sinh, Trúc Khê (Ngô Văn Triện),...

Dân Mới do Nguyễn Bảo Toàn thành lập và điều hành ở Sài-Gòn những năm 1938-39, chủ trương đối lập với chánh quyền Pháp; cộng tác bài vở gồm: Nguyễn Vạn An, Viễn Châu (Huỳnh Trí Bá).

Dân Quyền, ở Sài-Gòn, báo đối lập và tranh đấu của Candrieux; số 1 ra ngày 20-6-1935, Số cuối 357 ra ngày 7-9-1936; Hoàng Trọng Miên làm phóng viên (1935-36); cộng tác bài vở: Dương Bạch Mai, Hoàng Trọng Miên, Hồ Văn Hiến, Nguyễn Văn Nguyễn (1935-36), Nguyễn Văn Sinh, Nguyễn Văn Tạo, Phan Văn Hùm, Thanh Nghị (Hoàng Trọng Quy), Thúc Tề, Trần Thanh Địch...

Các báo khác có thể ghi nhận tờ *Hà Tĩnh Tân Văn* chỉ có 2 trang, chữ quốc-ngữ và chữ Hán, xuất-bản năm 1928, và tờ *Hoan Châu Tân Báo* do Khâm sứ Nghệ An thành lập tháng 1-1930, cùng hình-thức như tờ trên, chỉ khác ra mỗi tháng 2 lần, đến 14-7-1930 nhập với tờ *Hà Tĩnh Tân Văn* tăng lên 4 trang. Cả 2 tờ này đều chống Cộng.

Ngoài ra còn có tờ Thanh Nghệ Tĩnh Tân Văn xuất-bản tháng 7-1930, gồm 6 trang, 2 chữ Hán, 4 chữ quốc-ngữ, và tờ Bình Phú Tân Văn (1930) bán nguyệt san, cùng nội-dung chống phong trào cộng-sản và cùng hình-thức 2 thứ tiếng Hán-Việt. Năm 1931 tờ sau này sát nhập với tờ Tả Trực Báo và đổi tên mới chung là Trung Kỳ Nam Giới.

Báo-chí miền Trung

Ở miền Trung nước Việt, nổi tiếng là tờ nhật báo đối lập *Tiếng Dân* của Huỳnh Thúc Kháng, viện trưởng Viện Nhân dân Đại biểu, Ban biên tập gồm Đào Duy Anh, Nguyễn Quý Hương, Trần Đình Phiên và bài vở cộng tác của Cung Giũ Nguyên, Cường Để, Đạm Phương nữ sử, Huỳnh Thị Bảo Hòa, Khương Hữu Dụng (Thế Nhu), Lê Quang Lương (Bích Khê), Nguyễn Văn Cổn, Nguyễn Vỹ; số 1 ra ngày 10-8-1927, ra đời tại Đà-Nẵng rồi dời về Huế, không lâu sau khi HTK ở tù Côn đảo về, báo sống được 16 năm và số cuối ngày 28-4-1943 bị Pháp đóng cửa vì nghi HTK liên lạc với Kỳ ngoại hầu Cường Để. Tuần báo rồi nhật báo chuyên về thông tin và chính-trị chống chính quyền thực dân Pháp. Hai năm trước đó đã có tin Phan Bội Châu muốn thành lập một tờ báo Việt ngữ, rồi Nguyễn Bá Trác cũng có cùng dự định trong năm 1927 [Nguyễn Bá Trác làm tá lý Bộ Học ở Huế rồi tuần phủ Quảng Ngãi, và tháng 8-1945, bị Việt Cộng sát hại tại Quảng Ngãi]

Về phía các tạp-chí thì có những tờ như *Thần Kinh Tạp Chí* xuất-bản kèm theo 1 phụ bản tiếng Pháp, số 1 ra mắt tháng 8-1927, và sống đến mùa xuân 1942; nguyệt san về văn-hóa, chính-trị, xã-hội và văn-học của Lê Thanh Cảnh (từng chủ báo Pháp ngữ *Le Rigolo / Kẻ ngộ nghĩnh* tại Huế từ năm 1914), chủ bút Nguyễn Trọng Cẩn; cộng tác bài vở của một nhóm quan lại triều đình, tuyên bố không làm chính-trị, chỉ đề cập đến những vấn-đề thực tế của đời sống như luật, xã-hội, kinh tế, như Nguyễn Trọng Cẩn (Hoài Nam), Phan Văn Dật (Thường Nga Phố, Tiêu Lang), v.v...... Tờ này bị phê phán là của triều đình và muốn đối lập với báo *Tiếng Dân*.

Tràng An Báo của Bùi Huy Tín do Phan Khôi làm chủ bút từ 1934 đến 1936, Hoàng Thiếu Sơn (1942); thư ký tòa soạn Nguyễn

Đức Phiên. Hoài Thanh bị buộc phải rời khỏi ban biên tập sau khi cuốn Văn Chương và Hành Động xuất-bản (1936, của ba tác giả Hoài Thanh, Lưu Trọng Lư và Lê Tràng Kiều, bị nhà cầm quyền thuộc địa tịch thu ngay khi xuất-bản. Về sau, Hoài Thanh tiếp tục viết loạt bài trên tạp-chí Tao Đàn năm 1939). Số cuối ra ngày 2-12-1945.

Kim Lai Tạp Chí, 1932, của Đào-Duy-Anh.

Phụ Nữ Tân Tiến, 1933, do Hồ Phú Viên sáng lập với sự cộng tác của người con gái là bà Hồ Thị Thục cùng với chồng là Nguyễn Tấn.

Tiên Long Báo, 1933, do bà Lê Thành Tường chủ trương sau khi bán tờ nguyệt san *Phụ Nữ Tân Tiến* cho Ngô Phú Viên, trong khi chồng bà, ông Lê Thành Tường làm bí thư cho Khâm sứ Châtel cũng từng làm giám đốc tờ báo Pháp ngữ *L'Écho annamite* / Tiếng vọng An Nam tại Sài-Gòn từ 19-7-1921 đến 26-6-1922 sau đó bán lại cho Nguyễn Phan Long để ra tuần báo *Nhựt Tân Báo* (đến 7-1926).

Nhành Lúa do Xứ ủy Trung kỳ cộng sản Đệ Tam tổ chức xuất bản ở Huế từ 15-1-1937 đến 10-3-1937 thì bị cấm; do Nguyễn Xuân Lữ đứng tên chủ nhiệm, Nguyễn Khoa Văn tức Hải Triều (con bà Đạm Phương) chủ trương với cộng tác của Nguyễn Chí Diểu, Phan Đăng Lưu, Hải Thanh, Lâm Mộng Quang....

Sao Mai, 1935, do Trần Bá Vinh chủ trương với sự cộng tác của Tiêu Viên Nguyễn Đức Bính (Hoài Thanh).

Cười (1936) tuần báo trào phúng của Trần Thanh Mại và Lê Thành Tuyển chủ trương tại Huế năm 1936 với cộng tác của Phan Văn Dật (Thường Nga Phố, Tiêu Lang), v.v...

Sông Hương do Phan Khôi (43) sáng lập, với sự cộng tác của Phan Nhung và Nguyễn Cửu Thạnh chủ nhiệm, là cơ quan của Việt-Nam Quốc Dân Đảng. Số đầu ra mắt ngày 1-8-1936 với lời tuyên ngôn: "*Một điều chúng tôi ao ước là hiện ở xứ ta hình như bà con đương khát khao một tờ báo chủ yếu về sự học vấn tri thức mà chưa có. Tờ Sông Hương này ra đời, hoặc có thể bù vào chỗ thiếu thốn ấy chăng!*". Sống được 32 số, đình bản vì tài chánh sau số 32 (27-3-1937). Với sự cộng tác của Hoài Thanh, Lưu Trọng Lư, Vũ Ngọc Phan, Trần Thanh Mại, Khái Hưng, Nhất Linh, Đào Trinh Nhất, Ái Lan (Lê Liễu Huê), Cù Huy Cận, Lê Thọ Xuân (Lê Văn Phúc), Lưu Trọng Lư, Mộng

Huyền, Nam Trân (Nguyễn Học Sỹ), Vũ Trọng Phụng, Xuân Tâm,... Tháng 8-1936 đăng truyện dài *Làm Đĩ* của Vũ Trọng Phụng gây phản ứng và trao đổi qua lại giữa Phan Khôi và báo *Vì Chúa*.

Trở thành cơ quan tuyên truyền của Cộng-sản Việt-Nam với tên *Sông Hương Tục Bản* từ ngày 19-6-1937, với Nguyễn Cửu Thạnh chủ-nhiệm, Ngô Đức Mậu thư-ký tòa-soạn, và những Phan Đăng Lưu, Hải Triều, Trịnh Xuân An và vẫn ghi do Phan Khôi sáng lập. Báo sống được 14 số (số 4 ngày 14-10-1937) thì bị đóng cửa do lệnh thu hồi giấy phép ký ngày 11/10/1937 của Toàn quyền Đông-Dương J. Brévié.

Giáo-Dục tạp-chí, 1941, nguyệt san song ngữ Pháp Việt do Nguyễn Khoa Toàn làm chủ nhiệm.

Ở Huế năm 1930 còn có những tờ chống phong trào cộng-sản đang lên như *Trường An Cận Tín* và *Tả Trực Báo*, tờ sau trở thành *Trung Kỳ Nam Giới* rồi cùng với tờ trước, *Trường An Cận Tín*, trở thành tuần báo *Tiên Long Báo*.

Bạn Đường xuất bản tại Thanh Hóa khoảng năm 1941, với sự cộng tác của Cung Giũ Nguyên, Lê Ngọc Trụ, Mộng Sơn (Vũ Thị Mai Hương), Nguyễn Đức Giới (Thôi Hữu), Nguyễn Thường Khanh (Trần Mai Ninh),...

Thời kỳ kháng chiến

Thời chính phủ Quốc-gia Việt-Nam có các tờ nhật báo Tương Lai, xuất hiện tháng 10 năm 1945, của Phủ Cao ủy Pháp tuyên truyền cho sự trở lại của Pháp, cùng với kế hoạch cho Nguyễn Tấn Cường lập đảng Nam-kỳ và Mặt trận Bình dân Nam-kỳ. Và các tờ nhật báo thân Pháp như Bình Minh, Quốc Hồn, Phục Hưng của Hiền Sĩ và tờ Tân Việt.

Bên cạnh là các **nhật báo** thương mại và chuyên nghiệp như:

Tiếng Chuông (Le Son de Cloche) của Đinh Văn Khai, chủ-bút Phi Vân, ra đời năm 1948, từ giữa năm 1950 thành nhật báo. Nhân viên và cộng tác có Bình-Nguyên Lộc, Nguyễn Duy Hinh, Tiểu Nguyên Tử (Dương Tấn Trương), Phong Đạm, Quốc Phượng, An Khê, Ngọc

Linh, Ngọc Sơn, Phan Như Mỹ, Nguyễn Ang Ca, Huyền Vũ (thời này viết kịch),... các họa sĩ Phạm Thăng, Hiếu Đệ,...

Thời Cuộc của Đinh Xuân Tiếu. Đặc biệt báo Xuân năm Canh Dần 1950 lần đầu in bìa màu (cô gái miền Nam bới tóc) với nội-dung bài vở đặc sắc của các nhà văn nổi tiếng thời bấy giờ như Thiên Giang, Thê Húc, Tam Ích, Quốc Ấn, Lý Văn Sâm,...

Tiếng Dội của Trần Tấn Quốc (44).

Việt Thanh của cựu thủ tướng Nguyễn Phan Long (1949), từ 1928 đến 1947 với sự cộng tác của Đào Trinh Nhất, Phan Văn Hùm (45), v.v. Nguyễn Phan Long thành viên Đảng Lập Hiến Đông Dương, từng làm chủ tờ báo Pháp ngữ L'Écho annamite (Tiếng vọng An Nam), và làm giám đốc từ 29-6-1922 đến tháng 10-1928, chủ nhiệm các báo ở Sài-Gòn như La Tribune Indochinoise, L'Echo du Việt-Nam, Đuốc Nhà Nam (1928); năm 1948 là tổng trưởng Ngoại giao.

Thần Chung, chủ-nhiệm chủ-bút Nam Đình Nguyễn Kỳ Nam (cả 2 đều là bút danh, tên thật là Nguyễn Thế Phương), tên báo dùng lại tựa báo Thần Chung do Diệp Văn Kỳ sáng lập. Là một trong hai nhật báo đầu tiên ra báo Xuân bìa in offset màu Tết Canh Dân 1950. Năm 1945, Thần Chung chủ trương thống nhất đất nước đã bị nhóm các báo thân Chính phủ Cộng-hòa Tự trị Nam-kỳ khủng bố, tòa soạn báo Thần Chung bị đốt cháy, sau đó báo lại tục bản cho đến năm 1954. Năm 1945, Nguyễn Thế Phương làm đổng lý văn phòng Bộ Tư pháp của bộ trưởng Trịnh Đình Thảo. Tòa báo TC có máy in báo rotative đầu tiên và duy nhất. Thời đệ nhất Cộng hòa, tờ báo này lại bị nhà cầm quyền làm khó nhiều lần. Sau đảo chánh 1-11-1963, Nam Đình lại tiếp tục cộng tác với báo *Đuốc Nhà Nam, Dân Chủ Mới* và được bầu uỷ viên kiểm soát Hội chủ báo Việt-Nam niên khóa 1967-68.

Cùng thời, có các ***tạp-chí và tuần báo***:

Dân Thanh, 1947, của Trần Văn Ân (46) (bộ trưởng nội các Nguyễn Văn Xuân) với sự cộng tác của các ký giả Hồ Văn Đồng, Văn Mại (sau theo cộng-sản), tiếp nối tờ Quần Chúng ủng hộ chính-phủ Trần Trọng Kim, có Nguyễn Văn Sâm cộng tác.

Sanh Hoạt của Đặng Văn Ký, ra đời 1947 và đình bản năm 1948, sau có sự cộng tác biên tập của Hồ Hữu Tường, Phạm Mậu Quân.

Thẩm Mỹ, tuần báo, 1951, Kim Châu (con bà Bút Trà Tô Thị Thân) chủ nhiệm, đăng truyện của Dương Hà, bà Tùng Long,...

Dân Mới của Phan Quang Trường (Nguyễn Kiên Giang), ra năm 1952, tổng thư ký là Tô Nguyệt Đình, với Đặng Văn Nhâm và họa sĩ Hiếu Đệ.

Tân Thanh, tuần báo, 1952, của kỹ sư Phan Út, phụ trách tòa soạn Châu Sáng Thế. Đặng Văn Nhâm trong ban biên tập.

Đời Mới của chủ-nhiệm Trần Văn Ân, ra năm 1951 (sau khi ngưng tờ Đọc Thấy), bị đình bản đầu năm 1955 vì chủ nhiệm dính líu vụ Bình Xuyên, in màu mỹ thuật, ký giả Tế Xuyên làm tổng thư ký (sau Hoàng Trọng Miên, tức Hoàng Thu Đông, thay thế), ban biên tập có Nguyễn Đức Quỳnh, Nguyễn Bính Thinh (An Khê), Hồ Hán Sơn, Phan Quang Trường (tức Nguyễn Kiên Giang sau này, tên thật Lý Thanh Cần), Đặng Văn Nhâm,... và họa sĩ Hiếu Đệ. Có thơ văn của Song Hồ, Kiêm Minh, Kiêm Đạt, Vĩnh Lộc (Lê Vĩnh Lộc, 1924-, Hà-Nội; đăng từng kỳ truyện dài Niềm Tin, v.v.), Hoàng Song Liêm, Nguyễn Hoài Văn (Nguyễn Bùi Thức),...

Phương Đông ra mắt năm 1952, chủ nhiệm lúc đầu là Võ Oanh sau bị lỗ nên giao lại cho Hồ Hữu Tường chủ trương, Lê Văn Siêu chủ bút, Thái Linh thư ký tòa soạn, Ngu Í Nguiễn Hữu Ngư biên tập và phỏng vấn với sự hợp tác đặc biệt của Nguyễn Phan Châu tức Tạ Chí Diệp. Trên tạp-chí này, số 12 (13-3-1954,) Hồ Hữu Tường đưa ra đường lối thứ ba - chủ nghĩa dân-tộc trung lập, với giải pháp "**Trung lập chế**". Và tờ báo kết hợp được nhiều khuynh hướng chính-trị. Sau trở thành nhật báo và đầu năm 1955 thì đình bản vì liên hệ đến vụ Bình Xuyên.

Thế Giới, 1952, của ký giả Tam Mộc (Mai Lan Quế), ban biên-tập có Tô Nguyệt Đình, Văn Mại, Việt Nhân, Đặng Văn Nhâm. Đồng Văn Nam.

Nguồn Sống Mới tuần báo in mỹ thuật, ra đời năm 1953 nhưng sống ngắn ngủi được 16 số, Kim Thịnh chủ tiệm vàng chủ trương, Hoàng Trọng Miên phụ trách biên tập.

Xã Hội, tạp-chí nghị luận chính-trị, số 1 ra mắt ngày 8-2-1953 tại Sài-Gòn, chủ-nhiệm là Ngô Đình Nhu, quản lý Đỗ La Lam, biên tập ngoài Ngô Đình Nhu còn có Trần Quốc Bửu, Mạc Kinh,... đình bản lần đầu khoảng tháng 4-1954 và đình bản hẳn cuối năm 1956. Tòa soạn cũng là nơi các chính-khách, trí thức tụ họp.

Đầu thập niên 1950, ở Hà-Nội còn có những tạp-chí, tuần báo chuyên về văn-học nghệ-thuật hoặc thông tin thời sự như tạp-chí **Thế Kỷ** do Bùi Xuân Uyên chủ-nhiệm và sự cộng tác của nhiều người sau nổi tiếng trong Nam như Triều Đầu, Trúc Sỹ, Toàn Phong Nguyễn Xuân Vinh, Toan Ánh, Thạch Trung Giả, Xuân Nhã, Tạ Ty bên cạnh Vũ Bằng, Ngọc Giao và 2 nữ sĩ Tương Phố, Thụy An.

Tuần báo **Việt-Nam Hồn**, do Lê Văn Trương làm Chủ nhiệm, trụ sở đóng tại số 10 Phố Huế - Hà Nội; tuần báo Tân Thế Kỷ, trụ sở tại 64 Hàng Trống - Hà Nội, Chủ nhiệm Trần An Cẩn, Chủ bút Nguyễn Đức Chính và tờ Hà Nội mới, tuần báo văn chương và tranh đấu, tòa soạn 15 Nhà Chung - Hà Nội, Chủ nhiệm Lê Ngọc Vũ, đều có đăng về "Vụ án Phạm Quỳnh".

Báo chí vùng kháng chiến

Văn học *kháng chiến* và *yêu nước* khởi dậy từ Sài-Gòn với các nhóm văn-học yêu nước. Thẩm Thệ Hà, Vũ Anh Khanh lập nhà xuất-bản Tân Nam Việt. Lý Văn Sâm chủ trương tờ *Việt Bút* có sự cộng tác của các nhà thơ Hoàng Tấn, Hoàng Phố,... tờ này về sau trực thuộc nhóm báo chí cũng như một số hiệp hội văn nghệ sĩ khác do Thành ủy Sài-Gòn chi phối; họ tổ chức những cuộc bãi công vào tháng 3-1950, ký giả Nam Quốc Cang (người viết mục 'Sài-Gòn hoạt cảnh' và 'Trớ trêu' nhiều bài phúng thích các chính phủ Nam kỳ tự trị) bị ám sát (6-5-1950), Pháp bắt nhà báo Thành Nguyên của tờ *Điện Báo* ngay buổi họp ở rạp Nguyễn Văn Hảo, sau đó một số nhà văn nhà báo như Lý Văn Sâm, Dương Tử Giang, Thiếu Sơn, v.v. phải rút vô khu kháng chiến. Đấu tranh công khai sau đó yếu dần, chuyển sang những cuộc chống những "sản phẩm khiêu dâm" (1952) và "đầu độc tinh thần dân-tộc" (1953) - trong thơ văn và cả kịch trường, ca nhạc, rồi quay ra làm báo giáo dục như tờ *Việt-Nam Giáo Khoa* của Bùi Đức Tịnh, Nguyễn Bảo Hóa, Thuần Phong, v.v. Các báo đăng nhiều truyện thơ nói lên tình yêu nước và kêu gọi chống xâm lăng,...

Phía cộng-sản, những Hội Văn Hóa Cứu quốc (9-1945), Văn Nghệ Việt-Nam (1948) được thành lập, những tạp chí *Tiền Phong, Văn Nghệ, Lúa Mới, Cứu Quốc Việt-Nam*, v.v. được ra mắt, để hỗ trợ cho cuộc kháng chiến. Báo-chí được chiếu cố, phát hành từ trung ương Hà-nội đến tận cùng các bưng biền cả ba miền. Trong Nam, các chiến khu có những tờ *Vệ Quốc* (1946), *Lá Lúa, Tiếng Súng Kháng Địch, Tổ Quốc, Tiền Đạo, Cứu Quốc, Nhân Dân Miền Nam* (với phụ trương tiểu-thuyết Nhân Dân), *Văn Nghệ Miền Nam*,... phát hành đều đặn, nội-dung gồm những bài thơ văn, truyện ngắn, tùy bút và nghị luận, thông tin, tuyên truyền. Nhiều "nhà văn" như Anh Đức, Nguyễn Thi, Nguyễn Trung Thành,... xuất thân và xuất hiện đều đặn trên các báo tuyên truyền này - tuyên truyền kiểu: *"báo chí cách mạng phải mang tính chiến đấu cao, đặt dưới sự lãnh đạo của Đảng"*, "Báo chí cách mạng phải gắn bó với nhân dân, bám sát thực tiễn cách mạng"...

Trong khi đó **ở Hà-nội** của người quốc-gia và không cộng-sản, những nhật báo xuất hiện trước khi đất nước qua phân ở vĩ tuyến 17, đa số liên hệ ít nhiều đến chính-trị và đảng phái:

Tự Do (1947) của Vũ Ngọc Các. *Thân Dân* chủ nhiệm Nguyễn Thế Truyền, chủ bút Vũ Ngọc Các

Thời Sự với sự hợp tác của Nhượng Tống, Trần Trung Dung,...

Ngày Mới, 1947, Ngô Văn chủ nhiệm, báo hỗ trợ cho Hội đồng An dân, sang 1949 đổi tên là *Tia Sáng*, sống đến 1954.

Giang Sơn chủ nhiệm Hoàng Cơ Bình, cộng tác Lê Hoàng Long (phê bình âm nhạc),...

Trung Việt Tân Văn là "cơ quan chính thức của quân đội Lư Hán đến tiếp thu quân đội Nhật (...) "báo ra đời nhằm mục tiêu xiết chặt tình thân thiện Hoa-Việt, tuyên truyền cho chế độ Trung Hoa trắng". Chủ nhiệm: Lê Kỳ; Xa trưởng: Tsan Kam Thoong; Chủ bút: Vũ Bằng; tòa soạn tại Hà Nội. Tòa soạn do Phùng Bảo Thạch và Ngô Tất Tố (47) phụ trách.

Lửa Sống, nhật báo số 1 ra ngày 28/9/1954, chủ nhiệm kiêm quản lý Bùi Đình Lĩnh, chủ bút Hà Thành Thọ, xuất bản tại Hải Phòng thời gian HP là thủ phủ tạm thời của chính phủ Quốc gia Việt-Nam (từ 01/10/1954) cho đến khi báo chuyển vào Nam khoảng tháng 5-1955, ngày quân đội Pháp trao trả Hải Phòng cho Bắc Việt. Cộng tác viên có Vũ Bằng, Bảo Hưng, Phạm Lang, Hà Chính, Văn Thuật, Tiêu Liêu, Nguyễn Hoạt, Anh Hợp, Động Đình Hồ,....

Chánh Đạo chủ-nhiệm Nguyễn Cảnh Long cũng là chủ-nhiệm tờ *Giác Ngộ*.

Cải Tạo, chủ-nhiệm Phạm Văn Thụ và chủ-bút Đào Trinh Nhất. Ban biên tập có Vũ Bằng.

Thanh Niên của Đại Việt Quốc Dân Đảng, biên tập có Phạm Trọng Nhân,...

Hồ Gươm của BS Bùi Cẩm Chương, Vũ Bằng cộng tác

Quê Hương của Bùi Đức Thịnh, Vũ Bằng cộng tác

Thời Tập chủ-nhiệm Nghiêm Xuân Thiện, Nguyễn Thạch Kiên chủ-bút

Dân Chúng có thể xem là tờ nhật báo cuối cùng trước ngày di cư 1954-55, do Lê Quang Luật đại diện chính phủ quốc-gia ở Hải Phòng chủ trương, Phạm Minh Chiểu làm giám đốc điều hành, mục-đích chính để thông tin về việc di cư vô Nam theo Hiệp định Genève.

Đại Chúng là nhật báo của **Đệ Tứ** Quốc Tế ở Sài-Gòn từ 1938, đến 1951 - thời kỳ 1944-45 thêm chi nhánh tại Hà Nội; cộng tác bài vở của Lê Ngọc Trụ, Trần Văn Thái,... Số đặc biệt "Lịch sử giải-phóng Việt-Nam, thời-kỳ cận-đại" của Hung-Ngôn và Bùi Đức Tịnh, 1948.

Ở miền Trung vào thời này cũng có các nhật báo Quốc Gia của Mặt trận Quốc-gia Liên hiệp do Trần Thanh Đạt chủ trương, tờ Lòng Dân của Hội đồng Chấp Chánh Trung kỳ do ông Võ Như Nguyện điều khiển, Vệ binh đoàn (tức Địa Phương Quân) có tờ Tiếng Kèn từ 1948 (Tô Kiều Ngân,...), và tuần báo Tiếng Gọi do ông Đỗ Mậu chủ-nhiệm chủ-bút, Phan Xứng thư ký tòa soạn, với sự có mặt của Nguyễn Khương, Nguyễn Văn Chuân,... là những người sau làm tá, tướng thời đệ nhất Cộng-hòa.

Báo-chí tôn giáo

Cho đến thời này báo-chí tên giáo cũng đã đa dạng và liên tục ra đời. **Công giáo** ngoài tờ Nam-Kỳ Địa Phận đã nói ở phần đầu, còn có các tờ La Semaine religieuse (GM Mossard, Sài-Gòn, số 1, 8-1-1919), Thánh Giáo Tuần Báo Bắc Kỳ (Semaine religieuse du TonKin) trong các năm 1920 - 1923 và tờ Trung Hòa Nhật Báo nội san của Địa phận Công giáo Hà Nội số 1 (8-9-1923) đến cuối năm 1954, Trung Hòa Nhật Báo của Hội Ái hữu Công-giáo ở Nam-kỳ (chủ-nhiệm G. Lebourdais, số 1 ngày 8-9-1923 đến 1939 - hay 1943?), Công Giáo Đồng Thinh (La voix commune des Missions Catholiques; Đoàn Kim Hương, 16-9-1927 đến 1937, Sài-Gòn) tuần báo Công Giáo Tiến Hành (Sài-Gòn, 1936-1939), Nguyệt San Đức Mẹ Hằng Cứu Giúp, công cuộc tông đồ bằng giáo lý và văn-hóa, ra đời tháng 6-1935 tại Hà-Nội, 1954 di cư vào Sài-Gòn và tồn tại cho đến tháng 4 năm 1975, tục bản ở hải-ngoại. Bán nguyệt san Lời Thăm (Lời Thăm Các Thày Giảng) của Giáo hội Công giáo địa phận Đông Đàng Trong thành lập năm 1922, đặt tại Tuy Phước, Quy Nhơn, tỉnh Bình Định, in tại Nhà in Làng Sông; các cây bút cộng tác bài vở có Hàn Mạc Tử (Nguyễn Trọng Trí). Công Giáo Nam Thanh sau đổi là Thanh Niên của Phạm Đình Khiêm ở Bắc Kỳ, thuộc Phong trào thanh niên lao động công giáo những năm 1936-1944. Dân Thanh, bán nguyệt san của Paulus Tạo ở Sài-Gòn.

Vì Chúa số 1 ra ngày 18-9-1936, in ba thứ tiếng Quốc-ngữ, Hán Văn và Pháp văn, trụ sở tòa soạn ở Cửa Tùng (Quảng Trị), tuần báo Công giáo do Linh Mục Nguyễn Văn Thích cùng với sự cộng tác của Michel Phan Huy Đức và Bùi Tuân và cộng tác bài vở của GM Hồ Ngọc Cẩn, Huỳnh Thúc Kháng, Phan Bội Châu, Sảng Đình (Nguyễn Văn Thích), Ưng Trình, v.v. Trang bìa đặc biệt luôn có in câu đối. Tờ Vì Chúa là diễn đàn văn hóa, chính trị của đạo Thiên chúa, có những bài phê phán mê tín dị đoan và tư tưởng vô thần đồng thời cố gắng kết nối với Nho giáo.

Cũng cần ghi nhận là **người Công giáo** đã đóng góp xây dựng nền móng và đi tiên phong trong sinh hoạt báo chí. Đó là những chủ nhiệm, chủ bút Trương Vĩnh Ký, Huỳnh Tịnh Của, Trần Chánh Chiếu và nhà văn như Nguyễn Trọng Quản.

Tờ báo đầu tiên của **Phật giáo** là tờ Pháp Âm tạp chí xuất bản năm 1928 do HT Khánh Hoà chủ biên kêu gọi Tăng Ni đoàn kết chấn hưng, học Quốc-ngữ giải quyết nạn thất học trong Tăng già, nhưng tạp chí nầy chỉ xuất bản 1 số thì đình bản. Tháng 1-3-1932 tạp chí *Từ Bi Âm* của Hội Nam kỳ nghiên cứu Phật học ở Sài-Gòn, tháng 6 năm 1933 tạp chí *Viên Âm* của An Nam Phật học Trung kỳ ra đời ở Huế, từ tháng 12-1933; tạp chí *Đuốc Tuệ* của Bắc Kỳ Phật Giáo Hội và do Tổng đốc Hoàng Trọng Phu và Nguyễn Năng Quốc đứng đầu, báo đình bản sau số 257-258 ngày 15-8-1945; năm 1935 *Tiếng Chuông Sớm* của hai sơn môn Hồng Phúc và Bà Đá (Hà Nội). Năm 1935 tạp chí *Duy Tâm* của Hội Lưỡng Xuyên Phật học (Trà Vinh), chủ nhiệm: Thích Khánh Hòa (tháng 7 đến 10-1935), Thích Huệ Quang (từ tháng 10-1935); chủ bút là bác sĩ Nguyễn Văn Khoẻ - *Viên Âm* (1936) cơ quan của Hội Phật Giáo Việt Nam do bác sĩ Lê Đình Thám chủ trương, v.v.

Tạp chí *Pháp Âm* của Hội Cư sĩ Tịnh độ xuất bản số 1 tháng1 năm 1937 và *Phật hoá Tân Thanh niên* chỉ ra được 2 số thì đình bản. Năm 1946 đoàn sinh Phật Học Đức Dục với sự hỗ trợ của HT Mật Thể và một số cư sĩ cho ra đời tạp chí *Giải Thoát* chủ trương nghiên cứu, nghị luận áp dụng đạo Phật trong đời sống. Hội Phật giáo Tăng già Bắc Việt vào ngày 9-9- 1950, cho xuất bản tạp chí *Phương Tiện* làm cơ quan ngôn luận của hội. Song song với Hội Phật giáo Tăng già Bắc Việt Hội Phật tử Việt-Nam được thành lập tại Chùa Chân Tiên do cư sĩ Tuệ Nhuận và một nhóm cư sĩ đảm trách cho xuất bản bán nguyệt san *Bồ Đề* ra ngày 22-09-1949 nhằm phổ biến Phật học, tạp chí nầy mãi đến tháng 5-1954 đình bản. Năm 1947 đặc san *Tập văn Phật giáo* do cư sĩ Tráng Đinh xuất bản, ông còn làm chủ bút cho tạp chí *Giác Ngộ* do Võ đình Cường.

Đạo **Cao Đài** có các tờ *L'Action Indochinois*: báo *Pháp ngữ*, được xem là 'tờ báo chánh thức đầu tiên của đạo Cao Đài', do ký giả Cao Văn Chánh và một số cộng sự thành lập tại Sài-Gòn, hoạt động từ tháng 8-1928, nhưng do đăng nhiều bài chống chánh quyền thực dân nên sau một thời gian ngắn bị rút giấy phép.

La Revue caodaïste (Cao Đài Tạp Chí) của Giáo hội Cao Đài xuất bản tại Sài-Gòn từ năm 1930-45, *Đại Đạo* xuất bản ở Sài-Gòn năm 1936-38; *Cao Đài Đại Đạo Tam Kỳ Phổ Độ* cơ quan ngôn luận của phái Cao Đài Tiên Thiên, do Thiên Bồng nguyên soái Lê Kim Tỵ thành lập và điều hành ở Tây Ninh và Sài-Gòn thời kỳ 1938-40 - ông bị Việt Cộng sát hại tại tỉnh Gia Định năm 1948.

Báo-chí đem văn-học đến với người đọc

Nói chung, thời Pháp thuộc, miền Nam lục-tỉnh đất của Pháp do đó báo chí được tự do ngôn luận bàn chuyện thời sự, chính-trị trong khi đó thì ở miền Bắc và Trung là đất bảo hộ do đó bị kềm kẹp nhiều hơn, đó là lý do khiến báo-chí chú ý phát triển về văn-học nghệ-thuật hơn.

Với *Gia-Định Báo,* dù người Pháp có mục-đích chính-trị an dân để dễ bề thống trị, chữ quốc-ngữ đã đến cùng tận thôn xã xa xôi, chốn quê mùa, hẻo lánh cũng như thành thị - phải nhận thông tin của kẻ cai trị nhưng cũng mở tầm mắt và thêm kiến thức về thế giới và các khoa học, ngành nghề. Cũng như với báo-chí, người Pháp muốn dùng văn-học như là phương-tiện văn-hóa để phục vụ cho người Pháp. Và người Việt đã chấp nhận chữ quốc-ngữ, thứ chữ ghi chép lại tiếng Việt đó, trở nên yêu thích đọc báo và sách vở bằng chữ quốc-ngữ, nhất là ở miền Nam lục-tỉnh. Chính Phạm Quỳnh khi vào Nam quan sát cũng đã nhận xét tại chỗ: *"dân Nam-kỳ có tính ham đọc sách và có tiền thừa mua sách"* trong du-ký "Một tháng ở Nam-kỳ" (48).

Rồi thể loại tiểu-thuyết viết bằng chữ Quốc-ngữ xuất hiện hơn 20 năm sau báo chí (*Gia-Định Báo* 1865). Tiểu-thuyết "hiện đại" khai sinh từ Nguyễn Trọng Quản, lớn mạnh ở bước đầu là nhờ chữ Quốc-ngữ và báo chí vốn là phương tiện thông tin mới mà thời lịch-triều trước đó không có, và đã mang lại cho văn-học Việt-Nam những nền tảng quan trọng và thiết yếu trong quá trình thành hình một nền văn-học - chữ Quốc-ngữ. Vào thời đầu thế kỷ XX, văn-học đã đi đôi với báo chí và xuất bản, do đó sẽ gần người đọc và trở thành món giải trí tinh thần được đại chúng hóa chưa hề có trước đó.

Báo chí đã là những cơ quan ngôn luận, diễn đàn và phổ biến tác-phẩm trước khi xuất bản thành sách như *Hà Hương Phong Nguyệt* của Lê Hoằng Mưu (đăng *Nông Cổ Mín Đàm* từ số 19 ngày 20 tháng 7 năm 1912 đến số 53 ngày 29 tháng 5 năm 1915, với nhan đề Truyện Nàng Hà Hương; J. Nguyễn Văn Viết xuất bản năm 1915). Nông Cổ

Mín đàm là tờ báo đầu tiên đăng tiểu-thuyết - trên *Gia-Định Báo* chỉ có những mẩu truyện ngắn), như *Kim Thời Dị Sử* của Biến Ngũ Nhy (tức Nguyễn Bính) đăng *Công Luận Báo* từ tháng 10-1917, xuất bản 1921), các tiểu-thuyết của Nguyễn Chánh Sắt, Lê Hoằng Mưu, Hồ Biểu-Chánh (các tiểu-thuyết *Vì Nghĩa Vì Tình, Cha Con Nghĩa Nặng, Con Nhà Giàu, Khóc Thầm*,... đều đã đăng trước trên tờ *Phụ-Nữ Tân-Văn* - cũng như một số tiểu-thuyết khác đăng trên báo *Thần Chung* thời 1952). Độc-giả ở trong Nam rất đa dạng, từ trí thức đến hạng người lao động - đây là một đặc điểm khiến văn-học miền Nam lục-tỉnh khác miền Bắc. Các sách báo quảng cáo cũng góp phần phổ biến tiểu-thuyết đến quần chúng, như trường hợp hai cuốn truyện của Nguyễn Chánh Sắt, *Tình Đời Ấm Lạnh* in trong Thiên Sanh Đường đại dược-phòng ở Chợ Lớn và *Nghĩa Hiệp Kỳ Duyên* in trong sách quảng cáo *Vệ Sanh Chỉ Nam* (1919) của nhà thuốc Nhị Thiên Đường; tiểu-thuyết của Hồ Biểu-Chánh cũng từng xuất hiện dưới hình thức ấn-phẩm quảng cáo này.

  Tiểu-thuyết Pháp được **dịch** ra Quốc-ngữ trước cả tiểu-thuyết cổ điển Trung Hoa. Gia-Định Báo từ năm 1881 đã đăng nhiều truyện ngụ ngôn của La Fontaine do Trương Minh Ký dịch (sau tập hợp thành sách Chuyện Phan-sa diễn ra quấc ngữ in năm 1884 gồm 16 bài của La Fontaine được dịch ra thơ lục bát; sau đó là cuốn Riche et Pauvre (Phú bần truyện diễn ca). Năm 1887, Trương Minh Ký còn dịch cuốn Les aventures de Telemaque của Fénelon (Chuyện Tê Lê Mặc gặp tình cờ) bằng văn vần, thể thơ lục bát. Gia-Định Báo cũng là nơi đầu tiên đăng bản dịch Truyện Robinson (tức Robinson Crusoe) (số 6, ngày 24-4-1886).

  Cuối thế kỷ XIX còn có Trần Nguyên Hanh dịch Les conseils du Père Vincent (Gia huấn của lão Vincent). Sau đó các tờ báo như Nông cổ mín đàm, Lục-Tỉnh Tân Văn, Đông Pháp thời báo, Nam Kỳ địa phận,... đã tiếp phần đưa các bản dịch tiểu-thuyết phương Tây đến tay công chúng một cách sâu rộng hơn. **Lục-Tỉnh Tân Văn** đăng Le Comte de Monte Cristo (Tiền căn báo hậu - 1907), Les trois mousquetaires (Ba người ngự lâm pháo thủ - 1914) của Alexandre Dumas, do Trần Chánh Chiếu dịch. Lê Hoằng Mưu, đã phóng tác quyển tiểu-thuyết Pháp Le Comte de Monte Cristo của A. Dumas với nhan đề "Tiền căn báo hậu" đăng trên Lục-Tỉnh Tân Văn từ số 2054 ngày 18-6-1925.

Nông Cổ Mín Đàm đăng các bản dịch của Lê Hoằng Mưu, ông dịch truyện Mỹ, Nga qua bản tiếng Pháp như Chồng bắt cha vợ, Vi Lê giết vợ, - một truyện ngắn của Mỹ có thể là truyện dịch đầu tay của ông. Sau đó Lê Hoằng Mưu phóng tác từ văn học phương Tây thành tiểu-thuyết, như từ Racambole Tom V. Les drames de Paris của Pierre Alexis Ponson du Terrail chẳng hạn (Nông Cổ Mín Đàm số 18 năm 1912). Từ năm 1916 ***Nam Kỳ địa phận*** tăng thêm phần văn-học và bắt đầu đăng các truyện dịch hoặc phóng tác và từ năm 1926 báo dành hẳn phần phụ trang (Supplément du N.K.Đ.P.) gồm 4 trang chuyên đăng quảng cáo và truyện, tiểu-thuyết. ***Đông Pháp thời báo*** năm 1928 có các bản dịch Quan về vườn của nhà thơ Pháp H. de Racan, một số tác phẩm của Eroshenko, phần đầu tiểu-thuyết Bá tước Monté Cristo của A. Dumas.

Người dịch truyện sách Tàu ra Quốc-ngữ đầu tiên có lẽ là Huỳnh Tịnh Của. Tác phẩm Chuyện Giải Buồn (1885) gồm 112 truyện của ông phần nhiều là những truyện được phỏng dịch từ các tác phẩm Trung Quốc như Cao Sĩ truyện, Trang Tử, Chiến Quốc sách, Liêu Trai chí dị.

Báo Nông Cổ Mín Đàm, ngay từ số đầu (1-8-1901) đã đăng bản dịch một "truyện Tàu" là Tam quốc chí. Đây là bản dịch một "truyện Tàu" hoàn chỉnh đầu tiên. Tên người dịch được ghi là Canavaggio, một chủ đồn điền và là thương gia người Pháp, chủ nhân báo Nông cổ mín đàm. Nhưng theo Vương Hồng Sển, người dịch chính là Lương Khắc Ninh, chủ bút của báo. Sau Tam quốc chí, Nông cổ Mín Đàm còn lần lượt đăng các truyện dịch Liêu Trai chí dị, Kim cổ kỳ quan, Bao Công kỳ án...

Cũng vào thập niên đầu của thế kỷ XX, ở Nam Bộ đã xuất hiện nhiều dịch giả "truyện Tàu" như Nguyễn Chánh Sắt, Trần Phong Sắc, Nguyễn An Khương, Nguyễn An Cư, Đinh Văn Đẩu, Trần Hữu Quang, Huỳnh Trí Phú... Chính họ đã đua nhau dịch nhiều tiểu-thuyết thần kỳ, anh hùng nghĩa hiệp của Trung Quốc, tạo thành một phong trào dịch "truyện Tàu". Trong số các dịch giả, có Nguyễn An Khương, Nguyễn Chánh Sắt, Trần Phong Sắc được báo Phụ-Nữ Tân-Văn đánh giá là "những tay dịch thuật trứ danh của Nam Kỳ", riêng "Trần Phong Sắc là nhà dịch thuật trứ danh nhứt". Một mình Trần Phong Sắc đã dịch đến 29 bộ truyện Tàu.

Về truyện dịch, thời đầu thập niên 1930 ở Hà-nội có hiện-tượng truyện dịch Từ Trầm Á - đưa đến Tố Tâm của Hoàng Ngọc Phách. Thời văn-học miền Nam Cộng-hoà có hiện tượng truyện tình Quỳnh Dao và truyện chưởng (Kim Dung, Cổ Ngọa Long, v.v.), các báo lên cơn sốt chạy theo truyện chưởng, các dịch giả được hậu đãi nhuận bút (khiến có truyện chưởng giả dạng). Mà từ năm 1987, từ sau cái gọi là chính sách văn-nghệ Đổi mới, cộng-sản Việt-Nam đã mở cửa cho việc in lại sách và tiểu-thuyết thời trước 1975 nhưng đến năm 1992 trong nước mới cho tái bản truyện kiếm hiệp Kim Dung "đồi trụy"(!) của miền Nam trước 1975, năm 1996 nhà Văn Nghệ thành phố Hồ Chí Minh in Tam Quốc Chí, nhưng Hà nội thì từ năm 1999 mới chính thức dịch và xuất bản truyện kiếm hiệp, bắt đầu với cuốn *Tuyết Sơn Phi Hổ* (mà Tiền-Phong đã dịch từ thập niên 1960), đưa đến hiện-tượng truyện dịch từ các tác-giả của nhiều nước Âu Mỹ, Nhật, v.v.

Với thể-loại kịch, Nguyễn Háo Vĩnh là một trong những người đầu tiên giới thiệu kịch phương Tây. Với việc lược dịch bốn vở kịch của Shakespeare, gồm Chú lái buôn thành Venise , Thái tử Hamlet, Roméo - Juliet, Vậy thì vậy, Anh hùng hào kiệt của thành Rôma ngày xưa vào năm 1928, ông có lẽ là người Việt-Nam đầu tiên giới thiệu một tác giả lớn của Anh cho người đọc Việt-Nam. Vì về tiếng Pháp đã có Nguyễn Văn Vĩnh với bản dịch Trưởng Giả học làm sang của Molière.

*

Nguyễn Văn Vĩnh, Phạm Quỳnh, ... đã dùng báo-chí để đem văn-học đến với người thưởng ngoạn thì cũng có nghĩa là không có báo-chí thì văn-học cũng không sống mạnh, đó là trường hợp của Tản Đà, nhà văn thuộc các nhóm Tự-Lực Văn đoàn, Tân Dân, ... trước chiến-tranh hay *Sáng Tạo*, ở miền Nam , v.v. Trước 1932, độc giả Việt-Nam đã có ý thức về văn chương như một nghệ thuật, một sáng tạo, một cái gì khác với tư tưởng, học thuật, đã làm nên những sự thay đổi trong văn học, nhiều lên tiếng phê bình nhắm vào **tiểu-thuyết** và nội-dung của chúng. Theo dõi những tờ báo như Đông Pháp thời báo, Thần Chung hay Phụ-Nữ Tân-Văn sẽ có thể ghi nhận điều này. Tiểu-thuyết với sức lôi cuốn, hấp dẫn đã được xem là có thể ảnh-hưởng, tác động đến "thế đạo nhân tâm", nhất là giới trẻ. Tuy nhiên, những phản biện tiêu cực hướng đến tiểu-thuyết cũng xuất hiện. Đó là lý do một số tiểu-thuyết bị lên án là "dâm tình", "phong tình", đề cao nếp sống buông thả, làm mê hoặc, hư hỏng thanh niên. Cuốn Tố Tâm của Hoàng Ngọc Phách, xuất-bản năm 1925 sau khi đã đăng phần đầu trong tập kỷ yếu của hội Cao Đẳng Ái Hữu, đã bị dư luận ghép trách nhiệm với một số vụ tự tử của thanh nữ thời ấy. Sau đó, *Người Bán Ngọc* (1930-31) của Lê Hoằng Mưu, chủ bút *Lục Tỉnh Tân-văn*, kể chuyện người bán ngọc Tô Thương Hậu giả phụ nữ bán ngọc để gần gũi và trờ thành tình nhân của Hồ phu nhân "trững mỡ" trong hai năm chồng đi buôn xa, trước là đồng tình luyến ái, sau trai gái thật khi Thương Hậu không cầm lòng được đã để lộ cái "oan gia". Báo chí và dư luận thời ấy đã mạnh mẽ phản đối câu chuyện và cảnh dâm tình của các nhân-vật.

Mặt khác, việc nghiên cứu tác-giả và văn-học sử không thể bỏ qua mảng báo chí vì đó chính là nơi các nhà văn trẻ mới vào nghề thường đã đăng các tác-phẩm đầu tay, những thử nghiệm đầu. Và trong các văn bản nguyên sơ này, nhà nghiên cứu có thể tìm ra con người nhà văn, nhà thơ vì khi tác-phẩm được xuất-bản hoặc tái bản thì văn bản thường vẫn được trau chuốt mất hết dấu vết đầu sự nghiệp. Đó cũng là lý do khiến chúng tôi khi viết về văn-học sử đã tìm lại những ấn bản đầu tiên của một tác-phẩm để có cái nhìn chính xác, toàn diện hơn về nhà văn đó.

*

Như vậy, chúng ta đã thấy báo-chí dưới thời Pháp thuộc nhiều tờ đã là **công cụ của chế độ**, trực tiếp hoặc gián tiếp, như Gia-Định Báo, Đông-Dương Tạp-Chí, Nam-Phong Tạp-Chí, Đại Việt Tập Chí, Nam Trung Nhật Báo, An Hà Báo, Đèn Nhà Nam, Quốc Dân Diễn Đàn,... Nhưng cũng đã có nhiều tờ báo **độc lập**, chuyên nghiệp như Phụ-Nữ Tân-Văn, Thần Chung, Đông Pháp thời báo, Đuốc Nhà Nam, Trung Lập,..., kể cả chống chế độ như Phan Yên Báo, Lục-Tỉnh Tân-Văn, Tranh Đấu, Đông Pháp thời báo, Đuốc Nhà Nam, Công Luận Báo, Thần Chung (cũng như báo tiếng Pháp mà điển hình là La Cloche Fêlée/Tiếng Chuông Rè).

Ở trong Nam-kỳ đất thuộc địa nên lúc đầu cho tự do báo-chí nhưng rồi sau vụ Phan Yên Báo người Pháp đã bắt đầu kiểm soát báo-chí tiếng Việt và cả tiếng Pháp và đã liên tục ban hành những đạo luật và văn bản về báo chí nhắm kiểm soát báo chí Việt-Nam khắp 3 miền đất nước. Và cả báo tiếng Pháp và xuất-bản tại Pháp như Nghị-định ngày 14-11-1927 cấm bán và lưu hành các tờ sau đây đều xuất-bản tại Pháp: Việt-Nam-Hồn, Phục-Quốc, L'Annam Scolaire (An Nam Học Báo), Việt-Nam. Tiếp đó là Nghị-định ngày 27-12-27 cấm các tờ khác xuất-bản tại Pháp: *L'Âme annamite, La nation annamite, Journal des Étudiants Annamites de Toulouse, La Tribune Indochinoise* và tờ *Le Jeune Indochine* xuất-bản tại Saigon. Vì cũng từ những năm 1927-28 trở đi, báo-chí bắt đầu đóng vai trò chính-trị ngày càng rõ nét: Thần Chung, Công Luận, Phụ-Nữ Tân-Văn, v.v. là những cơ quan công khai, ngoài ra còn có báo-chí bí mật và bán bí mật của các đảng và lực lượng chính-trị khắp 3 miền đất nước và cả ở nước Pháp "mẫu quốc".

Điểm **thứ hai** chúng tôi thấy cho đến giữa cuối thập niên 1950, các báo tuy đa dạng nhiều đặc điểm rõ rệt nhưng nhìn chung đã tỏ rõ vai trò đậm nét của cá nhân (Trương Vĩnh Ký, Tản Đà, Nguyễn Văn Vĩnh, Phạm Quỳnh, Vũ Đình Long,...) hoặc nhóm thu hẹp (Tự-Lực Văn đoàn, Tân Dân, Hàn Thuyên,...), cùng sự tồn tại thường ngắn ngủi của các tờ báo, có tờ chỉ ra được vài số.

Cuối cùng, qua báo-chí, vai trò và địa vị của phụ nữ Việt-Nam được nhìn nhận, cụ thể với các tờ Nữ giới chung, Phụ-Nữ Tân-Văn ở Sài-Gòn, Phụ Nữ Thời Đàm ở Hà-nội, Hội Nữ Công của bà Đạm Phương ở Huế, v.v. Người đọc có thể tìm thấy những cuộc thảo luận trên hai tờ Nữ Giới Chung và Phụ-Nữ Tân-Văn về vị trí của người phụ nữ trong xã hội, bên cạnh những giáo huấn về công dung, về đời sống gia-đình, về giải phóng phụ nữ (Tự-Lực Văn đoàn), về nam nữ bình quyền, v.v. Với báo-chí, người phụ nữ có cơ hội lên tiếng và xuất hiện trước công chúng (bà Nguyễn Thị Manh-Manh cổ động Thơ Mới), gia nhập văn đàn, tham gia trường văn trận bút,...Trên các báo như Đông Pháp Thời Báo, Thần Chung, Công Luận,... các nhà báo thường mượn lời phụ nữ để kêu gọi trách nhiệm của người dân đối với đất nước, và có những tác-giả cũng dùng nhân-vật phụ nữ đóng vai chính trong việc chuyển-tải tư tưởng đấu tranh và xây dựng như Hồ Hữu Tường với các bộ truyện Gái nước Nam làm gì? - tiểu-thuyết tranh đấu chống Pháp, gồm Thu Hương và Chị Tập đăng nhật báo Ánh Sáng trước khi xuất-bản (Sống Chung, 1949; Paris: Đông Phong, 1954).

*

Bài nói đến *báo-chí* nói chung vì có sự phân biệt của báo-chí thông tin và báo-chí văn-chương. Viết lịch-sử văn-học không thể không nghiên cứu các báo-chí thông tin ngoài các tạp-chí văn-học, vì đó là nguồn quan-trọng để hiểu sinh hoạt văn-học một thời, các nhà văn thơ cũng như các cuộc bút chiến và nhất là văn học chữ Quốc-ngữ đã khởi đi từ các báo và tạp chí thông tin tổng quát. Các tờ *Gia-Định Báo, Nam Kỳ Địa Phận, Lục-Tỉnh Tân-Văn, Phụ-Nữ Tân-Văn, Thần Chung* cũng như *Nam-Phong, Phong Hóa, Ngày Nay,...* Các tranh luận, bút chiến về sử dụng ngôn-ngữ, về tiếng Việt ròng, về Thơ Mới, về văn-nghệ vị nghệ-thuật hay nhân sinh, về chính-trị, tương lai đất nước,... bên cạnh những cuộc bút chiến cục bộ giữa 2, 3 tờ báo, nhà báo hay về các tác-giả, các sách báo xuất-bản như Tự-Lực Văn đoàn và nhóm Tân Dân về cuốn *Cô Giáo Minh* của Nguyễn Công Hoan - đạo văn khi viết Cô Giáo Minh dựa trên cốt truyện Đoạn Tuyệt...

Như đã thấy, báo-chí là nhân chứng, là nhân tố sống động hàng ngày của xã-hội, dân-tộc, có vai trò trong sự tiến hóa, phát triển của cộng đồng dân-tộc; vì báo chí chính là những tài liệu phong phú, là văn khố quốc-gia. giúp các nhà sử học và văn-hóa khi tìm hiểu sự tiến hóa, trưởng thành hay sa đọa của một tập thể. Nhưng mặt trái là có người sử dụng báo-chí như là phương-tiện để bôi xấu người khác, xuyên tạc sự thật, trả thù riêng,... dĩ nhiên báo-chí loại này thường là báo chợ không liên hệ gì đến văn-hóa...!

Để chấm dứt, chúng tôi nghĩ rằng tự do thông tin, báo-chí đã là một quyền công dân mà còn là quyền làm người, không một chế độ hay quyền lực trần gian nào có thể thành công xóa bỏ được, dù là thực dân cũ mới, dù là cộng-sản, độc tài. Không in và phát hành công khai được, báo-chí sẽ chuyển qua hình-thức chép tay, in thạch bản, in roneo, làm bản sao chụp, nay còn thêm Internet, điện thư, điện thoại...

Dân-tộc Việt-Nam còn có một hình-thức đặc biệt khác là ca dao tục ngữ, nói truyện, dân ca,... để loan truyền tin tức và bộc lộ dân tình dân ý! Có những câu truyền miệng ở miền Nam từ sau ngày 30-4-1975 như bài sau mang tính phóng sự về đời sống của người dân so với cán bộ:

"Rau muống bổ hơn nhân sâm
Khoai lang củ sắn là phần của dân.
Cán bộ chỉ chực ăn phân
Thủ trưởng, cục trưởng là quân cướp ngày".

Câu nói của Nguyễn Văn Vĩnh đã nói *"chữ Việt còn thì nước ta còn"* và của, Phạm Quỳnh trên Nam-Phong tạp-chí năm nào, *"tiếng Việt còn, nước Việt còn"* luôn vẫn là đề tài thời sự với người ở ngoài nước và cả gần 90 triệu người trong nước, vì vấn-đề bây giờ là 'tiếng Việt nào'? Và quan-trọng nữa là *thái độ chính-trị và xã-hội* **vô cảm** đang là bệnh dịch trầm trọng của người Việt trong cũng như ngoài nước. Nhìn chung có thể nói tương lai văn-hóa Việt-Nam qua báo-chí thông tin và tạp-chí văn-học nghệ thuật khá vô vọng và bi đát!

9-2012

Tham khảo

Đỗ Quang Hưng (chủ biên). *Lịch sử Báo Chí Việt-Nam 1865-1945*. NXB Đại học Quốc gia Hà-Nội, 2000.

Đỗ Quang Hưng. "Báo chí Tôn giáo ở Việt Nam trước 1945" tr. 54-58 in *Việt-Nam Học - Kỷ Yếu Hội thảo Quốc tế lần thứ nhất*. 2000.

Huỳnh Văn Tòng. *Lịch Sử Báo Chí Việt-Nam từ khởi thủy đến năm 1930*. Sài-Gòn: Trí Đăng, 1973; *Lịch Sử Báo Chí Việt-Nam từ khởi thủy đến năm 1945*. NXB Đại học Mở-Bán công TP HCM, 1994; *Báo chí Việt-Nam từ khởi thủy đến 1945*. NXB TpHCM, 2000.

LM Nguyễn Khắc Xuyên. *Mục lục phân tích tạp chí Nam-Phong 1917-1934*. Sài-Gòn: Trung tâm Học liệu, 1968.

Vũ Bằng. *Bốn mươi năm "nói láo"*. Sài-Gòn: Phạm Quang Khai, 1969.

Hồ Hữu Tường. *Bốn Mươi Mốt Năm Làm Báo - Hồi ký*. Sài-Gòn: Trí. Đăng, 1972.

Nguiễn Ngu Í. *"Thử nhìn qua 100 năm báo chí. Báo chí hôm qua (1865-1965)"*. Bách khoa, 217, 15/1/1966.

Đặng Văn Nhâm. *Lịch-sử Báo Chí Việt-Nam Từ Khởi Thủy Đến Hiện Tại (1861-1999)*. CA: Việt-Nam Văn Hiến, 1999.

Chú thích

1- Xin trích thông tin của Trương Ngọc Tường và Nguyễn Ngọc Phan từ cuốn *100 Câu Hỏi Đáp Về Báo Chí TP. Hồ Chí Minh* (TPHCM: NXB Văn Hóa, 2007): "*Vua Tự Đức và các quan nhà Nguyễn xem báo như thế nào?* - Sau Hiệp ước năm 1862, tại Gia Định nhà Nguyễn đặt một viên Khâm phái kiêm Lãnh sự làm nhiệm vụ ngoại giao, theo dõi tình hình thời sự vùng đất đã rơi vào tay ngoại xâm và mua một số hàng hóa cần thiết cho hoàng gia như giấy, vải, tơ lụa, đặc biệt là báo chí. Tờ *Gia-Định Báo* xuất bản kể từ ngày 15-4-1865, theo lệ định thì viên Khâm phái kiêm Lãnh sự Gia Định phải mua 12 tờ chuyển ra Bình Thuận, rồi dùng ngựa trạm chuyển về kinh đô. Thời đó nhân dân ta, kể cả vua quan đều học chữ Hán và chữ Nôm, trong khi *Gia-Định Báo* viết bằng chữ Quốc-ngữ và chữ Pháp, nên những tờ báo nầy phải qua bộ phận phiên dịch. Căn cứ vào nội dung các tờ báo, Nội các phải chọn những bài đã phiên dịch đem dâng lên vua Tự Đức. Trong tập châu bản triều Tự Đức còn lưu một bản tâu của các quan ở Nội các là Trần Tiến Thành, Nguyễn Văn Tường và Lê Bá Thận ngày 1 tháng 6 năm Tự Đức thứ 31 (1878) (...) về tin tức của cuộc khởi nghĩa do Lê Văn Ong và Võ Văn Khả chỉ huy khoảng năm 1877 và 1879 ở làng Tân Phú Đông (Cai Lậy); tin tức việc Thực dân xây dựng phố xá ở Gia Định và huấn luyện quân binh để đàn áp các cuộc khởi nghĩa. Sự kiện lịch sử nêu trên xảy ra vào tháng 4, tháng 5 năm 1878, nhưng đến một tháng sau, ngày 1 tháng 6 năm 1878, qua báo chí, vua Tự Đức và các triều thần mới biết được tình hình, chứng tỏ báo từ Gia Định ra đến Huế khá chậm".

2- Phạm Quỳnh trong bài "La Presse annamite" [Báo chí Annam] trên *Nam-Phong* số 107, tháng Bảy năm 1926, tr. 4, cho rằng văn học hiện đại của chúng ta chỉ xuất hiện từ sau khi có báo chí ra đời. Những tác giả đầu tiên của những tác phẩm được viết bằng chữ Quốc-ngữ đều được đào tạo trong môi trường báo chí.

3- Nguyễn Khánh Đàm. Ed. *Lịch trình tiến hoá sách báo quốc-ngữ*. Sài-Gòn: Lũy Tre, 1942, tr. 23. Trích theo Huỳnh Văn Tòng. *Lịch sử Báo chí Việt-Nam từ khởi thủy đến năm 1930* (Sài-Gòn: Trí Đăng, 1973), tr. 51. Ngày 1-1-1864, tư nhân Pháp ra tờ *Le Courrier de Saigon* đăng công văn, nghị định của chính quyền thuộc địa.

4- Trích từ "Làng Sông - Nhà In và Thư Viện" của LM Phaolô Nguyễn Minh Chính.

5- X. Nguyễn Thanh Quang. "Nhà in Làng Sông - Trung tâm truyền bá chữ Quốc-ngữ và văn học Quốc-ngữ" https://gpquinhon.org/q/tu-lieu/nha-in-lang-song-trung-tam-truyen-ba-chu-quoc-ngu-va-van-hoc-quoc-ngu-261.html)

6- Theo Huỳnh Văn Tòng trong *Lịch sử báo chí Việt-Nam từ khởi thủy...* (Sđd. Tr. 69); còn Duy Vân trong *Gia-Định Báo* (Fairfield NSW Australia: Nguồn Việt, 1986, tr. 47), thì cho là từ số 25 năm thứ 16, ra ngày 7-9-1880.

7- Trích lại từ Duy Vân. Sđd. Tr. 43-44.

8- https://vi.wikipedia.org/wiki/Tr%C6%B0%C6%A1ng_V%C4%A9nh_K%C3%BD

9- Trích theo Duy Vân. Sđd, tr. 104-106.

10- Thanh Lãng. *Biểu Nhất Lãm Văn Học Cận Đại* (Sài-Gòn: Tự Do, 1957), tr. 74.

11- Phan Khôi. "Chữ Quốc-ngữ ở Nam kỳ với thế lực của phụ nữ" *Phụ-Nữ Tân-*

Văn số 28 (7-11-1929). Trích từ Thanh Lãng. *13 Năm Tranh Luận Văn-Học (1932-1945)* (Tp HCM: NXB Văn Học, 1995). Tập 2, tr. 470.

12- Bùi Đức Tịnh. *Những Bước đầu của Báo chí Tiểu-thuyết và Thơ Mới (1865-1932)* (bản 1992), tr. 37-38.

13- Huỳnh Văn Tòng. *Sđd.* 1973, tr. 56. Bản in năm 1994 cũng vậy.

14- Trích theo Huỳnh Văn Tòng. *Sđd,* tr. 56, lấy lại từ Nguiễn Ngu Í, "100 năm báo-chí Việt-Nam". *Bách Khoa* số 25, 15-1-1966, tr. 17.

15- Trích theo tuyển tập *Khảo Về tiểu-thuyết: Những Ý Kiến, Quan Niệm Về tiểu-thuyết Trước 1945* (Hà Nội: NXB Hội Nhà Văn, 1996), tr. 23-24.

16- **Francois-Henri Schneider** đến Sài-Gòn năm 1882 phụ trách việc in ấn cho Dinh Thống đốc Nam Kỳ; năm sau được cử làm quản đốc nhà in Bảo hộ (Imprimerie du Protectorat) mới thành lập ở Hà Nội; năm 1885 mở hẳn một nhà in riêng mới từ Pháp đưa sang Hà Nội, năm 1886 mua luôn nhà in Bảo hộ rồi phát triển thành chủ nhân hệ thống nhà in và xuất bản Imprimerie de F.-H. Schneider và IDEO hoạt động tại Hà Nội, Hải Phòng và Sài-Gòn cho đến năm 1957. Ông thành lập và làm chủ và chủ nhiệm nhiều tờ báo tại Hà Nội và Sài-Gòn.

17- **Phạm Minh Kiên** còn ký Tuấn Anh khi viết truyện trinh thám; chủ bút các báo *Nông Cổ Mín Đàm* (từ số 123 tháng 8-1924 đến số 133 tháng 10-1924), *Nhựt Tân Báo* của ông Lê Thành Tường và cộng tác với các báo *Nông Cổ Mín Đàm, Đông Pháp Thời Báo, Lục-Tỉnh Tân Văn, Nam Kỳ Kinh Tế*… Ông là một trong những cây viết tiểu-thuyết quan trọng của giai đoạn đầu thế kỷ XX và là tác giả viết nhiều tiểu thuyết lịch sử nhất. Tác phẩm của ông: *Hiếu nghĩa vẹn hai* (Sàigòn: Đức Lưu Phương, 1923), *Ân oán vì tình* (Xưa Nay, 1925), *Duyên phận lỡ làng Hà cảnh lạc* (J. Viết, 1925), *Việt-Nam Lý trung hưng* (Đức Lưu Phương, 1925), *Vì nước hoa rơi* (Xưa Nay, 1926), *Việt-Nam anh kiệt, Vì nghĩa liều mình* (Sadec: Duy Xuân, 1926), *Hai mươi năm lưu lạc* (Xưa nay, 1927), *Bèo mây tan hiệp* (Tín Đức thư xã, 1928), *Thói đời đen bạc, Việt-Nam anh kiệt* (Thạnh Thị Mậu, 1929; Tín Đức Thư xã, 1952), *Lý Bằng Phi* (Đức Lưu Phương, 1930), *Tình nghĩa đổi thay* (Đức Lưu Phương, 1931), *Lê triều Lý thị* (tiểu-thuyết lịch sử, J. Viết, 1931), *Một đoạn sầu tình* (tiểu-thuyết, Tín Đức thư xã, 1931) - *Tình duyên xảo ngộ* (tiểu-thuyết, Tín Đức Thư xã, 1931), *Tiền Lê vận mạt* (Tín Đức thư xã, 1932), *Trần Hưng Đạo* (tiểu-thuyết lịch sử, 1933).

18- **Dương Văn Giáo**, về sau là thành viên Ban lãnh đạo Việt-Nam Phục Quốc Đồng Minh Hội và tháng 8-1945 tham gia giành chánh quyền tại Sài-Gòn. Ngày 24-9-1945 bị Trần Văn Giàu ra lệnh cho Huỳnh Văn Nghệ và Hồng Tảo bắt cóc tại gần chợ Bà Chiểu, Sài-Gòn và đến cuối tháng 9 bị sát hại tại Chợ Bến Phân, Gò Vấp cùng với Lê Quang Kim.

19- **Nguyễn Văn Sâm** (1898-1947; sinh tại tỉnh Sóc Trăng): trước năm 1939 là thành viên Đảng Lập Hiến Đông Dương, viết báo *La Tribune indigène* (Diễn Đàn Bản Xứ), làm chủ nhiệm báo *Đuốc Nhà Nam*, chủ tịch Hội ký giả Nam Kỳ; năm 1938, thành lập báo *Tự Do* làm cơ quan tranh đấu của Đảng Việt-Nam Quốc Dân Độc Lập do ông làm chủ tịch; ngày 10-10-1947, bị Việt Cộng ám sát trên xe buýt Sài-Gòn-Chợ Lớn.

20- **Diệp Văn Kỳ** sinh năm 1895 tại Huế, là con ông Diệp Văn Cương và Công nữ Thiện Niệm - cô ruột của vua Thành Thái. Khi cùng vợ sang Pháp du học khoảng 1920-1925, ông tham gia Đảng Lập Hiến Đông Dương của Bùi Quang Chiêu, Dương Văn Giáo và An Nam Độc Lập Đảng của Nguyễn Thế Truyền, viết bài trên báo *Việt-Nam Hồn*. Về nước hành nghề luật sư ở Cao Lãnh và tham gia thành lập Hội Khuyến học và tổ chức nhiều buổi diễn thuyết văn hóa. Sự nghiệp báo chí bắt đầu khi ông lên Sài-Gòn viết cho *Nam Trung Nhật Báo* và *Đông Pháp Thời Báo*. Năm 1927 ông mua lại và làm chủ nhiệm tờ *Đông Pháp Thời Báo* - từ số 635 ngày 14-10-1927 cho đến số cuối 809 ngày 22-12-1928, đã cho mời các nhà báo nổi tiếng ngoài Bắc như Tản Đà, Ngô Tất Tố, Phan Khôi,...vào Sàigòn cộng tác. Đầu năm 1929 thành lập và chủ nhiệm báo *Thần Chung;* năm 1936 cộng tác với Nhóm La Lutte tổ chức phong trào Đông Dương Đại Hội, rồi bị bắt và trục xuất về an trí tại Bình Thuận cùng với Bùi Thế Mỹ và Đào Trinh Nhất. Cuối năm 1937 được trở về Sài-Gòn, năm 1941 ông từ chối hợp tác với Nhật và về cư ngụ tại nhà người anh cột chèo là kỹ sư Phan Mính ở Trảng Bàng, Tây Ninh, đồng thời tích cực hoạt động trong giáo phái Cao Đài. Cuối năm 1945 bị toán mật vụ Việt Cộng do Nguyễn Chín cầm đầu lùng bắt, ông phải giả làm linh mục trốn trong nhà thờ Trảng Bàng nhưng bị phát hiện đem về sát hại tại Củ Chi chung với Phan Mính.

21- *Châu Về Hiệp Phố* là tựa đề khi nhà Xưa Nay xuất-bản gồm 2 tập năm 1926 và 1928; lúc bắt đầu đăng trên *Trung Lập Báo* năm 1926 thì nhan đề là Hiệp Phố Châu Huờn, ngưng nửa chừng, sau đó đăng tiếp trên *Công Luận Báo* (từ số 371, ngày 7-7-1926) với nhan đề mới Hoàn Ngọc Ấn, đến số 374 đổi trở lại Hiệp Phố Châu Huờn.

22- **Nguyễn Háo Vĩnh**, sinh năm 1893 và mất ngày 11-8-1941, tại Gò Vấp, Gia Định. năm 1905, được hội Minh Tân tức phong trào Đông Du, cử sang học ở Nhật Bản và đến 1908 sang Hương Cảng học rồi sang Anh-quốc gặp Kỳ Ngoại hầu Cường Để. Năm 1916, ông bị bắt tại Hương Cảng khi đang hoạt động cách mạng, bị áp giải về Nam Kỳ, rồi bị toà án thực dân ở Sàigòn kết án tử hình, nhưng được Tổng thống Pháp ân xá. Ông được Trần Chánh Chiếu giao quyền điều hành xưởng hộp quẹt của "Minh Tân công nghệ xã" ở Mỹ Tho và hãng xà bông "Con Rồng" và làm dầu măng. Ông còn ký Hốt Tất Liệt, đã thành lập và điều hành Nhà xuất bản Xưa Nay ở Sài-Gòn (1922-41) và Nhà in Xưa Nay ở Gia Định (1926-41) đồng thời thay thế Nguyễn Kim Đính quản lý tờ báo Pháp ngữ *L'Écho annamite (Tiếng vọng An Nam)* từ tháng 4-1925 đến 10-1928 khi Nguyễn Phan Long làm Chủ bút. Sách *Cách vật trí tri* của ông in năm 1918, được giải thưởng của Hội Khuyến học Nam Kỳ năm 1922. Trong tập biên khảo này, chúng tôi còn đề cập tới việc tích cực bảo vệ tiếng Việt "ròng" của ông, bút chiến với Phạm Quỳnh trên báo *Nam Phong* - cho rằng ông Phạm Quỳnh đã sử dụng chữ Hán quá nhiều trong văn chương Quốc-ngữ, và đả kích Lê Hoằng Mưu vì viết "dâm thư" *Hà Hương phong nguyệt*.

23- X. Lại Nguyên Ân. ''Phan Khôi với phong trào Thơ Mới" 2009: http://www.viet-studies.info/Phankhoi/LNAn_PhongTraoThoMoi.htm

24- Trích theo Huỳnh Văn Tòng. Sđd, tr. 176, dựa theo Tế Xuyên (*Nghề Viết Báo*. Sài-Gòn: Khai Trí, 1968), tr. 32.

25- **Đặng Thúc Liêng** (còn ký Đặng Huấn, Lục Hà Tẩu, Mộng Liên, Trúc Am) sinh năm 1867 tại Hóc Môn, Gia Định, là một nhà báo thời bình minh của báo chí

Quốc-ngữ, đã cộng tác với tờ *Gia-Định Báo*, sau đó viết báo *Nam Kỳ*. Vào đời vua Đồng Khánh, ông được cử sang Hương Cảng để mở trụ sở mậu dịch với Trung Quốc. Ở đây ông được tiếp xúc với các lãnh tụ phong trào Tân Thư, Tân văn; năm 1907, ông đã tích cực pham gia phong trào Minh Tân do Trần Chánh Chiếu đứng đầu, tham gia lập "Minh Tân công nghệ", tiệm thuốc bắc "Nam Thọ Xuân" ở Sài gòn và tháng 10-1908, ông bị bắt giam 4 tháng. Từ năm 1911 viết các báo ở Sài-Gòn như *Nông Cổ Mín Đàm, Lục-Tỉnh Tân Văn, Nam Trung Nhật Báo, Công Luận, Đông Pháp Thời Báo, Thần Chung, Trung Lập, Đại Việt Tập Chí* và ông cũng là một trong những người tham gia phát triển sân khấu cải lương thời kỳ đầu - ở tù ra, ông về sống ở tỉnh Sa Đéc, lập tiệm thuốc bắc Phước Hưng Đông ở làng Vĩnh Phước và cất một rạp hát nhỏ khoảng 1910, tạo điều kiện cho nghệ thuật hát bội và ca ra bộ, cải lương phát triển.

26- Trần Văn Chim còn ký Phi Vân - trùng bút hiệu với Phi Vân Lâm Thế Nhơn tác giả *Đồng Quê*; năm 1918 làm tổng lý tuần báo *Nữ Giới Chung* tại Sài-Gòn - là tờ báo phụ nữ đầu tiên ở Việt-Nam; chủ bút nhật báo Trung Lập.

27- X. Nguyễn Thành. *Báo chí Cách mạng Việt Nam 1925-1945* NXB Khoa học Xã-hội, 1984.

28- **Nhượng Tống** tên thật Hoàng Phạm Trân, còn ký Mạc Bảo Thần. Ông sinh năm 1904 tại Nam Định, năm 1921 bắt đầu viết trên các báo *Khai Hóa, Nam Thành, Thực Nghiệp Dân Báo, Hồn Cách Mạng, Hà Nội Tân Văn*; năm 1927 gia nhập Nam Đồng Thư Xã và tham gia hội nghị thành lập Việt-Nam Quốc Dân Đảng để hoạt động chống Pháp; năm 1929 bị bắt đày ra Côn Đảo Năm 1936 được ra tù nhưng bị quản thúc ở quê nhà; thời kỳ 1937-46 chuyên tâm sáng tác văn báo; năm 1947 hết bị quản thúc và trở lại Hà Nội hoạt động trở lại trong Việt-Nam Quốc Dân Đảng; ngày 8-11-1949 bị công an mật của Việt Cộng ám sát tại tư gia là tiệm thuốc bắc số 128 phố Chợ Hôm, Hà Nội. Tác phẩm: ngoài các sách dịch và biên khảo lịch sử, nhân vật, cổ văn, ông còn xuất bản các truyện như *Lan Hữu* 1940 và tự truyện *Đời Trong Ngục 1935*.

28- **Thúc Tề** tên thật Nguyễn Phước Nhuận, còn ký Nguyễn Thúc Nhuận, Lãng Tử; sinh năm 1916 tại Huế và mất năm 1946. Ông viết trên các báo *Hà Nội Báo, Văn Học Tạp Chí, Dân Quyền*, chủ trương các tờ báo ở Sài-Gòn như *Mai* (1935-45), *Đông Dương* (1938-45), *Trong Khuê Phòng* (1939-45) và chủ bút *Đông Dương Tuần Báo* ở Sài-Gòn.

29- X. Nguyễn Văn Trung. *Chữ, Văn Quốc-ngữ Thời Kỳ Đầu Pháp Thuộc*. Sài-Gòn: Nam Sơn, 1974, Xuân Thu tb 1989, tr. 44 và 112-115. Sau 1986, ông nghiên cứu về nếp sống văn hóa của người miền Nam, soạn *Lục Châu Học* và xuất bản *Trương Vĩnh Ký Nhà Văn Hóa* (1993) trong đó ông đã tỏ hối tiếc quá khắt khe với nhà văn Quốc-ngữ tiền bối này trước 1975.

30- **Nguyễn Tiến Lãng** là em nhà văn Nguyễn Mạnh Bổng và cũng là em vợ của Tản Đà Nguyễn Khắc Hiếu và Phan Khôi; năm 1940, ông kết hôn với bà Phạm Thị Ngoạn là con gái học giả Phạm Quỳnh. Năm 1930 làm việc tại tòa Thống sứ Bắc-Kỳ. Năm 1936 làm trưởng Phòng thư dịch, nghiên cứu và báo chí của vua Bảo Đại, sau đó làm thư ký riêng cho Hoàng hậu Nam Phương. Tháng 8-1945, ông bị Việt Minh bắt cùng Phạm Quỳnh tại Huế, bị tù cho đến 1951. Ông cùng gia đình sang Pháp năm 1952 và mất ngày 24-5-1076 tại Paris. Tác phẩm đã xuất bản của ông phần lớn viết bằng tiếng Pháp.

31- *Nam-Phong Tạp-Chí* số 16, tr. 199. Trong bài "Tiếng Việt qua một số tác phẩm chữ quốc-ngữ thời đầu" ở phần trước, chúng tôi đã bàn về vấn-đề này.

32- Phạm Quỳnh. *Nouveaux essais franco-annamites,* p. 127.

33- Trích theo Huỳnh Văn Tòng. Sđd, tr. 177.

34- **Tự-Lực Văn đoàn** có 7 thành viên chính thức: 1- Nhất Linh (sinh 1905, mất 1963), 2- Khái Hưng (sinh 1896, mất 1947), 3- Hoàng Đạo (sinh 1906, mất 1948), 4- Thạch Lam (sinh 1910, mất 1942), 5- Tú Mỡ (sinh 1900, mất 1976), 6- Thế Lữ (sinh 1907, mất 1989), 7- Xuân Diệu (sinh 1917, mất 1985). Tôn chỉ của Tự-Lực Văn đoàn: *"Lúc nào cũng mới, trẻ, yêu đời, có chí phấn đấu và tin ở sự tiến bộ. Theo chủ nghĩa bình dân, không có tính cách trưởng giả quý phái. Tôn trọng tự do cá nhân. Làm cho người ta biết đạo Khổng không hợp thời nữa. Đem phương pháp Thái Tây áp dụng vào văn chương An Nam"*. Tự-Lực Văn đoàn còn lập các *giải thưởng văn chương*, nhưng chỉ trao giải được 3 lần: Lần 1 năm 1935 trao 4 giải khuyến khích cho tập truyện ngắn Ba của Đỗ Đức Thu, tiểu-thuyết Diễm dương trang của Phan Văn Dật, tiểu-thuyết Bóng mây chiều của Hàn Thế Du. Lần 2 năm 1937 trao giải chính thức cho 2 tác phẩm kịch Kim Tiền của Vi Huyền Đắc và phóng sự Bỉ vỏ của Nguyên Hồng, cùng 2 giải khuyến khích cho tiểu-thuyết Nỗi Lòng của Nguyễn Khắc Mẫn và Tâm Hồn Tôi của Nguyễn Bính. Lần 3 năm 1939 trao giải nhất cho tiểu-thuyết Làm Lẽ của Mạnh Phú Tư, tiểu-thuyết Cái nhà gạch (tức Tiếng còi nhà máy) của Kim Hà, và 2 giải khuyến khích cho 2 tập thơ Bức tranh quê của Anh Thơ và Hoa Niên tức Nghẹn ngào của Tế Hanh.

35- **Phạm Cao Củng** còn ký Phượng Trì, Văn Tuyền, Trần Lang, Phạm Thị Cả Mốc, Án Cao, ông sinh năm 1913 tại Nam Định. Nhà báo và nhà văn chuyên viết truyện trinh thám (nhân vật thám tử Kỳ Phát) cho nhà Mai Lĩnh (của ông) ở Hải-Phòng và viết cho các báo *Loa, Phong Hóa, Ngày Nay,* tiểu-thuyết *Thứ Bảy,* v.v., cùng chủ trương báo *Học Sinh* (1939). Ngoài truyện trinh thám, ông còn viết tiểu-thuyết mạo hiểm kỳ tình và cả kiếm hiệp (cũng như dịch truyện kiếm hiệp Tàu). Năm 1974 ông sang Mỹ thăm con, ở lại sau biến cố 30-4-1975 và mất ngày 17-12-2012 tại Florida Hoa-Kỳ; cùng năm, nhà xuất bản Hội nhà văn và Nhã Nam xuất bản cuốn *Hồi ký Phạm Cao Củng.*

36- **Vũ Đình Long** (1896-1960; sinh tại tỉnh Hà Đông): năm 1925 mở hiệu sách và nhà xuất bản Tân Dân Thư Quán ở Hà Nội; từ 1936 lần lượt chủ trương và điều hành cùng lúc các báo ở Hà Nội như *tiểu-thuyết Thứ Bảy, Phổ Thông Bán Nguyệt San, Ích Hữu, Tạp Chí Tao Đàn,* tuần báo *Thiếu Nhi, Truyền Bá* và các loại sách: Những tác phẩm hay, Tủ sách Tao Đàn. Ông là kịch tác gia tiền phong ở Hà-Nội và đã xuất bản: *Chén Thuốc Độc* 1921, *Tòa Án Lương Tâm* 1923, *Đàn Bà Mới* 1944 và một số kịch bản dịch và phỏng dịch.

37- **Lan Khai** tên thật Nguyễn Đình Khải, còn ký Thế Hữu và làm thơ ký Lâm Tuyền Khách. Ông gia nhập Việt-Nam Quốc Dân Đảng và cuối năm 1945 bị Việt Cộng sát hại tại quê nhà Tuyên Quang. Viết văn, làm báo từ năm 1939 và đã xuất bản gần trăm truyện và tiểu-thuyết lịch sử, đường rừng, tâm lý xã hội cùng các sách Hồ Xuân Hương, "Phê bình các nhân vật hiện thời": Lê Văn Trương, Vũ Trọng

Phụng, và dịch truyện của L Tolstoy, S. Zweig và F. Challaye.

38- **Nguyễn Triệu Luật** còn ký Dật Lang, Phát Văn Nữ Sĩ, tốt nghiệp trường sư phạm Hà Nội, theo Việt-Nam Quốc Dân Đảng (1927) và bị Pháp bắt giam năm 1930. Ra tù bị cấm dạy học, ông viết văn và làm báo, và cuối cùng bị Việt Cộng thủ tiêu năm 1946. Tác giả một số tiểu-thuyết lịch sử do nhà Tân Dân xuất bản.

39- Vũ Đình Hòe - Hồi Ký (Hà-Nội: NXB Văn Hóa-Thông Tin, 1994), tr. 49-50.

40- **Trúc Khê** tên thật Ngô Văn Triện, còn ký Cẩm Khê, Đỗ Giang, Hạo Nhiên Đình, Khâm Trai, Kim Phượng, Ngô Sơn; sinh năm 1901 tại Hà Đông; bắt đầu viết báo năm 19 tuổi trên tờ Thực Nghiệp Dân Báo (1920-28); năm 1927 gia nhập Việt-Nam Quốc Dân Đảng; năm 1929 bị Pháp bắt giam ở Hỏa Lò (Hà Nội), bị kết án 2 năm tù treo và 5 năm quản thúc; năm 1930 ra tù, bị quản thúc đến 1932 thì tiếp tục viết sách báo, làm chủ bút báo Bắc Hà (1933), và cộng tác bài trên Tạp chí Văn Học (1932-33); từ 1935 viết báo tiểu-thuyết Thứ Bảy, Phổ Thông Bán Nguyệt San, Tao Đàn; từ 1941 còn viết cho các báo Tri Tân, Nước Nam, Đông Tây, Ích Hữu, Dân Báo, Khuyến Học, Tri Tân, Quốc Gia, Truyền Bá, Thương Mại, Đông Phương Nhật Báo…; thời kỳ 1937-45 đã trước tác, biên khảo và dịch thuật khoảng 60 cuốn sách; năm 1933 thành lập Trúc Khê Thư Cục và tham gia thành lập Hội Uẩn Hoa tại Hà Nội; thời kỳ 1941-45 tham gia hoạt động Hội Truyền bá học Quốc-ngữ tại Hà Nội; tháng 8-1945 cùng với Việt-Nam Quốc Dân Đảng giành chánh quyền tại phủ Quốc Oai, tỉnh Hà Đông, đóng ở Trại Ro, xã Nghĩa Hương; ngày 26-8-1947 bị quân Việt Cộng tấn công căn cứ và mất trong biến loạn.

41- **Trần Văn Thạch** (1903-1945; sinh tại Sài-Gòn): từ năm 1923 đến 1939 là cộng tác viên đắc lực của các báo đối lập chống Pháp như La Cloche Félée, La Lutte, Đồng Nai; thuộc nhóm cách mạng Đệ Tứ Quốc Tế Cộng Sản nên cuối năm 1945 bị Việt Cộng sát hại tại Sài-Gòn. Năm 2013 ở Canada, bà Trần Mỹ Châu, con gái ông và nhà văn Phan Thị Trọng Tuyến từ Pháp, đã xuất bản tuyển tập Trần Văn Thạch (1905-1945) Cây Bút Chống Bạo Quyền Áp Bức gồm các bài báo và sự nghiệp văn hóa, chính trị của ông.

42- Tạ Thành Kỉnh còn ký Thành Kỉnh và **Thẩm Thệ Hà**; sinh ngày 9-3-1923 tại Trảng Bàng, Tây Ninh và mất tại Sài-Gòn ngày 20-6-2009. Năm 14 tuổi (1937) về Sài-Gòn học và làm chủ bút tạp chí Bạn Trẻ, đồng thời viết thơ với bút hiệu Thành Kỉnh, đăng các báo ở Sài-Gòn và Hà Nội như Chúa Nhật, Điện Tín, Đồng Thinh, Phổ Thông bán nguyệt san, Thanh Niên. Bút hiệu Thẩm Thệ Hà dùng từ năm 1946; năm 1949 cùng với Vũ Anh Khanh thành lập nhà xuất bản Tân Việt-Nam ở Sài-Gòn, năm 1956, thành lập nhà xuất bản Lá Dâu cùng Nguyễn Bảo Hóa. Ngoài các sách giáo khoa trung học, truyện thiếu nhi, truyện dịch và tập lý luận Việt-Nam trên đường cách mạng tân văn hóa, ông đã xuất bản các truyện và tiểu-thuyết Vó ngựa cầu thu (1949), *Gió biên thùy* (1949), *Người yêu nước* (1949), *Đời tươi thắm* (1956), *Hoa trinh nữ* (1957) và *Bạc áo hào hoa* (1969).

43- **Phan Khôi** còn ký Chương Dân, Tú Sơn, cháu ngoại của Tổng đốc Hà Nội Hoàng Diệu. Năm 1906, lúc vừa 19 tuổi, thi Hương tại Huế và đậu tú tài Hán học; năm 1907 ra Hà Nội tham gia phong trào Đông Kinh Nghĩa Thục và làm việc cho tạp chí Đăng Cổ Tùng Báo. Sau đó ông về Quảng Nam hoạt động trong phong trào Văn Thân cùng với Huỳnh Thúc Kháng. Trong cuộc Trung Kỳ dân biến, ông bị bắt và giam tại nhà tù Quảng Nam đến năm 1914 thì được ân xá, ông về lại Hà Nội viết cho Nam Phong Tạp Chí. Vì bất bình với Phạm Quỳnh, năm 1915 ông bỏ vào Sài-Gòn viết cho báo Lục-Tỉnh Tân Văn. Năm 1920, ông lại trở ra Hà Nội viết cho Thực Nghiệp Dân Báo và Hữu Thanh và tham gia dịch sách Kinh Thánh cho Hội Tin Lành từ chữ Hán sang tiếng Việt (in tại Thượng Hải năm 1925). Năm 1924, Thực Nghiệp Dân Báo và Hữu Thanh bị đóng cửa, ông lại trở vào Sài-Gòn viết báo Lục-Tỉnh Tân Văn, rồi từ 1929 là Thần Chung và Phụ-Nữ Tân-Văn - được mang danh là Ngự sử văn đàn. Năm 1932 trên báo Phụ-Nữ Tân-Văn (số ra ngày 10-3-1932), ông đăng bài thơ 'Tình già' làm phát động phong trào Thơ Mới ở Sài-Gòn. Từ tháng 9-1933 đến 2-1935, ông trở ra Hà Nội làm chủ bút tuần báo Phụ Nữ Thời Đàm. Thời kỳ 1933-45, ông là một đảng viên nòng cốt của Việt-Nam Quốc Dân Đảng. Năm 1935, ông vào Huế làm chủ bút tờ Tràng An Báo rồi năm 1936 xin giấy phép xuất bản báo Sông Hương, làm cơ quan bí mật của Quốc Dân Đảng tại Trung Kỳ. Tháng 3-1937, ông bán lại báo Sông Hương cho Đệ Tam Quốc Tế, rồi trở vào Sài-Gòn dạy chữ Nho và viết tiểu-thuyết. Sau 1945, ông được mời ra Hà Nội tham gia kháng chiến với cương vị Nhà văn hóa. Năm 1954, ông là Hội viên Hội Nhà văn Việt-Nam, ông cũng từng tham gia làm giám khảo trong các giải văn học của Hội Nhà văn Việt-Nam. Những năm 1956-1957, ông là một trong những người xướng lập tờ Nhân Văn và vẫn trực tính phê phán các lãnh đạo văn nghệ Cộng sản; ông bị buộc phải buông bút và mất ngày 16-1-1959 tại Hà Nội.

44- **Trần Tấn Quốc** với các bút bà biệt hiệu Trần Chí Thành, Anh Thành, Cao Trần Lãnh, Chàng Ba, Chí Thành, Nghệ Sĩ Mù, Thanh Huyền, Thanh Tâm, Trần Tích Lương, Trần Tử Văn. Ông sinh năm 1914 tại Cao Lãnh và mất năm 1987. Ngày 3-5-1930 tham gia rải truyền đơn và biểu tình chống Pháp nên bị bắt, kết án 5 năm tù, đầu năm 1931 bị đày ra Côn Đảo cho đến tháng 10-1934; năm 1936 lên Sài-Gòn làm phóng viên báo Việt-Nam của Nguyễn Phan Long; từ năm 1938 viết cho các báo Công Luận, Điển Tín, Nhựt Báo...; thời kỳ 1940-45 biên tập và chủ bút nhật báo Điển Tín.

45- **Phan Văn Hùm** còn ký Phù Dao, sinh ngày 9-4-1902 tại Thủ Dầu Một. Ngày 28-9-1928, ông cùng Nguyễn An Ninh đi Bến Lức, Tân An, vô cớ bị cảnh sát xét hỏi giấy tờ tùy thân rồi còn bị đánh. Ông đáp trả nên bị vu cáo tội cướp, phải vào ở Khám Lớn Sài-Gòn; trong tù ông viết Ngồi tù khám lớn, sách vừa phát hành liền bị cấm năm 1929. Cùng năm ông sang Pháp học đỗ cử nhân và cao học triết. Bị Pháp lùng bắt, ông trốn về Sài-Gòn hợp tác với Nguyễn An Ninh, Tạ Thu Thâu, Trần Văn Thạch, Lê Văn Thử, Hồ Hữu Tường ra báo La Lutte (Tranh đấu), năm 1932 cùng với BS Đoàn Quang Tấn và Hồ Hữu Tường, chủ trương và điều hành tạp chí Đồng Nai và viết cho nhiều báo khác như Mai, Phụ-Nữ Tân-Văn, Việt Thanh, Dân Quyền, Thần Chung. Năm 1937, ông viết Nỗi lòng Đồ Chiểu và Biện chứng pháp phổ thông, tập hợp những bài diễn thuyết của ông về đề tài này tại Hội quán Hội Khuyến học. Tháng Tư năm 1939, ông trúng cử vào Hội đồng Quản hạt Nam Kỳ nhưng bị nhà cầm quyền Pháp tìm cách loại bỏ ông rồi kết án ông 3 năm tù, đày đi Côn Đảo. Trong ngục ông bị bệnh phù thũng. Đến 1942, ông được thả nhưng vẫn bị quản thúc tại Tân Uyên, Biên Hòa; tại đây, ông viết Phật giáo triết học. Tháng 10-1945, khi Pháp đánh chiếm lại Nam Bộ, Phan Văn Hùm bị Kiều Đắc Thắng giết tại miền Đông Nam Bộ.

46- **Trần Văn Ân** (1903-2002; sinh tại Lấp Vò, tỉnh Long Xuyên): nhận được học bổng sang Pháp du học; năm 1926 thành lập và làm chủ bút báo L'Annam Scolaire (An Nam Học Báo) tại Pháp; năm 1928 về Sài-Gòn, cộng tác với luật sư Dương Văn Giáo thành lập nhật báo Đuốc Nhà Nam (1929), quyết liệt chống đối chánh quyền thực dân, chú ý bênh vực giới nông dân, lao động.

47- **Ngô Tất Tố** sinh năm 1893 tại Từ Sơn, Bắc Ninh, từng ký các bút danh Bắc Hà, Thiết Khẩu Nhi, Lộc Hà, Thôn Dân, Tân Thôn Dân, Thục Điểu, Lộc Đình, Phó Chi, Tuệ Nhơn, Thuyết Hải, Xuân Trào, Hy Cừ, v.v. Năm 1926 ra Hà Nội làm báo, tờ đầu là An Nam Tạp chí, sau đó có vào Nam cùng Tản Đà. Năm 1939, chính quyền thực dân Pháp ra lệnh cấm tác phẩm Tắt đèn. Ông tham gia kháng chiến, đến năm 1954 bị lãnh đạo Hội Văn nghệ Việt Cộng tổ chức họp đấu tố trên đồi Nhã Nam vào đêm 20-4-1954, đả kích ông viết hai tập phóng sự Lều chõng và Việc làng trước 1945, và ông bị thắt cổ tại một căn nhà ở Yên Thế, Bắc Giang và bị địa phương không cho chôn tại nghĩa trang xã, mà buộc gia đình phải hỏa táng. Tác phẩm của ông gồm biên khảo, văn học sử, dịch thuật, nhưng sống mãi vẫn là các tiểu-thuyết Tắt Đèn (đăng báo Việt Nữ 1937, Mai Lĩnh xuất bản, 1939), Lều Chõng (phóng sự tiểu-thuyết, đăng báo Thời vụ 1939-1944; Mai Lĩnh xuất bản, 1952), Việc Làng (phóng sự, báo Hà Nội tân văn 1940-1941, Mai Lĩnh xuất bản, 1941).

48- "Một tháng ở Nam-kỳ" *Nam-Phong Tạp-Chí* 17, 11-1918, tr. 280.

Về Nguyễn Đình Chiểu và lý-luận văn-học

Cuộc tranh luận về Nguyễn Đình Chiểu trên tạp chí *Văn Học* (California) từ số 141-142 (1&2/1998) cho thấy rõ văn học liên hệ mật thiết với chính trị và thứ nữa, chúng ta vẫn hãy còn có nhiều vấn đề chưa ngã ngũ. Chưa, không phải vì chúng ta không hiểu những trục trặc, mà vì chúng ta vẫn chưa có một môi trường chính trị và văn học thuận tiện để giải quyết và phát triển lý luận văn học. Đã đến lúc nên "thu dọn chiến trường" nhưng phải chăng chiến tranh hãy còn? Ông Đỗ Ngọc Yên gọi đó là "di chứng chiến tranh trong tư duy học thuật" (*Văn Học*, 148). Một hình thức khác của tranh luận "nghệ thuật vị nhân sinh / nghệ thuật vị nghệ thuật" của những năm 1935-1939 ! Lúc bấy giờ vấn đề đến với giới văn nghệ vì Việt-Nam chuẩn bị đấu tranh chính trị. Vấn đề hôm nay có khác, nhưng dù sao nhiều người dễ đồng ý kiến rằng đã đến lúc phải duyệt xét lại một số lý luận văn học cũng như một số vấn đề văn học sử, nhất là việc dùng chính trị làm tiêu chuẩn cho văn học hoặc đi xa hơn nữa, dùng chính trị "áp đảo" văn học và đời sống!

Nhà phê bình Nguyễn Hưng Quốc khởi tranh luận khi đặt vấn đề tái định giá ca dao, đã đưa nhận xét cho rằng Nguyễn Đình Chiểu đã là tiêu biểu cho một "lý tưởng ở đường cùng"? Theo ông, những câu

"Vân Tiên cõng mẹ chạy ra,
Đụng phải cột nhà, cõng mẹ chạy vô...
Vân Tiên cõng mẹ chạy vô,
Đụng phải cái bồ, cõng mẹ chạy ra,
Vân Tiên cõng mẹ chạy ra... "

một cách nào đó chứng tỏ chân lý Nho học đã không có lối thoát, "trung, hiếu, tiết, nghĩa" bị lung lay vào thời Nguyễn Đình

Chiểu, "một lý tưởng ở đường cùng". Điều này ngày hôm nay ai cũng dễ đồng ý, riêng các ông Đỗ Ngọc Yên, Nguyễn Minh Tường vì lý do riêng dễ hiểu đã không đồng ý và riêng ông họ Đỗ phản đối Nguyễn Hưng Quốc "đem thước đo của lý tưởng đạo đức và xã hội áp đặt vào tác giả và tác phẩm của Nguyễn Đình Chiểu". Theo thiển ý, Nguyễn Đình Chiểu dù "ở đường cùng", cũng đã hết lòng với lý tưởng ông đã theo đuổi suốt cuộc đời.

Nguyễn Đình Chiểu tiêu biểu cho một "lý tưởng ở đường cùng"? Trường hợp Nguyễn Đình Chiểu không phải là độc nhất. Vua quan nhà Nguyễn ở những năm giữa thế kỷ XIX, trước hiểm họa xâm lăng của người Âu, đều đã không thức thời. Đạo Nho kiểu Tống Nho không thể cho phép họ thức thời vì những quy chế đó cứng ngắc, bó khuôn! Vua Tự Đức và quần thần thừa hưởng những công trình thống nhất đất nước và xã hội ổn định theo Khổng Nho của tiên vương; họ có khuynh hướng "đóng", "bế quan tỏa cảng" để bảo tồn hơn là khai phóng và thực tiễn theo biến cố và thời đại - súng ống kỹ thuật Tây phương đã đe dọa Trung quốc và Nhật Bản trước khi đe dọa bờ biển Việt-Nam! Nho học - Tống Nho thì đúng hơn, khiến vua quan Trung quốc ngày xưa quen tự cao: thiên triều, rốn vũ trụ, "trung" quốc! Sau Minh Mạng, các vua Thiệu Trị và Tự Đức đã đoạn tuyệt cả với văn minh phương Tây mà vua Gia Long là người đã khéo léo dung hòa theo kiểu Việt-Nam. Vua đã thế, quan đã thế mà những Phan Thanh Giản, Hoàng Diệu và Nguyễn Tri Phương cũng đã là những tiêu biểu đường cùng: cụ Phan không giữ được ba tỉnh miền Tây, khi mất Vĩnh Long, đã uống thuốc tự vẫn, cụ Nguyễn bị thương khi đánh Pháp, đã không chịu nhận chăm sóc cốt tìm cái chết, và cụ Hoàng tuẫn tiết theo thành Hà Nội. Tống Nho bị khủng hoảng mạnh, vì quá gò bó, thiếu tính "động' và "biến" của đạo Nho ban sơ. Hành cử của các vị này chứng tỏ tư cách cao của họ, trung quân ái quốc và sĩ phu, nhưng không cứu được ai, cũng không làm chết thêm một tên lính xâm lăng nào!

Nhưng trong bối cảnh lịch sử đầy biến động ở cuối bán thế kỷ XIX, Nguyễn Đình Chiểu đã là một chiến sĩ văn hóa yêu nước dù ông đã mù lòa khi tai biến đến. Năm 1858, Pháp đánh thành Gia Định, Nguyễn Đình Chiểu phải bỏ quê quán ở Gia Định để chạy về Cần Giuộc nhưng không được lâu, năm 1861 ông lại phải chạy giặc về Bến Tre. Trương Định mời ông làm quân sư nhưng ông lấy cớ mù lòa để từ chối. Từ đó ông giữ tiết tháo, sống đời dạy học và làm thuốc. Ông dạy học trò không thụ hưởng gì của Pháp (cụ Phan Thanh Giản cũng đã khuyên con cháu không hợp tác với Pháp trước khi uống độc dược), chính ông đã từ chối đề nghị trả đất của viên tham biện (tỉnh trưởng) Bến Tre Ponchon cũng như không nhận trợ cấp của thực dân.

Văn chương của Nguyễn Đình Chiểu tiêu biểu cho văn chương yêu nước, đề cao lòng trung quân ái quốc. Người hôm nay xét lại thì dễ "chê" ông là "hủ nho", không thức thời! Nhưng "ở đường cùng" và là nạn nhân của một luân lý đạo đức, ông đã không có thái độ nào khác hơn là bênh vực và phổ dương triết lý đó. Và ông đã là một "hủ nho" có khí phách. Nguyễn Đình Chiểu cũng như nhân vật Lục Vân Tiên của ông vùng vẫy với "hành trang" đạo lý đang tàn và bất lực trước họng súng thần công của Pháp. Lục Vân Tiên tiêu biểu cho một con người miền Nam lục tỉnh, dễ bất bình và đầy nghĩa hiệp. Qua Lục Vân Tiên, Nguyễn Đình Chiểu đã nói lên tâm trạng và thái độ, hành-động của giới sĩ phu trước hiểm họa của người Pháp xâm lăng: đất nước Việt-Nam sẽ mất độc lập và người dân sẽ mất gốc! Nỗi lo lắng đó đã thể hiện qua con người Lục Vân Tiên: hào hiệp cứu người lâm nạn, nhưng cứu xong, xin người đó - là một cô gái, Kiều Nguyệt Nga, hãy "khoan khoan, ngồi đó chớ ra", tiếp tục "thụ thụ bất thân", dù sau này có thể sẽ nên duyên chồng vợ! Đạo lý cả lúc... biến! Nỗi lo đó cũng bầy tỏ qua thái độ phân biệt bạn thù và tư cách chiến sĩ của Lục Vân Tiên. Nguyễn Đình Chiểu có ái quốc lãng mạn quá chăng? Nước mất nhà tan, chạy loạn từ Gia Định về Cần Giuộc rồi Bến Tre, là những cái sống thường ngày và phẫn nộ của ông, một sĩ phu mù lòa bị trói tay, vũ khí còn lại của ông chỉ là thơ nói và văn tế. Nguyễn Đình Chiểu nói thơ, làm văn tế với mục đích *"chở bao nhiêu đạo thuyền không khẳm / Đâm mấy thằng gian bút chẳng tà"* (Than Đạo), vì *"tiếng đồn trung nghĩa đến xa / Thì giữ cang thường làm chắc"* (Văn Tế Lục tỉnh nghĩa sĩ trận vong); và "thơ Vân Tiên" từ lâu đã được người bình dân Nam kỳ lục tỉnh xem như một hệ thống luân lý "thiện ác đáo đầu chung hữu báo". Đấy đã là một hình thức yêu nước cụ thể. Lãng mạn chăng là những người đem lòng yêu nước đó áp dụng cho hôm nay, tìm cách đánh động lòng yêu nước ở con người chân chất ở miền đất được gọi là "Nam bộ", cho cuộc chiến vừa qua chẳng hạn! Cũng như lòng yêu nước và dân tộc cực đoan không bàn cãi! Thành ra chúng tôi nghi ngờ chuyện nói Nguyễn Đình Chiểu chống Pháp để "giải những stress cá nhân và thời đại" như ông Đỗ Ngọc Yên! Vì cũng không thể nói Phan Thanh Giản, Nguyễn Tri Phương và Hoàng Diệu tự sát khi thua giặc cũng là một cách "giải những stress cá nhân và thời đại". Chúng tôi nghĩ họ hành-động theo đạo nho nhập thế, theo lối người quân tử, người chiến sĩ - nếu phải dùng chữ thời đại! Thù bạn phân biệt rõ, nhưng Nguyễn Đình Chiểu đã quá khích, đã không dùng cả những tiện nghi của thời đại như xà bông giặt quần áo. Hình như ông từ chối "thức thời"! Anh hùng hảo hớn, đến cùng!

Văn thơ Nguyễn Đình Chiểu thuộc "văn chương tải đạo", mà chuyện "tải đạo" thì hình như thời nào cũng đắt khách. Sau ông, Trương Vĩnh Ký "tải đạo" để văn hóa dân tộc được sống còn, miền Bắc cộng-sản và miền Nam cộng-hòa trong thời 1954-1975 đều "văn học tải đạo" vì phải điều động hoặc đối đầu với chiến tranh. Không "đạo" là chết hoặc thua! Lòng yêu nước cũng là "đạo" của nhiều thời và "lòng yêu nước" tưởng là ý niệm tuyệt đối, đã thật là tương đối trong thời gian và không gian. Khi người Pháp đến xâm chiếm Việt-Nam vào đầu hậu bán thế kỷ XIX, vua quan nhà Nguyễn "yêu nước" hơn hay Nguyễn Trường Tộ? Các vị thuộc Văn Thân, hay Đề Thám hay cụ Phan Châu Trinh, là người thật sự yêu nước? Đánh đuổi thực dân Mỹ là "yêu nước" hay còn tùy? Hình như ý niệm "yêu nước" đã bị lạm phát. Dù gì đi nữa thì ít ra yêu nước có hai hình thức: yêu nước bảo thủ, giáo điều và yêu nước thực tiễn. Vua Gia Long và phần nào vua Minh Mạng thực tiễn hơn hai vua Thiệu Trị và Tự Đức nệ cổ và đã không thức thời khi bị biến, những tưởng lòng ái quốc theo Nho giáo đã đắc thủ sẽ giải quyết được mọi hiểm nguy! "Thành đồng" Tống Nho đã gục ngã trước con buôn quốc tế và trước họng súng của "bọn Bạch quỉ", nói theo ngôn ngữ "tự cao" thời bấy giờ!

Nguyễn Đình Chiểu không thức thời, cũng có thể ông không chịu thức thời? Dù sao ông đã không quá "theo thời" như Tôn Thọ Tường. Tuy nhiên, Nguyễn Đình Chiểu đã tự nguyện "thức thời" khi thấy đất nước bị ngoại xâm, nên qua Lục Vân Tiên, các bài văn tế và thơ văn khác, ông muốn đề cao và truyền lại cho hậu sinh những giá trị đạo đức cổ truyền đã chịu thử thách của thời gian như "trung, hiếu, tiết, nghĩa", những giá trị sẽ được Trương Vĩnh Ký tiếp nối phổ dương.

Hiện nay đã có nhiều tiếng nói nhìn nhận Trương Vĩnh Ký "thức thời" hơn và có cái nhìn dân tộc "động" hơn nhiều sĩ phu thời ông.

Nhưng bản thân Nguyễn Đình Chiểu viết Lục Vân Tiên là cũng như các tai mắt trong Nam bấy giờ đã hiểu trách nhiệm đối với văn hóa dân tộc, đối với lý tưởng đạo đức khởi từ "tứ thư ngũ kinh". Họ hiểu sứ mạng của họ vì miền đất mới sẽ bị mất cá tính văn hóa trước sự đồng hóa của thực dân Pháp! Vào thời điểm đó, có thể nói Lục Vân Tiên là viên gạch đầu tiên khởi dựng một nền đạo lý bình dân mà dù theo tín ngưỡng nào, con người Nam-kỳ lục tỉnh cũng nhận chịu nền tảng đạo đức đó - đã trở thành cốt lõi của con người miền đất này. Sau Nguyễn Đình Chiểu có Trương Vĩnh Ký, Trần Chánh Chiếu, các nhà văn Tân Dân Tử, Hồ Biểu Chánh, Nguyễn Chánh Sắt, Phú Đức, v.v. và gần hơn có Bình Nguyên Lộc, Hồ Hữu Tường, bà Tùng Long, v.v. Dấu vết đạo đức đó còn tìm thấy trong các bài vè, phương ngữ, thơ truyện và bài bản cải lương và cả trong nền tảng của các tôn giáo như Cao Đài, Hòa Hảo, Bửu-Sơn Kỳ-Hương. Vân Tiên tiếp tục "cõng mẹ" là vì thế!

"Vân Tiên cõng mẹ trở ra
Đụng phải Chà Và cõng mẹ trở vô
Vân Tiên cõng mẹ trở vô
Đụng phải (ông) Tây cồ cõng mẹ trở ra"

dĩ nhiên là những câu ca dao này xuất hiện sau cả những câu Nguyễn Hưng Quốc đã đưa ra khởi xướng tranh luận. Hình ảnh một xã hội Việt-Nam bị các thế lực ngoại bang thao túng ngay trên đất nước mình. Trần Chánh Chiếu và bạn hữu ông những năm 1906 khi đề xướng phong trào Minh Tân Công Nghệ chắc cũng cùng tâm sự! Thực dân cấu kết với Chà Và (và Hoa-kiều) kiểm soát hầu bao người Việt bị trị.

Hai câu ca dao (*) "Vân Tiên ngồi dưới gốc môn / Chờ cho trăng lặn bóp l... Nguyệt Nga" nói như Nguyễn Hưng Quốc, là "một cách phản ứng chống lại thái độ đạo đức khắt khe, có phần giả tạo của Lục Vân Tiên, và phần nào của Nguyễn Đình Chiểu", và nhắm phê bình "quan niệm đạo đức cũng như cách thức xây dựng nhận vật của cụ Đồ Chiểu". Vân Tiên "quốc trạng" triều đình sai đem binh dẹp giặc Ô-Qua, chàng lạc đường vô tình đến ngay nhà... Nguyệt Nga. Sau nhiều năm xa cách, nàng đã lập bàn thờ chàng, cuộc tái ngộ cả đêm "... ân tình càng kể càng ưa / mảng còn bịn rịn trời vừa sáng ngay" mà không xảy ra một tai nạn nào! So với Kim Trọng-Thúy Kiều, tình Vân Tiên-Nguyệt Nga "đẹp" và "sạch" hơn, dù đời hai người sau cũng nhiều éo le, không trơn tru cho lắm, trước đoạn kết có "hậu"! Dĩ nhiên, "văn chương phải đạo" thường gượng ép, giả tạo, "nhạt". Vì mục tiêu "tải đạo", các nhân vật Lục Vân Tiên đã trở thành biểu tượng luân lý do đó mất cả tự nhiên! Truyện Lục Vân Tiên được truyền bá sâu rộng trong giới bình dân, cứ "nói thơ" đạo nghĩa hoài cũng sẽ có lúc có người làm "thơ" hay đặt vè phê phán lại Lục Vân Tiên và tác giả của nó, một phản ứng tâm lý bình thường chê giới có học, nhà nho vốn đại diện cho uy quyền. Dân gian còn đặt truyện Hậu Vân Tiên kéo dài thêm chuyện theo ý họ! Hai ông Vi B. Vương và Hoài Hương (VH 144) có lý khi cho qua hai câu ca dao đó, người bình dân muốn Vân Tiên gần gũi họ, một "người" như họ.

Khi nhà văn Thế Uyên nhận xét người miền Nam viết văn "lửa tình rực cháy" và viết về tình dục "chi tiết thật cụ thể", ông đã nhìn qua "lăng kính" đã bị thanh giáo hóa bởi một văn hóa "Tống nho", "chính thống" của đất ngàn năm văn vật! Người bình dân miền Nam, họ thấy thường! Từ thời Trịnh Nguyễn phân tranh, người miền Nam vì lý do địa lý và chính trị đã xa cách miền Bắc chính thống từ tiếng nói đến phong tục. Trong khi người miền Nam phải đối phó với một miền đất hoang dã của đồng bằng miền Đông và Tây lục tỉnh, phải đối đầu với những thế lực không-Việt (Miên, Pháp), thì người miền Bắc đất đai đã yên ổn, đã có thì giờ lo đến cơ cấu, toàn vẹn hóa hơn, nhưng trong thực tế đã "hình thức" và "xơ cứng" văn hóa với đủ diễn lễ. Vì thế người miền Nam thực tiễn hơn, công bằng hơn, trong cả vấn đề tình dục. Văn viết hay nói của họ giàu hình tượng và đi thẳng vào vấn đề hơn là cứ đi vòng ngoài. Người đàng Ngoài khi bóng gió "đồ này đồ nọ" hình như thiếu tự nhiên. Người của miền đất mới nói và viết cốt cho "đã", còn người miền đất cũ nhắm cái khéo, cái hay, cái tế nhị và thường lưỡng nghĩa hay hơn nữa! Nói tục đã trở thành một nhu cầu tự nhiên, không nói tục được sẽ bị dồn nén, uất ức. Con người thường có những nhu cầu bình thường mà địa vị chính thức không cho phép. Nhu cầu "xả xú bắp" chẳng hạn!

Nhà nho, trí thức, sẽ trốn chạy thực tại, trốn vào trong con người dân giả, bình dân qua ca dao tục ngữ. Tưởng cần nhắc là ca dao hay văn truyền miệng lúc đầu là do mấy ông có chữ làm ra, thêm bớt, ít ra vào thời chưa có chữ viết hay chỉ có tiếng Hán. Ngay cả truyện thơ lục bát dài như Phan Trần,... đều do các vị đó nhưng lại... khuyết danh. Nếu ca dao là văn chương thì không phải đợi đến E. Kant và F. Nietzsche đưa ra những lý thuyết mỹ học cho rằng không nên dùng nhãn quan của đạo đức để nhìn vũ trụ cũng như cuộc sống con người, người bình dân từ lâu đã có loại văn chương chống đạo đức giả! Nhà nho "ban ngày quan lớn như thần", phải giữ thể diện như Lục Vân Tiên nhưng "ban đêm quan lớn tần mần như ma" thì cũng là chuyện bình thường. Cái không bình thường là người đọc loại ca dao phản đạo đức (giả) rồi chê là... tục hoặc... bình dân quá!

Việc xét Nguyễn Đình Chiểu có phải là nhà thơ lớn, hình như không đơn thuần là một cắt nghĩa về thi pháp! Các tác phẩm của ông như truyện Lục Vân Tiên, các bài thơ và văn tế có giá trị văn học không? Nếu văn học phải gắn liền với sinh mệnh của dân tộc, nếu văn học không thể chỉ là những hình thức hay nội dung "viễn mơ", nhập cảng, thì các tác phẩm nói trên của Nguyễn Đình Chiểu có giá trị và có giá trị văn học; giá trị cả cho những nghiên cứu về văn hóa, xã hội và lịch sử: tâm tình và phong cách con người nơi vùng đất mới, những giá trị văn hóa của họ, cách xử thế, hành-động của họ, ngôn ngữ dân gian nói đặc biệt của họ, v.v. Chính vì Lục Vân Tiên không là Đoạn Trường Tân Thanh, không là những hình ảnh khéo và đẹp, những thuyết lớn như "tài mệnh tương đố", những phổ quát và những mẫu người muôn đời như Sở Khanh, Kim Trọng, Hoạn Thư, Mã Giám-sinh, Từ Hải, v.v.. "Thơ Vân Tiên" chỉ là những lý tưởng phổ quát của đạo lý làm người mà tác giả muốn lưu lại cho hậu sinh, những lý tưởng văn hóa của một đàng Trong bị ngoại bang xâm chiếm, của một "tuyệt thông" với "vua cha" ở đất Thần-kinh! "Than là than bờ cõi lúc qua phân, ngày tháng trông vua, ngơ ngẩn một phương tớ dại" (Văn tế Trương Định). Cũng như Giờ Thứ 25 của C.V. Gheorghiu, Chiến Tranh Và Hòa Bình của L. Tolstoi, For Whom the Bell Tolls của E.M. Hemingway, v.v., thơ văn của ông đồ họ Nguyễn cho người viết sử và người đời sau những chi tiết về những trận chiến thời thực dân Pháp đến qua "lăng kính" của ông, nghe kể lại rồi lòng căm thù giặc mà thành văn. Nguyễn Đình Chiểu còn cho người đồng thời và người sau biết quan điểm của ông về những vấn đề của thời cuộc, cảnh khổ của người dân, v.v. Sau này, trong Dương-Từ Hà-Mậu, ông đi xa hơn, phê bình cả đạo nho và đề nghị vài cải lương xã hội khi nói về đạo tiên!

Nguyễn Đình Chiểu viết *Lục Vân Tiên* với sứ mạng phục vụ nhân sinh, với ý thức văn nghệ phục vụ lẽ phải và nhất là dân tộc. Nên xem Lục Vân Tiên như là tâm sự của chính tác giả với những ước vọng không thành, công danh dang dở, cha mất chức từ khi ông lên 12, mẹ chết, mù lòa, sống đời và thời không may. Nói Nguyễn Đình Chiểu "chọn cách đánh giặc ngoại xâm (...), cốt không thắng mà cốt là để giải tỏa các xung năng tâm lý" như ông Đỗ Ngọc Yên (VH 146) thì quả hơi... lạ!

Có thể nói văn chương bình dân là một cách đối kháng hiệu quả chống văn hóa cứng nhắc của Nho học, và khi người Pháp đã xâm chiếm Việt-Nam, thứ văn chương đó chống thực dân xâm lược cũng như sau này chống các chế độ ở hai miền Nam Bắc cũng như khi đã thống nhất. Miền Nam là đất thuộc địa sớm đã ý thức bảo tồn văn hóa cổ truyền, họ đề cao cốt lõi, tinh túy thay vì hình thức. Vì là việc khẩn cấp, vè, "thơ", phương ngữ trở thành phương tiện tiện lợi do đó đã có nhiều tác phẩm vô danh vì tác giả của chúng biết sẽ dễ truyền tụng. Trong Nam, các thể văn này cùng với văn nhàn đàm, tiểu đàm đã là những phương tiện của người dân bình thường phê phán thói đời và con người trong xã hội. Ai đó đã chê - hay phê Lục Vân Tiên, nói theo Nguyễn Hưng Quốc, qua câu "Vân Tiên ngồi dưới gốc môn / Chờ cho trăng lặn bóp l... Nguyệt Nga" là chê con người giả dối, cứng nhắc quá lố! "Thơ", vè không làm công việc phê bình văn học, nhưng phê bình những "điều trông thấy", những nhân vật văn học, con người, cái đằng sau, cái ẩn ý của văn chương và nhà văn.

Thế Uyên, một tác giả của "nghệ thuật vị nhân sinh" đã nêu nhận xét cho rằng chính trị thay thế văn chương, chính trị dùng làm tiêu chuẩn để đánh giá văn học, đã tai hại đến văn học. Chúng tôi nghĩ văn học phải bám chặt con người và đời sống do đó không thể không "chính trị" (dĩ nhiên chúng tôi muốn nói đến định nghĩa thứ nhất của chính trị: con người giữa tập thể). Văn chương tóm lại cũng chỉ là "lăng kính", là cái nhìn của một người về thực tại, về sự việc hay con người. Vị nghệ thuật hay nhân sinh thì văn nghệ cũng khởi từ ý thức sáng tạo. Nếu văn học phải đạt đến con người phổ quát, thì cũng phải từ con người cụ thể và thời đại. Chính trị lãnh đạo văn nghệ và văn nghệ phục vụ chính trị chỉ là phiến diện giai đoạn và xu thời. Văn chương và cuộc sống đưa đến tác phẩm lớn như *Chiến Tranh Và Hòa Bình, A Q* của Lỗ Tấn, *Les Misérables* của Victor Hugo, v.v.. Sứ mệnh của người viết là phục vụ con người qua nghệ thuật của chữ nghĩa. Sáng tạo nghệ thuật là một kết hợp giữa ngoài và trong, giữa ngoại vật với nội tâm. Trong chiều hướng đó, *Văn Tế Nghĩa Sĩ Cần Giuộc* của Nguyễn Đình Chiểu cũng như *Bình Ngô Đại Cáo* của Nguyễn Trãi, đã là những áng văn chương tích cực, phục vụ nhân sinh. Lục Vân Tiên có giá trị của nó, có hay không có Lục Vân Tiên thì cuộc kháng Pháp ở trong Lục-tỉnh có thể vẫn thất bại; nhưng người hôm nay khó có thể phê bình nghiêm khắc Nguyễn Đình Chiểu. Cái nghiêm khắc dễ khiến ta rơi vào thái độ tổng quát hóa, cái gì từ miền Nam đều dở, tầm thường, "tào lao" như đã từng với đạo Cao Đài, với "mảng" văn học tiền phong chữ Quốc-ngữ, với văn viết của người Nam, tiếng Việt dùng trong Nam, v.v.

8-1998

Chú-thích

(*) Dân gian trong Nam gọi 2 câu ca dao này là "vè lục bát". "Vè lục bát" mà dài dòng lại được gọi là "thơ" gốc gác từ chuyện "nói thơ Vân Tiên". "Thơ Vân Tiên" thường được "nói" trước người khác hay đám đông chứ không "ngâm thơ" một mình như "ngâm Kiều"!

Trương Vĩnh Ký
và các tác-phẩm văn xuôi tiền phong

Trương Vĩnh Ký trước hết là một **nhà văn-hóa** lớn của Việt-Nam vào thời tiếp xúc với người phương Tây - trong hoàn cảnh triều đình Việt-Nam thua trận và mất đất vào tay người Pháp; ông còn là một **nhà báo** và là một **nhà văn tiên khởi của nền văn-học chữ quốc-ngữ**: chữ quốc-ngữ đạt được được tầm phổ biến và quan-trọng là nhờ công tiền bối Trương Vĩnh Ký; ông đã mạnh dạn sử-dụng, phát huy và phổ-dương không mặc cảm khiến chữ quốc-ngữ trở nên quan-trọng vào thời đó nếu không muốn nói ngang hàng với tiếng Pháp! Hơn thế nữa, Trương Vĩnh Ký đã là **gạch nối** thiết yếu giữa truyền thống, dân-tộc với hiện-đại, khoa-học, về văn-hóa, văn-học cũng như giáo dục, nghiên cứu. Các tác-phẩm thuộc loại sáng-tác của ông có thể ghi nhận: *Chuyện Đời Xưa, Chuyến Đi Bắc-Kỳ Năm Ất-Hợi 1876, Chuyện Khôi Hài, Kiếp Phong Trần, Bất Cượng Chớ Cượng Làm Chi*, v.v. Như vậy, với Trương Vĩnh Ký lần đầu xuất-hiện thể văn xuôi truyện ngắn, ký-sự và lối văn xuôi, lối văn bình-dân, tương đương với văn *bạch-thoại* của văn-học Trung-Hoa ở thế kỷ sau, thế kỷ XX.

[Mở ngoặc: Nguyễn Sinh Duy đã nhận xét sai lầm khi cho rằng: *"Chỗ đứng của Trương Vĩnh Ký, vẻ vang và đồ sộ không phải trên văn đàn dân tộc Việt-Nam mà chính ở trong nền văn chương thuộc địa (une littérature coloniale) của người chính quốc và những ngòi bút phục vụ quyền lợi thuộc địa"*(1). Người Pháp khi viết văn-học sử có nói đến một "văn chương thuộc địa" thì chỉ là tác-phẩm và tác-giả viết tiếng Pháp hoặc viết về các thuộc địa như Pierre Loti,..., chứ chưa hề đưa những tác-phẩm bằng tiếng Việt của bất cứ ai chứ không riêng gì Trương Vĩnh Ký vào loại "văn-chương" này! Và vì quá căng thẳng và cường điệu nên Nguyễn Sinh Duy - một thời cựu sinh viên Văn khoa Sài-Gòn cũng chứng tỏ ông ta chẳng hiểu thế nào là *"văn đàn dân tộc Việt-Nam"*! Vì "dân-tộc Việt-Nam" thời Trương Vĩnh Ký cũng như hôm nay ngoài bản chất Việt còn được phong phú hóa, ảnh-hưởng, tổng hợp hoặc pha trộn, v.v. với Tam-giáo và các triết lý, tín-ngưỡng và văn-hóa khác; và "dân-tộc" là thực-chất, là hiện-hữu trãi qua thời-gian và quá-trình lịch-sử đủ đắng cay, vinh nhục, thắng thua,... chứ không phải là tranh vẽ vội và sản phẩm cường điệu của tuyên truyền, cổ võ chiến-tranh!].

    Trương Vĩnh Ký chủ trương viết **tiếng Việt ròng**, tức tiếng nói thường ngày, dù ông thông thái đủ về cổ ngữ và Hán, Nôm,....

    Về *chính tả*, Trương Vĩnh Ký viết gần đúng như hiện nay về hỏi ngã, và vì chủ trương viết như nói nên có một số sai biệt với tiếng Việt chung do phát âm địa phương. Ông lại dùng nhiều gạch nối cho từ kép và những chữ ông cho là từ-kép - đúng theo nguyên-tắc nhưng không thực tế vì không cần thiết. Dĩ nhiên tiếng Việt biến-hóa theo sử-dụng và thời-gian, do đó có những chữ dùng, ngữ-vựng Trương Vĩnh Ký dùng trong các tác-phẩm và báo-chí, công trình của ông, đã không còn được người ngày nay dùng đến nữa.

    Ông đặt *câu* ngắn như theo ngữ pháp Âu Tây, nhưng ngắn ở đây khẳng định là không phải câu văn dài dòng như Đàng Ngoài vào thời đó, ngắn vì không cần đến biền ngẫu, du dương, làm văn và phần nữa, ngắn theo tiếng nói cụ-thể của con người đời thường sống vào thời đó và gần với lối văn đối thoại trong các truyện và tiểu-thuyết hiện nay.

    Ông không cố tình làm văn-chương nghệ-thuật trong các tác-phẩm văn xuôi; ông chỉ muốn phổ biến thể-loại *văn xuôi* mà ông nghĩ sẽ giúp người Việt dễ dàng hấp thụ tư tưởng học thuật Âu Tây - ông cũng có làm thơ nhưng chỉ để ứng-xử trong một số hoàn cảnh biên soạn hoặc bút ký. Văn xuôi của ông cũng như của Huỳnh Tịnh Paulus Của, Trương Minh Ký,... ở vào giai đoạn mở đường, do đó chưa cần đến những phong-cách, hình tượng hay quan niệm văn-chương nghệ-thuật. Nguyễn Trọng Quản đến sau, sẽ khai mở phong-thái, hình-thức làm văn-chương trong tiểu-thuyết *Thầy Lazarô Phiền* (1887) của ông.

Chúng tôi lần lượt điểm qua các tác-phẩm mang tính văn-chương hoặc nằm trong các thể-loại văn-học này của Trương Vĩnh Ký. Trước hết là hai tập Chuyện Đời Xưa và Chuyện Khôi Hài, với những chuyện hay truyện-thật-ngắn theo thiển ý, là một thể-loại từ văn-học dân gian truyền khẩu đi ra với Trương Vĩnh Ký, Huỳnh Tịnh Paulus Của (Chuyện Giải Buồn, 1880 & 1886), rồi Trần Phong Sắc (Tân Tiếu Lâm, 1913), Phụng Hoàng San (Chuyện Tiếu Lâm, 1912 và Tiếu Đàm, 1914),... và Thi An (Phạm Duy Tốn, Tiếu Lâm An-nam, 1924), Nguyễn Văn Ngọc (Truyện Cổ Nước Nam, 1932-34) và kéo dài đến thời nay với những truyện-thật-ngắn văn-chương hơn, kỹ thuật hơn!

Các tác-phẩm này của Trương Vĩnh Ký mang tính văn-chương vì "văn xuôi" từ nay sẽ là thể-loại văn-học Việt-Nam mới - xin lưu ý, chính Trương Vĩnh Ký đã ghi trên bìa các tác-phẩm này là "tự thuật" (với nghĩa "dụng quốc-ngữ tự thuật").

Nhân đọc lại các chuyện đời xưa và khôi hài của Trương Vĩnh Ký, chúng tôi xin ghi lại một số nhận xét. Ở Việt-Nam ta, hành trình thể loại truyện ngắn kéo dài cả nghìn năm, khởi đầu với những truyện truyền kỳ như Truyền-Kỳ Mạn-Lục, Việt Điện U Linh Tập được viết bằng chữ Hán, là những chuyện cổ tích, huyền thoại có tác giả đứng tên viết lại thay vì truyền tụng, vô danh. Ở mỗi giai đoạn, truyện ngắn thay đổi theo môi trường xã hội, thời thế, tâm tình con người thời đại đó. Từ Trương Vĩnh Ký, Huỳnh Tịnh Paulus Của thế kỷ XIX cho đến đầu thế kỷ sau với truyện ngắn của Nam-Phong tạp-chí thường có tính cách kể lại, giảng dạy như những chuyện luân lý, đó là lúc xã hội Việt-Nam bị động và xáo trộn vì phải dung hợp đông-tây. Truyện của các tác giả thuộc Tự-Lực Văn-đoàn và Nguyễn Công Hoan, v.v. một số có chủ ý luận đề, một số tả cảnh đời nho nhỏ, một số tả tâm trạng, thoáng nghĩ; thời người dân bị trị chấp nhận ngưng chống kháng bằng võ lực, sau những thất bại của các phong trào Duy tân và Đông du, tìm kiếm phương thức văn hóa để canh tân đất nước.

Các truyện do Trương Vĩnh Ký viết lại cho thấy không những chỉ liên kết những mảnh vụn của thực tại hoặc những kinh nghiệm sâu xa, mà như còn đi tìm ý nghĩa cuộc đời và những giá trị tiềm tàng. Có những truyện có vẻ đơn giản nhưng lại gây bất ngờ, kỳ thú. Biên giới thực-mộng rõ rệt với truyện cổ tích hoặc luân-lý, một cách đơn sơ và cả huyễn hoặc!

Ở Trương Vĩnh Ký, có lựa chọn kỹ lưỡng những yếu tố tình tiết diễn tả, kỹ thuật và cả giọng văn dù là của tiếng nói thường nhật. Nói chung, trong các chuyện, hành động thống nhất, thu gọn, ngắn gọn, như một bi-kịch hoặc hài-kịch nhỏ thoáng qua. Nói chung, một kỹ thuật bỏ hàng ngang mà đi nhanh, tiến theo bề dọc hay chiều sâu. Kỹ thuật quên, cố tình quên những cắt nghĩa, biện luận. Rồi những sự kiện, diễn tiến sẽ đến và không hẳn phải hợp luận lý đương nhiên, bình thường!

CHUYỆN ĐỜI XƯA

Tập sách gồm **74** truyện, được Trương Vĩnh Ký sưu tầm, biên soạn - *"lựa nhón lấy những chuyện hay và có ích"*, từ trong văn học dân gian và truyền khẩu với nhiều thể loại như:

- truyện cổ tích: Tích hang ông Từ Thức, Trần Miên (Minh) Khố Chuối,...;

- truyện ngụ ngôn: Hữu dõng vô mưu, Con cóc với con chuột, Con chó với con gà,

- chuyện khôi-hài, tựa chuyện thường đã tóm lược tính cách đó: Mẹ chồng nàng dâu ăn vụng, Cha điếc, mẹ điếc, con điếc, rể điếc, Chàng rể bắt chước cha vợ, Thằng đi làm rể, Thằng cha nhảy cà tứng, Hai anh sợ vợ, Thằng khờ đi mua vịt, Thằng chồng khờ,...

- truyền thuyết và giai thoại cũng được ghi lại: Hang Từ Thức, Bài thơ cái lưỡi....

Với chủ trương dùng tiếng "Annam ròng", nghĩa là *thuần Việt* và mang *tính dân-gian*, cho nên Trương Vĩnh Ký dùng lời văn và giọng văn kể chuyện tự-nhiên, chân-chất, nôm-na dễ hiểu như lời nói của tiếp xúc thường ngày và vào thời ông ghi lại. Tính đặc-biệt của các chuyện là từ Hán Việt được tránh sử-dụng tối đa (trong khi Huỳnh Tịnh Paulus Của vẫn còn nhiều dấu ấn ảnh-hưởng của văn-chương cổ-điển). Văn đối thoại không khác gì tiếng nói đời thường thời bấy giờ, văn kể chuyện của ông cũng cùng ngôn-ngữ bình dân, tự nhiên và hiện-thực - tức văn-chương rời xa văn ước-lệ, sáo rỗng... của văn-học thời lịch-triều Hán Nôm. Trương Vĩnh Ký đã muốn chứng tỏ sự đa dạng của kho tàng truyện kể đồng thời cho thấy khả năng và sự phong phú của tiếng Việt, và ông đã thành công!

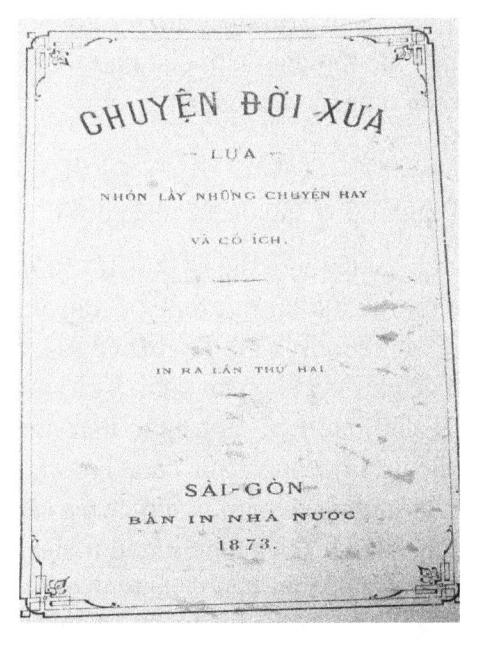

Chuyện Đời Xưa xuất bản lần đầu tại Sài-Gòn năm 1866; sách được tái bản nhiều lần và được ghi trong chương trình các lớp trung học Bộ Quốc gia Giáo dục thời 1954-1975.

Về **giá trị văn-học** và **vị-trí trong văn-học sử** của *Chuyện Đời Xưa*, linh-mục Thanh Lãng đã có những đánh giá đáng kể, chúng tôi xin ghi lại đây nhận-định của nhà văn-học sử này:

"Đó là một cuộc cách-mạng quan-trọng trong văn-học giới,

Một quan niệm viết truyện mới ra đời: viết truyện không phải đề cao những nghĩa cao cả mà là đặt ra một truyện đơn sơ, dí dỏm, lắm khi chỉ là một thái độ trước cuộc-đời. Lối xây dựng truyện của Trương Vĩnh Ký là lối xây dựng các truyện truyền miệng lưu hành trong dân gian.

Những truyện đó không bị bao vây trong bầu không khí trịnh trọng, trưởng giả mà hầu hết đều phát khởi từ đám bình dân quê mùa.

Lối văn dùng để viết truyện không còn phải là lối văn đài các mà là lối văn bình dị, mộc mạc, quê mùa, trơn truột như lời nói.

Văn của Trương Vĩnh Ký, so sánh với văn của nhiều nhà truyền giáo lúc ấy có lẽ không xuôi bằng. Nhưng văn của Trương Vĩnh Ký có ảnh-hưởng hơn vì vừa phần Trương Vĩnh Ký có uy tín hơn, vừa phần chúng không bị màu sắc tôn giáo làm cho người ta nghi ky, vừa phần chúng được phổ biến ở ngoài dân chúng".

Linh-mục Thanh Lãng sau đó đã nhận định:

"Với Linh-mục Bỉnh (cuối thế kỷ XVIII), mới chỉ chớm nở, với Trương Vĩnh Ký, mới thật khai mở một kỷ nguyên mới: *kỷ nguyên của văn xuôi.* (…) từ Trương Vĩnh Ký trở về sau, địa vị văn vần cứ mỗi ngày một yếu để nhường cho văn xuôi. Với Trương Vĩnh Ký, văn xuôi Việt-Nam bắt đầu hứa hẹn một ngày mai tươi sáng, một cuộc cách-mạng toàn diện đã do ông lãnh đạo. Trương Vĩnh Ký đã cho văn-học Việt-Nam một dòng sông mới, mới trong cảm nghĩ, mới trong cách lựa chọn đề tài (đề tài thiết thực gần đời-sống hơn), mới trong cách hành văn (quan sát tế nhị hơn, nhất là bình giản hơn) (…) Trương Vĩnh Ký đã không kèn không trống, đứng ra kêu gọi người mình hãy trở về với Cha ông tổ tiên, với non sống đất nước. Các truyện cổ tích của ông là hướng theo đà ấy. Đề tài của ông không còn là của các nhân-vật cao quí của xã-hội trưởng giả hay quí phái giả tạo cóp nhặt trong các sách Tàu. Truyện của ông Trương Vĩnh Ký phần nhiều có tánh cách bình dân cũng như các đề tài của ca dao. Tuy nhiên bên dưới cái lần áo ngây thơ, thành thực của bình dân, vẫn dấu [giấu] những sự thật sâu xa của tâm hồn loài người muôn thuở. Trương Vĩnh Ký cũng khác tất cả các văn gia ta thời xưa: ông không đạo mạo, không đài các, không cao kỳ, ông trai trẻ hơn, ông mới hơn, ông nhí nhảnh hơn, ông vừa nói vừa cười và muốn cho người nghe cũng phải nhoẻn một nụ cười ý nhị nhưng suy nghĩ. Đó là cảm nghĩ của chúng ta khi đọc những truyện như truyện "Chàng rể bắt chước cha vợ", "Thằng chồng khờ", "Thằng khờ đi mua vịt".

Cùng với Trương Vĩnh Ký, câu văn Việt-Nam được giải phóng khỏi những xiềng xích của chữ Hán... " (2).

Học giả Nguyễn Văn Sâm trong Lời Vào Sách *Chuyện Đời Xưa của Trương Vĩnh Ký, Những Điều Thú Vị* (3) sử-dụng ấn bản năm 1914 của Imprimerie de Qui-Nhơn, đã nêu vấn-đề *"Tại sao quyển truyện khổ nhỏ mỏng chưa tới 100 trang nội dung thì chẳng có gì gọi là hấp dẫn lại có sức thu hút như vậy?"*, và ông đã cho biết: "Chính là nhờ ông Trương khi viết đã nhắm vào hai mục tiêu căn bản rất hợp lý. Và ông đã đạt được gần như trọn vẹn điều mình đưa ra:

1. Giáo dục về luân lý. Cho người đọc thấy những bài học tốt dùng trong cách ở đời của cả nam lẫn nữ, các ứng xử phải đạo vào trạng huống cần thiết, đề phòng kẻ xấu, chớ cả tin, chớ cho rằng mình hay giỏi...

2. Dùng tiếng Annam (Việt-Nam) ròng. Trong toàn quyển chuyện không sự kiện cố gắng làm văn chương một cách kịch cỡm, mặc dầu làm văn chương không hẳn là xấu, ông chỉ sử dụng tiếng Việt thường nhựt, với những từ ngữ của giới bình dân (lo đái ra cây, tưởng đã xong đời, dồi quách, lẻo đẻo theo quấy, đút trây, trơ trơ mặt địa, đói xơ mép...). Người đọc đón nhận nồng nhiệt cũng vì lẽ đó. Nó gần gũi với người đọc trong từng câu chuyện đã đành, nó còn không cách xa về ngôn từ để kén chọn độc giả như là những tác phẩm bác học kiểu Đoạn Trường Tân Thanh, Chinh Phụ Ngâm, Cung Oán Ngâm Khúc, Tần Cung Nữ Oán Bái Công, Lưu Nữ Tướng, Dương Từ Hà Mậu, Kim Thạch Kỳ Duyên, Lôi Phong Tháp, Tây Du Diễn Truyện.... Nó cũng dễ bắt ta tiếp tục đọc cho tới hết quyển, trái với những tác phẩm lớp trung lưu mà những nhà làm văn học sử gọi là tác phẩm bình dân như Trần Đại Lang, Trinh Thử, Trê Cóc, Thoại Khanh Châu Tuấn, Lý Công, Nữ Tú Tài, Nhị Độ Mai, Phan Trần...

Đó là nói về lời văn. Ở mặt sự kiện trong truyện, tác giả còn khéo léo cho thấy sinh hoạt của dân chúng hầu hết là vào đầu thế kỷ

19 nên đây là nguồn tư liệu dồi dào về những chi tiết của cuộc sống dân ta mà gần như ngày nay không thể thấy, không thể hiểu cho tường tận do sự thay đổi của xã hội (ăn ong, ăn bánh lớ, cái chày mổ, đèn ló của ăn trộm, mõ ống, sư làm đám, hầm bắt cọp, bắt chồn, tục mai dong, tục ở rể, thách cưới, ăn chè trưa, thầy pháp trừ tà...)..." (tr. 13-14).

*

Một số chuyện đời xưa và chuyện khôi-hài ban đầu được đăng trên *Gia-Định Báo*, *Nam-Kỳ Nhựt-Trình* trước khi xuất-bản - cùng với *Chuyện Giải Buồn* của Huình Tịnh Paulus Của, đã là những **văn-bản văn-xuôi bằng chữ quốc-ngữ đầu tiên**. Tuy nhiên, Trương Vĩnh Ký và Huình Tịnh Paulus Của đã ghi chép lại các "chuyện" này từ kho tàng truyện cổ, chuyện truyền khẩu dân-gian và sách, truyện Trung-Hoa; tính văn-chương do không thực sự thiết-yếu trong các tuyển tập vừa kể, vả lại đó cũng chẳng phải là mục-đích của các vị này - Trương Vĩnh Ký đã cho biết để làm tài liệu học tập theo tiêu chí *"để học trò coi chơi cho vui"* và được đưa vào trường lớp để học tiếng Việt!

Văn xuôi viết bằng chữ Quốc-ngữ và theo hình thức mới thật ra đã bắt đầu với những truyện đời xưa đăng trên *Gia-Định Báo* rồi sau được in thành sách: *Chuyện Đời Xưa* của Trương Vĩnh Ký (xuất bản năm 1866, ấn phẩm chữ Quốc-ngữ đầu tiên) và *Chuyện Giải Buồn* (1880) của Huình Tịnh Paulus Của. Trương Vĩnh Ký kể chuyện xưa Việt-Nam kể cả những chuyện huyền thoại, truyền thuyết, văn rời rạc, theo lối nói bình dân, không trôi chảy trong khi đó Paulus Của phỏng theo truyện Tàu nên văn nhiều biền ngẫu - và, phần lớn phỏng dịch từ Liêu Trai Chí Dị. Ngoài ra thể loại *ký-sự* thường là bước đầu dẫn tới sự thành hình của thể tiểu-thuyết. Thể loại này cũng đã bắt đầu ở miền Nam.

Nói chung, nghệ thuật kể chuyện là nguồn gốc của văn chương, là nguồn hứng khởi, thu hút, khiến người đọc tra vấn, ngưng đọc để suy tư, thẩm thấu. Toà nhà do những người thợ là tác giả và nhân vật của tác-giả xây lên như lý lẽ hiện tồn, nhưng một khi hoàn thành, truyện đã hết và nay thuộc về Lịch sử viết hoa. Tác giả cấu trúc thành tác phẩm nhưng ý nghĩa, dụ ngôn nếu có là do người đọc khám phá, với những chìa khóa riêng tư. Khi người đọc có cử chỉ đó là tác giả đã biến mất, đã chết ! Tác giả bị xét lại và kết án tử. Vấn đề vai trò người đọc và tác phẩm là sợi dây trung gian. Văn bản không hiện hữu nếu không có sự kiện có người đọc. Nếu tác giả không còn đó thì người đọc hiện hữu, sống thật!

Văn học quốc-ngữ Việt-Nam từ nửa sau thế kỷ XIX nói chung là một nền văn học nặng truyện kể hơn là sáng tạo! Sau những bước tiên-phong của Trương Vĩnh Ký, Trương Minh Ký và Huình Tịnh Paulaus Của, *Thầy Lazarô Phiền* (1887) của Nguyễn Trọng Quản tiếp nối kể chuyện có thể đã xảy ra và cho người đọc suy nghĩ về tâm lý và hành động của nhân vật. Sau đó, Tản Đà kể những *Giấc Mộng Con, Giấc Mộng Lớn*. Rồi đến những truyện kể của buổi giao thời mới cũ như của Hồ Biểu Chánh, Nguyễn Chánh Sắt,... trong Nam và Tố Tâm, Đoạn Tuyệt, Cô Giáo Minh,.. ngoài Bắc. Nhìn chung, tính chất truyện kể bao trùm văn học sử Việt-Nam và truyện kể dù hay hoặc dở, dù trải qua bao thăng trầm, biến động lịch sử, vẫn sẽ là yếu tố trung tâm của đời sống con người , một bạn đồng hành vừa bí ẩn vừa không có gì thay thế được! (4).

Trương Vĩnh Ký cho biết khi kể những chuyện này vì chúng "hay" và "có ích" - tức là nhắm giải trí, mua vui bên cạnh việc dùng để học và nói tiếng "An-nam ròng", dù có khi ẩn chứa phần lý-giải hoặc nói chuyện phong-hóa luân lý, đạo-đức ở đời.

Xin trích lại "Ý sách" và một số chuyện đời xưa của Trương Vĩnh Ký, ngoại trừ truyện chót, chúng tôi sử-dụng bản xưa nhất in trong tập *Chuyện Đời Xưa = Contes plaisants annamites của* Abel Des Michels (Paris: Ernest Leroux, 1888. (http://gallica.bnf.fr/ark:/12148/bpt6k692060)) - gồm 27 trang gốc của *20 truyện đầu* bằng chữ quốc-ngữ của Trương Vĩnh Ký:

Ý SÁCH: CHUYỆN ĐỜI XƯA

"Kêu rằng: CHUYỆN ĐỜI XƯA, vì nó là những chuyện kẻ lớn trước ta bày ra để mà khen sự tốt, chê sự xấu cho người ta sửa cách ăn, nết ở cho tử tế.

Ta cũng có thêm một hai chuyện thiệt tích mà có ý vị vui, dễ tức cười, cũng để cho người ta thấy khen mà bắt chước, thấy chê mà lánh.

Góp nhóp trộn trạo chuyện kia chuyện nọ, in ra để cho con nít tập đọc chữ Quốc-ngữ, cùng là có ý cho người ngoại quốc muốn học tiếng Annam, coi mà tập hiểu cho quen.

*Nay ta in sách nầy lại nữa; vì đã hết đi cũng vì người ta dùng sách nầy mà học tiếng, thì lấy **làm có ích**. Vì trong ấy cách nói là chính cách nói tiếng Annam ròng; có nhiều tiếng nhiều câu thường dùng lắm.*

P.J.B. TRƯƠNG VĨNH KÝ".

Đại-trượng-phu với Quân-tử

Thuở xưa kia có hai anh em bạn thiết, một tên là Đại-trượng-phu, người kia tên Quân-tử. Anh trước giàu có, anh sau thì nghèo, năng tới lui chơi bời với nhau. Hai vợ chồng anh Đại-trượng-phu thấy anh kia nghèo cực, thì nói: "Thôi! Anh nghèo, không có vốn mà buôn bán, có muốn lấy năm ba trăm chi đó, thì lấy mà dùng làm vốn đi buôn, cho té ra một hai đồng mà chi độ thê-nhi". Anh Quân-tử nghĩ đi nghĩ lại: "Mình lấy thì được đó, hai vợ chồng cũng tử-tế, có lòng thương; mà mai sau, rủi có lỗ hay là đếu nào, thì biết lấy chi mà trả". Nên không dám lãnh; nghèo, thì chịu vậy. Cám ơn anh chị có lòng với em út! Tôi tính cũng không buôn bán chi mà hòng lấy của anh chị khó lòng".

Vợ chồng Đại-trượng-phu, nhà thôi đã đủ đồ, chẳng thiếu vật chi; đồ nữ-trang cũng hiếm, chẳng thiếu gì; mới tính với nhau lấy vàng, đem cho thợ kéo ra đậu một con rùa vàng để chơi. Đưa năm lượng. Cách ít lâu, Quân-tử lại nhà chơi. Đại-trượng-phu mới hỏi: "Anh đã có thấy rùa vàng hay chưa?". "Rùa vàng hiếm chi, thiếu gì?". "Không! Không phải rùa vàng ngoài đồng đâu! Cái nầy rùa vàng làm bằng vàng thật". "Cái thì chưa thấy".

Đại-trượng-phu mới biểu vợ đi lấy đem ra coi. Coi rồi, để trong cái dĩa, ngồi uống rượu, nói chuyện hoài, rót thêm rót thêm hoài, hai anh em say nằm ngủ, quên đi. Thằng con trai anh Đại-trượng-phu đi học trường xa chạy về thăm nhà. Thấy con rùa tốt, gói trong khăn, cầm đem đi chơi. Đến khi tỉnh dậy, quên lửng con rùa vàng. Quân-tử từ giã, kiếu về. Một chập lâu, Đại-trượng-phu sực nhớ lại con rùa, chạy vào hỏi vợ. Vợ nói không có cất. *"Khó a! Không biết tính làm sao! Không có lẽ nghi cho anh em, người có bụng dạ tốt"*. Thôi! bữa nào cha nó có đi lên nhà Quân Tử chơi, thì hỏi mánh rằng: *"Hôm trước đó, con rùa vàng anh có cầm về chị coi không?"*. Chẳng lành thì chớ, Quân-tử sợ anh em nghi, thì chịu bốc lấy mình có cầm về. Đại-trượng-phu mới nói: *"Thôi! Để đó mà chơi, hể gì?*

Bước chơn ra về. Hai vợ chồng Quân-tử không biết tính làm sao lo mà trả cho được. Người ta thấy mình nghèo, người ta nghi, cũng phải; không phép chối đi. Vậy mới bán nhà bán cửa, dắc nhau đi tới với ông Phú-Trưởng-Giả, giàu có muôn hộ. Vào lạy ông, xin ở làm tôi, mà xin năm lượng vàng làm rùa mà trả cho anh em. Ông Phú-Trưởng-Giả nghe biết việc, thì lấy vàng, kêu anh thợ làm con rùa vàng rước tới làm, rồi giao cho hai vợ chồng đem về trả. Mà không cho cố-thân, giúp mà thôi. Đàng kia cũng không chịu, cứ ở làm bộ-hạ chơn tay.

Cách đôi ba bữa, con trai Đại-trượng-phu, chơi no con rùa, cầm về đi thăm nhà luôn trót thể. Vào, mới nói: *"Cha mẹ thì thôi! Hỗm, may là tôi! Phải người ta lạ, người ta đã lấy mất con rùa vàng đi, còn gì?"*. Hai vợ chồng chưng hửng, lấy làm lạ: *"Mê! Rùa nào con mình lấy đi chơi, rùa nào anh kia đem trả, không hiểu được"*. Mới định chừng có khi anh Quân-tử sợ mình có ngại lòng ảnh, nên mới làm của khác đem mà thế. Đại-trượng-phu lật đật chạy lên trên nhà Quân-tử hỏi thăm; thì người ta nói: *"Quân-tử bỏ xứ, đi đâu trên ông Phú-Trưởng-Giả, cố thân mà lấy vàng thường con rùa vàng nào đó. Nghe nói vậy, không biết nữa"*.

Nghe vậy, lại càng thêm lo. Tìm tới nhà Phú ông, hỏi thăm có hai vợ chồng Quân-tử hay không. Người ta nói có, kêu ra. Hai đàng khóc ròng. Đại-trượng-phu vào trả con rùa vàng cho Phú Ông mà lãnh vợ chồng Quân-tử về. Phú ông là người nhơn, không chịu lấy rùa: *"Anh có mượn của tôi sao anh trả? Con hai vợ chồng Quân-tử, tôi có bắt tội chi, mà anh xin lãnh?"*. Tính không xong. Trả vàng, không lấy; hai vợ chồng Quân-tử mắc nợ, không đi; trả rùa cho Quân-tử, Quân-tử không lấy. Túng mới đề điệu nhau ra quan mà xin quan xử. Té ra ba nhà hết thảy đều thật là người ngay lành trung trực. Chẳng biết kể của cải ra giống gì, nguyên lo tu đạo-đức, lấy nhơn-ngãi mà ở với nhau. Ấy mới thật là người Quân-tử. (Sđd. tr. 19-21).

Thầy bói: "Bụng làm, Dạ chịu"

Có một anh bất tài chẳng biết làm gì mà ăn, mới đi học làm thầy bói. Bói nhiều quẻ, cũng khá ứng; nên thiên hạ tin, đua nhau đem tiền đến xin bói. Làm vậy ăn tiền cũng đã khá, lại càng ra dạn dĩ, càng đánh phách, khua miệng rân. Bữa kia trong đền vua có mất con rùa vàng. Kiếm thôi đã cùng đã khắp, mà không ra. Người ta mới tâu có anh thầy bói kia có danh, xin cho rước va tới mà dạy gieo quẻ bói thử, họa may có được chăng. Vậy vua giáng chỉ dạy sắm võng dá, quân gia, dù lọng, cho đi rước cho được anh ta đem về.

Thấy quân gia rần rộ tới nhà, trong bụng đà có lo có sợ, không biết lành dữ dường nào. Chẳng ngờ nghe nói vua đòi đến bói, mà kiếm con rùa vàng của vua mất đi. Trong lòng đã bấn bí, lo đái ra cay, sợ e bói chẳng nhằm mà có khi bay đầu đi. Mà phải vưng, phải đi đánh liều mặc may mặc rủi,. Bịt khăn, bận áo, bước lên võng, ra đi. Nằm những thở ra thở vô, không biết liệu phương nào. Mới than rằng: "Bụng làm, dạ chịu! Chớ khá than van!". Chẳng ngờ may đâu hai thằng khiêng võng, một đứa tên là Bụng, một đứa tên là Dạ, là hai đứa đã đồng tình ăn cắp con rùa của vua. Nghe thầy nói làm vậy, thì ngờ là thầy thông thiên đạt địa đã biết mình rồi; sợ thầy tới nói tên mình ra, vua chém đi; cho nên để võng xuống, lại lạy thầy, xin thầy thương xót đến mình, vì đã dại sinh lòng tham, mới ăn cắp con rùa ấy mà giấu trên máng xối: "Xin thầy làm phước, đừng có nói tên ra, mà chúng tôi phải chết tội nghiệp?".

Anh thầy nghe nói, mới hở hơi được, đem bụng mầng, thì mới nói: "Thôi! Tao làm phước, tao không có nói đâu mà hòng sợ!". Tới nơi, anh ta bói xong, kiếm được rồi, vua trọng thưởng; lại phong cho chức sắc. Về vinh vang; mà vốn thiệt là việc may đâu mà nên mà thôi; chẳng phải là tại va có tài nghề chi đâu.

Ở đời có nhiều người nhờ vận may mà nên mà thôi, chớ chẳng phải tài tình chi. (Sđd, tr. 17-18).

Con chồn với con cọp

Ngày kia con chồn đi kiếm ăn trong rừng, mắc hở hang, vô ý sẩy chơn, sụt xuống dưới hầm; chẳng biết làm làm sao mà lên cho được.

Hết sức tính nữa. Than vắn thở dài, không bề tấn thối, như cá mắc lờ tưởng đã xong đời đi rồi. May đâu nghe đi thịch thịch trên đất, mới lo mưu định kế, rồi lên tiếng hỏi rằng: "Ai đi đó?" Chẳng ngờ là con cọp. Thì làm bộ mầng rỡ mới hỏi: "Chớ anh đi đâu, đi có việc chi?" Anh cọp nói: "Tôi đi dạo kiếm chác ăn, mà anh xuống mà làm chi đó vậy?" Thì anh chồn ta lại trở cách mà nói rằng: "Ủa! Vậy chớ anh không có nghe đi gì sao? Người ta đồn đến mai nầy trời sập" - "Cơ khổ thôi nhưng! Tôi không hay một đều! Mà có thật như vậy, hay là người ta đồn huyễn vậy anh?" - "Ấy không thật làm sao? bởi thật tôi mới xuống đây mà núp, kẻo đến nữa mà chạy không kịp, trời đè, giập xương chết đi uổng mạng. Mà anh! Chẳng qua là nghĩ tình cũ ngãi xưa, tôi mới nói; chớ như không, thì ai lo phận nấy! Tôi có nói làm chi?" - "Thôi! Vậy thì xin anh cho tôi xuống đó với anh cho có bạn". - "Ừ, mặc ý xuống, thì xuống!".

Anh cọp mới nhảy xuống. Chuyện vãn một hồi, rồi anh chồn mới theo chọc anh cọp hoài. Cọp la không đặng; cứ lẽo đẽo theo khuấy luôn. Con cọp nổi giận, mới ngăm: "Chọc tôi, thì tôi ném lên cho trời sập đè dẹp ruột đi giờ!". Anh chồn cũng không nao, càng ngăm, lại càng chọc hoài. Anh cọp hết sức nhịn, mới dồi quách anh chồn lên: "Rắn mắt! Nói không được! Lên trển trời đè cho bỏ ghét!" Anh chồn mầng quá bội mầng, thấy mình gạt được anh cọp mắc mớp. Mới chạy kêu người ta tới đâm cọp sa hầm.

Thường kẻ xấu lâm nạn, thì lo phương gỡ mình, dầu phải làm mưu cho kẻ khác mắc vòng lao lý cực khổ. Miễn là cho mình khỏi, thì thôi; lại đôi khi cũng kiếm thế mà làm hại nó nữa. (Sđd. tr. 26-27).

Thầy dạy ăn trộm, thử học trò

Có ông thầy kia làm thầy dạy phép đi ăn trộm. Học trò cũng được năm bảy đứa. Có một đứa mới vô sau. Thầy muốn thử coi cho biết nó có dạn dĩ lanh lợi hay không; thì thầy dắc nó đi ăn trộm với thầy. Thầy đem rình cái nhà có đứa con gái hay làm hàng lụa. Biết có cây lụa dệt rồi, nó gói, nó để trên đầu giường kê đầu mà ngủ. Thầy mở cửa, biểu nó vô, lấy cây lụa, đem ra. Thầy thì đứng giữ nơi cửa. Nó vào, thắp đèn, ló lên. Coi thấy rồi, thụt đèn, đi thò tay, lấy cây lụa; mà chưa từng, đứng dựa cái giường, sợ run rẩy, động con ấy thức dậy, nắm đầu chú bợm. Nó thất kinh kêu: "Nó nắm được đầu tôi rồi, thầy ôi!". Thầy nó mới nói mưu: "Tưởng nắm đâu chớ nắm đầu, không hề gì! Nắm mũi kia, mới sợ". Con kia nghe, tưởng nắm mũi chắc, bỏ đầu, nắm lấy mũi; nó dựt, nó chạy ra được. Mõ ống, làng xóm chạy tới rượt theo. Nó sợ quá, nhè bụi tre gai, chun vào trỏng. Gai đâm trầy da, nát cả và mình; mà khi vậy không biết đau. Thủng thẳng càng lâu càng đau, nhức nhối rát ráo lắm. Còn ông thầy chạy thẳng về nhà ngủ.

Sáng ngày ra, thầy nói với vợ nó phải lo mà đi kiếm nó về, chỉ phải đi kiếm đàng nào. Vợ nó ra đi kiếm. Nó ở trong bụi tre gai, thấy còn đi ngang qua, mới kêu vô: "Mầy về nói với thầy cứu tao với. Tao hồi hôm sợ quá, chun vô đây. Họ rượt thót lấy, chun đại vào, không biết đau; bây giờ chun ra không được; mình mẩy nát hết". Vợ nó về thưa lại với thầy. Thầy xách gậy ra, nó lạy lục, xin cứu. Thầy nó mới vùng la làng lên: "Bớ làng xóm! Thằng ăn trộm đây!". Nó sợ đã sẵn, thất kinh quên đau, vụt chạy ra được. Về nhà, thuốc men hai ba tháng mới lành.

Còn có thằng học trò khác dạn lắm, thầy nó muốn thử coi nó có ngoan, biết làm mưu mà thoát thân khi túng nước hay không, thì đem anh ta tới nhà kia giàu lắm. Thầy đánh ngạch, vô được. Dở rương xe ra, biểu nó vô khuân đồ. Nó chun vô, ở ngoài, thầy khóa quách lại, bỏ đó, ra về ngủ. Nó ở trỏng, không biết làm làm sao ra cho được; mới tính dùng mưu. Vậy nó lấy hết các áo quần tốt, mặc vào sùm sùm sề sề; lại lấy cái bung, đội trên đầu, khuất mặt khuất mày đi hết. Ở trong rương mới kêu lên: "Ớ chủ nhà! Ta là thần! Bấy lâu nay ta ở với cho mà làm giàu; nay mở rương, cho ta đi dạo chơi ít bữa. Mở rương rồi, đờn bà ô uế phải đi đi cho xa. Còn đờn ông, thì phải nhang đèn; mà đứng nói ra xa xa, đừng có lại gần, không nên!".

Trong nhà ngờ là thần thật, vật heo vật bò, để tạ thần. Lại có mời tổng xã tới thị đó nữa. Dọn dẹp xong tiêm tất, mở rương, chống nắp lên, dẹp lại hai bên, đứng ra xa xa chờ ông thần ra. Đâu ở trỏng thấy mặc đồ sùm sề, đầu đội cái bung đen đen, đi ra. Rồi đi luôn đi phán dạy ai có muốn cúng dâng vật chi, thì đi theo sau xa xa. Tới chùa, thần mới vô ngự cho mà lạy. Thiên hạ ai nấy nghe đồn, rủ nhau đô hội đi theo coi

Tới cái chùa kia, ông thần vô chùa, leo lên trên bàn thờ ngồi, cất cái bung đi. Thiên hạ vô, thì đứng xa ngoài sân, không dám vô. Bữa ấy, anh học trò nhát mà bị chúng rượt chun bụi tre gai có đi theo coi. Biết là bạn học mình, thì thưa với quới chức, xin cho va vô va coi cho gần. Mà mắc có lời thần đã phán: "Hễ ai lại gần thì thần phạt, sặc máu ra mà chết!". Làng tổng mới nói với nó: "Mặc ý muốn chết, thì vô!". Nó bươn, nó vô leo lên đàng sau, dòm mặt biết. Anh kia mới nói: "Anh đừng có nói ra! Để nữa về, tôi chia đồ cho!". Nó không tin, nói: "Rồi về, anh chối đi, anh không chia". Anh kia nói: "Không, thì thề!". Thằng nọ hỏi: "Thề làm sao?". Nó nói: "Anh le lưỡi tôi liếm, rồi tôi le lưỡi, anh liếm, thì là thề đó!". Vậy thằng kia le lưỡi ra. Anh nọ cắn ngang, đứt lưỡi đi, máu chảy ra, dầm dề. Nó chạy ra mà nói không được, lấy tay chỉ biểu làng vô bắt. Ai nấy thấy máu mủ vậy, thì ngờ là nó bị thần phạt sạt máu, liền sợ thất kinh, bỏ chạy ráo. Thần ta mới mang đồ, về nhà thầy, chia cho thầy mà đền ơn. Thầy khen nói: "Mầy học phép ăn trộm được rồi đó; có muốn ra riêng, thì thầy cho ra được". (sđd, tr. 12-14).

Thằng đi làm rể

Có một thằng ít-oi thiệt-thà, không biết gì hết. Mà đến tuổi phải lo đôi bạn với người ta, mới tính đi cưới vợ. Đi coi rồi, mượn mai-dong đi nói. Đàng gái chịu gả, cho bỏ trầu cau. Mà phép hễ có miếng trầu miếng cau rồi, thì phải đi làm rể; mà nó không biết làm rể là làm sao. Lấy làm khó lòng, mới hỏi thăm ông mai: "Chớ làm rể phải làm làm sao?". Ông mai mới dạy rằng: "Đạo làm rể, hễ thấy ông gia làm giống gì, thì phải giành lấy mà làm; hễ thấy đi làm gì, thì phải làm theo như vậy".

Bữa ấy, tới nhà làm rể. Cơm nước rồi, cha vợ nó xách rựa đi đốn cây, nó cũng vác rựa mà đi theo. Ông lại cây nầy, mới kê rựa vào đốn, thì nó lại nói: "Cha, để tôi đốn cho!". Cha nó nghe, thì để cho nó mà qua cây khác. Nó cũng lại, nó nói làm vậy. Ông cũng để cho, ông đi cây khác; nó lại nó cứ giành hoài. Ông gia nó thấy vậy, mới sanh nghi có khi nó điên chăng; nên dựt mình đâm đầu chạy đi. Ngó ngoái lại, thấy nó lăn căn chạy theo, lại càng thêm nghi. Chạy rớt cái khăn mắc trên bụi tre. Nó thấy vậy, nó cũng lột cái khăn của nó, mà ném lại đó như cha vợ nó vậy.

Ông gia nó mới tin chắc là nó điên thiệt, nên cong lưng chạy riết về nhà. Thở hào hễn chạy ngay vô nhà, thấy mụ ngồi trong bếp đang thổi lửa, mới đá mông mụ một đá, biểu chạy trốn đi, thằng rể nó điên thiệt. Chàng rể chạy, thấy bà mẹ còn đó, cũng bắt chước, giơ chơn, đá mụ một đá như ông vậy. Hai ông bà chạy, chun núp dưới vựa lúa. Nó cũng chun theo. Hai ông bà mất kinh hồn vía, sợ dại nó có làm hung chăng, mới la làng lên. Nó cũng bắt chước, la làng lên nữa. (Sđd., tr. 14-15).

Hang Từ -thức

Ở ngoài Bắc có một cái hòn tự-nhiên bốn bề đá dựng; đêm ngày sóng tạt bổ ầm ầm. Người ta đặt tên là hang ông Từ-Thức. Do cái chuyện nó người ta bày làm vầy:

Thuở xưa kia, vua tính xây một cái thành chỗ đồng nội kia. Thình lình chỗ ấy có mọc một cây vô danh, bông lá lạ thường, đã xinh, mà lại thêm thơm nữa. Ai nấy đều định phải đem dưng cho vua. Vậy mới cho dân canh giữ nhặt nhiệm, kẻo sợ người ta hái bông đi. Thiên hạ đồn dực, đâu đó rủ nhau tới đó coi. Tiên ở hòn nói trước nầy cũng đua nhau đi coi. Mà có nàng Giáng-hương, tiên xinh tốt lại gần rờ rẫm cái hoa; rủi rụng xuống. Quân lính mới bắt lại đó. Xúm lại, xin nói, gãy lưỡi cũng không tha. Vừa may có ông Từ-thức, là ông quan lão, nghe đồn, cũng đi tới coi cho biết. Bước vô, thấy bắt buộc làm vậy, thì hỏi lính: "Tội tình chi mà bắt trói người ta lại? Người ta là con gái mà bắt làm gì tội nghiệp vậy? Tha người ta đi!".

Lính bẩm: "Bẩm ông, cô này ở đâu không biết, tới coi, lấy tay núm cái hoa, nó rụng xuống nơi tay; tôi bắt cổ lại đây. Bây giờ ông dạy tôi tha, tôi có dám tha ở đâu?". Ông Từ-thức mới cổi áo, đưa cho thằng lính, cho nó đặng nó tha nàng Giáng-hương đi.

Sau về nhà, ông Từ-Thức mới nhớ mường-tượng hình-nhan nàng con gái mình cứu; trong lòng nó bắt khoăn-khoái, nhớ thương, ước cho đặng gặp mặt lại, mới phỉ tấm lòng. Ra vô bâng-khuâng tư-tưởng, ăn chẳng ngon, nằm chẳng ngủ; thao thức cả đêm. Đang chừng nửa đêm, lồm cồm chờ dậy, kêu một đứa hầu thổi lửa thắp đèn; rồi ông cuống gói, xuống chiếc xuồng, cầm dầm bơi đi, đi bơ vơ, chẳng biết đi đâu. May đâu, đi tới hòn tư bề đá dựng đứng, mà cửa đóng. Vậy ông viết thơ, dán nơi cái cửa; bỗng cửa tự nhiên khi không mở ra. Ông vào, thấy cõi tiên vui vẻ, cứ xăm- xăm đi tới hoài; ngó trước, thấy nàng Giáng-hương ra rước vô cung ở đó vui vẻ đủ no mọi đàng. Đến bữa nàng Giáng Hương phải đi chầu bà chúa tiên, thì đóng cửa lại, dặn ổng ở nhà làm gì thì làm, mà đừng có mở cái cửa sau mà khốn; đến nữa, phải trở về, không được ở đó nữa. Dặn dò trước sau phân minh, nàng ấy ra đi. Ông Từ-Thức ở nhà nghĩ hoài: "Mẽ! Nầy! Không biết ý làm sao mà biểu đừng mở cửa sau! Có khi bên kia có giống gì xinh tốt quí báu hơn bên nầy, nên cố cấm mình vậy chăng?". Lục tặc tới cửa, mở phứt ra. Ngó ra, thấy thế gian; khi ấy mới nhớ nhà. Vậy các tiên ở đó nghe động đất, thì biết, nên về, đuổi ông Từ-thức về, không cho ở nữa.

Tưởng là mới đâu vài ba bữa. Ai hay! Về kiếm nhà không được! Nhớ chắc chỗ cũ, mà vào hỏi, thì thấy chẳng thấy một ai quen biết. Hỏi thăm nhà ông Từ-thức, thì họ nói họ không biết, cũng không có nghe tên ấy bao giờ. Hỏi mấy ông già bà cả; thì người ta nói: "Thuở trước, đời vua kia vua nọ, thì có ông quan lão tên là Từ-Thức; mà ổng chết đã hơn ba bốn năm trăm năm nay rồi, còn ở đâu?". (Sđd. tr. 22-23).

Hữu dõng vô mưu

Thằng cày mở trâu ra sắm sửa đi cày. Ra đồng cày đàng kia qua đàng nọ. Trâu mệt đà le lưỡi; mà mắc cày ruộng gần chưn núi. Khi cày thì thằng trai cầm cày hò hét, đánh đập con trâu đà cơ khổ. Lại thêm chưởi rủa hành-hạ quá chừng. Con cọp rồi rình trong núi, ngó thấy vậy thì giận lắm. Đến buổi thôi cày, thằng chăn thả trâu ra đi ăn. Con cọp mới lại gần kêu con trâu mà mắng nhiếc sao có chịu làm vậy: "Mầy có vóc giạc, mạnh mẽ sức lực, lại có hai cái sừng nhọn là khí giái mầy; sao mầy không cự không chống, để gầm đầu mà chịu nó, theo làm đầy tớ nó cho nó hành phạt mầy, nó leo nó cỡi lưng, cỡ cổ mầy như vậy?". Con trâu mới nói rằng: "Trời sinh muôn vật, mà khôn thì làm sao cũng hơn mạnh thôi. Dầu mầy nữa cũng thua nó, huống chi là tao".

Con cọp tức giận mới nói rằng: "Tao có nghề trong mình, tao lại mạnh, cho mười nó đi nữa tao cũng làm chết, lựa là một". Con trâu nói: "Vậy thì mầy đi lại đây đặng cho tao kêu nó đánh với mầy cho biết sức". Con trâu mới kêu thằng cày lại. Anh trai cày lơn tơn lại nói với con cọp rằng: "Tao bây giờ đang đói bụng, không có lẽ mà đánh với mầy đặng". Con cọp nói: "Vậy thì mầy đi ăn cơm đi, rồi có lại mà đánh với tao". Thằng cày nói: "Mầy hay nói láo lắm; tao bỏ tao về, thì mầy chạy đi mất, còn gì mà đánh?". Con cọp nói: "Tao chẳng thèm trốn; mầy nói tao đọa kiếp. Mặt nào, chớ mặt nầy có chạy đâu!". Thằng cày nói: "Như có thiệt làm vậy thì để tao trói mầy lại đây, đặng tao về tao ăn cơm cho no, rồi tao ra mở mầy ra, đặng mầy đánh với tao như vậy, mới chắc; không, mầy trốn đi, tao không biết chừng".

Con cọp ỷ mình mạnh, thì nói: "Tao chẳng có sợ gì, trói thì trói". Nó mới để cho thằng cày trói nó. Xong xả rồi, thằng cày mới chạy đi, bẻ cây lại đánh con cọp. Con cọp mắc trói thất thế, vùng vẫy không được, bị đòn mà chết. Con trâu khi ấy mới khẽ miệng con cọp rằng: "Tao đã nói với mầy ấy, mầy không muốn nghe tao; mầy ỷ mầy sức lực mạnh mẽ mà thôi. Bây giờ mầy chết, là đáng số mầy lắm, không thương hại lấy một chút.

Ấy là mạnh mà không mưu; ỷ thế mạnh mà khinh dể người ta. Có người tuy yếu thế yếu sức mà cao mưu, nên nhiều khi thắng được kẻ mạnh quờn mạnh thế mà thấp mưu. (Sđd., tr. 4-5).

Ba Anh Dốt Làm Thơ

Có ba anh học trò dốt, ngồi nói chuyện với nhau. Mới nói: Mình tiếng con nhà học trò, mà không có làm thơ làm phú với người ta, thì té ra mình dở lắm. Mấy người kia mới nói phải. Hè nhau làm ít câu chơi.

Anh thứ nhất thấy con cóc ở trong hang nhảy ra, mới làm câu mở như vầy:

Con cóc trong hang, con cóc nhảy ra.

Người thứ hai tiếp lấy: Con cóc nhảy ra, con cóc ngồi đó.

Người thứ ba: Con cóc ngồi đó, con cóc nhảy đi.

Lấy làm hay lắm. Rồi nghĩ lại giựt mình, vì trong sách nói: hễ học hành-giỏi, thì sau cũng phải chết. Cho nên tin như vậy, mới biểu thằng tiểu-đồng ra đi mua ba cái hàng đất để dành cho sẵn đó. Tiểu-đồng lăng-căng đi mua, ra ghé quán uống nước, ngồi xớ rớ đó. Có anh kia hỏi nó đi đâu, mua giống gì?

Thì nó nói: Ba thầy tôi thông minh trí-tuệ làm thơ hay lắm, sợ lời sách quở, có khi không sống, nên sai tôi đi mua ba cái hòm.

- Mầy có nghe họ đọc thơ ấy không?

- Có.

- Mà có nhớ, nói lại nghe chơi, coi thử sức nó hay làm sao?

Thằng tiểu-đồng mới nói: Tôi nghe đọc một người một câu như vầy:

Con cóc trong hang, con cóc nhảy ra,
Con cóc nhảy ra, con cóc ngồi đó;
Con cóc ngồi đó, con cóc nhảy đi.

Anh kia nghe tức cười nôn ruột, mới nói với tiểu-đồng: Mầy chịu khó mua giùm cho tao một cái hòm cho luôn trót thể.

Tiểu-đồng hỏi: Mua làm chi?

Lão nọ mới nói: Tao mua hờ để đó, vì tao sợ tao cười lắm, có khi cũng chết theo ba thầy làm thơ đó nữa.

*

Sau *Chuyện Đời Xưa* xuất-bản năm **1866**, là *Chuyến Đi Bắc Kỳ Năm Ất Hợi (1879)* xuất-bản năm **1881**. Trương Vĩnh Ký cũng sưu tập thêm một số chuyện dân gian và xuất-bản năm 1882 cuốn **Chuyện Khôi Hài**, chúng tôi ghi lại đây một số chuyện từ tập này, được lựa chọn in riêng và hình-thức ngắn hơn - tuy nhiên một phần khá lớn *Chuyện Đời Xưa* cũng đã mang tính khôi hài, châm biếm!

CHUYỆN KHÔI-HÀI

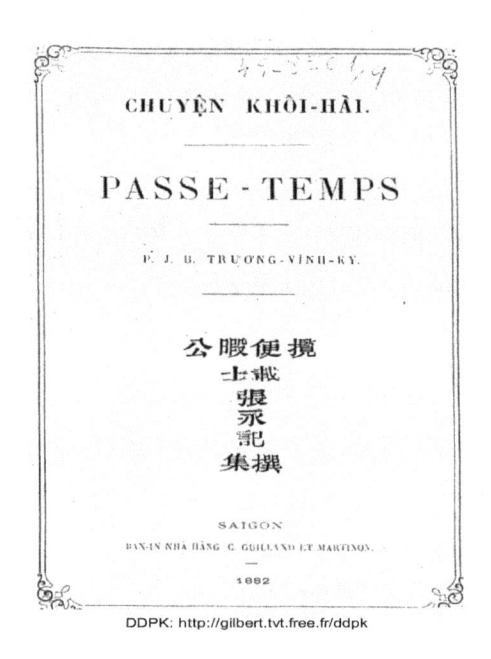

3. Tú Suất Lật Váy Bà Quan

Tú Suất là tay kì-cào hay chơi lắt lở. Bữa kia, bà tổng đốc đi ngang qua trước phố; trời thì mưa lâm-râm. Chúng bạn các-cớ đố nhau, ai dám ra làm thế mà lật váy bà quan lớn chơi.

Anh ta chịu phóc lấy, lăng-căng trong phố bước ra, lanh-chanh, lấy chơn tát bùn văn(g) lên váy bà ấy. Lật-đật chạy lại, miệng nói: "trăm lạy bà, con xin lỗi", tay cầm khăn xách quách cái váy lên làm bộ chùi lia. Ban đầu còn thấp-thấp, sau càng dở lên cao. Bà quan mắ(t)-cỡ lấy tay đùa xuống, nói rằng "Chả hề chi".

6. Chữ Thiên Trồi Đầu

Lão kia hay chữ, mà cà-xốc thấy con kia đề-đạm nhủm nha có duyên có sắc thì hát chọc rằng: Thấy em cũng muốn làm quen, lại sợ em có chữ thiên trồi đầu.

Con kia đáp lại: Anh ơi, chớ nói thêm rầu, chữ Thiên trồi đầu lại có phết vai.

(Chữ THIÊN trồi đầu trong chữ Hán là "PHU" nghĩa là "chồng", còn chữ THIÊN trồi đầu có phết vai là chữ "THẤT" nghĩa là "mất" - tức muốn nói có chồng nhưng chồng đã chết).

21. Anh kì-cào

Nhà kia có hai anh em đều đi tu cả hai. Người anh làm cụ sở, người em còn làm thầy tu (bốn chức) mà yếu đuối. Cho về đi giúp cụ anh.

Bữa kia người ta rước cụ anh đi kẻ liệt xa. Thầy em xin đi theo:

- Cụ đi, mình cùng đi với.

Anh rằng:

- Sợ thầy đi không nổi ở nhà thì hay.

Thầy ấy nói không hề gì.

- Thôi, đi thì đi.

Đi đã hơn trót nửa phần ngày mỏi chơn mỏi cẳng, vừa tới cái suối, nước trong vắt. Ở trong đá chảy ra ro-re ro-re; thầy em vùng nói:

- Mình ở lại đây, mình tắm một cái chơi cho mát, rồi mình về thôi; việc cụ đi thì cụ đi, nó phải việc chi mình mà mình hòng phải đi cho mệt xác.

Lần kia thầy ấy về thăm nhà. Đâu lại gặp chị nằm bếp, mà yếu, ít sữa, lại không được sỏi cho mấy. Anh rể mới cậy:

- Cậu chịu khó đi mướn giùm cho một vú chút.

- Ừ, biểu trẻ đưa quan tiền cột lưng.

Ra đi tối ngày, ăn hết tiền, lơn-tơn về. Anh rể mảng chạy ra hỏi:

- Sao mướn được vú hay không?

- Ôi thôi! Đi khắp cả cùng làng cùng xứ mà coi, mà coi thì người nào người nấy đều có hai vú cả, không ai một vú mà hòng mướn.

32. Dụng Mưu Làm Thuốc

Có đứa con gái kia khi vương vai làm-sao trật lắt-léo xuội tay xuống không được, cứ giơ lên như-vậy mãi. Thầy mằn sửa hết sức cũng không xong. Có một anh kia dùng léo mà chữa được, là đến biểu kêu nó ra rồi giả-đò coi, xớ-rớ xớ-rớ đàng trước ra đàng sau, đàng sau ra đàng trước, rồi thò tay giựt quần nó một cái. Nghề thứ con gái hay mắc cỡ, liền quên đau mà lật-đật lấy hai tay chụp quần mà vận lại, thì liền lại như trước.

33. Thầy Rờ

Có thằng cha kia tính hay mê sắc, thấy gái muốn lắm, mà nhát không biết làm sao, mới tới hỏi người kia thạo việc đời, từng-trải cuộc chơi. Người ấy không biết dạy nó nghề làm-sao. Mà cũng bất-tử đi, vậy mới dặn nó tối có muốn đi rờ, thì kêu ảnh đi theo với ở ngoài cho vững cho, kẻo mà sợ, có điều gì thì kêu, không có làm sao...

Bữa ấy hai thầy trò dắt(c) nhau đi. Thằng nọ chun vào rờ con kia, lớ quớ sao nó chụp được nắm đầu. Thằng ấy thất kinh la lên:

- Thầy ôi! Nó nắm đầu tôi...

Thầy ở ngoài nói rằng:

- Không có hề gì, mà giữ lấy, nó nắm mũi kia mới sợ.

Con nọ nghe, buông đầu nắm mũi, nó mới dựt vuột khỏi chạy ra được. Hú vía.

Với *Chuyện Khôi Hài*, Trương Vĩnh Ký đã chứng tỏ ông là một nhà văn-hóa khai phóng, một người theo đạo Thiên-Chúa nhưng không thanh-giáo, không đạo đức giả.

CHUYẾN ĐI BẮC-KỲ NĂM ẤT HỢI

Chuyến Đi Bắc Kỳ Năm Ất Hợi 1879 của Trương Vĩnh Ký là tác phẩm bút-ký đầu tiên bằng chữ quốc-ngữ được xuất bản - năm 1881, tiếp sau đó có "Tây Phù Nhật Ký" của Tôn Thọ Tường (đăng *Gia-Định Báo* - thực ra ông diễn Nôm tập Như Tây Sứ Trình Nhựt Ký của cụ Phạm Phú Thứ dâng vua Tự Đức năm 1864), rồi *Như Tây Nhựt Trình de Saigon à Paris* (Impr. Rey & Curiol, 1889) của Trương Minh Ký,...

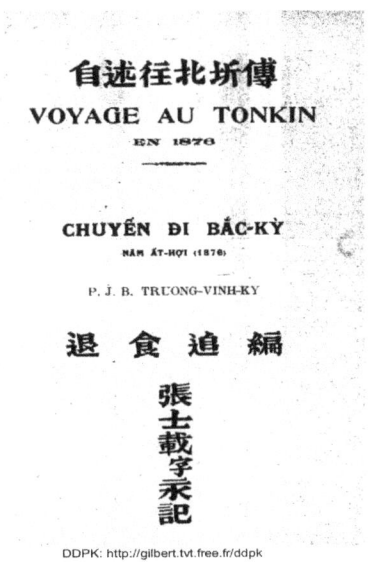

自述往北圻傳
VOYAGE AU TONKIN
EN 1876

CHUYẾN ĐI BẮC-KỲ
NĂM ẤT-HỢI (1876)

P. J. B. TRUONG-VINH-KY

退食追編

張士載字永記

DDPK: http://gilbert.tvt.free.fr/ddpk

Đây là du-ký đầu tiên viết bằng chữ quốc-ngữ của văn-học Việt-Nam - ngay trang bìa Trương Vĩnh Ký đã ghi "Vãng Bắc-Kì **tự-thuật**". Trương Vĩnh Ký dùng thể bút-ký kể chuyện đi ra Bắc bằng tàu thủy Duchaffaud từ Sài-Gòn, cùng "thầy ba Hớn với ông sáu Thìn (…) vào trong Nam-kỳ đã lâu, đi theo trước là cho có bạn, sau nữa là cho họ về thăm quê-quán"; trình bày theo thứ tự thời gian, đi đến đâu ghi, tả đến đó. Chuyến đi khởi hành ngày "18 tháng chạp" năm Ất-Hợi âm-lịch (tức 14-1-1876) và trở về bến tàu Sài-Gòn ngày 26 tháng Ba năm Bính Tý (tức 20-4-1876). Du-ký pha lẫn biên chép địa-chí và guồng máy hành chánh, cai trị cùng nhân-sự tiếp xúc (gặp lại Phạm Phú Thứ đang làm Tổng-đốc Hải Dương, người từng chung chuyến Âu-du 1863,...), cạnh những ghi chép về thắng cảnh và sự việc (như khám bắt thuyền người Ngô (Hoa) bắt cóc thiếu nữ người Việt,...). Trương Vĩnh Ký cũng ghi lại "ít bài thơ vẽ cảnh, thì biết thắng cảnh là chừng nào" như khi ở Phát-Diệm và được tiếp kiến linh-mục Trần Lục (cụ Sáu Trần-Triêm) - gọi là thơ nhưng hình-thức văn vần chung chung không theo thể-loại thơ nào cả, không thơ luật cũng chẳng phải lục-bát hay song thất lục bát:

"Sực xem thấy nhà thờ Phát-diệm
Thật nguy nga cung điện hẳn hòi.
Đọc kinh rồi đứng đó mà coi,
Hồ sơn thủy lầu-đài như tạc
Sách có chữ rằng: Thị chu lưu bàn bạc
Bất dĩ Tần nhi bất dĩ Hán,
Nhờ đội ơn trên ra sức phù trì,
Cho người thế biết đường giữ đạo,
Sách có chữ: Hữu công vi văn giáo.
Thị thánh hiền, vi vạn thế sanh dân,
Chữ rằng: đức dữ nhật tân" (Trần Thiệt)

"Tâm giả nhân chi bản dã,
Gốc đã tươi hoa quả cũng tươi
Có luân thường đạo lý mới ra người
Nên phải cậy trái tim cho chắc chắn.
Thơ rằng: bỉ thới tuy nhân vân,
Quân-tử bất ưu bần,
Chữ rằng: phụ hảo tâm nhân,
Vậy phải giữ chữ tâm cho vững
Nhờ Chúa cả hộ cho mạnh khoẻ,
Nọ mới hay bỉ cực thới lai.
Hữu nhân hữu thổ hữu tài...
Thấy phong cảnh Phát-diệm thật nên ghê,
Nhân ngồi chơi tay tả bút đề,
Vịnh phong cảnh vài câu quấc-ngữ:
Thơ rằng: Tứ thời giai hứng dữ,
Vạn vật tỉnh quan nhi,
Trên cửa lầu chuông trống uy-nghi,
Trước hồ thấy hoa sen đỏ chói,

Đường thập-đạo đá xây bốn lối,
Cửa ngũ môn xuất nhập đạo cung môn,
Tứ thời phong cảnh tứ thời xuân..." (Nhà-Thờ Trái-Tim)

Mặt khác, Trương Vĩnh Ký đã ghi (kể) lại hai bản "Nhựt trình đàng biển nước Annam từ kinh-đô cho tới phố Vạn-Ninh kể vô cho tới Cửa Cần-Giờ" và "Nhựt-trình từ Chụt sắp ra Đà-nẵng", bằng thơ lục bát, tức thể-loại thời đó thường được dùng để kể chuyện; và chuyến đi đã xảy ra trước vì được xuất hiện năm 1887 trong *Manuel des Écoles Primaires Ou Simples Notions Sur Les Sciences...* (5).

Trích vài đoạn của bài đầu:

"Trên thì vua ngự ngai vàng,
dưới thì văn võ hai hàng đai cân.
Chín châu bốn bể xa gần
khang cù kích nhưỡng muôn dân thanh-nhàn.
Tôi nay là khách bán buôn,
nhựt trình xin kể na-nôm mặc lòng.
Con thuyền phàm lệ thong dong,
bảo nơi nương-tựa mặc lòng vào ra.
Mảng nay án hải thanh hà,
tự Thừa-thiên-phủ tới hòa Vạn-ninh.
Trong nhựt trình địa đồ xin kể:
phủ Thừa-thiên lạch Thuận [cửa Thuận-an] nhà đài.
Trình đồn các việc thảnh-thơi,
sửa-sang thuyền-bá tới lui hải tần.
(...) Quảng-bình đây kim thành thổ bích,
khác bộ-hành gọi đó Đông-quan.
Đầu-mầu núi ấy là ngàn,
Hải-môn Nhựt-lệ nghênh-ngang ra vào.
Sóng đâu Phục địa xôn xao,
gò lèo kéo lái cận vào không nên.
Cồn Chùa hòn Náu bên trên,
Lý-hòa Dá-nhảy kề liền Linh-giang.
Tấn đây có trạm có đồn,
rạn đâu sóng bổ lạch Ròn trông ra.
(...) Ngoài Thùa-vân trong thì Giếng-bộng,

ngàn Vũng-tàu lộng-lộng cao phong.
Thuận buồm ba cách thẳng giong,
Ba non xấp-xỉ là đông Vũng-tàu.
Nước non thú vật mọi màu,
Bãi-tiên, Giếng-ngự nước trong cam tuyền.
Lăn buồm mà dựa cho yên,
Ba non thẳng lái chỉ ngay Cần-giờ..."

và bài sau:

"Kể từ dựa Chụt mà ra,
Mũi-mác, Chà-là là cửa Nha-ru.
Buông lên một đỗi mù mù,
Nha-ru đã rồi, cửa Bé lại qua.
Đồi-mồi chớn-chở gie ra,
bên trong có bãi Bà-gia vịnh vào.
Hòn Gầm sóng bổ lao-xao,
bắt mặt xem vào đề dặm xông ngang.
Thương con nhớ vợ ghe đàng,
nước mắt hai hàng châu lụy thâm biên.
Đá chồng rựng-rựng mọc lên,
tạc đề bia truyền nói đời Hùng-vương.
Buông lên một đỗi dặm trường,
Ô-rô núi tấn bốn phương như nhà.
Đầu gành mũi Nậy ghe ra,
bên trong có vũng hiệu là Vũng-môn (...)".

Xin trích những đoạn văn cho thấy văn phong và cách thuật sự của Trương Vĩnh Ký - văn bản trích theo ấn bản in lại (số trang mới) từ *Bulletin de la Société des études Indo-chinoises de Saigon* (b.m., t. IV, số 1, 1929, tr. 4-35 & 37-76; http://gilbert.tvt.free.fr/ddpk/wa_files/voyage.pdf).

Đây là đoạn tả Đền Kính Thiên, Cột Cờ, tới Đền Công, tượng Ông Thánh Đồng đen và Chùa Một Cột:

"Trước hết vô hoàng thành cũ. Lọt khỏi ngũ môn lâu, lên đền Kính Thiên. Đền ấy nền cao lắm, có 9 bậc xây đá Thanh, hai bên có hai con rồng cũng đá lộn đầu xuống. Cột đền lớn trót ôm, tinh những là gỗ liêm cả. Ngó ra đàng sau còn thấy một hai cung điện cũ chỗ vua Lê ở thuở xưa, bây giờ hư tệ còn tích lại đó mà thôi.

Ra ngoài cửa ngũ môn lâu, thẳng ra cửa Nam, có cột cờ cao quá xây bằng gạch, có thang khu ốc trong ruột nó mà lên cho tới trên chót vót. Leo lên thôi đã mỏi chân mỏi cẳng. Ra tại chuồng cu đứng ngó mông, thấy núi non xa gần, ngắm nhìn chót núi Tân Viên. Không dám ngó xuống, vì ngợp lắm. Một bận đi xuống cũng hết hơi.

Đi lại cửa tây ra ngoài thành đi coi đền công. Chỗ ấy huyền vũ có cây cao lớn sum sê rễ nó xỏ xà leo với nhau như rễ, mát mẻ, im rợp quá.

Ra cửa ô Bưởi đi coi chùa Trần Võ Quan, tục kêu là ông thánh đồng đen, ở một bên mép hồ Tây. Tượng ấy là tượng ngồi cao lên tới nóc chùa, đúc bằng đồng đen cả. Tóc quăn như đầu Phật; mặt cũng tựa tựa; còn từ cổ sắp cuống thì ra như hình ông thánh Phao Lồ, một tay chống lên trên cán cây gươm chỉ mũi lên trên mu con rùa, một tay thì ngay ngón trỏ mà chỉ lên trời, chân thì đi dép. Có chữ đề mà đã mòn đã lu đi coi không ra.

Coi rồi mới ra đi đến xem chùa một cột, là cái miếu cất lên trên đầu cây cột đá lớn trồng giữa ao hồ.

Nguyên tích ai thiết lập ra thì người ta nói mờ ớ, không biết lấy đâu làm chắc cho mấy. Cứ sách sử kí và Đại Nam nhứt thống chí, thì chùa ông thánh đồng đen kêu là Trần Võ Quan Tự, ở về huyện Vĩnh Thuận, phường Đoan Chương đời nhà Lê, năm Vĩnh Trị năm Chánh Hòa, vua Hi Tông (1675) sửa lại đúc tượng đồng đen cao 8 thước 2 tấc, nặng 6600 cân, tay hữu chống trên cây gươm, chỉ mũi trên lưng con rùa, có rắn vấn doanh theo vỏ gươm. Trong sử nói đời Thục vua An Dương Vương bị tinh gà ác và phục quỷ núi Thất Diệu, mà nhờ có thần hiện trên núi Xuân Lôi thuộc về tỉnh Bắc Ninh trừ ma phá quỷ hết đi, thì vua dạy lập miếu phía bên bắc thành vua mà thờ là thần, đặt hiệu là Trần Thiên Chấn Võ Đế Quân.

Thuở Minh Mạng năm thứ 2 vua ngự ra Bắc có ban 50 lượng bạc, lại một cái áo võ tư vàng.

Năm Thiệu Trị thứ 2, vua ngự có ban tiền vàng 1 đồng, áo vàng 1 cái, 1 bài thơ, và 1 đôi liễn nữa.

Còn chùa một cột, thì cũng ở hạt huyện Vĩnh Thuận, làng Thanh Bửu, ở giữa cái hồ vuông, có trụ đá cao trót trượng, yên viên chừng 9 thước, trên đầu có cái miếu ngói chồng lên, như cài hoa sen ở dưới nước ngóc lên. Sử chép rằng: Thuở xưa vua Lý Thái Tông nằm chiêm bao thấy Phật Quan Âm ngồi tòa sen dắt vua lên đài. Tỉnh dậy học lại với quần thần, sợ điềm có xấu có hệ chi chăng. Thì thầy chùa thầy sải tâu xin lập ra cái chùa thể ấy, đặng cho các thầy tụng kinh mà cầu diên thọ cho vua, thì vua cho và dạy lập ra.

Qua đời vua Lý Nhân Tông sửa lại, bồi bổ, lập tháp, đào ao, xây thành, làm cầu, tế tự, hễ tháng tư mồng 8 vua ngự ra đó kỳ yên. Lại đúc chuông, mà đúc rồi, chuông đánh không được kêu, nên bỏ ra ngoài Quy Điền. Đời vua Lê Thái Tổ đánh giặc với quan nhà Minh, vây trong thành đông Quan binh khí hết đi, nên quan Minh lấy mà đúc súng, đúc đạn đi".

Sau đó ông đến thăm cảnh Hồ Tây và Miếu Văn Thánh:

"Cái hồ Tây ở tại huyện Vĩnh Thuận, phía tây thành Hà Nội; kể châu vi nó được 20 dặm, nước sâu từ 1 thước cho đến một trượng; thuở xưa tên nó kêu là Làng Bạc. Nước trong ve trong vắt như mặt kính vậy. Thường người ta phiêu hàng lụa thì đều dùng nước hồ ấy mà làm. Tục ngoài ấy hay nói: Làm người phải cho cả ý; người nào mang bị là người Tây Hồ; mang bị là mang hàng lụa đi đến đó mà giặt mà xả.

Đời xưa các vua, có làm cung điện mà chơi đó. Như đời vua Lý Nhân Tông ngự thuyền nhỏ đi chơi, mà bị Lê Văn Thạnh làm thuật hóa cọp mà nhát, nhờ Mục Thận vãi chài chụp được... Vua Trần Dũ Tông, khi còn nhỏ đi dạo thuyền té dưới hồ Tây, nhờ có thầy Trâu Canh cứu được cho khỏi chết v.v...

Người ta truyền miệng rằng: có con kim ngưu ở núi Làng Kha chạy nhủi dưới hồ ấy. Rốt đời Cảnh Hưng, nước hồ nó đổi sắc đi, lại nói bên phía đông hồ thường đêm có thấy một con trâu ăn cỏ đó, mà hễ người ta lại gần thì nó hụp xuống hồ mất đi. Cách ít lâu sau, mưa dông sấm chớp luôn cả một đêm, sáng ra thấy dấu trâu ở trong hồ ra mà sang qua sông Nhĩ Hà. Sau tiệt đi không thấy nữa. Xung quanh mép hồ nhà dân sự ở đông. Đã nên là mộit kiểng sơn thuỷ quá vui quá đẹp; phải mà sửa soạn bồi bổ cho hẳn hoi, thì lại càng ra xinh ra đẹp hơn nữa bội phần.

Đó rồi đi coi Văn Thánh miếu ở tại phía tây nam thỉnh thành, tại huyện Thọ Xương, làng Minh Giám, là chỗ thuở đời nhà Lý vua Thánh Tông đi tế tượng thánh Khổng Tử, và 4 vị á thánh, lại 72 sĩ hiền. Sau miếu hai bên tả hữu có bia tấn sĩ tạc đá xanh, dựng lưng quỳ sắp hàng, từ đời kia qua đời nọ nhiều lắm. Đời nhà Trần, nhà Lê cũng nhân đó mà làm luôn. Đời Gia Long có lập thêm cái khuê văn các trong cửa Nghi Môn..." (tr. 7-10).

Nhiều lúc tức cảnh sinh tình, ở Trương Vĩnh Ký là những phê phán đôi khi nhẹ nhàng mà thâm thúy:

"Đi coi cảnh chùa ông Nguyễn Đăng Giai lập một bên mép hồ Hoàn Gươm.

Nguyên thuở ông Nguyễn-đăng-Giai ngồi tổng đốc tại Hà-nội, người bày ra cho đi thú quyên tiền quan dân mà lập nên kiểng chùa thờ Phật. Làm cũng đã công phu lắm, tốn tiền gạo hết nhiều, nên mới có bài thơ học-trò Bắc chê ông ấy rằng:
"Phước-đức chi mầy bố đĩ Giai?
Làm cho tốn Bắc, lại hao Đoài,
Kìa gương Võ-Đế còn treo đó,
Ngạ tử Đài thành, Phật cứu ai?"

Cảnh chùa ấy thật đã nên là tốt: vô cửa hai bên có tháp cao. Vào trong có hồ đi quanh-co vòng theo chùa, lại ăn lọt dưới chùa nữa, hai bên mép xây gạch xây đá cả. Cầu bắc tứ phía qua chùa đều cũng xây đá gạch hết hẳn-hoi. Xung-quanh bốn phía có nhà hành-lang chạy dài ra sau giáp nhau. Trong chùa đàng trước để tượng Phật đứng bàn cả đám, hình lớn-to, quang-thếp cả. Hai bên có làm động và tháp điện, đều bong hình nổi ra hết. Đàng sau có đền, có tạc hình-cốt ông Nguyễn-đăng-Giai. Phải chi nhà-nước lo tu-bổ giữ-gìn thì ra một cái kiểng rất xinh rất đẹp. Mà nay thầy chùa thầy sãi ở đó, dở ngói, cạy gạch bán lần đi mà ăn, nên hư tệ đi uổng quá..." (tr. 5).

Trương Vĩnh Ký thường quan tâm đến các sinh hoạt của người dân đủ mọi thành phần ở những nơi ông có dịp đi qua hay ở lại. Chợ ở các nơi được ông quan sát ghi lại như sau, ở đề mục "Chợ" trong phần thăm Hà-Nội:

"*Chợ búa nội cả tỉnh cũng nhiều lắm. Mà chợ lớn có tiếng và đủ đồ hơn hết tại Bắc-kỳ, thì là những chợ kể trong câu ví nầy: Xứ Nam là chợ Bằng Vồi ; xứ bắc Giâu, Khám, xứ đoài Xuân Canh ; nghĩa là tỉnh Hà-nội, Hưng-yên, Ninh-bình, Nam-định là phía nam, thì có chợ Bằng, chợ Vồi có tiếng hơn hết. Còn bắc là Bắc-ninh, thì có chợ Giâu, chợ Khám ; xứ đoài là trên Sơn-tây thì là chợ Thâm-xuân-canh...*" (tr. 19).

Về thức ăn, theo ông: "*Về đồ ăn có tiếng ngon hơn, như trong Nam Kỳ kêu chiếu Cà Mau, thuốc Gò Vấp, rượu Gò Cát v.v..., thì ngoài Bắc Kỳ có cái cá như vầy: Dưa La, Cà Láng, nem Báng, gỏi Bần, nước mắm Vạn Vân, cá rô Đầm Sét. (chỉ tên xứ: Kẻ La, kẻ láng, kẻ Báng, kẻ Bần, Vạn Vân, kẻ Đầm Sét).*

Cơm Văn Giáp, táp (thịt tái) cầu Giền, chè quán Tiên, tiền Thanh, Nghệ.

Cơm quán dọn tử tế thì là tại quán làng Văn Giáp đường lên tỉnh Hà Nội, vào Cửa ô Đồng Lầm; còn thịt tái thịt thấu ngon có tiếng thì là tại quán Cầu Giền; chè cháo nấu ngon thì là tại quán Tiên cũng tại đường lên Hà Nội; tiền xe gánh ra nhiều thì là phường buôn ở trong Thanh trong Nghệ đem ra" (tr. 19).

Về tiệc tùng, ông ghi trong "Cỗ nhắm": "*Tiết tháng 8 tục có làm cỗ nhắm tại đình, cúng tế thần kỳ yên. Đua nhau dọn cỗ, một cỗ tế rồi ngồi ăn cùng nhau, còn một cỗ mâm án thư chồng đơm lên nhiều từng, lấy mía róc vấn giấy đỏ làm đồ kê mà chưng có từng, trên có làm con phụng, con long, con lân, con quy đứng đầu mâm, để tối chia nhau, biếu xén nhau. Dịp ấy thường coi hát nhà trò, đánh gậy (đánh quờn, nghề võ), vật, múa rối cạn (hát hình), múa rối nước, leo dây, bài điếm, cờ người, nấu cơm thi, dệt cửi thi, bắt chạch, tạc tượng (đục (giục) tượng), thảy đều có ăn cuộc ăn dài cả.*

Nấu cơm thì là phải nấu thi coi thử ai chín trước, và khéo khỏi cháy khỏi khê khỏi khét. Người ta đưa cho ít cái đóm với bã mía hay là rơm, thắp cầm hơ đút nồi mà nấu.

Còn dệt cửi thì làm sàn ra ngoài ao vừa để cái không cửi, ả chức ra đó lên ngồi dệt, đâm thoi bắt thoi cho liền cho lẹ, nếu trật thoi văng rớt xuống ao thì thua.

Bắt chạch là một trai một gái tay choàng cổ ôm nhau, tay kia thò vô chum sâu có thả con chạch, ai bắt được thì ăn dải. lượt thưa rểu, quần lãnh bưởi có ngời ngồi ra tại giữa giàn làm trên ao hồ. Trai lãnh chàng đực, đóng khổ giấy ra đó, làm bộ đèo phạm, hễ giữ không được thì tâm hoả động, dương vật dậy rách khố mất ăn; khi ấy đâm đầu xuống ao lặn đi đỡ xấu. Ấy ít lời về phong tục sơ lược cho biết qua vậy"* (tr. 17).

Trong Chuyến đi này, ông đã tham dự một số lễ lạc, nghi thức, và cả đi xem hát ả-đào ở Hà-Nội. Ông ghi lại trong Chuyến đi... ở Mục:

"NHÀ TRÒ

Khi đám-tiệc, hội-hữu, hôn-tế, kỳ-yên, chạp-miễu, thường hay dựng nhà-trò. Nhà trò là con gái đương xuân-sắc chuyên-tập nghề ca xướng, tục kêu là cô-đào. Có đám tiệc, thì người ta rước tới hát, thường hát theo ca-trù, giặm Túy Kiều, câu hát, thơ phú, hoặc kể truyện. Hát cũng khi ngồi khi đứng, tay nhịp canh, miệng hát nhiều cung bậc giọng thấp giọng cao ngân-nga hay và êm tai lắm, có chú kép ngồi một bên gảy (khảy) cái đờn đáy, lại có người đánh trống nhỏ cầm chầu. Có khi lại đứng bắt bớ và múa và hát. Có khách thì chủ đám lại bắt phải quỳnh-tương rượu, Tay bâng chén rượu, miệng hát câu chi, hoặc tình ái, hoặc nhân ngãi, để mời cho khách uống đi. (Câu hát là giọng quỳnh, chén rượu là chén quỳnh-tương), tích chén nước Vân-anh đem dua Bùi-hàn uống...

Giọng nhà trò thường là những giọng sau này: mẫu-dụng, thiệt nhạc, ngâm vọng, tì-bà, tắt-phản, hát nói, gởi thơ, huỳnh hãm, cung bắc, của quyền, non-mai, nường-hạnh, chữ-khi, thơ, thống, v.v..." (tr. 16).

Tưởng cũng cần nhắc là Trương Vĩnh Ký từng viết và dạy về các đề tài này như biên-khảo *Hát, lý, hò Annam* (1886),...

Bút ký / du-ký của Trương Vĩnh Ký cũng đã để lại dấn ấn ngôn-ngữ, phương ngữ, thành ngữ, cách phát biểu, đối thoại,... của thời bấy giờ và ở những địa phương khác nhau. Qua bút ký này, Trương Vĩnh Ký đã chứng tỏ chữ quốc-ngữ có thể sử-dụng cho mục-đích văn-chương và một đời-sống hiện-đại hơn: dùng ngôn-ngữ của đời thường, dùng giọng văn của hôm nay, nói đến những chuyện và nhân-vật đang sống, đang xảy ra, như là chuyện thật - chứ không phải là trong một thế-giới ảo của văn-chương cổ điển.

*

Sau *Chuyến Đi Bắc Kỳ Năm Ất Hợi 1879* năm **1881**, Trương Vĩnh Ký đã cho xuất-bản cùng năm **1882** tập *Chuyện Khôi-Hài* và đặc-biệt hai tập truyện *Kiếp Phong Trần* và *Bất Cượng Chớ Cượng Làm Chi* có thể xem như là hai "truyện ngắn" đầu tiên của văn-học chữ quốc-ngữ Việt-Nam: toàn bài chỉ là những lời đối đáp nhịp nhàng với đôi chỗ người viết can thiệp để chuyển tiếp; kỹ-thuật kết cấu tiểu-thuyết không hề hiện diện, cả ý-hướng làm văn-chương cũng không - phải đến năm 1887 xuất hiện *Thầy Lazarô Phiền* của P.J.B. Nguyễn Trọng Quản được xem là "tiểu-thuyết" hay "truyện vừa" đầu tiên của văn-học Việt-Nam vì như chúng tôi đã hơn một lần phân tích, tiểu-thuyết của Nguyễn Trọng Quản có những yếu tố cấu thành tiểu-thuyết và một tác-phẩm văn-chương!). Cũng cần ghi nhận, hai truyện của Trương Vĩnh Ký với ý hướng cách tân và đưa vào văn-học thể văn xuôi, nhưng con người thời ấy như chưa làm quen được ngay, do đó mới có những bài diễn ra văn vần như Antoine Trần Hữu Hạnh đã diễn hai truyện này ra bài ca lục-bát ("Ca sách *Bất cượng*" đăng *Miscellannées*, số 10, 2-1889, tr. 8-10 và số 11, 3-1889): trong khi Trương Vĩnh Ký sáng-tác, Trương Minh Ký phóng tác ra văn xuôi truyện nước ngoài và thơ ngụ-ngôn La Fontaine, thì có những bài văn vần diễn lại những bài bản văn xuôi!

Nhìn chung trong hai "truyện ngắn" này, Trương Vĩnh Ký đã viết văn như một nhà báo và nhà giáo dục. Ông sử-dụng lời nói thường ngày của người Việt lúc bấy giờ (tiếng Việt ròng) ở miền Nam-kỳ lục-tỉnh, thành ngữ và tục ngữ của văn-chương bình dân cùng điển tích của kinh truyện Trung-Hoa và với ít nhiều ảnh-hưởng văn xuôi kinh sách của người Công-giáo. Ngoài ra, Trương Vĩnh Ký còn để lại một văn bản mà thư tịch ghi bằng tiếng Pháp mang hình-thức như của hai truyện này, "Dialogue entre T. et N. sur les thèmes: 1. Les vices féminins - médisance - entêtement - jalousie; 2. Les devoirs de la femme envers - son époux - ses beaux-parents - ses enfants".

KIẾP PHONG TRẦN

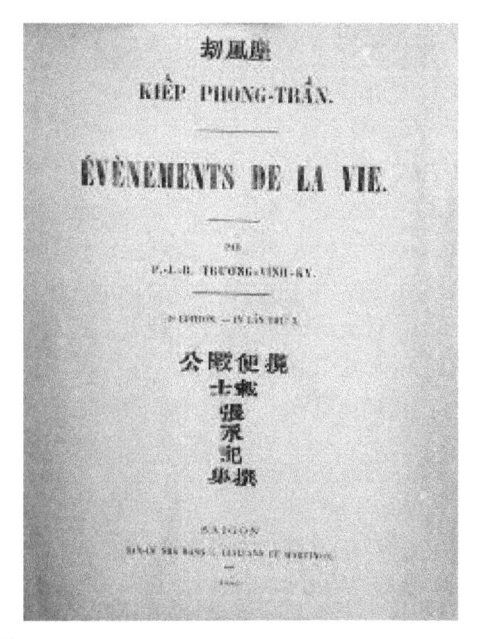

GS Nguyễn Văn Sâm ở hải-ngoại đã "giới thiệu và sơ chú" truyện *"Kiếp Phong Trần"* trên đặc-san *Dòng Việt* (số 19, Xuân 2006, chủ đề Nam-kỳ lục-tỉnh - tập 1, tr. 254-264) và đã xem *Kiếp Phong Trần* là *"bài văn quốc-ngữ đối thoại đầu tiên của nước ta. Đầu tiên nhưng thể hiện được đến tuyệt cùng tính giản-dị trong cách viết, tính đôn hậu trong cách trình bày, cũng như sự uyên bác của tác-giả..."* (tr. 254). Gần đây, Trần Nhật Vy thì đặt vấn-đề niên đại cho *tiểu-thuyết bằng chữ đầu tiên*, trái với khám phá của hơn bốn thập-niên qua (của Bùi Đức Tịnh, 1974) là cuốn *Thầy Lazarô Phiền* của Nguyễn Trọng Quản xuất-bản năm 1887; ông đã đặt vấn-đề *Kiếp Phong Trần* có phải là "tiểu-thuyết Quốc-ngữ đầu tiên ở Việt-Nam?" và kết luận *"So với* Phansa diễn ra quấc ngữ *in năm 1884,* Kiếp phong trần *đi trước hai năm. Song trên thực tế, một số truyện trong* Phansa diễn ra Quốc-ngữ [của Trương Minh Ký] *lại được in vào cuối năm 1881, nên chúng tôi xếp* Kiếp phong trần *đứng sau"* (6). Họ Trần muốn nói đến các truyện Tên chăn bò và Thằng ăn trộm với con heo đăng *Gia-Định Báo* ngày 1-12-1881).

Xét theo thể-loại văn-học, thì đây là thể *"văn xuôi"* và các *Chuyện Đời Xưa* (1866) là những **văn-bản văn-chương** đầu tiên mở đường cho các thể-loại văn xuôi khác. *Kiếp Phong Trần* và *Bất Cượng Chớ Cượng Làm Chi* xuất hiện 16 năm sau, cùng thể văn xuôi, nhưng Trương Vĩnh Ký đi xa hơn "truyện kể", đưa vào văn-học thể-loại "truyện" bắt đầu với hình-thức đối thoại bên cạnh kể chuyện. Ông đã khai mở con đường đi của thể-loại truyện và tiểu-thuyết. Kỹ thuật hãy còn sơ sài, nhắm chuyển tải nội-dung hơn là làm văn-chương, nhưng khi sáng-tác, Trương Vĩnh Ký chắc chắn đã muốn mở đường cho thể-loại văn-chương xuôi, thoát khỏi biền ngẫu và thơ. Lời văn là của tiếng nói đời thường, văn nói và mang tính địa-phương. Có thể nói với hai tác-phẩm này, Trương Vĩnh Ký đã rời khỏi "truyện thơ" là thể thịnh hành vào thời cho đến bấy giờ, để đi đến và mở đường cho thể "tiểu-thuyết" theo hình-thức của văn-học Tây-phương.

Cho nên, các truyện dịch của Trương Minh Ký xuất hiện sau *Chuyện Đời Xưa* khá lâu (ít nhất 16 năm, vì nếu tham khảo được các số đầu của *Gia-Định Báo*, có thể đã có những truyện *Chuyện Đời Xưa* đã xuất hiện năm 1865?). Thứ nữa không thể xem các truyện và thơ ngụ ngôn trực-dịch hoặc phỏng-dịch có giá trị nguyên sơ của "tác-phẩm văn-học", cho nên *Phansa Diễn Ra Quấc Ngữ* (1884, với diễn-dịch ra văn xuôi 16 truyện ngụ ngôn của Laphôngten và 12 truyện ngụ ngôn của các tác giả Âu-Tây khác) không phải là "tiểu-thuyết Quốc-ngữ đầu tiên ở Việt-Nam"!

Trong "truyện" hay "truyện ngắn" này, Trương Vĩnh Ký kể chuyện nhân-vật Trương Đại-Chí rời nhà đi lãng du "vài mươi năm" nay trở về quê nhà gặp thăm bạn là Lê Hảo Học. Hai người bạn lâu ngày gặp lại nhau nói đủ chuyện về tình người, tình đời và thế-gian biến đổi - Trương *"ở chơi với anh một ngày một đêm cũng đã thoả cái tình"*. Cách Trương Vĩnh Ký đặt tên nhân-vật đã tóm gọn "chân dung tinh thần" mỗi người: chàng họ Trương nuôi *chí lớn* đi khắp phương để cầu học làm người, anh Lê đã lập gia-đình nhưng vẫn *muốn học hỏi*, may mà gặp lại được chàng Trương.

*

Trích phần mở đầu chương 1:

"Anh Trương Đại Chí đi ra kinh học, rồi về đi xứ kia xứ nọ chơi cho phỉ chí, đâu cũng vài mươi năm mới về thăm quê nhà. Bữa kia mới

đi tới nhà anh Lê Hào Học là bạn chơi với nhau thuở nhỏ mà thăm. Lê Hào Học mừng rỡ hết sức, hối trầu, nước; rồi lay trẻ trong nhà dọn cơm đập vịt gà uống rượu mừng bạn đi xa lâu năm mới về.

Ăn uống chuyện trò rồi, trời vừa tối, Trương Đại Chí mới kiếu về; mà anh Lê Hào Học cầm một hai ở lại chơi một đêm mà hỏi thăm chuyện.

Thấy gắng vó lắm không phép làm sao, Trương Đại Chí mới ở lại đó. Nhằm bữa trăng tỏ, trời thanh, gió mát, Lê Hào Học mới nói rằng:

- Anh thật có phước! Cũng nhờ âm đức cha mẹ ông bà, mà được học hành thông kim bác cổ, lại thêm châu lưu khắp miền khắp xứ, điều nghe thấy rộng lắm, từng trải việc đời...

Trương: - Thật cũng là phước đó chúc. Nhưng mà kiếp phong trần người ta, phước, ôi! Có bao nhiêu mà hoạ biết mấy?

Lê: - Thiệt tình, tôi vô phước ăn học chẳng được bao nhiêu, dốt nát lắm, xin cho tôi học theo. Chớ kiếp phong trần anh nói đó là kiếp gì? Tôi không hiểu rõ, xin anh cắt nghĩa cho tôi nghe thử?

Trương: - Phong trần nghĩa là gió bụi, chỉ là cái đời tạm đời gởi này, hay đổi dời biến cải, nay vầy mai khác, vui đó buồn đó, giàu đó nghèo đó, sướng đó cực đó,... vinh nhục bĩ thới đắp đổi; ấy là cuộc bể dâu (thương tang).

Lê: - Làm sao kêu là bể dâu kìa?
Trương: - Là cuộc cồn hóa vực, vực hóa cồn.

Lê: - Cái anh thật hiểm thì thôi đó! Nói cái gì vậy tôi hiểu không được: Cồn làm sao lại hóa vực, vực sao lại hóa cồn? Nghĩa là gì?

Trương: - Ấy mới dốt cho chớ! Tại anh một năm tới tôi, những lục đục ở nhà, không có nói ra mà đi đâu, nên mới không biết. Trong sách Lý khí người ta có luận rằng: có một ông già kia ở chòi gần mé biển; thấy trong cõi hồng trần này, hễ 30 năm thì có một lần biến nhỏ, mà hễ 300 năm thì có một lần biến lớn thì trời đất đổi xoay cồn hóa nên vực vực biển nên cồn; biển cạn thành cồn trồng dâu được cũng có; đất liền lở sâu thành biển cũng có. Mỗi khi có biến thì ông ấy làm một cái thẻ tre mà để trong nhà. Nên sau có một người khách tới đó thấy ông già già lắm, thì hỏi thăm tuổi bao lớn. Ông già nói rằng: tôi không biết mà mỗi khi có biến thì tôi có bỏ 1 cái thẻ làm chứng; ông đếm lấy thẻ thì biết tuổi tôi. Sách nói làm vậy mà cũng chưa đủ tin. Anh đi ra ngoài Bắc coi thử: đất mé sông đất màu mỡ đang tốt hết sức, vùng lở ầm xuống một cái thành cái vực sâu thăm thẳm dò không tới đáy. Chỗ khác đang sâu thuyền bè ghe cộ đi thường ngày, ở đâu vùng nổi cồn lên, người ta trồng dâu lên đám kia qua đám nọ. Nói ở đâu xa làm chi? Trong ta này, lên lối trên Gieng đây cũng có thấy được. Người ta lấy đó mà ví cái cuộc hay dời đổi ở đời này.

Lê: - À! Vậy hay sao? Dữ không! Bây giờ có anh cắt nghĩa tôi mới hiểu đó. Còn anh nói cái kiếp phong trần thì vinh nhục bĩ thới đắp đổi nhau chẳng khi dừng là làm sao?

Trương: - Người ta có hồn có xác, nên phải kể xác là cái tợ con mắt mình ngó thấy được trước rồi, hãy nói qua việc hồn là trí là giống không hình không tượng, mắt xác thịt không có ngó thấy.

Con người thoát lọt ra khỏi lòng mẹ, liền cất tiếng khóc oa oa, biết mình sinh ra ở thế sẽ cực khổ lao đao cho đến chết. Ba bốn năm đầu, bằng không có mẹ có cha lo nuôi dưỡng cho bú mớm, lo lắng cho thì làm sao mà sống cho đặng? Có miệng, miệng không biết nói; có tay, tay chẳng hay làm; có chơn, chơn chẳng hay đi. Phải tập lần lần sau lâu mới cử động (day trở) được: nằm ngửa cho hết sức, mới nghiêng mới lật, mới trườn mới sụt, mới xổm, mới bò, mới ngồi; sau mới đứng chựng, mới bắt bén bước đi. Vậy mà cũng còn phải có cha mẹ giữ gìn coi sóc luôn luôn. Biết mấy khi hiểm nghèo? Ươn ê ốm đau, bệnh hoạn, cheo leo khốn khó. Không ai lo cho, thì còn gì là thân?

Lê: - Nào! Có thấy đắp đổi sướng cực đâu nào?
Trương: - Có chớ: chẳng những nội trong một năm, nội trong một tháng, nội trong một ngày, mà nội trong một giờ cũng có dời đổi cả.

Này: cười đó, rồi khóc đó; vui đó, rồi buồn đó; giỡn đó, rồi quạu đó; nay mạnh, mai đau; chơi ít bữa, rồi lại biến lại tước, sọt sẹt nóng rét... ba bữa ê mình, ba bữa khoẻ; tháng này cam tích, tháng kia sọp bụng; năm nay khá giỏi, sang năm bê tệ, vân vân... Hơi sức đâu mà kể những cái biến thường ngày, thường tháng, thường năm; một năm tới tôi không biết mấy lần mà kể. Vậy chẳng phải là luân phiên thay đổi nhau mãi hay sao? (...)".

"*Lê:* - *Vậy sao có người sướng người cực, người sang người hèn, người giàu người nghèo; kẻ lành mạnh, kẻ yếu đuối, tật nguyền, tràn đồng thiên hạ?*
Trương: - *Người ta ở đời Trời đất sanh ra đều có cho nó một cái vai tuồng nào mà làm, không ai không, mỗi người đều có một nghề riêng hết thảy. Lấy việc hát bội mà ví: từ bầu gánh chí nhẫn chú nhưng, hoặc làm tướng, vua, đào, kép, sắp đến kẻ chạy hiệu, mỗi người đều có phiên thứ vai tuồng riêng cả. Con người ta ở đời là một bọn con hát, ai có vai nấy mà làm. ấy là mỗi người riêng mỗi kiếp là làm vậy*".

Lê: - *Còn anh nói người người có tài, vật vật có ích, thì là làm sao?*
Trương: - *Là mỗi người đều có một cái sở trường riêng, ai cũng có; còn vật mỗi vật mỗi có ích riêng cả. Mà đâu nó theo thứ nó đó. Hãy xem trong bàn cờ tướng thì hiểu mau. Trước có 5 con chốt đứng giăng, kế sau 2 bên 2 con pháo; sau nữa, ở giữa có tướng, 2 bên 2 con sĩ, 2 con tượng, 2 con ngựa, 2 con xe. Trong ấy đều nhờ nhau cả. Tướng một mình thì làm gì được? Phải có tả hữu vây cánh mà đỡ mà che, là sĩ, tượng, xe, pháo, ngựa. Lâu rốt hết là con chốt, đến chừng nó qua được nước người ta nó mạnh là dường nào? Khi nó đứng đầu, nó lại đỡ cho những con chạy (thối) về, người ta không dám ăn. Vậy hết thảy con nào đều cũng có tài nghề riêng con nấy; mà tới phiên tới thứ nó mới ngó thấy sức nó cho. Vì vậy người ở đời, vang danh phú quý, vinh hiển, cao quờn lớn chức, cùng là hèn mọn, bần tiện, vô danh, cô thế độc một, cũng chẳng biết lấy đâu làm chắc: còn trong tục lụy biết ai công hầu? Nên có khác nhau chăng là vì một chữ thì*" (...)

"*Lê:* - *Nói như anh làm vậy, tôi nghe kịp, mà còn một cái tôi hiểu chưa ra là ở đời sao kẻ sướng người cực, có kẻ lành mạnh, có người tật nguyền khốn nạn; kẻ sao cả đời thong thả giàu sang, người sao cả đời lao đao lận đận, nghèo nàn? Té ra Trời phân không có đều? Nên tục hát rằng: Trách trời trời chẳng hay phân: kẻ ăn không hết, người mần không ra!*

Trương: - Coi thì vậy thôi, mà xét ra cho kỹ, thì sướng cực cũng bằng nhau cả; có như vậy người ta sống mới được; bằng không thì kẻ cực khổ khốn nạn hại mình mà chết đi hết còn gì?

Lê: - Nói vậy chớ ai cũng tham sanh húy tử (ham sống sợ chết); cái ấy là nhơn chi thường tình. Chớ anh không có nhớ trong sách Luận ngữ, có câu rằng: Phú dữ quí thị nhơn chi sở dục, bất dĩ kì đạo đạo đắc chi, bất khứ dã; bần dữ tiện thị nhơn chi sở ố, bất dĩ kì đạo đắc chi, bất khứ dã là làm sao? Là giàu với sang ai lại không muốn, nhưng mà gặp cái thì không nên giàu không nên sang; hay là làm điều bất nhân bất nghĩa mà giàu sang thì người ta cũng chẳng thèm; nghèo khó cùng là hèn hạ, ai mà không ghét? Nhưng vậy nghèo mà phải nhơn phải nghĩa, hèn hạ mà phải thói phải thì, thì cũng chẳng nên bỏ làm chi.

Trương: - Phải, cái cũng có, nào ai nói không; nhưng dầu vậy cũng có kẻ cùng trí hoặc thắt cổ, hoặc cắt họng, hoặc cắn lưỡi, hoặc uống thuốc mà chết đi cũng có hiếm lắm, thiếu gì? Mà xét cho đến lẽ mà coi, thì ai cũng như vậy sướng cực bằng nhau; nghĩa là sự cực trí cũng một ngăn với nhau, nên nói là bằng nhau. Thí dụ như một người nghèo túng một quan tiền, chạy không ra, mượn không được, vay mượn không ai cho thì trong lòng người ấy cực cũng bằng người có ăn mà túng 1 chục, hay là giàu hơn túng 1 trăm, hoặc một ngàn, mà kiếm không ra, vay mượn không được, thì cái cực trong lòng những người ấy cũng một ngăn với cái cực cái người túng có 1 quan vậy. Giả như nhà kia giàu sang lỡ có khách tử tế tới nhà, mà thiếu trà ngon, thiếu rượu tốt, thiếu thịt tươi mà đãi khách, thì trong lòng người ấy lấy làm cực lòng, bực mình cũng một ngăn với cái nghèo kia rủi có bà con ruột ở xa tới nhà mà không có đồ thường dùng, như trà Huế, như nước mắm, như cá tươi mà đãi bà con một bữa phải cực lòng, phải bực mình vậy chẳng hơn chẳng kém chẳng khác chi chút nào. Nên tục rằng: lớn thuyền lớn sóng.

Lê: - Nói vậy có lý nghe được; mà sao mắt từng thấy có người sao cả đời sướng mãi, không lo sự chi, thong thả, mà có người thấy lao đao chạy ngược chạy xuôi, lo sấp lo ngửa mà cực hãy còn cực hoài; cái tôi xét chưa tới lẽ, tôi chưa hiểu được cho rõ vì làm sao mà có như vậy.

Trương: - Thấy thì vậy, vì trí mình tưởng như vậy đó mà thôi, chớ thiệt sự có ở đâu? Chẳng qua là vì lạ con mắt; phải chi mà mình ở liền ngày liền đêm với người mình lấy làm lạ được lấy một ít lâu coi thử thì sẽ chưng hửng, vì thấy người ấy cũng có gánh cũng có cục tội riêng mình như mọi người hết thảy chẳng sai. ấy coi nhà ta có kiểng có hoa, có chậu tùng, có bồn hoa, mà nhà kia ở cách ta, năm ba tháng ta mới tới một lần, cũng có hoa có kiểng, ta ghé vào thấy tùng thấy chóa con mắt nghĩa là lạ con mắt, coi tùng của người ta xanh hơn của mình, hoa của người ta tốt hơn hoa của mình ở nhà. Mà như nhắc của hai bên ra mà đọ nhau thì của mình thấy xoáng qua đó thua xa lắm, của mình ăn mười phần có năm ba, mà bởi lạ con mắt mới ngó qua thì tưởng của người ta tốt hơn của mình; vì của mình coi đã nhàm con mắt, mà của người ta mình mới thấy một lần, lạ con mắt; hóa ra trong trí nó bắt tưởng cái mới cái lạ là tốt hơn. ấy cái ta lầm là chừng nào!

Lại ý làm sao mà cái gì của mình thường dùng thì không sá chi mấy, đến khi rủi mất đi thì liền tiếc làm sao là tiếc; giục chừng có ai được lại, thì dầu tốn ít nhiều cũng chẳng màng mà chuộc lại cho được mới nghe? Là vì khi của nó còn ở tay mình, mình thường thấy thường dùng nó đã nhàm lờn đi, nên lấy làm thường, mất đi rồi nghĩ lại cái cần cái ích của nó mà sinh ra tiếc nó. Mình có một cái nhẫn nhận ngọc, mà người kia cũng có một chiếc, mua một chỗ với nhau; mình coi cái của người kia đeo thì thấy tốt hơn, lanh hơn, nháng hơn, coi như tốt nước hơn của mình đeo trong tay mình; người kia coi cái của mình đeo thì cũng lấy cái của nó ngó thấy mình đeo làm hơn của nó. Nhơn vì tánh con người ta làm vậy, nên tục nói rằng: *Người ta hay chuộng lạ tham xinh... Mới chuộng cũ vong... Có mới nới cũ...*

Lê: - Còn làm sao có người dong dảy, có người cùi đày? Có kẻ thảnh thơi an nhàn? Có kẻ việc vàn không rời tay? Mà rằng cực sướng cũng bằng nhau làm sao.

Trương: - Ấy là tại phận riêng mỗi người; người nào kiếp phận nấy, không chạy chối được. Phải khác nhau mới được. Trời đất đã sinh ra làm vậy mà thật là hay: ấy người ta muôn muôn vàn vàn như kiến cỏ ở trên mặt trái đất này, mà có phải khác mặt nhau hết thảy không? 5 ngón tay trong bàn so dài vắn lớn nhỏ đều khác nhau cả. Lâu đến cái nết, cái chết là cái chung thiên hạ cũng khác nhau hết; Sống mỗi người một nết, chết mỗi người một tật. Nói chi cho dài? Bấy nhiêu nầy cũng đủ mà cắt nghĩa cho anh hiểu thôi: nguyên là vì kẻ phải lao tâm (nhọc lòng), người phải lao lực (nhọc xác), mắc cái nầy thì trừ cái kia. Những kẻ coi bộ dong dày thong thả, thì lao tâm tiêu tứ biết là bao nhiêu? Còn những kẻ dãi nắng dầm mưa, trèo non lặn suối, giày sành đạp tuyết, thức khuya dậy sớm nhọc xác, mỏi mệt chơn tay, đổ mồ hôi xót con mắt; tuy vậy mặc lòng yên lòng yên trí, không lo tha cầu biệt sự bá ban trong bụng, như kẻ lao tâm, tuy coi bộ thong dong mặc lòng, mà trong bụng trăm lo ngàn tưởng; hao tổn tinh thần, ăn không ngon, nằm không ngủ, thao thức bối rối bồi hồi ấy náy tâm thần; thì chẳng phải là trừ nhau sao? Một người cực một thế. Vậy thì cũng bằng nhau.

Lê: - Ờ! Vậy mới nghe được chớ. Té ra kẻ đau hạch ngoài da nhức la, kẻ đau trong bụng cũng rên hì hì, hai người cũng là đều nhau cả.

Trương: - Hay a! Vậy thì đã hiểu đó.

Lê: - Nghe anh nói đó, thì việc trong thiên hạ muôn vàn kể không xiết, mà mình biết ở làm sao, làm làm sao cho xứng ngôi xứng phận mình được?

Trương: - Hề gì mà lo? Cứ tố kì vị nhi hành thì xong thôi.

Lê: - Ấy! Lại thêm một cái không hiểu nữa đó ấy.

Trương: - Trong sách Trung dung rằng: quân tử tố kì vị nhi hành... Tố phú quí, hành hồ phú quí; tố bần tiện hành hồ bần tiện; tố di địch hành hồ di địch, tố hoạn nạn hành hồ hoạn nạn... nghĩa là, người quân tử gặp ngôi nào thì cứ ngôi ấy là làm...: Nhằm cuộc phú quí, thì làm theo phú quí; nhằm cuộc khó hèn thì làm theo khó hèn; nhằm cuộc mọi rợ làm theo ngôi mọi rợ, nhằm phải hoạn nạn, thì làm theo phận hoạn nạn; nghĩa là, người cho ta phải phận nào thì ta phải làm theo phận nấy; sướng cũng phải; cực cũng phải, lành cũng phải; dữ cũng phải; sang cũng phải, mà hèn cũng phải. Có lời rằng: nên hư có số ở Trời, bồn chồn sao đặng, đổi đời sao nên?... Dầu mà chước quỷ mưu thần, phong trần cũng luỵ phong trần như ai".

Trương Đại-Chí sau "*một ngày một đêm cũng đã thoả cái tình*" nên xin kiếu về thăm và sắp đặt việc nhà. Lê Hảo Học mời lần sau ghé thăm trò chuyện; còn người nhà họ Lê thì "*trầm trồ với nhau: "Đó! Có thấy không, người văn vật chữ nghĩa văn chương người ta thông lắm; nói đâu hẳn hòi, chắc chắn; nói xuôi rót như chảy! Hèn gì thiên hạ hay trượng con nhà học trò, phải lắm chớ! Có thấy có nghe người giỏi mới biết mình dở, mới hay mình dốt*" (7).

BẤT CƯỢNG CHỚ CƯỢNG LÀM CHI

DDPK: http://gilbert.tvt.free.fr/ddpk

Theo nội-dung thì bài văn xuôi hay truyện ngắn này nối tiếp theo truyện *Kiếp Phong Trần* với cùng hai nhân-vật Trương Đại-Chí và Lê Hảo Học. Sau lần tái-ngộ trước, Trương Đại-Chí sau khi về thăm gia-đình đã tìm gặp trở lại Lê Hảo-Học. Với tiểu tựa "Chớ có cượng làm chi", Trương Vĩnh Ký kể tiếp chuyện hai nhân-vật này nói qua chuyện khiêm tốn và an-phận:

"*Lê-hảo-học: - chào anh. Cha-chả, hổm nay trông anh hết sức là trông đi đó. Mấy ngày anh em với tôi may tới gặp anh ở nghe anh nói chuyện hay, họ dám mê đi; họ hỏi thăm tôi hoài, chừng nào anh* lại; họ dặn anh có lại, cho họ hay họ tới họ nghe anh nói chuyện đời, mà học mót một hai điều.

Trương-đại-chí: - Hay gì mà nói rằng hay? Như có ăn có học, lại có đi chỗ nọ chỗ kia, nó mới mở trí rộng thấy việc đời vậy mà-thôi, có giống-gì mà hay?(...)

Trương: - Con người-ta ở đời có ra cái gì? Trên đầu có đấng tạo-hóa (tục hay kêu tắt là Trời) ta ở trong tay người như cá ở trong nước, người cầm quờn sanh tử trong tay người. Vì-vậy sách có nói rằng: **thiên rỏng khôi-khôi sơ nhi bất tận** = *lưới Trời lồng-lộng thưa mà chẳng lọt*. Nên người xây-định cho ta thế nào, thì phải chịu vậy mà-thôi, chẳng nên **cượng-cầu** mà khôn.

Lê: - Ấy đó! Mới nói có một chút mà đà có cái phải hỏi rồi đó! Thấy không? Cượng cầu là gì? tôi không có hiểu.

Trương: - Cượng là không đặng cũng gắng-vó rán sức mà làm cho được mới nghe. Giả như, mình ra tay làm việc gì đó, lần đầu không xong, lần thứ hai cũng không xong, lần thứ ba nữa cũng không đặng; mà còn rán mà làm. Có rán thì cũng vô ích; ấy sự bất-quá tam; không có đặng là tại số tại mạng mình không có cho, thì cượng làm chi?

Lê: - Số, mạng lại là giống gì mà dữ làm vậy?

Trương: - Số mạng người-ta hay tin là việc Trời đã tiền-định rồi, không ai đổi đặng. Mà chính nghĩa nó là làm-vầy; Khi sinh mỗi người ra, thì đấng Tạo-hóa đã tùy bổn-tánh mà liệu cho sau sẽ làm những việc vừa bổn-tánh nó. Cũng như thợ khi đóng tàu, thuyền, ghe-cộ thì cũng cứ tùy sức mình làm cho nó, mà nó phải làm theo phận theo sức nó.

Như tàu, như ghe-bầu đã đóng cho tiện mà đi biển chịu sóng gió, mà lại muốn đi trong sông trong rạch, thì sao cho khỏi mắc cạn mắc cồn mà hư? Như ghe lồng, ghe lườn làm mà đi trong sông trong rạch, mà lại cải mà cả gan đi ra ngoài biển, thì sao cho khỏi gió dập sóng dồi mà chìm mà chết? Vì vậy *nghịch thiên giả tử*.

Hãy nhớ lại hôm trước tôi có lấy con cờ tướng cùng vai-tuồng con hát mà ví cho mà nghe. Vậy thì biết mỗi con cờ đều có việc hay việc giỏi nầy cả, mỗi con hát đều có phiên-thứ vai-tuồng khác nhau, đều có cái sở-trường riêng cả.

Lê: - Nếu như-vậy thì thôi: cứ ngồi khoanh tay rế đó mà chờ vận, đừng làm gì hết, để tới đâu hay đó cũng xong vậy.

Trương: - Ừ, đó thì hãy làm như-vậy mà coi thử có đói nhăn răng đi không? Có chết rục xương đi không? Ai theo phận nấy, thú nào theo thú ấy phải làm việc luôn. Trâu cày, ngựa cỡi, chó sủa, mèo bắt chuột, con nào con nấy cứ việc mình mà làm chớ.

Lê: - Mà phải làm làm-sao cho khỏi sái số sái mạng kia chớ?

Trương: - Hễ làm người mở ra làm việc gì thì phải làm cho hết sức hết lòng, được ấy là nhằm, mà không được ấy là sái. Trong việc lớn cả thể, trước khi làm, phải xét trước xét sau cho kĩ-càng cho cùng lý rồi hãy làm: làm thì làm cho sân-suớc đừng có dụ-dụ, làm cho hết sức mình; mà không được thì thôi, thì biết là Trời chưa cho mần nên: tận nhơn lực tri thiên mạng. Việc lớn hơn nữa, thì lại càng phải suy-xét trước sau, tìm góc ngọn, coi mòi coi gièo cho chí-lý rồi đã hãy làm. Cũng chẳng cần gì mà phải là chí-thành, cao-minh, bác-hậu mới biết, vì quốc-gia lương hương, tất hữu trinh-tường, quốc-gia tương vong, tất hữu yêu-nghiệt... đâu có điềm đó. Làm chưa được thì chưa tới. (...)" (tr. 3-4).

"(...) *Trương:* - Vì-vậy cho nên kẻ có trí hay xét, không hề dám cượng cầu điều gì hết. Phận mình phải sao chịu vậy, trên không oán trời, dưới không trách người, phân-bì ganh-gỗ ai" (tr. 5).

Khi nói đến "con kên-kên bộ tướng xấu-xa, lông-lá lùi-xui không ra gì" ganh dại với con công, bị con công đuổi đi khỏi bầy: *"mầy đã chê loại nầy mà đi mượn lốt người-ta mà kiêu ngạo thì thôi, đi đâu đi cho rảnh; ta chẳng nhìn mầy nữa"*, chàng Trương lý luận thêm *"Đua-tranh là muốn cho hơn người-ta, bằng không nữa thì cũng cho bằng đừng có thua-sút người-ta. Chớ ganh-gỗ là thấy người-ta đặng sự lành, thì ghét người-ta muốn cho người-ta mắc sự dữ; một cái nên khen, một cái đáng ghét; một cái có ích, một cái vô ích. Thấy người-ta có phước may-mắn, được quờn được chức, hoặc làm ăn phấn-chấn, làm ra tiền ra của, thì đem lòng ghét, giận, muốn cho tàn-mạt đi; mà muốn cũng không được, đến phước-mạng người-ta, người-ta hưởng, mình có ghét, có giận, có làm sao đi nữa cũng chẳng thấm chi người-ta. Trời cho ai, nấy được. Mình giận mình ghét thì nhọc lòng mình mà-thôi, có ích gì?"* (tr. 6).

Trương nhắc đến lời Mạnh-tử trước khi kể rằng trong ca-trù cũng khuyên người ta không khác hơn. *"bài Nói-nam có khúc rằng:'*... ngất-ngưởng thay Tạo-hóa khéo cơ-cầu! Rắp giáng nhậm lại chen cho lúng-túng...... hãy đành lòng đừng mấy-chút oán-vưu, thì dị chí ngư long biến hóa; ấy mới biết cùng thông là nghĩa cả, cũng đừng đam hình-dịch ngoại câu chi. Vì khác nhau chăng là một chữ thì, thiếu gì là ngộ thiếu gì lương duyên; cứ để linh-đài một tấm tự nhiên *mà thôi...*".

Và Trương kết thúc cuộc nói chuyện:

"... kẻ đi thuyền, cơn dông-tố sóng-gió bão-bùng, thì phải cầm lái cho vững, phải cho tỉnh đừng nao. Người cỡi ngựa, khi nó cất nó đá nó trở thì phải cầm cương cho chặt, phải kềm cho cứng vế, thì mới khỏi trôi khỏi chìm khỏi té.

Cứ làm việc gì thì làm cho hết sức mình, đến chừng nào, không có được thì hãy hay: Tận nhơn lực nhi tri thiên mạng, *chớ khá cượng làm-chi uổng công vô-ích"* (tr. 8) (8).

Đây cũng có thể xem như là phương châm sống của chính Trương Vĩnh Ký, "*Sic vos non vobis*" - mà ông chỉ bày tỏ tâm sự với bạn thân hiểu ông! Và cũng có thể ông đã bày tỏ thái độ chính-trị của mình trước tình thế đất nước bị Pháp xâm lăng, bất lực vì không võ khí (đã lường trước hoặc đã thấy trước cái sẽ xảy ra) nhưng làm được gì thì phải làm cho đến nơi đến chốn (9).

*

Qua hai bản truyện văn xuôi này, Trương Vĩnh Ký đã chứng tỏ tài quan-sát nhân-sinh khi gần gũi con người đời thường và đồng thời trình bày quan điểm và nhân sinh quan của mình về con người, về sinh hoạt đời-sống, ý chí tiến thủ, v.v. - tất cả không ra ngoài giáo huấn đạo Nho, nhất là sự tuân thủ đạo làm con. Và được viết ra để người đọc nghiền ngẫm mà hiểu đời, hiểu người và nhất là hiểu chính bản thân mình. Truyện và các nhân-vật là cái cớ để Trương Vĩnh Ký trình bày triết lý về con người xã-hội, về lý do làm người, theo thuyết định-mệnh. Và phải chăng ông còn có ý gửi gấm tâm sự về cuộc-đời và hành-trạng của mình, sau gần 20 năm "cộng tác" với ngưới Pháp?

Chú-thích

1- Nguyễn Sinh Duy. *Trương Vĩnh Ký - Cuốn sổ bình sanh*. Hà-Nội: Văn-học, 2004, tr. 101.

2- Thanh Lãng. Bảng Lược Đồ Văn Học Việt-Nam. Quyển Hạ (Sài-Gòn: Trình Bày, 1967), tr. 31, 32-33.

3- Nguyễn Văn Sâm. Chuyện Đời Xưa, của Trương Vĩnh Ký, Những Điều Thú Vị TGXB, 2017, 180 tr.

4- X. Nguyễn Vy Khanh. "Tiểu-thuyết hay truyện kể?" in Văn-Học Việt-Nam Thế Kỷ 20 (Glendale CA: Đại Nam, 2004), tr. 172-178; Hợp Lưu (CA), số 66, 8&9-2002, tr. 60-65.

5- Trương Vĩnh Ký. *Manuel des Écoles Primaires Ou Simples Notions Sur Les Sciences...* 1er volume: 1- Syllabaire quốc-ngữ (1877), trang 16-26 và 27-28.

6- *Văn Chương Sài-Gòn 1881-1924* - Văn xuôi, Tập 1 (TpHCM: NXB Văn-hóa Văn-nghệ, 2017), tr. 43.

7- Trích theo hai nguồn: Bằng Giang. Sđd, tr. 225-238) và Trần Nhật Vy sưu tầm. *Văn Chương Sài-Gòn 1881-1924* - Văn xuôi, Tập 1 (NXB Văn-hóa Văn-nghệ, 2017), tr. 43-53.

8- Trích từ văn bản gốc tại *http://gilbert.tvt.free.fr/ddpk/fais.html*

9- Antoine Trần Hữu Hạnh đã diễn sách truyện này ra bài ca lục-bát, "Ca sách *Bất cượng*" đăng *Miscellannées*, số 10, 2-1889, tr. 8-10 và số 11, 3-1889, tr. 3-8.

Huình Tịnh Paulus Của

Huỳnh Tịnh Của hay Huình Tịnh Paulus Của, Paulus Của, tên thánh Paulus tức Phao-lô, hiệu là Tịnh Trai, sinh năm Canh Thân 1830 (có sách ghi là năm 1834) tại làng Phước Tuy, tổng Phước Hưng Hạ, tỉnh Bà Rịa, quê quán ở xã Phước Long Thọ, huyện Đất Đỏ, tỉnh Bà Rịa.

Ông học trường chủng-viện Công-giáo ở Pulo Pénang (Mã Lai) từ năm 12 tuổi, nhưng sau đó không tiếp tục đi tu mà về quê nhà lấy vợ và làm công chức cho nhà nước thuộc địa Pháp tại Nam-kỳ. Năm 1861 bắt đầu làm thông ngôn rồi phụ trách công việc phiên dịch các văn thư cho Phòng Phiên Dịch Dinh Thượng Thơ Sài-Gòn (Bureau des Traductions à la Direction de l'Intérieur de Saigon sau đổi tên là Direction du Service local). Năm 1865, Huình Tịnh Của được biệt phái về làm việc ở Tổng Hành-dinh (Éat Major général). Ngày 01-01-1873, ông được thăng chức Huyện đệ nhất hạng (Huyện de première classe), làm việc tại Phòng Phiên Dịch Dinh Thượng Thơ (Direction de l'Intérieur, sau đổi tên là Bureaux du Gouvernement de la Cochinchine). Ngày 01-01-1881, thăng ngạch Phủ đệ nhị hạng (Phủ de deuxième classe). Ngày 01-8-1884, lại thăng Phủ đệ nhất hạng (Phủ de première classe) và được thăng Đốc Phủ Sứ ngoại ngạch (hors cadre) (*Gia-Định Báo*, số 32, 9 août 1884). Đời Tự Đức, Huình Tịnh Của từng gửi điều trần ra Huế dâng vua, đề nghị dùng chữ Quốc-ngữ thay chữ Hán đồng thời xin xuất bản báo chí Quốc-ngữ để giáo dục dân chúng, nhưng bản điều trần không được đón nhận.

Năm 1892, Huình Tịnh Của được chọn làm hội viên của Ủy Ban Cải Tổ Trường Thông Ngôn (member de la Commission de Réorganisation du Collège des Interprètes). Ông còn có chân trong ban biên tập (comité de rédaction) bán nguyệt san *Revue Indochinoise* (1893-1925), một tạp chí rất có giá trị chuyên nghiên cứu về Đông Dương. Ông được vua thưởng hàm "Hàn lâm viện, trực học sĩ": "*Thưởng Đốc phủ sứ Gia Định Huỳnh Tịnh Của hàm Hàn lâm viện, trực học sĩ. Tịnh Của nổi tiếng Tây học, đã đội ơn thưởng kim khánh, kim tiền, Long tinh các hạng. Gần đây lại mới soạn một bộ tự vị, tinh tường rộng rãi đáng khen, đặc biệt chuẩn ban thưởng cho*" (1).

Khi người Pháp thành lập tờ *Gia-Định Báo* - tờ báo Quốc-ngữ đầu tiên ở nước ta, Paulus Của cũng như Trương Vĩnh Ký đều tham gia việc biên tập bằng chữ Quốc-ngữ ngay từ những số báo đầu, và đến ngày 16-9-1869, ông được cử làm chủ bút cho tờ *Gia-Định Báo* khi Trương Vĩnh Ký được cử làm Chánh-tổng-tài. Năm 1872, ông được cử thay thế Trương Vĩnh Ký (cho đến 1907?). Ngoài ra, ông còn viết cho các tờ *Thông Loại Khóa Trình* (các bài trong mục Tục Ngữ An-Nam (1895) như Đa tài lụy thân, Đâm lao phải theo lao, v.v.), *Nam Kỳ* (Chuyện tiểu đàm, Chuyện giải buồn) (2) và tạp chí văn chương *Revue Indochinoise* của Francois-Henri Schneider xuất bản ở Hà-Nội từ năm 1893.

Ông mất ngày 23 tháng Chạp năm Đinh Mùi tức ngày 26-1-1908.

*

Sự nghiệp của ông là đối với văn học chữ Quốc-ngữ thời đầu và bảo tồn ngôn ngữ nước nhà. Ông là người chịu ảnh hưởng Tây Phương, đã tích cực viết sách viết báo, biên soạn tự điển, đã cùng với Trương Vĩnh Ký cổ động việc dùng chữ Quốc-ngữ viết theo mẫu tự Latinh. Ông là nhà báo vừa là nhà văn tiền phong cùng với Trương Vĩnh Ký tham gia viết bài cho tờ *Gia-Định Báo* từ những số đầu tiên năm 1865 và làm chủ-bút thời Trương Vĩnh Ký làm chánh tổng tài tờ báo chữ Quốc-ngữ đầu tiên này. Bài báo ông viết thuộc đủ loại, từ khảo cứu, khoa học phổ thông, sưu tập và biên dịch thơ văn cũ, đến các truyện cổ tích cũng như phiên dịch các nghị định, công văn tiếng Pháp ra tiếng Việt.

Văn nghiệp của ông khá đa dạng, trên dưới 25 tác phẩm viết bằng chữ Quốc-ngữ. Hầu hết những tác phẩm này đều chuyển ngữ từ chữ Hán, Nôm sang Quốc-ngữ những tác phẩm văn học cổ hoặc sưu tầm các câu hát, chuyển tục ngữ, cổ ngữ... từ dân gian. Là một người yêu chuộng văn hóa dân tộc, biết giữ gìn, khai thác những di sản văn hóa - tinh thần của cổ nhân để lại bằng cách nỗ lực phiên âm, phổ biến những áng văn xưa của người Việt. Trên hết, ông là người đầu tiên biên soạn bộ tự điển đơn ngữ giải thích tiếng Việt

- **Tự Vị**:

Đại Nam Quấc Âm Tự Vị, Tập I A-L (1895, Saigon: Impr. Rey, Curiol et Cie, 608 trang), II M-X (1896, 596 tr.): "Dictionnaire annamite tham dụng chữ nho có giải nghĩa, có dẫn chứng, mượn 24 chữ cái phương Tây làm chữ bộ".

- **Văn xuôi**:

Chuyện Giải Buồn (1880, phụ đề "*rút trong các sách hay, để giúp trong các trường học cùng những người học tiếng Annam*"; In lần 2: Sài-Gòn: Bản in Quản Hạt, in lần thứ hai, 1886, 103 tr.; 4e éd.: S.: Impr. Commerciale, 1904, ; 5e éd.: S.: Phát-Toán, 1911, 180 p.);

Chuyện Giải Buồn cuốn sau, phụ đề "*dịch rút trong các sách hay, lại phụ các án tấu, án đoán quan Annam làm, lập lời nói trang nhã, lịch sự, để giúp trong các trường học cùng giúp cho người học tiếng Annam (...) Có Hội đồng Quản hạt giúp tiền*". "Suite des Chuyện giải buồn suivi de divers jugements et instructions rendus par les tribunaux annamites" (1885; In lần 2: Sài-Gòn: Rey et Curiol, 1886, 96 tr.; In lần 5: Sài-Gòn: Impr. Commerciale, 1904, 103 tr.). Năm 1931, in lại, "có ông Nguyễn Văn Mai đốc học trường bổn quốc sửa, đổi và xem xét kỹ lưỡng...".

- **Sách giáo khoa**:

Phép Toán (Arithmétique; Impr. Impériale, 1867. 21 tr.);

Phép Đo Đất (Géométrie). (Sài-Gòn: Impr. du Gouvernement, 1867. 110 tr.; Saigon: Imprimerie & Librairie Nouvelles Claude et Cie, 1905, 78 tr.);

Phép Đo (Arpentage). Sài-Gòn: Imprimerie & Librairie Nouvelles Claude et Cie, 1904. 78 tr.);

Gia Lễ "Dọn bốn lễ đầu cùng lễ phép học trò công tư thông dụng". (1886: Sài-Gòn: Rey et Curiol, 1886, 40 tr; In lần 2: Sài-Gòn: Imprimerie Commerciale Ménard & Rey, 1904, 52 tr.). Bốn lễ đầu gồm Quan, Hôn, Tang, Tế của xã hội Việt-Nam thời trước khi Pháp đến. Phụ bản bài "Văn Tế Vong hồn Mộ nghĩa" của Nguyễn Đình Chiểu.

Sách Bác Học Sơ Giai (Sài-Gòn: Rey et Curiol, 1887, 248 tr.): Nói rút về thiên văn, địa lý, bác vật, hóa học cùng nhiều phép học hay. Simples lectures sur diverses sciences. "Có Hội đồng Quản hạt giúp tiền".

Tục Ngữ, Cổ Ngữ, Gia Ngôn (Maximes et Proverbes recueillis et commentés; Sài-Gòn: Impr. & Librairie Nouvelles Claude & Cie, 1897, 95 tr.). Sưu tầm và biên tập 1226 câu Ngạn ngữ, Cổ ngữ, Gia ngôn, xếp theo ABC chữ đầu mỗi câu, kèm lời cắt nghĩa; phụ lục 8 bài "Thơ tài tử". Tục ngữ Việt-Nam có 722 câu, trong khi cổ ngữ, gia ngôn nguồn gốc từ sách vở Nho học là 544 câu.

Maximes et Proverbes (Sài-Gòn: Impr. du Gouvernement, 1882, 35 tr.): Văn bản chữ Quốc-ngữ.

Thơ Mẹ Dạy Con / Conseils d'une mère à sa fille. "Bổn cũ dọn lại". (Saigon: Imprimerie Commerciale, 1907, 11 tr.; (Saigon: Impr. Moderne, 1913, 12 tr.; S.: J. Viết, 1917 - 12 p. ; S.: F. H. Schneider, 1918, 3e éd. - 11 p.; Saigon: Impr. Xưa và Nay, 1928. 8 tr.).

- **Tuyển tập**:

Câu Hát Góp (Recueil de chansons populaires). Saigon: Rey, Curiol & Cie, 1897 - 32 p.; Sài-Gòn: Impr. Commerciale Ménard Legros, 1901, 32 tr.; in lần thứ ba: Saigon: Impr. Ménard et Rey, 1904. 32 tr.; in lần thứ tư: Sài-Gòn: Phát Toán, 1910, 32 tr.

Văn Doãn Diễn Ca "bổn cũ sửa lại" "Bổn cũ, thứ nhứt. Thứ nhì sửa lại xuôi câu xuôi vần"; Saigon: Rey, Curiol & Cie, 1896. 100 p.);

in lần 2: 1898. 100 p. ; In lần 3: S.: Coudurier & Montégout, 1906. Truyện thơ pha hát hội;

Ca Trù Thể Cách. Văn Nôm, 'poésie annamite, Quốc âm thi tập rút trong các xấp văn chương Paulus Của phiên âm Quốc-ngữ ((Saigon: Rey, Curiol & Cie, 1891; Sài-Gòn: Imprimerie Commerciale Mercellin Rey, 1907, 40 tr.)'. Bài Tựa ghi *"Ta thấy có nhiều bài văn nôm, như ca trù, văn tế, thơ ngũ ngôn, bát cú, của các tay văn chương làm ra, ta lấy làm hay, ta muốn in ra cho ai nấy xem chơi, cho biết tiếng mẹ đẻ cũng có điệu hay, chẳng đợi chữ nho mới có văn chương"*;

Tân Soạn Từ Trát Nhất Xấp (Recueil de formules annamites in Bulletin de la Société des études Indo-chinoises de Saigon, 1888, 3e trimestre, pp. 5-158). Bản dịch Pháp văn của G. Jollivet: Saigon: Rey et Curiol, 1888. 146p.).

Sách Quan Chế "des titres civils et militaires francais avec leur traduction en Quốc-ngữ. Les six Ministères de l'Annam et leur composition, organisation civile et militaire" (Sài-Gòn: Bản in Nhà Nước, 1888. 94 tr). Dịch thuật và giải thích các chức vụ và thể chế nước Nam.

Các công trình sưu tập biên soạn kể trên đã mở đường cho những Trần Lục và Nguyễn Văn Ngọc ở đầu thế kỷ sau.

- **Phiên âm, phỏng dịch, diễn giải** - thường được ghi thêm phụ đề "bổn cũ dọn lại":

Chiêu Quân Cống Hồ truyện "Bổn cũ dọn lại". (In lần thứ hai: Sài-Gòn: Impr. Commerciale, 1906, 40 tr.).

Tống Từ Vân (Sài-Gòn: Impr. Commerciale, in lần thứ hai, 1904, 40 tr.);

Tống Tử Vưu Truyện "Bổn cũ dọn lại". Sài-Gòn: Imprimerie Commerciale Marcellin Rey, 1904, 32 trang; in lần thứ tư: Sài-Gòn: Imprimerie Commerciale Marcellin Rey, 1907, 32 tr.);

Bạch Viên Tôn Các Truyện "Bổn cũ dọn lại". (5e éd.: Sài-Gòn: Imprimerie Commerciale, 1906, 36 tr.). Phụ thêm Chinh Phụ Ngâm.

Thoại-Khanh Châu-Tuấn Truyện "Bổn cũ dọn lại". In lần thứ

hai: Sài-Gòn: Imprimerie Commerciale, 1906. 28 tr.; In lần 3: S.: J. Viết, 1917, 5ᵉ éd. - 24 p. S.: Phát-Toán, 1908. 28 tr.; 28 tr.; In lền 5: S.: J. Viết, 1917. 24 p. ; in lần thứ sáu: Sài-Gòn: Nhà in Xưa Nay, 1929, 22 tr.).

Long Châu Toàn Truyện "bổn cũ sửa lại". Sài-Gòn: Claude, 1905; In lần 2: Imprimerie Commerciale Ménard et Rey, 1905, 38 tr,

Quan Âm Diễn Ca (1897?, "bổn cũ soạn lại"; Saigon: Nhà in Xưa-Nay, 1903, bìa ghi tên "Hoàng-Tịnh Paulus Của"; In lần thứ 3: S.: Xưa-Nay, 1928, 32 p.; In lần thứ năm: Sài-Gòn: Nhà in Xưa Nay, 1930, 32 tr). Truyện bằng thơ lục bát.

Trần Sanh Diễn Ca "bổn cũ dọn lại". S.: Ménard et Rey, 1905, 2ᵉ éd. - 61 p.; Sài-Gòn: Imprimerie Commerciale, 1905, 61 tr.; In lần 3: Saigon: Impr. de l'Union, 1916. 30 p.;

Trần Sanh Ngọc Anh (Histoire d'un jeune couple); Saigon: Thạch Thị Mậu, 1928, 30 tr.; tái bản năm 1929 "tuồng".).

- Sách đạo:

Văn Cha Minh Và Lái Gẫm "'là hai vị tử đạo mới thọ phong'" (Saigon: Impr. de la Mission à Tân Định, 1902. 49 tr.; In lần 2: 1919. iv, 51 p).

Catéchismes (Saigon, 1885).

Trong nhiều ấn bản, tên tác giả ghi là Hoàng-Tịnh Paulus Của.

Ông còn dịch nhiều truyện Tàu ra Quốc-ngữ đăng trên *Gia Định Báo* và *Nam Kỳ*. Ông là người Việt đầu tiên **dịch tác phẩm Trung-Hoa** ra Quốc-ngữ với Tống Từ Vân (1904) - vì trước ông là Canavaggio, một người Pháp, chủ báo *Nông Cổ Mín Đàm*, dịch Tam Quốc Chí Tục Dịch đăng báo ngay từ số báo ra mắt (1-8-1901). Ngoài ra, nếu nói đến trên báo-chí thì ông còn là người dịch truyện Tàu ra Quốc-ngữ đầu tiên. Tác phẩm Chuyện giải buồn (1885) gồm 112 truyện của ông phần nhiều là những truyện được dịch từ các tác phẩm Trung Quốc như Cao Sĩ truyện, Trang Tử, Chiến quốc sách, Liêu Trai chí dị.

Đại Nam Quấc Âm Tự Vị

Tác phẩm quan trọng và rất có giá trị cho văn hóa nước Việt trong văn nghiệp của ông là quyển *Đại Nam Quấc Âm Tự Vị*, in thành 2 tập, tập I in năm 1895 từ mẫu tự A đến L, 608 trang, tập II in năm 1896 từ M đến X, 596 trang; cả hai quyển đều in tại Sàigòn do nhà in Rey, Curiol. Năm 1974, nhà sách Khai Trí Sài-Gòn in lại nguyên bản gốc phát hành ngày 20-9-1974 chưa đủ rộng rãi thì xảy ra biến cố ngày 30-4-1975, nhà Xuân Thu in lại ở hải ngoại hai tập nhập một bìa cứng và năm 1998, nhân kỷ niệm 300 năm Sài-Gòn, nhà xuất bản Trẻ trong nước đã in lại 2 tập của quyển tự vị và tái bản lần thứ tư năm 2018.

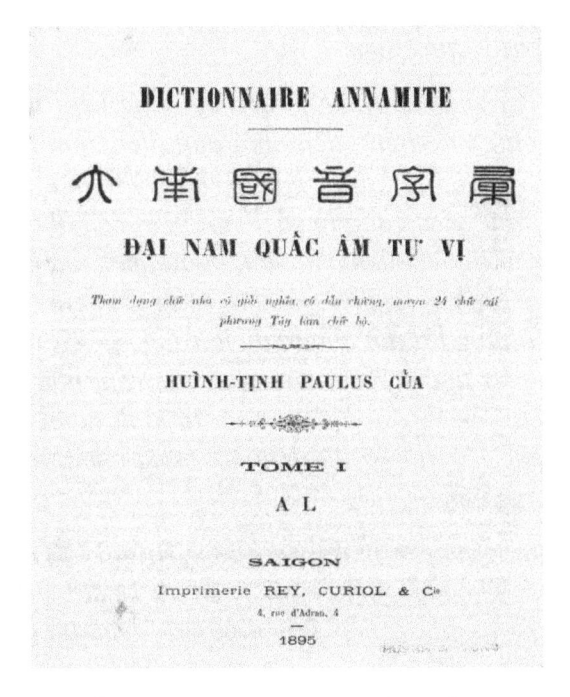

Đại Nam Quấc Âm Tự Vị là bộ Từ Điển Tiếng Việt đầu tiên, mục từ xếp theo mẫu tự **abc** trình bày như các từ điển của phương Tây, thu thập và giải nghĩa khoảng 7500 từ đơn, 30.000 từ ghép, nhiều thành ngữ, tục ngữ, nhân danh, địa danh, tổng số từ và thành ngữ trong từ điển gần 71.000 đơn vị, là kho tư liệu vô cùng quý giá về từ vựng tiếng Việt thế kỷ XIX. Sau Tiểu Tự và Préface là các danh sách "Kể các dòng vua Trung-Quốc" và "Kể các dòng vua nước Nam" được cho biết lấy trong sách Ngoại Kỉ và các đời chánh thống, lấy trong sách Bổn Kỉ.

Cấu tạo mục-từ gồm: chữ Hán hoặc chữ Nôm - tiếng Việt (đơn tự ghi bằng chữ Quốc-ngữ, có chua ký hiệu đây là chữ Hán hoặc Nôm) - phần giải nghĩa bằng tiếng Việt. Các mục từ, soạn giả chủ trương chỉ liệt kê các tiếng và định nghĩa một cách vắn tắt nhưng đầy đủ, chứ không có chú giải, dẫn điển tích. Trong mỗi mục từ gồm nhiều từ ghép và có dẫn nhiều thành ngữ, danh ngôn - bộ Tự Vị này giúp ghi chép và bảo tồn nhiều từ ngữ xưa và phương ngữ của thời thế kỷ XIX mà nay không còn được dùng.

Huỳnh Tịnh Của trong *Tiểu Tự* ở đầu bộ sách đã cho biết:

"Có kẻ hỏi: Tự-điển, tự-vị khác nhau thế nào; sao sách ta làm kêu là tự-vị mà không gọi là tự-điển, lại hỏi tự-vị ta tham dụng chữ nho sao gọi là tự-vị quốc âm?

Tự-điển, tự-vị khác nhau có một sự rộng hẹp: tự-điển phải có chú giải, mỗi chữ, mỗi tiếng đều phải dẫn điển, dẫn tích, nguyên là chữ sách nào, nguyên là lời ai nói, cả thảy đều phải cứ kinh truyện làm thầy ; chí như tự-vị cũng là sách hội biên các thứ chữ, cùng các tiếng nói, song trong ấy thích chữ một, nghĩa một, mà không dẫn điển dẫn tích gì. Tuy sách ta làm có chú giải rộng, có đem những lời ngạn ngữ, có trưng những lời nói chuẩn đích trong các ca văn hay, như là Ca-trù, Chinh-phụ-ngâm, Kim-vân-kiều, vân vân; nhưng vậy cũng là chuyện chơi, chuyện ngoài, không phải là kinh điển. Suy một lẽ ấy, dầu sách ta rộng rãi, tưởng tất thế nào, cũng chưa dám bì với tự-vị Tàu mà gọi là tự-điển.

Tra ra trong truyện nước Nam nguyên gọi là Giao-chỉ, ở bên nam Trung-quốc cho nên gọi là nước Nam, từ 18 đời Hùng-vương sấp về trước, địa phận còn ở bên Phiên-ngung, Quế-lâm, Tượng-quận, là phần đất Quảng-đông, Quảng-tây, tưởng cũng có chữ riêng, song nhiều đời phải nhập về Nội-địa, chịu phép quan Trung-quốc làm chủ, cả luật phép, giáo hóa, lễ nhạc, văn tự, đều phải theo Trung-quốc, phải bỏ chữ riêng mình, cho đến tiếng nói cũng là pha trộn, hoặc dùng tiếng Trung-quốc mà nói trại bẹ ra giọng khác, hoặc chính người Giao-chỉ điêu tàn, con cháu người Trung-quốc lai sanh ra đông mà làm ra tiếng nữa Nam, nữa Bắc.

Cho đến các đời chánh thống, nghĩa là có vua riêng, là Đinh, Lê, Lý, Trần, Lê, cùng đời Nguyễn bây giờ, lấy nước Chiêm-thành, lấy đất Cao-mên mà mở rộng bờ cỏi, xa Trung-quấc, song cả việc học hành cũng còn noi theo một thể, đến đỗi lấy chữ nho làm chữ mình, còn chữ nôm thì cho là chữ giả tá, mượn thinh âm Trung-quấc, tuỳ ý nôm na, mà chẳng làm ra mẹo luật gì, cũng có những sách Chỉ-nam, Nhựt-dụng-thường-đàm, vân vân, mà là sách giải nghĩa chữ Nho trong một hai ít mà thôi.

Và trong sự vãng lai giao thông, các quan Annam lại dùng nửa nôm nửa chữ mà làm một thứ tiếng riêng gọi là tiếng quan. Ấy người Giao-chỉ điêu tàn, thì tiếng nói cùng chữ nghĩa Giao-chỉ cũng phải lạc, nếu chẳng tham dụng chữ Trung-quấc thì sao cho thành tiếng nói An nam.

Phàm viết chữ nôm, thường thì phải dùng chữ thiệt, chữ hư, nhập lại mà làm ra một tiếng nói, chữ thiệt thường để bên tả mà chỉ nghĩa, hoặc là làm chứng, chữ hư thường để bên hữu, mà mượn thinh âm hay là mượn giọng đọc. Chữ thiệt ấy đều phải mượn từ bộ, từ loài trong tự điển chữ nho, giả như muốn viết chữ nước 渃 bên tả phải mượn chữ thủy, 水 氵 bên hữu viết chữ nhược 若 mà đọc theo hơi chữ nhược; muốn viết chữ lửa 焒 thì một bên để chữ hỏa 火 một bên để chữ lữ 呂 mà đọc theo hơi chữ lữ. Về bộ khẩu, muốn viết chữ miệng thì một bên để chữ khẩu 口 một bên để chữ mịnh 皿 mà đọc theo hơi chữ mịnh; muốn viết chữ nói 吶 một bên để chữ khẩu 口 một bên viết chữ nội 內 mà mượn thinh âm chữ nội, ấy gọi là giả tá.

Về trăm chữ khác cũng nôm theo một thể, còn những chữ khác nghĩa mà thinh âm giống tiếng Annam nhiều, như chữ ai 埃 chính nghĩa là bụi bụi mà dùng nôm thì chỉ nghĩa là người nào, thì cứ để chữ ai, không mượn chữ chi để làm chứng; có kẻ lại để chữ khẩu hoặc làm cái nháy nháy, cho được phân biệt là chữ nôm cùng cho khỏi bề bộn. Ấy nôm na, không có phép chi nhất định, nhưng vậy cũng có nôm hay nôm cao, ta phải lấy làm chuẩn đích.

Làm tự-vị này, sơ tâm ta muốn cho có tiếng Langsa. Hồi mới khởi công, có nhiều quan Tây giùm giúp, sau các ông ấy có việc phải thuyên đi Bắc-kỳ, bỏ có một mình ta, lúng túng, phải bỏ phần dịch tiếng Langsa. Nhưng vậy nhơn khi rồi rảnh, ta cứ việc làm theo tiếng ta, chữ ta, viết đi chép lại, ngày đêm khó nhọc, hơn bốn năm trời mới thành công việc, mà cũng áy náy vì còn thiếu tiếng Langsa. Năm nay có quan tham tán cho quan toàn quiền là ông Landes trở về Gia-Định, người cũng có giúp ta năm trước cùng bày cách cuộc cho ta phải làm tự-vị thể nào, xem công việc ta làm thì người cho là công việc rất lớn, nếu có dịch ra tiếng Langsa thì lại thêm bề bộn ; vã trong sự dịch ấy cũng phải tìm người, mà lại phải dụng công cho tới năm ba năm nữa, người bàn với ta rằng: "Tự-vị nước nào làm theo nước ấy, chẳng phải dịch tiếng Langsa làm chi, vã xưa nay trong nước Anam chưa hề có Tự-vị tiếng riêng, cứ việc in tiếng ta, chữ ta như tự-vị Trung-quấc, thì cũng là đều rất có ích".

Ta nghĩ hể có tiếng nói, ắt phải có tự-vị làm chuẩn thẳng. Chữ nho thì cứ tự điển Khương-hi, chữ nôm chọn trong các ca văn hay đã nói trước, cả thảy đều dùng chính nôm chính chữ ; Quốc-ngữ Latin thì tùy theo thói quen, giữ cho thiệt tiếng thiệt vần.

Ta mượn 24 chữ cái phương Tây làm chữ bộ, sắp đặt theo thứ lớp cho dễ việc tra tìm, ta dụng dấu riêng như chữ c chỉ là chữ nho ; chữ n chỉ là chữ nôm ; chữ c chữ n để chung thì chỉ là chữ nho mà có dùng nôm, cả thảy đều làm ra phân biệt.

Nghe lời quan tham tán, ta bèn làm đơn xin quan lớn Thống đốc Nam kỳ là ông Fourès, cử một hội viên quan tra xét tự vị ta làm; nhơn dịp ta cũng xin dâng cho Nhà-nước chuẩn tiền in, còn phần ta thì ra công sửa bản.

Nhờ hội phái viên có ông Navelle là quan giám đốc làm chủ, cùng nhiều quan lớn khác rộng xét công việc ta làm, đều cho là công việc đáng in, mà phúc lại cho quan Thống đốc.

Nay quan lớn Thống-đốc rộng lượng, y theo lời hội phái viên, bàn cùng hội đồng Quản-hạt, chịu chuẩn tiền in tự vị ta, ta lấy làm mầng cùng cám ơn người, cám ơn các quan trọng hai hội nhìn đến công khó nhọc ta, ta mới được đem ra mà chung cọng với mọi người, chính là đều ta sở nguyện.

Quí-tị niên cúc ngoạt cốc đán".

Học giả A. Landes từng giúp họ Huỳnh khi soạn bộ Tự Vị như ông ghi lại trong Tiểu Tự: "Năm nay có quan tham tán cho quan toàn quiền là ông Landes trở về Gia-Định, người cũng có giúp ta năm trước cùng bày cách cuộc cho ta phải làm tự-vị thể nào, xem công việc ta làm thì người cho là công việc rất lớn, nếu có dịch ra tiếng Langsa thì lại thêm bề bộn; vã trong sự dịch ấy cũng phải tìm người, mà lại phải dụng công cho tới năm ba năm nữa, người bàn với ta rằng: "Tự-vị nước nào làm theo nước ấy, chẳng phải dịch tiếng Langsa làm chi, vã xưa nay trong nước Annam chưa hề có Tự-vị tiếng riêng, cứ việc in tiếng ta, chữ ta như tự-vị Trung-quấc, thì cũng là đều [điều] rất có ích" (tr. IV). Đồng thời xác nhận có ý kiến dịch bộ Tự Vị ra tiếng Pháp nhưng cuối cùng bỏ cuộc.

Bộ "Tự Vị" đã ghi nhận sự thống thất của tiếng Việt và đã là kho tàng ngữ học quí giá ghi lại các từ tiếng Việt, xác định ý nghĩa cùng gốc chữ Nôm hoặc Hán Việt; nhiều từ đã được dùng từ thời Nguyễn Trãi cùng chữ Việt cổ đã được giải nghĩa. Đây là công trình tự vị tiếng Việt Quốc-ngữ đầu tiên vì trước đó chỉ có "tự-điển" *song* hoặc *tam ngữ* của A. de Rhodes, Tabert, Legrand de la Liraye (*Dictionnaire élémentaire annamite-français* (Saigon: Impr. Impériale, 1868, 184 p.), Jean Bonet (*Dictionnaire annamite-français*, 1899; Bonet từng là chánh-tổng tài Gia Định Báo), J.F.M. Génibrel (Sách số tiếng Annam-Phalangsa / *Vocabulaire annamite-français* (Saigon: Impr. de la Mission à Tân-Định, 1893. xvi, 622 p.), P.J-B. Trương-Vĩnh-Ký (hai cuốn *Petit dictionnaire français-annamite*. Saigon: Impr. de la Mission, à Tân-Định, 1884. ii, 1192 p. và *Vocabulaire annamite-français* (Saigon: Rey et Curiol - 191 p.), J. Thiriet (Tự vị Latinh-Annam. *Dictionarium latino-anamiticum* (Saigon: Ex typis Missionis, 1868. 194 p.).

So với các cuốn đó thì *Đại Nam Quấc Âm Tự Vị* chứa đựng một kho tàng chữ Nôm rất phong phú mà chưa quyển tự điển nào có được, bên cạnh đó là chữ Hán và ghi chép hầu hết những tiếng Việt được sử dụng đương thời ở cả ba miền đất nước, dù tiếng Nam có trội hơn do tác giả sanh trưởng và sống ở miền Nam. Ngữ vựng phong phú và đa dạng - trí thức cũng như đại chúng, của đủ các tầng lớp xã hội và vùng miền, cách giảng giải hợp lý và rõ rệt với những trích dẫn nguồn sử-dụng.

Huình Tịnh Của mất hơn 6 năm để soạn bộ Tự Vị và làm việc có tính cách cá nhân với sự giúp đỡ ban đầu của vài người khác. Việc in ấn lại càng khó khăn hơn, ông đã phải gặp nhiều trở ngại - như Phạm

Long Điền đã ghi nhận: "... *việc ấn hành bộ "Đại Nam Quấc Âm Tự Vị" gặp khó khăn. Ngày 6-10-1896, Huỳnh Tịnh Paulus Của viết thơ gởi Thống-đốc Nam-Kỳ để trình bày những khó khăn về tài chánh đối với việc ấn hành và sửa bản vỗ bộ tự-điển mà ông phải bỏ công soạn thảo trong vòng 6 năm. Trong phiên họp ngày 11-1-1897, Hội đồng Quản hạt nhóm bàn nên hay không nên chi tiền tài trợ cho bộ "Đại Nam Quốc Âm Tự Vị". Cuộc tranh luận thật sôi nổi. Một hội viên người Pháp hống hách lớn tiếng nói Nhà Nước không có mướn ông Phủ Của làm tự-điển loại ấy, nếu ông có làm thì đó là ý kiến cá nhân thôi...*" (3).

Hơn ba thập niên sau, năm 1931, Ban Văn học của Hội Khai Trí Tiến Đức mới có công trình tiếp tục công việc của Huỳnh Tịnh Của với bộ *Việt-Nam Tự Điển* (Hà-Nội: Impr. Trung Bắc Tân Văn, 1937. 663 tr.) - nhưng bộ mới này có khuyết điểm không in kèm chữ Nôm và chữ Hán.

Phạm Thế Ngũ trong *Việt-Nam Văn Học Sử Giản Ước Tân Biên*, tập III- Văn Học Hiện Đại 1862-1945 dù phê phán: "... *giá trị một cuốn tự vị cũng còn ở giá trị với công chúng và thời đại, ở chỗ nó có được quảng bá, được người ta công nhận, tra cứu, tuân theo hay không. Ở đây ta thấy công việc của H.T. Của không gây được tiếng tăm hay uy tín xứng đáng. Mấy chục năm sau khi ra đời nó vẫn nằm cao một chỗ trong thư viện. Các nhà văn Quốc-ngữ từ Bắc chí Nam, chẳng ai tra cứu nó để viết văn. Ngay mấy ông giáo họa hiếm dạy quốc văn cũng chẳng biết tới nó. Không phải vì nó dở. Mà vì tình trạng lộn xộn của quốc văn, vô kỷ luật của Quốc-ngữ, chậm tiến của quốc học. Tất cả cũng bởi sự kém vai vế của tiếng Việt trong một thời kỳ ngoại thuộc mà tiếng Pháp chiếm địa vị chủ nhân cao tọa*", ông cũng đã nhìn nhận "*cuốn tự vị của H.T. Của là một tài liệu quí giá cho chúng ta ngày nay khảo về tiếng Việt, tra cứu những tiếng Nôm xưa, nhất là những tiếng nôm địa phương ở miền Nam. Ngay đối với những tiếng nay còn thông dụng, cách tác giả viết và giải thích nhiều chữ không phải không đem lại cho chúng ta bây giờ một ít ánh sáng về từ ngữ học. Như những tiếng thế chưng, ông đã giải là thế vi, giao để làm chứng (nay ta viết là thế chưn, coi như là thế chân, tức là viết sai hiểu sai vậy), bắc tử ông giải bắc là bức, bắt tử là mặc may, ước chừng, khinh xuất (nay ta* viết là bất tử và hiểu như không chết là sai vậy)... Người chủ trương làm một pho tự điển Việt - Nam xứng đáng ngày mai, tất nhiên có thể rút ích ở những kiến giải ấy cũng như ở đường lối, phương pháp, tài liệu của một người đi trước. Công việc đi trước của H.T. Của quả là một công việc phi thường. Cuốn tự vị đồ sộ ông đã âm thầm soạn một mình chính là cuốn tự vị Việt-Nam đầu tiên" (4).

LM Thanh Lãng trong *Biểu Nhất Lãm Văn Học Cận Đại (1862-1945...)*: "Huỳnh Tịnh Của là người đầu tiên soạn thảo một cuốn tự vị gồm hầu hết những tiếng và những thành ngữ đương thời có chua cả chữ Nho và chữ Nôm; cái giá trị nhất của nó là soạn giả có công phu giải nghĩa bằng tiếng Việt (...) Đại Nam Quốc Âm Tự Vị của Huỳnh Tịnh Của là cơ sở vững chãi cho sự nghiệp xây đắp về sau này của các soạn giả khác. Nhờ có cuốn đó, mà tiếng nói Việt-Nam được thống nhất phần nào. Nó đã là một tài liệu quí giá hướng dẫn các văn gia trong gần nửa thế kỷ" (5).

Sơn Nam trong *Người Sài-Gòn* đã đánh giá bộ *Đại Nam Quấc Âm Tự Vị*: "Một công trình đáng kể về khối lượng và chất lượng, ghi lại lời ăn tiếng nói của mọi giới ở vùng đất Đồng Nai. Những tiếng lóng, tiếng thông dụng mà các nhà bác học mãi đến nay còn do dự, chưa ghi vào tự điển vẫn có mặt trong quyển tự vị này: Bánh Hỏi, Mười Hai Mụ Bà, Mười Ba Đức Thầy..." (6).

*

Nhìn chung, ngoài bộ tự vị, cách văn viết của Huỳnh Tịnh Paulus Của rất đơn sơ và bình dân, như lời nói thường ngày của người Nam-kỳ thời bấy giờ. LM Thanh Lãng từng có nhận xét là văn "*truyện của Huỳnh Tịnh Của cho thấy đặc tính chung về văn xuôi của thế-hệ 1862, hay đúng hơn, của 40 năm cuối cùng của thế kỷ XIX. Đó là một lối văn ngày nay xem ra có vẻ bừ bãi, lôi thôi; sự liên lạc giữa các mệnh đề cùng việc chấm câu ngắt ý thực là do dự chập chừng. Thường dùng những kiểu nói rất trống, không chỉ định chủ từ. Câu Truyện Đại Trượng Phu, Chí Quân Tử, Phú Trưởng Giả trên đây đầy rẫy những thí dụ như thế (...) Chính cái lối văn dễ dãi, bình dân, nôm na, viết "trơn truột như lời nói" ấy rồi đây sẽ là truyền thống của các nhà văn trong Nam...*" (7).

Hai ông Huỳnh Tịnh Paulus Của và Trương Vĩnh Ký cùng được tiếp xúc với văn hoá Âu-tây và sống cùng thời đại nước Đại Việt phải đương đầu với hiểm họa xâm lăng và đồng hóa của ngoại bang cũng như phải tìm cho tập thể một vận hội mới, một tương lai mà văn hóa Đông phương cổ truyền thành phần nào cần được bảo vệ, phổ dương và thành phần nào cần phải được xét lại để sống còn. Bên cạnh đó, làm sao cho con dân Việt-Nam có được những khả năng, kiến thức và kinh nghiệm khoa học, kỹ thuật của thời đại để bắt kịp với tiến bộ của thế giới. Trong tình thế đó và trong khả năng của mình, hai ông đã là những người Tây học đầu tiên trước tác bằng chữ Quốc-ngữ, để truyền bá học thuật Tây phương đồng thời phổ biến văn hoá Đông phương cổ truyền. Cuối cùng, hai ông đều là những người đã công phu đóng góp xây dựng nền móng cho nền văn-học chữ Quốc-ngữ trong những bước đầu, khởi đi từ Nam-Kỳ. Hai ông đã đóng góp nhiều viên đá làm móng, họ Trương thì trong lãnh vực giáo dục, ngôn ngữ và văn học cổ điển cũng như hiện đại, họ Huỳnh thì chú trọng vào công việc điển chế và phổ biến chữ Quốc-ngữ cũng như sưu tầm, bảo quản kho tàng văn hóa dân gian. Dĩ nhiên văn xuôi Trương Vĩnh Ký trau chuốt và văn chương hơn văn viết Huỳnh Tịnh Paulus Của, có thể vì hành trạng, sự nghiệp hơi khác nhau: họ Huỳnh có phần bảo thủ và an phận, trong khi họ Trương cao vọng hơn cho tương lai văn hóa nước nhà.

TRÍCH VĂN

Chuyện Giải Buồn hai tập tổng cộng 119 truyện, có chuyện dài có chuyện ngắn 1, 2 đoạn; nói chung đa số rút ở truyện sách Trung-Hoa như Trang Tử, Chiến Quốc... nhất là những truyện ma quỷ, linh dị đều lấy ở Liêu trai, do đó cú pháp ảnh hưởng văn chữ Hán.

90 - **Chuyện Tên Giáp**

Có tên dân nghèo, gần mãn tháng chạp, trong mình không có manh áo cho lành, nghĩ qua tết nhứt lấy chi mà ăn mặc, lén vợ vác một cây hèo ra núp xó mả, chờ có ai đi lẻ bọn chận mà ăn cướp. Hồi lâu thấy một người lom khom đi tới, anh ta vác hèo chạy ra, thì là ông già vác bao gạo đứng xó ró bên đàng, nói nội mình không có giống gì, chỉ có năm ba cân gạo mới xin bên thằng rể đem về ăn cho đỡ đói. Tên Giáp không nghe, giựt bao gạo, lại muốn lột cái áo rách của ông già, ông già năn nỉ lắm mới thôi. Giáp vác gạo về, vợ hỏi gạo ở đâu? Giáp nói dối rằng gạo người ta tụi tiền cờ bạc, chớ gạo ở đâu! Giáp nghĩ chước ấy hay, ngày sau lại ăn quen đi nữa, hồi lâu thấy một người vác đoản côn cũng tới tại gò mả, ngồi chồm hồm ngó mong, coi ý cũng là một người đồng đạo. Giáp thụt lui trở ra, tên kia thất kinh hỏi ai vậy? Giáp nói là người đi đàng. Hỏi sao không đi? Giáp nói tôi đợi anh. Tên kia cười. Hai đàng hiểu ý nhau, nói chuyện nghèo khổ. Canh khuya không đặng vật gì, tên Giáp buồn ý muốn về. Tên kia nói: anh đi làm nghề, mà coi ý còn quê, xóm trước kia có nhà gả con lấy chồng, dọn dẹp cả đêm, lẽ nào cũng mỏi mệt, thôi anh theo tôi, có được sẽ chia đôi. Giáp mừng đi theo tới cửa ngõ, cách vách nghe nấu bánh, biết trong nhà chưa ngủ, rình bên vách. Một chặp có người mở cửa đi gánh nước, hai người lẻn vào, thấy đèn leo lét để đàng phía chái, nhà trong thì tối đen. Một người đờn bà nói: con hai chịu khó đi coi nhà trong, đồ đạc con để trong rương, không biết đã khóa chưa. Nghe tiếng con gái nho nhỏ, nói giọng chả chớt, làm biếng, hai người mừng thầm, ẩn bóng chạy vào nhà trong, mò nhằm cái rương, dở nắp thăm coi nghe sâu hóm. Tên kia nói thầm, biểu Giáp chun vào lấy được một gói đưa ra. Tên kia hỏi còn hết? Giáp nói hết. Tên kia gạt Giáp, biểu mò nữa, sẽ lén đậy nắp rương khóa lại rồi bước rảo đi mất. Giáp ở trong rương lúng túng một hồi, thấy đèn sáng rọi vào, nghe một người đờn bà nói: ai đã khóa rồi. Hai mẹ con đem nhau lên giường, tắt đèn mà ngủ. Giáp lục đục không biết làm chước gì mà ra cho khỏi, mới giả làm chuột cạp sột sột trong rương, đứa con gái nghe, kêu mẹ nói trong rương có chuột. Người mẹ nói: tao mệt quá, mầy phải đi coi kẻo nó cắn hết áo quần mầy. Lứa con gái chờ dậy lấy khóa mở rương, Giáp ở trong rương chờn vờn nhảy ra, đứa con gái hoảng kinh ngã ngửa. Giáp rầm chạy đại, dầu không đặng chi mà cũng mừng khỏi hoạ. Nhà gái bị ăn trộm đồn ra, có kẻ nghi cho Giáp. Giáp sợ trốn đi xứ xa, ở với nhà giàu làm thuê mướn; việc nguôi ngoai rồi mới dám trở về làm ăn, bỏ nghiệp du côn.

(*Chuyện giải buồn*, tập sau, bản 1887, tr. 28-29)

69 - Chuyện Ký Viên

Ông Ký-viên, thuở còn đi học, dạo ra ngoài đồng, thấy có ba ông già chừng bảy, tám mươi tuổi, tóc râu trắng bạc, lum khum cuốc đất, công việc làm như kẻ còn trai. Ông Ký-viên hỏi: - Ba ông tuổi tác chừng ấy, tiếp dưỡng thế nào, mà sức lực còn mạnh thể ấy? Một ông trả lời rằng: *Thất nội cơ thô xú* (nghĩa là trong nhà vợ thô kém); một ông đáp rằng: *Vãn phạn giảm số khẩu* (nghĩa là: cơm chiều bớt vài miếng); ông thứ ba đối lại rằng: *Dạ ngọa bất phúc thủ* (nghĩa là đêm nằm chẳng úp đầu). Ông Ký-viên bèn nối ba câu ấy mà rằng: *Chỉ tại tam tẩu ngôn, sở dĩ thọ trường cửu* (nghĩa là ý chỉ thay lời ba ông, chỗ do sống lâu xa)

Chính là lời dạy người ta muốn hưởng tuổi xa, thì phải tiết ẩm thực, viện sắc dục, vẫn hợp với lời Tiền-kiên ca rằng: *Thượng sĩ dị phòng, Trung sĩ dị bị, phục dược bách lõa, bất như độc ngọa;* nghĩa là: kẻ thượng sĩ riêng phòng, kẻ trung sĩ riêng mền; uống thuốc trăm viên, chẳng bằng nằm riêng,

Đính vận cả hai bài ca.

Thất nội cơ thô xú;
Vãn phạn giảm số khẩu
Dạ ngọa bất phúc thủ;
Chỉ tại tam tẩu ngôn;
Sở dĩ thọ trường cửu.

Thượng sĩ dị phòng;
Trung sĩ dị bị;
Phục dược bách lõa;
Bất như độc ngọa.

Bài trước ngũ ngôi, bài sau tứ ngôn

(*Chuyện giải buồn*, tập sau, bản 1887, tr. 5-6)

119 - Án Giành Ruộng Hương Hỏa

Tân-bình-phủ tri phủ, kiêm lý bình-dương-huyện, ti chức Nguyễn-hữu-Thường.

Bẩm,

Vì việc hương hỏa, vâng đưa lời thẩm nghĩ hỏi tra, ngỏ nhờ quan trên thẩm lượng:

Nguyên trong hạt Bình-dương, tổng Bình-trị-thượng, làng Bình-hòa, có tên Lê-văn-Cao đầu đơn kiện chú ruột nó là Lê-văn-Hậu giành một phần ruộng hương hỏa 20 mẫu, ti chức đòi cả tiên bị, chúng chứng mà hỏi.

Chiếu theo đơn Lê-văn-Cao trình rằng: ông nội nó là Lê-văn-Hưởng, sanh ra có hai người con trai, trưởng nam Lê-văn-Tình, là cha nó, thứ nam Lê-văn-Hậu, là chú nó. Nguyên ông nội nó có khai khẩn đặng 50 mẫu thảo điền, ở tại làng Phú-mỹ-tây, về tổng Dương-hòa-hạ. Cha nó chết sớm. Tới năm tân-tị, ông nội nó già yếu, mới làm tương phân sở ruộng, có thân tộc cùng làng tổng sở tại làm chứng, lấy 30 mẫu chia hai cho hai con, phần cha nó thì về nó nó lảnh, còn 20 mẫu thì ông nội nó để lại mà dưỡng già, sống thì ăn dùng, chết thì để lo việc cấp táng, cùng làm hương hỏa.

Tới năm quí-vì, tháng 4, mẹ nó là Trần-thị-Phước, quán ở làng Thanh-ba, thuộc về huyện Phước-lộc, đau nặng, nó phải đi chạy thuốc, chẳng dè ông nội nó cũng đau nặng, nó nghe tin liền trở về thì ông nội nó chết rồi, nó chịu tang, chôn cất ông nội nó rồi lại phải đi nuôi mẹ, qua tháng 7 mẹ nó chết, nó phải ở lại lâu ngày.

Từ ấy chú ruột nó là Lê-văn-Hậu giành lấy ruộng hương hỏa cho tới bây giờ là ba năm, mỗi năm cho mướn lúa 400 giạ. Nó có hỏi chú nó mà lảnh ruộng ấy lại, chú nó nói ông nội nó có trối để ruộng ấy cho chú nó ăn mà phụng tự; lại nói khi ông nó đau, nó không hầu hạ thuốc thang, bỏ mà đi xứ khác, bắt tội nó thất hiếu, không được ăn hương hỏa, ức lắm nó phải nhờ quan đoán dạy, các lời.

Hỏi ra Lê-văn-Cao, là tiên cáo, khai rằng niên canh 24 tuổi, quê cha ở làng Bình-hòa, về huyện Bình-dương; quê mẹ ở làng Thanh-ba, về huyện Phước-lộc, chính là con một Lê-văn-Tình, cũng là cháu đích tôn Lê-văn-Hưởng. Năm quí-vì tháng 4, mẹ nó đau nặng, nó phải đi nuôi, qua tháng 7 mẹ nó chết, nó phải ở lại mà chịu tang; song khi ông nội nó chết, là ngày tháng 6 nó có trở về mà chịu tang. Còn khi ông nội nó đau, nó mắc nuôi mẹ nó, phần thì ở xa không hay ông nó đau, nhưng vậy việc nuôi dưỡng ông nội nó, nó cậy có chú nó là Lê-văn-Hậu, không phải là bỏ, các lời.

Hỏi ra danh Hậu, là Lê-văn-Hậu, là bị cáo khai rằng niên canh 47 tuổi, quán ở làng Bình-hòa, thuộc huyện Bình-dương. Từ tháng 5, năm quí-vì, cha nó là danh Hưởng đau nặng, qua 20 tháng sáu năm ấy thì chết. Cháu nó là danh Cao bỏ đi ở hạt khác, cách xa tổ quán, cho đến khi cha nó chết rồi danh Cao mới trở về. Khi cha nó đau không thấy danh Cao nuôi dưỡng, cực khổ có một mình nó chịu, bởi vậy khi cha nó gần chết, có trối để phần hương hỏa cho nó, vốn chẳng phải là tự nó giành ăn với cháu, các lời.

Hỏi ra chứng nhơn, Võ-văn-Hội, niên canh 45 tuổi, là thôn trưởng làng Phú-mỹ-tây; Nguyễn-văn-Hữu, niên canh 46 tuổi, là hương thân, Nguyễn-văn-Y, niên canh 44 tuổi, là hương hào, đều là dịch mục làng Phú-mỹ-tây, khai rằng năm tân-tị, ngày tháng 2, danh Hưởng là chủ ruộng trong làng, làm tờ tương phân, có mời làng chúng tôi làm chứng, chia một sở thảo điền 50 mẫu làm hai phần, một phần 30 mẫu chia cho hai con, là danh Tình, danh Hậu, mỗi người 15 mẫu; phần danh Tình đã chết rồi, thì giao cho con trai là danh Cao lãnh làm của riêng. Còn 20 mẫu thì để làm phần dưỡng lão, danh Hưởng sống thì ăn, chết thì để lo cấp táng cùng làm hương hỏa cho danh Hưởng, đến khi danh Hưởng chết, sự thể làm sao, làng chúng tôi ở xa, không rõ, các lời.

Hỏi ra Lê-văn-Chất, là cai tổng Dương-hòa-hạ, niên canh 50 tuổi, quán ở làng Phước-thạnh; Phạm-đăng-Đạo, là phó tổng, niên canh 48 tuổi, quán ở làng Đức-hưng, đều trình rằng: hồi danh Hưởng còn sống làm tương phân sở ruộng Phú-mỹ-tây có mời chúng nó làm chứng. Lời khai cũng y như lời làng Phú-mỹ-tây, các lời.

Hỏi ra thân tộc, là Lê-hữu-Hưng, niên canh 62 tuổi, quán ở tổng An-thủy, làng Bình-thung, khai rằng: năm tân-tị tháng hai, không nhớ ngày, danh Hưởng làm tờ tương phân ruộng cho hai con, là danh Tình, danh Hậu, có nó dự việc. Phần danh Tình, là trưởng nam, chết sớm, thì về con là danh Cao, lãnh.

Đến khi danh Hưởng chết, cũng có nó tới, thấy danh Hậu, danh Cao, cả chú cháu đều lo việc cấp táng. Mỗi khi kị lạp cho danh Hưởng, danh Hậu cũng có mời thân tộc. Còn sự danh Cao đi ở làng Thanh-ba, bên huyện Phước-lộc mà nuôi mẹ nó có thất hiếu lễ gì, trong thân tộc không rõ, các lời.

Các lẽ trước nầy đã có xét tra.

Tra giấy tương phân làm ra minh bạch, có làng tổng thị chứng.

Tra ra danh Cao, quả là con trưởng nam, cũng là cháu đích tôn Lê-văn-Hưởng. Ông nội đau không lo nuôi dưỡng, bỏ mà đi xa, đến đổi danh Hậu là chú nó giành lấy phần hương hỏa, là tại nó lỗi đạo thần hôn; nhưng luận thiên tính, mẫu tử chí thân, mẹ nó đau nặng phải chết, nó đi nuôi mẹ, cũng là hiếu, còn khi ông nội nó chết, nó liền trở về nhà chịu tang, thì chẳng phải là thất hiếu,

Tra ra danh Hậu, mình làm chú ruột danh Cao, trong lúc ông nó chết, mẹ nó ở xa cũng đau gần chết, nó về mà chôn ông rồi, thì đi nuôi mẹ, cũng là việc hiếu, lại sanh tâm giành phần hương hỏa cho tới ba năm, trong thân tộc không ai biết làm sao danh Cao phải mất hương hỏa; còn sự nói rằng có lời trối, thì là việc vô bằng, lẽ phải truy lúa mướn thượng niên mà trả lại.

Vâng chiếu hộ luật cùng điều lệ Minh-mạng, năm thứ 17, nội nhút khoản có nói rằng: phép lập tự phải cứ trưởng nam trước.

Vâng nghĩ Lê-văn-Hậu, là thứ nam, Lê-văn-Cao, là con Lê-văn-Tình, thì là con người trưởng nam cũng là đích tôn thừa trọng, phần ruộng 20 mẫu phải về Lê-văn-Cao ăn mà phụng tự cho ông nội nó. Còn sự Lê-văn-Hậu giành ăn hương hỏa ba năm, tra ra trong ba năm đều có làm việc giỗ quải, chẳng phải là ăn không, lúa mướn ba năm nghỉ hưu cho Lê-văn-Hậu, phải trả ruộng hương hỏa mà thôi.

Ti chức siển nghĩ các điều, chưa biết nhằm lẽ cùng chăng, kính bày các việc nguyên do, ngỏ nhờ quan trên thẩm định.

(*Chuyện giải buồn*, tập sau, bản 1887, tr. 91-94)

Câu Hát Góp:

Bài hát dài 1011 câu lục-bát, xin trích phần đầu và cuối:

"Trải xem ca vịnh xưa sau, tự nhiên cảm phát biết bao nhiêu tình. Lạ chi nữ tú nam thanh, nhiều lời ong bướm dỗ dành trăng hoa. Trọng vì đạo chúa nghĩa cha, những điều than vãn cũng là tự nhiên. Chữ rằng phong nguyệt vô biên, vợ chồng tơ tóc nhơn duyên thâm trầm. Quấc phong xưa có mười lăm, lục diêu mới góp trăm câu ngoài. Kinh thanh Ví trược rẽ hai, nói điều vẻ vắn, mựa nài khen chê.

1. Dạo chơi quán Sở lầu Tề,
Hữu duyên thiên lý ngộ ai dè gặp em.
Đôi ta như lửa mới nhen,
Như trăng mới mọc như đèn mới khêu.
Chuông già đồng điếu chuông kêu,
Anh già lời nói em xiêu tấm lòng.
Trai không tìm vợ chợ đông,
Gái khôn tìm chồng giữa đám ba quân.
Tay bưng dĩa muối chấm gừng,
Gừng cay muối mặn xin đừng bỏ nhau.
Chim quyên ăn trái ổi tàu,
Thương nhau bất luận khó giàu làm chi.
Chữ rằng: chi tử vu qui,
Làm thân con gái phải đi theo chồng.
Rau răm đất cứng khó trồng,
Dẫu thương cho lắm cũng chồng người ta.
Một mình lo bảy lo ba,
Lo cau trổ muộn lo già hết duyên.

10. Chàng về thiếp ở sao yên,
Chẳng thà ta trẩy một thuyền cùng nhau.
Nào khi anh ốm anh đau,
Tay bưng chén thuốc vả đầu cho anh.
Bây giờ anh mạnh anh lành,
Anh tham chốn khác anh đành bỏ em.
Vai mang bầu rượu chiếc nem,
Mảng say quên hết lời em dặn dò.
Thương trò may áo cho trò,

Thiếu đình thiếu vạt thiếu hò thiếu bâu.
Chẳng thương thời nói thuở đầu,
Làm chi lăng líu nửa chầu lại thôi.
Nước còn quến cát làm doi,
Phương chi ta chẳng tài bồi lấy nhau.
Lu ly nửa nước nửa dầu,
Nửa thương cha mẹ nửa sầu căn duơn.
Ra về thấy kiểng thêm thương,
Nhành mai ủ dột vách tường nhện giăng.
Ngồi buồn vọc nước giỡn trăng,
Nước xao trăng lặn biết rằng cùng ai.

20. *Lưỡi mềm sắc tợ gươm mài,*
Đã phân khí huyết lại hoài con thơ.
Nào khi gánh nặng anh chờ,
Qua truông anh đợi bây giờ nghe ai.
Qua truông anh lấy gai,
Anh ngồi anh lể nào ai mượn chờ.
Thiếp than thân thiếp còn thơ,
Lấy chồng xa xứ bơ vơ một mình.
Bây giờ năn nĩ ai binh,
Lá lay vì bởi tại mình thuở xưa.
Co hàn ngày nắng đêm mưa,
Người thương thương trả người đưa đưa người.
Gẫm trong thế sự nực cười,
Một con cá lội nhiều người buông câu.
Bởi thương nên chác lấy sầu,
Không nhưng ai dám đá dầu móng tay.
Chiều chiều én liệng diều bay,
Bâng khuâng nhớ bạn bạn rày nhớ ai.
Chiều chiều lại nhớ chiều chiều,
Nhớ người áo trắng khăn điều vắt vai.

30. *Trách ai ăn xiêm bỏ tai,*
Làm cho thiếp chịu trần ai một mình.
Đèo ngang san thuỷ hữu tình,
Con chim kia lót ổ,

Con cá nọ mang kình,
Xinh đã nên xinh.
Lộ bất hành bất đáo,
Chung bất đả bất minh,
Sương sa luỵ nhỏ dầm mình,
Đến nay mới biết sự tình đục trong.
Thương chồng phải luỵ cùng chồng,
Đắng cay phải chịu mặn nồng phải theo.
Lên non thiếp cũng lên theo,
Tay vịn chơn trèo hái trái nuôi nhau.
Biểu về nhắn với ông câu,
Cá ăn thì giựt để lâu mất mồi.
Ví dầu tình muốn thôi,
Bậu gieo tiếng dữ cho rồi bậu ra.
Lăng xăng trên nguyệt dưới hoa,
Nhiều nơi cho rạng không nhà gởi thân.
Đó vàng đây cũng kim ngân,
Đó đặng mười phần đây chín có dư.
Khuyên chàng đọc sách ngâm thư,
Dầu hao thiếp chịu đèn lờ thiếp khêu.

40. Vẳng nghe con chim vịt kêu chiều,
Bưng khuâng nhớ bạn chín chìu ruột đau.
Anh ngồi bực lở anh câu,
Khen ai khéo mách cá sầu không ăn.
Bắt tay giao mặt dặn rằng:
Đó đây xin nhớ đạo hằng thuở xưa.
Ngó lên trăng tỏ sao thưa,
Từ nan tại bậu qua chưa tiếng gì.
Khúc sông chật hẹp khôn tuỳ,
Lo cho thận bậu sá gì thân qua.
Phận bèo bao quản nước sa,
Linh đinh đâu nữa cũng là linh đinh.
Nhớ lời nguyền ước ba sinh,
Xa xuôi ai có thấu tình chăng ai.
Sao hôm chờ đợi sao mai,
Trách lòng sao vượt thương ai băng chừng.

Ngó lên mây bạc chín tầng,
Thấy bầy chim lạ nửa mừng nửa lo.
Thương chàng học lấy chữ nho,
Chín trăng em đợi mười thu em chờ (...)

1000. *Từ khi rẽ một phan trời,*
Dạ hằng khắn khắn nhớ lời minh sơn.
Trăm năm nhơn nghĩa vẹn toàn,
Tử sinh tạc dạ đá vàng nào phai.
Bao giờ sum hiệp trước mai,
Lòng nguyền kết tóc lâu dài trăm năm.
Đạo hằng tình ngỡi chí tâm,
Làm sao cho đặng ngọc cầm liền tay.
Bao giờ thuyền trở lái day,
Cờ về tay phất đẹp mày nở gan.
Một mình đã luận lại bàn,
Chạnh lòng thương nhớ bạn vàng cố tri.
Bao đành tử biệt sanh ly,
Ven trời góc biển thị phi không tường.
Ai làm cách trở sâm sương,
Ai làm rời rã oan ương dường nầy.
Buồn trông ngọn gió vòi mây,
Tương tư ai giải cho khuây buổi nào.
Đua chen thu cúc xuân đào,
Lựu phun lửa hạ mai chào gió đông.

1010. *Chữ rằng: Vắn tổ tầm tông,*
Cháu con nỡ bỏ cha ông chẳng màng.
Đánh cờ nước bí khôn toan,
Dầu anh khéo lượng trăm bàn cũng thua"

(*Câu Hát Góp* tb: Saigon: Ménard & Legros, 1901)

Trong cùng tập *Câu Hát Góp*
"Thơ gởi cho làng Phước Tuy *(Bà Rịa)*

Thiên quan minh mi, điểu ngữ hoa hương;
Hoá nhựt thơ trường, dàn khang vật phụ.
  Ngựa hồ nghe gió bắc nghiêng tai;
Chim Việt hướng nhành nam làm ổ.
  Làm người ai chẳng có lòng thương cội mến nhành;
Xử thế ai không dạ tư hương hoài thổ.
  Nhớ lớp cũ xưa lặn lội trong đất Đồng Nai, khai hoang vu, ghe đoạn gian nan;
Thương đời tiền bối tiềm tàng vào miền Bà Rịa, phá rừng bụi, trăm bề lao khổ.
  Qui dân lập ấp, lần hồi sáng tạo qui mô;
Vỡ ruộng đắp bờ, thỉnh thoảng gầy nên thổ võ.
  Kẻ sau người trước kể có mấy đời;
Măng mọc tre tàn, phòng dư muôn hộ.
  Hễ là:
Ăn trái nhớ kẻ trồng cây;
Qua cầu nỡ quên ơn tế độ.
  Nền nếp trước đã lập thành;
Phận sự sau đâu dám phụ.
  Ông cha ta di quyết tôn mưu;
Con cháu tớ khắc thằng tổ võ.
  Nay ta đặng về xứ sở, trước viếng bà con, sau thăm phần mộ.
  Thấy anh em sáu bảy tuần dư, đồng hưởng thiên niên;
Hồi lớp trước tám chín mươi ngoài, đã về cõi thọ.
  Nơi quán khách, kẻ qua người lại, sánh đường bóng xế nhành dâu;
Nẻo âm dương kẻ mất người còn, chi khác ngựa qua cửa sổ.
  Mảng bồn hương tiếp rước bỉ bàng;
Cảm chức việc vầy vui hớn hở.
  Nghĩa xưa sau càng đượm càng nồng;
Tình sâu cạn nửa thương nửa nhớ.
  Nghĩ lúc quan binh thất thủ, những mảng nghi nhau một câu quý tổng binh lương, thiết nhà hoá mà nỡ hại dân đen;
Tưởng cơn hiệu lệnh bất minh, cũng vì câu nệ mấy chữ ám thông tiêu tức, nghiêm phủ việt mà giết đành con đỏ.
  Khốn khổ thay! Giặc trước mặt, không chước đuổi xua;

Thương hại ê! Con trong nhà, lại đem lòng ghét bỏ.

Vẫn dân Bà Rịa ở chốn quê mùa, chưa hề thấy mặt người Tây;
Nào phải ở đầu mối giặc, theo đầu quân giặc mà chết cho đáng số.

Hồn vô cô kêu thấu tới trời;
Máu vô tội tràn ra khắp chỗ.

Vua quan ghét đạo, bày cực hình mà trảm thảo trừ căn;
Trời đất háo sanh, làm phép nhiệm, đạo càng thêm tỏ.

Kể chi xiết những sự hàm oan;
Nói cho hết việc càng thêm tủi hổ.

Cơn bát loạn cũng có kẻ mủi lòng, thiết thiết cừu con có đạo, liều thân gia nào sợ phép quan;
Lúc tao loàn cũng có người trở mặt, hằm hằm cướp của Da-tô, đoạt sự nghiệp chẳng chừa tấc cổ.

Đạo trời phước thiện hoạ dâm, làm lành miễn được thỉ chung, tích ác sao cho bền đỗ.

Trâu chốc cật, thấy ác bay qua liền né;
Chim phải đàn, nhìn khúc mộc cũng còn kinh sợ.

Nhưng vậy,
Đâu đâu cũng là đất Thuấn, Nghiêu;
Đâu đâu cũng là dân Thang, Võ.

Nhơn ngày hỉ - hạ, cả làng sum hiệp, chẳng nhắc chi những sự đã qua.
Mượn lúc thừa bình, bốn biển vầy vui, lại màng chi việc cũ.

Dụng nhơn chẳng luận giáo lương;
Làm việc chớ làm bỉ thử.

Vậy mới rằng mộc bổn thuỷ nguyên;
Vậy mới gọi nhơn sanh hồ tổ.

Việc xóm làng cho trên thuận dưới hoà;
Bề cháu con phải ân cần dạy dỗ.

Lập trường học cho biết lễ nghi;
Độc thi thơ ngõ thông kim cổ.

Thứ cơ phong thuần tục mĩ, nhi vi lễ nghĩa chi bang;
Thà bắt phụ ngã sơ tâm đinh ninh chiếu cố.

(*Câu hát góp*, Saigon: Ménard & Legros, 1901)

Chú-thích

1- Đại Nam thực lục chính biên, Đệ lục kỷ phụ biên, Cao Tự Thanh dịch: quyển 8, đoạn 0698.

2- Nam Kỳ Nhựt Trình / Journal de Cochinchine nhưng ra mỗi tuần 1 lần, số 1 ra ngày 21-10-1897. Sau này có thêm một tờ khác tên là Nam Kỳ Tuần Báo ra từ ngày 3-9-1942 và do Hồ Văn Trung chủ trương.

3- "Trương Vĩnh Ký trong quĩ đạo xâm-lăng văn-hóa của thực dân Pháp". Bách Khoa số Q*- 417, 9-11-1974, tr. 52.

4- Việt-Nam Văn Học Sử Giản Ước Tân Biên, tập 3- Văn Học Hiện Đại 1862-1945. Saigon: TGXB, 1965, tr. 82, 83.

5- Thanh Lãng. Biểu Nhất Lãm Văn Học Cận Đại (1862-1945) Tập I - Sài-Gòn: Cơ Sở Xuất Bản & Báo Chí Tự Do, 1958, tr. 75,76.

6- Người Sài-Gòn, NXB Trẻ, 2004.

7- Thanh Lãng. Sđd, tr. 78..

Trương Minh Ký

Trương Minh Ký 張明記 có tên tự là Thế Tải và hiệu Mai Nham, ông sanh ngày 23-10-1855 tức 13 tháng 9 năm Ất Mão, tại xã Hạnh Thôn, Gò Vấp, Gia Định, nguyên quán tỉnh Quảng Bình di cư vào Bình Định và Gia Định; con ông Trương Minh Cẩn, một nhà nho, thuộc dòng dõi Trương Minh Giảng, và bà Phạm Thị Nguyệt. Ông là môn sinh của Trương Vĩnh Ký, vốn tên Trương Minh Ngôn nhưng quí phục tài đức của Thầy nên đã đổi tên gọi ra Ký. Trương Minh Ký mất mẹ năm 7 tuổi, cùng năm, ông vào học ở trường Thông ngôn do Trương Vĩnh Ký làm Giám đốc, sau đó vào trường Bổn-quốc Chasseloup-Laubat Sài-gòn và đậu Cao đẳng Sư-phạm (brevet supérieur des instituteurs). Năm 1874, sau khi tốt nghiệp, ông được giữ lại dạy học chữ Hán và chữ Quốc-ngữ ở trường này. Ông lập gia đình năm sau, lúc 20 tuổi. Năm 1879, ông được thăng chức thầy Tư Nghiệp. Sang năm 1880, được Nguyên soái Le Myre de Villers tín nhiệm, ông dẫn 10 du học sinh (người thứ 11 đã sang trước) sang Alger (Bắc Phi) học tập, trong đó có Diệp Văn Cương, Nguyễn Trọng Quản và đến năm 1885, dạy tiếng Pháp ở trường Thông ngôn cùng với Trương Vĩnh Ký đồng thời ông được bầu làm ủy viên Hội đồng Thành phố Sài-Gòn.

Trương Minh Ký thông thạo chữ Hán, Nôm và Pháp văn, làm thông ngôn cho nhà cầm quyền Pháp, cộng tác với Trương Vĩnh Ký qua hai tờ *Gia-Định Báo* và *Thông Loại Khóa Trình* cũng như viết sách dạy Pháp văn, sau ông làm chủ bút *Gia-Định Báo* từ 1881 đến 1897. Ông đã đi theo bước chân của Trương Vĩnh Ký, Thầy ông trong cùng mục đích khai hóa dân chúng và đến với khoa học và học thuật Âu Tây để hiện đại theo kịp đà văn minh của nhân loại, Trương Minh Ký đã có công biên dịch nhiều tác phẩm văn chương của Pháp lẫn Việt ra chữ Quốc-ngữ cũng như dạy dỗ lớp trẻ, cổ động cho lối học mới và khuyến khích học chữ Quốc-ngữ cũng như sinh ngữ - tiếng Pháp. Năm 1897, ông làm chủ bút tờ báo tư nhân *Nam Kỳ* (Nam Kỳ nhựt trình) cho đến khi báo đóng cửa giữa năm 1900.

Tháng 9 năm 1889, ông làm thông ngôn cho phái đoàn của triều đình Huế đi dự Hội Đấu-xảo ở Paris, được Huỳnh Quốc Công Miên Triện ban cho tên hiệu "Thế Tải". Chuyến đi gợi hứng cho ông viết và xuất bản du ký *Chư Quấc Thại Hội* dài 2.000 câu thơ song thất lục bát. Về nước, Trương Minh Ký xin nhập quốc-tịch Pháp và làm thông ngôn ngạch Tây ở ty Phiên dịch Nam kỳ từ năm 1890. Ông đã được những huân chương như Huy chương Hàn Lâm Viện Pháp quốc (Officier d'Académie), Kim Khánh bội tinh của Nam triều và Hoàng gia Cam Bốt do những đóng góp trong công tác làm thông ngôn.

Ông mất ngày 11-8-1900 tại Chợ-Lớn và được chôn cất trong nghĩa trang gia đình Trương Gia-Từ ở Gò Vấp, Gia Định gần Tổng Y Viện Cộng Hòa cũ.

Tác phẩm

Trương Minh Ký vừa là môn đệ, vừa là người cộng tác thân cận với Trương Vĩnh Ký, và là một trong số các nhà văn tiền phong chữ Quốc-ngữ. Ông đã sáng tác thơ và văn xuôi, biên soạn và dịch thuật gần 30 tác phẩm dài ngắn đã được xuất bản như trình bày sau đây.

Văn nghiệp trước tác của của ông phải kể đến vở tuồng Hát bội đầu tiên viết bằng chữ Quốc-ngữ là **Tuồng Joseph** / Tragédie tirée de l'histoire sainte de Joseph (Saigon: Rey et Curiol, 1888 - 16 p.), đã đăng *Gia Định Báo* từ ngày 26-4-1887: Ghi là "tuồng" vì thời ông chưa dùng từ "kịch", một vở kịch nói và hát đạo, cũng là vở tuồng được sáng tác bằng chữ Quốc-ngữ đầu tiên và văn bản tuồng 362 câu soạn xong tại "Chợ-lớn ngày 20 tháng 9 năm Đinh-hợi, 5 novembre 1887" được in ra và ghi rõ đã trình diễn lần đầu ngày 13-7-1887 - tuồng và kịch bản cũng như ca nhạc, có xuất bản thì mới phổ biến và lưu truyền được! Tuy nhiên, cách cấu tạo vẫn hãy theo truyền thống chuyển tải đạo lý Á Đông dù đề tài đạo Thiên Chúa. Điều nên ghi nhận là Trương Minh Ký, tác-giả vở tuồng, là người ngoài Công giáo.

Tuồng Joseph có thể theo thời thượng thời buổi nửa cuối thế kỷ XIX chuộng tuồng hát, nhưng đây khác biệt những Tuồng và Chèo trước và thời đó ở tính tự sự, trữ tình và ít dùng văn hay thơ chữ Hán, diễn lại sự tích nhiều tình tiết trong sách Cựu Ước. Ngoài ra ông còn soạn tuồng *Phong Thần Bá Ấp Khảo* chia làm hai "thứ" và gồm có bốn hồi và *Tuồng Kim Vân Kiều* (1896) gồm ba hồi, cả hai phiên âm từ chữ Nôm.

Tuồng Joseph mở đầu như sau - in nghiêng và viết hoa theo nguyên bản, cốt nhắc nhở người đọc và diễn:

"JOSEPH VIẾT:

1 Phong điều vô thuận,
Quốc thới dân an,
Trong vẻo nước sóng vàng,
Lặng trang trời biển đỏ.
5 *Joseph* là tên mỗ,
Quê quán ở *Chanaan*,
Như tôi, thung dung rèn tới bực tài năng,
Kềm thúc luyện theo đàng nhơn đức.
Thỉ chung một mực,
10 Trong hiếu hai đàng,
Hà! nghĩ cha già mừng được còn an.
Nhớ mẹ yếu thảm thương sớm mất.
Chừ cũng đã khuya rồi phải vào mà nghĩ.
(Chiêm bao thấy anh em gặt gái ngoài đồng, thấy mặt trời mặt trăng, ngôi sao v.v.).

Lời kết của người soạn kịch:

"Lời nói nghe coi cũng khó thay,
Hoặc là rủi đó hoặc là may,
Nghĩ tình cốt nhục còn xa cách,
Nên phải tính lời mới được vay" (tr. 3, 16)

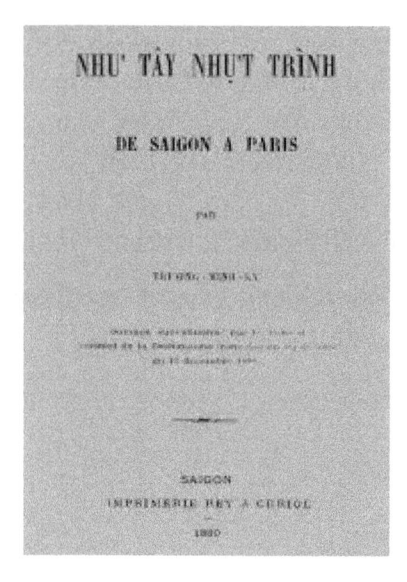

Ông là tác-giả thiên du ký ***Như Tây Nhựt Trình*** de Saigon à Paris. (Saigon: Rey et Curiol, 1889 - 64 p.) viết xong ngày 11-6-1888, đăng *Gia Định Báo* từ ngày 10-4-1888, gồm 2000 câu thơ song thất lục bát ký sự về chuyến hải trình và quan sát nếp sống, phong tục những nơi chốn đi qua năm 1880, Trương Minh Ký, giáo-sư hạng nhất, đưa 9 học sinh được học bổng du học Lycée d'Alger trong số có Diệp Văn Cương, trên chiếc Le Tarn. Lời Tự ở đầu sách - các chữ đầu mỗi câu ghép thành "*Như Tây Nhựt Trình của Trương Minh Ký*":

"*Như* xưa lắm kẻ dạo xa khơi,
Tây vức đi về đã tới nơi,
Nhựt dạ xây vần trời đất đổi.
Trình đồ qua lại nước non dời,
Của kia vật nọ còn roi dấu,
Trương trước tờ sau cũng để đời,
Minh bạch những đều con mắt thấy,
Ký tên cho biết phải chăng chơi" (tr. 2)

Cuối sách, Trương Minh Ký có bài thơ kết:

"*Làm* vầy sánh kẻ thả ngoài khơi,
Hết thảy đưa chân biết mấy nơi,
Bổn quấc về coi cồn vực đổi,
Như thuyền chạy thấy núi sông dời,
Tây Nam hai nước hòa ra thế,
Nhựt nguyệt đôi vầng chuyển vận đời,
Trình sự trải xem phong cảnh lạ,
Rồi đem đặt để đọc nghe chơi" (tr. 61)

các chữ đầu mỗi câu ghép thành "*Làm hết bổn Như Tây Nhựt Trình rồi*" và được Trương Vĩnh Ký cùng Nhơn-Sơn Huình đốc-phủ (Huình Tịnh Paulua Của?) chuyết họa; trong hai bài họa, các chữ đầu mỗi câu cũng ghép thành câu, bài của Trương Vĩnh Ký lập lại những chữ đầu của bài Tự ở đầu sách *"Như Tây Nhựt Trình Của Trương Minh Ký"*, còn họ Huỳnh thì lập lại bài xướng của Trương Minh Ký.

Như Tây Nhựt Trình mở đầu như sau:

"Từ Gia Định, xuống tàu Tarn *ấy,*
Tới Alger, *lên thấy thành ni.*
Rồi qua cho đến Paris,
Thấy sao kể vậy từ đi tới về.

5. Tiếng quê kệch, dầu chê cũng chịu,
Lời thật thà miễn hiểu thì thôi.
Trải xem những chuyện qua rồi,
Thì hay hoạ phước do nơi lòng người.
Năm Kỷ-mão, có lời nghị định,

10. Đến Canh-thìn, mồng chín tháng hai.
Vâng quan Tổng thống đặt sai,
Đem đoàn sĩ tử qua nơi Tây thành.
Đặng mà học, cho rành ngải lới,
Kẻo chưa thông, thấu tới bật cao.

15. Để huề rương trắp xuống tàu,
Bà con đưa đón người nào cũng thương.
Cùng nhau chúc, an khương đôi chữ,
Lại lo thầm, lành dữ chưa hay
Tối rồi hai ngã phân tay,

20. Người về ủ mặt châu mày kẻ đi.
Tàu quày quạy, chậm rì chậm rịt,
Coi như tuồng, còn tiếc xứ ni.
Dòng sông quanh lộn phải tuỳ,
Ban đêm chẳng thấy Tam Kỳ ở đâu.

25. Thuỳ Vân tới, thấy lầu đèn vọi,
Trên núi cao, nên chói xa vời.
Đặng tàu các nước ở ngoài,
Tối trời nhìn biết là nơi Cần Giờ.
Ban ngày có, kéo cờ dấu hiệu,

30. Dầu xa xui, cũng hiểu nơi chi.
Sáu giờ ra khỏi Nam Kỳ,
Thấy trời với nước xanh rì khắp nơi,
Đã nước biển, nghe hơi ngầy ngật,
Lại phần tàu nghiêng lắc dật dờ.

35. Làm cho buồn mửa ngất ngơ,
Chóng mày chóng mặt bắt khờ bắt ngây.
Cũng có kẻ không hay dại sóng,
Ấy như người dồi võng đã quen.
Nổi dông thì dại sóng liền,

40. Tịnh trời không thuốc cũng thuyên mới kỳ.
Nghỉ tàu sắt, khéo gầy khéo dựng,
Ba bốn từng, coi giống toà lầu.
Cả trăm ngoài thước trước sau,
Bề ngan mười mấy, bề sâu quá mười.

45. Trên bòng lái, chơi bời cũng thú,
Dưới phòng ăn, phòng ngủ cũng xinh.
Giữa còn sân rộng thinh thinh,
Lễ ngày chúa nhựt, điểm binh mỗi chiều.
Đã ba cột, có nhiều buồm vải,

50. Lại máy thêm, quạt chạy như dông.
Nhà thương, chỗ tắm, chỗ sông,
Đàng bà khác chỗ, đàng ông khác phòng.
Lối trước mũi, có chuồng thú vật,
Chỗ nấu ăn, lại cất cũng gần.

55. Nội tàu có vỏ có văn,
Lương y, linh mục cùng hàng bá công.
Chiều mười một, Côn-nôn trông thấy,
Cảnh tự nhiên, sơn thuỷ xinh thay.
Chừng vài muôn thước bề dài,

60. Năm ngàn bề dọc, ngàn ngoài người dân.
Côn-nôn đảo, tội nhân đầy đó,
Số năm nay, cũng có gần ngàn.
Người làm gạch, kẻ hầm than,

Lớp đi chài lưới, lớp mần rẫy khoai.

65. Mười giờ tối, mười hai ghé lợi,
Đất Malais, Phố-mới cù lao" (tr. 7-8).

Chư quấc thại hội / Exposition Universelle de 1889 (Saigon: Rey, Curiol et Cie, 1891. viii, 9, 72 p.; 2e édition, 1896. 52 p.) du ký bằng 2000 câu thơ song thất lục bát kể về những điều mắt thấy tai nghe khi làm Thông ngôn cho phái đoàn của hoàng thân Miên Triện đi dự đấu xảo ở Paris nhân dịp khánh thành tháp Eiffel - 2000 câu liên tục như một chuyện văn xuôi, khác với hình thức song thất lục bát thời lịch triều trước đó. Ngoài ra có 24 bài thơ xướng họa của tác giả với các vị khác.

Về sáng tác, Trương Minh Ký còn có những bài chưa in thành sách như bài **Nữ Nhi ca** đã đăng trên học báo *Thông-Loại Khóa-Trình*:

Ăn vóc học hay / Một ngày một lớn
Bớt giỡn bớt chơi / Cười cười nói nói
Khoe giỏi khoe khôn / So hơn tính thiệt
Cướp việc tranh công / Ăn chùng nói vụng
Làm nũng khóc la / Nghịch cha nghịch mẹ
Hiếp trẻ đánh em / Nhem thèm sắp nhỏ
Điều có nói không / Đòi bồng đòi ẵm
Đi tắm không kỳ / Mặt lỳ mày lợm
Đóng khóm, đóng hòm / Đổ cơm đổ cháo
Vọc gạo giỡn tiền / Bông kiểng vòng chuỗi
Đòi cổi đòi đeo / Leo trèo nhảy múa
Chưởi rủa rầy la / Gần xa nghe tiếng
Làm biếng ngủ ngày / Từ rày bỏ hết
Có nết có na / Thờ cha kính mẹ
Thương trẻ mến em / Dưới êm trên thuận
Đi đứng dịu dàng / Ra đàng tề chỉnh
Cung kính khiêm nhường / Kẻ thương người mến
Ai đến hỏi chào / Có sao nói vậy
Mắt thấy tai nghe / Còn e lầm lỗi
Phước tội chẳng chừng / Nên đừng nói bậy
Kẻ vạy người ngay / Mặc ai phải chẳng
Ngay thẳng thiệt thà / Việc nhà lần học

*Kẻ tóc chơn tơ / Ngày giờ phải tiếc
Cứ việc làm ăn / Cho bằng chúng bạn
Việc bán việc buôn / Học khôn học khéo
Thêu kiểu vá may / Hàng ngày ra sức
Bánh mứt nem bì / Món chi cũng giỏi
Mới gọi gái lành / Rạng danh thục nữ
Quân tử hão cừu / Danh lưu hậu thế
Dạy để mấy lời / Phen người dồi ngọc"*

(*Miscelanées* số 8, Décembre 1888 tr. 15)

Phiên âm chữ Nôm và dịch thuật Hán-Việt, Pháp-Việt

Trương Minh Ký cũng là một trong số các dịch giả đầu tiên từ tiếng Pháp sang Quốc-ngữ, phần lớn lúc đầu đăng báo sau in thành sách. Ông đăng các truyện văn xuôi đầu tiên Tên chăn bò và Thằng ăn trộm với con heo, phỏng dịch thơ của La Fontaine trên *Gia Định Báo* ngày 1-12-1881. Năm 1884, hai cuốn *Chuyện Phan-sa diễn ra Quốc-ngữ* dịch 16 ngụ ngôn của la Fontaine và *Truyện Phan-sa diễn ra Quốc-ngữ* gồm 12 truyện văn xuôi. Năm 1886 cùng tựa sách *Truyện Phan-sa diễn ra Quốc-ngữ* tuyển dịch 150 truyện ngụ ngôn La Fontaine bằng thơ lục bát và văn xuôi. Năm 1887, ông in truyện *Tê-Lê-Mặc phiêu lưu ký* dịch từ Fénelon ra thơ lục bát. Truyện dịch *Phú Bần Truyện Diễn Ca* gồm 700 câu lục bát, dịch từ một tác phẩm tiếng Pháp và Việt hóa câu chuyện gốc, vốn bị nhiều nhà nghiên cứu ghi lầm vào văn nghiệp của Trương Vĩnh Ký.

Phú bần truyện diễn ca (Saigon: Guilland et Martinon, 1885 - 24 p.; 2e éd. 1896. 16 p.) dịch truyện từ *Riche et pauvre* của Émile Souvestre xuất bản ở Paris ra thể song thất lục bát 700 câu và chia làm 12 hồi, đã đăng *Gia Định báo* từ số 47 ngày 22-11-1884.

*"Phú bần truyện thiệt tiếng tây,
diễn ra quấc ngữ cho bầy trẻ coi.
Xấu xa lánh, tốt học đòi,
nhờ gương người trước đặng soi mình rày.
Đều nghi rủi, té ra may;
cho hay muôn sự ở tay Thợ-trời".*

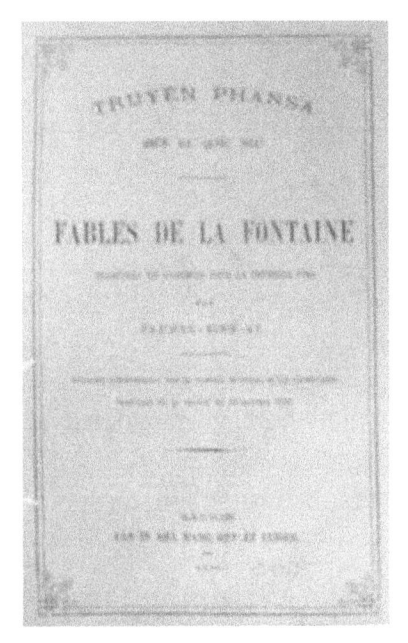

Chuyện Phansa diễn ra Quốc-ngữ / Fables choisies (Saigon: C. Guilland & Martinon, 1884 - 12 p.; tái-bản 1885). 16 fables de La Fontaine traduites en annamite pour la première fois. Tập xuất bản đầu tiên là 16 bài thơ ngụ ngôn dịch *Fables de la Fontaine*.

Cùng năm 1884, với nhan đề ***Truyện Phansa diễn ra Quốc-ngữ***, gồm 12 truyện văn xuôi dịch 12 tác giả - không có La Fontaine.

Đến năm 1886, nhan đề ***Truyện Phansa diễn ra Quốc-ngữ*** / *Fables de La Fontaine traduites en annamite pour la première fois.*, Impr. Rey et Curiol, 1886 - 80 trang, là ấn bản được Conseil colonial de la Cochinchine francaise trợ cấp gồm 150 bài văn xuôi và thơ lục bát dịch và phỏng dịch theo thơ ngụ ngôn của La Fontaine - ghi cuối sách "Chợ Lớn, ngày mồng 10 tháng 6 năm 1886". Thơ và truyện đã đăng trước trên *Gia-Định Báo* các năm 1881-1886. Bản dịch thơ ngụ ngôn của Jean de La Fontaine của Trương Minh Ký đã đi trước Nguyễn Văn Vĩnh 30 năm.

Trích thơ ngụ ngôn và truyện ngụ ngôn: **Con Quạ Với Con Chồn**

Quạ kia đang đậu trên cây,
Mỏ tha bánh sữa hơi này bay xa.
Đánh mùi chồn đến dỉ ra:
"Xem qua hình cụ, thì là quá xinh!
Lông đà tốt cả và mình,
Giọng kia được tốt thiệt tình vô song."
Quạ nghe chẳng xiết vui lòng,
Muốn khoe tiếng tốt quên phòng miếng ăn.
Chồn ăn đặng của cười rân:
"Cụ ôi! Nghe lấy lời răn sửa mình:
Kẻ dua người nịnh đừng tin,

Đã ăn của cải lại khinh dại khờ.
Lời đây bánh đấy cũng vừa,
Thôi đà biết lỗi dốc chừa thì thôi."
Ăn năn thì sự đã rồi,
Mới thề chẳng để gạt đôi ba lần.

1. Con Quạ Với Con Chồn

Con quạ đậu trên cây kia, mỏ ngậm một miếng bánh sữa. Con chồn đánh mùi đến nói cái hơi nầy: "Chào cụ quạ! Cụ lịch sự dường nào! Tôi coi hình cụ xinh tốt quá chừng! Chẳng nói dối, cái lòng cụ đã tốt thật, mà cái tiếng cụ tốt nữa, thì chẳng ai bì được, cụ ắt là đầu đàng các khách rừng nầy." Quạ nghe lời ấy bỗng chẳng xiết vui mừng; bèn muốn tỏ tiếng tốt mình, mới mở mỏ rộng ra, làm rớt miếng ăn của nó xuống. Chồn thực phứt đi, lại rằng:

"Ớ cụ kia, hãy biết rằng: kẻ dua nịnh nào cũng ăn xài người nghe lời nói: cái lời dạy đây đáng một miếng bánh sữa, chẳng không."

Con quạ mắc cỡ và lúng túng mới thề chẳng cho ai gạt gẫm nó nữa, mà biết khôn thì đã dại rồi. (Bởi tin nên mắc, vì nghe mới lầm).

13. Con Cá Nhỏ Với Người Ngư Phủ (Le petit poisson et le pêcheur)

Ai đời cá nói bao giờ!
Nhưng xưa đặt dạy kẻ khờ con con.
Cá kia vừa được don don,
Lâm tay ngư phủ, thôi còn kể chi.
Ngư rằng: "Thấy nhỏ mà khi!
Nhỏ nhiều như lớn; lại vì đầu tay.
Cá than: "Nhỏ yếu lắm thay!
Chưa đầy nửa miệng ăn rày nỡ sao!
Để cho to lớn đã nào!
Kíp chầy khôn khỏi mắc vào tay đâu!
Đợi chờ chừng một ít lâu,
Bán buôn được giá, lưới câu đành lòng.
Nhiều chi trăm cá long tong!
Ra chi món ấy; mà hòng chẳng suy!"
Ngư rằng: "Sao chẳng ra chi!

Khen mi khéo nói! chiều ni vô nồi."
Thôi thì an phận thì thôi,
Một mà chắc chắn hơn đôi mơ màng.

12- **Nồi Đất Với Nồi Đồng** (Le pot de terre et le pot de fer)

Nồi đồng tính việc đi đàng,
Rủ ren nồi đất cùng trang đang thì.
Kiếu rằng: Chẳng tiện nỗi đi,
Ở an xó bếp, không ly góc lò.
Vì e sẩy bước rủi ro,
Rách lành chịu vậy, đói no vui vầy.
Rằng da đấy cứng hơn đây,
Phận kia dễ tính, thân nầy khó toan.
Đáp rằng: rủi gặp dọc đàng,
Vật chi cứng cát cảng ngang không vì.
Để ta qua bửa lo chi,
Bên thì vật ấy bên thì nhà ngươi.
Tai nghe nói ngọt tin lời,
Chìu lòng bạn hữu bèn dời chân đi.
Bước khua lộp cộp dị kỳ!
Xa nhau e sợ, gần thì đụng nhau.
Hai nồi đi chẳng đặng mau,
Chưa đầy trăm bước đụng nhau rã rời.
Hỡi ôi Nồi đất rồi đời,
Khôn lời năn nỉ, khôn lời thở than.
Nơi nghèo khổ, chỗ giàu sang,
Ở đời giao kết kẻ ngang vai mình.
(Diễn quốc âm, *GĐB* số 39 năm thứ 19, ngày 13-10-1883)

54. Ông Già Với Mấy Đứa Con

Ông già kia khi gần qua đời nói với con rằng: "Ớ các con rất yêu dấu, bây bẻ bó giáo nầy coi thử được không, rồi tao giải nghĩa cho bây nghe, cái mối nó buộc những giáo ấy lại với nhau."

Người trưởng nam lấy bẻ hết sức không được, thì trả lời mà rằng:

"Tôi nhường cho kẻ mạnh hơn." Người thứ hai lãnh lấy, chuyền thần lực mà cũng chẳng ra chi. Người thứ ba cũng làm thử coi có được chăng. Hết thảy cả ba đều thất công vô ích. Bó giáo ấy còn nguyên hiện, chẳng cây nào gãy hết. Ông già mới nói: "Đồ yếu ớt ở đâu! Tao phải làm cho bây biết sức tao còn làm được việc như vậy". Mấy người con tưởng nói chơi, nên chuốm chiếm cười, ai dè bẻ được: ông ấy mở bó giáo ra, thủng thẳng bẻ từ cây gãy ráo.

Bẻ rồi mới nói cùng các con rằng: "Bây thấy sự hiệp giụm với nhau mạnh vậy chăng; ở các con, hãy ở chung lại với nhau, phải thương nhau cùng ăn ở cho thuận hòa với nhau."

Từ khi ông già ấy thọ bịnh nằm xuống, thì một lấy lời nầy mà nói cùng các con mà thôi. Đến khi ông ấy biết mình gần chết, thì nói rằng: "Ớ các con rất yêu dấu, từ giã các con, cha đi về quê kiểng tiên nhân ta; hãy hứa với cha một đều là anh em hòa thuận thương yêu nhau; phải chi cha được các con hứa lời ấy trước khi nhắm mắt." Cả ba con trai ông già ấy, mỗi người và khóc và quyết chắc với cha đều ấy hết. Ông ấy nắm tay ba con mà chết.

Ba anh em hưởng một cái gia tài lớn lắm, mà rối việc quá: kẻ chủ nợ tịch ký, người láng diềng đi kiện. Đầu hết thì ba anh em gỡ xong việc. Anh em ở tử tế rất lạ, song không được bền: tình cốt nhục buộc nhau lại, sự tư lợi nó phân rẽ nhau ra. Người đốc vô, kẻ nói ra, anh em liền tương phân gia tài. Người giành cái kia, kẻ đòi chia món nọ, kẻ nhiều người ít, rày rà sanh ra kiện cáo; quan kia khi lấy cớ kia xử người anh thất, khi bắt tì nọ xử người em thất. Kẻ chủ nợ, người hàng xóm, thấy anh em bất bình, họ đầu vãi đơn vào, người kiện chuyện kia, kẻ thưa việc nọ. Ba anh em rẽ nhau, anh trái em, em nghịch anh, không ai theo ý ai: người

muốn thuận, kẻ lại không. Gia tài sự nghiệp anh em nầy chẳng bao lâu, đều tan hoang hết.

Khi đó thoạt nhớ sự bó giáo hiệp lại rẽ ra, mới biết khôn thì đã dại rồi.

58. **Người Cày Cấy Với Mấy Đứa Con**

Hãy ra làm công việc, thì mới ít thiếu thốn cho. Người cầy cấy kia giàu có, khi gần chết kêu các con lại mà rằng: "Đừng có bán miếng đất ông bà ta để lại: có một cái kho vàng trong đó. Cha không biết nó ở chỗ nào, mà bền lòng một chút, thì các con sẽ tìm được, tìm lâu sao cũng đặng. Hễ mùa màng gặt hái rồi, thì cày bừa đất ấy, đào, bươi, cuốc xốc, chớ để chỗ nào mà tay chẳng bươi qua móc lại." Người cha mạng một rồi, mấy người con bừa xới đất ấy, bên nầy, bên kia, cùng khắp, làm đất siêng năng quá, tới cuối năm, sanh lợi được bạc nhiều lắm, không phải là bạc chôn đào được, mà là bạc bán đồ thổ sản trồng nơi đất ấy. Người cha khôn ngoan chỉ cho các con biết, trước khi qua đời, rằng việc làm là một cái kho vàng, nghĩa là tay làm ra của.

81. Đàn Bà Với Sự Kín

Chẳng chi nặng mấy cho bằng sự kín: mang nó đi xa là khó cho kẻ đàn bà; lại tôi cũng biết về việc nầy nhiều người đàn ông tánh ở như đàn bà.

Người chồng kia muốn thử vợ, ban đêm khi ở gần nó, thì la lên: "Ôi trời, hỡi trời! Giống chi vậy cà? Tao chịu đà chẳng đặng nữa; đứt ruột đứt gan! Lạ nầy! Tao đẻ ra một cái trứng!

- Anh đẻ trứng?

- Ừ, đây nầy mới đẻ còn nóng hổi: đừng nói ra; họ kêu tao là gà mái giờ. Đừng có dỉ hơi ra nghe không?" Người đàn bà, lạ tai về việc nầy, lại biết bao nhiêu chuyện khác, bèn tin sự ấy, hứa một hai chẳng hở môi ra; mà thề đó quên đó, người vợ, chẳng dè lại ít khôn ngoan, khi trời mới vừa sáng thì đã ra khỏi giường, chạy lại nhà người lân cận mà nói rằng: "Chị nè, có xảy đến một chuyện kì, mà đừng có nhạy miệng, hễ chị nói ra, thì tôi có đòn, chồng tôi mới đẻ một trứng lớn bằng bốn cái. Nói cho có trời, đừng có bọc với ai sự kín đó.

Thiếm kia rằng: chị khéo dỡn?

Ờ! Chị lạ tôi lắm há. Ê! Khéo sợ thì thôi." Vợ người đẻ trứng quày ra về. Con mẹ nầy đà ngứa mồm bắt muốn nói: nó đi bán rao hơn mười chỗ: chẳng phải một trứng mà nói cho tới ba. Ấy cũng chưa mấy; vì một thiếm khác nói tới bốn trứng, lại kề tai mà kể chuyện: dặn dò ích gì, vì điều ấy đà hết kín rồi. Trứng ấy đồn vậy ra miệng kia qua miệng nọ nở lần ra mãi, chưa tới một ngày nó tăng lên ngót trót trăm.

Tê-lê-mặc phiêu lưu ký, dịch *Les aventures de Télémaque* của Fénelon. Livre premier suive du "Châu tử gia huấn" traduits en vers annamites pour la première fois (Saigon: Rey et Curiol, 1887 - 24 p.) Chuyện Tê-lê-mặc gặp tình cờ của Fenelon dịch theo thể lục bát và đã khởi đăng trên *Gia Định báo* từ số 25 ngày 20-6-1885.

Phiên âm chữ Nôm

Tuồng Kim-Vân-Kiều / Tragédie de Kim-Vân-Kiều, pièce en trois actes, transcrite en quốc-ngữ pour la première fois (Saigon: Rey, Curiol et Cie, 1896, acte I. - 24 p. ; 1897, actes II-III, 48 p.; tái bản: S.: H.-K. Danh, 1914). Phiên âm vở tuồng chữ Nôm, nghi vấn không rõ họ Trương phiên âm từ của "Lãm túy hiên truyện" của Thám hoa Ngụy Khắc Đản hay của Thủ khoa Bùi Hữu Nghĩa.

Phong thần Bá-Ấp-khảo / Tragédie de Bá-Ấp-Khảo transcrite en Quấc-ngữ. (Saigon: Rey, Curiol et Cie, 1896, 3e édition - 24 p.) Phiên âm từ chữ Nôm, vở tuồng gồm 4 hồi, lấy tích ở truyện Phong thần - về sau được dịch ra tiếng Pháp bởi GS M. Chéon đăng tạp chí *Excursions et reconnaissances* trên hai số 31 và 32, 1889, và xuất bản cùng năm.

Dịch thuật văn học Trung-Hoa

Ông cũng là nhà dịch giả đầu tiên đã chuyển dịch thơ văn chữ Hán sang chữ Quốc-ngữ với hai tập *Cổ Văn Chơn Bửu* và *Ca Từ Diễn Nghĩa* xuất bản cùng năm 1896. Cuốn đầu gồm 18 vài cổ văn, cuốn sau gồm thơ cổ điển như Đường thi, Chính khí ca, Liên Xương cung từ, Tô Huệ hồi văn và Hiếu thuận ca.

Ca Từ Diễn Nghĩa / Trésor poétique chinois traduit en vers annamites, I. (Saigon: Rey, Curiol et Cie, 1896 - 16 p.) biên dịch những áng văn cổ điển của Trung Hoa sang chữ Quốc-ngữ: Chánh Khí Ca, Liên Xương cung từ của Nguyên Thực, Đường thi, Tô Huệ Hồi văn, Hiếu Thuận ca Chúc-Trực-Thanh, mỗi bài gồm nguyên văn chữ Hán, dịch ra văn vần và giải thích bằng chữ Quốc-ngữ.

Bản dịch Chánh Khí Ca của Văn Thiên Tường:

Khí trời chánh, khí đất tinh,

Xen làm cho vật nên hình nên thân;
Dưới thì sông toả núi phân,
Trên thì nhựt nguyệt tinh thần bủa dăn;
Nơi người khí lớn không ngăn,
Phới đầy ra đẩy lấp vầng mờ xanh;
Đường to đương lặng đương bình,
Ngậm hoà phun chốn triều đình thảnh thơi;
Thuở cùng bèn rỏ nết người,
Thảy đều chép để rạng ngời sử kinh;
Tại Tề, Thái Sử thẻ xanh,
Đổng Hồ tại Tấn củng rành bút son;
Tại Tần dùi sắt Trương Lương,
Hán thời Tô Võ giữ thường tiết mao;
Đầu ông Nghiêm Tướng chi nao,
Máu ông Kê Thiệu thấm vào áo vua;
Thơ Dương liễu thát mắng đùa,
Lưỡi ông Nhan Cảo chẳng lùa cùng ai;
Đội mủ đen, mặc áo gai,
Liêu Đông ngợi nết khen tài Quản Ninh;
Hoặc là lời biểu Khổng Minh,
Quỉ hung nớp sợ, thần linh phò trì;
Hoặc chèo gõ giữa sông thề,
Gồm thâu Hồ Yêc đam về trung nguyên;
Hoặc là vụt hốt đánh lên,
Quơ ngang dọc tráng, gạt xiên xẹo đầu;
Ấy là khí khái làu làu,
Cho hay lừng lẫy bao lâu củng còn;
Dương chen nhựt rạng nguyệt tròn,
Sống đâu có tưởng, thát dường chẳng lo;
Đất diềng nhờ lấy lập cho,
Cột trời nhờ lấy cao so chi tày;
Ba diềng thiệt mạng buột ngay,
Trong đàng đạo nghĩa gốc nầy là chung;
Gặp hồi Tống mạt thảm hung,
Tôi ngây không sức, tớ khùn hết phương;
Sở tù cột dải mão trung,

Cho xe đưa tới bắc cùng thảm thương;
Đảnh đồng vạc sắt tợ đường,
Cầu không hay đặng, nào tưởng bởi ai;
Phòng mờ êm lửa ma trơi,
Viện xuân đóng bít ngỡ trời tối luôn;
Ngựa trâu cầm nhốt một chuồng,
Gà ăn đậu chỗ phụng hoàng vì ai;
Chịu mưa chịu móc một mai,
Phận đành gầy ốm thát nơi rạch ngòi;
Như vầy hai nắng lạnh rồi,
Khí hung trăm giống đổi dời mình chăng;
Thương thay bùn lấm một trường,
Làm cho ta tưởng nước bằng an vui;
Có đâu khéo tới dối lui,
Tại âm dương chẳng đặng xui hại người;
Nhìn đây rở rở còn hoài,
Ngước xem mây trắng dăn bài trên không;
Ta lo thảm thảm trong lòng,
Trời xanh sao có quanh vòng vẫn xa;
Người hay ngày đả cách ta,
Song le phép tắc ghi là từ xưa;
Gió thềm đọc sách đong đưa,
Gương xưa dọi mặt, đạo xưa soi lòng.

Đoạn đầu và cuối bài Tô Huệ Hồi Văn:

Chàng vâng hoàng chiếu thú an biên,
Đưa tới Hà-kiều rẻ thảm riêng,
Ngậm thở ngùi than ngừng giọt lụy,
Ân tình xa cách chớ hề quên.
  Đi ra tin đứt có dè sao!
Màn trướng đầu xuân ấm đặng nào!
Dưới bụi quỳnh diêu rêu biếc láng,
San hô trong trướng bụi hồng bao.
  (...) Ba xuân hồng nhạn tiếng qua sông,
Ấy đó người lìa đứt ruột trông,
Chưa đứt dây đờn lòng đã đứt,

Đã xong mối thảm, khúc chưa xong.
  Chàng nay nhớ thiếp nặng bằng non,
Thiếp cũng nhớ chàng mỗi phút luôn,
Một bổn dệt đem dâng cúng chúa,
Cầu tha chồng thiếp sớm về cùng.

Sách giáo khoa

Trương Minh Ký luôn đi tìm những phương pháp sư phạm hay và dễ dàng cho việc học tiếng Việt, chữ Hán và tiếng Pháp. Trước hết là bộ **sách dạy chữ Hán** cũng là môn dạy bước đầu sự nghiệp sư phạm của ông:

Ấu Học Khải Mông / Cours gradué de langue chinoise écrite (Saigon: Rey, Curiol et Cie, 1892 - 32 p. Phần 1 của bộ sách gồm những bài học chữ Hán với phương pháp mới phỏng theo cách dạy của hai ông Ollendorf và Des Michels. Bản sách *Ấu Học Khải Mông Diễn Nghĩa* (1899) dành cho thầy giáo.

Phần 2: ***Hiếu Kinh Diễn Nghĩa*** / Les entretiens sur la piété filiale, 2e partie du cours gradué de langue chinoise écrite (3 thứ tiếng; Saigon: Rey, Curiol et Cie, 1893. 13, 19 p.) với tiêu-ngữ "Nhược thăng cao, tất tự hạ; nhược trắc hà, tất tự nhĩ -Y Doãn". Phần tiếng Pháp 18 chương dựa theo bản dịch của Léon de Rosny, tiếp theo là Hiếu Kinh Diễn Ca bản chữ Hán được Trương Minh Ký "soạn" dịch ra Quốc-ngữ, diễn ca và giải thích; tất cả dùng những bài học về chữ Hiếu và đôi khi bàn rộng hơn những đề tài tương cận; mở đầu với Lời Khuyên của ông:

"Văn pháp, lục thơ, điển cố, thông,
Kẻ mười người một, tới nên đồng,
Yên trên trị dưới, ai không chịu?
Vậy thảo là hay, phải gắn(g) công"

Phần 3 là ***Tiểu học gia ngôn*** *diễn nghĩa* / Petite étude chinoise écrite, 3e partie [de l'élève] (Saigon: Rey, Curiol et Cie, 1896. 32 p.) *Introduction à l'étude chinoise*. Cours gradué de langue chinoise écrite. 3e partie du maître: initiation à l'étude chinoise: cours gradué de langue chinoise (Saigon: Rey, 1896; tb 1899. VII-65 p.). Cho người học chữ Hán với những câu châm ngôn, những câu chuyện xưa giảng giải nhằm giáo huấn những luân lý được rút ra từ sách Tiểu học của Chu Hy.

Phần 4 tiếp theo là ***Cổ Văn Chơn Bửu*** / Morceaux choisis de littérature chinoise. Quatrième partie du Cours gradué de langue chinoise écrite. (Saigon: Rey, Curiol et Cie, 1896. 32 p.) gồm 18 bài văn dịch thuật từ một tuyển tập cổ văn của Tả thị và hợp tuyển nhiều bài của nhiều tác giả cổ điển Trung Hoa khác.

Ngoài ra, ông còn soạn ***Hán Học Tân Lương*** / Cours pratique et gradué de langue chinoise écrite à l'usage des Européens en cinquante leçons (Saigon: Rey, 1899 - 32 p.) dạy người nói tiếng Pháp muốn học chữ Hán theo phương pháp Âu châu.

Trị gia cách ngôn khuyến hiếu ca / Préceptes de morale chinoise traduits en vers annamites (Saigon: Rey, Curiol et Cie, 1895. 17 p.; 2e éd. 1895, 15 p.), "Hiếu đức chi bổn dã - La piété filiale est l'origine de la vertu"; gồm những bản dịch các tác phẩm Trị gia cách ngôn của Châu Bá Lư, Khuyến hiếu ca của Vương Trung Thơ, Phụ bát phản ca và Họa sơn thủy ca của Ngô Dung.

Sách dạy học tiếng Việt

Quấc Ngữ Sơ Giai / Syllabaire quấc ngữ. Còn có tựa sách *Premières lectures enfantines* (Saigon: Rey et Curiol, 1895. 8 p.; tái bản 1897, 1898 édition illustrée) "L'étude fait acquérir l'amour du travail". Bài học chữ Quốc-ngữ abc, về các thanh, dấu, và bài đọc thơ và văn xuôi mẫu.

Cours d'Annamite (section indigène). Soạn chung với J. Chéon (Saigon: Collège des Interprètes, 1886 - autographié ; in-4°)

Leçon de langue annamite Cours autographié au collège des Interprètes; soạn chung với J. Chéon (Saigon: Collège des Interprètes, 1886).

Cours d'Annamite (section indigène) (Saigon: Collège des Interprètes, 1986; 1887 - 302, 39 p.). In thạch bản.

Thi Pháp Nhập Môn / Traité de versification annamite (Saigon: Rey, 1898-édition illustrée. 32 p.). Về luật bằng trắc trong các thể loại thơ nhắm hướng dẫn người mới tập làm thơ có thể làm thơ đúng vần, đúng luật, giảng giải dựa theo mẫu đề tài từ thơ Trung Hoa nhưng cắt nghĩa, thí dụ thơ Việt về các nhân vật, muông thú hoặc đồ vật thông dụng kèm hình ảnh. Nếu so với các sách sau đó viết về cùng đề tài thì cuốn của Trương Minh Ký là một bảng tóm lược sơ sài về phép làm thơ.

Sự nghiệp Trương Minh Ký khác Trương Vĩnh Ký ở chỗ ông còn là tác-giả sách bằng **tiếng Pháp** như *Pháp học tân lương* / Cours gradué de langue francaise en 100 leçons, *Tập dạy học tiếng Phansa và tiếng Annam* / Méthode pour apprendre le français et l'annamite và ông đã là người đi tiên phong trong việc dịch thuật tác phẩm văn học Pháp sang chữ Quốc-ngữ như dịch thơ ngụ ngôn của La Fontaine (đăng báo 1884-1885) và xuất bản *Truyện Phansa diễn ra Quốc-ngữ*, *Les aventures de Télémaque* de Fénelon, *Phú bần truyện diễn ca* / Riche et Pauvre và *Morceaux choisis* (1884) ra chữ Quốc-ngữ.

Pháp học Tân Lương / *Cours gradué de langue francaise* en 100 leçons / (Saigon: Claude et Cie, 1893. 312 p.). Phần đầu "Tụ thỉu thành đa - Plusieurs peu font un beaucoup". 100 bài học về từ ngữ và văn phạm tiếng Pháp, với lời khuyên mở đầu:

"*Rừng biển khéo dò ắt được thông,*
Kẻ mau người chậm tới nên đồng,
Trên đời nào có đ(i)ều chi khó,
Muốn đến cao sâu phải gắn(g) công".

Cours gradué de langue française à l'usage des annamites (1895).

Tập dạy học tiếng Phansa và tiếng Annam / Méthode pour apprendre le français et l'annamite, 1er partie. (Saigon: Rey, Curiol et Cie, 1892. 32 p.; tb 1893). Bìa sách ghi thêm châm ngôn - như nhiều sách khác của ông: "Gardez-vous de la routine, c'est la mort de l'enseignement-Matter". Sách dạy cấu trúc và nghĩa của từ, câu và bài tập đọc tiếng Pháp kèm bản dịch tiếng Việt.

Ngoài ra, Trương Minh Ký còn biên soạn tuyển tập ***Câu Hát***

Annam / Chanson annamite (Saigonl. n. d- 32 p.) sưu tầm những câu dân ca và ca dao của người Việt. Hiện thư tịch có ghi với số trang nhưng không còn dấu vết văn bản cũng như năm và nơi xuất bản.

Ngoài ra ông còn có những dịch thuật mới chỉ đăng trên *Gia Định báo* như: **Truyện nhi đồng Francinet** (truyện dịch từ văn học Pháp, *Gia Định báo* bắt đầu đăng từ số 36 ngày 5-9-1885), **Lục súc tranh công** (tác phẩm phiên âm chữ Nôm sang chữ Quốc-ngữ, đăng *Gia Định báo* từ số 2 ngày 13-1-1891), **Phansa quốc sử diễn ca** (lịch sử nước Pháp được phiên dịch thành chữ Quốc-ngữ dưới hình thức thơ song thất lục bát; đăng *Gia Định báo* từ số 14 ngày 7-4-1891), **Nhị thập tứ hiếu** (tác phẩm phiên âm chữ Nôm ra chữ Quốc-ngữ; đăng *Gia Định báo* từ số 49 ngày 8-12-1896), **Quốc phong** (dịch chữ Hán thơ Quốc phong Kinh Thi ra chữ Quốc-ngữ, trích từ Kinh thi, đăng GĐB từ ngày 28-6-1896), **Đại Nam quốc sử diễn ca** (phiên âm chữ Nôm ra chữ Quốc-ngữ; đăng *Gia Định báo* từ ngày 3-8-1897), **Phương ngôn ngạn ngữ** (sưu tầm; đăng *Gia Định báo* từ ngày 24-8-1897) và **Nhị thập tứ hiếu diễn ca** / Vingt-quatre actes de Piété filiale, v.v.

*

Trương Minh Ký được biết là nhà giáo và nhà báo, nhà văn và soạn tuồng chữ Quốc-ngữ đầu tiên đã góp nhiều phần dựng nên nền văn-học chữ Quốc-ngữ ở nửa cuối thế kỷ XIX. Ông cũng là dịch-giả tiên phong trong việc phiên dịch văn học Âu Tây bên cạnh các tác phẩm chữ Hán và chữ Nôm. Sự nghiệp văn hóa, giáo dục của ông từ hơn một thế kỷ qua đã không được đánh giá đúng mức. Những năm gần đây, trong đà nhìn nhận và khôi phục diện mạo văn học Quốc-ngữ ở miền Nam cuối thế kỷ XIX, đã có những nhà nghiên cứu, biên soạn và sinh viên đại học tìm đến tác phẩm và đưa ra ánh sáng các tác phẩm và thân thế một Trương Minh Ký đặc biệt dù ông mất sớm, năm 45 tuổi.

Nguyễn Trọng Quản, Hồ Biểu Chánh và ảnh hưởng Âu-Tây trong thể-loại tiểu-thuyết thời đầu

Trong bài này chúng tôi trở lại thời bình-minh của văn-học chữ Quốc-ngữ cũng là thời kỳ tiếp xúc ban đầu của văn-học Việt-Nam với văn-học Pháp để truy tìm tư trào hiện đại và ảnh-hưởng của văn-học Âu-tây qua tác-giả tiền phong Nguyễn Trọng Quản trong viễn tượng phân tích và phê phán. Tác-phẩm của Hồ Biểu-Chánh cũng cho thấy những ảnh-hưởng Âu Tây khác, chúng tôi sẽ trở lại một dịp khác. Việc tiếp xúc văn hóa Tây-phương qua thể-loại, kỹ thuật và bút pháp, nếu có thì chúng đã ảnh-hưởng như thế nào trong đường hướng và kỹ thuật sáng tác của ông cũng như định vị trí của tác-phẩm ông trong tranh luận về *chủ nghĩa văn-hóa thực-dân, hậu thực-dân và hậu ngoại-thuộc.*

Để hiểu bối cảnh ra đời của thể loại tiểu-thuyết chữ Quốc-ngữ với tác-phẩm đầu tiên hết thảy, truyện *Thầy Lazarô Phiền* của Nguyễn Trọng Quản, chúng ta phải ngược đường lịch-sử lùi đến Trương Vĩnh Ký, thầy của ông. Thật vậy, sau chuyến Âu-du 1863-1864 với tư cách thông ngôn chính thức cho sứ bộ Phan Thanh Giản đã có cơ hội tiếp xúc với văn minh Âu-châu có thể đã cho ông những kỳ vọng về khả năng canh tân và phát triển phong hóa và văn minh Việt-Nam bằng cách tiếp nhận văn hóa và kỹ thuật phương Tây, cùng lúc làm sống lại các thành tố văn hóa cố hữu của Đông-phương. Năm 1880, Trương Vĩnh Ký cũng từng nhắn gửi đoàn sinh viên trong đó có Diệp Văn Cương và Nguyễn Trọng Quản do Trương Minh Ký hướng dẫn sang Alger (Bắc Phi) du học; ông đã tiễn dặn họ: *"Hãy đi đi và hãy trở về, như những con chim, biết tha những cọng cỏ khô làm tổ hạnh phúc cho dân tộc mình"*. Khi viết *Thầy Lazarô Phiền*, trong lời tặng bằng tiếng Pháp gởi Diệp Văn Cương và các bạn Việt-Nam cùng học ở trường Trung học Alger, Nguyễn Trọng Quản đã nhắc lại *"kỷ niệm những buổi tối êm đẹp vào dịp hè đi dạo trong vườn Merenge dưới ánh trăng mập mờ, miệng ngậm điếu thuốc bị cấm hút, mơ ước cho xứ Nam Kỳ yêu quý của chúng ta một tương lai xán lạn tiến bộ và văn minh, và cuốn sách nhỏ này là một đóng góp thực hiện mơ ước thuở xưa"* (*... nous allions rêvant tout haut pour notre chère Cochinchine, un avenir brillant de lumière, de progrès et de civilisation ...*") (1).

Lục-Tỉnh Tân Văn số 33 (2/7/1908) trong bài "Đi học phương xa" tường thuật bữa tiệc do ông Trần Chánh Chiếu, chủ bút *Lục-Tỉnh Tân Văn* tổ chức để đãi các học sinh đi du học Pháp - một trong các sinh hoạt của phong trào Duy Tân ở miền Nam thời đó do ông Phủ Chiếu cầm đầu, có đăng lời chúc của ông Chiếu, sau đó là lời phát biểu của ông Nguyễn Trọng Quản, cựu Giám đốc trường Sơ học Nam kỳ:

"Tình cờ tới đây gặp ông Gilbert Chiếu đãi bữa mấy trò qua Tây đi học thì tôi lấy làm mừng, nhơn dịp tôi xin nói một ít lời: Tôi cũng có đi qua Tây học, nhưng mà lúc tôi đi thì chưa đặng hiểu rõ đàng đi nước bước cho lắm, cho nên học tới đâu hay tới đó, mà nay nhờ ơn Trời bền chí học thêm cũng biết đủ với đời. Chớ còn như các trò đây thiệt là rất có phước, có người đắc kẻ chỉ dẫn về phương học, cách thể, mau thông mau giỏi khỏi mất thời giờ. Như cha mẹ các trò, bởi nghe lời ông Phủ đây khuyên bảo, nên mới xuất tiền bạc cho các trò

đi Tây. Nay ra đi, lại có ông Salles là Cựu quan Thanh tra dìu dắt, chỉ vẽ mọi điều khỏi sợ khỏi lo, ấy thiệt là đại phước.

Đi học bên Tây, không phải là đi học văn chương chữ nghĩa mà thôi, mà lại phải học cho hiểu, cho rõ phong tục người Lang Sa ta, phải học cho biết cách ăn thói ở người ta, phải học cho hiểu nghề làm ăn, cách buôn bán, việc ruộng nương trồng tỉa người ta, phải học cho biết đặng rộng suy rộng nghĩ, phải học cho biết ở đồng tâm đồng lực với người đồng bang mình, phải học cho trí tỏa, lượng rộng, cho lòng ngay dạ thẳng, ấy là cái điều cũng phải học nữa.

Các trò cũng chẳng nên qua nước Lang Sa mà học, có ý cho đặng ngày sau về ỷ mình học hành thông thái mà hà hiếp con dân nước mình, không có dân thì lấy ai mà nạp thuế, chịu sưu cho có tiền Nhà nước bắt cầu làm lộ, phát bổng lộc cho ông huyện ông phủ, thầy ký thầy thông, mấy trò cũng chẳng nên châu chí một lòng về làm ông kia ông nọ, mà bỏ việc ích nước lợi dân. Không. Xứ ta đây viên quan cũng đủ, người làm việc nước cũng nhiều, nếu các trò về mà thêm số hơn nữa thì có ích lợi đâu? Phải học về mà làm cho nước cho dân đặng hưng sùng thạnh lợi, cho việc buôn bán nước ta càng ngày tấn tới, cho việc ruộng nương nước ta đặng mở mang hơn nữa, ấy học như vậy mới nên là người có ích, chẳng phải là có quyền chức người ta mới cung mới kính, người có tài ta cũng đáng kính đáng vì, mà nếu có tài mà lại biết giúp đỡ con dân thì người ta lại càng thêm yêu thêm phục hơn nữa. Như các trò có ý đi học về rồi quên kẻ đồng bang, khinh người dân dã, chẳng làm ích gì cho xứ mình, thôi thì ở nhà đi làm ruộng còn khá hơn" (tr. 3-4) (2).

Nguyễn Trọng Quản ngoài cuốn *Thầy Lazarô Phiền* đã làm báo, viết sách giáo khoa, dạy học; quận công Diệp Văn Cương viết báo và chủ bút tờ *Phan Yên Báo* 1898 một thời gian ngắn, Trương Minh Ký làm báo, dịch và viết văn làm sách (*Tuồng Joseph* 1887, dịch thơ ngụ ngôn La Fontaine 1884,...), v.v. Như vậy đã rõ, Trương Vĩnh Ký và các môn sinh đã thực sự tin tưởng ở quá trình tiếp thụ văn hóa Âu-tây sẽ giúp Việt-Nam thời bấy giờ đạt được văn minh tiến bộ và từ đó, thủ đắc độc lập, một lòng tin xuất phát từ quan sát thực tế và lòng yêu nước không thể nghi ngờ dù ở những thập niên cuối của thế kỷ XX, ý hướng và xử-sự của họ đã bị xuyên tạc và kết án vu vơ!

Riêng Nguyễn Trọng Quản đã đi đến thái độ tiếp thu kỹ thuật Tây-phương và ở đây là kỹ thuật viết tiểu-thuyết, với lời văn của ngôn-ngữ đời thường - bỏ hẳn văn biền ngẫu. Tuy nhiên người khởi xướng việc viết văn như lời nói thường không phải là Nguyễn Trọng Quản, mà là thầy của ông: Trương Vĩnh Ký. Nhưng là một học giả, họ Trương chỉ thực hiện chủ trương này trong văn khảo cứu hay khi ghi chép chuyện đời xưa và du hành. Chính Nguyễn Trọng Quản, với truyện *Thầy Lazarô Phiền*, mới là người đầu tiên đưa lời nói đời thường vào sáng tác văn-chương.

Khi Nguyễn Trọng Quản viết và xuất bản *Thầy Lazarô Phiền* thì khắp nước Việt-Nam là thời thịnh hành của văn-học chữ Hán và chữ Nôm. Mặt khác, ở Nguyễn Trọng Quản có thể có ảnh hưởng của văn tự-sự Nôm Công giáo (và quốc-ngữ bước đầu) vốn đã trưởng thành qua nhiều thế kỷ như một dòng văn-học tôn-giáo đặc thù với những nét riêng, qua các sách kinh của Nhà Chung, "Truyện các Thánh" từ Maiorica (thế kỷ XVI) đến sau đó. Nguyễn Trọng Quản cũng như thầy ông và các trang lứa đương thời (cả Trương Minh Ký, người ngoài Công-giáo, tác-giả *Tuồng Joseph*) đã làm quen với văn như ngôn-ngữ đời thường của văn xuôi Công giáo. Trong những "Truyện các Thánh" chẳng hạn, văn biền ngẫu rất ít và việc sử-dụng từ Hán Việt cũng khá hạn chế, lời văn ngắn gọn, thanh âm (để được đọc) mà ngữ pháp cũng đã khá hệ thống cũng như các tính từ, từ láy cùng từ tiếp câu được sử-dụng khá tinh luyện - nói chung là một nền văn-học 'bạch thoại' khác xa văn-học 'bác học' ảnh-hưởng chữ Hán.

Thầy Lazarô Phiền

Tác-giả *Thầy Lazarô Phiền* là Nguyễn Trọng Quản, sinh năm 1865 tại Bà-Rịa và mất năm 1911, tên thánh rửa tội là Jean-Baptiste và tên thánh thêm sức là Pétrus. Ông là môn sinh và về sau làm con rể của Trương Vĩnh Ký (NTQ chồng bà Trương Thị Tự và là thân phụ Nguyễn Trọng Đắc, người dịch cuốn truyện *Thầy Lazarô Phiền* ra tiếng Pháp) (3). Về nước, ông làm hiệu trưởng Trường Sơ Học Nam-kỳ (Collège d'Adran) tại Sàigòn từ năm 1890 đến 1902, viết bài đăng trên *Gia-Định Báo* và là người đầu tiên minh họa ấn phẩm tiểu-thuyết chữ Quốc-ngữ như *Phan Yên Ngoại Sử Tiết phụ gian truân* của Trương Duy Toản năm 1910. Ngoài *Thầy Lazarô Phiền*, ông còn có những tựa "Sách làm rồi - đang in" ghi trên hàng chữ "bản in nhà hàng Rey et Curiol" là một nhà in/xuất bản khác, nhưng nay không dấu vết thư tịch Pháp cũng như Việt-Nam, đó là "Truyện bốn anh tài Chà và cùng truyện tầm phào chẳng nên đọc", "Kim vọng phu truyện" và tác-giả một số bài báo đăng trên *Bulletin de la Société des études indochinoises* năm 1888) (4).

Văn-học chữ Quốc-ngữ Việt-Nam khởi đầu với tờ *Gia-Định Báo* năm 1865 và Nguyễn Trọng Quản là nhà văn tiên phong mở đường cho thể loại tiểu-thuyết với truyện *Thầy Lazarô Phiền*, phụ đề 'conte moderne', được sáng tác năm 1886; ông viết tựa đề ngày 1 tháng 12 năm 1886, và được nhà in J. Limage, Librairie - Editeur, đường

Catinat Sàigòn, ấn hành năm 1887 ấn bản đầu in 3 ngàn cuốn và được tái bản nhiều lần (5). Lịch sử cho biết rằng ở Tây-phương, thế giới giả tưởng của tiểu-thuyết đã đến với người đọc khi Walter Scott xuất bản *Ivanhoé* năm 1819, như vậy chỉ gần 70 năm sau, thể loại tiểu-thuyết theo định nghĩa này đã đến đất nước Việt-Nam. Truyện chỉ gồm 28 trang, khổ 12 x 19 cm, nhưng đã có những tiêu chuẩn của một tiểu-thuyết: một câu chuyện liên tục, tình tiết gây cấn, có phân tích tâm lý, đối thoại và nhân vật có cá tính. Văn bản ngắn, một loại tiểu-thuyết *chớp* nói theo ngôn-ngữ ngày nay, nhưng tác-giả đã ghi lại tổng thể của câu chuyện và nắm bắt được hết cá-tính của các nhân vật. Nói đến cá tính vì truyện Nôm trước đó đã có nhưng ở thể loại văn vần và nhân vật luôn điển hình: Thiện luôn thắng Ác và ở hiền thì gặp lành.

Truyện được chia làm 10 phần và đã là một tiểu-thuyết đúng nghĩa như nhiều tiểu-thuyết Âu châu thời tác giả: tác giả viết một câu chuyện, về một con người, một vài nhân vật, trong tương giao với những người khác, với cái nhìn về những con người đó. Tác giả tin tưởng và đề cao một số lý tưởng văn hóa đạo đức căn bản của thời đại, tin ở một trật tự và tin ở lương tâm con người. Câu chuyện về thầy Lazarô Phiền nhưng tác giả còn cho thấy con người sống ra sao, xử sự thế nào, tình cảm biến chuyển ra sao, tin tưởng đạo đức luân lý thế nào, v.v. Một tiểu-thuyết "ngắn hơi", thắt mở đầy đủ, như một truyện vừa. 'tiểu-thuyết' là một thể loại văn-chương, không cứ phải dài, và còn có thể là văn vần. Hơn nữa, tác giả đã gọi tác phẩm của mình là 'truyện' tức tiểu-thuyết để phân biệt với loại truyện-chí tức truyện Tàu!

Trong lời *Tựa* viết tại Khánh Hội ngày 1 tháng 12 năm 1886, Nguyễn Trọng Quản cho biết: " *Cao nhơn tất hữu cao nhơn trị; học chí như ngu thị vị thiền*'! Ấy là lời đứng hiền nhơn ta đã nói thuở xưa; có lời khác rằng: 'dầu học thế nào thì tôi cũng biết có một điều nầy mà thôi: là tôi chẳng biết gì hết'! Ấy là tiếng một đứng trong bảy đứng khôn ngoan nước Grèco đã xưng ra đời trước. Bởi vậy, lấy đó làm gốc, cùng xem lại tài trí tôi là như tro bụi, khi sánh với nhiều kẻ đời ta thì tôi chẳng có ý làm sách nầy cho đặng khoe tài hay khoe trí; tôi một có ý dụng lấy tiếng thường mọi người hàng nói mà làm ra một truyện hầu cho kẻ sau coi mà bày đặt cùng in ra ít nhiều truyện hay; trước là làm cho con trẻ ham vui mà tập đọc, sau là làm cho dân các xứ biết rằng: người Annam sánh trí sánh tài thì cũng chẳng thua ai".

Ông thêm: *"Đã biết rằng: xưa nay dân ta chẳng thiếu chi thơ, văn, phú, truyện nói về những đứng anh hùng hào kiệt, những tay tài cao chí cả rồi đó; mà những đứng ấy thuộc về đời xưa chớ đời nay chẳng còn nữa. Bởi đó tôi mới giám bày đặt một **truyện** đời này là sự thường có trước mắt ta luôn"* (6). Ông nhấn mạnh viết "truyện" hàm ý không viết lại "chuyện"!

Qua những lời trên chúng ta hiểu được quan điểm về sáng tác của người viết sách đồng thời tác giả còn muốn làm sao cho người các nước khác biết rằng người Việt-Nam "nếu đem sánh trí sánh tài thì cũng chẳng thua ai". Khẳng định dùng chữ quốc-ngữ để sáng tác cho hôm nay, tức là ông đã dứt khoát muốn cắt đứt ảnh-hưởng Bắc-thuộc! Lời *Tựa* này của Nguyễn Trọng Quản khẳng định bước đầu của ông về thể-loại tiểu-thuyết văn xuôi và bằng chữ quốc-ngữ. Và *Thầy Lazarô Phiền* đã chứng tỏ có hình thức và nội dung, ý thức văn-học cùng quan niệm thẩm mỹ như một tiểu-thuyết Âu-tây thời đó. Chúng tôi tạm xem tiểu-thuyết là một thể loại, có thể ngắn, như Thầy Lazarô Phiền của Nguyễn Trọng Quản; và khi nói 'truyện ngắn, truyện dài' là gọi theo hình thức tác phẩm. Tuy nhiên chưa có thống nhất cách dùng, vì trước đây tiểu-thuyết còn được phân biệt trường thiên và đoản thiên; do đó có người đã gọi truyện ngắn là tiểu-thuyết như Nhất Linh và Khái Hưng ở bìa tập truyện ngắn *Anh Phải Sống* đã ghi là "tiểu-thuyết". Bùi Đức Tịnh (1974) (7) gọi truyện Thầy Lazarô Phiền là 'tiểu-thuyết' trong khi Nguyễn Văn Trung (1987) và Thế Uyên (1991) thì xem đây là "truyện ngắn" Quốc-ngữ đầu tiên của Việt-Nam, có thể do số trang (8).

Truyện chỉ gồm 28 trang nhưng đã gây được phần nào sự chú ý vì viết theo lối Tây-phương, được A. Chéon, phó công-sứ phụ trách các lớp học tiếng Việt và Hoa, dịch và chú thích vào những năm cuối thế kỷ XIX (in trong tập *Recueil de cent textes annamites annotés et traduits et faisant suite au cours d'annamite* (9), và đến năm 1934, được Nguyễn Trọng Đắc dịch trọn văn-bản, *L'histoire de Lazarô Phiền* (10). Từ sau 1974, giai đoạn văn-học thời khởi đầu từ trong Nam được chú ý đến và trong cũng như ngoài nước, đã có những tiểu luận và chương sách khai phá, nghiên cứu của người Việt cũng như Mỹ, Pháp. Nay thì vị trí tiên phong và giá trị văn-chương của truyện *Thầy Lazarô Phiền* đã được hiển nhiên xác nhận.

Thầy Lazarô Phiền đã mở đường cho thể loại tiểu-thuyết bằng chữ Quốc-ngữ vừa hiện đại hóa thể loại này, nhưng có thể quá *mới*, quá *"Tây"*, quá *cách mạng*, ở vào cái thời gọi là chuyển tiếp từ văn-học Hán-Nôm truyền thống sang chữ Quốc-ngữ, nên đã không gây được sự chú ý, không gây được phong trào và không được tiếp nối ngay. Tác-giả Nguyễn Trọng Quản đã khá cô đơn khi muốn đem thể loại tiểu-thuyết hiện đại đến với người đọc, thực hiện giấc mơ hiện đại về văn hóa mà cũng có thể xem là cuộc 'cách mạng văn hóa' đầu tiên! Khi viết truyện này, tác giả cho biết ông đã thực hiện "mơ ước cho xứ Nam kỳ thân yêu của chúng ta một tương lai chói rạng ánh sáng, tiến bộ và văn minh (1). Nói như Bằng Giang (11), ông là một "tác giả cô đơn không có bạn đồng hành trong thể loại của mình" - tức tiểu-thuyết, cho đến một năm trước khi ông qua đời (1911), tức 23 năm sau, lúc ấy mới có *Phan Yên Ngoại Sử* của Trương Duy Toản và *Hoàng Tố Anh Hàm Oan* của Trần Thiên Trung tức Trần Chánh Chiếu, dù hai tác-phẩm này vẫn mang ảnh hưởng chữ Hán.

Tiểu-thuyết hiện đại là một thể loại văn xuôi được hư cấu, theo những chủ đề xác định hay có mục đích phản-ảnh bức tranh xã hội hiện thực rộng lớn và những vấn đề của con người, với phương tiện tường thuật, kể chuyện, qua những nhân vật đặc thù, với những không gian và sự kiện người đọc chưa từng thấy biết. Lối viết trong *Thầy Lazarô Phiền* có thể đã theo não-trạng (mentality) Tây-phương và người Công-giáo (do đó người Việt Công-giáo dễ đón nhận vì khá quen thuộc) nên quá mới và do đó xa lạ đối với cảm nhận của độc giả nói chung vốn đã quen thuộc với lối viết truyện-chí của Tàu: câu chuyện bao giờ cũng có hậu, kẻ lành được phục hồi, kẻ ác bị trừng trị, với câu văn biền ngẫu đối xứng, truyện có hồi, đoạn, vào đầu báo hiệu trước những sự kiện sắp kể, ở cuối hẹn tiếp, v.v.

Truyện của Nguyễn Trọng Quản đã rất mới về *tâm lý nhân vật*: trong *Thầy Lazarô Phiền*, nhân vật chính không hề chất vấn vợ cho ra phải lẽ, cứ im lặng, rồi hành động theo sự nghi ngờ, ghen tương và quyết đoán của mình. Bà vợ của thầy cũng vậy, tuyệt đối nín lặng, hiền lành, chung thủy, chịu chết một cách oan uổng, chỉ trước khi chết mới nói một lời. Thái độ của vợ chồng thầy Phiền đưa đến bi kịch vì không có đối thoại, trao đổi, để giải tỏa ngộ nhận... Còn cô vợ tên quan Ba, kẻ gây ra tội ác, thì lại không bị trừng phạt gì cả! Ba nhân vật chính trong truyện không phù hợp với tâm lý người Nam-kỳ, thường nói thẳng và không giữ bụng khi không cần thiết. Phải chăng đây là một lý do khác khiến truyện *Thầy Lazarô Phiền* đã không được đón nhận và gây được phản ứng tích cực? Ngoài ra, cách xây dựng nhân vật ở đây đặc biệt khác người, có thể vì nhân vật có thật và lại chỉ là những người thường mà không phải là những anh hùng liệt nữ như chính tác giả đã giới thiệu trong bài Tựa rằng *"những đứng anh hùng hào kiệt, những tay tài cao chí cả rồi đó; mà những đứng ấy thuộc về đời xưa chớ đời nay chẳng còn nữa. Bởi đó tôi mới giám bày đặt một truyện đời này là sự thường có trước mắt ta luôn, như vậy thì sẽ có nhiều người sẽ lấy lòng vui mà đọc; kẻ thì cho quen mặt chữ, người thì cho đặng giải phiền một giây..."* (6). Ý hướng và kỹ thuật của *Thầy Lazarô Phiền* đã mở đường soi lối cho các tiểu-thuyết tâm lý về sau.

Thật vậy, truyện *Thầy Lazarô Phiền* đã khác với văn-chương tự sự truyền thống với đặc điểm là *diễn tiến câu chuyện* thường phải tuân xuôi theo kết cấu cổ điển hội ngộ - lưu lạc - đoàn viên. Nguyễn Trọng Quản rời bỏ cái bố cục và trật tự quy tắc cổ điển đó, toàn bộ câu chuyện xoay quanh mối quan hệ giữa ba nhân vật: thầy Lazarô Phiền, vợ của thầy và người bạn chí cốt, Vêrô Liễu. Kết thúc truyện cũng là cái chết của cả ba nhân vật, người này nối tiếp người kia: một kết thúc đầy bất ngờ! Tự sự ở Nguyễn Trọng Quản nhắm thông điệp và kẻ mang thông điệp, do đó nội dung là những phân tích tâm lý và miêu tả đời sống nội tâm. Thể văn tự sự, trong đó mọi diễn tiến, tư duy tập trung vào thân phận của một nhân vật, từ khởi điểm đến hậu quả. Tự sự ở đây được khai triển để đạt đến một chủ đích (nào đó) hoặc đề tài của câu chuyện, với những kỹ thuật kết cấu và thắt mở câu chuyện lúc đó hãy còn xa lạ với người đọc.

Kỹ thuật kết cấu truyện *Thầy Lazarô Phiền*, dù là tác-phẩm bước đầu nhưng không thô sơ non kém như nhiều người nghĩ. Thô sơ nếu có thì đó là tâm thức của con người ở vào thời nửa cuối thế kỷ XIX. Do đó để phê phán, phải đặt tác-phẩm trong bối cảnh và thời đại xuất hiện và không thể dùng nhận thức văn-học hay tiến bộ văn minh của hôm nay. Nếu đặt truyện *Thầy Lazarô Phiền* trong tiến trình văn-học Việt-Nam, nghĩa là trong sự đối chiếu so sánh với những tác phẩm trước và sau nó, nhà nghiên cứu không thể không ghi nhận sự đổi mới kỹ thuật của truyện. Sự đổi mới ấy bất ngờ và mạnh mẽ đến nỗi những người sau đã không tiếp thu ngay. Hơn nữa, Nguyễn Trọng Quản có văn phong của ông. Viết một tiểu-thuyết là kể một câu chuyện, với khả năng tưởng tượng và khéo dùng hình ảnh, ngôn-ngữ và nhắm người đọc (đăng báo, xuất bản). Yếu tố 'câu chuyện' có thời sẽ mất quan trọng, nghĩa là không nhất thiết phải có một câu chuyện và không phải tuân theo, trình tự thời gian của các sự kiện, biến cố trong câu chuyện. Thường kỹ thuật tiểu-thuyết thâu tóm ở nhân vật, bối cảnh, biến cố khởi đầu, các động tác dồn dập đưa đến bất ngờ hoặc tột đỉnh tiểu-thuyết và cuối cùng kết thúc chuyện. Chủ đề, nội dung,... quan trọng ít nhiều, nhưng tác giả, người sáng tạo, dĩ nhiên phải làm chủ tình hình, chủ chiếc đũa sáng tạo. Chính kỹ thuật viết khiến các tác giả khác nhau, cũng như ở cách truyền đạt và sử-dụng ngôn từ. Một cuốn tiểu-thuyết, với độc giả trước hết là một 'câu chuyện'. Nhà tiểu-thuyết đích thực là người biết 'kể' bằng ngôn-ngữ một câu chuyện ra sao. Xây dựng cốt truyện là sợi chỉ nối các thay đổi của hành động, nhân vật và tư tưởng, một cốt truyện chặt chẽ phải lôi cuốn độc giả vào quá trình sáng tạo tác phẩm. Vì thế, nó đồng thời phải khả tín và hấp dẫn.

Nhưng trên và trước hết, tiểu-thuyết là chuyện không thật, chuyện 'bịa đặt' (tức hết còn tham chiếu theo kiểu 'trước đèn xem chuyện Tây Minh' hay 'cảo thơm lần giở trước đèn',...), nhưng ngòi bút của tác-giả có biến *bịa* thành *như thật* mới hấp dẫn được người đọc, tức phải hợp lý, có lý giải, để người đọc có thể tin được. Khác với nghệ thuật "bịa" theo kỹ thuật minh họa, rập khuôn cái có sẵn, dùng tiểu-thuyết như một phương tiện, trở thành con thuyền chở ý thức hệ, trở thành tuyên truyền, lẩn quẩn trong vòng đai phương tiện này, người gọi là làm văn-chương sẽ không phân biệt được hiện thực và cái phải thật, cái thật và cái như-thật, vì một truyện có thể có thực trong đời sống hằng ngày, hư cấu như thật. Trong khi đó, tiểu-thuyết như là nghệ thuật *hư cấu* (fiction) sáng tạo nên một cấu trúc chữ nghĩa từ tưởng tượng và từ những thực tại và sự kiện của đời sống hàng ngày, đó là hai đặc tính cùng hiện hữu ở thể loại tiểu-thuyết: hư cấu và sáng tạo. Hư cấu cho phép tác-giả làm sống lại những biến cố lịch sử và đồng thời nhân vật cũng không buộc phải theo nguyên mẫu ngoài đời. Nguyễn Trọng Quản đã khéo léo dùng kỹ thuật đồng hóa, ông dùng những phương thức chọn lọc, tổng hợp và sáng tạo để vẽ lại một bức tranh của đời sống. Do đó, hư cấu nghệ thuật trong tiểu-thuyết chứng minh tài sáng tạo của nhà văn. Kỹ thuật hư cấu do đó đã bắt đầu với Nguyễn Trọng Quản rồi đến Trương Duy Toản và Trần Thiên Trung, chứ không chỉ khởi từ Hồ Biểu-Chánh!

Tả thực đã là một thành tố quan trọng của quan niệm về tiểu-thuyết của Nguyễn Trọng Quản, vì trước đó văn-học truyền thống chỉ có kỹ thuật miêu tả theo lối chấm phá. Với phương Tây, tiểu-thuyết hiện đại đi đôi với kỹ thuật miêu tả và tả thực. Tả thực còn có nghĩa là đối lập với những gì hoang đường, dị đoan thường bắt gặp trong các chuyện kể thần thoại và trong các truyện dịch từ chữ Hán. Với *Thầy Lazarô Phiền*, tả thực ở đây gắn liền với phạm trù của cái có lý. Hoặc nói cái thực vì không cần tưởng tượng, vì cái thực đã quá sức tưởng tượng rồi, đã đủ khả năng gây xúc động nơi người đọc. Trong chiều hướng đó, tác giả có thể ghi rõ địa danh, thời gian xảy ra câu chuyện, hoặc dựa vào một biến cố lịch sử vừa qua còn nóng hổi đang ám ảnh hay gây xúc động người đương thời. Truyện *Thầy Lazarô Phiền* đã thể hiện những điều trên. Câu chuyện có nhiều tiểu tiết, sự kiện được tác-giả trình bày như tình cờ hoặc không có liên hệ, nhưng đến cuối truyện người đọc mới thấy mối liên hệ ngọn ngành như sự xuất hiện của cô vợ của quan ba người Pháp. Mặc khác, nghệ thuật tiểu-thuyết trong *Thầy Lazarô Phiền* gần với kỹ thuật kịch: cốt truyện mang tính chất bi kịch, có nhiều tình tiết éo le, nhiều mâu thuẫn và kịch tính; tác-giả từ từ tiết lộ các bí mật từ nhỏ đến lớn, bắt buộc người đọc phải theo dõi, làm cho độc giả bị hấp dẫn mà nhập vào câu chuyện. Đoạn kết truyện thật là một bất ngờ: tác-giả tiết lộ bí mật về bức thư của thủ phạm, người vợ tên quan ba đã yêu thầm thầy Lazarô nhưng bị thầy lánh xa. Độc giả hoàn toàn bất ngờ, vì suốt câu chuyện đến đó, tác giả chỉ nói phớt qua về người đàn bà này. Thầy Phiền sinh năm 1847. Năm 1864, sau một năm rưỡi học chữ Quốc-ngữ, thầy vào học trường Latinh. Năm 1866, thầy học trường d'Adran. Giữa năm 1873, vợ chết, thầy đi tu. Năm 1882, thầy được phong chức. Ngày 7 tháng 1 năm 1884, thầy mất. Năm sau, 1885, 'tôi', người trần thuật, viếng mộ Lazarô Phiền. Việc kê khai ngày tháng quá đầy đủ và chi tiết, nhất là thời điểm câu chuyện kết thúc quá gần thời điểm viết và xuất bản (viết năm 1886, xuất bản năm 1887), làm cho người đọc dễ quên đây là chuyện hư cấu, trái lại họ có cái ảo giác một câu chuyện có thật, nóng hổi nữa. Cái ảo giác này càng tăng khi tác giả hai lần sử-dụng chú thích, như muốn chứng tỏ điều Lazarô Phiền kể là đúng sự thực. Nguyễn Trọng Quản lại là người Bà-Rịa nơi xảy ra câu chuyện. Có thể nói truyện *Thầy Lazarô Phiền là cuốn truyện đầu tiên sử-dụng kỹ thuật dùng những chi tiết có vẻ không hư cấu vào chuyện hư cấu và sáng tạo nên cái hư cấu.*

Văn-học hiện-đại sẽ là văn-học của *cái Tôi* đặc thù, ngược với cái Ta điển hình của truyện chí và truyền thống. *Thầy Lazarô Phiền* là tác-phẩm bước đầu đã đặt nặng tính đặc-thù khiến nhân vật, sự việc có một nội dung độc đáo và khác cái chung. Nhân vật có chân dung nhưng cũng phải có những phẩm tính bên trong, có nội tâm, ước vọng,... Ở đây, *Thầy Lazarô Phiền* đã khá xa với những tính ước lệ, điển hình và lý tưởng của dòng văn-chương trước (và cả sau) đó.

Một đặc điểm nổi bật khác của văn-chương tự sự truyền thống, là kể chuyện theo thời gian một chiều. Truyện *Thầy Lazarô Phiền* là tác-phẩm đầu tiên không theo lối tự sự theo dòng thời gian một chiều đó. Mở đầu truyện là hình ảnh ngôi mộ Lazarô Phiền và kết thúc cũng là hình ảnh cùng ngôi mộ đó, một kiểu kết cấu mãi gần nửa thế kỷ sau, thời văn-học tiền chiến, mới thấy sử-dụng. Mặt khác, ngay từ đầu câu chuyện tác-giả đã tiết lộ cho biết nhân vật chính sẽ chết, có nghĩa là truyện không nhắm những tình tiết ly kỳ, trắc trở, mà điểm chính là cái thế giới nội tâm của nhân vật với những thăng trầm tâm lý. Tác giả không kể lại một câu chuyện, mà thật ra là muốn nhân câu chuyện để diễn tả những dằn vặt tâm hồn và hối hận trễ tràng của một người vì ghen tuông đã trót phạm tội ác. Nói toàn bộ câu chuyện xoay quanh tâm lý nhân vật là nghĩa như vậy!

Cũng thật là thú vị khi giọng trần thuật trong truyện *Thầy Lazarô Phiền* kể chuyện khách quan, như ở ngoài câu chuyện, để diễn biến câu chuyện được tự do, viết theo góc nhìn của nhân vật ở ngôi thứ nhất: người trần thuật xưng Tôi. 'Tôi' đây chỉ tham gia phần nhỏ vào câu chuyện và không phải là nhân vật chính, mà cũng không phải là người trực tiếp biết chuyện đã xảy ra, mà chỉ là người được nhân vật chính kể lại cho nghe. Tự sự nhưng gián tiếp, một cách viết rất mới vào thời đó.

Truyện *Thầy Lazarô Phiền* đã theo Tây-phương về kỹ thuật viết mà cả về *nội dung* và *chủ đề*. Với đề tài 'ghen', tác-giả đã đi vào thế giới nội tâm của nhân vật, một thành tố của tiểu-thuyết, nâng 'truyện kể' vào thế giới 'tiểu-thuyết' (fiction). Đề tài ghen không mới, 'ghen' của Hoạn Thư của Kim Vân Kiều đã là 'cổ điển', là 'nguyên mẫu', ghen trong *Thầy Lazarô Phiền* mới là cái ghen cụ thể với nhân vật cụ thể. Nhưng chủ đề chính là *tội lỗi* và *ơn tha thứ*, một chủ đề thường thấy trong văn-chương chịu ảnh hưởng Thiên-Chúa giáo, ở *Thầy Lazarô Phiền* đã là cái mới, trong khi tội lỗi và hình phạt đã trở thành một đề tài quen thuộc, 'cổ điển' với Fiodor Dostoievski (*Crime et Châtiment* 1866), Franz Kafka (*Métamorphose* 1915), v.v. hay *Oan Kia Theo Mãi* của Lê Hoằng Mưu (sau *Thầy Lazarô Phiền*),... Với tiểu-thuyết của Dostoevski cũng như Nguyễn Trọng Quản và Kafka, con người đời tư được đặt trong tương quan với cả thế giới, trong một không khí tiểu-thuyết rất kịch.

Về *hình thức* và trình bày, Nguyễn Trọng Quản không dùng những tựa đề dẫn nhập hay tóm lược ý cũng không văn thơ rào đón về phần tiếp theo như cách chia chương, hồi trong các truyện ta viết theo truyện Tàu, mà chỉ ghi những phần câu chuyện với ký hiệu La-mã I, II, III, v.v. Tác-giả vào truyện một cách trực tiếp và kết thúc cũng gói trọn trong phần đó.

Văn viết trong *Thầy Lazarô Phiền* cho thấy Nguyễn Trọng Quản hoàn toàn thoát ly văn biền ngẫu của văn-học cổ điển. Đó cũng là *chủ trương của tác-giả* đã được ghi trong lời Tựa đầu tập: "Tôi có dụng ý lấy tiếng thường mọi người hằng nói mà làm ra một chuyện hầu cho kẻ sau coi mà bày đặt cùng in ra ít nhiều truyện hay". Ngay trong các trang đầu sách, tác-giả đã dùng những từ nôm na như *Truyện... của... làm ra, sách làm rồi, đang in, bản in nhà hàng* Rey et Curiel. Chủ trương như thế tức là Nguyễn Trọng Quản có ý hiện đại hóa ngôn-ngữ văn-học và xây dựng một nền văn-chương lấy tiếng nói đời thường làm ngôn ngữ, và *Thầy Lazarô Phiền* đã là một mở đường. Tác-giả đã tránh dùng từ Hán Việt khi không cần thiết và dùng những từ nôm na, thuần Việt, những tiếng thường ngày. Một điểm khác cũng đáng ghi nhận, lời văn của *Thầy Lazarô Phiền* ít sai chính tả, nghĩa là không viết trung thành theo phát âm của giọng nói địa phương (Sài-Gòn, Bà-

Rịa). Trừ đôi chỗ chịu ảnh hưởng cấu trúc ngữ pháp tiếng Pháp, nói chung câu văn xuôi, gọn, chứng tỏ tác giả nắm vững được ngữ pháp tiếng Việt. Lối viết này rất gần với văn viết trong *Gia-Định Báo* và *Nam Kỳ Địa Phận* theo một chủ trương viết nôm na, nhưng câu văn trong sáng, xuôi chiều và gọn gàng cũng như thống nhất về chính tả - ngược với lối hành văn theo hướng biền ngẫu trong *Nông Cổ Mín Đàm* và *Lục-Tỉnh Tân Văn.*

*

Thể loại tiểu-thuyết viết bằng chữ Quốc-ngữ xuất hiện hơn 20 năm sau báo chí (*Gia-Định Báo,* 1865). Tiểu-thuyết 'hiện đại' khai sinh từ Nguyễn Trọng Quản, lớn mạnh ở bước đầu là nhờ chữ Quốc-ngữ và báo chí vốn là phương tiện thông tin mới mà thời lịch-triều trước đó không có, và đã mang lại cho văn-học Việt-Nam những nền tảng quan trọng và thiết yếu trong quá trình thành hình một nền văn-học (chữ Quốc-ngữ). Vào thời đầu thế kỷ XX, văn-học đã đi đôi với báo chí và xuất bản, do đó sẽ gần người đọc và trở thành món giải trí tinh thần được đại chúng hóa chưa hề có trước đó.

Mặt khác, văn-học dịch thuật đóng một vai trò quan trọng và lót đường trong quá trình hiện đại hóa tiểu-thuyết Việt-Nam giai đoạn đầu thế kỷ XX: phong trào dịch truyện Tàu mạnh lên từ khoảng năm 1904 (12). Cũng là thời của chủ trương phối hợp Đông tây, có tác giả, như Trọng Khiêm (*Kim Anh Lệ Sử* 1924), đã nói rõ ý-hướng ngay ở đầu truyện: "*Tôi viết bộ Kim Anh Lệ Sử này, có ý thử viết tham bác hai lối văn xem; các ngài đọc sách sẽ nhận ra rằng tuy bề ngoài có mượn lối văn Âu Tây, song bề trong vẫn phảng phất cái hồn luân lý của Việt-Nam cố quốc ta vậy*" (13). Như vậy một số tiểu-thuyết ở giai đoạn đầu đã chịu ảnh hưởng của tiểu-thuyết Pháp hoặc Trung-Hoa. Hoặc kết cấu, cốt truyện theo thứ tự thời gian và kết bao giờ cũng có hậu phù hợp luân lý lẽ thường, hoặc qua kỹ thuật, cách hành văn. Viết theo truyện Tàu, hay viết theo Tây-phương hoàn toàn, thì nội dung, tư tưởng đều là văn hóa truyền thống dựa trên Nho học hay tam-giáo.

Nhưng trước đó, *Thầy Lazarô Phiền* đã mang đặc tính Việt-Nam về chữ dùng như nói, về cấu trúc câu xuôi thay vì biền ngẫu du dương, nhiều tưởng tượng và xa cuộc sống thực tế. Lời văn của Nguyễn Trọng Quản đã không bị ảnh hưởng gì của lối văn-chương biền ngẫu đó, là loại văn thường thấy ở trong các thể loại thịnh hành thời ấy mà cả đến những năm 1925, 1932. Truyện *Thầy Lazarô Phiền* là sáng tác đầu tiên theo kiểu phương Tây, mà lại *quá mới*. Như vậy, Nguyễn Trọng Quản nếu có ảnh-hưởng Âu-tây nào đó thì đó là vì ông theo luận-lý của *văn hóa giải phóng* chứ không theo luận-lý của *văn hóa hội-nhập/ đồng hóa* như Phạm Văn Ký, Phạm Duy Khiêm, Linda Lê, v.v. về sau. Nguyễn Trọng Quản đã chủ động trong việc sáng tạo một tiểu-thuyết hiện đại đầu tiên khi áp dụng nghệ thuật viết tiểu-thuyết của phương Tây. Khoảng ba thập niên sau, Hồ Biểu-Chánh, một nhà văn miền Nam lục-tỉnh khác sẽ có những tác-phẩm tiểu-thuyết nhận chịu ảnh-hưởng Âu-tây, nhưng một cách khác và rất Việt-Nam. Nguyễn Trọng Quản rồi Hồ Biểu-Chánh đều đã mở đường cho một đường hướng sáng tác tiểu-thuyết theo Tây-phương gồm ba yếu tố: một câu chuyện, có tính giả tưởng và diễn tiến trong một không gian (tiểu-thuyết xã-hội, phong tục) cũng như diễn tả tâm lý nhân-vật.

Nếu Trương Vĩnh-Ký, Huỳnh Tịnh Paulus Của, Trương Minh Ký chập chững dò dẫm bước đi với những văn-bản quốc-ngữ đầu tiên, phôi thai, đơn sơ, nếu Nguyễn Trọng Quản Tây-phương nhanh hơn con người cùng thời đại, thì đến Hồ Biểu-Chánh, thể-loại tiểu-thuyết đã vững bước hơn, vừa Âu-hóa kỹ thuật, vừa bảo-tồn sắc-thái dân-tộc cũng như địa phương, vừa mô phỏng vừa sáng-tạo, chính là nhờ ngôn-ngữ sử-dụng trong tiểu-thuyết của ông vậy! Hồ Biểu-Chánh không theo thời nhưng cập nhật, theo con đường hiện đại riêng cũng đã để lại cho hậu thế những tác-phẩm đặc sắc, rất 'Hồ Biểu-Chánh'. Dù gì thì *Hồ Biểu-Chánh cũng đã là một hiện tượng văn-học đặc biệt, vừa truyền thống vừa hiện đại, vừa đại chúng vừa trí thức*. Những đặc tính này sẽ tiếp tục với những Sơn Nam, Bình-Nguyên Lộc,... sau này. Những nhà văn rất Nam-kỳ lục-tỉnh này đã làm phong phú chữ quốc-ngữ cũng như ngôn-ngữ tiểu-thuyết!

Thực-dân và hậu-ngoại-thuộc

Sau hơn ngàn năm (bốn lần) Bắc-thuộc, nước Việt-Nam đã chìm đắm trong văn-hóa Bắc-thuộc, từ tổ chức chính trị, luật pháp, xã hội đến ngôn-ngữ và sinh hoạt văn-học nghệ-thuật. Hãy gọi giai đoạn này là Bắc-thuộc để phân biệt với thực dân Pháp, dù cả hai đều là thực-dân với mục đích 'cao đẹp' là 'khai hóa' (hay 'bảo hộ') toàn là mỹ từ nhưng thực ra họ đều muốn làm chủ, thống trị và chi phối quốc-gia khác. Mỗi thực dân (Trung-Hoa, Pháp) có những mưu đồ khác nhau do nguồn xuất phát địa lý và văn-hóa. Người Hán (rồi Hoa) và Pháp cuối cùng đều rút quân đội và guồng máy cai trị khỏi Việt-Nam, nhưng thực-dân văn-hóa vẫn ở lại qua nhiều hình thức và quá sâu đậm khiến nay thế kỷ XXI đã là thời của hiện đại Âu-Mỹ (với những hình thức thực-dân mới !) mà phần lớn trí thức và sĩ phu vẫn không thoát-ly được và hơn nữa, vẫn thần phục và vẫn 'cõng rắn cắn gà nhà' (biên giới Lạng Sơn và các đảo Trường Sa, Hoàng Sa rồi bauxite trên cao-nguyên, các đặc-khu,...!) cũng như đã và đang cõng rắn 'ngôn-ngữ' và 'kinh tế' làm 'gà nhà' mất dần Việt tính. Dưới thời Bắc-thuộc, đã có những nỗ lực vươn lên chứng tỏ thực lực dân tộc với những Nguyễn Trãi, Nguyễn Du, Hồ Xuân Hương, Cao Bá Quát, v.v. nhưng vẫn chưa vượt thoát được sự lệ thuộc Bắc-thuộc đó, qua ngôn-ngữ sử-dụng, điển tích, tứ, ý và thể-loại văn thơ, v.v. - đưa đến khuynh hướng nhận diện và tách biệt yếu tố Việt-Nam khỏi rừng già Hán tộc như của LM Kim Định sau này. Tính Việt thời nào cũng mạnh và để lại dấu vết đặc thù trong các sáng tác của tác-giả Việt-Nam, từ Nguyễn Trãi đến Nguyễn Du và về sau.

Ngay từ đầu thời thuộc địa Cochinchine, ở miền Nam lục-tỉnh đã có những nỗ lực canh tân, hiện đại hóa đất nước. Vì những tình cờ lịch-sử, người Việt Công-giáo đã là đa số trong những người đi đầu về tiếp nhận, nhập vào và tổng hợp văn hóa; thời của tự tôn và "bế quan toả cảng" xem như cáo chung. Khác với thời 'văn-hóa chung' Nho giáo (và tam giáo) trước đó, văn-hóa (và các phó sản văn-học, văn minh vật chất,..) nay khác hẳn, như là một đoạn tuyệt với thế giới cũ lịch-triều. Như vậy có thể xem những nhà văn hóa tiên phong này đã mở một kỷ nguyên Hậu Bắc-thuộc, nhưng không phải dễ vì ảnh-hưởng Bắc-thuộc hãy còn quá nặng và có thể xem như xã hội Việt-Nam khi người Pháp đến, đã là một chư hầu về văn-hóa của Trung quốc hay nói cách khác, Ta và Người đã nhập làm một. Nhiều nhà văn đã sử-dụng chữ Quốc-ngữ và phương tiện tiểu-thuyết, thể-loại của Âu-tây để tiếp tục một thứ văn-hóa Bắc thuộc nhưng cũng có những nhà văn như Hồ Biểu-Chánh tiến xa hơn, làm một tổng hợp văn-hóa (syncrétisme) qua tác-phẩm của mình, có thể xem như là một nỗ lực vươn ra ngoài khuôn khổ văn-hóa Tây thuộc?

Từ đầu thế kỷ XX, Phan Bội-Châu, Trần Chánh Chiếu và các sĩ phu Duy tân, Đông-du (sau những Trương Vĩnh Ký, Nguyễn Trường Tộ, v.v. của thế kỷ trước) đã thất vọng về những cái gọi là 'truyền thống', là ảnh-hưởng Nho học đều là những tàn tích Bắc-thuộc, do đó đã nỗ lực hiện-đại, Âu hóa đất nước và con người qua Tân thư và con đường Nhật-bản, nhờ vì ý thức dân tộc ngày càng rõ với giới sĩ phu. Phong trào Đông-du và mở trường truyền bá chữ quốc-ngữ và tư tưởng mới với khẩu hiệu 'Giáo dục quần chúng để canh tân xứ sở'. Sĩ phu và trí thức Việt-Nam khi mở trường Đông-kinh nghĩa thục và khơi động các phong trào Duy tân đầu thế kỷ XX, một trong những mục đích hàng đầu là về văn hóa, là đổi mới nền học thuật và văn hóa với những tư tưởng mới của Âu tây, tức là làm sao hiện đại hóa đất nước song hành và hỗ trợ công cuộc chống thực dân Pháp. Đối mặt với sự xâm nhập và bành trướng của chủ nghĩa thực dân, tân thư và giáo dục đã được đề cao đúng mức, chữ Quốc-ngữ đã được sử-dụng như một phương tiện 'cập nhật' để hiện đại hóa đất nước. Văn-chương, báo chí được dùng như công cụ tranh đấu ôn hòa, sử-dụng cả tư tưởng chính-trị của người Pháp chính quốc: Nguyễn An Ninh với *La Cloche fêlée* (Cái chuông rè, 1923-1926), Nhất Linh và nhóm Tự-Lực văn đoàn, v.v. Nhưng tư tưởng nền tảng vẫn là chống đuổi thực dân, muốn một Hậu Tây-thuộc dân chủ tự do, khai phóng và hiện đại. Tuy vậy, ảnh-hưởng thực-dân cũng đã xâm nhập vào văn-hóa và văn-học Việt-Nam hai mặt tốt xấu, tích cực tiêu cực đều có, với tiểu-thuyết lãng-mạn và hiện thực của Tự-Lực văn đoàn và "Tân Dân", Thơ Mới, v.v. Khi Việt-Nam chia cắt ở vĩ tuyến XVII năm 1954, miền Nam Cộng-hòa với 21 năm ngắn ngủi đã tỏ ra khí-thế hậu thực-dân, tìm cách làm chủ lấy mình vừa khai phóng, nhất là từ hội nghị Bandung các nước không liên kết năm 1955 (với sự tham dự của lãnh đạo 29 nước Á-Phi nhằm tìm kiếm cơ sở chung để hợp tác trong tương lai, chống lại chủ nghĩa thực dân và cam kết đứng trung lập giữa hai khối Đông-Tây). Hậu thuộc-địa tức đặt các nước cựu thuộc-địa ngang hàng với chính quốc thực-dân.

Từ nửa cuối thế kỷ XIX, trong viễn tượng hiện đại hóa đất nước và học thuật, các thể loại văn-học mới như tiểu-thuyết, kịch nói, thơ phá thể, v.v. được sử-dụng ngày càng nhiều, mà văn báo chí, nghị luận, phê bình,... xuất hiện và ngày càng vững vàng. Báo chí không chỉ xây dựng một nền văn-học mới mà còn là phương tiện và đầu tàu đấu tranh bài thực và cho dân chủ tự do. Mục đích và quan niệm về văn-chương cũng thay đổi, từ phục vụ lý tưởng và đạo đức truyền thống đã xoay sang phục vụ nhân sinh, xã hội và thực tế. Với một số nhà văn thì văn-chương còn sử-dụng cho nhu cầu riêng tư (tình ái, buồn vui,...) và cả như công việc mưu sinh (khác thời trước đó là 'nghiệp dư', trà dư tửu hậu, khi đã về hưu). Đề tài thì mở rộng hơn, từ tình yêu, tình nước đến cuộc sống gia đình, ở thành thị cũng như thôn quê, nơi đền đài cũng như hang cùng ngõ hẻm. Về tư tưởng, lý luận đã bắt đầu thêm tinh thần duy lý, dân chủ và nhân bản. Ngôn-ngữ và nhân vật gần với cuộc sống thường nhật và con người ở vào một nơi và thời điểm nào đó, hết phải điển hình, ước lệ, sáo ngữ, trừu tượng, của mãi bên Tàu, v.v.

Ngôn-ngữ (Hán, Anh, Pháp, v.v.) vốn là phương tiện của quyền lực của các đế quốc, thực dân đặt lên đầu lên cổ dân thuộc-địa hay bị trị. Nhưng một số dân-tộc cựu thuộc địa đã biết tận dụng ngôn-ngữ của đế quốc (và tiếng Anh của đế quốc Internet) để hội nhập/đáp ứng với điều kiện của quốc-gia mình và để kiến-dựng một nền văn-học quốc-gia độc lập như Hoa-kỳ, Úc, Gia-nã-đại, Ấn,... đã làm. Nay là thời của văn-hóa hội nhập toàn-cầu, văn-hóa khai phóng, dân chủ hơn. Nhưng hội nhập hay ảnh-hưởng của thời mới có những hiểm nguy cận kề và thường trực của cả ba thực-dân, Bắc-thuộc và hậu thực-dân tùy tiện: trong nước đang bị Bắc-thuộc và thực-dân về chính trị cũng như văn-hóa và kinh tế, có thể xem là nguy hại hơn cả những ảnh-hưởng Âu-Mỹ và Internet hay khuynh hướng toàn-cầu hóa. Ảnh-hưởng trực tiếp, cá nhân (ngoài tập thể) và từ nhiều nguồn khác nhau, làm giàu và đa dạng văn-học hơn. Các phong trào, khuynh hướng mới trong lãnh vực văn-học ra đời, xuất hiện là để đáp ứng cho những nhu cầu văn-hóa và đời sống xã-hội, lịch-sử mới, khác. Sự xuất hiện của thể loại tiểu-thuyết cũng như Thơ Mới sau này chẳng hạn sẽ gây phản ứng có khi thuận có khi nghịch và thế hệ đương thời không chấp nhận ngay thì rồi sẽ được tiếp nhận sau đó. Đối với văn-học, cần phải Việt-Nam hóa (hậu Bắc-thuộc và hậu thực-dân) về ngôn-ngữ, thể-loại và thẩm-mỹ học để phù hợp với văn-hóa, con người và đất nước! Phóng tác, phỏng dịch, dịch thuật nói chung là một nghệ thuật, một công trình văn-hóa. Dịch khởi từ văn-hóa, của cả hai văn-hóa - gốc và dịch. Dù sao thì các nền văn-hóa đều mang tính lai căng vì từng nhận chịu nhiều ảnh-hưởng, đồng hóa, trao đổi, do đó cần một chuyển đổi liên tục mới lột trần được tình cảm và phụ thuộc văn-hóa. Từ đó dễ hiểu tính tổng hợp và pha trộn (syncrétisme) mà các nền văn hóa ít nhiều đều có.

Ở đoạn mở đầu phim *Indochine* (1992) được quay ở Việt-Nam, một giọng nữ đã dẫn nhập rằng thế giới là do những thành tố không thể cách chia: nam và nữ, núi non và đồng bằng, con người và Thượng đế, Đông-dương và Pháp quốc! Ngôn-ngữ thực-dân nói vậy mà chưa chắc đã vậy; về địa lý thì không, nếu có là về văn hóa và nhất là hồi-tưởng lịch-sử. Phim *L'Amant* (dựa trên tiểu-thuyết tự thuật của Marguerite Duras 1984, nhưng đến 1992 mới lên phim, phải chăng hợp thời Pháp ... trở lại Việt-Nam?), *Mùi Đu Đủ Xanh* (*L'Odeur de la papaye verte* 1993) và *Xích Lô* (*Cyclo*, 1995) của Trần Anh Hùng, *Ba Mùa* (*Three Seasons* 1999) của Tony Bùi và một số phim ảnh khác cũng như những dự án phiên dịch, hội thảo lịch-sử và văn-học là những thành tố, bình mới rượu cũ, trá hình của một văn hóa thực-dân mà Edward Said đã gọi "*sự rồ dại và cái ác hoàn-toàn của chủ nghĩa thực dân*" (the evil and utter madness of imperialism) (14) hơn là phản ứng hậu-thực-dân; nếu so với những gì đã xảy ra ở các nước cựu thuộc địa khác. Phim ảnh, báo chí, quảng cáo du-lịch cố tình xoay quanh cái gọi là 'thời thuộc-địa' (époque colonial) huyền thoại hóa bằng hình ảnh những cái trong thực tế chỉ là 'ảo ảnh thuộc-địa' (illusion coloniale) vì che giấu những mưu đồ chính trị (ngoại giao) thực-dân. Cuối phim *Cyclo*, trật tự (của Âu-tây) đến để giải quyết hỗn loạn của con người và xã hội thuộc địa (Việt-Nam) ; cả về cái tò mò của anh Tây-phương (hay quan điểm vì đạo diễn gốc Việt-Nam) nhìn phái nữ và đời sống tình dục của người Việt, về huyền thoại 'nhà quê' hay 'indigène'. Về phía nhà văn gốc xa gần Việt-Nam như Anna Moï, Linda Lê trong một vài tác-phẩm đã phần nào làm mạnh thêm cái huyền thoại thuộc-địa đã thuộc về quá khứ! Thật ra, hậu thuộc-địa cũng đã đóng góp và đem lại nhiều cái tích cực cho 'mẫu quốc', như văn-hóa của Québec với Pháp, của Hoa-kỳ, Úc, Ấn, Canada cho Anh, Nam Mỹ Latinh cho Tây-ban-nha và Bồ-đào-nha!

Từ Nguyễn Trọng Quản, Hồ Biểu-Chánh đến các thế hệ nhà văn

hôm nay luôn có những dằng co giữa nhu cầu hiện-đại hóa và ý thức dân tộc, giữa đặc tính Việt và 'của người' có tính phổ quát, toàn cầu và tính hiện-đại liên hệ mật thiết ít nhiều với văn-hóa thực-dân. Cái chính là văn-hóa tức là những gì còn lại sau khi quên hết, sau khi đã hấp thụ, tiếp nhận, nhưng là một văn-hóa có ý thức vì nô lệ văn-hóa là chuyện thường thấy với những tâm thức thuộc-địa, tùng phục 'mẫu quốc'. Do đó, hãy bỏ cảm tính và thiên kiến khi đọc và nghiên cứu về *Thầy Lazarô Phiên*, hãy xét như một tác-phẩm văn-học và là một biến cố văn hóa (ước muốn cho nước Việt-Nam có tương lai rực rỡ, tiến bộ và văn minh). Nguyễn Trọng Quản đi bước đầu dùng phương tiện kỹ thuật tiểu-thuyết, Hồ Biểu-Chánh và nhiều tác-giả khác đã tiếp nối nhưng dung hòa theo con đường Việt-Nam hóa cái của người cộng thêm sáng tạo, như Nguyễn Du ngày xưa với truyện Kim Vân Kiều: phỏng theo thể-loại, tư tưởng, nội dung của người mà sáng-tác cái của mình như là một người miền Nam và một người Việt-Nam, tức nhận ảnh-hưởng và phương tiện nhưng không bán hồn cho người! Có phần khác với sự tiếp nhận của văn-học Tây-phương ở Phạm Quỳnh, Phạm Duy Tốn rồi Nhất Linh, Bích Khê,... - đã tích cực tìm đến và ở lại với ảnh hưởng của văn-học Âu-tây.

Một mặt, các nhân sĩ và tác-giả thời tiền phong đã lựa chọn con đường kỹ thuật và thể loại của Tây-phương để cập nhật và hiện đại hóa văn-chương học thuật lúc bấy giờ bị phong tỏa bởi Tống Nho gò bó đã đưa đến bế tắc tinh thần cũng như bại vong về quân sự. Mặt khác, chữ Quốc-ngữ được các vị truyền giáo Bồ đào Nha chế biến ra như phương tiện thông tin, truyền giáo, rồi bị người Pháp sử-dụng như phương tiện thống trị, đã trở thành phương tiện lần hồi vững vàng cho một nền văn-học mới, hiện đại; bước đầu dùng để phiên dịch các tác phẩm văn-học, sau được dùng để sáng tác. Thật vậy chữ quốc-ngữ đã tác động đến tư duy và ảnh hưởng lên đời sống văn hóa! Chữ quốc-ngữ, một trớ trêu của lịch sử, đã là phương tiện để phát triển văn hóa, khai mở một nền văn-học mới, mà còn chứng tỏ là khí-cụ thống-nhất ngôn ngữ và văn tự, từ ải Bắc đến mũi cực Nam. Sự hình thành và sự sử-dụng của chữ quốc-ngữ như là ngôn-ngữ hành chánh đã trở thành văn tự của Việt-Nam và đã đóng vai trò quan trọng trong việc hình thành một nền văn-học mới từ nửa cuối thế kỷ XIX bắt đầu từ miền Nam. Đây là điểm quan trọng vì trước đó Việt-Nam ta qua bao thế kỷ đã không thoát được tình trạng Bắc thuộc về văn-hóa và không có một văn tự riêng có tính quốc gia và phổ quát - vì ngay cả chữ Nôm xuất xứ từ chữ Hán cũng chỉ có một thiểu số sử-dụng được và cũng không là một văn tự thống nhất. Trong khi đó, nước Nhật và các quốc-gia Âu-tây xuất phát từ chữ Latinh đã hình thành được văn tự riêng và từ đó bước những bước nhảy vọt về văn-hóa và văn minh. Hãy thử tưởng tượng nếu không có chữ quốc-ngữ thì Việt-Nam ta nay đang ở đâu?

Từ những năm 1920 đến 1945 là thời mà văn-học Việt-Nam đã tỏ rõ chịu ảnh hưởng mạnh của văn-học Pháp nhất là ở miền Bắc, tiếp theo là thời nhà văn Việt-Nam phản ứng lại ảnh hưởng của văn-học Pháp, xã hội rồi tinh thần quốc gia ở trong miền Nam. Các ảnh hưởng về quan điểm sáng tác về thế giới quan, nhân sinh quan và các thẩm mỹ học cũng như ảnh hưởng về các phương pháp sáng tác, thể loại, đề tài, chủ đề kết cấu, hình tượng, ngôn ngữ nói chung đều đã được hiện-đại hóa theo thời đại. Hoàn cảnh văn hóa, lịch sử và địa lý của lãnh thổ khiến người Việt-Nam tiếp xúc và đón nhận nhiều ảnh hưởng khác nhau: bản xứ, Trung-Hoa, Âu Mỹ, cộng sản, Nga Xô,... Văn-học Việt-Nam hôm nay choá ngợp trước những phong trào đến từ nhiều nước (nữ quyền, hình thức, Tân hình thức, hậu hiện-đại, hậu cấu trúc,...), có cái mới, có cái cũ người mới ta, và đang bị những ảnh-hưởng ngoại lai thử thách, chi phối. Thiển nghĩ nếu tác phẩm phản-ảnh con người Việt-Nam, nói lên tâm tình Việt, thì đó là tiểu-thuyết Việt-Nam vậy! Gia tài văn hóa lịch sử, cộng thêm những văn-hóa do cọ xát với *ngoài, khác*. Nói khác đi, nội dung Việt và hình thức hiện-đại, học ở người! Và rồi cái gì tồn tại với thời gian không thể không có căn bản dân tộc hoặc Việt-Nam! Nếu trong truyện cổ, huyền thoại, vai trò của cốt truyện, tính điển hình và mục đích luân lý hay văn hóa là quan trọng, thì ở thế kỷ XX và sau đó, văn-học Việt-Nam khi hiện đại hoá, đã đề cao vai trò của bút pháp, kỹ thuật và tác giả; nói chung là nâng cao cá tính và tính độc đáo!

Nhà văn Nguyên Sa từng nhận xét từ thế kỷ XIX đến nay *"Những thay đổi của tiểu thuyết, truyện ngắn, của thơ, của tuỳ bút phóng sự... được thực hiện ở văn học nghệ thuật thế giới trong nhiều thế kỷ đã chạy vèo vèo qua văn học nghệ thuật ta trong khoảng thời gian một trăm năm văn chương Quốc-ngữ. Trong khoảng thời gian* ngắn ngủi ấy, cổ điển và lãng mạn, tả chân và siêu thực, hiện sinh và chống hiện sinh, bình cũ rượu mới và mới hoàn toàn vị nghệ thuật và vị nhân sinh, dấn thân và biệt thân đã có mặt đầy đủ. Tôi đã nói: ta chấp nhận quá dễ dãi. Sự bắt chước không thể làm bằng lòng, không thể làm khoan khoái. Nhưng nếu từng cá nhân thì đúng là bắt chước, ngược lại nhìn toàn bộ, nhìn nhìn tổng quát cả một thế kỷ văn chương ta thấy sự giao tiếp với văn học nghệ thuật Tây phương thúc đẩy ta tiếp nhận mau lẹ để tiếp nhận cái khác. Ta như bị thúc đẩy với một tiếng nói không âm thanh: phải đổi thay thật nhanh, phải biến dịch thật mau, cho nên, người này vừa làm xong cổ điển, không đợi những thế kỷ 18 và 19 trôi qua, người kia tiến ngay đến siêu thực, cùng một tác giả có thể nhảy từ tả chân sang siêu thực rồi đến hiện sinh. Và cái sự thay đổi mau lẹ đó, nhìn ở mặt trái nó đáng buồn vì chưa thật là ta, vì còn mang nặng dấu vết này, dấu vết nọ, nhưng nhìn ở mặt phải, nó nói lên sự khao khát đổi thay. Và khi họ đổi thay để bắt kịp những đổi thay của văn học nghệ thuật thế giới, sự khao khát đó sẽ đóng vai động lực của những sáng tạo lớn" (15).

Văn-học Việt-Nam hiện đại làm nên bởi những văn nghệ sĩ có tâm hồn dân tộc; nhiều người nhận chịu ảnh hưởng các khuynh hướng ở Âu Mỹ, có người thì không. Nhưng qua quá trình lịch sử cộng với nhiều biến động, cũng như sự kiện hiện diện của người Việt ở khắp năm châu, khiến nền văn-học đó đã phải mở rộng cửa để vươn ra với nhân loại về ý tưởng, tiếp xúc - tức là với thời gian thì những cái gọi là bản sắc dân tộc hết còn có thể thu hẹp, co mình mà phải đa chiều và đa-dạng ra. Lúc đầu, tiểu-thuyết hiện-đại có sứ mạng văn-chương và mục đích cho tập thể, có lúc tiểu-thuyết trở thành một hiện tượng xã hội, lúc khác có tính thời sự, đấu tranh, và nói đến tiểu-thuyết tức là đồng thời không thể không bàn đến yếu tố giải trí, thẩm mỹ, từ đó nảy nở tính "văn-chương" là một phạm trù văn-học quan trọng chưa thể khai thác hết trong bài này!

Chú-thích

1- Lời đề tặng các người bạn của tác giả viết bằng tiếng Pháp ("à Diệp Văn Cương, à mes amis et à mes anciens camarades annamites du lycée d'Alger"). *Thầy Lazarô Phiền*. Tr. [3]. Chúng tôi sử-dụng bản chụp lại bản in lần đầu năm 1887, trích dẫn văn bản gốc này.

2- Trích từ Nguyễn Văn Trung. *Truyện Thầy Lazarô Phiền của Nguyễn Trọng Quản* (Truyện ngắn sớm hơn cả viết theo lối Tây-phương). Montréal: Nam Sơn, 1999. Bản in lại bản gốc in ronéo (Tp HCM) năm 1987.

3- Theo Nguyễn Văn Trung. *Truyện Thầy Lazarô Phiền...* Sđd, tr. 36.

4- J.B. Nguyễn Trọng Quản, professeur indigène au Collège d'Adran. "Notice sur les fonderies de cuivre à Chợ Quán". *Bulletin de la Société des études indochinoises* (Saigon), 1888, 2 sem., 2e fasc., pp 113-130.

5- "*Thầy Lazarô Phiền* của P.J-B Nguyễn-Trọng-Quản làm ra": Văn bản gồm 32 trang nhưng 4 trang là trang tựa đề, lời giới thiệu sách cùng tác giả đang in, lời đề tặng các bạn của tác giả và Tựa của tác giả. Theo nguyên bản, chữ "Truyện" như để báo tựa đề tác-phẩm, in rời tựa Thầy Lazarô Phiền. Năm 1910, truyện được tái bản lần thứ ba (NXB Jos Viết) và nhờ đó mà Hồ Biểu Chánh được biết đến như kể lại trong hồi ký "Đời của tôi về văn nghệ" (X. Nguyễn Khuê. *Chân Dung Hồ Biểu Chánh* (Sài-Gòn: NXB Lửa Thiêng, 1974), tr. 32).

6- Tựa. *Thầy Lazarô Phiền*, Sđd. Tr. [4].

7- Bùi Đức Tịnh. *Những Bước Đầu Của Báo Chí, tiểu-thuyết Và Thơ Mới*. TPHCM: NXB TPHCM, 1992. Tr. 197. Họ Bùi là người đầu tiên 'khám phá' ra *Thầy Lazarô Phiền* như là tác-phẩm văn-học chữ quốc-ngữ tiền phong..

8- Thế Uyên. "Lê Hoằng Mưu, nhà văn bị bỏ quên". *Văn Lang*, 1, 1991; in lại trong *Nghĩ Trong Mùa Xuân* (Los Alamitos, CA: Xuân Thu, 1992, tr 233. X. Thế Uyên & John C. Schafer. "The Novel Emerges Cochinchina" (*Journal of Asian Studies* v. 52 no 4, November 1993, p. 854-884), p. 871. Bản dịch "tiểu-thuyết xuất hiện tại Nam-kỳ" đăng trên tạp-chí *Văn Học* (CA) số 152 (12-1998), tr. 20-34. Ngoài ra, tiểu-thuyết như là thể loại văn-chương khác với từ "tiểu-thuyết" được dùng tới đầu thế kỷ XX ở Việt-Nam và Trung-quốc để gọi những luận văn ngắn - nay gọi là "tiểu-luận", như *Minh Tân tiểu-thuyết* (1907) của Trần Chánh Chiếu.

9- Truyện của Nguyễn Trọng Quản được dịch ra Pháp văn, được chú giải kỹ lưỡng về từ ngữ trong tập *Recueil de cent textes annamites annotés et traduits et faisant suite au cours d'annamite* do A. Chéon, vice-president chef de Cabinet du Résident Supérieur, chargé des Cours de langue annamite et de caractères chinois, 2ème édition, Hanoi, F.H. Schneider Impr.-éditeur, 1905. Tuyển tập gồm 93 truyện vô danh, hầu hết đều là văn học dân gian miền Bắc, và 7 truyện sau cùng "được biên soạn ở Saigon và vì thế mang tính chất thuần túy Nam Kỳ". Ba truyện Người nhà quê với con ngựa của nó, Tên bán mũ vải với bầy khỉ, Con ong với con tu hú là cuả Trương Minh Ký. Hai truyện Tra án, Nợ không hòng trả là cuả Paulus Của. Hai truyện Hút thuốc phiện có ích gì mà hút, Con chồn với con cọp là của Trương Vĩnh Ký. Truyện thứ 100 là "Truyện thầy Lazarô Phiền" cuả Nguyễn Trọng Quản. (Trích từ

Nguyễn Văn Trung. *Truyện Thầy Lazarô Phiền* ... Sđd. Chú thích ở tr. 21-22).

10- *L'histoire de Lazarô Phiền*. Traduction en francaise de Nguyễn Trọng Đắc. Avant propos de P. Midan. Saigon: Editeur Asie nouvelle; Impr. de l'Union Nguyễn Văn Của, 1934. 31 pages.

11- Bằng Giang. *Sương Mù Trên Tác Phẩm Trương Vĩnh Ký*. TP HCM: Văn Học, 1993, tr 171.

12- Những dịch giả truyện Tàu ra Quốc-ngữ đầu tiên là một người Pháp, Canavaggio chủ báo *Nông Cổ Mín Đàm*, dịch Tam Quốc Chí Tục Dịch đăng báo ngay từ số báo ra mắt (1-8-1901), sau đến Huình Tịnh Paulus Của với *Tống Tử Vân* (1904) nếu không kể những truyện phỏng dịch kể lại từ truyện sách Tàu trong hai tập *Chuyện Giải Buồn* in từ những năm 1885-1886.

13- Trích theo *Khảo Về tiểu-thuyết: những ý kiến, quan niệm về tiểu-thuyết trước 1945.* (Hà-Nội: NXB Hội Nhà Văn, 1996), tr. 43.

14- Edward W. Said. "Through gringo eyes: with Conrad in Latin America". *Harper's Magazine*, vol. 276, No. 1665, April 1988, p.71.

15- *Một Bông Hồng cho Văn Nghệ* (Sài-Gòn: Trình Bày, 1967, tr. 93-94

Thể-loại Tự-truyện với Chơn Cáo Tự Sự

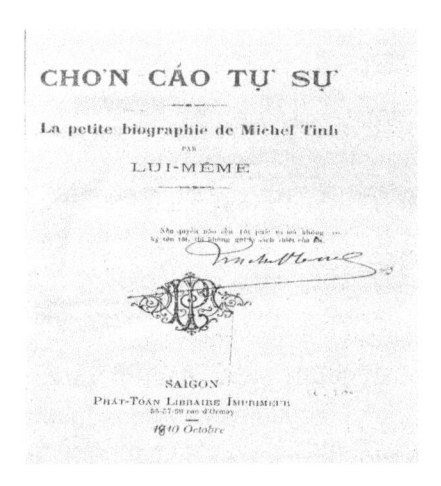

Ngay từ đầu thế kỷ XX, văn-học Việt-Nam đã có tự-truyện với tác-phẩm đầu tiên là *Chơn Cáo Tự Sự* của Michel Tinh. CHƠN CÁO TỰ SỰ "La petite biographie de Michel Tinh par lui même" do nhà Phát Toán Libraire Imprimerie, 55-57-59 Rue d'Ormay Saigon xuất bản tháng Octobre 1910. Truyện dày 37 trang, cuối tập ghi là "fin du premier volume" tức hết tập đầu - nhưng thư-tịch không ghi nhận có tập sau - mà tác-giả cũng ghi ở trang 37 cuối tập *"Từ đây tôi ngưng chuyện tôi, thoản như tôi còn sống lâu năm, tôi s(ẽ) chép thêm những điều xãy đến n(ữ)a"*.

Cũng cần ghi nhận việc tác-giả chú ở giữa trang đầu *"Nếu quyển nào của tôi phát ra mà không có ký tên tôi, thì không gọi là sách thiệt của tôi"* kèm theo chữ ký Michel Tinh như đánh dấu bản quyền (copyright) hoặc để tránh việc in ấn mà không có sự đồng ý của ông.

Tựa là *Chơn Cáo Tự Sự* nghĩa là "thành thật tự thưa kể chuyện mình" (có vài tài liệu ghi sai là "Chồn Cáo Tự Sự" có thể vì liên tưởng "cáo, chồn").

Trước khi vào tự-sự, ngay trang đầu, tác giả đã nhắn gửi độc-giả một cách khiêm tốn:

"Kính cáo:

Vẫn tôi là một học trò hèn khó hồi lúc thiếu niên; nên việc học hành còn thưa thớt. Nếu tôi có chép ra điều chi sai lỗi, xin chư vị khán quan hãy lấy lòng rộng, dung và chớ bắt bẻ tôi là đứa đã dung tài trong việc học".

Chơn Cáo Tự Sự

Tác-phẩm gồm 15 "đoạn" (chương) kể lại thời thơ ấu khốn khổ của mình, phải tự lực nhiều mới có phần nào học vấn và dám mở mặt nhìn đời; ở thì phải ở nhờ ông bà ngoại (sau khi mẹ mất), cả người dưng mà lại tốt (bà Cả, Thầy, ông Huyện, Đốc học, ông Ký,...).

"Tự sự" này còn có thể được hiểu là một gia phả: **Michel Tinh** kể rõ tên thật tên gọi của cha mẹ và họ hàng nội ngoại, kèm theo liên-hệ gia-đình, việc làm và chỗ ở của họ cùng ngày tháng xảy ra sự việc. Cha ông mất vợ sớm, tái giá với hai người khác; ông khắc nghiệt đánh đập bà kế đầu mà tác-giả quý mến ("rất lương thiện"), ra sao, chỉ hơn một năm là mất. Rồi bà sau nữa thì ác độc - tác-giả nghĩ là cha mình phải trả nợ *"Cha tôi chịu trần gian với bà kế mẫu sau nầy năm nay đã có hơn ba mươi năm, mình dầm sương, đầu phơi nắng ghe phen khổ não mà nợ trần chưa dứt"*. Viết ra điều này, ông đã xin lỗi cha mình: *"Con lạy cha, con xin cha tha lỗi cho con đặng mà chỉ điều tiền nhựt cho con cái nó đặng thấy, và con ước ao cho lớp sau nó biết tu nhơn tích đức mà thế lại cho ông bà cha mẹ nó, hầu ngày sau cho thế đại vinh xương, vì Chúa Tạo-hóa càn(g) khôn, mắt xem thấu r(õ) gan ruột mỗi người. Bởi cha hiền lành và để đức lại nên con nay ít phải trần ai lao khổ"* (tr. 7).

Mẹ mất, kế mẫu tốt cũng chết, ông về ở với ông bà ngoại được thương yêu thì trong nhà có "bà mợ dâu" tàn độc với cậu nhỏ Michel Tinh. Ông tả về hình trạng bà mợ ("mở"): *"Người mặt trẹt, hình tích hùng lệt, bộ đi tướng đứng giống như con choắc-chòe, còn lời ăn nói như gừng với ớt, và lòng chứa đầy sâu-độc (thiệt là hữu ư trung hình ư ngoại)"*. Ngay từ những ngày đầu, *"mở để riêng cho tôi ăn một cái chén mẻ miệng một miếng bằng hai ngón tay, bà ngoại tôi thấy vậy* liền nổi giận mà giựt cái chén cơm đổ phứt đi, và lấy cái chén kiểu lành tốt mà cho tôi ăn...". Và bao chuyện khác, như *"đập đại cây đuốc cháy trên đầu tôi"* khi cùng bà đi soi nhái đầu mùa mưa, v.v. ông đều viết tả lại tất cả, dù nhỏ để con cháu *"nó nghe, vì lòng độc nhỏ mọn cũng là độc"* (tr. 8), và *"cho con cái tôi được biết việc tân khổ tôi hồi lúc thiếu niên, song tôi cũng rán bền lòng, vì tôi mồ côi mẹ rất sớm, vô phước nên phải chịu"* (tr. 10).

Ông bị ho suyễn từ nhỏ "đến nỗi khòm lưng" nhưng bà mợ dâu luôn xét nét bắt làm dù là việc khó nặng nhọc. Vậy mà khi người cha tìm thăm thì ông trốn, sợ bị đưa về ở với bà mẹ kế ác kia.

Khi viết tự sự này, bà mợ dâu *"cũng còn sống, tôi thấy mở mà thương hại, mang một bịnh ho lao, ho tổn, đã nhiều năm rồi, ho đêm ngày cành cạch, tiếng tăm đà gần tắc, mình mẩy gầy guộc, còn da bọc xương, mệt nhọc chẳng biết bao nhiêu. Rõ ràng vậy, chớ chẳng phải tôi trù ẻo chi..."*. Ông kể mà không sợ con của cậu mợ phiền, vì muốn *"ngày sau nó có răn mình, và đừng bắt chước những điều vô nhơn bất được, vì Hoàng-thiên hữu nhãn rất công"* (tr. 11).

Từ Đoạn 5 kể chuyện học của tác-giả - thời đó đi học khá cực khổ. Xin ghi lại đoạn tả: *"học thì ngồi dưới đất, ngồi trên ngạch c(ữ)a, ngồi trên tấm ván tập viết nước, trừ ra có mấy anh nghe sách, thì được ngồi trên ghế.*

Giấy mực sách vở hồi đó còn thốn thiếu lắm, tập viết chẳng phải dùng giấy mực mà tập, viết thì viết trên tấm lá chuối khô, viết trên tấm ván, hình như tấm thớp, với một cây cọ và một cụ(t) đất sét nắn vuôn tượng bằng cổ chưn, hễ mỗi lần viết, thì phải có một chỉnh nước để một bên, nhểu nước trên t(ắ)m ván, đoạn lấy cục đất sét mài ra, rồi cầm cây cọ mà viết, hễ viết một chữ, bôi qua một cái, rồi viết chữ khác, bôi hoài bôi hủy mà tập cho đến hết cái vở. Tập rồi, tay chơn, quần áo lấm mem, tay rờ tới đâu thì lấm tới đó, rờ tới vở lấm vở, rờ tới áo lấm áo, dơ dáy chẳng biết bao nhiêu, dầu vậy mà ai cũng rán, miễn học cho hay chữ thì thôi. Còn đi học thì mang theo trước bụng một cục mực tồn ten, quần áo vấy mực, nếu không săn sóc thì rận sanh ra nhiều lắm, chẳng mấy khi được giặt quần áo bằng xà bong sạch s(ẻ) như bây giờ. Ngày nay quần ủi, áo ủi, chệt giặt trắng phau phau, sánh lại với lúc đó sướng cực cũng xứng nhau..." (tr. 12).

Các Đoạn 9-10, ông cũng cho biết việc theo đạo Công-giáo đã gặp nhiều trở ngại, khó khăn ngay từ trong gia-đình, *"bà con thân tộc"* ra đến những người như ông Ký cho ở đậu ăn học đuổi tác-giả không lý do. Sau khi ông chịu phép rửa tội trở lại đạo Công-giáo - lúc đã hơn 14 tuổi, trở về quê *"viến(g) bà con thân tộc, ai nấy đều không thèm muốn ngó mặt tôi. Bà cô tôi là bà Năm, bà nuôi em tôi là con Ý, khi trước bả yêu dấu tôi lắm, năn(g) châu cấp bạc tiền cho đặng mua sách vở viết mực, và sắm quần áo. Đến nay đam lòng hờn tôi nhiều lắm, và trách tôi sao có cả gan mà giữ đạo, đặng bỏ ông bỏ bà bỏ cha mẹ, bắt tội tôi rằng thất hiếu thất trung, ai ai cũng gọi tôi là đứa bạc.*

Cả và bà con bên ngoại tôi đều không ưa tôi (...). Tức muốn bể mặt bể tim vì lòng không bạc sao gọi rằng bạc, cũng như không lỗi mà phải bị gia hình, trái tim tôi muốn rướm máu mà cũng can tâm chịu chữ bạc (...).

Trở về đây coi thế ít kẻ ưa, người này nhạo đạo Đ.C.G. một tiếng, người khác nhạo một tiếng nói những đ(i)ều sỉ nhục Đ.C.G. Lạy Đ.C.G. Tôi xin chia cùng Chúa những đ(i)ều người ngoại đạo khinh khi đạo Chúa.

Lòng tôi khi ấy chua xót biết bao nhiêu nhưng mà cảm ơn Chúa chí từ rất linh chẳng có phụ tôi là kẻ mới làm con Chúa, kẻ mới được vào số binh lính Chúa..." (tr. 22-23).

Đoạn 15 kể chuyện công thành danh toại, bỏ làm thông ngôn kinh lý (piqueur interprète) ở Mỹ Tho, lập gia-đình riêng và làm quản lý cửa hàng ("clerc de commerce") rồi lên làm "đại lý nhơn" thay chủ người Đức làm việc với sở Quan thuế xuất nhập cảng, *"Từ khi ấy tôi được bình an, chẳng còn bị hiếp đáp, hoạn nạn như buổi ở với một bà mợ dâu tôi"* (tr. 32).

*

Hiện thực: Michel Tinh là nhà văn tả chân hiện thực vào những năm đầu thế kỷ 20. Ông tiếp nối con đường đã được mở bởi nhà tiểu-thuyết tiền phong Nguyễn Trọng Quản. Trước đó văn-học truyền thống chỉ có kỹ thuật miêu tả theo lối chấm phá hoặc tham chiếu. Từ nay, tả thực đã là một thành tố quan trọng của quan niệm về tiểu-thuyết. Với phương Tây, tiểu-thuyết hiện đại đi đôi với kỹ thuật miêu tả và tả thực. Tả thực còn có nghĩa là đối lập với những gì hoang đường, dị đoan thường bắt gặp trong các chuyện kể thần thoại và trong các truyện dịch từ chữ Hán.

Trong tự thuật đời mình, qua người thật, việc thật từng xảy ra, Michel Tinh đã cho biết về sinh hoạt của người nông dân ven biển của miền Nam vào cuối thế kỷ 19 như công việc đồng áng, đời-sống gia-đình và gia tộc, các đám tang (mẹ và bà ngoại tác-giả), đám cưới (và mai mối, của chính tác-giả), bên cạnh những hủ tục chồng đánh vợ, dì ghẻ hà khắc với con riêng của chồng, mợ dâu, v.v. Việc học chữ ở nhà quê (năm tuổi, học từ sách "Huấn mông", học thầy lớp, hình phạt đeo "gông bẹn" bằng bẹ chuối tươi đi diễu hành từ đầu làng cuối làng, thưởng thì được "c(ử) lên làm Giám, làm Biện, làm Thủ, có tiếng tung hô",...), theo tác-giả mà lên quận rồi tỉnh thành, việc học tiếng Pháp (Lang-sa) cùng các sinh hoạt buôn bán, công ty, giao tiếp xã-hội ở các thành phố.

Nhìn chung, dù theo tây học và đạo Công-giáo, nhưng tác-giả vẫn chứng tỏ chịu ảnh hưởng nặng đạo-lý ông bà tổ tiên và tư tưởng nho giáo. Ông tin vào triết lý ân đền oán trả cũng như làm lành sẽ được đền bù, làm ác sẽ bị Trời phạt và ở đời thịnh-suy có lúc,... Ông đề cao ân-nghĩa ở đời và lòng biết ơn nhất đối với những người thầy đã dạy học trò những điều nhân nghĩa, phải trái và đặc-biệt đem chính bản thân mình mà nêu gương đạo lý. Như sau một lần Michel Tinh trốn học bị thầy cho học trò tìm bắt đưa về trường lớp, ông bị phạt "đóng trăn(g)" bằng giây - sau này ông nói với con cháu:

"Ở các con cái tôi, và mấy em út, bây giờ, nếu thầy có đánh hay là có sai đi bắt các con cái, hay là em út, thì phải cám ơn thầy cho lắm, vì thầy muốn làm ơn cho con cái, và em út đặng nên người và ở đời với thiên-hạ. Chớ chẳng phải, bắt mà làm ích chi cho thầy (...)

Bụi khóa lắp chôn cây ngọc đi rất sớm, thiệt tôi rất thương tiếc thầy và cảm ơn thầy, gần một năm rưỡi thầy đã công lao cùng tôi mà dạy dỗ tôi, không có ăn tiền" (tr. 17, 18).

Michel Tinh cuối sách cho biết có mục đích khi viết tập hồi-ký này là *"có ý nhắc tích để lại cho con cái tôi, nó được biết điều tân khổ của cha nó đã chịu mà cũng bền lòng gắn(g) chí, lo học hành cho đến nay, làm việc kiếm tiền được mà nuôi lại nó, cho ăn, đi học. Bởi có* chịu sự khó nhọc, bởi có uống sự cay đắng, nên mới có được chú(c) đỉnh ngọt ngào. Vã lại tôi tưởng chẳng có chi bằng sự bền lòng, bền chí, và ăn ngay ở thật. Vậy các con tôi, r(ũ)i như cha mẹ có thác sớm, thì các con hãy rán bền lòng bền chí, dầu cho có tân tan hoạn nạn, đi nữa, cũng rán mà chịu và ra công học hành cho được thì sau các con chắc s(ẽ) được bình an hoan lạc" (tr. 36).

Như vậy, đây là một sách luân-lý, đạo nghĩa gia-đình, tác-giả ghi lại cuộc đời gian nan của chính ông để truyền dạy con cháu và độc giả người ngoài có thể noi theo hoặc rút kinh-nghiệm từ cuộc-đời và những việc đã xảy ra cho ông, - vì đó là thời văn-hóa xã-hội Nam-kỳ thuộc địa đầy dẫy va chạm Đông-Tây, ngoài-trong đó.

Ngôn-ngữ ở tập tự-sự đầu tiên này là tiếng nói của đời-sống thường ngày ở miền Nam lục-tỉnh thời bấy giờ, trong số có những tiếng nay không còn được sử-dụng như "hẳng thật" (tr. 6), "thoản như" (tr. 37), "khoe khoan(g) thinh giá" (danh giá, tr. 36),... Và chữ Hán được sử-dụng khi cần đến như: "ba mươi đời lạc diệp thì qui căn" (lá rụng về cội, tr. 23), "lương duơn" (lương duyên, tr. 29), v.v.

Nói chung, *Chơn Cáo Tự Sự* đã là bước đầu của thể-loại tự truyện, hồi-ký. Dù câu văn nhiều phương ngữ của thời đại, nhưng tác-giả đã thành công trong bước tiền phong của mình. Gần 20 năm sau, Tản Đà có những tập văn xuôi tự sự như *Giấc Mộng Lớn* kể chuyện lận đận thi cử, nợ nần, v.v. Nhà thơ Tản Đà cũng đã đóng góp mở đường cho tiểu-thuyết văn xuôi, dù ở ông, văn vẫn còn nhiều biền ngẫu và gần với thi-ca. *Giấc Mộng Lớn* (1929) đã đến gần thể tiểu-thuyết dù tính chất tự truyện vẫn là chính. Ông viết trong Lời Tựa tập sau cùng:

"Vậy thời Giấc Mộng Lớn là một tập ký thực chăng. Hoặc có người hỏi như thế, tác giả thực khó trả lời. Đã gọi là mộng thời sao gọi là kỳ thực. Vậy thời giấc mộng lớn là một cuốn tiểu-thuyết chăng? Hoặc có người hỏi chơi như thế, tác giả lại càng khó trả lời. Có sự thực mới chép, thời không phải là tiểu-thuyết. Thôi thời ký thực hay tiểu-thuyết, tự độc giả muốn cho sao thời là sao. Tác giả chỉ cứ theo sự thực chiêm bao mà tùy ý chép ra không có mạch lạc, không có quy tắc, không kể việc khinh việc trọng, không hiềm cái dở cái hay muốn lược thời lược, muốn tường thời tường, chẳng qua là một cuốn văn

chơi, tưởng cũng không quan hệ đến những sự phẩm bình của các bậc đại nhã cao nhân vậy" (1).

Sau đó, văn-học tiền chiến sẽ có tự truyện *Những Ngày Thơ Ấu* (1938) của Nguyên Hồng, *Dã Tràng* (1939) của Thiết Can. Lan Khai có tự truyện *Mực Mài Nước Mắt* (2) qua nhân-vật nhà văn tên Khải. Năm 1942, Vũ Bằng đã đăng từng kỳ trên báo *Trung Bắc chủ nhật* rồi hai năm sau, 1944, xuất bản cuốn tự truyện *Cai* gây sôi nổi ở Hà-Nội một thời: văn tự truyện ở đây đi sâu vào đời sống cá nhân riêng tư, cho người đọc biết những góc khuất buồn vui cuộc đời của nhà văn [sau tái bản đổi tựa là Phù Dung Ơi, Vĩnh Biệt!]. Tô Hoài có bộ tự truyện gồm bốn tập *Cỏ Dại, Tự Truyện, Những Gương Mặt, Cát Bụi Chân Ai* xuất bản từ 1944 đến 1988 nhưng tập đầu đáng kể hơn cả!

Đến vào giai đoạn cuối thế kỷ XX mới thật sự bành trướng thể loại tự truyện nhưng vẫn tương đối ít tác phẩm lớn vì đa phần chỉ là những hồi ký nhẹ tính văn chương. Có thể cái Tôi không đủ hấp dẫn bằng những đề tài thời sự, xã hội nóng bỏng suốt cả thế kỷ (chế độ thực dân, những phong trào chống Pháp, cách mạng, hai thế chiến rồi chiến tranh liên tục đến 1975, cuối thế kỷ là chống Cộng dưới hình thức mới, nhân sự mới,...), cũng như ảnh hưởng đời sống mới với truyền hình, phim ảnh,... Cái Tôi vẫn còn đây nhưng phần Tôi cao cả - tôn giáo, chính trị, phải hư hao mất.

Cái Tôi vào cuối thế kỷ XX này dù vậy là cái Tôi của sự thật, là công cụ cho sự thật dù có sự thật mất lòng, đau lòng... như phản bội, đĩ điếm, vô luân,... Làm như muốn đụng tới sự thật, làm nhân chứng, tự truyện, động tác kể truyện trở thành thú tội với người đọc - một hành động được xem là can đảm, thành thật. Một cái Tôi loại mới. Thế Uyên trong *Không Một Vòng Hoa Cho Người Chiến Bại* (3) có nhiều tính tự truyện khi viết lại những tình cảm, bản năng bên cạnh những ý thức, tư duy văn hóa của những nhân vật có nhiệt huyết phản kháng lại những hư nát và dấn thân đổi mới xã hội.

*

Có sự khác-biệt giữa hai loại tự-sự tiểu-thuyết và tự-sự hồi-ký khi tự-sự tiểu-thuyết mang tính văn-chương, trong khi tự-sự hồi-ký mang tính thông tin. Loại đầu tiểu-thuyết hóa cái Tôi, tiểu-thuyết đời sống và con người tác giả; nghĩa là vay mượn dù chỉ phần nào. Tác giả chủ động trong vai người kể chuyện và là nhân vật chính thường xưng "tôi" mà cũng có thể ngôi thứ ba hay mang tên một nhân-vật. Người Nhật vốn có truyền thống trân quý thể loại tự truyện, nhật ký, du ký. Ở Việt-Nam thời lịch triều, các nhà Nho thường dùng truyện xưa tích cũ - thường là xa xôi bên Tàu và tự thuở xưa nào, để gửi gắm, nói lên tâm sự và thường dùng ngôi thứ ba. Nguyễn Gia Thiều mượn tâm sự cung nữ, Nguyễn Du mượn chuyện đoạn trường của nàng Kiều thời Gia Tĩnh nhà Minh bên Trung quốc để nói lên tân thanh của riêng ông.

Gần suốt cả thế kỷ XX và phần đầu thế kỷ XXI, dù vậy cũng ít tác giả Việt-Nam đưa cái Tôi thật vào văn chương, có chăng cũng phải văn chương hóa, tiểu-thuyết hóa - gần suốt vì sau biến cố 30-4-1975, đã có khá nhiều hồi-ký về tù "cải tạo", đời-sống lưu vong hay phản kháng, v.v. Một thể-loại đòi hỏi người viết vượt được dư luận và thành thật nếu muốn thành công hấp dẫn người đọc và sống lâu cùng văn-học sử! *Chơn Cáo Tự Sự* ngay từ năm 1910 đã có được những đặc tính thiết yếu đó, chỉ tiếc là tự truyện này đã không được văn học sử ghi công và do đó đã phần nào rơi vào quên lãng!

Chú-thích

Chúng tôi sử-dụng văn bản gốc: Michel Tinh. *Chơn Cáo Tự Sự* "La petite biographie de Michel Tinh par lui mêmę" (Saigon: Phát Toán Libraire Imprimerie, Octobre 1910).

1- Tản Đà Nguyễn Khắc Hiếu. *Giấc Mộng Lớn* (Hải Phòng: Tản Đà Thư-cục, 1929), tr. 6.

2- Lan Khai. *Mực Mài Nước Mắt* (Hà-Nội: Đời Mới, 1941).

3- Thế Uyên. *Không Một Vòng Hoa Cho Người Chiến Bại* (Los Alamitos CA: Xuân Thu, 1999).

Lê Hoằng Mưu, nhà tiểu-thuyết tiền phong

Lê Hoằng Mưu ký tên thật khi viết tiểu-thuyết và khi làm báo, ngoài ra ông còn dùng các bút và biệt hiệu Mộng Huê Lầu (đảo chữ tên thật, như Khái Hưng), Cao Hiển Vinh, Hoằng Bảo, Lê Hoằng và Lê Hoằng Bút. Ông sinh năm 1879 tại làng Cái Cối, tổng Bảo Hựu, tỉnh Bến Tre và mất tại Sài-Gòn khoảng năm 1941. Ông nổi tiếng trong làng báo Sài-Gòn từ những năm 1910-1915, và là một trong số nhà tiểu-thuyết thuộc giai đoạn ban đầu ở Nam-Kỳ; chủ nhiệm báo *Nông Cổ Mín Đàm* (1912, 1915), chủ bút báo *Lục-Tỉnh Tân-Văn* thời đổi thành nhật báo khổ lớn sát nhập với *Nam Trung Nhựt Báo* (từ 3-10-1921 đến 1930) và tổng lý (chủ nhiệm) tờ *Công Luận Báo* năm 1924 cũng như thành lập cùng Võ Thành Bút và làm chủ bút tờ *Long Giang Độc Lập* (*Le Mékong*, 1931-1934). Ngoài ra, ông cũng cộng tác với các tờ *Điện Tín*, *Thần Chung* và *Đuốc Nhà Nam*. Từ khi Lê Hoằng Mưu làm chủ bút, *Lục-Tỉnh Tân-Văn* khởi sắc hơn các báo khác về văn chương nhờ đăng tiểu thuyết của ông, và mặt khác, các tác phẩm xuất bản của ông có ghi thêm được bảo trợ "Sous les aupices du *Lục-Tỉnh Tân-Văn* journal quotidien".

Sau Nguyễn Trọng Quản, Lê Hoằng Mưu cùng Trương Duy Toản đã là hai *tiểu-thuyết gia tiền phong* vào đầu thế kỷ XX. Tác phẩm văn chương của Lê Hoằng Mưu thường được đăng tải nhiều kỳ trên các báo trước khi xuất bản. Cũng trên các báo, ông đã đăng các truyện dịch cũng như các sáng tác. *Nông Cổ Mín Đàm* đăng các **dịch-thuật** của Lê Hoằng Mưu, ông dịch truyện Mỹ, Nga qua bản tiếng Pháp như Chồng bắt cha vợ, Vi Lê giết vợ, - một truyện ngắn của Mỹ có thể là truyện dịch đầu tay của ông. Sau đó Lê Hoằng Mưu phóng tác từ văn học phương Tây thành tiểu-thuyết, như từ kịch thơ

Racambole Tom V-Les drames de Paris của Pierre Alexis Ponson du Terrail (*Nông Cổ Mín Đàm* số 18, năm 1912), tiểu-thuyết Pháp Le Comte de Monte Cristo của A. Dumas với nhan đề "Tiền căn báo hậu" đăng trên *Lục-Tỉnh Tân Văn* từ số 2054 ngày 18-6-1925 - và nhà Impr. de l'Union xuất bản thành 9 quyển năm 1926.

Ngoài một số sáng tác đăng báo chưa được xuất bản, như Ba Gái cầu chồng (*Nông Cổ Mín Đàm*, từ số 55, 13-7-1915), Hồ Thế Ngọc (*NCMĐ*, từ số 85, 17-2-1916), Giọt Nước Nhành Dương hay Hoa chìm bể khổ (*Công Luận báo* từ số 73, 19-2-1924), Nhược Nữ báo phụ thù hay Hiếu Tình bất nhứt (*Lục-Tỉnh Tân Văn*, từ số 1877, 13-11-1924), Hoan hỉ kỳ oan (*LTTV* từ số 1942, 3-3-1925), Cuồng Phụ Ngộ Cứu nhân (*LTTV* từ số 2393, 9-8-1926), Thập báo niên tiền Kim Liễu hàm oan (*LTTV* từ số 3549, 10-7-1930), Trăng già độc địa (*Long Giang độc lập*, từ số 5, 15-11-1930), v.v., các tác phẩm đã xuất bản của Lê Hoằng Mưu có thể ghi nhận như sau:

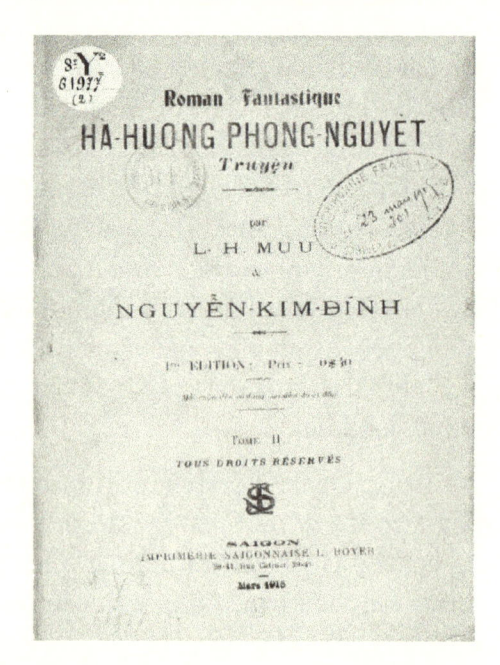

Hà-Hương Phong-Nguyệt "roman fantastique" là tiểu-thuyết đầu tay, ký Le Fantaisiste Hoằng Mưu, đăng *Nông Cổ Mín Đàm* (từ số 19 ra ngày 20-7-1912 đến số 53 ngày 29-5-1915), với nhan đề "Truyện Nàng Hà Hương" đến tháng 11-1914 được Impr. Saigonnaise

L. Royer bắt đầu xuất bản trong khi chưa xong đăng báo, thành 6 quyển với tựa là *Hà-Hương Phong-Nguyệt* - 2 tập đầu ghi tên đồng tác giả là "L.H. Mưu & Nguyễn Kim Đính" và tập 6 phát hành tháng 6-1916. Có thể đây cũng là lý do trong hai tập đầu ngôn ngữ sử dụng Việt "ròng" hơn văn biền ngẫu trong các tập sau!

Nghĩa Hữu là một thanh niên hiền lành ở Bến Tre, cưới vợ là Hà Hương, một cô gái con nhà giàu, có nhan sắc, gọi là "gái tân thời" [*"nhan sắc đẹp đẽ, đành cho nguyệt thẹn hoa nhường, hoa đâu kém tuyết Lam-Kiều, tóc chẳng nhường mây Vị-Thủy..."*], "quen tánh hỗn ẩu với chồng" và không thuận thảo với gia đình chồng, lại sống theo thói buông thả, vì thế dù Nghĩa Hữu "đắm sắc" mà chẳng bao lâu hai người đường ai nấy đi. Nghĩa Hữu lấy vợ sau là Nguyệt Ba - nhà nghèo nhưng cũng nhan sắc mà lại đẹp "tánh ăn nết ở" và theo nàng Nguyệt Ba ra Vũng Tàu rồi Bình Thuận. Trở về quê nhà thì Hà Hương sau một thời gian ăn chơi chán chê lại dụ dỗ Nghĩa Hữu trở lại với mình, theo xuống Trà Vinh, về Sài-Gòn rồi lưu lạc nhiều nơi khác.

Ở vào buổi giao thời đất Nam-kỳ rồi ra cả nước bị thực dân Pháp đô hộ, thời mà xã hội Cochinchine dù đã bắt đầu bị Âu hóa nhưng ảnh hưởng Tống Nho vẫn còn mạnh, Lê Hoằng Mưu đưa ra quan niệm hiện thực và tâm lý mới về tình yêu nam nữ và luân lý, đề cao tự do phóng khoáng theo ảnh hưởng từ phương Tây. Táo bạo khi miêu tả những cảnh ăn chơi trác táng nên tác giả đã bị các báo chí khác kết án là xúc phạm thuần phong mỹ tục. Bị một số tờ báo lúc bấy giờ công kích dữ dội, và đã có những cuộc bút chiến luân lý sôi nổi về tác phẩm này - trong số có Nguyễn Háo Vĩnh và Trần Huy Liệu. Và cuối cùng, chính quyền thuộc địa đã ra lệnh tịch thu và tiêu hủy tác phẩm.

Hà-Hương Phong-Nguyệt được viết theo lối văn xuôi có vần có đối và có khi có cả vần, do ảnh hưởng lối văn biền ngẫu truyện Tàu, và thường lại xen các bài thơ luật vào, rất thích hợp với người đọc đại chúng thời bấy giờ. Mỗi chương truyện được tác giả giới thiệu tóm trong một hay hai câu dẫn, thí dụ Quyển 1: Tráo con những tưởng con hưởng phước, Đổi trẻ nào hay trẻ bất lương - Quyển 2: Tam thập lục thao dĩ đào vi thượng - Tránh nợ gặp duyên lòng chưa phỉ, Tìm nghĩa vương tình dạ chẳng nguôi; Quyển 6: Lời chưa cạn Ái Nhơn trao thơ cá, Kể sự tình Anh Cô gởi tình nhân, *v.v.*

Tác giả giới thiệu truyện trong Tiểu Tự dẫn nhập khi xuất bản: "*Đồng bang hằng đọc truyện Tào [Tàu] diễn nghĩa, thông hiểu tích xưa, chẳng phải là chẳng ích chẳng vui, nhưng mà coi bấy nhiêu đó hoài, lẽ khi cũng mỏi mắt đọc cang qua, nhàm tai nghe binh cách chớ? Xét vậy nên tôi đặt bộ Hà Hương Phong-Nguyệt nầy ra, thật là truyện đặt theo việc tình người đời, chẳng mượn tích ngoại phang gio diễn, để cho đồng bang cơn rảnh mua vui, lúc buồn xem tiêu khiển. Cho hay Hà-Hương là truyện tình, song truyện tình mà đủ nhơn, nghĩa, lễ, trí, tín, tình mà có báo oán nhãn tiền, tình dường ấy cũng nên đọc lấy làm gương, toan giữ mình trọn đạo...*" (Tome 1, tr. 2). Tác giả nói rõ ông đưa vào tiểu thuyết những chuyện dâm tình để răn dạy *đạo lý* thôi mà!

Toàn truyện là hình ảnh thu tóm của xã hội Nam-kỳ lục-tỉnh thời trước Thế chiến thứ nhất, với nhân vật Nghĩa-Hữu chìm đắm trong sắc dục và chỉ sống cho bản thân, bên cạnh một Ái-Nghĩa chung tình, nàng Hà Hương xinh đẹp nhưng sống vội và buông thả bên cạnh một Nguyệt Ba đẹp người, đẹp nết. Xã hội ấy còn có cả người nước ngoài như khách trú người Hoa, anh Bảy Chà Và gốc Ấn, những trạng sư người Pháp. Rõ là các nhân vật truyện ra khỏi truyền thống truyện của văn học Việt-Nam, mê say sắc dục, trọng vật chất hơn lễ nghĩa, đạo lý.

Tô Huệ Nhi ngoại sử (3 quyển, 96 tr.; Saigon: Impr. de l'Union, 1920) là một tiểu-thuyết "diễm tình" thời đó đang được độc giả say mê từ khi các tiểu-thuyết "uyên ương hồ điệp" của nhà văn Trung-Hoa Từ Trầm Á (1889 - 1937) như *Ngọc Lê Hồn* 1911, từ năm 1919 được dịch đăng báo và sau này được xuất bản trong Nam cũng như ngoài Bắc. *Tô Huệ Nhi ngoại sử* - cũng như *Tố Tâm* 1925 sau đó, kể chuyện ái tình nhưng cái kết tích cực, lạc quan và cả thực tế hơn: chuyện Châu Kỳ Xương yêu nàng Tô Huệ Nhi khi học chung trường, nhưng chàng Châu bị gia đình ép lấy vợ đã đính ước là Tào tiểu-thơ "hỗn quá chẳng tinh, dữ hơn gấu ngựa" và bị bệnh chết sớm, nên may mắn tái hợp với Huệ Nhi cũng đã bị cưỡng hôn và bị bọn cướp Hải Lý Tuyền bắt. Vậy cho nên

"*Long vân thiên cổ kỳ phùng;*
Loan phụng bách niên túc ước".

Lê Hoằng Mưu ở đầu truyện đã cho biết đặt câu chuyện trong khung cảnh phong trào Duy-tân đã bắt đầu ở Trung Hoa: "*Nói về*

Trung quốc, từ năm Canh tí [1900] các đoan tán loạn đạo tặc dấy luôn, nhờ triều đình xuất binh dẹp an mới nổi. Từ ấy triều đình tỉnh ngộ, tân chánh cải hành, xuất của lập trường mở mang đàng học vấn. Nhờ ơn trên nên tỉnh Đình Cảng, tuy chẳng phải đại tỉnh thành mà học đường khai bộn. Nào sơ đẳng tiểu học, cao đẳng tiểu học đều hoàn toàn, duy nữ học đường còn thiếu" (1)

Oán Hồng Quần hay *Phùng Kim Huê Ngoại sử* (5 quyển, tổng cộng 260 trang; Saigon: Đặng An Thân; Impr. de l' Union, 1920-1921) ký Mộng Huê Lầu. Chuyện Phùng Kim Huê, một cô giáo tỉnh lỵ Bến Tre vì mẹ chết, cha có vợ sau khắc nghiệt nên tìm cách thoát ly lên Chợ Lớn, nhưng bị lừa đưa vào thanh lâu. Thành hôn với Triệu Bất Lượng là ân nhân cứu nàng thoát khỏi thanh lâu và tố cáo bọn bất lương với Biện lý cuộc. Vợ chồng có được hai con thì Triệu Bất Lượng chết vì tai nạn lao động - bị máy xay lúa "máy ăn". Phùng Kim Huê được chủ hãng xay lúa giúp cho việc làm. Truyện kết thúc với chuyện có "tên khách" Năm Xương thương và theo đuổi nàng.

Trích cảnh Kim Huê lần đầu gặp Triệu Bất Lượng tại nhà ga Tân Hiệp: *"Trên chữ đề Tân Hiệp nhà ga, dưới chạo rạo người ta lên xuống. Huê khát nước thấy dừa muốn uống, tính xuống mua mà xuống lại e; may đâu con bán dừa đem lại kề xe, cho hành khách tiện bề mua lấy. Huê mừng dạ mau chơn bước lại, kêu hỏi thăm một trái mấy đồng. Xảy đâu gần bên nàng có một thầy thông, chợt thấy khách má hồng bủn rủn. Trơ đôi mắt, hỏi thầm trong bụng: "Có phải Thúy Kiều xưa, nay sống lại chăng?" Thầy mới lần tay toan mở túi gió trăng, kiếm lời ghẹo ả Hằng cung nguyệt"* (2).

Hoạn-Thơ bắt Túy-Kiều vịnh tích (Saigon: Impr. J. Nguyễn Văn Viết, 1921 - 28 p.). Truyện thơ theo thể thất-ngôn Đường luật.

Oan Kia Theo Mãi tức *Ba mươi hai đêm Hồ Cảnh Tiên tự thuật* (chỉ mới xuất bản được 3 quyển; Sài-Gòn: J. Viết, 1922) mang tính cách phân tích tâm lý như *Thầy Lazarô Phiền* của Nguyễn Trọng Quản.

Đầu Tóc Mượn (Saigon: L' Union Nguyễn Văn Của, 1926; 60 tr.) dùng tích "đều tóc mượn" viết thành truyện về "tình ngay lý gian" ở chốn công-đường, *"xem sự chị em họ Hồng, thì rõ đời lắm khúc éo-*

le; lại cũng rỏ nổi oan của Hồng-Anh, cho hay tang chứng sờ-sờ, mà lòng thiệt không nhơ không bợn. Chớ chi Hồng-Hoa đừng có cưu dạ hoài nghi, tức giận bỏ đi xứ khác, ở mà vấn tra minh bạch, đổi nghi ra quyết sẽ hay, thì có đâu cha ủ-mặt, mẹ châu nầy, chị em lạc loài, xẻ-hai chăn gối. Cùn(g) nghĩ, chuyện qua rồi tự hối, hay hơn, trước kia toan lần cởi đa nghi, nghĩa chị-em đã khỏi lổi nghi, tình phu-phụ, xướng-tùy trọn đạo"* (tr. iv) - theo lời mở đầu truyện, tác giả gởi cho "hiền-hữu Lê-Quang-Giáp, thơ-ký phòng 'Nô-te', Saigon".

Đỗ Triệu kỳ duyên (1928): kịch thơ.

Đêm Rốt của Người tội tử hình (4 quyển; Saigon: Lưu Đức Phương, 1929. 284 tr.).

Người Bán Ngọc (4 quyển, Impr. Đức Lưu Phương, Sài-Gòn, 1931. 370 tr.) "ái-tình tiểu-thuyết", kể chuyện bên Trung-Hoa đầu thế kỷ XX, có người thanh niên bán ngọc tên Tô Thường Hậu *yêu* phu nhân tướng quân họ Hồ. Lần đầu "gặp gỡ làm chi" tại chùa Bảo Anh ở tỉnh Tô Châu, biết nàng là gái đã có chồng và theo phép phải xa lánh, nhưng cậu "thiếu niên" mồ côi con nhà giàu bị *"cái nết hồng nhan không thuốc mà mê nó khiến cho chàng thấy mặt phải lòng, vội quên cái thân hồ-thuỷ bốn phương, say đắm phù-giun chi sắc, cho ra người mơ bóng tưởng hình, mang mễn khối tình triệu-triệu"* (tr. 5). Dò hỏi nhiều người, anh chàng mới biết đó là phu nhân của quan Hồ Quốc-Thanh "Đề-đốc mả-binh Cách-mạng" khi hành quân vắng nhà ra "quân lịnh" "cấm nhặ(t) nam-nhân bất luận lão ấu, không ai đặng vào ra chốn phòng khuê cửa các":

"Giá đành trong nguyệt trên mây,
Hoa sao hoa khéo dã-dày bấy hoa!
Nổi cơn riêng giận trời già,
Lòng nầy ai tỏ cho ta hỡi lòng?"

Tô Thường Hậu lập mưu với một lão-bà giả phụ nữ bán ngọc (đủ "nét xuân sang, gương thu thủy" và "thiên kiều bá mị, vạn chưởng phong lưu") để gần gũi và trở thành tình nhân của Hồ phu nhân "trững mỡ" trong hai năm chồng đi xa, trước là đồng tình luyến ái, sau trai-gái thật khi Thương Hậu không cầm lòng được đã để lộ cái "oan gia". Họ Tô dụ dỗ Hồ phu-nhân tìm "chị em bạn gái người nào đẹp đẽ, thích tình, mình đem về làm bạn gối-chăn, sớm khuya chung chạ". Và anh ta "dởn đào chơi lý", "chung chạ đứng ngồi, gối chăn yêu ấp" được hai năm.

Tác giả "tả chân" dài dòng diễn tiến cảnh ngủ chung, từ ngắm đến đấm bóp, ôm ấp cho đêm đầu tiên, có cả thằn lằn, chuột làm cụt hứng, rồi đi tắm biển, thưởng mai, đi xem hát, cả ghen tuông, v.v. nhưng luôn đêm ngày bên nhau không rời nứa bước: *"hai đàng, mập mờ trong cuộc truy hoan, càng quen thuộc nết càng dan díu tình, say mê nhau dan díu nhau cho đến đỗi quên sợ lậu tệ tình..."*.

Hồ Quốc-Thanh trở về, biết chuyện, liền giết con nữ-tì Đào Anh rồi phu-nhân - việc rửa nhục tác giả dài dòng tâm lý, suy tính nên vì ghen ích kỷ hoặc bỏ qua vì nghĩ thân vợ chưa... hao mòn, nhìn mặt vợ "hồng nhan mà đấm sắc, nghe lời thanh nhã mà say tình", cuối cùng không tự kìm hãm được nên dụ vợ vô hầm rượu rồi đẩy vô mái chứa rượu vốn để thưởng quân lính - người chết trồng cây chuối. Xác phu-nhân quàn tại chùa Bảo Anh chờ vì quanh vùng đang bị lụt lội. Trước đó phải xa Hồ phu-nhân vì chồng đã về, Tô Thường Hậu vào chùa xin qui y, "miệng niệm kinh mà lòng luống ngần ngơ như người trong mộng *"Bâng khuâng đảnh Hiệp non Thần, / Còn nghi giấc mộng đêm xuân mơ màng"* (tr. 184)

Hồ tướng quân gởi bộ hạ Hồ Lăng giả xin vào chùa tu "núp bóng cây chuốt đủa" để dọ thám vì phu nhân đã gặp lại Tô Thường Hậu ở chùa. Khi quan tài để ở chùa, Tô Thường Hậu ôm hòm mà khóc lóc kể lể, bị Hồ Lăng theo dõi báo cáo cho chủ. Bị quan Phủ-doãn tỉnh bắt và tra tấn khảo tội nhưng anh ta vẫn không nhận tội bị vu là ăn trộm vàng bạc trong quan tài Hồ phu-nhân. Hai Phủ-doãn dù nhận của đút lót đều không ép được, phải xin đổi đi. Người thứ ba là Trang-tử-Minh được tiếng là minh-quan và cuối cùng Tô Thường Hậu khai thật *"tớ có trộm tình không trộm ngọc"* nên "tha giết mà đày đi khỏi xứ", còn Hồ Quốc-Thanh bị lột mặt nạ đã dàn cảnh Hồ Lăng, bị kết tội đã giết con thế-nữ Đào Anh vì "cơn nộ bất cập lượng" sợ "lậu sự" và tội giết "dâm phụ" phu nhân vì ghen tuông và sợ xấu hổ. Hồ Quốc-Thanh bị quan phủ-doãn ghi các tội "chồng bất chánh", "quan bất công" không giải quyết nội bộ chuyện tà dâm của Tô Thường Hậu và "trị gia bất nghiêm": "Mạng-phụ tư thông, / Bất chính gia yên năng chánh quốc", cuối cùng bị Bắc phủ trung ương "đuổi về dân" và Trang-tử-Minh thăng tam cấp.

Báo chí và dư luận thời ấy đã mạnh mẽ phản đối câu chuyện và cảnh tả dâm tình của các nhân-vật. Cuối thế kỷ XX, nhà văn Thế Uyên trong bài viết về Lê Hoằng Mưu (3) đã cho rằng Phạm Quỳnh và Vũ Ngọc Phan đã "'không chịu nổi' lối miêu tả lối viết về tình yêu và tình dục của những tác giả Nam Kỳ, đặc biệt là Lê Hoằng Mưu", và theo ông, các nhà văn trong Nam tả chân, phản ảnh trung thực cuộc đời do đó "*không quan tâm đến đạo lý cổ truyền của Khổng Mạnh, cũng chẳng để ý tới quan điểm thanh giáo của Công giáo về vấn đề xác thịt và tội lỗi. Những nhân vật nữ của các nhà văn miền Nam là những thân thể của đàn bà, với vú, mông và tam giác sinh dục. Họ khác xa những cô Thúy Kiều, Thúy Vân, hay Tố Tâm, chú tiểu Lan (của Khái Hưng) hay cô Loan (của Nhất Linh)...*". Thế Uyên đã phân tích những màn tả chân tình ái và dâm tính của cuốn *Người Bán Ngọc*. Họ Lê còn là tác giả cuốn *Hà Hương Phong Nguyệt* (1914) tả cảnh đời ăn chơi phóng đãng, đã gây bút chiến và cuối cùng bị nhà cầm quyền tịch thu tiêu hủy. Đạo lý Khổng Mạnh mà Thế Uyên nói đến có lẽ không phải là đạo lý làm người căn bản mà con người nơi vùng đất mới Nam-kỳ đã cố công duy trì, truyền bá, từ Nguyễn Đình Chiểu đến Trương Vĩnh Ký và các tiểu-thuyết gia như Lê Hoằng Mưu, Hồ Biểu Chánh,... Nhận định của Thế Uyên chỉ chứng tỏ ông bị ảnh hưởng của thanh giáo và luân lý Tống Nho dù các tác phẩm văn chương của ông đã vẫn chứng tỏ cởi mở về tình dục, từ *Những Hạt Cát* đến tập tiểu-thuyết tự truyện *Không Một Vòng Hoa Cho Người Chiến Bại* xuất bản tại hải-ngoại năm 1998. Thiển nghĩ, những cảnh trụy lạc dâm tình trong *Người Bán Ngọc* khá sơ sài, "dâm" ở trí tưởng người đọc hơn là miêu tả của tác giả. Vấn đề là ở "chuyện" đã xảy ra ở một giai cấp xã hội có những tôn ti, nguyên tắc không thể vượt qua trên phương diện tập thể, xã hội, nhưng là những chuyện "thâm cung" hoặc "tai nạn" khả thể ở bất cứ con người nào có thân xác muốn sống và được thỏa mãn, nghĩa là không còn phân biệt giai cấp, địa vị và cả thời đại.

Ảnh hưởng của **truyện Tàu** thấy rõ nhất là vào giai đoạn đầu thế kỷ 20 trong hình thức và kết cấu các truyện và tiểu-thuyết Việt-Nam. Nhân vật, nội dung, khung cảnh lịch sử Việt-Nam nhưng hình thức, thể loại vẫn bị ảnh hưởng truyện Tàu. Thứ nữa, ảnh hưởng rõ rệt ở thể loại chương hồi của truyện Tàu - có mào đầu và có kết có hậu - và thường mở đầu với hai câu đối tóm lược nội dung như kiểu "abstract" hôm nay; tuy vậy nhiều nhà văn thời ấy đã biết phối hợp Đông-tây cả trong thể loại, vừa chương hồi vừa hiện đại theo tiểu-thuyết phương Tây, trong số có Lê Hoằng Mưu.

Oán Hồng Quần Phùng Kim Huê Ngoại Sử (1920) của Lê Hoằng Mưu, mở đầu hồi thứ ba:

"*Bỏ vợ góa Triệu lang cam mạng bạc;*
Ôm trẻ thơ Phùng thị tạc lòng son".

Hai câu có thể dùng để chung kết truyện, như: "*Long vân thiên cổ kỳ phùng; / Loan phụng bách niên túc ước*", để chấm dứt chuyện tình của *Tô Huệ Nhi Ngoại Sử*.

Tác giả trong nhiều truyện thường hay xen các bài thơ luật vào câu chuyện đang kể và thêm lời bàn ở những tình huống, biến cố, kiểu "Tay viết truyện bàn rằng..."

Ảnh hưởng còn ở lối viết truyện như kể chuyện, ở văn trơn truột như nói, khiến lắm khi dài dòng, hoặc ở lối văn biền ngẫu, viết như để đọc, để kể với giọng lên bổng xuống trầm, không những trong văn tả mà còn cả trong các mẩu đối thoại. Trong *Oán Hồng Quần Phùng Kim Huê Ngoại Sử* của Lê Hoằng Mưu, nàng Kim Huê sơ ngộ Triệu Bất Lượng tại nhà ga Tân Hiệp đã xưng thiếp gọi thầy như sau: "*Thiếp mới nghĩ thiếp là con nhà gia giáo, lại cũng có chút danh giá với đời; vì ngỗ ngang bỏ nhà cha mẹ mà đi, tưởng lập đặng nên thân, chẳng dè rủi sa nơi bùn lấm. Lỡ vậy thì thôi, phải giữ sao cho 'bạch ngọc di ư ô nê bất năng tham thấp kỳ sắc' cũng như thầy 'quân tử xử ư trược địa bất năng nhiễm loan kỳ tâm', mới phải cho. Không lý đem thân ra mà lót đàng, cho nhục nhã tông môn, hư danh tổ đức. Nghĩ vậy nên thiếp chẳng chịu dạn sương dày gió, theo một phường liễu ngõ hoa tường, thiếp chẳng cam bướm chán ong chường, vui với lũ mèo đường chó điếm. Dầu rủi gặp lòng người nham hiểm, thiếp cũng nguyền gìn chữ trinh một điểm không dời. Thà thiếp cam chín suối ngậm cười, đền tội với đất mười trời chin...*" (4) - một Kiều Nguyệt Nga của những năm 1920 đầu thế kỷ!

Nguyễn Liên Phong trong *Điếu Cổ Hạ Kim Thi Tập* (Saigon: F.M. Schneider, 1915) đã ca ngợi tài năng và sự nghiệp Lê Hoàng Mưu như sau:

"Khen bấy thầy Mưu dạng mỹ miều,
Có khoa ngôn ngữ nết không kiêu.
Điển Tòa thuở nọ công siêng nhọc,
Nông Cổ ngày nay bút dệt thêu.
Tuổi hãy xuân xanh khuôn phép đủ,
Phước nhờ đầu bạc đắp vun nhiều.
Từ đây báo quán thêm khong ngợi,
Rảng rảng như chuông cả tiếng kêu".

Lê Hoằng Mưu đã là một nhà tiểu-thuyết sáng tác và sống thật vào thuở giao thời của xã hội cũng như văn hóa ở miền Nam lục-tỉnh. Ban đầu văn phong hãy còn chịu ảnh hưởng ít nhiều của văn hóa đạo lý Nho-giáo và bút pháp viết truyện theo chương hồi ảnh hưởng của tiểu-thuyết Trung Quốc, nhưng nội dung và ngôn ngữ đã thử và cuối cùng thoát khỏi không gian cổ thời đó khi đưa vào văn chương lối sống và thái độ mang tính khai phóng, theo phong cách hiện thực Tây phương - kể cả mặt trái, riêng tư, một cách chân thật không màu mè, và cách viết dần theo kết cấu tiểu-thuyết phương Tây. Vì thế một vài truyện của ông đã bị dư luận xã hội và giới thượng lưu, trí thức phản đối. Tuy chịu ảnh hưởng hình thức và cách hành văn cũ, dù văn có vần có đối, biền ngẫu, nhưng ở ông câu văn đã lưu loát hơn và trình-tự câu chuyện hợp lý và rõ ràng hơn nhiều nhà văn khác cùng thời hoặc sau đó, ngoài ra thêm diễn tiến câu chuyện có kịch tính và kết truyện thường bất ngờ. Với *Người Bán Ngọc* xuất bản năm 1931, ngôn ngữ tiểu-thuyết của tác giả đã rời xa ảnh hưởng Trung-Hoa và trở nên tiếng Việt "ròng" như Trương Vĩnh Ký vẫn chủ trì. Năm 1939, Lãng Tử trên tuần báo *Mai* đã nhận xét: *"Lời văn cũng như lý luận đã lôi cuốn, hấp dẫn, chinh phục tất cả xứ Nam Kỳ và cả cái thế hệ thanh niên hồi đó ... Sách truyện hồi đó ông viết ra thiệt nhiều và đều bán chạy như tôm tươi giữa chợ buổi sớm"* (5)

Chú-thích

1- Trích theo Bùi Đức Tịnh. *Những Bước Đầu Của Báo Chí Tiểu-thuyết và Thơ Mới* (TpHCM: NXB TpHCM, 1992), tr. 185-6.

2- Trích theo Bùi Đức Tịnh. Sđd, tr. 181.

3- Thế Uyên. "Lê Hoằng Mưu, nhà văn bị bỏ quên". *Văn Lang* CA, 1, 1991; in lại trong *Nghĩ Trong Mùa Xuân* (Los Alamitos, CA: Xuân Thu, 1992, tr 233. X. thêm Thế Uyên & John C. Schafer. "The Novel Emerges Cochinchina" (*Journal of Asian Studies* v. 52 no 4, November 1993, p. 854-884), p. 871. Bản dịch "tiểu-thuyết xuất hiện tại Nam-kỳ" đăng trên tạp-chí *Văn Học* CA (số 152, 12-1998, tr. 20-34). Ngoài ra, tiểu-thuyết như là thể loại văn-chương, khác với từ "tiểu-thuyết" được dùng tới đầu thế kỷ XX ở Việt-Nam và Trung-quốc để gọi những luận văn ngắn - nay gọi là "tiểu-luận", như Minh Tân tiểu-thuyết (1907) của Trần Chánh Chiếu.

4- Trích theo Bùi Đức Tịnh. Sđd, tr. 181-2.

5- "Con voi". *Mai*, số 68, 6-1-1939. Trích theo Bùi Đức Tịnh. Sđd, tr. 183.

Nhìn lại sự nghiệp hiện đại hóa của Nguyễn Văn Vĩnh

Nguyễn Văn Vĩnh - còn ký Đào Thị Loan, Lang Gia, Mũi Tẹt Tử, N.V.V., Quan Thành, Tân Nam Tử, Tông Gia; ông sinh năm 1882 tại tỉnh Hà Đông. Năm 1896 tốt nghiệp thủ khoa trường Thông ngôn (Collège des interprètes), được bổ làm thư ký Dinh Khâm sứ tại Hà Nội; năm 1906 sau khi dự cuộc đấu xảo ở Marseille, Pháp, trở về Hà Nội quyết định nghĩ làm công chức để ra kinh doanh, mở nhà in, làm báo và dịch sách. Ông còn là một trong những người cùng sáng lập và giảng dạy ở Trường Đông Kinh Nghĩa Thục Hà Nội. Năm 1936 sang Lào với ý định tìm vàng rồi bị bệnh kiết ly, mất ngày 1-5-1936 tại Tchépone.

Nguyễn Văn Vĩnh là một nhà báo tiên phong và nhà văn lớn của miền Bắc, đã có những đóng góp đáng kể cho nền văn hóa Việt-Nam nói chung và báo chí nói riêng những năm đầu thế kỷ XX. Dù được đào tạo trong môi trường Pháp và thân Pháp, ông đã tỏ ra có những công trình tích cực cho dân tộc. Ông học Trường Thông ngôn, rồi làm thư-ký ở các Tòa Công sứ Lào Cai, Kiến An, Bắc Ninh cùng lúc làm cộng tác viên cho hai tờ báo tiếng Pháp *Courrier de Hai Phong* và *Tribune Indochinoise* của François-Henri Schneider và cuối cùng làm ở Tòa Đốc-lý Hà Nội. Năm 1906, ông được cử đi dự hội chợ đấu xảo ở Marseille, được dịp tiếp xúc với kỹ nghệ in ấn và báo chí (thăm tòa báo *Revue de Paris*, nhà xuất bản Hachette và NXB Từ điển Larousse). Trở về với quyết tâm truyền bá chữ Quốc-ngữ cùng cổ xúy cải cách, ông xin thôi việc công chức thuộc địa, mở nhà in, làm chủ bút nhiều tờ báo và viết báo, dịch thuật văn thơ.

Năm 1907, ông cùng với Dufour mở nhà in đầu tiên ở Hà Nội và làm biên tập viên phần chữ quốc-ngữ cho tờ *Đăng Cổ Tùng Báo* (1907-1909) do François-Henri Schneider sáng lập, tờ báo đầu tiên viết bằng chữ Quốc-ngữ tại miền Bắc (trong khi Nam-kỳ đã có nhiều tờ báo chữ quốc-ngữ đã xuất hiện trong suốt gần 40 năm trước đó: *Gia-Định Báo* 1865, *Phan Yên Báo* 1868, *Nam-Kỳ Địa Phận* 1883, *Nông Cổ Mín Đàm* 1900, *Lục-Tỉnh Tân Văn* 1907,...). *Đăng Cổ Tùng Báo* vốn là ấn bản tiếp tục tờ *Đại-Nam Đồng Văn Nhật Báo* chữ Hán có từ năm 1892, được xem như công-báo và sống được hơn 2 năm. Với Nguyễn Văn Vĩnh, tờ *Đăng Cổ Tùng Báo* (cùng tủ sách Phổ Thông Giáo Khoa Thư Xã) đã là bước đầu của ông đóng góp trong việc phổ biến tiếng Việt và mở đầu cho một nền văn-học mới, rời bỏ ảnh-hưởng Bắc-thuộc của chữ Hán. Trên tờ này đã xuất hiện những bài viết tài hoa và thực tế của ông ký dưới các bút hiệu Tân Nam Tử và Đào Thị Loan.

Sau khi tờ *Đăng Cổ Tùng Báo* đình bản, Nguyễn Văn Vĩnh đảm nhiệm hai tờ báo tiếng Pháp *Notre Journal* (19-10-1908), *Notre Revue* (1910) ngoài Bắc và làm chủ bút tờ *Lục-Tỉnh Tân Văn* ở Sài-Gòn. Tờ *Notre Journal* làm cơ quan liên lạc cho viên chức Việt-Nam phục vụ trong guồng máy bảo-hộ đồng thời giúp người Pháp hiểu biết hơn về Việt-Nam. *Notre Revue* chỉ ra được 12 số.

Đăng Cổ Tùng Báo đóng cửa vì lý do chính-trị thì cũng vì tình hình chính-trị mà ngày 15-5-1913 người Pháp cho ra mắt tờ *Đông-Dương Tạp-Chí* mà số đầu đã có bài viết "Vụ một trái phá" lên án người Việt-Nam yêu nước đã tổ chức vụ ám sát do Việt-Nam Quang

Phục Hội tổ chức tại Hôtel Hà Nội ngày 22-4-1913 - giết chết hai sĩ quan Pháp và làm bị thương 11 người Pháp khác. Tờ *Đông-Dương Tạp-Chí* lúc đầu được xem như là một phụ bản của tờ *Lục-Tỉnh Tân Văn* trong Nam và cho đến số 85 (31-12-1914) tờ báo chủ yếu nhắm chính-trị và thương mại. Từ số 86 (10-1-1915) đến số 102 (31-12-1916) tạp-chí thiên về văn-học nhiều hơn với những trang văn-học, với những truyện dịch, biên khảo về lịch-sử, giáo dục, phong tục, văn-hóa, v.v. và đây là phần đóng góp tích cực cho văn-học nước nhà. Vẫn François-Henri Schneider làm chủ nhiệm, Nguyễn Văn Vĩnh làm chủ bút. Cùng lúc phụ trách chủ bút Đông-Dương Tạp-Chí, Nguyễn Văn Vĩnh quản nhiệm thêm tờ *Trung Bắc Tân Văn* cũng của Schneider. Năm 1919, Schneider rút lui vì già yếu, Nguyễn Văn Vĩnh toàn quyền quản lý, đã biến thành nhật báo và mua lại nhà in. Năm 1919, *Đông-Dương Tạp-Chí* trở thành *Học Báo* song ngữ Pháp-Việt, bài soạn theo chương trình của Nha tiểu học Bắc-kỳ, mở đường cho những tờ báo có tính sư phạm và luyện thi sau này. Cùng năm này, với Emile Vayrac, Nguyễn Văn Vĩnh mở ban tu-thư 'Âu-Tây Tư Tưởng/La pensée de l'Occident' chuyên xuất bản các tác-phẩm Pháp dịch ra Việt văn chủ yếu là của Nguyễn Văn Vĩnh. Tờ *Đông-Dương Tạp-Chí* và *Học Báo* qui tụ được nhiều trí thức và khoa bảng của Bắc-kỳ như Trần Trọng Kim, Nguyễn Đỗ Mục, Phan Kế Bính, Phạm Quỳnh, Nguyễn Văn Tố, Phạm Duy Tốn, Nguyễn Bá Trạc, Tản Đà, Nguyễn Hữu Tiến, Thân Trọng Huề, v.v. Dù người Pháp lúc thành lập tờ *Đông-Dương Tạp-Chí* đã có mục đích chính-trị nhưng vô tình tờ báo đã đi những bước đầu đóng góp phổ biến tư tưởng, học thuật Âu-tây và cổ truyền Đông-phương, và đã tích cực truyền bá chữ quốc-ngữ khiến sẽ được sử-dụng rộng rãi bởi các trí thức tân-học cũng như cựu-học.

Tờ *Trung Bắc Tân Văn* (1913-) từ 1919 biến thành nhật báo 4 trang sống đến năm 1945, với phụ trang Trung Bắc Chủ Nhật chuyên về văn-chương. Các ông Hoàng Tăng Bí, Nguyễn Bá Trạc chuyên về xã luận, Nguyễn Đỗ Mục dịch tiểu-thuyết Tàu và Nguyễn Văn Vĩnh bao sân phần còn lại. Năm 1931, Nguyễn Văn Vĩnh cho ra tờ *L'Annam Nouveau* để làm cơ quan ngôn-luận đối đầu với tờ Nam-Phong Tạp-Chí trong cuộc tranh luận chính-trị với Phạm Quỳnh 'Chế độ trực trị và chế độ quân chủ lập hiến'. Nguyễn Văn Vĩnh tư tưởng duy tân cấp tiến đã đề ra chủ thuyết trực trị, trái ngược với chủ trương quân chủ lập hiến của Phạm Quỳnh, chủ trương sau này sẽ đưa họ Phạm vào Huế làm thượng thư.

Thật vậy, Nguyễn Văn Vĩnh còn là một nhà chính-trị, xã hội. Mang tiếng thân Pháp nhưng Nguyễn Văn Vĩnh theo đuổi những lý tưởng của cộng-hòa Pháp. Ông là người luôn lên tiếng phản đối chính sách hà khắc của Pháp đối với thuộc địa, là người Việt-Nam đầu tiên và duy nhất đã hai lần từ chối huân chương Bắc đẩu bội tinh của chính phủ Pháp ban tặng, và cũng là người đã cùng với bốn người Pháp viết đơn gửi chính quyền Đông-dương phản đối việc bắt giữ cụ Phan Chu Trinh (sau giam ở Côn-đảo). Ông còn là người Việt-Nam đầu tiên gia nhập hội Nhân quyền Pháp năm 1907 - Hội Nhân quyền cổ động các lý tưởng cộng hòa ở các thuộc địa và phổ dương các ý tưởng mới về quyền lợi và tự do cá nhân, tư cách công dân và bình đẳng. Năm 1907 cũng là năm ông tham gia dạy học ở trường Đông-Kinh Nghĩa Thục (Nguyễn Văn Vĩnh là người thảo điều lệ và viết đơn xin thành lập, đồng thời là giáo sư dạy tiếng Pháp, dạy viết văn và diễn thuyết), sau đó ông còn đắc cử vào Hội đồng Tư-vấn Bắc-kỳ. Có thể vì thế mà cuối cùng chính quyền thuộc địa Pháp ở Đông-Dương đã bỏ rơi ông. Không riêng gì Nguyễn Văn Vĩnh mà các trí thức cùng thời như Phạm Quỳnh, Lê Thước, Bùi Quang Chiêu, Dương Văn Giáo, v.v. đều là thành viên hội Tam Điểm, chi nhánh 'Khổng tử' - và chính Tam điểm Khổng tử sau này đã tổ chức đám tang Nguyễn Văn Vĩnh ở Hà-Nội với ba ngàn người tham dự (1).

Ông Nguyễn Văn Vĩnh, tuy vậy đã không thể kiếm sống bằng nghề báo của mình. Tòa báo và nhà in của ông vỡ nợ. Gia sản của ông bị tịch biên. Ông bỏ đi đào vàng ở Lào và mất ở đó ngày 1-5-1936 vì sốt rét, trong con thuyền độc mộc trên dòng sông Sêpôn, một tay vẫn nắm chặt cây bút còn tay kia là tập giấy đang viết dở phóng sự "Một tháng với những người đi tìm vàng". Báo giới miền Bắc bấy giờ đã phong tặng ông danh hiệu "Thủy Tổ Nhà Báo Bắc Kỳ".

*

Văn viết của Nguyễn Văn Vĩnh giản dị, bình thường, có tính phổ thông, đại chúng, hay dùng thành ngữ và tục ngữ dân gian Việt-Nam, tỏ ra ít ảnh-hưởng văn biền ngẫu và dùng điển tích Hán văn, và cú pháp gọn gàng, sáng sủa theo tiếng Pháp. Tự nhận mình là "*Người*

Man di hiện đại", nhà báo Nguyễn Văn Vĩnh đã có những cách nhìn mới trong những vấn đề lớn-nhỏ của đời sống xã hội, chính-trị cũng như văn-hóa. Phẩm chất "Tân Nam tử" của ông tỏ rõ cả trong việc mở chuyên mục "Nhời đàn bà" trên tờ *Đăng Cổ Tùng Báo*, tờ báo tiếng Việt đầu tiên ở Bắc kỳ và lấy bút hiệu Đào Thị Loan.

Sự cố gắng kiên trì của Nguyễn Văn Vĩnh đã góp phần rất quan trọng trong việc truyền bá kiến thức và văn hoá phương Tây trong dân Việt, và cổ võ việc dùng tiếng Việt để viết báo, viết văn. Nguyễn Văn Vĩnh là một nhà báo đa dạng : viết tin tức, xã luận, làm thơ, khảo cứu, và dịch tiểu-thuyết, kịch và cả phóng sự ("Từ triều đình Huế trở về" và "Một tháng với những người đi tìm vàng" đăng trên tờ *L'Annam nouveau*). Ở bất cứ lãnh vực nào ông cũng đều chứng tỏ tầm nhìn xa, trình độ học thức cao rộng và nét sắc sảo như các bài viết nghị luận của ông dù tương đối ngắn nhưng nội dung phong phú đề cập đến đủ mọi vấn đề.

Một số thơ dịch của Nguyễn Văn Vĩnh rất cách tân về hình thức, có thể đã là nguồn gốc của Thơ Mới sau này. Trên *Đông-Dương Tạp-Chí* số 40 (1913), Nguyễn Văn Vĩnh đã dịch thơ ngụ ngôn của La Fontaine, dịch giả đã cẩn thận báo ông dịch theo lối gieo vận của Pháp:

"Ve sầu kêu ve ve,
Suốt mùa hè.
Đến kỳ gió bấc thổi,
Nguồn cơn thật bối-rối.
Một miếng cũng chẳng còn,
Ruồi bọ không một con.
Vác miệng chịu khúm-núm
Sang chị Kiến hàng-xóm,
Xin cùng chị cho vay,
Giăm ba hạt qua ngày.
- Từ nay sang tháng hạ,
Em lại xin đem trả.
Trước thu, thề Đất Trời!
Xin đủ cả vốn lời.
Tính Kiến ghét vay cậy;
Thói ấy chẳng hề chị

- Nắng ráo chú làm gì?
Kiến hỏi Ve như vậy.
Ve rằng:
- Luôn đêm ngày,
Tôi hát, thiệt gì bác.
Kiến rằng:
- Xưa chú hát!
Nay thử múa coi đây".
(Đông-Dương Tạp-Chí, 1914)

Thơ có vần ôm và số chữ đã thoát qui luật thơ Đường, đã được xem như là một cách mạng về hình thức, gần 20 năm trước khi xuất hiện bài Tình Già của Phan Khôi.

Nguyễn Văn Vĩnh đã lập ra Hội dịch sách "để dịch ra tiếng bản-quốc các sách hay của Đại pháp và của nước Tầu.... chúng tôi tin rằng: sự dịch sách có ích lợi cho dân ta lắm..." (*Đăng Cổ Tùng Báo,* 810, 25-7-1907). Ông còn là dịch giả tiên phong. Lúc đầu ông thường dịch các tác phẩm học thuật tư tưởng của các bậc danh sĩ nổi tiếng nước Pháp như Pascal. Về sau, ông dịch thơ, tiểu-thuyết và hài kịch như thơ ngụ ngôn La Fontaine, truyện cổ tích Perrault (Truyện Trẻ Con), hài kịch của Molière (Trưởng Giả Học Làm Sang, Người Biển Lận, Giả Đạo Đức, Bệnh Tưởng), tiểu-thuyết của Emile Vayrac, của Balzac (Miếng Da Lừa), Victor Hugo (Những kẻ khốn nạn), Alexandre Dumas (Ba Chàng Ngự Lâm Pháo Thủ), Mai Nương Lệ Cốt của Abbé Prévost, Tê-Lê-Mác Phiêu Lưu Ký của Fénélon, Qui-li-ve Du Ký của J. Swift, v.v. từ tiếng Pháp sang tiếng Việt và cả chữ Hán, chữ Nôm, và dịch Nôm ra Pháp. Ông là người Việt-Nam đầu tiên dịch Truyện Kiều sang tiếng Pháp (trước ông đã có bản dịch của Abel del Michels - Kim Vân Kiều Tân Truyện xuất-bản năm 1884); đăng trên *Đông-Dương Tạp-Chí* trước khi in thành sách. Bản dịch của Nguyễn Văn Vĩnh khá đặc biệt vì ngoài việc dịch cả câu, ông còn dịch nghĩa từng chữ và chú thích rõ các điển-tích liên hệ.

Nguyễn Văn Vĩnh đã muốn mở rộng tầm kiến thức cho trí-thức và độc giả người Việt trong sự chọn lựa thể-loại văn-chương để dịch: các thể-loại mới như lý luận, kịch, phúng thích, tiểu-thuyết, thơ phá thể, v.v.; ngoài văn-học Pháp như Qui-li-ve Du-Ký của Jonathan Swift

(Les voyages de Gulliver). Các tác-phẩm dịch thuật của Nguyễn Văn Vĩnh đã giúp cho người dân Việt-Nam tiếp xúc với những tư tưởng mới và hay, của Tây-phương (Luận Lý Học, Triết Học Yếu Lược, Chuyện Các Bậc Danh Nhân Hy Lạp) và cả biết đến những nét đặc sắc của văn hóa của chính dân tộc và của á-đông. Về điểm này, ông đã là một trong những người đầu tiên bắc chiếc cầu nối giữa hai nền văn hóa Đông-Tây. Văn học dịch thuật đã đóng một vai trò quan trọng và lót đường trong quá trình hiện đại hóa văn-học Việt-Nam giai đoạn nửa đầu thế kỷ XX. Thật vậy, phong trào dịch truyện Tàu mạnh lên từ khoảng năm 1904 với đóng góp của các truyện dịch Chinh Đông Chinh Tây, Thuyết Đường, Phong Thần, các truyện võ hiệp, ở Bắc thì có Tam Quốc Chí là tiểu-thuyết dịch đầu tiên bằng chữ Quốc-ngữ xuất bản ở Hà Nội (Phan Kế Bính, 1907), rồi những Đông Chu Liệt Quốc, Tây Sương Ký của Nguyễn Đỗ Mục đăng trên Đông-dương Tạp-Chí và Trung Bắc Tân-văn, các bản dịch và phiên âm truyện Hán Nôm của ta như Vũ Trung Tùy Bút, Lĩnh Nam Chích Quái, Truyền Kỳ Mạn Lục, Việt Lam Xuân Thu. Các dịch giả khác đã diễn dịch tác phẩm tiếng Pháp ra chữ Quốc-ngữ: Trương Minh Ký là người đi tiên phong với Truyện Phan Sa Diễn Ra Quốc-ngữ (1884) gồm truyện và thơ ngụ ngôn La Fontaine; Tê-Lê-Mác Phiêu Lưu Ký,... Trần Chánh Chiếu ký Kỳ Lân Các dịch Tiền Căn Báo Hậu (Le Comte de Monte-Cristo của Alexandre Dumas, đăng *Lục-Tỉnh Tân-Văn* năm 1907, sau nhà Impr. De l'Union xuất bản năm 1914. Ở ngoài Bắc, những tác phẩm dịch đầu tiên là của Nguyễn Văn Vĩnh và xuất hiện trên *Đông-Dương Tạp-Chí*; tuy nhiên, với Phạm Quỳnh và *Nam-Phong Tạp-Chí* thì sự tiếp nhận văn học Pháp mới trở thành thực sự và có ý hướng, đường lối rõ ràng, nhất là về thể-loại tiểu-thuyết.

Trước Phạm Quỳnh thì đã có Nguyễn Văn Vĩnh nhưng các nhà văn-học sử thường không đánh giá đúng mức công trình của những người đi những bước tiền phong như ông. Nguyễn Văn Vĩnh không là người có công khai sáng chữ Quốc-ngữ nhưng là người đã cổ võ cho chữ quốc-ngữ và đóng góp rất lớn cho việc thành lập nền văn-học mới. Các tờ *Đông-Dương Tạp-Chí, Học Báo, Trung Bắc Tân Văn* đã thu hút được nhiều trí thức, nhà giáo và nhà văn và đã tạo ra được một phong trào theo đuổi làm mạnh nền văn-học chữ quốc-ngữ từ phôi thai đến vững mạnh, tự tin. Đầu thế kỷ XX, khi tờ *Gia-Định Báo* ra những số chót thì Nho giáo và văn học Hán-Nôm đã bắt đầu tàn tạ: Chu Mạnh Trinh mất năm 1905, Trần Tế Xương mất 1906 và Nguyễn Khuyến mất năm 1909,... đã là những đại diện cuối cùng. Văn học chữ Quốc-ngữ mở một chân trời mới mà những bước tiền phong, vận động, đã khởi đầu từ miền Nam 35 năm trước đó. Đến khi hai đất "ngàn năm văn vật" và "Thần kinh" gia nhập dòng Quốc-ngữ, Việt-Nam đã tiến đến một nền văn học mới ngày càng trưởng thành, vững vàng, với nhiều hiện tượng và biến cố hơn cả những thế kỷ văn học chữ Hán-Nôm trước đó. Việt-Nam bị thực dân Pháp đô hộ, ảnh hưởng Pháp ngày càng mạnh và ảnh hưởng Hoa Hán ngày càng xa dần.

Với chính sách thuộc địa buộc học chữ Quốc-ngữ này, nếu lúc đầu đã có những người trốn tránh hoặc thuê mướn người đi học thế thì từ nay chữ Quốc-ngữ đã phổ cập hơn; đến đầu thế kỷ XX, chính người Việt dùng chữ Quốc-ngữ để phổ biến văn chương, văn hóa Việt-Nam để giáo dục, mở mang dân trí để canh tân theo thời đại và thế giới. Và phổ biến một cách tích cực cho văn học dân tộc. Nhờ đó mà tác-phẩm thơ văn chữ Nôm được Quốc-ngữ hóa: truyện Kiều, Lục Vân Tiên, truyện Hoa Tiên, Đại Nam Quốc Sử Diễn Ca,... từ 1903 đến 1912. Những công trình này là một đóng góp rất đáng kể, khiến người miền đất bị ngoại bang cai trị vẫn gần với kho tàng văn hóa dân tộc. Vừa bảo tồn văn hóa chung, các nhà văn hóa này còn giúp canh tân đất nước qua phương tiện tân thời của chữ Quốc-ngữ và các tác phẩm dịch thuật làm nhịp cầu đến gần với văn hóa và tư tưởng nhân loại. Dĩ nhiên ở giai đoạn đầu, các sách dịch thuật đã chiếm phần quan trọng, nhất là về phần tiểu-thuyết, truyện Tàu. Từ năm 1901 đến 1932, 30 dịch giả khác nhau trong Nam đã xuất bản 70 bộ truyện Tàu. Năm 1907, truyện Tam Quốc Chí do Phan Kế Bính dịch được xuất bản ở Hà Nội, đã được Phạm Thế Ngũ xem là "cuốn sách đầu tiên của văn học Quốc-ngữ", thật ra chỉ đúng cho miền Bắc vì chính cuốn *Chuyện Đời Xưa* của Trương Vĩnh Ký in năm 1866 mới là ấn phẩm văn xuôi đầu tiên 74 trang bằng chữ Quốc-ngữ được xuất bản! Giai đoạn văn học phôi thai này cũng đã có những tác phẩm nghị luận thời sự hoặc lý luận: lời sắc bén mà nội dung yêu nước cũng quyến rũ không kém, nhằm cổ động lòng yêu nước và chống thực dân. Hãy đọc đôi dòng trích từ *Văn Minh Tân Học Sách* (1906), một tác phẩm vô danh xuất phát từ phong trào "nghĩa thục": "*Trầm ngâm suy nghĩ cho cùng, để tìm kế mở mang dân trí giữa muôn nghìn khó khăn, thì ta thấy có sáu đường: một là dùng văn tự nước nhà...*".

Từ năm 1913, người Pháp chuyển nền cai trị thực dân ra Hà Nội, lập phủ Toàn quyền, hội Khai Trí Tiến Đức (1919) mà Phạm Quỳnh là tổng thư ký, trường Viễn Đông Bác Cổ (EFEO) và viện đại học, vì người Pháp đã hiểu người Nam-kỳ tuy học tiếng Pháp và có vẻ chịu đồng hóa nhưng trong thực tế người Nam-kỳ rất thủ cựu dân tộc chủ nghĩa và có thể hết còn những người trí thức và tai mắt dễ thao túng như những Nguyễn Văn Vĩnh, Phạm Quỳnh, v.v. Nguyễn Văn Vĩnh là hội viên năng động của hai học hội Trí Tri, và Khai Trí Tiến Đức. Người Pháp cho ra *Đông-dương Tạp-Chí* (15-5-1913 -) rồi *Nam-Phong Tạp-Chí* (1-7-1917 đến 12-1934). Từ khi chế độ khoa cử lịch triều bị bãi bỏ năm 1915 ở Bắc và 1919 ở Trung, giới Nho học bị giao động lớn. Chữ Quốc-ngữ và chế độ cai trị thực dân thắng thế. Lúc đầu chế độ thực dân ép dùng chữ Quốc-ngữ để dễ đồng hóa dân ta bằng ngôn ngữ, bỏ thi chữ Hán cũng với thâm ý bóp nghẹt tư tưởng cần vương phục quốc trong giới sĩ phu mà lúc bấy giờ phương cách Văn thân cũng đã lỗi thời. Trong một phần trước trong sách này, chúng tôi đã ghi lại biến cố vào năm 1906, vua Thành Thái - trước cả Đông Kinh Nghĩa Thục, đã ra sắc lệnh cho phép cha mẹ có thể quyết định cho con em học vỡ lòng chữ Hán hoặc chữ Quốc-ngữ.

Về giáo dục, người Pháp ra nghị định bắt dùng tiếng Pháp làm chuyển ngữ, tiếng Việt trở thành phụ, nhưng những phong trào Minh tân, Duy tân, Đông Kinh nghĩa-thục hỗ trợ, vận động cho chữ Quốc-ngữ đồng thời gây lòng yêu nước, ảnh hưởng sâu đậm trong quốc dân và giới trí thức khiến thực dân phải cấm đoán. Những bậc sĩ phu này chỉ thu nhận những cái hay của người và liên tục nhiều thế hệ tìm cách cứu quốc và kiến quốc. Họ chủ trương dùng "giáo dục quần chúng để canh tân xứ sở" khiến thực dân Pháp bị "gậy ông đập lưng ông" bèn đóng cửa nghĩa-thục và bắt tù đày các nhà giáo!

Nếu ở miền Nam từ 1865, những người cộng tác với Pháp có đầu óc khai-phóng, thức thời, đã lợi dụng để đặt nền móng cho "văn học chữ Quốc-ngữ", thì ở ngoài Bắc, người Pháp đã dùng báo chí *Đông-Dương Tạp-Chí, Nam-Phong Tạp-Chí* để thực thi "sứ mạng khai-hóa" mà toàn quyền Albert Sarraut đã rêu rao - nhưng trong thực tế, ông ta biết ảnh hưởng văn hóa Trung-Hoa qua tân-thư, tân-văn nguy hiểm không thua gì hiểm nguy nước Đức, ông ta muốn trí thức Việt-Nam chỉ hướng về Pháp như cứu rỗi duy nhất! Từ đây ảnh hưởng của thực dân Pháp mới thật sự xâm nhập vào nếp sống và văn chương Việt-Nam! Chính sách "tầm thực" và "chia để trị" cũng bắt đầu gặp đất dụng võ! Nguyễn Văn Vĩnh khởi xướng tổng hợp Đông tây với chiêu bài "Pháp Việt đề huề", phỏng dịch văn chương Pháp ra tiếng Việt và Việt ra tiếng Pháp như Kim Vân Kiều, để lại câu bất hủ "Nước ta sau này hay dở là nhờ ở chữ Quốc-ngữ" (Lời tựa của cuốn Truyện Kiều). Phạm Quỳnh tiếp nối con đường của Nguyễn Văn Vĩnh, chủ trương dung hòa Đông-Tây, thu nhận hết của Tây-phương về khoa học kỹ thuật, phương pháp, về tổ chức và cả triết lý, nhưng được cái ông nghĩ "hồn Việt-Nam" thì riêng tư và nền giáo dục mới sẽ đào tạo người trẻ hướng về Tây-phương. Cái nguy cho việc tồn vong dân tộc là mất cái hồn Việt-Nam đó. Do đó ông chủ trương đồng thời bảo tồn cổ học và quốc túy. Sau nhiều năm chống Pháp bằng vũ khí, lập chiến khu như Hoàng Hoa Thám, bằng văn hóa như Đông Kinh Nghĩa Thục,... không thành công, Phạm Quỳnh quan niệm: "Vận mệnh nước Nam là liền với nước Pháp" và chủ nghĩa quốc gia của ông trước nhất là bảo tồn tiếng Việt một cách đơn giản: "Truyện Kiều còn tiếng ta còn, tiếng ta còn nước ta còn".

Nguyễn Văn Vĩnh và nhóm Đông-dương Tạp-Chí đã sớm nhận thấy ở chữ Quốc-ngữ là một thứ vũ khí lợi hại cần thiết cho dân tộc ta trong sự nghiệp phục hưng nước nhà. Trong bài "Người An-nam nên viết chữ An-nam" trên *Đăng Cổ Tùng Báo* số ra mắt ngày 28/3/1907, có thể xem là bài báo tiếng Việt đầu tiên của ông, Nguyễn Văn Vĩnh đã cổ võ việc dùng chữ quốc-ngữ:

"Nước Nam xưa nay vẫn có tiếng nói, mà tiếng An-nam lại hay được một điều là cả nước nói có một thứ tiếng, chữ Mán, Mọi ở nơi rừng rú không kể.

Nhưng vốn chỉ có một tiếng nói, không có chữ viết; đến khi học chữ tầu, rồi mới lấy chữ tầu ghép ra thành một lối tiếng, gọi là chữ nôm. Chữ nôm tuy viết quấy quá cũng thành ra dạng chữ, nhưng không có mẹo mực gì, ai muốn viết thế nào thì viết, thường phải cao đoán mới đọc được thông. Và, vốn trước khi có chữ nho, thì nước mình văn-chương không có, hóa cho nên vẫn gọi chữ mới ấy là nôm na, người nào có tài thường không thèm dùng đến. Học hành, luận lý, vẫn phải dùng chữ tầu; luật phép trong nước, giấy má việc quan đều dùnh chữ tầu cả. Ai không biết chữ tầu nghe như vịt nghe xấm. Một người chỉ học được một mình mà thôi.

Và học được thông chữ nho thì thật là khó lắm : chữ là như dấu bịa đặt ra để viết ý nghĩ người ta, mà từ xưa nay An-nam bao nhiêu người học chữ nho, dễ hồ đã mấy người, bụng nghĩ thế nào lại viết ngay ra được thành chữ như thế? Thế ra chỉ học để ngâm-nga mà thôi. Nói cho phải, thì là chỉ học để đi thi đỗ làm quan là mãn nguyện.

Than ôi! Tiếc thay! Khi nước ta mới trông thấy chữ tầu, cả nước chẳng ai có tài mà bắt chước đặt ra chữ mình theo như tiếng nói: lại phải làm ngay sự dản tiện: mượn chữ người làm chữ nhà. Rõ ra lối làm biến (sic) chỉ đợi người làm sẵn mà dùng!

Thôi cũng may! Bây giờ nhờ có người phương tây đến, bầy ra chữ Quốc-ngữ, chắp vần theo như chữ các nước Phương Tây; có mẹo mực, ba là ba, bốn là bốn, không thể sai được mà học dễ biết là bao nhiêu! Sáng ý thì chỉ vài ngày, ngu đần thì trong một tháng cũng phải thông.

Chữ quốc-ngữ có đã non một thế kỷ mà vẫn ít dùng, vì văn-chương từ trát, vẫn cứ theo lệ cổ dùng chữ nho (...) Nay ở Chương-trình Tân-học, nhà-nước đã định ai cũng phải học chữ quốc-ngữ, thế là một cái ơn to nhà-nước làm cho nước Nam đấy. Chữ nho hay, cũng nên học, nhưng trước hết phải thông chữ nhà. Còn chữ người học thêm cho rộng, như thế người Âu-châu, học phụ thêm chữ Hi-lạp, chữ Latin.

Ông nào có tài, làm sách, làm chuyện hay bây giờ, nên làm bằng chữ quốc-ngữ. Có nhiều sách hay tất tiếng nôm cũng hóa ra hay. Ngẫm mà xem! Thơ phú đời sau dùng điển Thúy-Kiều, Nhị độ-Mai, hay là điển trong các sách hay khác, sắp làm ra, kém chi sâu-sắc bằng điển lấy trong Tứ-thư, Ngũ-kinh ".

Năm 1908, trên tờ *Notre Journal* ông Vĩnh đưa ra nhận xét rằng Nước Annam ta đã bị mất bởi những người trí thức chỉ biết làm văn học Tầu, chúng ta hãy cố gắng để không trở thành những người trí thức chỉ biết làm văn học Pháp". (L'Annam a été perdu par les lettrés qui n'avaient faits que de la littérature chinoise, tâchons de ne pas devenir dé lettrés qui ne font que la littérature francaise).

Nguyễn Văn Vĩnh lại đưa vấn đề này lên báo *Đông-Dương Tạp-Chí* năm1913: *"Bản quán định đem hết những bài luận hay về các công nghệ, về việc buôn bán, dịch ra quốc văn cho người Annam được tận hưởng"*. Trên số 2 của cùng tạp chí, ông đã cổ động người Việt-Nam học chữ Quốc-ngữ để thay thế chữ Hán và chữ Nôm:

"Mở ngay tờ nhật báo này ra mà ngẫm xem bấy nhiêu điều luận trong báo, thử nghĩ: giá thử luận bằng chữ Nho thì có mấy người đọc được, mà trong những người đọc được, thì có mấy người hiểu cho hết nghĩa. Thế mà chữ Quốc-ngữ, thì không những là người biết chữ Quốc-ngữ đọc được, hiểu được, một người đọc cả nhà nghe cùng hiểu được, từ đàn ông cho đến các bà (không dám nói đàn bà sợ các bà quở) trẻ con cũng nghe được mà chỉ với chúng ta trong cuộc luận bàn thế sự thì có phải nó vui việc ra là bao nhiêu".

Rồi trên Đông-Dương Tạp-Chí số 40, trong bài " Tiếng Annam " một lần nữa Nguyễn Văn Vĩnh đã cổ động kêu gọi xây dựng một nền tảng quốc văn học thuật mới, với căn bản chữ Quốc-ngữ được xem là chữ viết của tương lai:

"... Nay muốn cho văn tự nước Nam có kinh điển thì bao nhiêu những bậc tài hoa, những người có học thức trong nước phải chuyên về nghề văn Quốc-ngữ. Các bậc danh nho thì nên bỏ quách cái tài ngâm hộ cho người đi, chỉ học cho biết để mà nhân cái hay của người làm cái hay của mình mà thôi. Các bậc có Pháp học thì tuy rằng cái ngoại tài ấy phải chuyên làm cách tranh cạnh, làm mồi kiếm ăn, nhưng nếu muốn nhân việc lập thân mà lại có ích cho đồng bào mình thì phàm luyện được chúc tài nào của người thì cũng nên dùng quốc văn mà phát đạt nó ra cho cả người đồng bang được hưởng.

Nào báo Quốc-ngữ, nào sách học Quốc-ngữ, nào thơ Quốc-ngữ, văn chương Quốc-ngữ, án ký hành trình, tiểu-thuyết nghị luận, tờ bồi việc quan, đơn từ kiện tụng, nên làm toàn bằng văn chữ Quốc-ngữ hết cả. Cả đến những cách cao hứng vịnh đề, tình hay cảnh đẹp, câu đối dán nhà, tứ bình treo vách, câu phúng bà con, lời mừng bạn hữu, đều nên dùng quốc văn hết thảy, mà cốt nhất là phải tập lấy lối văn xuôi, diễn dịch như in lời nói cho rõ ràng, cho nhất định, phải khiến cho lời văn chương theo lời mẹ ru con, vú ấp trẻ, lời anh nói với em, vợ nói với chồng chớ đừng để cho văn chương thành ra một cách nói lối, mà tiếng nói vẫn cho là nôm na. Văn chương phải như ảnh tiếng nói và tiếng nói phải nhờ văn chương hay mà rõ thêm, đủ thêm ra.

Lại còn một điều khẩn yếu nữa ra muốn cho văn Quốc-ngữ thành văn chương hay khỏi thành một tiếng nôm na mách quê, thì cách đặt câu, cách viết, cách chấm câu phải dần dần cho có lệ có phép, mà lệ phép thì phải theo ý nhiều người đã thuận, chớ đừng ai tự đắc lối của mình đem ý riêng ra sửa đổi thói quen".

Ngoài việc cổ võ việc dùng chữ quốc-ngữ, khi có dịp là Nguyễn Văn Vĩnh tấn công thứ văn-chương lệ thuộc chữ Hán, như khi bàn về cái hay của văn chương bằng chữ Hán, ông đã cho đó là cái "hay vô dụng" : *"bất quá câu văn thú, chỉ đến rung đùi là cùng, chớ chẳng động được lòng ai, vì người đọc biết hay, mà người nghe như vịt nghe sấm vậy"* (ĐDTC số 9). Trong khi Phạm Quỳnh chủ trương quân chủ lập hiến, thì Nguyễn Văn Vĩnh chỉ trích tư tưởng bảo hoàng cho nên đã dịch những tác phẩm Tê-Lê-Mác Phiêu Lưu Ký của Fénélon, Qui-li-ve Du-Ký của J. Swift, v.v.

Khi kết luận về Nguyễn Văn Vĩnh và nhóm Đông-dương Tạp-Chí, Vũ Ngọc Phan trong bộ *Nhà Văn Hiện Đại* đã viết như sau: "Nguyễn Văn Vĩnh là một người rất có công với quốc văn... là vì ông đã đứng chủ trương một cơ quan văn học vào buổi mà đối với văn chương, mọi người còn bỡ ngỡ. Ông lại hội họp được những cây bút có tiếng, gây nên được phong-trào yêu mến quốc văn trong đám thanh niên trí thức đương thời... (về Đông-Dương Tạp-Chí) Người Tây học có thể thấy trong đó những tinh-hoa của nền cổ-học Trung-Hoa mà nước ta đã chịu ảnh-hưởng tự lâu đời; người Hán học có thể thấy trong đó những tư tưởng mới của Tây-phương là những tư tưởng mà người Việt-Nam ta cần phải biết rõ để mà thâu thái. Những bài bình luận, những bài tham-khảo về Đông-phương và về Tây-phương đăng liên tiếp trong Đông-Dương Tạp-Chí, ngày nay giở đến, người ta vẫn còn thấy là những bài có thể dựng thành những bộ sách biên tập rất vững vàng và có thể giúp ích cho nền văn học Việt-Nam hiện đại và tương-lai " (2).

      Thời văn-học miền Nam cộng hòa, Nguyễn Văn Vĩnh đã được đưa vào chương trình Việt văn trung học, các sách văn-học sử, luận đề cũng như tạp chí văn-học đã hơn một lần đề cao công trình và sự nghiệp. Vào những năm đầu thế kỷ XXI, trong khung cảnh 'hậu đổi mới' đã có những đánh giá lại các tác giả văn-học từng bị người cộng-sản Việt-Nam kết án phản động đối với chế độ hoặc cố tình bỏ quên. Người Tây-phương như Shawn McHale, Agathe Larcher-Goscha và riêng nhà nghiên cứu Christopher E. Goscha đã tìm hiểu lại những khó khăn phức tạp của công cuộc hiện đại hóa thời thực dân Pháp và đã phục hồi chân dung nhà văn hóa Nguyễn Văn Vĩnh cùng đánh giá lại sự đóng góp của ông cho nền tư tưởng và văn học chữ Quốc-ngữ ở buổi đầu (1).

      Sống vào buổi giao thời và bị trị, nhiều trí thức Tây học (Nguyễn Văn Vĩnh, Phạm Quỳnh, Phạm Duy Tốn, Nguyễn An Ninh,...) và / hoặc có tư tưởng duy-tân (Phan Chu Trinh, Trần Chánh Chiếu,...) đã vận động hiện đại hóa đất nước cũng như cập nhật hóa tư tưởng, nâng cao dân trí. Nguyễn Văn Vĩnh chủ trương dung hòa Đông-Tây và đã tỏ ra dứt khoát chọn con đường hiện đại hóa ngôn ngữ cũng như tư tưởng học thuật và văn hóa dân tộc!

Chú-thích

1- Goscha, Christopher E. "'The modern barbarian': Nguyen van Vinh and the complexity of colonial modernity in Vietnam". *European Journal of East Asian Studies*, Vol. 3, No 1, 2004, pp. 135-169. www.er.uqam.ca/nobel/r26645/documents/articles/NguyenVanVinh.pdf

2- Vũ Ngọc Phan. *Nhà Văn Hiện Đại* (Sài-Gòn: Thăng Long, 1961), Tập I, tr. 169.

Hồ Biểu-Chánh

Nhà văn Hồ Biểu Chánh tên thật Hồ Văn Trung, tự Biểu Chánh, hiệu Thứ Tiên. Ông sinh năm 1884 (trong khai sanh ghi ngày 01-10-1885) tại làng Bình Thành, tỉnh Gò Công. Năm 9 tuổi học chữ nho; năm 13 tuổi học Quốc-ngữ; năm 1905 đậu hạng nhì bằng Thành chung.

Năm 1906 làm ký lục dinh thượng thư Sài-Gòn; năm 1911 làm ký lục ở Bạc Liêu; năm 1912 làm tùng sự ở Cà Mau; 8 tháng sau về làm tùng sự ở Long Xuyên; cùng với bạn bè trong Hội Khuyến học Long Xuyên thành lập *Đại Việt Tập Chí* (1-1918); năm 1918 làm tùng sự ở Sài-Gòn; sáng lập ở Sài-Gòn hai tờ báo *Tribune Indigène* và *Quốc Dân Diễn Đàn* (1918-1919); năm 1920 làm tùng sự văn phòng thống đốc Nam kỳ; năm 1921 đậu tri huyện; năm 1927 làm tri phủ-chủ quận Càng Long (Trà Vinh); năm 1932 làm chủ quận Ô Môn (Cần Thơ); năm 1934 làm chủ quận Phụng Hiệp (Cần Thơ); năm 1935 về Sài-Gòn làm chủ sự và kiểm soát ngân sách thành phố; đầu năm

1936 thăng đốc phủ sứ; từ 4-8-1941 làm nghị viên Hội đồng Liên bang Đông Dương. Từ 26-8-1941 đến 8-1945 làm nghị viên Hội đồng thành phố Sài-Gòn kiêm phó đốc lý (như phó đô trưởng) chuyên về Bộ Đời dân Á Đông; từ 1942 đến 1944 kiêm nghị viên Hội đồng quản trị Sài-Gòn-Chợ Lớn và cũng thành lập và kiêm giám đốc hai tờ báo *Đại Việt Tập Chí* bộ mới và *Nam Kỳ Tuần Báo* cho đến 1945; năm 1946 làm đồng lý văn phòng cho Chánh phủ Nam kỳ của Thủ tướng Nguyễn Văn Thinh. Sau khi BS Nguyễn Văn Thinh quyên sinh, cuối năm 1946, ông từ giã chánh trường, thật sự sống cuộc đời hưu nhàn và chuyên tâm sáng tác văn chương.

Ông sáng tác văn học rất nhiều và để lại 64 tiểu-thuyết, 12 tập truyện ngắn và truyện kể, 2 truyện dịch, 12 vở hài kịch và ca kịch, 5 tập thơ và truyện thơ, 8 tập ký, 28 tập khảo cứu và phê bình, và hàng trăm bài báo, xã luận, và diễn thuyết.

Ông mất ngày 04-09-1958 tại Phú Nhuận, Gia Định, thọ 74 tuổi.

Nỗ lực hiện đại hóa tiểu-thuyết của Hồ Biểu-Chánh

Ngày hôm nay, thơ truyện, tiểu-thuyết đầy dẫy và phải nói là thượng vàng hạ cám đủ cả trên các báo giấy và các trang Internet, và người nào muốn cũng dễ dàng trở thành nhà văn nhà thơ kể cả tự "làm sách" và in ấn. Nhưng vào thời đầu thế kỷ XX, lúc mà chữ Quốc-ngữ chỉ mới được phôi thai sử dụng và quần chúng chưa hẳn đã biết thông thạo, ngay cả vị nào muốn viết văn viết báo cũng đã là một vấn nạn lớn. Hơn nữa, cho đến nửa cuối thế kỷ XIX, ở Việt-Nam, có thể nói thơ văn đã là độc quyền của tầng lớp Nho sĩ. Cụ Hồ Biểu-Chánh sống vào thời đầu thế kỷ XX, do đó sự nghiệp văn chương của cụ đã theo một tiến trình không dễ dàng và trơn tru cho lắm, ít nhất là vào thời khởi đầu. Như quí vị sẽ thấy qua bài nói chuyện, nhà văn Hồ Biểu-Chánh đã có hẳn ý hướng và kiên quyết muốn dùng văn chương, tiểu-thuyết (cũng như báo chí về sau này) để phục vụ đạo lý và nhân quần, tập thể, nhất là vào buổi giao thời đầu thế kỷ XX, cho nên ông đã thử nghiệm thể truyện thơ lục bát và hình thức truyện-chí, viết tiểu-thuyết theo ảnh hưởng của những tác phẩm văn xuôi hiếm hoi đã có ở đầu thế kỷ, và cuối cùng ông thử nghiệm phóng tác/cảm tác từ các tác phẩm văn học Pháp.

Các nhân sĩ và tác-giả thời tiền phong đã lựa chọn con đường kỹ thuật và thể loại của Tây-phương để cập nhật và hiện đại hóa văn-chương học thuật lúc bấy giờ bị phong tỏa bởi Tống Nho gò bó đã đưa đến bế tắc tinh thần cũng như bại vong về quân sự. Từ năm 1887, với *Thầy Lazarô Phiền*, Nguyễn Trọng Quản đã dứt khoát sáng tác theo Tây-phương nhưng người đồng thời với ông không hưởng ứng, họ vẫn tìm đường! Một số các nhà trí thức thời bấy giờ có thể đã nghĩ rằng truyện Tàu là phương tiện tốt nhất vì tải đầy đạo lý. Người dân thích truyện Tàu, cho nên một số nhà văn Việt-Nam viết theo thị hiếu, vì người đọc thích những truyền thống ông bà để lại xuyên qua những chuyện trung hiếu tiết nghĩa, những gương dũng khí, anh hùng. Sau khi đã dịch và soạn sách giáo dục luân lý cũng như dịch truyện Tàu, các nhà trí thức, nhân sĩ mới nghĩ đến sáng tác tiểu-thuyết. Như vậy, có người tiếp tục cóp nhặt sản phẩm văn hóa Trung Hoa, nhưng lại có người chủ xướng một tinh thần học thuật có tính quốc gia và bài xích chống đối những gì là của ngoài (Ấn, Hoa,...).

Khoảng năm 1907, một số nhà Nho ở Nam kỳ như Tân Dân Tử, Nguyễn Tử Thức đã đề xướng việc "đưa Quan Công về Tàu" và "mời Thích-ca về Ấn Độ" gây thành phong trào quốc gia phục hưng. Tân Dân Tử trong *Lời tự bộ Giọt Máu Chung Tình*, đã cho biết: "... Những nhà đại gia văn chương trong xứ ta khi trước, hay dùng sự tích sử truyện nước Tàu, mà diễn ra quốc-văn của ta, như: Kim-vân-Kiều, Nhị-độ-Mai, Phan-Trần truyện, Lục-vân-Tiên, thì toàn dùng cách văn lục bát mà thôi, chưa thấy truyện nào đặt theo cách văn lưu thủy là văn xuôi theo tiếng nói thường của mình ; cho dễ hiểu mau nghe, và cũng chưa thấy Tiểu-thuyết nào làm ra một sự tích của kẻ anh-hùng hào kiệt và trang liệt-nữ thuyền quyên trong xứ ta, đặng mà bia truyền cho quốc dân rõ biết.*

Hỏi thử: Trương-Lương, Hàn-Tín, Hạng-Võ, Tiêu-Hà, thì sự tích lâu thông ; còn hỏi lại ai là anh-hùng hào-kiệt trong nước ta, thì ngẩn ngơ chẳng biết.

Như vậy thì trong xứ ta chỉ biết khen ngợi sùng bái người anh-hùng liệt-nữ của xứ khác, mà chôn lấp cái danh giá của người anh-

hùng liệt-nữ trong xứ mình, chỉ biết xưng tụng cái oai phong của người ngoại bang, mà vùi lấp cho lu mờ cái tinh thần của người bổn quốc.

May thay cho chúng ta gặp nhằm thế kỷ hai mươi nầy là một thế kỷ văn-minh, là một thời đợi quốc-văn ta đương lúc nảy tược đâm chồi, đơm hoa kết trái và cũng một thời đợi của Tiểu-thuyết trong xứ ta đương lúc sanh thai xuất thế, phát khởi thạnh hành, vì vậy nên đã có nhiều quyển Tiểu thuyết xuất bản ra đời, song những Tiểu thuyết ấy phần nhiều nói về hoa-nguyệt phong tình của đám hạ lưu nam nữ, còn những sự tích anh-hùng liệt-nữ, và những bực danh sĩ nhơn tài trong xứ ta, thì chỉ có một ít truyện sử đó thôi, kỳ dư hãy còn chôn lấp nơi chỗ tối tăm, chưa ai chịu khó kiếm tìm mà phô trương cho mắt đời xem thấy.

Nay quyển tiểu thuyết "Giọt máu chung tình" nầy vẫn là một tiểu thuyết phô diễn sự tích của một trang hồng nhan liệt-nữ, với một trang niên thiếu anh-hùng, là con của một vị khai quốc công thần trong đời Cao-Hoàng trung hưng phục nghiệp (...)

Trong quyển tiểu thuyết nầy, những lời nói giọng tình câu chuyện đặt để kỹ cang, có lối văn chương, có mùi tao nhã, chỗ thì cao đàm hùng biện, mà làm ngọn roi kích bác cho phong tục đương thời, chỗ thì nghị luận khuyên trừng, làm một phương thuốc bổ ích tinh thần cho kẻ học sanh hậu tấn, chỗ lại bi, hoan, ly, hiệp, tình tứ thâm trầm, khiến cho độc giả cũng có lúc xúc động tâm thần mà nheo mày chắt lưỡi, cũng có lúc vui lòng hứng chí, mà được giải khuây một ít cơn sầu, cũng có khi dựa gối cúi đầu, ngẫm nghĩ cuộc đời mà thương người nhớ cảnh.

Chẳng phải như Tây-Du, Phong-Thần là truyện huyễn hoặc hoang đàng, đọc tới thêm mê muội tâm thần, làm cho hai mươi mấy triệu linh hồn của quốc dân ta đến ngày nay hãy còn mơ màng theo lối xóm quỉ làng ma, lẫn bẩn theo thói tinh tà tướng mị, đã chẳng lợi dụng cho quê hương, mà cũng chẳng ích chi cho trí thức" (Impr. Nguyễn Văn Viết, 1926, tr. 5).

Xin mở ngoặc ở đây để nhắc đến đóng góp vào công cuộc phục hưng quốc gia của ông Nguyễn Văn Vĩnh ở ngoài Bắc. Năm 1908 trên tờ *Notre Journal* ông Vĩnh đã nhận xét rằng "*Nước Annam ta đã bị mất bởi những người trí thức chỉ biết làm văn học Tầu, chúng ta hãy cố gắng để không trở thành những người trí thức chỉ biết làm văn học Pháp*". Nguyễn Văn Vĩnh đã *cảnh cáo* như vậy vì chủ trương dung hòa Đông Tây và đã tỏ ra dứt khoát chọn con đường hiện đại hóa ngôn ngữ cũng như tư tưởng học thuật và văn hóa dân tộc!

Trong hồi ký "Đời của tôi về văn nghệ", cụ Hồ Biểu Chánh cho biết vào năm 1909-1910, sau khi viết truyện *U Tình Lục* bằng văn vần, theo thể lục bát, ông được đọc ba truyện *Thầy Lazarô Phiền* của Nguyễn Trọng Quản, *Hoàng Tố Oanh Hàm Oan* của Trần Thiên Trung và *Phan Yên Ngoại Sử* của Trương Duy Toản là ba cuốn truyện bằng văn xuôi đầu tiên ở lục tỉnh kể chuyện trong nước, đã ảnh hưởng nhiều đến việc định hướng sáng tác của ông. *U Tình Lục* (viết năm 1909, xuất bản năm 1913, với phụ tựa 'roman annamite'), tác-phẩm mở đầu sự nghiệp văn-chương Hồ Biểu-Chánh là một *truyện-chí* viết theo thể lục bát dài 1790 câu - phụ bốn bài thơ thất ngôn bát cú, với cùng đề tài tình ái như truyện *Thầy Lazarô Phiền* nhưng tự do tình ái hơn và người đàn ông trở về lại nhà ở đoạn kết, nghĩa là tác giả muốn giữ truyền thống "gương vỡ lại lành". Cũng như *Thầy Lazarô Phiền*, cái mới của Hồ Biểu Chánh là câu chuyện đã xảy ra tại Sài-Gòn, Mỹ Tho và Gò Công chứ không còn bên Trung Hoa xa xôi. Tuy vậy, *U Tình Lục* không phải là tiểu-thuyết theo lối Tây-phương. Chúng ta đã biết Hồ Biểu-Chánh, xuất thân từ học đường Pháp, nên trước khi khởi nghiệp sáng tác văn-chương đã phải học chữ Hán và dịch truyện Tàu vì như ông đã cho biết viết văn khó khăn vì "tìm không ra lời mà tả trí-ý cho người ta thông cảm được". Ông đã dịch 20 truyện Tàu từ hai tập Tình Sử và Kim Cổ Kỳ Quan về sau xuất-bản năm 1910, tựa *Tân Soạn Cổ Tích*. Cái mới thứ nữa là dùng "truyện-chí" thể thơ lục bát nhưng kéo dài từ đầu đến cuối truyện như một chuyện văn xuôi thay vì cắt đoạn thơ lục bát theo tình tiết của chuyện.

Như vậy, vào năm 1910, Hồ Biểu-Chánh đã nhận chịu ảnh hưởng của truyện *Thầy Lazarô Phiền* và *Hoàng Tố Oanh Hàm Oan* của Trần Thiên Trung và *Phan Yên Ngoại Sử* của Trương Duy Toản. *Ảnh-hưởng này khiến ông thay đổi hẳn hướng sáng tác : tiếp thu kỹ thuật viết theo Tây-phương*, nhưng nội dung tư tưởng nói chung vẫn theo văn hóa truyền thống Nho học, *nhưng theo cung cách khai phóng, cởi mở*, tức là ông đã chọn một giải pháp *dung hòa mới cũ*, phối hợp cái *hiện đại*, mới mẻ của Âu-tây với nét *truyền thống* đã quen của Việt-Nam nhất là ở miền Nam lục-tỉnh.

Năm 1912, Hồ Biểu-Chánh viết **Ai Làm Được** là cuốn tiểu-thuyết văn xuôi đầu tay, bỏ lối kể chuyện theo dòng thời gian một chiều để theo khuôn mẫu tiểu-thuyết phương Tây. Theo văn bản đã nhuận sắc năm 1922 thì Hồ Biểu-Chánh dù không thay đổi cốt truyện nhưng đã thay đổi về hình thức, từ 27 hồi, ông đã sửa lại thành 6 chương; bỏ những câu giới thiệu ở đầu chương và thay thế bằng một con số đánh dấu. Câu chuyện rõ ràng hơn, thêm nhiều đoạn tả cảnh và dùng nhiều đối thoại để làm cho câu chuyện thêm phần sống động. Lời văn được rút gọn lại, không có những chỗ chuyển đề dài dòng. Những thay đổi này đã làm cho bản in lần sau gần với tiểu-thuyết *hiện đại*. Chuyện xảy ra ở Cà Mau năm 1894 và theo LM Thanh Lãng, ông đã cảm tác từ truyện André Cornelis của Paul Bourget.

Từ năm 1910 đến cuối đời, về sáng tác, ông đã có 64 tựa đề trong thể loại tiểu-thuyết và 12 tập truyện ngắn và truyện kể, 12 vở kịch, 5 tập thơ và truyện thơ, 8 tập ký, 28 tập khảo cứu-phê bình. Về tiểu-thuyết, nhiều cuốn ở mức độ khá đạt về kỹ thuật viết theo lối Tây-phương như *Cay Đắng Mùi Đời, Ngọn Cỏ Gió Đùa, Tỉnh Mộng, Thầy Thông Ngôn*,...

Nói đến sự nghiệp văn-học của Hồ Biểu-Chánh là phải nói đến các **phóng tác và cảm tác** của ông. Quí vị cũng biết hiện tượng *phóng dịch* và *phóng tác* rất phổ biến ở bất cứ nền văn-hóa và thời đại nào. Văn-học Việt-Nam cũng không ra ngoài hiện tượng đó, từ những Chuyện Tấm Cám, Quan Âm Thị Kính, Truyện Kiều, v.v. xa xưa đến những *Kim Thời Dị Sử* của Biến Ngũ Nhy, *Tố Tâm* của Hoàng Ngọc Phách, v.v. sau này. Sự nghiệp Hồ Biểu-Chánh có khoảng **15** tác-phẩm phóng tác và cảm tác. Với Hồ Biểu-Chánh, có thể bàn đến *ảnh-hưởng Âu-tây ở hai trình độ*: nội dung, tư tưởng và kỹ thuật tiểu-thuyết. Trong số tác-phẩm đã có **Vậy Mới Phải** (viết tại Long Xuyên cuối năm 1913, Impr. de l'Union xuất bản 1918) truyện *văn vần* (lục bát) phỏng theo *Le Cid* của Pierre Corneille và *Lửa Ngún Thình Lình* dịch tiếng Pháp (1922). Với *Vậy Mới Phải*, Hồ Biểu-Chánh đã là tác-giả

Việt-Nam đầu tiên phỏng theo các tác-phẩm của văn-chương Pháp để viết truyện. Mô phỏng nhưng Việt hóa, ý hướng đó ông đã bắt đầu với *Vậy Mới Phải*. Ông đã thay đổi đoạn kết của *Le Cid* thành tình cảnh hợp luân lý Việt-Nam (đó phải chăng đã là lý do tác-giả lấy tựa đề là *Vậy Mới Phải*?). Thay vì để hoàng thân Don Sanche đấu gươm với Rodrigue để báo thù cho Chimène vì cha nàng bị Rodrigue đấu gươm giết chết, và nàng phải kết hôn với kẻ thắng là Rodrigue vốn là người yêu của nàng (tình yêu - tình nhà trái ngang), Hồ Biểu-Chánh đã để cho Lệ Bích tự sát và Thanh Tòng thay vì chết theo thì đã điều ba vạn binh đi đánh giặc tiếp. Chết theo nàng, vậy mới là 'Tây', nhưng 'Á-đông' thì

"... Ngặt vì ơn chúa, nợ cha nặng nề.
Lượng trên dầu chẳng chấp nê,
Đoái thương tình mọn, không chê bất tài.
Binh ròng ba vạn trao tay,
Lãnh đam Trung-quốc ra oai côn kình...".

Rõ là 'vậy mới phải'! Về sau *Le Cid* còn khiến Hồ Biểu-Chánh cảm hứng trở lại với phóng tác thứ hai, lần này bằng văn xuôi, đó là tiểu-thuyết lịch-sử **Nặng Gánh Cang Thường** (1930). Trong hai phóng tác, nhân vật giống nhau, từ tên đặt tới cốt truyện nhưng kết thúc thì khác. Truyện lịch-sử xảy ra đời vua Lê Thánh Tôn, khoảng hai ba năm trước khi vua thăng hà.

Xin được nói ngay, khi Hồ Biểu-Chánh *phóng tác* và *cảm tác* bằng văn xuôi thì ông mới thực sự chứng tỏ tài năng văn-chương. Chính Hồ Biểu Chánh trong "Đời của tôi về văn nghệ", đã ghi lại cho biết bộ tiểu-thuyết nào của ông được viết ra bởi cảm tác phẩm nào của Pháp. Toàn bộ tiểu-thuyết của Hồ Biểu Chánh gồm có 64 cuốn thì đã có **13 cuốn cảm tác** theo tiểu-thuyết phương Tây, gồm 12 từ tác giả Pháp và 1 của Nga (nhưng Hồ Biểu-Chánh có lẽ đã đọc bản dịch tiếng Pháp). Chính Hồ Biểu Chánh đã nói ra việc *cảm đề* và cách ông *phóng tác* trong tập ký trên: "đọc tiểu-thuyết hay tuồng hát Pháp văn mà tôi cảm thì tôi lấy chỗ cảm đó mà làm đề, rồi phỏng theo ít nhiều hoặc lấy đó mà sáng tác một tác phẩm hoàn toàn Việt-Nam. Tuy tôi nói phỏng theo kỳ thiệt chỉ lấy đại ý mà thôi, mà có khi tôi còn lật ngược tới đại ý, làm cho cốt chuyện trái hẳn tâm lý, khác xa với truyện Pháp".

Trong bài này chúng tôi chọn 4 tác-phẩm để tìm hiểu ảnh hưởng tiểu-thuyết Âu tây như thế nào ở Hồ Biểu-Chánh về nội dung, thể loại cũng như hình thức sử-dụng.

- ***Chúa Tàu Kim Qui***: Bối cảnh của câu chuyện xảy ra dưới thời Minh Mạng, ở vùng Tân Châu. Hồ Biểu Chánh phóng tác, mượn tác-giả A. Dumas cốt truyện Comte de Monte-Cristo nhưng đơn giản hóa và đưa vào những nhân vật và sự việc có tính cách Việt-Nam. Lê Thủ Nghĩa, một người dân thường đang làm ăn lương thiện bị Trần Tấn Thân (xâm phạm tiết hạnh em gái Nghĩa bị Nghĩa đánh gãy tay) đút lót quan huyện và vu cáo Nghĩa theo đạo Thiên Chúa, nên chàng bị án chung thân. Trong thời gian ở tù, Nghĩa kết thân với một người Khách trú và học nói tiếng Quảng-Đông. Trước khi chết, người Khách trú tỏ thật cho chàng biết, ông ta là Mạc Tiền, cháu bốn đời của Mạc Cửu và cha của ông có giấu nhiều vàng bạc tại đảo Kim Qui, một hòn đảo nhỏ ở phía nam đảo Phú Quốc. Lợi dụng lúc khám đường bị hỏa hoạn, Thủ Nghĩa trốn thoát trở về quê nhà thì được biết cha mẹ và em gái (Thị Xuân) đã chết. Chàng tìm thấy được kho tàng, giả làm khách Quảng-Đông mua tàu đi buôn và trở thành chúa tàu Kim Qui. Chúa tàu bèn tìm cách đền ơn em rể là Kỉnh Chi đã phải chịu nhiều điêu đứng và thiệt thòi vì một mình đương đầu với bao bất trắc, tai ương, đã lo cho cha mẹ và em gái chàng, đồng thời tố cáo tội ác của Tấn Thân và đám quan lại tham ô. Người yêu của Thủ Nghĩa là cô Tư Chuyên từ ngày hữu tình đã hứa hẹn chờ nhau, nên từ khi Thủ Nghĩa bị sa vào chốn lao tù thì ở vậy, nên Thủ Nghĩa "trong lòng hoài vọng hết sức, quyết tìm cho được mà trả nghĩa tương tri". "Chúa tàu Kim Qui đã từng lao đao lận đận, mà nay lại được vàng bạc dẫy đầy, đã thấy kẻ giàu mà bất nhơn, người nghèo mộ nghĩa, đã biết kẻ sang tham lam, người hèn thẳng ngay, nên trong lòng chán ngán cuộc đời, chẳng còn kể ai là hơn ai, chỉ biết người phải nên thương, kẻ quấy nên ghét mà thôi".

Nếu trong nguyên-tác, tư tưởng phục thù là một phục thù thẳng tay, không khoan nhượng, như thể theo ý Trời và cả không có lòng trắc ẩn hay bác ái, nhân-vật Dantès nuôi mối hận thù thật mãnh liệt và toan tính kín đáo thì nhân-vật Thủ Nghĩa của Hồ Biểu-Chánh khi ở trong tù, âu lo lớn là tình cảm hiếu để, là nỗi lo lắng cho cha mẹ và em, dù cũng có những lúc nghĩ đến mối thù. Thủ Nghĩa là người bộc trực lại nhiều tình cảm dễ lộ ra ngoài và vì nhân hậu nên không thể lạnh lùng tính toán chuyện phục hận lâu dài. Ân đền oán trả ở Hồ Biểu-Chánh mang ý nghĩa đòi hỏi công lý phân minh. Ảnh-hưởng truyện Pháp ở đây rất mờ nhạt, từ một câu chuyện đầy tình tiết và biến cố hồi hộp dồn dập đã trở thành một câu chuyện về tình người trong một bối cảnh hoang sơ của miền lục-tỉnh, nơi mà đạo lý Á-đông đã là nền tảng cho xã-hội, chi phối và điều khiển mọi hành vi và tư tưởng con người. Thủ Nghĩa là người "bất phụ kỳ danh", đã vậy mà trả ơn trả oán đều phân minh, đúng là "Thiện ác đáo đầu chung hữu báo / Chi tranh lai tảo dữ lai trì" (Việc lành hay việc dữ đều có quả báo, chỉ khác nhau đến sớm hay muộn mà thôi) như ghi ở cuối truyện. Tác-giả lý rằng: "Xưa nay nhà ngôn luận thường hay cãi với nhau, người thì nói tiền bạc là vật quí báu trong đời, bởi vì nó có thể giúp người phải làm việc phải, kẻ lại nói tiền bạc là vật rất lợi hại của xã hội, bởi vì nó hay giục người quấy làm việc quấy. Tuy hai phe tỏ hai lý tưởng khác nhau, song xét cho đáo để thì lý tưởng nào cũng là phải hết thảy". Của cải trở thành phương tiện trong khi tình nghĩa và đời sống yên lành nơi thôn dã được coi trọng hơn. Một kết cục bất ngờ!

- *Ngọn Cỏ Gió Đùa* (1926): Hồ Biểu-Chánh cũng chỉ mượn cốt truyện *Les Misérables* (1862) của Victor Hugo, ông để câu chuyện xảy ra ở Nam-kỳ lục-tỉnh vào thời Minh Mạng vào thời điểm nổi dậy của Lê Văn Khôi. Tư tưởng dân quyền, đòi hỏi công bằng xã hội và tôn trọng nhân phẩm của Hugo dàn trải trong nguyên tác *Les Misérables*, trong khi Hồ Biểu-Chánh xiển dương *tư tưởng tam-giáo* thịnh hành ở miền Nam lục-tỉnh cùng nguyện vọng *công lý chính trực*. Trong *Ngọn Cỏ Gió Đùa*, nhà Nguyễn, một triều đại mới, mở ra sau nhiều trăm năm chiến tranh tranh bá đồ vương, tầng lớp quan lại đầy những mâu thuẫn về lý tưởng trung quân bên Vua bên Chúa. Vua thì muốn quần thần tiếp tục trung quân theo nghĩa hình thức - trung với vua, vì vua là vua, là thiên tử. Hồ Biểu-Chánh đồng tình với cuộc nổi dậy của Lê Văn Khôi, trình bày cuộc nổi dậy này như tiêu biểu cho ý tưởng tôn trọng quân quyền chỉ khi hợp thiên lý, đưa đến tôn tri trật tự và khi vua biết trọng nghĩa của bầy tôi, cả không ngần ngại nổi dậy chống lại vua khi làm mất nghĩa của bầy tôi. Người miền Nam lục-tỉnh nói chung bênh nhà Nguyễn Gia Long nhưng luôn có những chỉ trích khi cần. *Ngọn Cỏ Gió Đùa* đề cao mẫu người tráng sĩ hào hùng trọng nghĩa khinh tài, sẵn sàng bảo vệ khí tiết, qua hình ảnh của Vương Thể Hùng, khi thấy người hoạn nạn liền ra tay can thiệp, giải cứu mà không nhận ơn đền; rồi thấy Lê Văn Khôi nổi dậy vì đại nghĩa thì tham gia dù phải chịu bất nghĩa khi bỏ gia đình cha mẹ vợ con mà ra đi chiến đấu. Anh hùng hảo hán truyền thống Á-đông, kiểu Lục Vân Tiên!

Trong *Les Misérables*, tư tưởng bác ái của đạo Thiên-Chúa được thể hiện một cách gần như trọn vẹn qua hình ảnh, tác phong và xử-sự của giám mục Myriel; Hồ Biểu-Chánh thì cho thấy người Việt-Nam giàu lòng tín ngưỡng. Tư tưởng từ bi hỉ xả và thuyết về tham sân si của Phật giáo được trình bày qua hành-sử của hòa thượng Chánh Tâm đối với Lê Văn Đó. Tác-giả còn chống tư tưởng do Trời, là một cách tiêu cực vì cứ nghĩ nếu có trời thì không thể có bất công, áp bức: "Còn cháu kêu trời làm chi, nếu trời đất ăn ở công bình thì đâu có chuyện như vậy". Qua nhân-vật Lê Văn Đó thuộc lớp người nghèo cùng khổ và đã là nạn nhân của việc phân chia giàu nghèo. Hồ Biểu-Chánh thì đề cao tiết hạnh của người đàn bà Việt-Nam (Lý Ánh Nguyệt,...), và đề cao đạo làm con đối với cha mẹ. Tác-giả mô tả những cảnh cùng cực của những con người nghèo khổ hay bị áp bức về mặt xã hội, nhất là ở vùng nông thôn trước thời kỳ Pháp thuộc đáng ra là bối cảnh của cuộc sống êm đềm, lặng lẽ. *Ngọn Cỏ Gió Đùa* còn có ý chống thể chế pháp lý độc đoán, cứng nhắc, phi nhân của nhà Nguyễn và đám quan gian tham ô lại. Khác với nhân vật của Victor Hugo, với các nhân-vật của Hồ Biểu-Chánh, là cuộc chiến đấu giữa Thiện với Ác và cho công lý xã-hội và đạo đức được diễn ra thầm lặng, có tính cách nội tâm, tư riêng: cuộc đời và nguồn gốc cũng như bản chất con người của họ không hiển nhiên trước mắt người khác. Nói khác đi, năm 1926, ông đã phóng tác *Les Misérables* theo cách "nam-kỳ lục-tỉnh", trong khi Nguyễn Văn Vĩnh ngoài Hà-Nội đã dịch và xuất bản song ngữ toàn truyện với tựa *Những Kẻ Khốn Nạn*, cũng bắt đầu từ năm 1926 và đến 1928 mới xong 10 tập gần 3000 trang do nhà Trung-Bắc Tân-Văn xuất bản.

- **Người Thất Chí** phóng tác từ *Crime et châtiment* (1866) của văn hào Nga Fédor Mikhaïlovitch Dostoievski. Đề tài ở nguyên tác là cứu rỗi và khổ nạn, với một nghệ thuật phân tích tâm lý sâu sắc, tinh tế và với cái nhìn tín ngưỡng và hiện sinh, Dostoievski đã dựng lên một bức tranh ảm đạm về số phận bế tắc của lớp người bần cùng của xã hội Nga, nhất là tầng lớp trẻ. Phóng tác của Hồ Biểu-Chánh khá thu gọn, diễn tiến nhanh và bất ngờ hơn, phần phân tích tâm lý đơn sơ như nhân-vật Phụng trong truyện - trong khi trong nguyên tác, Dostoievski lê thê dằn vặt. Hồ Biểu-Chánh luận về sự khờ-khạo của người mê nhân-đức vì có thể Trời Phật không công bình hoặc không có đó. Phụng có thái-độ của người đa-cảm nên dễ nhạy cảm trước những bất công của xã-hội và xảo trá của con người: *"Tâm-hồn của mỏa đã đổi rồi. Mỏa quyết đánh đổ nền phong hóa hủ bại của tổ tiên mình để lại, rồi gây một nền phong-hóa mới có đủ tánh-chất hùng-dũng cương-quyết tấn-thủ, đặng giúp cho đồng-bào mau tấn-hóa cho kịp dân-tộc khác. Bây giờ mỏa cách mạng tới ngàn phần trăm, chớ không phải trăm phần trăm mà thôi đâu. Đời kỳ cục quá, mà còn mê-mẩn phong-hóa, còn sùng bái Trời Phật làm chi nữa"*. Cuối cùng Phụng cướp tủ sắt của bà Lợi cầm đồ rồi nhờ Trinh, người bạn nối khố, sau khi anh trốn đi thì một nửa làm việc thiện còn một nửa đem cho gia đình cô gái nghèo tên Tâm đã *"tự quyết hy-sinh thân-thể danh-giá hết thảy đặng cứu vớt gia đình,... vì nghèo, cha bệnh nên phải làm đĩ"*. Và anh có cách tự phạt mình: *"tại tôi có cái tánh đa-sầu đa-cảm thái-quá, thấy nhà nghèo, mẹ với em bị người ta khinh-rẻ, thì đau lòng tức trí chịu không được, thấy cảnh thảm-khổ của người khác lại động lòng rồi thù-oán xã-hội, nên tôi mới phạm tội đại-ác như vậy đó.... Tôi không chết, mà cũng không tu. Tôi sẽ sống, song sống với cảnh đời không được hưởng vật gì của xã-hội hết thảy, sống mà không được phép gần người mình yêu, sống mà phải chịu buồn thảm cực khổ, nghĩa là sống đặng đền tội cho xã-hội, chớ không phải sống đặng chung vui với xã-hội"*. Phụng mất tích 12 năm, hóa ra anh tìm đến vùng Thất-sơn, Châu Đốc, sống một mình trồng khoai trồng đậu để đổi gạo mà ăn: *"tôi đã phạm tội với xã hội, tôi không được phép ở chung với xã hội nữa!"*. Không khí tiểu-thuyết và tình cảnh thích hợp tâm tính người những vùng đất mới, ở miền Nam lục-tỉnh cũng như châu Mỹ, châu Úc, khá xa tâm lý người Nga (Âu-tây) của nguyên tác.

- **Cha Con Nghĩa Nặng** viết năm 1929, phóng tác theo tiểu-thuyết *Le Calvaire* xb năm 1886 của Octave Mirbeau. *Le Calvaire* gần như là tự truyện của tác-giả Mirbeau, kể lại mối tình với một cô gái làng chơi: tình yêu trở thành địa ngục của đam mê và là nguồn của mọi đau khổ và luân lý tàn tạ; tình yêu cuối cùng chỉ là gian dối. Tác-giả chống lại gia đình, trường học và cả quân đội. Hồ Biểu-Chánh kể chuyện Trần văn Sửu vốn là nông dân thật thà, chăm chỉ, thương vợ, thương con, trong khi người vợ lại lăng loàn. Một hôm Sửu bắt quả tang người vợ ngoại tình với Hương hào Hội, thị đã ngoại tình mà lại còn ăn nói láo xược. Quá tức giận, Sửu xô té vợ nhưng không may thị chết. Sửu đành phải bỏ trốn, hai đứa con được ông ngoại là Hương-thị Tào nuôi, nhưng hoàn cảnh lại quá nghèo nên cả hai phải đi ở đợ. Khi lớn lên, hai anh em thằng Tý con Quyên đều có cuộc sống ổn định và đang chuẩn bị lấy vợ, lấy chồng thì Sửu bỗng nhiên trở về, lúc đó Hương hào Hội nghèo mạt đã phải bỏ trốn khỏi làng. Sửu thương con không muốn lý lịch mình hại đến tương lai hôn nhân của hai con, đã phải giả làm người Thổ lén về thăm nhìn, bị bố vợ lúc đầu xua đuổi. Nhờ Tý rình nghe được chuyện nên đã níu giữ cha lại để rồi cha con đoàn tụ, hai con nên vợ nên chồng. Bố vợ Sửu cuối cùng cũng tha thứ vì con gái ông "nó ở theo thói trâu chó, mầy giết nó thì phải lắm, có tội gì đâu". Tiểu-thuyết vẽ lên hình ảnh cuộc sống dân quê vất vả nhưng thật thà. Văn linh động như đoạn đối thoại Sửu cục mịch hỏi vợ về tin đồn bà ta trắc nết ngoại tình nhưng Sửu lại bị vợ chửi mắng và cuối cùng hai người ăn nằm tình tứ như không có gì xảy ra - đoạn mà các nhà văn-học sử như Vũ Ngọc Phan đã cho là tuyệt tác, GS Bùi Xuân Bào thì cho đoạn trên không những thành công mà còn táo bạo trong văn-chương thời bấy giờ. Từ một nguyên-tác tiếng Pháp thường thường bậc trung, Hồ Biểu-Chánh đã viết thành một tiểu-thuyết phong tục và tình cảm đặc sắc!

Xin mời đọc đoạn tuyệt tác đó trong *Cha Con Nghĩa Nặng*:

"Anh ta (tức Trần văn Sửu) chờ vợ tắt đèn đi vô buồng, anh ta mới mò mà đi vô theo. Anh ta vừa khoát mùng leo lên giường thì Thị Lựu nói rằng:

- Ra ngoài ngủ với sắp nhỏ nà! Lọ mọ đi đâu đó?

- Để tao nằm, tao nói chuyện một chút!

- Chuyện gì? Sao hồi nãy không nói, để tao đi ngủ rồi vô làm rộn đó?

Trần Văn Sửu nằm đại một bên vợ. Thị Lựu túng thế phải xích vô một chút đặng trống chỗ cho chồng nằm. Trần Văn Sửu muốn hỏi vợ về việc Hương hào Hội, song không biết phải hỏi cách nào cho vợ đừng giận nên nằm nín thinh mà tính.

Thị Lựu bèn day ra mà hỏi rằng:

- *Nói giống gì sao không nói đi*
- *Họ nói với tao một chuyện kỳ quá.*
- *Chuyện gì?*
- *Tao nói lại cho mầy nghe, như không có thì thôi, còn như có thì mầy phải chịu, chớ đừng có chối nghe hôn?*
- *Ai có biết chuyện gì đâu mà biểu chịu.*
- *Như tao hỏi mà mầy có thì mầy phải chịu chớ.*
- *Chuyện gì cũng vậy, hễ có thì ta chịu, chớ sợ ai mà chối.*
- *Ờ, thôi để tao nói cho mà nghe. Bữa nay tao đi gặt có hai ba người nói với tao rằng, mầy lấy Hương hào Hội, có hôn?*

Thị Lựu nghe nói thì vùng vậy hỏi rằng:

- *Quân nào bày chuyện đó?*
- *Người ta nói thiếu gì.*
- *Mà thằng nào nói với mầy đó kia. Mầy phải nói tên nó cho tao biết, đặng tao đến nhà nó tao đào nát ông nát cha nó cho nó biết mặt tao. Tao lấy Hương hào Hội hồi nào, tao có đem lên bàn thờ cha nó tao lấy hay sao nên nó ngó thấy mà nó dám nói như vậy hử? Thằng nào nói xấu cho tao đó, mầy phải chỉ tên nó ra cho mau.*
- *Thôi, đừng có nóng. Người ta nói như vậy, nếu mầy không có thì thôi, chớ chửi người ta làm chi*
- *Ủa! Nó nói xấu cho người ta như vậy, đến tai anh Hương hào Hội đó khỏi ảnh niệt đầu quân nào nói bậy như vậy cho nó coi. Ai nói đó, mầy phải chỉ tên nó ra cho tao biết bây giờ đây.*
- *Chỉ tên sao được, tao không chỉ.*
- *Ủa! Nếu vậy thì mầy đặt chuyện muốn nói sao mầy nói chớ gì, phải hôn?*

(…)

- *Tao có nói gì đâu mà mầy rủa tao, tao nói chuyện cho mầy nghe, có hay là không có thì thôi chớ rủa cái gì?*
- *Thiệt mầy nói thằng Sung là con của anh Hương hào Hội phải hôn?*

- Họ nói chớ không phải tao.

- Họ là ai? Mầy phải chỉ tên họ ra.

- Chỉ làm gì? Chỉ đặng mầy đào mầy bới ông bà người ta?

- Nếu mầy không chỉ tức thị mầy nói chớ không phải ai hết. Để sáng tao lên tao nói cho vợ chồng anh Hương hào Hội hay rồi mầy coi.

- Nói cho người ta hay làm chi?

- Ừa ! Mầy nói như vậy rồi biểu tao nín hay sao? Tao nói cho ảnh ghét ảnh lấy ruộng lại cho rảnh, không biết chừng ảnh còn làm mầy ở tù nữa a, nói cho mà biết.

- Tao có làm gì đâu mà ở tù?

- Mầy nói xấu cho người ta thì ở tù, chớ làm gì.

- Tao nói vậy mà mầy hổng có thì thôi chớ.

- Tao nói cho mà biết, đừng có nói bậy nói bạ như vậy nữa. Mầy còn đặt điều nói xấu cho tao nữa thì tao không dung đa, nghe hôn.

Trần Văn Sửu nằm nín khe, không còn lời chi mà nói nữa. Thị Lựu bèn lấy tay xô chồng xê ra rồi nằm một bên. Trần Văn Sửu nằm gát tay qua trán, mắt nhắm lim dim, bỗng nghe ngoài trước có người dở cửa tiếng kêu kẹt kẹt. Anh ta lật đật bước xuống, ra ngoài đốt đèn, thì thấy con Quyên nằm ngủ trên ván có một mình, còn thằng Tý đi đâu mất. Anh ta vội vã kêu thằng Tý và dở cửa bước ra sân.

Trên trời vừng trăng tỏ rạng, trước sân sáng oắc như ban ngày. Trần Văn Sửu thấy thằng Tý ngồi chồm hổm dựa xó hè, gục mặt xuống đất. Anh ta bước lại hỏi: "Làm giống gì mà ngồi đó, con?" Thằng Tý ngồi trơ trơ không trả lời. Anh ta kéo tay nó đứng dậy thì thấy mặt nó nước mắt chảy ướt dầm. Anh ta bèn hỏi nó rằng: "Sao con khóc vậy con? Con có đau bụng đau dạ gì hôn?" Thằng Tý lắc đầu lia lịa, mà cũng không chịu nói tại sao nó khóc. Anh ta dắt nó trở vô nhà, biểu nó lên ván nằm ngủ, rồi anh ta cũng leo lên nằm một bên đó.

Cách một hồi lâu, Thị Lựu ở trong buồng cất tiếng kêu rằng:

- Cha thằng Sung a !

- Giống gì?

- Vô biểu một chút.

Trần Văn Sửu lồm cồm ngồi dậy đi gài cửa, bưng đèm đem để trên bàn thờ mà tắt, rồi mon men đi vô buồng, miệng cười ngỏn ngoẻn, vì đã quên hết những điều Hương tuần Tam nói hồi trưa đó".

*

Qua các tiểu-thuyết phóng tác vừa xét qua, Hồ Biểu-Chánh cho thấy đã đón nhận văn hóa Tây-phương thể hiện qua phong cách viết tiểu-thuyết, qua kỹ thuật bố cục xây dựng tiểu-thuyết đã thoát dài dòng, rườm rà của truyện-chí Trung-Hoa, qua cách kể chuyện không theo hẳn đường thẳng trước sau và qua việc cổ võ cho 'kim thời tiểu-thuyết' và đề cao vai trò nhà văn trong xã hội ở buổi giao thời. So với một số nguyên tác, các tiểu-thuyết phóng tác của ông cũng ngắn gọn hơn, đi thẳng vào trọng tâm câu chuyện và ý tưởng, chớ không dài dòng thuyết minh như nguyên tác. Nhờ sử-dụng ngôn-ngữ đời thường, nhờ những cảnh tượng thực tế của đời sống ở thành thị cũng như thôn quê Việt-Nam đã khiến tiểu-thuyết phóng tác của Hồ Biểu-Chánh, một cách chung chung, thoát được tính sáo rỗng hoặc bị gò theo khuôn mẫu luân lý. Độc giả dù đã đọc nguyên-tác vẫn bị tiểu-thuyết của Hồ Biểu-Chánh gây bất ngờ và lôi cuốn; đại chúng thì lại càng không biết đó là những phóng tác, mà những tác-phẩm nổi tiếng (được nhắc nhở hay lên phim) của Hồ Biểu-Chánh lại là những phóng tác.

Khởi đầu nghiệp văn bằng thể-loại văn-chương truyền thống, rồi phóng dịch, phóng tác một số tác-phẩm của Âu-tây, Hồ Biểu-Chánh đã mạnh bước sáng tạo những tiểu-thuyết có tính cách Việt-Nam và thích ứng với thời hiện-đại. Hồ Biểu-Chánh vừa sử-dụng kỹ thuật thể-loại tiểu-thuyết Âu-tây, vừa khởi đi nhưng rồi rời xa thể-loại truyện thơ truyền thống, như vậy là ông đã tìm cách thoát khỏi ảnh-hưởng *truyện-chí của Tàu* và *truyện thơ Nôm*. Cũng như về nội dung và tư tưởng chỉ đạo trong tác-phẩm, ông đã tạo nên một <u>thể cách tiểu-thuyết Việt-Nam</u>! Có thể nói Hồ Biểu-Chánh đã thành công làm cây cầu nối từ **truyền thống** ra đến **hiện đại**! Dù làm công chức cho người Pháp nhưng trước sự bành trướng của chủ nghĩa thực dân, Hồ Biểu-Chánh đã sợ Việt-Nam bị thực dân đồng hóa, ngoại hóa, làm cho mất gốc, mất nền, do đó ông đã chủ trương tổng hợp văn-hóa (syncrétisme) nhưng vẫn còn ngại ngần không triệt để với văn-hóa Bắc-thuộc vì từng và vẫn là cái Ta chung, tức chung gốc. Ông đã đại chúng hóa những khuôn thước của văn-chương bác học đó và đưa vào văn-học nhân sinh quan và thế giới quan của văn hóa dân gian cùng với kho tàng ngôn ngữ đời thường.

Hồ Biểu Chánh đã không hoàn toàn theo cách viết văn xuôi của Nguyễn Trọng Quản, vì bên cạnh ảnh hưởng hiện đại của Nguyễn Trọng Quản, ông lại vẫn *không hoàn toàn* dứt bỏ được lối văn biền ngẫu và cách kết cấu chương hồi của thời đại ông. Ngoài ra, Hồ Biểu-Chánh dùng chất liệu *tiếng nói của dân chúng* hằng ngày sử-dụng ở nhiều vùng đất rộng lớn (nhờ ông trấn nhậm ở nhiều nơi) để xây dựng ngôn ngữ tiểu-thuyết với phương-tiện kỹ thuật tiểu-thuyết và cách hành văn trong sáng của Tây-phương, từ đó sáng tạo nên ngôn-ngữ của nghệ-thuật làm khác ngôn-ngữ của cuộc-sống. Hơn nữa Hồ Biểu-Chánh đã khéo léo lồng ngôn-ngữ, lời nói, lối nói của các nhân-vật trong một khung cảnh tiểu-thuyết, phân bố cục chặt chẽ chứ không trống trơn, bỏ rơi theo lối thuần kể chuyện. Ghi lại lời 'quê mùa', mộc mạc, vì ông muốn trung thành vẽ lên những bức truyền thần về đời sống và tâm lý, phong hóa của một miền đất nước ở vào một thời điểm lịch-sử!

Thật vậy, Hồ Biểu-Chánh có ngôn-ngữ và kỹ-thuật diễn-tả của riêng ông. Sự đóng góp quan trọng của Hồ Biểu-Chánh còn là yếu tố Việt-Nam ở lối truyện kể dân gian đã từng phát triển với các truyện cổ tích và khôi hài cũng như qua ca dao tục ngữ. Ảnh hưởng này thấy rõ trong *Cha Con Nghĩa Nặng, Ngọn Cỏ Gió Đùa*,... Có thể nói các tiểu-thuyết của Hồ Biểu Chánh là một phát triển tự nhiên từ những truyện Lục Vân Tiên, Hậu Lục Vân Tiên hoặc những truyện thơ phát triển mạnh ở trong Nam, như những liên văn bản văn chương, nghệ thuật.

Hồ Biểu-Chánh không chú trọng *làm văn-chương thuần túy* nhưng ông theo thị-hiếu của người đọc của thời mà văn-học và báo chí đã được đại chúng hóa. Lấy *Ai Làm Được* làm thí dụ, ông gọi đó là "tiểu-thuyết tả chân", trong khung cảnh đất Cà-Mau, một thử nghiệm *hiện-thực* đầu tiên. Thật vậy, trong tiểu-thuyết Hồ Biểu-Chánh, văn-chương giản dị, tác-giả kể chuyện hơn là diễn tả toàn chuyện, làm văn hoặc khai thác tình tiết rối rắm. Không rối rắm lắm vì ở ông, tình tiết, diễn tiến thường được thuận theo lý-giải hoặc lẽ Trời, lẽ đương nhiên, nhân quả, thiện thắng ác dù trẻ tráng và tình gia-đình, tình người luôn thắng thế. Thời gian diễn tiến thường theo chiều thuận - *Hồ Biểu-Chánh chưa dám mạo hiểm 'hiện-đại' triệt để như Nguyễn Trọng Quản*. Nói chung, kết có hậu và thường Hồ Biểu-Chánh không quên "thưởng phạt" các nhân-vật! Truyền thống "thiện ác đáo đầu chung hữu báo" khiến lúc nào cũng có hai phe phía thiện-ác được thể hiện qua ngôn-ngữ cũng như hành động của nhân-vật. Hai loại nhân-vật lẫn trong tập thể các nhân-vật thuộc nhiều giai-tầng xã-hội, tức trong đơn điệu vẫn có đa dạng, nhờ cách dùng chữ và ngôn-ngữ đã làm phong-phú tình tiết, diễn-tiến và nội-dung.

Ngoài ra, *tả thực* là một đặc điểm trội bật của tiểu-thuyết của Hồ Biểu-Chánh kể cả trong các phóng tác: tác-giả thường tả thực, đem muôn mặt sinh động của xã hội và đời sống vào tác phẩm, chân dung và hành cử của những con người thời đại, lớn nhỏ cũng như cao thấp của xã hội miền Nam sau thế chiến thứ nhất, từ chủ đến thợ, ký lục, nghệ sĩ giang hồ, me tây, gái điếm.... cùng những người thấp kém, nghèo hèn, thấp cổ bé miệng ở những nơi hẻo lánh. Tính hiện thực còn là việc sử-dụng các địa danh và ngôn-ngữ tạp lục của miền Nam (người Hoa Quảng Đông, Triều Châu, Thổ Miên, Chà, Tây, v.v.).

Từ Trương Vĩnh-Ký, Hồ Biểu-Chánh đã tiến thêm một bước, tự nhiên hơn, trơn tuột hơn. Trong các đối thoại đã có dàn dựng, có kịch tính, có bất ngờ; bàn tay tác-giả đã phong phú hóa ngôn-ngữ và tương-đối đã văn-chương hơn, bớt luộm thuộm, bớt Tàu quá! So với Nguyễn Trọng Thuật (*Quả Dưa Đỏ*, 1925) và Hoàng Ngọc Phách (*Tố Tâm*, 1925) hoa mỹ, cầu kỳ, trừu tượng và cả thi vị ra sao thì Hồ Biểu-Chánh tự-nhiên và giản dị bình dân bấy nhiêu và đến gần tiếng Việt thống-nhất của cả nước. Đấy là khuynh-hướng chủ trương viết tiếng "An Nam ròng" khởi từ nhiều nhà tiền phong khởi xướng nền văn-học chữ quốc-ngữ.

Thật vậy, ngôn-ngữ văn-chương Việt-Nam được Tây-phương hóa rồi hiện đại hóa, liên tục tiếp tục đón nhận những trào-lưu văn-chương mới. Vậy, phải chăng tự nhiên, giản dị là thấp kém và văn-chương hoa mỹ cao quý hơn? Chúng tôi thiển nghĩ Hồ Biểu-*Chánh tự nhiên và giản đơn của con người có văn-hóa thời đại của ông* chứ không phải là thô-thiển, hạ cấp! Các nhân-vật thấp hèn trong tiểu-thuyết của ông có người ác-độc hay cộc cằn ở một hoàn cảnh nào đó nhưng không thô lỗ và mục đích của tác-giả không ở chỗ gợi dục vọng và đề cao cái Ác!

Văn Hồ Biểu-Chánh thuộc *truyền-thống hành văn trơn tuột như lời nói*. Lối viết này thể hiện trong ngôn-ngữ đối thoại của các nhân vật đã đành, mà còn cả trong văn truyện và mô tả cảnh tình, tả tâm lý. Văn phong của Hồ Biểu Chánh là từ truyền-thống đó, căn bản trên tiếng nói mà dân chúng phía Nam thường dùng hàng ngày. Dù lúc đầu và thỉnh thoảng trong tác-phẩm ông dùng lối văn biền ngẫu! Bên cạnh truyền-thống hành văn như lời nói của Hồ Biểu-Chánh là khuynh hướng hành văn biền ngẫu và dùng nhiều điển tích truyện Tàu của những nhà văn cùng thời như Trần Thiên Trung, Trương Duy Toản, Nguyễn Chánh Sắt, Lê Hoằng Mưu, v.v.

Về hình thức đã vậy, mà về **nội dung**, các tiểu-thuyết của Hồ Biểu Chánh và một số nhà văn tiền phong vẫn cố giữ yếu tố truyền thống dân tộc trong đó luân lý, phong hóa giữ một nhiệm vụ quan trọng. Trong "Đời của tôi về văn nghệ", Hồ Biểu Chánh cho biết hồi ông mới bắt đầu viết tiểu-thuyết thì trình độ học thức của quần chúng còn thấp kém, phần nhiều người ta thích đọc truyện tình và truyện phiêu lưu, còn loại tiểu-thuyết phong tục thì quần chúng chưa biết. Vì thế, ông đã viết *Ai Làm Được* là truyện vừa diễm tình vừa phong tục, và *Chúa Tàu Kim Qui* là truyện phiêu lưu pha diễm tình. Hồ Biểu Chánh sau đó hiện đại hơn với *Khóc Thầm, Tiền Bạc Bạc Tiền*,... Dù vậy vào cuối đời, khi nhìn lại chặng đường sáng tác của mình, Hồ Biểu Chánh tự nhận thấy: *"Sản xuất cả mấy chục pho tiểu-thuyết, luôn luôn tôi vẫn theo đuổi theo cái mục đích duy nhất là:* **Thành nhân** *với* **Thủ nghĩa**" và điều này đã trở thành niềm tự hào được ông nhắc tới trong di chúc của mình: *"viết tiểu-thuyết ta cũng cố giữ vẹn đạo hiếu nghĩa"*.

Ngoài ra, *khuynh-hướng giáo-dục quần chúng* lộ rõ trong nhiều tác phẩm của Hồ Biểu-Chánh. Ông luôn đề cao những nhân vật thiện hoặc người xấu cuối cùng cũng cải hóa, theo con đường lương thiện. Kết cục loại truyện này có hậu, thiện bao giờ cũng thắng ác. Lạc quan khi tin ở nhân quả, phúc họa vô lường, ở hiền gặp lành, tin tưởng có thần đến cứu (*Ngọn Cỏ Gió Đùa*). Đời sống mới, có tốt thì cũng có mặt trái. Hồ Biểu Chánh ngay từ những tác phẩm đầu như *Ai Làm Được*, v.v, đời thường đó được đưa vào tiểu-thuyết một cách tự nhiên các nền tảng đạo lý trở nên nồng cốt cho một xã hội mới từ đây không vua ở trên và không huấn-đạo ở địa phương, mà giai cấp nhà Nho cũng mất chỗ đứng! Hồ Biểu Chánh kể trong "Đời của tôi về văn nghệ" rằng ông viết tiểu-thuyết với ư muốn "cảm hóa quần chúng mà đưa họ trở lại con đường nghĩa-nhân chính-trực". Giáo dục quần chúng, đề cao những giá trị truyền thống của dân tộc như lễ nghĩa, nhân đạo, thuyết nhân quả. Đối với Hồ Biểu Chánh và một số nhà văn tiền phong miền Nam, tác phẩm được viết không cốt yếu để đưa ra những lý thuyết cao siêu trừu tượng, những diễn văn dao to búa lớn rỗng nội dung, mà như chỉ để chứng minh những truyền thống, tư tưởng luân lý ngàn đời hãy còn sống động và có giá trị, cũng như để vẽ chân dung những nếp cũ phong hóa đặt trong môi trường dao-động, giả-chân của một thời buổi phải tiếp-xúc đối đầu với văn-minh Tây-phương trong vị-thế yếu.

Thật vậy, các tiểu-thuyết của Hồ Biểu Chánh (và một số nhà văn tiền phong) vẫn cố giữ yếu tố truyền thống dân tộc trong đó luân lý, phong hóa giữ một nhiệm vụ quan trọng. Đa số các tiểu-thuyết của Hồ Biểu Chánh, phóng tác cũng như sáng tác, nặng tính luân lý, chỉ cần xem qua các tựa cũng đã rõ phần nào nội dung và chủ đích. *Văn dĩ tải đạo*, viết để xiển dương đạo lý, mà ông lại tỏ ra thủ cựu tư tưởng dù làm việc cho tân trào là chánh quyền thuộc địa Pháp. Một đạo lý truyền thống nhưng phổ quát, bình dân, thực tế áp dụng chứ không luân lý suông, cứng nhắc, kết hợp với nội dung truyện đi vào hiện thực của đời sống hiện đại; do đó mà truyện ông lắm khi dài dòng: trong *Cha Con Nghĩa Nặng*, cảnh Trần Văn Sửu lỡ xô ngộ sát vợ ngoại tình, mười mấy năm trốn sống vùng người Thổ (Miên) lén lút về thăm con, dài dòng nói đi lý lại cốt chỉ để tả cha con thâm tình ra sao, tía vợ hiểu người con rể thế nào, v.v.! Tình cha con thắm thiết nhưng nhẹ nhàng, đầy đủ chứ không cứng nhắc như "nghiêm đường, hiếu tử" ở miền Ngoài! Tình phụ-tử được Hồ Biểu Chánh triển-khai trong *Ngọn Cỏ Gió Đùa* khác với nguyên-tác *Les Misérables* của Victor Hugo: tình con Vương Thể Phụng đối với cha Thể Hùng thật thắm thiết! Yếu tố đạo đức, luân lý nói trên một phần là vì tác-giả *Hồ Biểu-Chánh đã theo thị hiếu của độc giả thời bấy giờ*, nhưng cũng thêm rằng thị hiếu này đã phải có những thay đổi *trong một xã hội ngày càng biến hóa theo thời*, tiền bạc được trọng hơn chẳng hạn trong *Tiền Bạc Bạc Tiền*.

Hồ Biểu Chánh đã tỏ rõ lập trường đạo đức của ông như là **một tiểu-thuyết gia cải lương xã hội.** Trong số các tiểu-thuyết gia thời đầu thế kỷ XX, Hồ Biểu Chánh có tư tưởng dung hòa cũ-mới một cách chọn lọc, mời gọi khai phóng và thực tế. Truyện ông nói đến đủ thế thái nhân tình mới cũ, chân dung và quan hệ, mỗi cái đều có tích cực cũng như mặt trái, vấn đề là làm sao để áp dụng vào cuộc sống. Hôn nhân gia đình là phong hóa tốt, nhưng cũng có những mặt trái, cổ hủ phong kiến cũng như theo mới quá tự do đều có những trở ngại, hạn chế. Mê tín dị đoan, ngoại tình, hiếp dâm, án mạng, lường gạt, thủ đoạn, v.v. xuất hiện thường xuyên trong nhiều tiểu-thuyết của Hồ Biểu Chánh, được ghi nhận như bức tranh xã hội nhưng đồng thời ngụ ý chê trách, mời gọi cải đổi. Cả giai cấp thống trị, quan lại mà ông là thành phần (dĩ nhiên khác chế độ) cũng bị ông phê phán như nhân-vật Từ Hải Yến trong *Ngọn Cỏ Gió Đùa*, vì đối với ông có nhiều cái vượt quá khuôn khổ đạo lý thông thường!

Vai trò của phụ nữ được cập nhật theo thời và được đề cao hơn so với văn hóa Tống Nho. Trong *Tân Phong Nữ Sĩ* và một vài tiểu-thuyết khác, Hồ Biểu-Chánh không những đề cao vai trò mà còn để cho một số nhân-vật nữ có những tư tưởng sáng suốt và hành cử hợp thời điểm và hoàn cảnh: điểm này khá xa với quan niệm "nhất nam viết hữu, thập nữ viết vô" của tam tòng tứ đức. Hôn nhân tuy vẫn theo nếp cha mẹ đặt đâu con ngồi đấy nhưng ở Hồ Biểu-Chánh đã có hiện tượng dung hòa rộng rãi hơn và tự do luyến ái được đề cao. Ông đã hơn một lần đưa vào truyện như mặc nhiên nhìn nhận việc trai gái sống chung không hôn thú (concubinage) và cả "tiền dâm hậu thú" (*Hai Thà Cưới Vợ, Bỏ Vợ*,...) - những sống thử và sống chung thường được xem như bình thường nơi miền đất mới. Hoặc cũng theo tinh thần đạo lý của truyện Tàu, nhưng Hồ Biểu-Chánh lại đề cao tính người, giá trị con người, muốn con người hãy làm con người đúng nghĩa và con người là hiện thân của Chân Thiện Mỹ - một đạo lý hoàn toàn nhân bản, dân gian, liên hệ đến hoàn cảnh sống cụ thể của miền đất Nam-kỳ tân lập, chứ không phải xuất phát từ giáo điều, thanh giáo! Hơn nữa trong tiểu-thuyết của Hồ Biểu-Chánh, tam giáo như đã hoà tan (syncrétique) như thực tế xã hội miền Nam, không còn tách bạch xơ cứng và riêng rẽ độc tôn, mà một số tư tưởng tôn giáo Âu-tây (bác ái, sám hối,...) cũng đã xen kẽ vào. Quan điểm tiến bộ của Hồ Biểu-Chánh như sát cánh với phong trào đòi "đưa Quan Công về Tàu" và "mời Thích-ca về Ấn Độ" mà chúng tôi đã kể ở phần đầu, và rõ ràng là ông đứng về phía canh tân, chấn hưng văn-hóa, ly khai và chống lại những tàn tích của Tống Nho và giả hình!

Nếu Trương Vĩnh-Ký, Huình Tịnh Paulus Của chập chững dò dẫm bước đi với những văn-bản quốc-ngữ đầu tiên, phôi thai, đơn sơ, nếu Nguyễn Trọng Quản Tây-phương nhanh hơn con người cùng thời đại, *Hoàng Tố Anh Hàm Oan* (1910) văn phong, kỹ thuật vẫn còn Trung-Hoa, thì Hồ Biểu-Chánh đã vững bước hơn, vừa Âu-hóa kỹ thuật, vừa bảo tồn sắc-thái dân-tộc cũng như địa phương, vừa mô phỏng (qua các tiểu-thuyết phỏng dịch) vừa sáng-tạo, chính là nhờ ngôn-ngữ sử-dụng trong tiểu-thuyết của ông vậy! Bút pháp, kỹ thuật và nội-dung ở Hồ Biểu-Chánh dường như bất biến khiến người nghiên cứu có cảm tưởng tiểu-thuyết của Hồ Biểu Chánh không tiến theo bước đường hiện đại hóa ngày càng thôi thúc của văn-học phần nửa đầu thế kỷ XX. Lịch sử phát triển thể-loại tiểu-thuyết đã để lại cho nền văn-học Việt-Nam những thành tựu đáng kể nếu tính từ khi hình thành thể loại văn-học này. Hồ Biểu-Chánh không theo thời nhưng cập nhật, theo con đường hiện đại riêng cũng đã để lại cho hậu thế những tác-phẩm đặc sắc, rất 'Hồ Biểu-Chánh'. Dù gì thì Hồ Biểu-Chánh cũng đã là một hiện tượng văn-học đặc biệt, vừa truyền thống vừa hiện đại, vừa đại chúng vừa trí thức. Những đặc tính này sẽ tiếp tục với những Bình-Nguyên Lộc, Sơn Nam, Lê Xuyên,... sau này. Những nhà văn rất Nam-kỳ lục-tỉnh này đã làm phong phú chữ quốc-ngữ cũng như ngôn-ngữ tiểu-thuyết! Nguyễn Trọng Quản rồi Hồ Biểu-Chánh đều đã mở đường cho một đường hướng sáng tác tiểu-thuyết theo Tây-phương gồm ba yếu tố: một câu chuyện, có tính giả tưởng và diễn tiến trong một không gian (tiểu-thuyết xã-hội, phong tục) cũng như diễn tả tâm lý nhân-vật.

Từ Nguyễn Trọng Quản, Hồ Biểu-Chánh đến các thế hệ nhà văn hôm nay luôn có những dằng co giữa nhu cầu hiện-đại hóa và ý thức dân tộc, giữa đặc tính Việt và 'của người' có tính phổ quát, toàn cầu và tính hiện-đại liên hệ mật thiết ít nhiều với văn-hóa thực-dân. Cái chính là văn-hóa tức là những gì còn lại sau khi quên hết, sau khi đã hấp thụ, tiếp nhận, nhưng là một văn-hóa có ý thức vì nô lệ văn-hóa là chuyện thường thấy với những tâm thức thuộc-địa, tùng phục 'mẫu quốc'. Hồ Biểu-Chánh và nhiều tác-giả khác đã tiếp nối, dung hòa theo con đường Việt-Nam hóa cái của người cộng thêm sáng tạo, như Nguyễn Du ngày xưa với truyện Kim Vân Kiều: phỏng theo thể-loại, tư tưởng, nội dung của người mà sáng-tác cái của mình như là một người Việt-Nam và một người miền Nam lục tỉnh, tức nhận ảnh-hưởng và phương tiện nhưng *không bán hồn cho người*!

Vậy một mặt *không thể cho rằng tiểu-thuyết của Hồ Biểu-Chánh là những áng văn-chương toàn mỹ cho người viết và người đọc thời nay*, nhưng mặt khác phải nhìn nhận *tiểu-thuyết của ông vẫn hấp-dẫn một phần người đọc hôm nay vì tác-giả đã thành công phản-ánh thời đại của ông, vì ông đã vẽ lại, đã bỏ vô bộ nhớ của lịch-sử, những con người và nhân-vật Nam-kỳ thời đầu thế kỷ XX* (và cả thời nhà Nguyễn trước đó). Hơn nữa, tiểu-thuyết của Hồ Biểu-Chánh rõ là có mục đích văn-hóa, giáo-dục, chứ không phải là văn-chương tiêu thụ, cũng không phải là văn chương tháp ngà. Hồ Biểu-Chánh viết cho đồng bào Nam-kỳ của ông, họ cần cả **văn** và **đạo**. Toàn bộ tiểu-thuyết của Hồ Biểu-Chánh có thể xem là một bộ lịch-sử phong tục về một miền Nam-kỳ lục-tỉnh thời của ông. Nếu văn hóa là nền tảng của tinh thần thì tác phẩm văn học cũng như ngôn-ngữ, lời nói là biểu hiện của cái nền tảng đó. Chất Việt-Nam ở tinh thần đạo lý chuyển tải, ở mục đích giáo dục quần chúng, dạy điều đại nghĩa, điều nhân, điều phải và tốt! Tiểu-thuyết Hồ Biểu-Chánh đã có những tác-động văn-hóa ở thời của ông mà cả ngày nay - đầu thế kỷ XXI, ở trong nước với hiện tượng trở về, tìm về tiểu-thuyết của ông: tiểu-thuyết của Hồ Biểu-Chánh được in lại, được tìm đọc và nghiên cứu ở các đại học cũng như dựng thành tuồng cải lương và phim ảnh. Phải chăng đây là đi tìm một thời văn học bị bỏ quên, hay trân trọng tìm lại cái phong hóa - những bóng dáng, những tấm gương, đã và đang mất dần? Phải chăng sau một thời liên lục chiến tranh, phân ly, loạn lạc, con người sống sót và hậu-sinh của họ muốn vớt vát lại phần nào những đạo lý, văn hóa đã bị rẻ rúng?

Để kết thúc, chúng tôi có thể khẳng định rằng Hồ Biểu-Chánh đã là một trong những nhà văn có công đầu trong nỗ lực hiện đại hóa tiểu-thuyết chữ Quốc-ngữ, và muốn hiểu con người và văn-hóa miền Nam thì không thể bỏ qua tác-phẩm của nhà văn tiền phong Hồ Biểu-Chánh!

Ngôn-ngữ của tiểu-thuyết Hồ Biểu-Chánh

Trong bài nầy, chúng tôi thử tìm hiểu ngôn-ngữ người Nam-kỳ lục-tỉnh như đã được tác-giả Hồ Biểu-Chánh đưa vào trong tiểu-thuyết, từ đó hiểu tại sao tiểu-thuyết của ông được người đương thời yêu thích và người hôm nay tìm đọc lại. Tác phẩm là một toàn bộ cấu trúc ngôn ngữ và qua toàn bộ hàm xúc này, tác giả dựng nên một ý nghĩa, một tổ chức. Nhà phê bình làm công việc nối kết ẩn dụ với hiện thực, tâm lý, ý nghĩa thật, qua ngôn ngữ của tác phẩm. Qua ngôn từ và cách dùng văn, nhà văn bày tỏ cách thế sống của mình, cho thấy những mối liên hệ giữa tác-giả với thế giới. Nhà nghiên cứu phê bình qua phân tích sẽ xác định lại những liên hệ và cách thế của tác giả.

Trước hết, ai cũng biết ngôn-ngữ là một hiện tượng xã-hội, một phương tiện giao-tiếp mà ý nghĩa cũng như sự sử-dụng có lịch-sử cũng như nguyên do. Ngôn-ngữ là phương tiện giao tiếp quan trọng của con người, nên khi đưa vào tiểu-thuyết, ngôn-ngữ ấy cho thấy tương quan xã-hội! Nói ngôn-ngữ có tính xã-hội là nói rằng tiếng nói đó có biến hóa theo địa-lý và thời gian - chúng tôi nói biến-hóa mà không nói là tiến-hóa, vì nghiên cứu ngôn-ngữ là tìm hiểu nguồn gốc, trạng thái, biến hóa, ảnh-hưởng, v.v. hơn là cho rằng đúng hay sai, cao hay thấp! Chúng tôi không xét về giá-trị của ngôn-ngữ sử-dụng, không đánh giá đúng sai, mà chỉ xét về mặt văn-hóa và văn-học của ngôn-ngữ sử-dụng trong tiểu-thuyết của Hồ Biểu-Chánh. Hồ Biểu-Chánh là tác-giả khởi đầu sự nghiệp văn hồi đầu thế kỷ XX và là một trong những nhà văn mà tác-phẩm đã góp phần làm vững mạnh nền móng sơ khởi cho nền văn-học chữ quốc-ngữ. Ông được xem là nhà văn sở trường đưa vào trong trong tiểu-thuyết tiếng nói thường ngày - còn được gọi là *bạch thoại* và *khẩu ngữ*, của người Nam-kỳ. Một lựa chọn có ý-thức, vì ông theo truyền thống viết như nói, nói như thật nói, nói xuôi, tức không kiểu cách.

Ngôn-ngữ là một sản-phẩm có tính xã-hội, từ ngôn-ngữ và qua tiểu-thuyết Hồ Biểu-Chánh, người đọc và nghiên cứu sẽ nhận ra một xã hội Nam-kỳ buổi giao-thời đất nước mất chủ quyền; với những kẻ tai mắt hoặc có quyền hành mới, xã-hội của những điền chủ, quan quyền, hội đồng ở thôn quê, của ông Phủ, ông Phán, ông đốc-tờ, thầy Thông, cô Ký ở chốn thành thị, bên cạnh những kẻ bán hàng rong, tài-xế, những kẻ làm công, cu-li, lục lộ, làm công-nhật các công xưởng, bàn giấy, cũng như giới điếm-đàng, bụi đời, v.v. Với phương tiện ngôn-ngữ, Hồ Biểu-Chánh ghi lại cái đẹp, cái hay cũng như phơi bày mặt trái của xã-hội trưởng giả, những lường gạt, phung phí, những chuyện loạn luân, giết người, cướp của, đoạt gia sản, v.v. bên cạnh những nhân quả, rủi may, chuyện con cái những kẻ sang giàu phải chịu nhiều nỗi gian truân, như những Cẩm Vân trong *Vì Nghĩa Vì Tình*, Phi Phụng trong *Nhơn Tình Ấm Lạnh*, Thu Hà trong *Khóc Thầm*, Bạch Tuyết trong *Ai Làm Được*... Người nghèo thì cuộc sống thật đáng thương như Trần Văn Sửu trong *Cha Con Nghĩa Nặng*, hương hào Điều trong *Khóc Thầm,* Phục trong *Nợ Đời*, v.v.

Vậy, bối cảnh của gần toàn bộ tiểu-thuyết Hồ Biểu-Chánh là các vùng đất thôn quê và thành thị, những nơi chốn khác nhau của miền lục-tỉnh. Ngôn-ngữ, nhân-vật, tâm lý cũng là của con người sống chết với miền đất mới! Bối cảnh tiểu-thuyết của Hồ Biểu-Chánh cũng là những nơi ông đã sống và làm việc, do đó một mặt tác-giả có nhiều ấn tượng, cảm hứng để viết, mặt khác có những nhận xét, hiểu biết thực tế; vì thế nên khi tả cảnh tả người ông đã ghi nhận được những nét tinh tế, linh động và đặc-thù địa-phương! Ngay từ tiểu-thuyết văn xuôi đầu tay *Ai Làm Được*, khởi thảo từ 1912 (được sửa và in năm 1922), ông đã chọn Cà Mau, là nhiệm-sở làm việc, làm bối-ảnh cho tiểu-thuyết. Một chi tiết khác tuy nhỏ nhưng không kém phần đặc biệt là ông đã ghi lại ở cuối tất cả các tiểu-thuyết nơi và thời điểm sáng tác.

1. Cá-tính ngôn-ngữ địa-phương

Ngôn-ngữ là tín-hiệu, nghĩa là có những nét đặc-thù, được dùng để nói ra và nói lên điều gì, trong một môi-trường, ngữ-cảnh (context). Tiếng láy, tiếng dùng ngắt câu hay cuối câu, v.v. đều là những phương-tiện và nằm trong diễn trình biểu-hiện, trình bày,... cũng như những tiếng kiêng kị (thí dụ *ánh / yến : yến sáng, yến mặt trời*). Hồ Biểu-Chánh đã sử dụng ngôn ngữ bình dân, giản dị nhưng không kém phần độc đáo của riêng ông vừa tượng hình, tượng thanh, vừa diễn tả được tâm trạng, tình cảm của nhân vật. Xin ghi lại một số chữ dùng trong tiểu-thuyết của Hồ Biểu-Chánh: *buồn nghiến, huỡn bước, lóng nầy, lẹo chẹo, thắng búng, nằm dàu dàu, nằm không cục cựa, chau-vau, ngồi ngó cũng, ngồi chồm hổm, ngồi xo rỏ, bươn bả, đi riết, đi nhầu, bươn bả đi tuốt, đi lầm lũi, đứng xớ rớ, đứng dụ dự một hồi, nói mở ơ, dụ dự không muốn nói, nói bứt, ngó chừng xăn văn xéo véo, ngủ nhầu, nước mắt nước mũi chàm ngoàm, rụt rịt bên chơn, ngộ, hai bàng tang mạch, ngó chẳng-chẳng*, v.v.

Văn giản dị được bổ xung bởi những *từ láy*, những từ ngữ tiếp âm đơn hoặc ghép, riêng nhưng đầy lí thú của Nam Bộ, gây sống động và đồng thời gợi hình qua âm thanh, hình ảnh: *mày mạy, sơ sịa, sâu sia, quanh quứt, tàm làm, nhụt nhụt, râu lún-thún, nhảy xoi-xói*, v.v.

Ngôn-ngữ của con người Nam-kỳ là một *phương ngữ* phản ảnh chân dung, hình ảnh địa phương đồng thời phản-ảnh quá trình lịch-sử của sự phát triển một vùng đất, của tiến trình Nam tiến. So với miền Bắc, phương ngữ Nam không có nhiều ngữ âm địa phương, nghĩa là khá thống nhất. Trong tiểu-thuyết Hồ Biểu-Chánh, nếu ngôn-ngữ có khác biệt là do không gian thị tứ hoặc thôn quê. Toàn bộ tác-phẩm của ông cung cấp khá nhiều và đa dạng phương ngữ của Nam-kỳ. Ngôn-ngữ thường nhật và sinh động: *ba láp, bãi buôi, hà rầm, nói phang ngang, hỏi phăng, giẵn thúc, lượt bượt, láng cháng, lẹo chẹo, mày mạy, trót giờ, gió máy*, v.v.

Tiếng nói của thôn quê, rẫy ruộng khá nhiều trong tiểu-thuyết của Hồ Biểu-Chánh: *Nợ Đời, Lòng Dạ Đàn Bà, Cha Con Nghĩa Nặng, Con Nhà Nghèo, Lời Thề Trước Miễu,...* Cảnh nghèo bi thương được tả trong *Chút Phận Linh Đinh* (1928) : Thu Vân nghèo đói quá, phải dấu tông tích tìm đến nhà ông Hội Đồng là ba của Chí Đại là người yêu nhưng không được cưới nàng vì con nhà nghèo, xin việc. Không được đành xin làm gạch sống qua ngày :

" ... - Mẹ con tôi nghèo khổ không có chỗ làm ăn, nghe nói ông Hội Đồng giàu có mà lại nhơn đức, nên đến đây xin làm công việc cho ông mà nhờ hột cơm tư. Không biết có ông Hội Đồng ở nhà hôn chú? (...) Chú làm ơn cho tôi vô, tôi lạy ông, tôi ở ông bắt làm việc chi cũng được miễn là mẹ con tôi có cơm ăn một ngày hai bữa thì thôi.

- Không có được. Hễ tôi nói không được là không được. Chị đừng có cãi mà.

(...)

- Tôi muốn làm gạch quá, không biết họ mướn không bà há?

Bà già ấy day lại ngó nàng rồi đáp:

- Mướn, chớ sao lại không mướn.

- Không biết họ mướn một ngày bao nhiêu hở bà?

- Thuở nay có lò gạch nào mướn làm ngày bao giờ. Mình làm trăm làm thiên rồi tính tiền chớ.

- Làm một trăm là bao nhiêu?

- Một trăm gạch là một cắc, đại tiểu gì cũng vậy. Còn ngói một trăm thì tính một cắc hai.

- Một ngày bà làm được mấy trăm?

- Không có chừng, ôm đất, nhồi đất thì lâu, chớ in mà bao lâu. Nếu trời nắng, một ngày làm tới hai, ba trăm.

- Không biết mấy người làm đây họ ăn ngủ ở đâu bà há?

- Ai có nhà nấy chớ.

- Còn mấy người ở xa, không có nhà tại đây họ làm sao?

- Kia kìa, có mấy cái chòi đó, vô đó mà ở. (...)

Nàng dòm coi trong chòi trống trơn; phía tay mặt thấy có một cái chõng mà cái chõng lại khác hơn cái chõng của người ta: sáu cây nạng đóng xuống đất làm chơn, trên gác ba cây ngang rồi phủ vạt tre thưa thưa. Có một chiếc đệm cuốn bỏ trên chõng chớ không thấy mền mùng chi hết. Phía trong có dụm ba cục gạch làm ông táo. Gần đó có để một cái nồi, hai cái ơ, với vài cái chén, vài cái dĩa đá. Tài vật trong chòi chỉ có bao nhiêu đó mà thôi.

Thu Vân thấy quang cảnh như vậy thì nàng đau đớn trong lòng, song nàng chúm chím cười. Vì nàng nghe con nhỏ hồi nãy kêu bà già ấy là "Bà Sáu" nên nàng dắt chước kêu mà nói rằng:

- Cha chả, chòi nhỏ quá như vầy mẹ con tôi ở đây thì cực cho bà lắm, bà Sáu há?

Bà Sáu day lại cười mà đáp rằng:

- Cực giống gì, ăn nhiều chớ ở mà hết bao nhiêu.
- Tối chỗ đâu mà ngủ?
- Có một cái chõng đó chi! Lo dữ hôn.
- Cái chõng nhỏ quá ngủ sao đủ?
- Ngại gì. Như có chật thì tôi để cho hai mẹ con ngủ đó tôi ngủ dưới đất cũng được mà.
- Ai mà nỡ để cho bà ngủ dưới đất..."

Dưới thời thuộc Pháp, thôn quê là nơi bị giao-động và thay-đổi nhiều nhất, từ nếp sống đến công việc làm và cả đời sống gia-đình. Nơi thị tứ, tiểu-thuyết Hồ Biểu-Chánh đã ghi lại ngôn-ngữ thành thị của đủ giới người, cả giới giang hồ, anh chị bến xe, nhà ga, v.v. cũng như cuộc sống lam lũ nơi các xóm lao động v.v., trong *Nợ Đời, Ông Cử, Lạc Đường*,..

Giới trí thức có tân-học hoặc chí-khí, có lòng với dân với đất nước, được tác-giả trình bày trong *Ý Và Tình, Một Đời Tài Sắc, Tân Phong Nữ-Sĩ, Bức Thư Hối Hận*, ... Hãy nghe một tranh luận về đường lối khai hóa xã-hội giữa Vĩnh Thái, một trí thức du học Pháp về, và Lê Hưng Nhơn, đại diện những thức-giả nơi thủ đô Nam-kỳ, trong *Khóc Thầm* (1929):

"... - Tôi mới hiệp với mấy ông bạn đồng chí mà lập tờ Quốc Dân báo. Vì tôn chỉ tờ báo chúng tôi là khai thông trí thức bảo thủ lợi quyền kết giải đồng tâm chấn chỉnh phong hóa cho quốc dân (...).

Vĩnh Thái ngồi chim bỉm mà nghe, chừng Lê Hưng Nhơn nói dứt rồi, chàng đáp rằng:

- Ông nói nghe hay lắm, mà theo sở kiến của tôi, thì nhựt trình Quốc-ngữ in uổng giấy mực, đọc mất ngày giờ chứ không có ích chi hết. (...). Từ hồi nào cho đến bây giờ tôi nhứt định không thèm đọc nhựt trình Quốc-ngữ. đọc đã thất công, mà còn phát giận nữa, để thì giờ lo làm việc khác có ích hơn nhiều.

- Cậu lo làm việc gì mà gọi là có ích hơn? Trong thời kỳ này người Việt-Nam ai có chút tâm huyết, ai có chút học thức, cũng đều chăm nom khai hóa nước nhà. Cậu thuộc trong bực thanh niên tân học mà sao cậu không để ý vào việc công ích chút nào hết vậy?

- Ông đừng có nói những tiếng khai hóa và công ích. Tôi đi du học bên Pháp tôi về, mà tôi chưa dám nói khai hóa, tôi quyết chí hy sinh tánh mạng tôi cho xã hội, mà tôi chưa dám nói công ích. Tôi tưởng phải lo làm là tốt hơn chọn lời mà nói. Nói không được thì nói làm chi.

- Té ra cậu đi học bên Pháp mới về sao?

- Phải.

Tưởng là cậu học lôi thôi, nên cậu không biết lo khai hóa nước nhà, chớ cậu đã có xuất dương du học, thì cái trách nhiệm của cậu đối với xã hội còn nặng hơn của anh em chúng tôi nhiều lắm. Cậu chẳng nên công kích báo quốc âm, cậu phải giúp với chúng tôi, cậu phải đấu cật đâu lưng với chúng tôi mà dìu dắt đồng bào lên con đường tấn hóa..."

Trong *Tân Phong Nữ-Sĩ*, cô Tân Phong, nhân vật chính, tổng lý báo "Tân Phụ Nữ", đã từ chối lời cầu hôn tuyệt vọng của Vĩnh Xuân, một trí thức tân học:

"...- Ông yêu em, mà ông biết trọng em, thiệt em cảm tình lắm. Phải người có học thức cao mới có thái độ cao như vậy. Em không dám lấy thái độ thấp mà đối với ông, nghĩa là em không dám phỉnh phờ gạt gẫm ông. Đã vậy mà em lại là gái tân thời, hễ nghĩ thế nào thì cứ nói ngay ra, chớ không ưa nói quanh quẹo. Ông hỏi như vậy, em xin trả lời rằng: "Em cảm tình ông lắm, nhưng mà em không thể làm vợ ông được". (...)

- Ông là một nhà bác học, không lẽ em dám cãi việc đời với ông. Nhưng mà theo trí mọn của em con người có nhiều mục đích, chớ không phải hễ làm trai chỉ biết lo cưới vợ hễ làm gái chỉ biết lo lấy chồng đặng lập gia thất rồi sanh con đẻ cháu mà nối dòng, tuy em thuộc trong hạng gái tân thời nhưng em chưa có cái tư tưởng quá khích đến nỗi đạp đổ cả gia đình là cái gốc của xã hội. Song em nghĩ mình đi đường hễ gặp khúc chông gai, thì mình tránh mà kiếm ngã khác bằng thẳng mà đi. Ông đi học thành danh rồi, ông tính cưới vợ để hưởng hạnh phúc. Nếu ngã đường ấy không làm cho ông thấy hạnh phúc được, thì ông bỏ mà đi ngã khác, chớ sao ông lại ngã lòng thối chí, ông lại tính tự vận mà làm uổng cái công phu ăn học của ông, và làm cho cha mẹ buồn rầu thương tiếc…".

Nơi thành thị, bên cạnh là giới trung lưu hoặc buôn bán (*Những Điều Nghe Thấy, Tiền Bạc Bạc Tiền, …*) hoặc thầy thông thầy ký làm việc với chính quyền thuộc-địa Pháp (*Nhơn Tình Ấm Lạnh, Tơ Hồng Vương Vấn,…*). Trong *Thầy Thông Ngôn* (1926), thầy thông Trần Văn Phong quịt tình ái gái quê, cô Sáu Lý:

"… - Té ra thầy nhứt định bỏ tôi mà đi hay sao? Vậy mà hôm trước thề thốt dữ chớ!

- Hôm trước tôi có dè cha mẹ cản trở như vậy đâu.

- Vậy mà dám xưng là trượng phu, xưng là quân tử. Vậy mà dám nói rằng hễ vắng mặt tôi thì buồn rầu chắc phải chết. Trượng phu quân tử gì mà gạt gẫm đàn bà con gái như vậy. Thầy bỏ tôi mà đi Long-xuyên thầy không sợ buồn rầu rồi chết sao?

Thầy thông Phong hổ thẹn không biết sao mà trả lời nên ngồi gục mặt mà chịu. Cô Sáu Lý đứng dậy mà nói rằng:

- Thầy thúi lắm. Làm trai như vậy nên lắt cái mặt mà quăng đi. Tôi biết rồi, thầy gạt tôi, sợ ở đây tôi chửi, nên xin đổi đặng trốn tôi chớ gì. Tôi nói cho thầy biết, thầy gạt tôi không dễ gì đâu.

Cô nói dứt lời liền quày quả đi vô buồng giở rương lấy cái khăn với phong thơ của thầy đưa hôm nọ mà liệng trúng ngay mặt thầy và mắng rằng:

- Đồ khốn nạn! Trả khăn với thơ cho mầy đó. Đi đâu thì đi cho mau.

- Đừng ngồi đó nữa. Thứ vầy mà cũng xưng là thầy thông! Thông gì! Thông khoan.

Thầy hổ thẹn, mặt mày tái xanh, không nói được một tiếng, thở tay lượm cái khăn với phong thơ, rồi ríu ríu ra về. Thầy ra tới ngoài đường rồi, mà cũng còn nghe có tiếng lầm bầm mắng nhiếc...".

Ngữ khí, một nét đặc biệt của khẩu ngữ, được Hồ Biểu-Chánh dùng ở cuối câu hoặc để nhấn mạnh *"nà, giống, hôn"*: mắc giống gì, sợ giống gì, làm giống gì?, sướng giống gì?, còn ức nỗi gì?, bất nhân hôn, dữ hôn, v.v. Dùng để tả số lượng: *đa đa, lắm đa, lung lắm, lung lắm đa,* v.v. Việc lập lại một từ như *mỗi căn ông mỗi dòm vô, và may và hỏi rằng,* v.v. cũng trong cùng mục đích để nhấn mạnh.

Khi đối đầu với những từ mới biểu tả những sự vật mới thì Hồ Biểu-Chánh theo khuynh-hướng miền Nam thường Việt hóa như *"bao thơ, nhà giây thép, nhà thơ, bót, nhà đèn,..."*. Ông ít dùng chữ Hán dù ông đã để ra ba năm học các sách Tứ Thư và dịch truyện Tàu từ hai tập Tình Sử và Kim Cổ Kỳ Quan (1) trước khi khởi sự viết văn. Dù ít nhưng Hồ Biểu-Chánh vẫn dùng chữ Hán được Việt hóa theo cách của ông. Thật vậy, tản mác trong các tiểu-thuyết, Hồ Biểu-Chánh đã dùng những từ Hán: *ty trần, bài sanh ý* (môn bài), *đà công* (lái ghe), *khắc kỳ* (định kỳ), *phiên-ba* (phồn-hoa) đô hội, *tư lương* (suy tính), *đương-môn hộ-đối* (trong ALĐ) hoặc *đương-môn đối-hộ* (trong ĐHT), *lộ đồ, lịch duyệt nhân tình, gái trâm-anh phiệt-duyệt, động dung,* v.v. Tác-giả Hồ Biểu-Chánh còn dùng tiếng bình dân gốc từ tiếng Triều-châu như *tía* (cha), *khị* (nó, ông ấy), v.v.

Trong tiểu-thuyết Hồ Biểu-Chánh nhiều từ xuất phát từ tiếng Pháp là điều không thể tránh được: *bu rô, sa lon, áo bành tô, bon, phắt tơ, ba-ton, súp lê, nô te, sô-de, síp-lê, ê-sạt, cu-ly, đít-cua, xẹt, sa-bô-chê, măng sông, săn-đá, cà-ra-hoách, náp, lơ,...* được thực-sự sử-dụng nhiều vào thời ông. Xin mở ngoặc để ghi nhận là miền Nam thời 1954-1975 đã Việt hóa những từ đó, hoặc dùng từ Hán-Việt từ Bắc đưa vào với cuộc di cư 1954 (*điểm, diễn văn, chưởng khế, bưu-điện,...*), hoặc Việt hóa hẳn (*bàn giấy, người đưa thư,...*). Trong khi đó, người miền Bắc vẫn giữ thói quen phiên-âm tiếng nước ngoài (thường là vì chưa có tiếng Trung quốc tương đương), gần như trở lại thời của cụ Hồ Biểu-Chánh: bốt (poste), com lê (complet), ga tô (gateau), măng tô (manteau), công tơ (compteur), mô típ (motif), li xen sơ (lisence), v.v.

2. Ngôn-ngữ một thời

Tiểu-thuyết Hồ Biểu-Chánh đã ghi lại ngôn-ngữ Nam-kỳ của một thời cố-cựu và đã góp phần tái dựng nên bức tranh xã-hội của thời điểm đó. Ngôn-ngữ đó được phát xuất từ những con người mộc mạc, thẳng ruột ngựa nhưng tế-nhị, thừa biết ăn ở cho phải đạo! Ngôn-ngữ ở đây nói chung có tính lạc quan, tính chân thật và ít phức tạp. Chân thật trong cách phát âm theo phương-ngữ, dùng từ láy và ngay cả khi phát âm hay viết sai vì phải biến-chế theo hoàn-cảnh biến. Tiểu-thuyết của Hồ Biểu-Chánh đã ghi lại nhiều dấu vết có ý nghĩa về diện mạo ngôn ngữ ở một vùng đất và xuyên qua toàn bộ tiểu-thuyết của tác-giả, đã đánh dâu các chặng đường phát triển của tiếng nói dân tộc nơi đó. Trong số có những chữ tiếng hay cách nói ít gặp hoặc nay hết được dùng: *lộn chồng, ồn ý, từ mớ, từng khạo* (cai), *áo củn, chiết báng, dui dụt, ô-dề, mái chính, chạy tờ, giẫn thúc, nốm vợ* (người làm lấy con chủ đã có chửa làm vợ), *hốt tốc* (hấp tấp), *bam bù, má đụng* (=lấy) *cậu, nóc giận* (nuốt giận, hết giận), *xạc lơ* (xuội lơ), *còn cượng* (chống), v.v.

Trích một cuộc đối thoại trong *Đóa Hoa Tàn* (1936):

"... Ông Bình ngồi uống nước. Bà kéo ghế ngồi ngang đó mà hỏi rằng: "Bữa nay thầy nó đi hầu việc gì vậy?". Ông Bình cười. Ông uống hết bốn chén nước rồi mới đáp rằng:

- Quan Chánh kêu tôi lên mà quở tôi.

- Có chuyện gì mà quở?

- Ngài nói theo tờ của quan Chủ quận thì mấy tháng nay tôi cứ lo việc nhà, không lo thuế vụ nên trễ nải.

- Quan chủ quận chạy tờ hay sao? Có lẽ nào ngài làm như vậy!

- Có thiệt chớ, chạy tờ kín.

- Ngài mới lên ăn cơm với mình hôm chúa nhựt đây mà.

- Ăn cơm thì ăn, còn chạy tờ thì chạy, hai việc đó khác nhau.

- Quan Chủ quận chạy tờ như vậy, rồi quan lớn Chánh nói sao?

- Quan Chánh nói ngài biết tôi có nợ nần nhiều, nên tự nhiên tôi mắc lo nợ mà phải bê trễ công việc. Vì vậy nên ngài không trách gì;

song nếu tôi mắc bận việc nhà, không kham chức Cai tổng nữa, vậy thì tôi nên từ chức Cai tổng đi, đặng rảnh rang mà lo việc nhà.

- Ngài nói như vậy, nghĩa là ngài muốn xô đuổi mình chớ gì. Không biết ý thầy nó thế nào, chớ theo tôi thì cũng nên thôi phứt cho rồi, đặng khỏi tiếng nặng nề giằn thúc.

Bà nó hiệp ý với tôi lắm. Quan lớn Chánh khuyên tôi như vậy thì tôi trả lời tôi cám ơn ngài, rồi tôi ra bàn bếp hầu tôi viết một lá đơn xin từ chức mà đưa cho ngài liền. ...".

Trích một đoạn trong *Con Nhà Giàu* (1931) về chuyện hỏi vợ cho con:

"... - Má thấy con đó hay chưa?

- Mà nghe họ nói chớ chưa ngó thấy. Họ nói con nhỏ đó giỏi lắm khéo léo lắm.

- Không được đâu má. Con gái vườn quê mùa khó chịu lắm. Tôi muốn má nói con ông Phán Hương má cưới cho tôi. Cô ấy ngộ mà dễ thương lắm ...".

Ngoài ra, tiểu-thuyết của Hồ Biểu-Chánh có những câu văn cổ-kính do truyền thừa Nho-học, cũng như xen lẫn một số lối nói bóng bẩy và có vần có đối của thời ông. Đây là lời tâm sự của một cô gái, Bạch Tuyết, với người bạn Chí Đại lâu ngày gặp lại:

"Con gái người ta có cha yêu, mẹ mến, từ mới biết đi biết nói cho tới chừng khôn lớn nên người, trong nhà sẵn có mẹ dạy dỗ, cha răn nghiêm, tự nhiên quen thói tục cao sang, tự nhiên nhiễm gia phong thuần hậu. Ông ngoại tôi, thì trìu mến yêu thương, mà một vài tháng mới gần gũi được một lần, hễ gặp mặt thì ông ngoại tôi khóc hoài, nên cũng không dạy dỗ chi được..." (*Ai Làm Được*).

3. Cách dùng chữ

Hồ Biểu-Chánh có những hình dung từ đặc biệt kết hợp với thể trạng-từ đã làm đậm sắc thái của nghệ thuật dùng chữ bình dân trong tiểu-thuyết của ông: *sáng hoắc, bầu trời xanh lét, đơm bông vàng khè*, *đỏ trõm lơ, đen thui, đen nhùn nhục, đỏ hực hỡ, chau vau, dục dặ*; hoặc có những phối hợp giữa danh từ và hình dung từ để nhấn mạnh một hình ảnh độc đáo hay một tình trạng éo le nào đó: *mặt chừ bự, đầu chơm bơm, đầu cổ chờm bờm, lỗ tai lùng bùng, cặp mắt cháng váng, trong lòng xốn xang, nước da mởn, xủ xọp, ké né*, v.v. Chữ dùng màu mè một cách giản đơn, nhưng vừa hài thanh vừa tượng hình bằng kỹ thuật dùng những tiếng đôi, tiếng tư điệp âm, như trong *Cha Con Nghĩa Nặng* (1929): áo đen *nhùng nhục*, gò má nó *tròn vìn*, (Thị Lựu) tánh *bỏng chành, bốc chách*, trâu đi dưới ruộng *ní na, ní nần*, mấy đứa chăn cõi trên lưng hát *rấm ra rấm rít*, v.v.

Bình dân trong cách đặt tên cho nhân-vật: Thằng Được, Thằng Cu, Con Lựu, Lê Văn Đó, Lê Văn Đây, v.v. hoặc tên theo vai vế thường dùng trong Nam: Ba Điệp, Sáu Lý, Hai Liền,... - bên cạnh cách tác-giả đặt tên theo phẩm-tính, đạo-đức như Trần Bá Vạn, Hiếu Liêm, Chánh Tâm, Thủ Nghĩa, Châu Tất Đắc, Võ Lộ, Nguyễn Tự Cao,...

Hồ Biểu-Chánh đặc biệt trong việc sử-dụng tiếng xưng hô bằng từ biến thể trong trạng thái hợp âm: *thẩy* (thầy ấy), *cổ* (cô ấy), *cỏn* (con ấy, HBC chỉ dùng để gọi vợ của em trai hay vợ của con trai), *thẳng* (thằng ấy, cũng như cỏn, chỉ dùng để gọi chồng em gái hay chồng con gái), *bây* (ngôi hai, số nhiều và ít), v.v. hay những tiếng thường dùng trong Nam: *tía, má nó, sắp nhỏ, má sắp nhỏ, qua* (ngôi thứ nhất), hay trong giới theo Tây, xưng gọi là *toa, moa, ma femme* (ngôi thứ ba), v.v. Một bà Phủ kêu con làm hội đồng: "Hội đồng, thức dậy nào. Có anh Cai với *cỏn* qua với tao đây nè!"(*Tỉnh Mộng*); hay một bà mẹ khác là Kế Hiền, bình dân hỏi con trai Thượng Tứ: "Không có *cỏn* về hay sao?"(*Con Nhà Giàu*); hay một hỏi thăm khác: "Này, còn chuyện của *sắp nhỏ*, chú thím liệu sao?"(*Một Đời Tài Sắc*), v.v.

Ngôn-ngữ rõ là chân-phương và giàu hình ảnh cụ thể, trực tiếp, cả để diễn-tả những tình cảm, tư tưởng (*buốn nghiến*), v.v. Chân-phương để phản-ảnh đúng cách nói của người Nam Kỳ mà Hồ Biểu Chánh đã dùng thật nhiều từ chuyển hóa như *phiền ba* (phồn hoa) *hiệp ý* (hợp ý) *xao xiến* (xao xuyến), *chính chiên* (chính chuyên) hoặc dùng từ đọc trại vì sự kiêng kỵ hay do ảnh hưởng của phương ngữ : *yên* (an), *hường* (hồng), *nhơn* (nhân) tình, *đờn* (đàn), ... Đối với người vùng khác thì nghĩ đấy là những chữ *viết sai*!

4. Ngôn-ngữ và kỹ-thuật tiểu-thuyết

Hồ Biểu-Chánh dùng chất liệu tiếng nói của dân chúng *hằng ngày* sử dụng ở nhiều vùng đất rộng lớn để xây dựng *ngôn ngữ tiểu-thuyết* với phương-tiện kỹ thuật tiểu-thuyết và cách hành văn trong sáng của Tây-phương, từ đó sáng tạo nên ngôn-ngữ của nghệ-thuật làm *khác* ngôn-ngữ của cuộc-sống. Hơn nữa Hồ Biểu-Chánh đã khéo léo lồng ngôn-ngữ, lời nói, lối nói của các nhân-vật trong một khung cảnh tiểu-thuyết, phân bố cục chặt chẽ chứ không trống trơn, bỏ rơi theo lối kể chuyện. Như vậy nói ngôn-ngữ bình dân, dễ hiểu cũng có nghĩa là văn nếu trau chuốt quá độ sẽ thành giả tạo, xa hiện thực cuộc sống - như văn Mai Thảo thời Sáng tạo hay văn thơ hũ nút hoặc dùng nhiều điển tích không ăn nhập gì đến thực tại được nói đến!

Ngôn-ngữ và kỹ-thuật diễn-tả tình-yêu. Một cảnh tình tứ sau cơn giông bão ghen tương trong *Ái Tình Miếu* (1941):

"... Phúc thấy vợ đương ngồi bình tịnh, sắc mặt buồn hiu, cặp mắt ướt rượt, thì kéo ghế ngồi khít một bên, rồi nắm tay vợ mà nói: "Qua xin em tha lỗi cho qua. Vì qua thương em quá nên nổi ghen, rồi nghi bậy làm phạm đến danh giá trong sạch tiết tháo cao thượng của em. Từ rày anh sẽ thương em bội phần, thương dư như vậy đặng đền bồi cái lợt lạt của qua mấy tuần nay. Em sẵn lòng tha thứ cho qua hay không?

Cô Lý nhích miệng cười chúm chím, sắc mặt sáng lòa. Cô đưa bức thơ của Phúc lên mà ngó rồi xếp lại, thủng thẳng xé to xé nhỏ mà quăng trước mặt. Phúc thấy cử chỉ ấy thì biết vợ đã hết phiền mình, nên hớn hở nói:

- Phải, em xé bức thơ khốn nạn của qua mà bỏ đi, để làm gì. Bức thơ của em mới đáng để dành. Qua để trong túi áo đây. Qua sẽ cất kỹ để làm bùa trừ chứng bịnh cũ của qua và để kỷ niệm sự tái sanh ái tình của vợ chồng ta."

Cô Lý thơ thới trong lòng nên dựa đầu vào vai chồng. Phúc lấy khăn mu xoa mà lau nước mắt vợ...".

Còn đây là ngôn-ngữ của kẻ cướp lộng hành nơi thôn dã, trích *Ngọn Cỏ Gió Đùa* (1926):

"- Có con nhà ai ngộ quá bây; áp bắt nó đem về trại. May dữ hôn, tao chưa có vợ, vậy để tao bắt con nầy làm vợ chơi (...) Tha cái gì? Ta bắt về làm vợ, chớ ai chém giết gì hay sao mà biểu tha. (...)".

Thật vậy, chính ngôn-ngữ sử-dụng đã giúp Hồ Biểu-Chánh khám phá con người cùng tâm-lý, tư tưởng. Cùng với ngôn-ngữ, các cử chỉ, diện mạo, thái độ, hành động, v.v. của nhân-vật đã giúp tác-giả diễn tả nội tâm và lột trần được tâm lý các nhân-vật - điển hình trong *Ngọn Cỏ Gió Đùa, Nợ Đời, Tiền Bạc Bạc Tiền, Chút Phận Linh Đinh,* v.v. dù tỏ ra chưa đủ bề sâu trong một số ít tiểu-thuyết khác. Tình tiết thường thật-thà, nhẹ nhàng và cá-tính nhân-vật đơn điệu - có thể vì con người thời tác-giả như vậy, chưa phức tạp, rối rắm hàng hai hàng ba hay muôn mặt như sau này? Trong trường hợp Hồ Biểu-Chánh, rõ ràng là ngôn-ngữ của nhân-vật đã ảnh-hưởng đến lời văn diễn-tả của tác-giả, đến kỹ thuật dựng truyện. Lời văn thiệt thà như tiếng nói của người dân thời đó nhất là ở những chốn thôn quê và miệt vườn, và kỹ thuật của một tác-giả có lòng nhân ái! Ngôn-ngữ thực là cách tả chân khéo nhất, hình thức có đơn sơ thì cũng vì con người đơn sơ! Thực vậy, Hồ Biểu-Chánh không chú trọng làm văn-chương thuần túy. Lấy *Ai Làm Được* làm thí dụ, ông gọi đó là "tiểu-thuyết tả chân", trong khung cảnh đất Cà-Mau, một thử nghiệm đầu tiên sau khi đọc *Thầy Lazarô Phiền, Phan Yên Ngoại Sử* và *Hoàng Tố Oanh Hàm Oan* như chính ông đã kể lại trong hồi ký (2). Thật vậy, trong tiểu-thuyết Hồ Biểu-Chánh, văn chương giản dị, tác-giả kể chuyện hơn là tả chuyện, làm văn hoặc khai thác tình tiết rối rắm. Không rối rắm lắm vì ở ông, tình tiết, diễn tiến thường được thuận theo lý-giải hoặc lẽ Trời, lẽ đương nhiên, nhân quả, thiện thắng ác dù trễ tràng và tình gia-đình, tình người luôn thắng thế. Thời gian diễn tiến thường theo chiều thuận. Nói chung, kết có hậu và thường tác-giả không quên "thưởng phạt" các nhân-vật! Truyền thống "thiện ác đáo đầu chung hữu báo" khiến lúc nào cũng có hai phe phía thiện-ác được thể hiện qua ngôn-ngữ cũng như hành động của nhân-vật. Hai loại nhân-vật lẫn trong tập thể các nhân-vật thuộc nhiều giai-tầng xã-hội, tức trong đơn điệu (lưỡng đầu) vẫn có đa dạng, nhờ cách dùng chữ và ngôn-ngữ đã làm phong-phú tình tiết, diễn-tiến và nội-dung.

Từ Trương Vĩnh-Ký, Hồ Biểu-Chánh đã tiến thêm một bước,

tự nhiên hơn, trơn tuột hơn. Trong các đối thoại đã có dàn dựng, có kịch tính; bàn tay tác-giả đã phong phú hóa ngôn-ngữ và tương-đối đã văn-chương hơn, bớt luộm thuộm, bớt Tàu quá! So với Nguyễn Trọng Thuật (*Quả Dưa Đỏ*, 1925) và Hoàng Ngọc Phách (*Tố Tâm*, 1925) hoa mỹ, cầu kỳ, trừu tượng và cả thi vị ra sao thì Hồ Biểu-Chánh tự-nhiên và giản dị bình dân bấy nhiêu. Ngôn-ngữ tiểu-thuyết của Hồ Biểu-Chánh sẽ được những Bình Nguyên Lộc, Sơn Nam,... tiếp nối đến gần tiếng Việt thống-nhất của cả nước, theo đó, những tiếng dùng cuối câu dần biến mất. Thật vậy, ngôn-ngữ văn-chương Việt-Nam được Tây-phương hóa rồi hiện đại hóa, từ Phan Khôi, Tự-Lực văn-đoàn đã đi đến nhóm Sáng-Tạo rồi trở về căn bản Việt-Nam đồng thời liên tục tiếp tục đón nhận những trào-lưu văn-chương mới. Vậy, phải chăng tự nhiên, giản dị là thấp kém và văn-chương hoa mỹ cao quý hơn? Hồ Biểu-Chánh tự nhiên và giản đơn của con người có văn-hóa thời đại của ông chứ không phải là thô-thiển, hạ cấp! Các nhân-vật thấp hèn trong tiểu-thuyết của ông có người ác-độc hay cộc cằn ở một hoàn cảnh nào đó nhưng không thô lỗ và mục đích của tác-giả không ở chỗ gợi dục vọng và đề cao cái ác!

5. Truyền-thống hành văn như lời nói và tiếng Việt ròng

Như đã nói, văn Hồ Biểu-Chánh thuộc truyền-thống hành văn trơn tuột như lời nói. Lối viết trơn tuột này thể hiện trong ngôn-ngữ đối thoại của các nhân vật đã đành, mà còn cả trong văn truyện và mô tả cảnh tình, tả tâm lý. Truyền thống "nói thơ Vân Tiên" đặc-thù của miền Nam, rồi các truyện thơ và vè bình dân như Thơ Thầy Thông Chánh, Thơ Cậu Hai Miêng, v.v. tức những văn nói và trình diễn, với đám đông. Văn phong của Hồ Biểu Chánh là từ truyền-thống đó, căn bản trên tiếng nói mà dân chúng phía Nam thường dùng hàng ngày. Dù lúc đầu và thỉnh thoảng trong tác-phẩm ông dùng lối văn biền ngẫu, như trong *Ai Làm Được* (1912), *Nhơn Tình Ấm Lạnh* (1925), v.v. và đã khởi nghiệp văn với truyện thơ lục bát, *U Tình Lục* (1909, xuất-bản 1913) và *Vậy Mới Phải* (1913, xuất bản 1918)!

Trích *Ai Làm Được*, tiểu-thuyết văn xuôi đầu tay viết năm 1912, để thấy rõ đặc tính:

"*- Thưa bác, lời bác nói rất phải, tuy vậy cháu là kẻ hèn hạ, lại tuổi đáng con cháu, nên cháu đâu dám đồng bàn với bác.*

- Ối ! Còn luận tuổi tác mà làm gì! Tôi mời thì trò em cứ việc ngồi, cung kính bất như phụng mạng.

Cậu trai ấy ké né kéo ghế ngồi sụp phía sau, Khiếu Nhàn không cho, một hai cứ biểu ngồi ngang mà thôi."

Một đoạn khác trong cùng tiểu-thuyết:

"*Ông (Quan Phủ) vừa đánh vừa nói rằng:*

- Mầy lấy thằng Chí Đại làm nhục nhã tao, tội ấy tao chưa nói, bây giờ tao định gả mầy cho mầy khỏi mang tiếng xấu, mầy lại làm hơi khôn lanh, muốn chống cự với tao nữa à."

So sánh với những đối đáp trong *Con Nhà Giàu* (1931), giữa bà Kế Hiền xúi con trai là Thượng Tứ lấy vợ giàu hơn:

"*- Tôi nghèo cực gì mà phải chui đầu theo bên vợ đặng ăn chực? Tôi không thèm đâu.*

- Con đừng có nói dại. Con giàu mà được vợ giàu nữa thì càng quí chớ"

(...)

"*- Cơm nước rồi, thôi con sửa soạn đi về bển đi. Con đi từ hồi hôm cho đến bây giờ, anh chị không biết con đi đâu, chắc là anh chị trông lắm.*

- Trông thì trông, có hại gì mà má lo.

- Vậy chớ hồi hôm con đi, con có nói con về bên này hay không?

- Không.

- Con không nói cho người ta hay, con đi biệt như vầy, người ta lo chớ.

- Họ lo giữ tiền, chớ có biết lo giống gì.

- Con nói sao vậy! Dầu mà họ có lo giữ tiền đi nữa, ấy là cái phước của con, chớ sao con lại trách người ta. Cần cho họ giữ đặng ngày sau có mà để lại cho vợ chồng con chớ.

- Má cứ ham tiền hoài! Tại má ham tiền nên tôi mới mắc một con vợ như vậy đó!

- Vợ sao? Cha chả! Vợ như vậy, con còn chê nỗi gì! Phải, nó đen đúa thiệt, nhưng mà coi mặn mòi, chớ không phải xấu xa gì đó.

- Tốt với má chớ tốt với ai. Đi ra thấy người rồi dòm lại nó mà mắc cỡ...".

Đây là khuynh-hướng khởi từ những nhà tiền phong khởi xướng nền văn-học chữ quốc-ngữ: Trương Vĩnh Ký với *Chuyện Đời Xưa* (1866), Nguyễn Trọng Quản (*Thầy Lazarô Phiền*, 1887, "dụng lấy tiếng thường mọi người hằng nói"), Trần Thiên Trung (*Hoàng Tố Oanh Hàm Oan*, 1910, "dùng tiếng tầm thường cho mọi người dễ hiểu đặng"), v.v. - nếu chỉ xét văn bản có tính văn-chương như truyện và tiểu-thuyết thời tiền phong này. Trương Vĩnh-Ký bước đi bước đầu khi chủ trương viết *tiếng "An Nam ròng"* áp dụng trong tập *Chuyện Đời Xưa* với ngôn-ngữ ngoài đời, với những đối thoại và cách ngắt câu! Tiếng "An Nam ròng" này, chúng tôi đã có lần chứng minh không phải là tiếng "*nhà Chung*" như có người vẫn hiểu lầm (3)! Nói như linh-mục Thanh Lãng, "*Chủ trương của Trương Vĩnh Ký cũng là chủ trương của các văn gia miền Nam: chống đối văn đài-các miền Bắc...*" (4).

Nam tiến và hội-nhập đã khiến tiếng nói lưu dân nơi vùng đất mới đã phải cập nhật theo hoàn cảnh sinh hoạt và môi trường địa lý mới và khác. Những "hội nhập" này khiến chữ viết Nôm trong Nam đã có những biến hóa, cấu trúc khác đi theo *phát âm, lối viết* và *phương ngữ Nam-kỳ*, ngay cả chữ Hán cũng bị Hoa-hóa và Nam-hóa. Từ đó như tạo thành một "thứ" tiếng Việt của miền Nam *lưu dân* mà từ lâu nay vẫn bị xem là bên lề, chưa chuẩn, không chính thức! Mặt khác, cùng trường hợp với văn học Việt-Nam trước khi có chữ Quốc-ngữ đã có hai dòng bình dân và bác học "*nói chữ*", nếu tiếng Việt trước 1920 đơn giản, bình dị thế nào thì tiếng Việt canh tân sau 1920 trừu tượng hơn nhiều, dù từ những thế kỷ XVII đã có nhu cầu sáng chế nhiều từ Hán Việt và từ Tây-phương hóa (phiên âm theo tiếng Tây-phương) để theo kịp đà tiến hóa và tiếp xúc với Tây-phương. Nhưng với *Nam-Phong tạp chí* và Phạm Quỳnh thì trừu tượng đến làm tối tiếng Việt, cũng như khuynh-hướng dùng chữ của Trung quốc ở trong nước từ nhiều thập niên qua!

Nghiên cứu ngôn-ngữ tiểu-thuyết của Hồ Biểu-Chánh đã vô tình làm công việc ngôn-ngữ học lịch-sử và nghiên cứu về *con người lục-tỉnh*. Ngôn-ngữ được tác-giả dùng để viết tiểu-thuyết, để tiểu-thuyết hóa một tình huống, để kể lại cái gì, nhắm điều gì. Sự việc nói ra, cách nói, phát ngôn, trong một văn-cảnh mà thành câu chuyện, tiểu-thuyết, tức trở thành văn-bản. Ngôn-ngữ còn là một cấu-trúc tinh thần vì là biểu-hiệu hiện-thực của một hệ-thống ký-hiệu, não-trạng, là hiện thực trực tiếp của tư tưởng, là bề mặt của một nội dung, bề sâu! Ngôn-ngữ ở đây được nghiên cứu như một tổng-hợp có ý-nghĩa. Ngôn-ngữ là một hệ thống xuất phát từ nhiều yếu tố siêu hình và thực tại. Tất cả khiến cho tiếng nói có những đặc điểm riêng và chung. Áp-dụng cách phân tích đó vào tiểu-thuyết của Hồ Biểu-Chánh đã là một thích hợp đáng kể!

Ngôn-ngữ tiểu-thuyết ghi chép lại lời nói và sinh-hoạt của con người ở một hoàn cảnh và địa lý! Ngôn-ngữ có cái giá trị văn-hóa, vì ý nghĩa thay đổi tùy vùng, tùy sự sử-dụng. Do đó có khác biệt về mục đích cũng như hiệu quả tùy theo người viết hay nói và cũng từ đó mới có phân biệt những loại văn bản hay tiếng nói dùng nhiều tiếng cổ, tiếng Hán-Việt, tiếng nôm na, hoặc tiếng phường tuồng, cải lương, giới anh chị, nhà quê, thượng lưu quí phái, lai-căn, v.v. Ngôn-ngữ là phương tiện giao tiếp, làm văn-hóa với người đồng thời, cả với người trước và sau, các thời đại trước sau! Lời nói ra nếu không thành ngôn-ngữ tiểu-thuyết hoặc một hình thức sao chép, nghệ thuật hóa khác, như tục ngữ, ca dao chẳng hạn, thì đã biến mất với thời gian và đã không ảnh-hưởng gì đến xã-hội cũng như tiến-hóa văn-học!

Ngôn-ngữ như vậy rõ là dấu ấn của con người, địa phương, xã-hội cũng như quốc-gia ! Ngôn-ngữ là sản phẩm của quá-khứ để lại, nên hôm nay nếu người đọc thưởng thức tiểu-thuyết của Hồ Biểu-Chánh, họ sẽ tìm thấy một thời đại đã qua với con người cũng như văn-hóa, tâm lý, cư xử,... của con người thời đó! Một số tiểu-thuyết tiêu biểu của Hồ Biểu-Chánh gần đây cũng đã được diễn thành phim bộ như *Ngọn Cỏ Gió Đùa, Con Nhà Nghèo, Nợ Đời, Chúa Tàu Kim Quy*,... trong đó các nhà làm phim đã cố gắng sử-dụng ngôn-ngữ của tiểu-thuyết Hồ Biểu-Chánh. Các cách phát âm đặc-thù như rung lưỡi, những âm V (W), DZ (J), những phát âm sai, lẫn (nếu so với tiếng Việt nguyên thủy hoặc từ Đàng Ngoài) đã được diễn viên cố tình duy trì, đã tạo nên nét đặc thù của miền đất.

Ngôn-ngữ xưa mà vẫn thu hút người đọc (và người xem) như tiểu-thuyết của Hồ Biểu-Chánh, phải chăng do ở những cái đã mất mà thân thương, đã cũ nhưng dấu ấn và vết tích hãy còn có thể nhận ra, phát-hiện lại, hay phải chăng do phong-vị hãy vương vấn đâu đó, như ngôn-ngữ trong các tiểu-thuyết đó?

Nếu văn hóa là nền tảng của tinh thần thì ngôn-ngữ là biểu hiện của cái nền tảng đó. Chất Việt-Nam ở tinh thần đạo lý chuyển tải, ở mục đích giáo dục quần chúng, dạy điều đại nghĩa, điều nhân, điều phải và tốt! Ngôn-ngữ của tiểu-thuyết Hồ Biểu-Chánh đã có những tác-động văn-hóa ở thời của ông mà cả ngày nay với hiện tượng trở về, tìm về tiểu-thuyết của ông.

Chữ Hán ở Việt-Nam từ nhiều thế kỷ đã là ngôn-ngữ văn-hóa và văn-học gần như duy nhất, đến khi người Pháp chiếm nước ta bắt đầu từ miền Nam đã muốn phân-biệt, kỳ thị hai thứ chữ: một bên chữ Hán được xem là ngôn-ngữ của văn-hóa và văn-học, là gia tài văn-hóa, đạo lý chung của Á-châu và Việt-Nam, bên kia là chữ quốc-ngữ bị xem là chữ bình dân thông dụng (đọc công văn!). Nhưng điều đã xảy ra, đó là Hồ Biểu-Chánh tiếp nối các vị đi trước như Trương Vĩnh Ký, Nguyễn Trọng Quản, Trần Thiên Trung, v.v. và đã thành công biến thứ chữ "thấp kém" đó thành chữ của văn-hóa và văn-học qua các công trình báo chí, biên khảo và sáng-tác. Ngoài ra, khuynh-hướng giáo dục quần chúng do đó đã lộ rõ trong nhiều tác phẩm của thời khởi đầu này. Hồ Biểu Chánh kể trong "Đời của tôi về văn nghệ" rằng ông viết tiểu-thuyết với ý muốn cảm hóa quần chúng theo con đường chính trực (5). Giáo dục quần chúng, đề cao những giá trị truyền thống của dân tộc như lễ nghĩa, nhân đạo, thuyết nhân quả. Đối với Hồ Biểu Chánh và một số nhà văn tiền phong miền Nam, tác phẩm được viết không cốt yếu để đưa ra những lý thuyết cao siêu trừu tượng, những diễn văn dao to búa lớn rỗng nội dung, mà như chỉ để chứng minh những truyền thống, tư tưởng luân lý ngàn đời hãy còn sống động và có giá trị, cũng như để vẽ chân dung những nếp cũ phong hóa đặt trong môi trường giao-động, giả-chân của một thời buổi phải tiếp-xúc đối đầu vớ văn-minh Tây-phương trong vị-thế yếu.

Vậy một mặt không thể cho rằng tiểu-thuyết của Hồ Biểu-Chánh là những áng văn-chương toàn mỹ cho người viết và đọc thời nay, nhưng mặt khác phải nhìn nhận tiểu-thuyết của ông vẫn hấp-dẫn một phần người đọc hôm nay vì tác-giả đã thành công phản-ảnh thời đại của ông, vì ông đã vẽ lại, đã bỏ vô bộ nhớ của lịch-sử, những con người và nhân-vật Nam-kỳ thời đầu thế kỷ XX. Hơn nữa, có thể xem như Hồ Biểu-Chánh đã đóng góp tích cực cho diễn trình bảo tồn và phát huy văn-hóa dân-tộc, đem ngôn-ngữ nói thường ngày vào văn-chương. Khi viết tiểu-thuyết, Hồ Biểu-Chánh đã tự hào truyền thống văn-hóa đồng thời chủ-ý canh tân; bình dân dễ hiểu nhưng đặt trong khung cảnh văn-học, tiểu-thuyết! Ngôn-ngữ tiểu-thuyết của Hồ Biểu-Chánh có tính cách hệ thống nhưng tự nhiên, đã đáp ứng lòng mong đợi của độc giả thời ông mà còn cả cho sau này. Từ ngôn-ngữ tiểu-thuyết của Hồ Biểu-Chánh, người đọc hôm nay có thể nhận diện ra được con người của một thời đại.

Như vậy, tiểu-thuyết của Hồ Biểu-Chánh rõ là có mục đích văn-hóa, giáo-dục chứ không phải là văn-chương tiêu thụ. Hồ Biểu-Chánh viết cho đồng bào Nam-kỳ của ông, họ cần cả văn và đạo (trong khi Hồ Biểu-Chánh làm báo và viết nghị luận là nhắm đồng bào khắp Nam-Bắc!). Tiểu-thuyết của Hồ Biểu-Chánh có thể xem là một bộ lịch-sử phong tục về một miền Nam-kỳ lục-tỉnh thời của ông vì qua đó ngoài những phản-ảnh đạo đức luân lý, truyền thống tập quán, người đọc đời sau còn hiểu được quá trình quan hệ với nước ngoài qua bình diện ngôn ngữ, tức là qua những từ ngữ ngoại lai mượn từ Hán tự, Hoa ngữ truyền khẩu và Pháp ngữ phiên âm. Cái làm nên phong-cách tiểu-thuyết Hồ Biểu-Chánh đó là ngôn-ngữ sử-dụng, câu văn viết, từ ngữ riêng và phương-ngữ và ở lối tả chân và tự nhiên! Tất cả đã góp phần tạo nên ngôn-ngữ tiểu-thuyết Hồ Biểu-Chánh! Nếu Trương Vĩnh-Ký, Huỳnh Tịnh Paulus Của chập chững dò dẫm bước đi với những văn-bản quốc-ngữ đầu tiên, phôi thai, đơn sơ, nếu Nguyễn Trọng Quản tây-phương nhanh hơn con người thời đại, thì Hồ Biểu-Chánh đã vững bước hơn, vừa tây hóa kỹ thuật, vừa bảo-tồn sắc-thái dân-tộc cũng như địa phương, vừa mô phỏng (những tiểu-thuyết phỏng dịch) vừa sáng-tạo, chính là nhờ ngôn-ngữ sử-dụng trong tiểu-thuyết của ông vậy! Do đó, muốn hiểu con người và văn-hóa miền Nam, không thể bỏ qua tác-phẩm của Hồ Biểu-Chánh!

Chú-thích

1- Sau xuất-bản với tựa *Tân Soạn Cổ Tích* (1910) cùng Giáo Sỏi Đỗ Thanh Phong.

2. Nguyễn Khuê. *Chân Dung Hồ Biểu Chánh* (Sài-Gòn: Lửa Thiêng, 1974), tr. 32.

3. Nguyễn Vy-Khanh. "Tiếng Việt qua một số tác-phẩm". *Văn-Học Và Thời Gian* (Westminster CA: Văn-Nghệ, 2000), tr. 62-91.

4- Thanh Lãng. "Hồ Biểu Chánh". *Văn* (Sài-Gòn), 80, 15-4-1967, tr. 16.

5- Nguyễn Khuê. Sđd. Tr. 33.

* Bài đã in trong *Hồ Biểu Chánh, người mở đường cho tiểu thuyết hiện đại Việt Nam* (TpHCM: Văn Nghệ, 2006).

2-2005

Nguyễn Thị Manh-Manh

Nguyễn Thị Manh-Manh hay nữ sĩ Manh-Manh tên thật là Nguyễn Thị Kiêm, sinh năm 1914 tại Gò Công. Bà còn ký Mym, Nguyễn Văn Mym, Lệ Thủy.

Nhà báo và vận động cải cách xã hội

Vừa tốt nghiệp Collèges des Jeunes Filles Indigènes (trung học Gia Long sau này) với bằng Thành chung, 18 tuổi, bà đã làm trợ-bút cho báo *Phụ-Nữ Tân-Văn* ở Sài-Gòn - cũng như có đăng bài trên các báo *Công Luận, Việt-Nam, Nữ Lưu*, và đã nổi danh khi viết báo và đăng đàn kêu gọi *"chị em hãy từ chốn buồng the bước ra xã hội"* cũng như nêu vai trò của người phụ nữ và đề nghị *"Nữ lưu học hội"* để chị em phát huy việc sáng tác và làm văn học ("Nữ lưu và văn học". *Phụ-Nữ Tân-Văn*, số 131, 26-5-1932; "Phụ nữ với hôn nhân" PNTV 221, 19-10-1933; "Vấn đề tam tùng với các nữ giáo viên". 249, 5-7-1934; "Niêm phong cái tam tùng lại", 255, 23-8-1934; v.v.). Không riêng ở Sài-Gòn, bà theo phái đoàn *Phụ-Nữ Tân-Văn* gồm ông Nguyễn Đức Nhuận, ông Nguyễn Đình Trị thân sinh bà, nghị viên thành phố Sài-Gòn và có chân trong báo, đi ra Trung và Bắc có khi cả tháng, bà diễn thuyết về các vấn đề hôn nhân, xã hội cũng như viết văn của phụ nữ, phần lớn đăng lại trên *Phụ-Nữ Tân-Văn*. Trong bài tường trình "Cuộc hành trình từ Nam ra Bắc" bà có cảm hứng nên thơ khi "Đêm khuya qua Xuân Lộc":

"Đêm khuya qua Xuân Lộc
Bởi thương ai trằn trọc?
Bởi nọc muỗi rừng

Rừng im phắt ngủ / Cỏ cây ủ rủ
Bóng đêm phủ / Êm đềm
Kìa trăng lên / Giọi chênh chênh
Trời đất ngủ êm đềm / Thế sao có kẻ nhọc...
Đêm khuya qua Xuân Lộc
Thương ai trằn trọc?
Bởi nọc muỗi rừng!" (PNTV, số 264, 25-10-1934)

Bài diễn thuyết về "Nữ lưu và văn học" mở đường đòi nữ-quyền, có các đoạn đáng để ý:

"Nói chuyện về Nữ-lưu Học-hội tức là muốn nói chuyện phụ nữ với văn chương. Nếu cho Nữ-lưu Học-hội là cần ích thì cũng phải cho đàn bà là có mật thiết quan hệ đến văn chương nước nhà.

Sự quan hệ đó, tôi muốn nói rõ ở bài này. Tôi lại còn muốn xét ra cái địa vị của đàn bà trong văn học cổ kiêm, nói về cái công dụng của Nữ-lưu đối với tinh thần trí thức của loài người, giả thuyết như được cùng chị em trong nước đương hội hiệp nhau ở nhà Nữ-lưu Học-hội mà chung vui câu chuyện văn chương (…).

Theo lẽ sinh lý, thì đàn bà thường nặng về phần hồn và nhẹ về phần trí, cảm tình thì sâu mà tư tưởng thì hẹp nên trong văn học thường sở trường về lối tả cảnh, đạo tình mà ít hay về lối khách quan triết lý.

Đem cặp mắt tinh thần mà thưởng thức đến những kỳ quan, thắng cảnh của thiên nhiên vũ trụ, đem khối tình thâm thiết mà hòa theo với những nỗi cay, đắng, bi, thương của nhân loại thế gian, đố ai nói được rằng đàn bà phải thua sút đàn ông về chỗ đó.

Đã sẵn có cặp mắt tinh thần ấy, đã có sẵn khối tình thâm thiết ấy, mà lại có văn tài đủ hình dung được những cảnh mình coi, đủ tả diễn được những tình mình cảm, thì khó gì mà chẳng thành nên được những công trình tuyệt xảo về mỹ thuật, văn chương...

Bà kết luận: *"nếu các chị em trong nước đã cùng tôi nhận thấy cái địa vị của mình ở trong văn học thì tất phải muốn cho cái địa vị đó càng ngày càng cao, cái công dụng đó càng ngày càng lớn mà vui lòng trông cho nó có nữ lưu học hội ra đời.... Người đàn bà cũng có cái tinh thần cần phải tự giác để chiếu sáng ra ở chung quanh mình, cho gia đình được êm đềm phong phú, cho xã hội được rực rỡ quang minh. Cái tinh thần đó ta muốn có thì ta lại càng tha thiết mong cho nữ lưu học hội sớm ra đời."* (PNTV, 131, 26-5-1932).

Trong diễn thuyết về đề tài "Có nên tự do kết hôn không?", bà nói: *"Mục đích của hạng tân tiến là thờ chủ nghĩa phụ nữ. Chủ nghĩa phụ nữ là làm thế nào để giải phóng phụ nữ ra khỏi những lễ giáo hủ bại, binh vực quyền lợi cho phụ nữ, kiếm những cách sinh hoạt cho chị em để sự sống của mình được hoàn toàn hơn, và nâng cao trình độ trí thức của mình..."* (PNTV, 243, 24-5-1934).

Nguyễn Thị Kiêm đã trở nên hình ảnh tiêu biểu của thiếu nữ trí thức tha thiết với phong trào giải phóng phụ nữ và cải lương xã hội và giới làm văn chương - một nhà báo và vận động cải cách xã hội, bà làm thơ và tham gia cuộc cải cách thi-ca vào thập niên 1930.

Nhà thơ cách-tân

Cùng thời gian đó, xuất hiện lần đầu trên tạp chí *Phụ-Nữ Tân-Văn* số 122 ngày 10-3-1932, bài thơ Tình Già của Phan Khôi đăng cùng bài viết "Một lối Thơ Mới trình chánh giữa làng thơ", gây hứng khởi và đã có một số bài hưởng ứng, nhưng phải đợi đến Lưu Trọng Lư, Manh-Manh cùng với Hồ Văn Hảo thì sự hưởng ứng mạnh mẽ hơn với một loạt bài theo thể-loại Thơ Mới, hoàn toàn mới về dung nội lẫn hình thức nếu so với thơ biền ngẫu và Đường luật thời đó.

Đăng thơ, viết bài và hơn thế nữa, hơn một năm sau, bà Nguyễn Thị Kiêm đã đăng đàn diễn thuyết tích cực cổ xúy cho phong trào Thơ Mới. Ngày **26-7-1933**, Nguyễn Thị Kiêm diễn thuyết bênh vực Thơ Mới tại hội Khuyến học Saigon - và sẽ trở lại đây tranh luận với ông Nguyễn Văn Hanh tháng 1-1935.

Phụ-Nữ Tân-Văn số 210 (3-8-1933), nghĩa là một tuần sau khi bà đọc diễn văn, bài xã thuyết của trang nhất tựa là "Đáp lại một cuộc bút chiến" ký *Phụ-Nữ Tân-Văn*, *"đáp ứng lại những lời chỉ trích"* của giới bênh vực thơ cũ, đã cực lực tán dương bà như là người đầu tiên dám can đảm dạn dĩ đi *"hẳn vào con đường mới, không quản sự mỉa mai của nhiều người thủ cựu"*. Sau đó *Phụ-Nữ Tân-Văn* các số 211 (10-8-1933, tr. 8-9) và số 213 (24-8-1933, tr. 9-11) tường trình "Bài diễn thuyết của cô Nguyễn Thị Kiêm về 'Lối thơ mới'" trong đó có đoạn:

"... Làm thơ là gì? Làm thơ tất là lựa một vận văn *trong các thứ vận văn, hay là đặt ra một vận văn để phô tả tánh tình, ý tưởng của mình, những quan niệm của mình đối với sự đời, với vũ trụ, những cảnh vật những hiện tượng của sự sống.*

(…) *Muốn cho tình tứ không vì khuôn khổ mà bị "đẹt" mất thì rất cần phải có một lối thơ khác, do lẽ lối nguyên tắc rộng rãi hơn. Thơ này khác hơn lối xưa nên gọi là* thơ mới.

Năm ngoái, trong báo Phụ-Nữ Tân-Văn, *ông Phan Khôi "trình trong làng thơ" một lối thơ mới, nhưng ông cũng kể rằng, mười năm trước, có một thiếu niên thi sĩ ở Hà Nội có sáng kiến này đầu nhứt. Chưa thấy được bài thơ mới đầu nhứt, tôi chỉ đọc bài thơ "Tình già" của ông Phan Khôi.*

"Hai mươi bốn năm xưa, một đêm vừa gió lại vừa mưa, dưới ngọn đèn mờ, trong gian nhà nhỏ, hai cái đầu xanh kề nhau than thở (…) ".

Bài thơ này ít có người thích. Người ta cho nó là dài lắm và không có nguyên tắc. Thật, về hình thức thì bài "Tình già" không được gọn, nhưng về nội dung, tình tứ giải ra một cách rõ ràng, dễ hiểu mà thật thà. Chỉ đọc qua là nghe khác hẳn lối thơ xưa, có vẻ thiết thực và cảm hoá được người đọc. Chính ông Khôi đã nói đó là một lối thơ **làm thử** *(un essai) cốt đem tình tứ có thật trong tâm hồn mình mà tỏ ra bằng những câu thơ có vận chớ chẳng buộc niêm luật, hạn câu chi hết.*

Sau ông Phan Khôi chẳng bao lâu, báo Phụ Nữ Tân Văn *có đăng bài hưởng ứng lối thơ mới của cô Liên Hương (Trung Kỳ) và một bài thơ mới của ông Lưu Trọng Lư sau đây (Trên Đường Đời):*

*"Lần bước tiếng gieo thầm, bóng ai kia lủi thủi?
Lẳng lặng với sương gieo im đìm cùng gió thổi.
Không tiếng, không tâm, không thưa, không hỏi.
Không hát, không cười, không than, không tủi.
Lận đận với năm canh, bóng ai kia lủi thủi* (…)

Tôi chắc là bài Trên Đường Đời *được nhiều người thích hơn bài "Tình già" ... ".*

Trong buổi diễn thuyết, bà đã trưng dẫn Viếng Phòng Vắng và Canh Tàn là hai bài thơ Mới đầu tiên của bà. Bà đọc 'khúc đầu và khúc chót' bài đầu, phân tích cái mới của bài mỗi khúc có 6 câu ... và sau đó bà đọc bài Canh Tàn:

"Em ôi, nghe lóng nghe
Gió đêm thoáng qua cửa ...
Lụn tàn một góc lửa,
Lạnh ngắt chốn buồng the! ......
Gió đêm thoáng qua cửa ...
Não dạ, dế tỉ te.
Lạnh ngắt chốn buồng the ...
Em ôi, khêu chút lửa......
Não dạ, dế tỉ te.
Gió ru... "thiết chi nữa! ..."
Em ôi, khêu chút lửa,
Rồi lại ngồi đây nghe ......
Gió ru ... "thiết chi nữa!"
Sùi sụt mấy cành tre...
Em ngồi đây có nghe
Tơ lòng chị đứt nữa? ..." (...).

Trước khi dứt câu chuyện thơ mới, tôi xin bàn đến vài bài thơ mới của thi sĩ Hồ Văn Hảo. Tiếc rằng tôi không đủ thời giờ để nói đến các bạn hưởng ứng khác như Khắc Minh, vân vân... Bài thơ của Hồ Văn Hảo là " Tự tình với trăng " (đọc và chỉ nguyên tắc bài ấy) câu văn thật êm đềm mà rõ rệt, người xem bài này có thể vẽ ra một cảnh.

Màn trời ai vén,
Để chị Hằng mặt thẹn đỏ tươi tươi
Một nụ cười,
Ra chiều xẻn lẻn...

Tiếc là ý tưởng bài này có hơi cũ, tác giả chê cõi đời là " bể khổ trầm luân " không thiết gì đến đời, muốn lên ở cung trăng cho êm tịnh.

Nhưng bài sau thì lại khác hẳn. Ấy là bài "Con nhà thất nghiệp " mà người ta cho là chẳng phải thơ. Chỉ vì chẳng phải than thân trách phận, tả cảnh hoa tàn, nguyệt xế, suối chảy chim ngâm mà là một cảnh thiết thực, một cảnh khổ có thực trong đời: người thất nghiệp.

Có lẽ trong thơ văn, người cu li ở trần quần vẫn là một động vật không có gì lãng mạn chăng? Có lẽ cái bi kịch một người nghèo khổ phải đi ăn trộm " hụt ", chúng ta hay được la " ăn trộm " ! rồi anh chạy trốn, kịch ấy không có gì lạ, đáng để ý chăng? (đọc bài " Con nhà thất nghiệp " và phê bình).

Kết luận tôi xin nhắc rằng chúng tôi chẳng hề nói mình đặt ra những " thơ mới " hoàn toàn xuất sắc bao giờ, chỉ mong rằng lối thơ mới được nhiều người để ý đến và nó có thể trở nên một lối thơ thông dụng để tả một cách thiết thực rõ ràng những thi cảm của các nhà thi sĩ hiện thời" (tr. 8-9).

Đào Trinh Nhất trong bài "Nữ tiên phuông thơ mới ở Nam Kỳ ta" trên tuần báo Mai số ra ngày 22-1-1938 đã ca ngợi bà Nguyễn Thị Kiêm "chính cô Kiêm đã mạnh bạo chủ trương Thơ mới ở Nam kỳ ta trước nhứt". Lúc này, Phụ-Nữ Tân-Văn đã bị đình bản.

Hoài Thanh trong *Thi Nhân Việt-Nam* đã nhận xét bà Nguyễn Thị Kiêm là *"một nữ sĩ có tài và có gan... đã lên diễn-đàn hội Khuyến-học Sài-gòn hết sức tán dương thơ mới. Hội Khuyến học Sài-Gòn thành lập đến bấy giờ đã 25 năm. Lần thứ nhất một bạn gái lên diễn đàn và cũng lần thứ nhất có cuộc diễn thuyết được đông người nghe như thế"* (Sài-Gòn: Hoa Tiên, 1968, tr. 19).

Phụ-Nữ Tân-Văn số 207 ngày 6-7-1933, An Điểm, viết bài "Lối thơ mới" cho biết trên báo này đã có phong trào thơ mới rồi và nó đã ảnh hưởng mạnh đến văn giới cả trong và ngoài *Phụ-Nữ Tân-Văn*:

"Thiệt, "lối thơ mới" là một cái khuynh hướng đương phát triển trong văn giới Annam.

Không những là thơ lối "Manh-Manh" đăng ở P.N.T.V. được nhiều độc giả hiểu ý nghĩa, tình tứ, mà hoan nghênh; và nhiều thiếu niên thi sĩ bắt đầu bỏ thiên kiến mà sấn bước vào con đường mới lạ, đặt cảm tình tư tưởng vào khuôn mới, khác hẳn phạm vi Đường luật.

Hình như nhiều giới thi sĩ khác ở ngoài cơ quan PNTV cũng

hưởng ứng mà dạn dĩ đặt cho thi cảm của mình vào khuôn mới, khác nào thi nhau mà thách sự mai mỉa của hủ tục...".

Thật vậy, Nguyễn Thị Manh-Manh có những sáng tác Thơ Mới thoát vòng vần luật nghiêm nhặt làm hại cho thi cảm, thoát và đi xa hơn, mang nét hiện đại Âu Tây, về chữ dùng cũng như ý thơ. Số câu và số chữ trong một câu không giới hạn, có khi ngắn, có khi rất dài. Từ những bài thơ đầu tay như Viếng Phòng Vắng mang mang nét thơ cổ, đến Canh Tàn thơ năm chữ, bà đã đưa vào thơ hình thức và âm hưởng khác thơ đã quen.

Viếng Phòng Vắng đăng *Phụ-Nữ Tân-Văn* số Xuân Quý Dậu ngày 19-1-1933 muốn thay đổi về hình thức thơ với nhạc điệu mới và không viết hoa một số câu đầu hàng. Trích phần đầu và cuối:

*"Gió lọt phòng không
tạt hơi dông / lạnh như đồng
Ngồi mơ tưởng / Ngày xưa phất phưởng
Dấy động tơ lòng...
  Trải đã mấy trăng / Hỡi nhện giăng
Với rêu lan / Tấm vách cũ
Từ khi người chủ
Một giấc lặng trang?
  Tan nát vóc xưa / dưới mồ mưa
sương phủ dập!
Đến hồn nàng / Thôi cũng biệt đàng
Biết sao được gặp!...
Hò hẹn kiếp sau / lại nhìn nhau.
Có đặng nào?
Dầu có tin / nàng sẽ tái sinh
ở vũ trụ nào?
Thôi duyên có bấy / nhiêu ngần ấy!...
Hoa để tàn / trong trương sách
hơi lây lách / Như thấm từ hàng!
Nàng tựa đoá hoa / mà người ta
là quyển sách / lật nửa chừng
từ mỗi tờ, bừng / hương lên bay tách...
Gió lọt phòng không / tạt hơi đông*

lạnh như đồng
Ngồi tơ tưởng / Tình xưa phất phưởng
Ấm dịu cõi lòng…".

Bài Thơ gửi cho Em Vân:

"Em Vân, em Vân
Khóc nhà thân / Vội tách trần;
Thương cho em
đang tuổi nhỏ nhen / cô thân hai lần
Xa xuôi (xôi) trăm dặm.
khôn đến chậm / mắt em chan
oà lệ thảm;
nỗi sầu khi / cùng thở than!"
(PNTV số 192, 23-3-1933)

Bài Mộng Du đăng *PNTV* số 192 ngày 23-3-1933:

"Chiều hôm tựa cửa sổ,
Trông bóng chiều thiết tha…
Chân trời mây bay xa…
Thân ta chỉ một chỗ!
Trông bóng chiều thiết tha…
Tấm màn đêm rắp xổ.
Thân ta chỉ một chỗ,
Mơ màng cảnh thật xa…".

Bài Hai Cô Thiếu Nữ trên *PNTV* số 204 ngày 15-6-1933:

"Hai cô thiếu nữ đi ra đồng
(một cô ở chợ, một cô ở đồng)
Hai cô thiếu nữ đi ra đồng
Một mảnh lụa hồng, một vóc vải đen
   Hai cô rủ nhau đi xuống đầm
Cô đi chơn không, cô mang dép đầm
Hai cô rủ nhau đi xuống đầm
Bóng lụa hồng tách bóng vải thâm
   Mỗi người, tay xách một giỏ mây
Băng đi tha thướt dưới bóng nhành cây
Mỗi người, tay xách một giỏ mây

Cô đây bắt cá, cô nầy hái hoa...
(...) Hai cô thiếu nữ đi khỏi đồng
Cô ở đồng hay nhẹ bổng tấm lòng
Hai cô thiếu nữ đi khỏi đồng
Cô áo hồng mang nặng cái giỏ bông..."

Bài Lá Rụng đăng *PNTV* số 193 ngày 30-3-1933, tượng hình mùa lá vàng rơi rụng, tâm tình người cũng thổn thức, nhớ nhung:

"Rừng xanh buổi rũ, / lá vàng
đành vội vã rụng...
Biết bao những đụn / lá vàng
trên đất cỏ ũ!
Hắt hiu gió rừng / dấy lên,
nuôn ngàn lá rụng...
Biết bao những đụn / tốc lên
xơ xảy nửa lừng! ...
Gió thoát đi xa, / nhẹ nhàng
đáp xuống lá rụng
Biết bao mảnh vụn / theo đàng
gió cuốn đi xa...
Ôi!... rừng cây cỏ rũ, / ôi! các...
Lá vàng tơi tả rụng!...
Biết bao mảnh tình vụn / đã thoát
theo gió thời gian cũ !..."

Đến hai bài Bức Thư Gởi cho tất cả ai Ưa hay là Ghét lối Thơ Mới và bài Bà Lafugie Nhà Thám Hiểm và Họa Sĩ, thì thơ Mới Manh-Manh đã thử bước thêm đoạn đường khác của thơ văn xuôi.

Phụ-Nữ Tân-Văn số 228 ra ngày 14-12-1933, vì *"Tờ phụ trương văn chương của Đuốc Nhà Nam ngày 3,4-12-33 vừa rồi, có một bài của ông Hoàng Tâm giở ra câu chuyện thơ mới, thơ cũ mà cãi nữa. Trong bài ông ấy có nói đến tôi, nói rằng tôi đã thất trận, đến đỗi phải gởi thơ mới đăng trong báo Phụ Nữ thời đàm! ông Hoàng Tâm lầm đấy, Nguyễn Thị Kim ở Phụ Nữ thời đàm với Nguyễn Thị Kiêm viết cho Phụ-Nữ Tân-Văn là hai người, chớ không phải một: Đến chuyện ông cho tôi " rút cờ " lại là một việc sai nữa..."* (tr. 10), sau mấy lời giới thiệu đó, Nguyễn Thị Kiêm đăng tiếp bài Bức Thư Gởi cho Tất cả ai Ưa hay là Ghét lối Thơ Mới, vẫn một lòng bênh vực Thơ Mới - nhất là ở những câu cuối:

"Phải, tôi đấy, Manh-Manh, mấy bạn à!
Lâu quá không làm thơ, mấy bạn cũng "nột dạ"?...
Phải, tôi đấy, Manh-Manh, mấy ông à!
Lâu quá không làm thơ, mấy ông lấy làm lạ?...
(...) Thật, lâu nay tôi vắng đến "làng thơ"
Các bạn ơi, không phải phụ ai mà hãng hờ.
Ừ, lâu nay tôi không có làm thơ,
Các ông ơi, không phải sợ ai mà lu mờ.
 Bị lôi cuốn trong chiến trường hoạt động
Há được ngồi không mà sắp "mấy sợi tơ lòng"
Trước là hành động, thơ không mấy trọng
Suốt đời bảo để nghe quả tim con pháp phồng.
(...) Kết luận, chuyện mới gần thành chuyện cũ.
Các bạn ơi, cãi với nhau thét đã nhàm rồi,
Làng thơ, thơ mới, thơ cũ, có đủ:
*Thơ kia là đất cũ, thơ nay tỉ **đất bồi***
 Đất trước để yên, đất sau lo xới
Đất mới thì ít khô khan hơn đất dụng rồi
Rủ nhau khai phá, cất thêm sở mới,
Nếu thật tình trồng cây thơm mọc nhánh đâm chồi.
 Bây giờ tôi chỉ khuyên khách làng thơ:
Đổi lại, ai ưa thơ mới lo tìm chỗ dở,
Ai ghét, rán tìm cái hay của thơ
Vậy, chê, khen, có giá trị, "hoa mới sẽ nở" - Sept 1933.

Lời thơ mới tiên phong, dĩ nhiên chưa được trau chuốt văn chương như các nhà thơ đến sau. Manh-Manh cố tình phân biệt 'bạn' với 'ông' có thể như một người phụ nữ liều mình đi vào thế giới thơ. So sánh Thơ Mới với "đất bồi" quả là đắc ý, Thơ Mới như đất bồi cho vùng đất cũ thêm hương sắc và sức mạnh thiên nhiên để thi-ca nước nhà tiến lên nữa!

Thơ Manh-Manh cho thấy có ảnh hưởng thơ Pháp - bà vẫn đề cập và so sánh thơ Pháp trong các bài diễn thuyết. Sau đó, nhà thơ Manh-Manh đi xa hơn, với "Một bài thơ mới gởi riêng cho các anh ghiền: Bà Lafugie Nhà Thám Hiểm và Họa Sĩ" đăng *Phụ-Nữ Tân-Văn* số 239, 26-4-1934 có những câu thơ 27 từ và ngôn từ đề cao phụ nữ:

"Các anh ơi, dẹp lọ, dẹp đèn, dẹp tim, dẹp móc
Để tôi dắt các anh ra mắt một người đàn bà
Một người đàn bà từng bao phen lăn lóc
Giữa tạo vật với phong ba (đây chẳng phải là "tạo vật",
 "phong ba" theo nghĩa bóng các anh thường than thở)
Người từng lướt đi chẳng kể nắng nung, tuyết lạnh,

Đất nghiêng, đá vỡ
Người ăn vận như bạn trai, ngồi lưng ngựa long chong.

 Mà qua đèo, xuống hố, lên dốc, lội hào
Cùng một bọn tuỳ tùng dân lạ, sấn đi giữa non núi chình
 chòng
Rồi trải qua những ngày phẳng lặng, những đêm hung dông
bão...
Các anh ơi, đó là nhà thám hiểm, lại là giống đàn bà, đem cái
 trí, cái tài, cái gan của mình để phục sự khoa học
Sống để đi kiếm trên mặt đất, những hóc nào mà loài người
 còn cô độc
Những xứ tít mù xa, sống để khảo sát bao la...
Rồi mượn bút hoạ thần tình mà gộp trong mấy vuông giấy
trắng. Thế giới bằng phong cảnh, nhân loại bằng hình người
Cái tài nuôi cái chí, người tự tạo người. Ôi! mấy bức tranh
 của hoạ sĩ là một đời in khắn!
Các anh ơi, các anh chẳng có biệt tài, có chí cao, có gan lớn
thì tôi chẳng xúi các anh chuyện đi xa!
Tôi chẳng buộc các anh cỡi ngựa vượt non, băng ngàn, lưu
 linh xứ lạ.
Chống với gió mưa, vất vả với sương tuyết, tơi tả với băng
 sơn
Tôi chỉ xin các anh bẻ ống, đập đèn, liệng tim, quăng móc
Tôi chỉ cầu các anh thôi hút, bỏ dứt tật ghiền;
Các anh nghe tôi chăng? Hay là:
Đang lúc tâm hồn tôi rung động. Vì một bậc anh tài mới
 thoáng qua.

Đang lúc tôi hăm hở hát ca, cái can đảm, cái khí tiết, cái hùng dũng
Của một người đàn bà, mà các anh vẫn nằm điềm nhiên, vẫn móc, vẫn tim, vẫn hút, vẫn ghiền. Thì các anh ơi
Đành rằng trọn đời. Trên thế giới người ta:
Các anh chẳng phải là đàn ông, mà các anh cũng chẳng đáng làm đàn bà!" (tr. 15)

Ngoài thơ và bài báo, diễn thuyết, bà còn viết tường bình về sinh hoạt văn nghệ như kịch sân khấu, cải lương, và "phóng sự" về một số sinh hoạt của dân chúng như nhà thương điên, nhà thương Bạc Hà cho gái điếm, v.v.

Năm 1936, bà tham gia phong trào Đông Dương Đại hội của Đảng Cộng sản Đông Dương, bà là một trong hai phụ nữ được cử vào Ủy ban lâm thời tổ chức Đông Dương Đại hội tại Sài-Gòn, bên cạnh Nguyễn An Ninh, Trịnh Đình Thảo,... Năm 1937 bà kết hôn với nhà văn Lư Khê (Trương Văn Em) và năm 1950 sang Pháp, định cư ở Paris, sau khi Lư Khê bị ám sát tại Sài-Gòn ngày 3-7-1950. Bà mất năm 2005 tại Pháp.

[Lư Khê trong nhóm 'Hà Tiên tứ tuyệt' xuất bản tờ Sống ở Hà Tiên và sau năm 1945 làm chủ bút báo Tân Việt, Sự Thật và Ánh Sáng].

Hồ Văn Hảo và Thơ Mới hiện-thực

Hồ Văn Hảo bút hiệu cũng là tên thật của nhà thơ, sanh ngày 14 tháng 2 năm 1917 tại làng Tân Qui Đông, tỉnh Sa Đéc. Ông bắt đầu làm thơ từ năm 13 tuổi và chính thức góp mặt trên thi đàn năm 1933 trong khi còn ngồi trên ghế nhà trường Trung học Mỹ Tho, nhờ sự khuyến khích và chỉ dẫn của GS Việt văn Trần Văn Hương. Năm 1934, ông đỗ bằng Thành Chung, đồng thời chiếm giải nhất cuộc thi thơ bằng Pháp văn do Nha Học Chánh tổ chức. Năm 1935, ông cộng tác với Cao Văn Chánh tục bản tờ *Phụ-Nữ Tân-Văn* - số cuối 273 ra ngày 21-4-1935 vì những bài đả kích và châm biến Phạm Quỳnh, lúc bấy giờ là Thượng thư ở triều đình Huế (1), nhưng ít lâu sau báo cũng bị đình bản hẳn với nghị định ngày 20-12-1939 viện dẫn lý do báo này đã "mạ ly" ông Bùi Quang Chiêu về tội dính líu mật thiết với nhóm thực dân "cá mập Homberg" (2). Năm 1936, đỗ Thủ khoa Kế toán Phòng Thương Mại Sài-Gòn, giúp việc tại Đông-dương Ngân Hàng từ đó đến năm 1945. Năm 1945, ông tham gia kháng chiến và bị Pháp bắt giam ngày 23-9-1945. Năm 1948, lại bị sở Mật thám Pháp quản thúc tại Cam Bốt. Năm 1950, xuất bản tập *Thơ Ý*, ở đầu tập ghi "Đây *là thơ ý, đây là ý thơ"*. Từ đó về sau sống với nghề kế toán. Năm 1968, Hồ Văn Hảo về sống ẩn dật ở quê nhà, vùng Chợ Lách (Vĩnh Long). Ông đã soạn xong tập Loạn Lạc nhưng chưa xuất bản.

*

Tên tuổi Hồ Văn Hảo liên hệ mật thiết đến khuynh-hướng Thơ Mới nhưng các nhà văn-học sử đã bỏ quên ít nhắc đến. Trên báo *Phụ-Nữ Tân-Văn* số 122, phát hành tại Sài-Gòn ngày 10-3-1932, xuất hiện bài báo của Phan Khôi "Một lối thơ mới trình-chánh giữa làng thơ" trong đó ông kêu gọi *"đem ý thật có trong tâm khảm mình tả ra bằng những câu có vần mà không bó buộc niêm luật gì hết"*, đăng kèm theo bài thơ Tình Già cũng của Phan Khôi, được xem là tuyên ngôn của khuynh-hướng hay trường phái thơ mới ở Việt-Nam - cũng bài này Phan Khôi đã gởi đăng trong *Tập Văn Mùa Xuân*, phụ trương của báo *Đông Tây* ở Hà Nội, xuất-bản dịp Tết Nhâm Thân ngày 6-2-1932, tức hơn một tháng trước, nhưng không gây được sự chú ý (3). Sau đó *Phụ-Nữ Tân-Văn* tiếp tục cổ võ Thơ Mới với các bài diễn thuyết của Nguyễn Thị Manh-Manh và đăng thơ của Hồ Văn Hảo, Nguyễn Thị Manh-Manh, Lưu Trọng Lư,... *Phụ-Nữ Tân-Văn* được phát hành khắp 3 miền và đã góp phần, tham gia các cuộc tranh luận văn học, văn-hoá thời đó như Thơ Mới, về quốc học, về tiếng Việt ròng, v.v.

Sau bài Tình Già của Phan Khôi đã có những bước thử nghiệm của Nguyễn Thị Manh-Manh, Hồ Văn Hảo, Lưu Trọng Lư, v.v. Và phải hơn một năm sau, trên *Phụ-Nữ Tân-Văn* số 207 ngày 6-7-1933, An Điềm, viết bài "Lối thơ mới" cho biết trên báo này đã có phong trào thơ mới rồi và nó đã ảnh hưởng mạnh đến văn giới cả trong và ngoài *Phụ-Nữ Tân-Văn*:

"Thiệt, "lối thơ mới" là một cái khuynh hướng đương phát triển trong văn giới Annam.

Không những là thơ lối "Manh-Manh" đăng ở P.N.T.V. được nhiều độc giả hiểu ý nghĩa, tình tứ, mà hoan nghênh; và nhiều thiếu niên thi sĩ bắt đầu bỏ thiên kiến mà sấn bước vào con đường mới lạ, đặt cảm tình tư tưởng vào khuôn mới, khác hẳn phạm vi Đường luật.

Hình như nhiều giới thi sĩ khác ở ngoài cơ quan PNTV cũng hưởng ứng mà dạn dĩ đặt cho thi cảm của mình vào khuôn mới, khác nào thi nhau mà thách sự mai mỉa của hủ tục.

(...) Phụ-Nữ Tân-Văn muốn làm một cơ quan tiền quân cho nên trong sự sửa đổi khuôn khổ của thơ ta, cũng như trong mọi vấn đề kinh tế xã hội, thoát ra ngoài thiên kiến, mà dạn dĩ gọi bạn làm thơ đi vào con đường mới - con đường mới hợp với sự sanh tồn mới.

Khuynh hướng trong vài giới thi sĩ xứ ta đã thay đổi, thế là bạn làm thơ không phải lãnh đạm đối với kẻ thanh niên thi sĩ của báo Phụ-Nữ Tân-Văn.

Ước gì các bạn sẽ tiến mau cho đến ngày đánh vỡ được thành trì giam hãm làm sỉ hổ tình tứ của nhà mỹ thuật là luật nhà Đường ; "hồn thơ" trong xứ ta sẽ có cơ tới gần cái thiệt tế hơn".

Cùng với Lưu Trọng Lư ở ngoài Trung, thì trong Nam, Nguyễn Thị Manh-Manh tức Nguyễn Thị Kiêm, Hồ Văn Hảo hưởng ứng bài Tình Già của Phan Khôi bằng một loạt thơ theo thể-loại Thơ Mới, hoàn toàn mới về dung nội lẫn hình thức nếu so với thơ biền ngẫu và Đường luật thời đó. Những bài thơ này đăng trên tuần báo *Phụ-Nữ Tân-Văn* năm 1933. Hai bài thơ đầu của Hồ Văn Hảo, Tự Tình Với Trăng và Con Nhà Thất Nghiệp, được nữ sĩ Nguyễn Thị Kiêm (Nguyễn Thị Manh-Manh) đưa ra trình bày và phân tích trong một buổi diễn thuyết sôi nổi tại nhà Hội Khuyến học Nam Kỳ ("Bài diễn thuyết của cô Nguyễn Thị Kiêm về 'Lối thơ mới' ". *PNTV*, 218, 10-8-1933).

Bài Con Nhà Thất Nghiệp là bài Thơ Mới đầu tiên trong văn-học Việt-Nam theo khuynh hướng hiện thực, đăng trên *Phụ-Nữ Tân-Văn* số 208 (20-7-1933, tr. 13), trong khi các nhà Thơ Mới khác làm thơ lãng mạn hoặc tả tình:

"Ngọn đèn leo lét,
Xác xơ một nóc nhà tranh;
Trên chiếu tan tành,
Một trẻ thơ nằm im, xanh mét ... .

Ngoài, trời mưa xào-xạt;
Gió tạt
Vào vách thưa
Mấy hạt mưa
Mảnh mùng tơi tan-tác...... ...

Lạnh lùng, đứa bé

Cựa mình, cất tiếng ho ran(g),
Người mẹ vội vàng
Vuốt ve rằng: "Nín đi con nhé!..........
Cha con gần về tới,
Con ôi,
Nín đi nào!"
Dạ như bào,
Miệng cười: hàng lệ xối...
Cánh cửa tre từ-từ mở..............

Một luồng gió lạnh chen vô,
Đèn vụt tắt; tối mò...
- Ai đó?
Ai? Mình về đấy phải không?... ......
- Chút nữa đã bị còng:
Mới chen vào, họ la: Ăn trộm!
Nếu chân không chạy sớm,
Mặt vợ con còn thấy chi mong!.........

Thôi!... bây giờ tiền đâu mua thuốc
Cho con; chết nỗi đi Trời!
Túng quá mới ra nghề nhơ-nhuốc
Chắc mai đây nhịn đói lắm, mình ơi!
Hồi làm cu-li,

Đến mua, tiệm còn bán chịu;
Nay sở bị đuổi ra, thì
Một đồng điếu
Họ cũng bảo: đi!.........

Âm-thầm, vợ đốt đèn dầu,
Ra chiều buồn bả.
Chồng quên lạnh dạ,
Ngồi thở ra, chắ(t) lưỡi lắc đầu..........

Ngoài, vẫn mưa xào-xạt,
Trong, đứa bé ho ran(g)...
Ngọn đèn tàn,
Hết dầu nên lu lạt........."

Bài Con Nhà Thất Nghiệp được Thạch Lan giới thiệu trong bài "Lối thơ mới": *"Thanh-niên thi-sĩ Hồ Văn Hảo ra mắt bạn đọc báo lần này là lần thứ hai. Hai lần thách sự mỉa mai của hủ tục, sự áp chế của kỷ luật nhà Đường; hai lần tỏ ra một sự tiến bộ lớn!*

Lần đầu trong "P.N." kỳ số 205, ra ngày 22 Juin vừa rồi, thi sĩ Hồ "tự tình với trăng" (...) Chúng tôi cũng như lắm bạn, nhân đọc thơ của thi-sĩ Hồ, tự hỏi rằng: còn nhiều sự vật với hiện-tượng khác kịch-liệt hơn, xác-thiệt hơn, sẽ cảm xúc người bạn trẻ không?

Hôm nay xem bài thơ sau này, các bạn sẽ có dịp cùng chúng tôi nhận một sự tiến bộ lớn. "Tự-tình với trăng" và "Con nhà thất-nghiệp" tỏ ra năng-lực sáng-tạo của thi sĩ Hồ. Hai cái đầu đề cùng với nội dung tỏ ra năng lực tiến hoá" (Phụ-Nữ Tân-Văn, số 208, 20-7-1933, tr. 13).

Nguyễn Thị Manh-Manh vừa sáng-tác vừa đăng đàn tranh luận, cổ võ cho Thơ Mới, đã phê bình bài này; bà cho biết lúc đó *"... Con Nhà Thất Nghiệp mà người ta cho là chẳng phải thơ, chỉ vì chẳng phải than thân trách phận, tả cảnh hoa tàn nguyệt xế, suối chảy chim ngâm, mà là một cảnh thiết thật, một cảnh khổ có thật trong đời: người thất nghiệp.*

"Có lẽ trong thơ văn, người cu li ở trần quần vắn là một động vật không có gì lãng mạn chăng? Có lẽ cái bi kịch của một người nghèo khó phải đi ăn trộm 'hụt', chúng hay được la 'ăn trộm' rồi anh chạy trốn, bi kịch ấy không gì lạ đáng để ý chăng?

(...) mong rằng lối thơ mới được nhiều người để ý đến và nó có thể trở nên một lối thơ thông dụng để tả một cách thiết thực rõ ràng những thi cảm của các nhà thi sĩ hiện thời" (PNTV, số 211, 10-8-1933 & 213, 24-8-1933).

Thật vậy, trước Con Nhà Thất Nghiệp, trong bài *Tự Tình Với Trăng*, Hồ Văn Hảo đã muốn đổi mới thi-ca, với lời thơ nhẹ nhàng, tự do hơn, thể luật không còn và tác-giả vẫn thành công gợi cho người đọc cảnh tượng nên thơ:

"Màn trời ai vén,
Để chị Hằng mặt thẹn đỏ tươi tươi
Một nụ cười,
Ra chiều xẻn lẻn ...".

Các bài thơ sau đó như Tình Thâm, Thi Nhân Với Cuộc Đời, Vần Thơ Bạn Trẻ,... cùng đăng trên *Phụ-Nữ Tân-Văn*, Hồ Văn Hảo càng tỏ ra là một nhà thơ của nghệ thuật vị nhân sinh và là một nhà thơ tranh đấu xã hội. Bài Vần Thơ Bạn Trẻ lời tươi sáng, lạc quan, mở đường cho những vần thơ học đường thập niên 1950 sau đó:

"Tôi thích tuổi thơ trẻ
Vì tuổi hay vui cười.
Trông miệng như hoa tươi,
Lòng tôi thấy vui vẻ.
   Các bạn không biết nghiêm.
Tính ngây thơ chất phác,
Các bạn như đàn chim
Chuyền trện cành ca hát.
   Muốn được như các bạn,
Sống quảng đời tỏ rạng,
Và ca mãi ngày xuân.
Tôi hát trong mấy vần
Thơ, mong bạn sẽ hở
Nụ cười như hoa nở" (PNTV số 266, 15-11-1933).

Hình-thức hai câu cuối như báo trước thơ xuôi và thơ Tân hình-thức nhiều thập niên sau. Hoặc như bài Tình Thâm:

"Đêm đã khuya, nhấp nhô sao trời thay bóng nguyệt;
Tàu con lướt sóng, xôn xao tiếng bủa ầm ầm.
Ngon giấc nồng, thêm cơn gió thoảng lạnh đêm thâm
Kẻ đắp chiếu, người trùm mền, nằm im la liệt.
Một làn sóng to ác nghiệt,
Từ từ đập táp vào hông;
Nghiêng... rồi ngã... chú tài công
La trời: "Úy! Mau mau chết!"
Người kịp thức, thấy mình giam vào trong bể tối,
Giờ cuối cùng trông sao chớp, giã kiếp ngàn thu;
Kẻ dưới hầm hay nước phỏng, lung túng trong tù,
Chưa kịp thở, cũng không giây nào cho trăn trối,
Trong bể sống, một người đang lội,
Tay bồng con, tay nương vợ, chới với hụp trồi;

"Mình ơi, phải số nơi trời
Thì..." Làn sóng chẳng để người vợ nối:
Một búng máu hồng
Nhuộm trang phận bạc;
Tấm thân bèo dạt
Nghĩ khổ cho chồng.
"Mình ôi, ôm lấy trẻ thơ,
Thà em cam thác, còn giờ cứu con;
Chỉ lo cho trẻ vuông tròn..."
Im hơi lặng... từ từ chìm đáy nước,
Muốn kéo vợ, trông mình đã kiệt sức,
Rán nâng con lặn lội thắng vào bờ.
Trông ra một dãi mịt mờ,
Xác người vô phúc dật dờ nơi nao?
Mấy hôm sau
Mặt rầu rầu,
Anh viếng mộ;
Ôi tình! Ôi nghĩa! Ôi nợ duyên ôi!
Cảm lòng em, anh dạ ngùi ngùi.
Gió chiều ù thổi,
Ấy hồn ta dung ruổi ngàn lau.
Đứa bé dàu dàu,
Trông tưởng ngơ ngẩn;
Dưới vuông khăn trắng,
Hai má ướt dầm...
Cô phần một nắm ngàn năm,
Rằng: đây có mảnh "tình thâm" chôn vùi!"
(*PNTV,* số 210, 3-8-1933, tr. 17).

Khác với các nhà thơ khác theo phong trào Thơ Mới chủ trì một cái Tôi lãng-mạn, cá nhân chủ nghĩa, Hồ Văn Hảo đứng biệt lập chủ trì cái Tôi sống hiện-thực với đồng loại, sống chung, sống trong một xã-hội với những tang thương, tệ nạn phải đương đầu - chứ không chỉ có hoa với bướm hay chỉ có người nữ đẹp mỹ miều, người nam hào hoa, hào phóng....

Hồ Văn Hảo đã tích cực tham gia, cổ động cho Thơ Mới. Ngoài

các thi-bản, ông còn viết bài tán thưởng và động viên nhà thơ Nguyễn Thị Kiêm, như trong bài viết "Một kỷ nguyên mới trong văn học ta" đăng trên *Phụ-Nữ Tân-Văn* số 258 ngày 13-9-1934:

"(...) Lối thơ mới mà cô Nguyễn Thị Kiêm xướng khởi, đã chiếm một địa vị vẻ vang trong thi giới hiện thời. Cái khuynh-hướng ấy, trước kia bị một sức phản động quá dữ dội, nay đã có vang bóng lớn: tiếp theo Phụ-Nữ Tân-Văn, *rất nhiều báo khác như* Phong Hóa, Bạn Trẻ, Nhật Tân, Sao Mai, Thanh Nghệ Tĩnh *vân vân, hết sức tán thành khiến họ phải im mà nhượng bộ. Thi sĩ bây giờ cần có một lối thơ có thể diễn hết tâm hồn một cách xác thực. Muốn vậy, phải bỏ lối Đường thi là lối cổ điển, không còn thích hạp nữa. Nhà làm thơ bây giờ hầu hết đều đã bỏ cái giọng bi quan, quá thiên về tình cảm, mà nhìn nhận sự thực tế ở xã-hội. Bởi vậy, trong nhiều bài thơ mới, ta thấy lời văn rõ rệt, có vẻ mạnh bạo, hăng hái..."* (tr. 12).

Sang năm 1934, ông đã chuyển sang thơ lãng mạn theo phong trào Thơ Mới lúc bấy giờ; với những bài như Yêu, Tiễn Thề, Ly Biệt,... Nhà thơ của một cái Tôi chân thật, hiền hòa, ở đây là nỗi lòng người con đối với người mẹ - ông đã sử-dụng những chiều *dài*, lớn rộng của *dặm đường*, của *ngàn dâu*, của *đêm dài*, để diễn tả tình thương của mẹ:

"... Mẹ tôi mấy dặm đường dài
Bộ hành hiu quạnh mình tôi dãi dầu
Mẹ thương con mấy ngàn dâu
Màu xanh như tuổi trên đầu dần phai
Mẹ ơi thức ngủ đêm dài
Con đi xa mẹ giữa đời ai thương?"

Bài Có Lẽ Nào? thì lời thơ vẫn tự nhiên nhưng trở lại khuôn thơ luật vốn vẫn được nhà thơ thời đó dùng đến:

"Qua cửa sổ, gió lùa bao sinh khí,
Lá và hoa cợt với nắng hanh vàng;
Chim trên cành vui cất tiếng ca vang;
Không khí hợp chất gì trong trẻo quá.
Nay là phút lòng tôi chia đôi ngã,
Bên thì nghe tiếng gọi của Tử thần,
Bên gượng cười nấn ná cảnh trời xuân ;

Hoa trong lọ sắp tàn cũng còn ráng nở.
Chết giữa lúc ngày xanh còn rực rỡ!
Chết khi lời chưa trút cạn tâm can,
Của ái ân chưa cạn một cung đàn,
Của da thịt chưa nếm mùi hương phấn!
Có lẽ nào? Trong không gian vô tận,
Khi lòng trinh hé nụ với hoa đào,
Khi muôn tim hòa khúc nhạc tiêu đạo.
Muôn lá phổi thắm nhuần qua gió rộng,
Tôi cam chịu nghìn năm không cử động,
Mồ con còn ghi thân lớn, lẻ loi,
Da thắm tươi sẽ lúc nhúc rơi đói?
Cả vũ trụ tiêu tan còn chi nữa!
Người chớ bảo: Chết là buôn hết nợ,
Linh hồn sang một thế giới thần tiên;
Quá tham lam, đòi hạnh phúc nhãn tiền.
Tôi nâng chén thời gian chưa muốn cạn.
Tôi là kẻ đắm thuyền còm ômváng,
Sợ mặt trời tắt hẳn trên đầu tôi;
Sắp xa đời, tôi lại thấy yêu đời" (Thơ Ý, 12-1934)

Chúng tôi ghi lại đây một vài bài sưu tập được của Hồ Văn Hảo, như bài Tạnh Mưa Chiều hiện thực từ cảnh vật đến hành cử của người đẹp:

"Đàn vịt ra sân rỉa nắng chiều
Lũ gà e ngại bước chân theo
Hạt mưa đơm nặng nghiêng tàu chuối
Người đẹp bên ao vuốt áo điều..."

Bài Đìu Hiu thể lục bát:

"Mặt trời đã khuất ven sông
Con thuyền gác mái xuôi dòng lửng lơ
Cánh buồm bạt gió bơ phờ
Hàng bần ủ rũ đứng chờ nước dâng
Bãi vàng nhớ nắng bâng khuâng
Mấy con cò trắng thả chân ngại ngùng"

Ngại Ngùng, với lời ghi "Gởi Th L.":

"Tim rạo rực những lời không giám ngỏ,
Ngại ngùng thay ! Xa cách biết bao nhiêu !
Nhìn ngay ta, nầy đôi mắt yêu kiều!
Đừng e ấp, hỡi làn môi thắm đỏ !
Gió đông đến, tưng bừng chim gọi bạn:
Nắng vàng lên, rực rỡ bướm tìm hương.
Lòng cô đơn, như khách lạ qua đường,
Ta bước mãi trong chiều thu vô hạn." (Thơ Ý, 7-12-1939)

Ngày Xưa là một bài thơ đẹp:

"Tựa chớp mắt, bỗng thoảng qua trí nhớ
- Ta đâu ngờ ! - một kỷ niệm xa xôi,
Vừa êm tươi vừa vui sướng nhất đời,
Với tất cả mơ hồ trong rực rỡ
Một cảm giác như ru lòng tự ái.
Thơm như hoa và trong trẻo như thơ,
Đến hồn ta những lúc tình cờ,
Rồi vụt mất , không dấu gì lưu lại.
Ôi ! trí nhớ của người , thô sơ quá!
Không tinh vi chạy bắt những ngày xưa
Mà từ đây ta chẳng gặp bao giờ,-
Để thêm hạn sự trầm ngâm vô giá" (Thơ Ý, 23-5-1939)

Tình Không kể chuyện một mối tình dang dở:

"Khách lạ, xin dừng bước lãng du!
Lòng ta mang nặng một trời thu;
Bâng khuâng thương nhớ gì xa vắng,
Ôm khói tình không đến bạc đầu.
Vì bởi vô duyên với phấn hương,
Đau thương đành rải gió trăng ngàn
Muôn năm sông núi còn u uất
Ngậm ý thơ buồn gởi bốn phương.
Tìm ai thổn thức chốn xa xôi
Khi biết lòng ta, đã muộn rồi!
Có kẻ vô tình, trong khiển hứng,
Ngâm nga nhắc lại mấy vần thôi" (Thơ Ý, 2-4-1943)

Bài Bị Đày ghi lại quan niệm của ông về vai trò thi sĩ đối với xã-hội và thực tại:

*"Trời đã bắt xuống trần làm thi sĩ,
Lại đầy tôi vào khoảng đất khô khan,
Thu không về, mà Xuân cũng dở dang,
Đông kém rét; chỉ thấy toàn Mưa, Nắng
Nắng rất thấp nên hồn tôi trũi nặng
Mưa dầm dề, ngày đổi thê lương.
Người lạ chi khi thấy kẻ bên đường
Đi thơ thẩn lượm từng cảm hứng?
Ấy là lúc ánh dương vừa chín ửng,
Một buổi mai, bừng dậy tiếng chim ca;
Gió ngọt ngào phơn phớt rợn làn da;
Tôi ngây ngất nhìn trời qua kẽ lá.
Nghĩ tội nghiệp cho linh hồn xa lạ
Buồn ly hương, cố níu phút giây vàng!
Ca hát mau, kẻo giờ thắm tiêu tan.
Chiều sẽ đến, âm u và chán nản.
Và đêm nữa, sao lạnh lùng vô hạn.
Chẳng làm say mạnh mẽ giác quan ta?
Nằm trong người, ta lặng giữa canh gà
Lời huyền bí của lòng ta thỏ thẻ.
Sao ít thế, và sao hờ hững thế?
Tim nồng nàn đem gởi chốn thờ ơ!
Kể làm chi người đẹp nói trong thơ;
Nàng cũng vậy, vô tình và phản trác,
Người trong mộng tạo ra vài khoảng khắc
Để mà nguôi quạnh quẽ của thời xuân.
Đau đớn thay cho kẻ lạc vườn trần,
Nhìn ngơ ngác, than ôi ! đời tẻ lạnh.
Chim còn nhỏ, ai nỡ vanh cánh,
Khiến ngăn đôi hồn rộng với không gian"* (*Thơ Ý*, 26-3-1944)

Năm 1945, khi tham gia kháng chiến, thơ ông mang thêm khí thế của tuổi trẻ hăng hái lên đường với mục-đích cao cả đánh đuổi thực-dân Pháp (như bài Thanh Niên, ...), bên cạnh những tình cảm nhớ quê nhớ gia-đình:

"Mười mấy năm rồi biệt cố hương,
Gian lao từ độ bước ra trường.
Nay về mang cả niềm ngao ngán,
Nặng gót chân dày bụi gió sương,
(...) Nhớ mẹ hiền tôi trải mấy hôm
Chiều con, ngồi tước sợi tơ thơm
Bỏ trôi mấy buổi hàng buôn dạo,
Chỉ được cười trông lũ giặc chòm"
(Về Quê Cũ)

*

Như vậy, phong trào Thơ Mới đã khởi sự từ miền Nam, miền đất mang tính khai phóng cho con người cũng như văn-hóa và văn-chương nghệ-thuật! Và với Hồ Văn Hảo, thi-ca đã xuống đường, đi vào thôn xóm, công xưởng, ngọn sông, đi vào sinh hoạt cụ thể thường ngày nơi có những tình huống khó khăn như thất nghiệp, đói, bệnh tật, đắm thuyền, chết đuối,...

Chú-thích

1- Theo Nguyễn Tấn Long. *Việt-Nam Thi Nhân Tiền Chiến* (Sài-Gòn: Sống Mới, 1968), tập 2, tr. 91.

2- Trích theo Huỳnh Văn Tòng. *Lịch Sử Báo Chí Việt-Nam từ khởi thủy đến năm 1930* (Sài-Gòn: Trí Đăng, 1973), tr. 176) đã dựa theo thông tin của Tế Xuyên (*Nghề Viết Báo*. Sài-Gòn: Khai Trí, 1968, tr. 32).

3- X. Lại Nguyên Ân. ,'Phan Khôi với phong trào Thơ Mới" 2009: http://www.viet-studies.info/Phankhoi/LNAn_PhongTraoThoMoi.htm.

Thi-ca yêu nước của Vũ Anh Khanh

Cuộc kháng chiến võ lực chống thực dân Pháp đã khởi xướng từ miền Nam ngày 23-9-1945. Thật vậy, tiếp nối truyền thống kháng Pháp ngay sau khi tàu chiến nước này bắn phá chiếm thành Gia-Định và các tỉnh miền Đông, của những Trương Định, Thủ-Khoa Huân, Thiên-Hộ Dương,... Thơ văn kêu gọi chống Pháp đã có những đóng góp đáng kể cho cuộc kháng chiến này, với những Nguyễn Đình Chiểu, Huỳnh mẫn Đạt, Nguyễn Thông, Phan văn Trị. Sau khi người Pháp bị quân đội Nhật loại khỏi Đông-dương, đã tìm cách trở lại, và đã gây phản ứng mãnh liệt của con dân người Việt và phong trào đã khởi đi từ miền Nam - Nam-Kỳ kháng-chiến đã khởi đầu và văn giới, báo giới đã liên tục vận động hình thành một mảng văn-học yêu nước và kháng Pháp khá đặc-biệt. Vũ Anh Khanh là một tác nhân của cuộc chiến văn-hóa chính-trị này.

Ông tên thật là Võ Văn Khanh, còn ký Vương Ấu Khương khi đăng truyện trên báo *Xuân Việt-Nam* số Tết 1951. Ông sinh năm 1926 tại Mũi Né, Phan Thiết và mất vào năm 1957 khi lội sông Bến Hải vượt vĩ tuyến XVII vào miền Nam Cộng-hòa sau một thời gian tập kết ra Bắc sau ngày đình chiến tháng 7-1954.

Trong giai đoạn từ năm 1945 đến năm 1950, Vũ Anh Khanh là một cây bút chuyên viết truyện ngắn, tiểu-thuyết và làm thơ lấy khung cảnh đời sống thị thành và nông thôn vùng lên chống thực dân và bất công. Ông đã cộng tác với các báo *Việt Bút*, *Đại Chúng*, *Tiếng Chuông* và cùng Thẩm Thệ Hà mở nhà xuất bản Tân Việt-Nam. Tác phẩm của ông đều xuất bản tại Sài-Gòn gồm các truyện dài Cây Ná Trắc (Tân Việt, 1947), Nửa Bồ Xương Khô (2 tập; Tân Việt-Nam, 1949-1950), *Bạt-Xíu-Lìn* (Tiếng Chuông, 1949), các tập truyện ngắn Ngũ Tử Tư (Tân Việt-Nam, 1949), Đầm Ô Rô (Tiếng Chuông, 1949), Sông Máu (Tiếng Chuông, 1949), Bên Kia Sông (Tân Việt-Nam, 1949).

Về thơ, Vũ Anh Khanh đã xuất bản hai tập *Phấn Son* (Báo Việt Bút, 1948) và trường thiên *Chiến sĩ hành* (Tân Việt-Nam, 1949).

*

Thơ văn Vũ Anh Khanh đã gây ảnh hưởng mạnh trong quần chúng lúc ấy, cổ võ sự ủng hộ cuộc chiến đấu chống thống trị, xâm lược. Nhân vật chính diện của ông như các chiến sĩ, anh hùng thường được lý tưởng và đôi khi lãng mạn hóa, còn tầng lớp bình dân nhất là ăn chơi, sống kiếp tầm gởi thì tầm thường với đủ nét hiện thực hoặc sống sượng.

Nửa Bồ Xương Khô hay *Bên Kia Sông* với những nhân vật chiến sĩ oai hùng, sống và hành động theo lý tưởng và không chùn bước trước hiểm nguy, khó khăn; khi bị trọng thương xin được chết với phát súng ân huệ cuối cùng. Mặt khác, tác giả trình bày bộ mặt tiêu cực ở các thành phố với những người bạt nhược, trác táng và không ý thức, dửng dưng trước sự nguy vong của đất nước. *Nửa Bồ Xương Khô 2* ngay sau khi phát hành đã bị nhà cầm quyền Pháp tịch thu, sự việc khiến ông quyết định bỏ vào chiến khu.

Cây Ná Trắc là câu chuyện ghi lại một vài nếp sinh hoạt kháng chiến của người dân làng Khánh Thiện, vùng duyên hải miền Trung, khi lính Nhật tiến đến đây; người dân quê - và cả người thiểu số ở Bù Đốp, được cơ hội tỏ lòng yêu nước chân chất, hết mình vì đất nước.

Ông dùng chuyện đời xưa Ngũ Tử Tư diệt Sở để nói chuyện thời nay trong *Ngũ Tử Tư*, hay Đào Duy Từ trong *Khổ Nhục Kế*, hoặc dùng chuyện xưa để bàn chuyện cấp thiết hôm nay trong *Sông Máu*. Những con sông thường được tác giả sử dụng để kêu gọi lên đường chiến đấu, anh hùng, chiến sĩ sẽ biệt ly quê nhà, người thân yêu từ những dòng sông.

Bạt Xiu Lìn nói lên tình tự yêu nước của Bạt Xiu Lìn, một người con gái cha Tàu, mẹ Việt nhưng yêu dân tộc đã có hành động chống lại lớp người thống trị Việt-Nam.

Văn-chương và tinh thần yêu nước lộ rõ nhất trong thi-ca Vũ Anh Khanh. Trong phần này, chúng tôi giới thiệu những bài thơ đã làm nên tên tuổi ông và sống mãi trong lòng những người yêu thơ và thương quê hương đất nước.

Chiến-Sĩ Hành

Thơ văn ái-quốc thường bùng phát khi nước nhà nguy biến và tình trạng bi đát đó càng kéo dài thì vô tình càng phong phú về lượng cũng như giá-trị. Lịch-sử nước Việt-Nam ta là lịch-sử của một dân-tộc luôn phải trả giá đắt bằng sinh mạng, tài nguyên, để được tự chủ, độc lập và phải thường trực cảnh giác vì kẻ thù luôn có mặt. Nhưng kẻ thù ta qua lịch-sử là ai? Là những kẻ đồng màu da nhưng khác chủng tộc, là những kẻ khác màu da khác chủng tộc và cuối cùng là những kẻ cùng màu da nhưng khác lý tưởng. Kẻ thù còn là chính con dân, là đồng loại nhưng rước voi về dày mả tổ, rước con người và lý thuyết ngoài về dày xéo con người và đất nước. Lịch-sử đã và sẽ đánh giá những con người và tập thể tự biện minh và đánh bóng "sứ-mạng lịch-sử" của mình cũng như sẽ thẩm định công tội ái-quốc của các triều đại, chế độ và lãnh tụ! Thơ văn ái-quốc luôn được trân trọng vì văn-học nghệ thuật là phương tiện và là hình thức hữu hiệu nhất cho mục-đích chính-trị và vận động dân quyền!

Tinh thần ái-quốc ở miền Nam thể hiện dưới nhiều hình thức qua nhiều giai-đoạn khác nhau, lúc âm ĩ, lúc náo động. Các nhà trí thức và văn-nghệ sĩ đã sử-dụng đủ các hình thức và thể loại, để ghi nhận, nói lên, kêu gọi tinh thần ái-quốc đồng thời vạch mặt, chỉ tên, tố cáo những âm mưu và thủ đoạn "bán nước". Thời Pháp thuộc, nhiều văn phẩm bị kiểm-duyệt, cấm đoán, mà đến thời gọi là độc lập sau 1954 ở miền Bắc cộng-sản, các tác-phẩm ái-quốc cũng bị kiểm cấm và tác-giả của chúng bị án tù đày hoặc xử lý nặng nề. Ngay cả hiện nay, khi hai miền đã thống nhất và tổ quốc lớn mạnh, hai chữ ái-quốc vẫn là cấm kỵ, hiểm nguy cho nhiều công dân!

Lòng yêu nước đưa đến kháng chiến khởi động đúng lúc ở trong Nam. Cuộc chiến Đông Dương thứ nhất có thể xem khởi đầu đêm 22 rạng 23 tháng 9 năm 1945, do liên quân Anh-Pháp bất ngờ đánh chiếm trụ sở Ủy-ban Hành chính Lâm thời Nam Bộ là cơ-cấu xuất hiện từ 25-8-1945 khi Trần Văn Giàu tuyên bố Nam bộ độc lập và chế độ Cộng-hòa dân chủ thành lập tại đây - xem như một tiếp nối của phong-trào Thanh Niên Tiền-phong của BS Phạm Ngọc Thạch! Một cuộc chiến tranh du kích bắt đầu, thanh niên vô bưng, theo những đoàn Giải Phóng Quân, Vệ Quốc Đoàn. Sẽ bị lợi dụng, nhưng kháng-chiến chống Pháp đã là một phong trào đấu tranh bộc-phát của thanh niên, sinh viên học sinh yêu nước ngay trong vòng vây của thực dân. Kế thừa truyền thống cha ông, mang trong mình hào khí Hoa Lư, Lam Sơn và Đông A, tuổi trẻ thành phố nhanh chóng tìm được tiếng nói chung trước cảnh sơn hà nguy biến. Phải chăng miền Nam bị Pháp chiếm trước, tinh thần yêu nước đã bùng lên sớm và mạnh hơn, vì đã từng bàng bạc qua đạo lý, tinh thần hảo hán, Lục Vân Tiên, rồi các phong trào vận động Minh Tân, Đông Du, v.v.

Chính tinh thần đạo lý bình dân cộng với lòng trung quân và yêu nước của con người ở vùng đất bị thực dân xâm chiếm đã gây nên phong trào kháng chiến rất đặc biệt ở trong Nam. Tâm lý thực tế, ngôn ngữ dân gian càng khiến lòng ái quốc dễ đi vào lòng người hơn. Đó là lý do khiến trường ca *Chiến Sĩ Hành* (1949) của Vũ Anh Khanh, truyện *Sương Gió Biên Thùy* của Lý Văn Sâm, *Vó Ngựa Cầu Thu* (1945) của Thẩm Thệ Hà, *Tôi Bị Đày Đi Bà Rá* của Việt Tha, *Tàn Binh* của Sơn Khanh (Nguyễn Văn Lộc),... và thơ văn ở Sài-gòn và trong Nam đã thành công khơi dậy tinh thần yêu nước và kháng chiến chống Pháp. Thơ văn này có khác biệt tinh tế nếu so sánh với thơ văn chống

Pháp từ các liên-khu miền Bắc sau đó. Cũng kêu gọi lên đường, cầm giáo mác khí giới, nhưng lòng ái-quốc trong thơ văn Vũ Anh Khanh, Sơn Khanh,... vừa có nét lý... gần với những Cha Tôi của Lê Đạt, Bên Kia Sông Đuống của Hoàng Cầm, Chiều Mưa Đường Số 5 của Thâm Tâm, nhiều bài của Quang Dũng,... hơn là những Ta Đi Tới của Tố Hữu, Đất Nước của Nguyễn Đình Thi, v.v.

Chúng tôi xin giới thiệu trường thi *Chiến Sĩ Hành* của Vũ Anh Khanh, được viết vào cuối Thu năm 1947 nhưng chỉ được xuất-bản hai năm sau, vì kiểm duyệt và khó khăn thời đó cho thơ văn tranh đấu. Một nhà nghiên cứu đã cung cấp cho chúng tôi văn-bản đánh máy lại từ bản in đã hơn 50 năm và thiếu mất 12 câu do chữ in bằng kim-nhũ trên bức minh họa "lửa căm hờn" đã tróc gần hết. Nơi hai trang đầu ghi: Chiến-sĩ hành, Thơ trường thiên của Vũ-Anh Khanh, Tam Ích đề tựa, Thẩm-Thệ Hà đề bạt, Nguyễn-văn Mười hoạ bìa và phụ bản, A. Tích Trú kẽ chữ và phụ bản, Nguyễn văn Dầu khắc bản, nhà xuất-bản Tân-Việt-Nam, 1949.

Hành là một thể-loại thơ cổ Trung-Hoa, được các nhà thơ Việt-Nam sử-dụng cho các đề tài ái-quốc (kêu gọi, đề cao,...) và tranh đấu, tương đương với Hịch bên văn xuôi. Hành là thể thơ cho phép vấn hỏi và than thở với vài dụng-ngữ như "hề!" và cấu trúc nghi-vấn. Vũ Anh Khanh đã tận dụng những phép đó. Ngoài ra, chữ dùng và khí thơ trong bài *Chiến Sĩ Hành* dựng lại hình ảnh quê-hương hào hùng cha ông đã hy-sinh để lại mà nay chính mảnh đất đó lại lâm vào loạn ly (*Hai năm trước, cuối mùa thu xám / Lửa căm hờn cháy nám trời xanh/... Khói hờn loạn phủ ải xa / Lửa hờn dậy khắp sơn-hà Việt-nam*) cũng như nói lên chí khí thanh niên yêu nước. Tác-giả đã tả rõ nét hình ảnh người yêu nước: những người thanh niên ra đi vì đại-nghĩa, vì đất nước lâm nguy, những chiến sĩ chủ-trì hành-động nhiều hơn nói xuông! Lời thơ và hình ảnh hùng tráng (*Vó ngựa gõ dịp cầu cao vọi / Gươm mình khua mắt dõi đêm dầy*) nhưng sao nỗi ngậm ngùi, thương tiếc cứ vương vất (*Chiến-sĩ đi buồn tênh tiếng dế!*), tâm-trạng người đi vướng tâm-tình người ở lại, hành trình dài và đầy hy vọng nhưng viễn tượng sẽ ra sao, nào ai hay (*Trời hộ người trai trẻ thành công*)! *Chiến Sĩ Hành* thuộc về thi-ca tranh đấu, và nhà thơ đã thành công làm sống lại thời hào-hùng đầy khí-thế và hoài bão của người trẻ những năm tháng đó, dù có dăm câu cho thấy ảnh-hưởng thi-ca lãng-mạn yêu nước như Chinh phụ ngâm.

Ngoài tập thơ *Phấn Son* như lời trách móc của người nữ ở hậu phương trách móc người đi việc nước, Vũ Anh Khanh còn là tác-giả Tha La Xóm Đạo, một bài thơ nổi tiếng khác từ cùng thời kháng-chiến, được sáng-tác khi nhà thơ trên đường kháng Pháp về ngang qua quê nhà, nhìn lại nơi xưa đầy dấu vết chiến-tranh tàn phá và ngậm ngùi sự trống vắng của những người xưa yêu dấu! Bài này đã được nói đến rất nhiều, do đó chúng tôi không đề cập và phân-tích ở đây, nhưng hễ nói đến thơ văn kháng-chiến trong Nam không ai có thể quên giá-trị văn-học cũng như lịch-sử của bài Tha La Xóm Đạo!

CHIẾN-SĨ HÀNH:

Hai năm trước, cuối mùa thu xám.
Lửa căm hờn cháy nám trời xanh,
Gió ngàn tứ hướng lộng hành,
Mây thù bủa khắp kinh-thành loạn-ly!
Trước nhục nước, kể chi thân nữa?
Xếp bút nghiên, mài giũa kiếm cung.
Cao tay thề với non sông,
Noi gương xưa những anh hùng giọc ngang.
Tiếng trống giục rền vang đêm tối.
Hàng cờ bay theo lối gió đưa.
Ra đi khỏi hổ sống thừa,
Lên yên ngựa, chiến bào chưa nhạt mùi.
Đêm tháng chín nghe trời hiu-quạnh,
Ngày lập đông sương lạnh biên-thùy.
Người đi rồi lại người đi,
Mười mong chín nhớ làm chi? Hỡi người!
Loa tuyền hịch lời lời thống-thiết.,
Hịch nhờ loa cho biết tin nhà.
Khói hờn loạn phủ ải xa,
Lửa hờn dậy khắp sơn-hà Việt-nam.
.... (1)
Lời loa thét bay tràn quan ải.
Bóng quân kỳ lấp giãi Trường-sơn.

Tám mươi năm nuốt tủi hờn,
Lòng dân rung chuyển nhịp đờn tiến binh.
Mắt mơ bóng thanh-bình tự chủ.
Lãnh nhung y quan vũ từ đây.
Lưu cầu ba thước trao tay,
Tình riêng thôi nhé, từ nay giã nhà.
Xin gửi lại mẹ già, con dại.
Sẽ thay ta phận gái chính-chuyên,
Giúp chồng giữ trọn lời nguyền.
Làm sao trọn đạo mẹ hiền, dâu ngoan.
Trăng thu vướng đầu non lạnh-lẽo.
Nước hồ đông lệ-liễu soi hình.
Ra đi muôn dậm trường-đình.
Nợ trai anh trả, sầu mình ai hay!
Rượu tiễn đưa đành khuây tấc dạ.
Nghe quốc kêu ròng rả năm canh.
Làm trai vì nước hy-sinh.
Thân ta dù nát, lưu danh muôn đời.
Nhớ thuở trước, vào thời Quốc Tuấn,
Giặc Nguyên sang xâm lấn cõi bờ.
Cướp người của, chiếm Kinh đô.
Kể chi mắt ngập lệ mờ muôn dân.
Trước lũ sói, vua Trần bối rối,
Thương dân hiền vô tội lầm-than.
Đánh thôi không lại thì hàng?
Sinh-linh đồ-khổ Trẫm càng xót đau!
Nghe vua phân, rập đầu trước bệ,
Hưng-đạo-Vương nguyện thệ một lời,
Đầu thần còn vững chửa rơi,
Làm sao giặc chiếm nước trời nước Nam?
Rồi viết hịch dò thăm dân chúng,
Giặc đã sang, nên đánh hay đừng?
Một đêm hội-nghị Diên-Hồng,
Muôn dân để quyết một lòng chiến-chinh.
Muôn cặp mắt long-lanh sáng tỏ,
Muôn hồn say vội-vã lên yên.

Hùm ơi! Đừng chọc Cáo hiền,
Đằng-giang một trận, quân Nguyên tan tành!
Giống Hồng-Lạc bốn ngàn năm chẵn.
Có bao giờ chịu hẳn hàng đầu?
Trải qua mấy cuộc bể dâu,
Thà cam đổ máu, hàng đầu thì không.
Hồn tử-sĩ ngâm giòng sông Hát.
Xương trắng phơi nắng nhạt mầu cây.
Chiều chiều ra đón bóng mây,
Chiều chiều nghe gió giải bày tâm tư.
Trước nhục nước thân dù tan rã.
Lòng ta xin nguyện trả nợ trai.
Thôi em đừng cản gót hài,
Để anh lên ngựa, đợi ngày thâu binh.
Chớ theo gương Ngu tình thuở nọ,
Khóc tiễn đưa Hạng-Võ bá vương.
Buồn chưa tiếng địch Ô-giang!
Sầu len núi thẳm, hận tràn rừng sâu.
Bể Nam-Hải bạc đầu sóng réo,
Rừng Bắc-Sơn vạn nẻo lạnh-lùng.
Cùng chia một ánh trăng đồng.
Bắc-Nam-Trung vốn một giòng Âu-Cơ.
Trứng rồng nở bên bờ Dương-tử.
Máu rồng sinh nam, nữ một trăm.
Bốn nghìn năm! Bốn nghìn năm!
Dân: hai mươi triệu. Đất: ngàn dặm xa.
Nhục vong quốc hờn ma Yên-thế,
Thù cha nương tủi quế Lam-sơn.
Ra đi chỉ một lần hơn,
Chiến bào trắng đẫm máu hờn đỏ au.
Vó ngựa gõ dịp cầu cao vọi.
Gươm mình khua mắt dõi đêm dầy.
Nghe chừng lá rụng ngàn cây,
Ngàn cây lá rụng rơi đầy mặt sông.
Ba lớp áo dò lòng chẳng ấm.
Gió trở về gửi gắm phong thư,

Viết bằng sắc máu hồng tươi.
Pha bằng nước mắt, trộn hơi sương tàn.
Gửi cha già gió ngàn hiu-hắt.
Hắn nơi đây thành Bắc đêm đông,
Làm sao cha ấm được lòng!
Khi dân nước Việt muôn trùng chiến-chinh.
Lệ cha rỏ đọng quanh chân nến,
Năm canh trường trống điểm sao lu.
Sao lu vì bởi mây thù.
Ngàn khơi nẻo khói, dặm trời chông-chênh.
Chiến sĩ đi buồn tênh tiếng dế!
Nhục nước này há để cho ai?
Gậm cầu nước chảy hàng hai.
Nhịp cầu ván ghép dấu hài rêu phong.
Hài in dấu đầy đồng quạnh-quẽ.
Đôi bờ cây lặng-lẽ phơi mình,
Phơi mình đón gió sông xanh,
Sông xanh một giải trăm tình ngẩn-ngơ.
Giấy hoa-tiên chép thơ thời loạn.
Mảnh tàn y gói trọn nàng Tao,
Giấu nàng sau lớp chiến bào,
Ủ nàng Tao, áp nàng Tao bên người.
Muôn binh-sĩ đã rời thành nội,
Ra ngoại ô, bờ cõi dân quân.
Quyết tâm chống giữ đến cùng,
Đất Nam-Việt tẩm máu giòng Việt-nam.
Gươm ba thước yên lam một cỗ.
Cờ xung-phong nhuộm đỏ sơn-hà.
Lửa thành soi dáng núi xa.
Súng thành nổ oan hồn ma vật vờ.
Đất rừng rộng làm mồ tử-sĩ.
Có rừng nhiều sẽ giữ nắm xương.
Vì ai dong ruổi chiến trường.
Đem thân chịu đạn, lấy xương xây thành?
Mạnh lời hát quân-hành điệp khúc,
Quân-hành ca trống giục vang trời.

Quê hương khói lửa bời bời.
Ra đi khăng-khẳng một lời xin thưa.
Lật sử cũ ngày xưa xem lại,
Gương người xưa triều đại Đinh, Trần,
Bao phen chống giặc oai hùng,
Cờ lau Bộ-Lĩnh, Bạch-đằng Đạo-Vương.
Mùng năm Tết, Quang-Trung Nguyễn-Huệ,
Múa gươm thiêng một trận Đống-Đa,
Quân nhà Thanh hóa ra ma,
Hơn hai mươi vạn Hồng-Hà bỏ thây!
Sử còn chép hồ Tây Trưng-Nữ,
Sách còn ghi Triệu-Ẩu vú dài,
Tuy nữ nhi cũng như ai,
Ô hô ! Phận gái an bài non sông!
Đất Giao-Chỉ cột đồng Mã-Viện,
Người Giao-Châu dần tiến về Nam.
Chân mây một giãi non Chàm,
Núi Hời ngóng gió, sông Lam đợi thuyền.
Thăng-Long thành ai khen giặc rợ?
Đồ-Bàn kinh ai sợ Bồng-Nga?
Trăng lên rồi lại trăng tà,
Huyền-Trân gái Việt, chết già thành Chiêm?
Hồn tử-sĩ có thiêng chăng tá?
Hãy về đây phù trợ cháu con,
Ra đi lòng thắm tựa son,
Gió đông lạnh chiếc áo đơn lỏng gài.
Chiến sĩ đi rê dài mũi kiếm.
Bờ lau đôi cỏ liếm sương trong.
Nhà ai xây tạm ven sông.
Cỏ cây hoa nở nhụy phong hương thừa.
Quay nhìn lại sao thưa đậm bóng,
Tai cố nghe bể sóng trùng-dương.
Rừng cây thưa, vạn nẻo đường,
Nẻo về hàng giặc, nẻo thương giống nòi.
Thương giống nòi ra ngoài biên ải.
Gươm Kinh-Kha thêm lưỡi Tô-Tần.

Ra đi thôi chỉ một lần.
Có về đâu nữa, ngại-ngần biệt-ly.
Mặc ai nhẹ cầu chì, tiếng bấc.
Mặc ai khơi những giấc mộng vàng.
Rủ-rê quyến dỗ bướm ngàn,
Nơi đây thành nội có đàng trải hoa.
Đàng trải hoa thì hoa biết lấy.
Đây bướm rừng đã ngấy hương nồng.
Biên-khu có ngọn kỳ-phong,
Có khe suối nhỏ, đôi giòng nước xanh.
Nhạc đỉnh núi dạo hành dăm khúc,
Để lòng reo bỏ lúc tương-tư.
Tương tư khi đọc xong thư,
Của người thành-thị bên lư "bồ đề".
Một ra đi có về đâu nữa.
Thôi từ đây khép cửa thơ-sinh.
Vất bút nghiên, xé thơ tình.
Tay non roi ngựa giận mình còn ương.
Đất thì dài dậm trường hoa rũ.
Đường thì xa mây bể gió ao.
Về chi được nữa, ôi chao!
Sợ dừa xanh, ngại hàng cau chê cười.
Sống nhục-nhã bia đời để miệng.
Thà chết vinh, đất liệm hình hài,
Bên mồ trồng một cành mai,
Bướm rừng để chỗ, hoa lài chịu tang.
Rồi muôn thuở bẽ-bàng thân liễu.
Rồi nghìn thu lạnh-lẽo mưa ngâu.
Có gì đâu! Có gì đâu!
Một người khóc vạn cỏ sầu héo chân.
Cỏ sầu héo vì quân nước Việt,
Bỏ nhà đi thề ....(2)
Bỏ người kỹ-nữ Hàng-Châu.
Bỏ con thuyền rượu phai mầu phấn son.
Bỏ tất cả lúa non đồng héo.
Bỏ vườn rau trước méo sau dài.

Bỏ hàng cau tận thôn Đoài.
Bỏ giây trầu thắm mọc ngoài xóm Đông.
Bỏ mẹ già chiều trông sáng đợi.
Bỏ vợ hiền mòn mỏi ngóng tin.
Bỏ chiều thổi sáo đồi Lim.
Bỏ đèn, bỏ sách, bỏ duyên, bỏ bèo.
Chiến sĩ đi lên đèo xuống thác.
Biết sau này sống thác làm sao !
Từ Nam-quan đến Cà-mau,
Con Hồng cháu Lạc đua nhau lên đường.
Thương đất Việt mười phương nổi gió,
Trai anh hùng võ-võ thiết-tha,
Mong mau đến chiến-trường xa,
Chiến-trường máu đổ chan hòa lối đi.
Lòng tâm-niệm bài thi Thường-Kiệt,
Mắt say-sưa đọc hịch Bình-Ngô.
Đường trần một gánh chung lo,
Làm trai há để hổ cho giống nòi?
Miền Nam-bộ đầy trời binh lửa.
Cõi Bắc-kinh trăng vừa mầu sương.
Ngựa hồ gióng sẵn yên cương,
Người ra roi nhé, tóc vương mây sầu.
Lấy máu đỏ tô mầu sông núi,
Đem xương ngà lấp suối Thần-kinh.
Nghìn năm miệng thế truyền danh,
Hồn theo cánh nhạn sóng gành viễn du.
Thân có lắm dãi-dầu mưa nắng.
Xin lòng đừng bạc trắng như vôi.
Đừng thâm như lá trầu hôi.
Đừng dơ-dáng mặt người bôi sắc chàm.
Đời có khổ đừng ham phú quý.
Bã vinh-hoa chớ nghĩ giàu sang.
Người đem thân gửi chiến tràng,
Thương thân cởi áo tỵ hàn đổi trao.
Chiến-sĩ đi đường nao chân ngựa,
Chiến-sĩ đi mấy bửa tứ-tung.

Hộ người lâm trận nên công,
Thương người vì nước ngòi sông lao mình.
Đất Nam-Việt lắm kinh nhiều rạch.
Người Việt-Nam khí phách trượng-phu.
Bao giờ biết sợ ai đâu?
Đời nào cũng có mày râu anh hùng.
Đây nẻo Thục trập-trùng mây trắng,
Đường sang sông ngựa chẳng bông cương.
Gươm vàng loáng bóng trăng thương,
Người lên yên, tiễn mấy đường tơ đau.
Chiến-sĩ đi cờ cao tay phất,
Chiến-sĩ đi gió lật đài mây.
Đồi thông chia rẽ đường này,
Bên đồi thông tiễn cầm tay ngùi ngùi.
Phấn thông vàng thương người thành-thị,
Trở về thành lắm bụi làm thơ.
Rồi năm năm thắng đợi chờ,
Mỏi mòn mắt trắng ngóng hờ rừng xanh.
Ngại kẻ đi đầu gành cuối bể,
Biết đêm đêm ngủ ở nơi nao?
Ngại trùng-dương sợ phai màu,
Ngại trùng-dương, sợ chiến bào tả-tơi !
Đường lên khu đôi lời nhắn nhủ,
Kẻ ở nhà sẽ đợi muôn năm.
Dẫu cho sóng bể cát lầm,
Hoa đơn nguyện, nhụy đơn thầm cầu xin.
Chiến-sĩ đi bình yên mạnh khoẻ.
Trời hộ người trai trẻ thành công.
Ngày mai trời sáng rạng đông,
Trở về ải Bắc, ghi công non Đoài.
Xiêm với giáp gửi ngoài trận tuyến.
Ngựa với gươm vĩnh-viễn giã từ.
Trở về thăm lại Hàng-châu,
Thăm con thuyền rượu dặm mầu phán son.
Thăm tất cả lúa non đồng héo,
Thăm vườn rau trước méo sau dài,

Thăm hàng cau tận thôn Đoài,
Thăm giây trầu thắm mọc ngoài xóm Đông.
Thăm mẹ già chiều trông sáng đợi,
Thăm vợ hiền sắc gợi duyên tình.
Mắt người vợ cũ còn xinh,
Môi người vợ cũ còn in hương nồng.
Trở về thăm lại thơ phòng,
Lượm bút nghiên, lượm giấy hồng hoa tiên.
Rồi từ đấy đêm đêm vơ-vẩn,
Bên đèn lu lẩn-thẩn đề thơ.
Tặng người chiến-sĩ ngày xưa,
Ra đi vì nước chôn bừa tuổi non.
Rồi từ đấy máu tim lại thắm,
Hoa lại thơm say đắm bướm ngàn,
Bướm ngàn lại bảo bướm ngàn,
Rằng nơi đất Việt lắm đàng trải hoa.
Rồi từ đấy trăng ngà lại sáng.
Trời lại xanh hết áng mây sầu.
Gió vườn hết rủ-rê nhau,
Quét vơi lá rụng mùa thu hết buồn.
Rồi từ đấy lắm nguồn thi ngữ,
Viết thật to hai chữ THANH-BÌNH:
Chiến-sĩ hề ! "CHIẾN-SĨ HÀNH"
Bấy giờ sẽ gửi gió thành đem đi.

Đầu hạ cuối Thu năm Hợi (1947)
Vũ Anh Khanh

(1) 12 câu đọc không được, chữ in bằng kim-nhũ đã tróc gần hết.
(2) Kiểm duyệt bỏ ba chữ (chú thích của nguyên bản.

Tha La Xóm Đạo

Bài thơ là một câu chuyện ở một làng quê thời chiến tranh chống thực dân xâm lược. Đầu năm 1949, Vũ Anh Khanh về quê bạn là Thẩm Thệ Hà ở Trảng Bàng, Tây Ninh, có dịp cùng ghé xóm đạo Tha La, biết chuyện giáo dân ở đây đã từ giã giáo đường vào bưng kháng chiến. Câu chuyện đã gây cảm hứng cho ông sáng tác bài thơ Tha La, sau được in trong tuyển tập *Thơ Mùa Giải Phóng* (1949) của nhà Sống Chung. Một phần bài thơ đã được đưa vào tiểu-thuyết *Nửa Bồ Xương Khô* (1949) cũng của ông với tựa đề là Hận Tha La.

"Đây Tha La xóm đạo,
Có trái ngọt, cây lành.
Tôi về thăm một dạo,
Giữa mùa nắng vàng hanh,

Ngậm ngùi, Tha La bảo:
- Đây rừng xanh, rừng xanh,
Bụi đùn quanh ngõ vắng,
Khói đùn quanh nóc tranh,
Gió đùn quanh mây trắng,
Và lửa loạn xây thành.

Viễn khách ơi! Hãy ngừng chân cho hỏi
Nắng hạ vàng ngàn hoa gạo rưng rưng.
Đây Tha La, một xóm đạo ven rừng.
Có trái ngọt, cây lành im bóng lá,
Con đường đỏ bụi phủ mờ gót lạ.
Ngày êm êm lòng viễn khách bơ vơ!
Về chi đây? Khách hỡi! Có ai chờ?
Ai đưa đón?
- Xin thưa, tôi lạc bước!
Không là duyên, không là bèo kiếp trước,
Không có ai chờ, đưa đón tôi đâu!

Rồi quạnh hiu, khách lặng lẽ cúi đầu,
Tìm hoa rụng lạc loài trên vệ cỏ.
Nghìn cánh hoa bay ngẩn ngơ trong gió
Gạo rưng rưng, nghìn hoa máu rưng rưng.

Nhìn hoa rơi, lòng khách bỗng bâng khuâng
Tha La hỏi: - Khách buồn nơi đây vắng?
- Không, tôi buồn vì mây trời đây trắng!
- Và khách buồn vì tiếng gió đang hờn?
Khách nhẹ cười, nghe gió nổi từng cơn.
Gió vun vút, gió rợn-rùng, gió rít,
Bỗng đâu đây vẳng véo-von tiếng địch:
- Thôi hết rồi! Còn chi nữa Tha La!

Bao người đi thề chẳng trở lại nhà.
Nay đã chết giữa chiến trường ly loạn!
Tiếng địch càng cao, não-nùng ai oán.
Buồn trưa trưa, lây-lất buồn trưa trưa.
Buồn xưa xưa, ngây-ngất buồn xưa xưa.
Lòng viễn khách bỗng dưng tê tái lạnh
Khách rùng mình, ngắn-ngơ người hiu quạnh
- Thôi hết rồi! Còn chi nữa Tha La!

Đây mênh-mông xóm đạo với rừng già.
Nắng lổ đổ rụng trên đầu viễn khách.
Khách bước nhẹ theo con đường đỏ quạch.
Gặp cụ già đang ngóng gió bâng khuâng.
Đang đón mây xa... Khách bỗng ngại ngần:
- Kính thưa cụ, vì sao Tha La vắng?
Cụ ngạo-nghễ cười rung-rung râu trắng,
Nhẹ bảo chàng: "Em chẳng biết gì ư?
Bao năm qua khói loạn phủ mịt mù!
Người nước Việt ra đi vì nước Việt.
Tha-La vắng vì Tha-La đã biết,
Thương giống nòi, đau đất nước lầm than".

*

Trời xa xanh, mây trắng ngoẹn ngàn hàng.
Ngày hiu quạnh. Ờ... ơ... Hơ... Tiếng hát,
Buồn như gió lướt, lạnh dài đôi khúc nhạc.
Tiếng hát rằng: Tha-La giận mùa thu,

  Tha-La hận quốc thù,
  Tha-La hờn quốc biến,

Tha-La buồn tiếng kiếm,
Não nùng chưa! Tha-La nguyện hy-sinh.
Ờ... ơ... Hơ... Có một đám Chiên lành.
Quỳ cạnh Chúa một chiều xưa lửa dậy
Quỳ cạnh Chúa, đám Chiên lành run rẩy:
  - Lạy đức Thánh Cha!
   Lạy đức Thánh Mẹ!
   Lạy đức Thánh Thần!
Chúng con xin về cõi tục để làm dân...
Rồi... cởi trả áo tu.
Rồi... xếp kinh cầu nguyện.
Rồi... nhẹ bước trở về trần...
Viễn khách ơi! Viễn khách ơi!
Người hãy ngừng chân,
Nghe Tha-La kể, nhưng mà thôi khách nhé!
Đất đã chuyển rung lòng bao thế-hệ.
Trời Tha-La vần-vũ đám mây tang,
Vui gì đâu mà tâm sự?
Buồn làm chi cho bẽ-bàng!
Ờ... ơ... Hơ... Ờ... ơ... hơ... Tiếng hát;
Rung làm lạnh, ngân trầm đôi khúc nhạc,
Buồn tênh tênh, não lòng lắm khách ơi!
Tha La thương người viễn khách quá đi thôi!

*

Khách ngoảnh mặt nghẹn ngào trông nắng đổ.
Nghe gió thổi như trùng dương sóng vỗ.
Lá rừng cao vàng rụng lá rừng bay...
Giờ khách đi. Tha-La nhắn câu này:
- Khi hết giặc, khách hãy về thăm nhé!
Hãy về thăm xóm đạo.
Có trái ngọt cây lành.
Tha-La dâng ngàn hoa gạo.
Và suối mát rừng xanh.
Xem đám Chiên hiền thương áo trắng.
Nghe trời đổi gió nhớ quanh quanh..."

(*Thơ Mùa Giải Phóng*. Sài-Gòn: Sống Chung, 1949, tr. 65-68)

Đôi Nét Về Văn-Học Công-giáo Việt-Nam

Trong phần này chúng tôi ghi nhận lịch-sử hình thành và vài đặc điểm của văn-học Công-giáo xét qua sự có mặt và đóng góp cho nền văn-học chữ quốc-ngữ của một số các tác-giả Việt-Nam ngay từ buổi ban đầu..

Nghiên cứu lịch-sử Việt-Nam hơn hai thế kỷ qua đã xác nhận có một nền văn-hóa Công-giáo và mặt khác đã có sự đóng góp của người Việt-Nam Công-giáo cho dân-tộc về nhiều phương diện, kể cả văn-hóa, văn-học. Chữ Quốc-ngữ đã xuất phát từ nhu cầu thực dụng truyền bá Tin Mừng khởi đầu được dùng trong môi trường Nhà Chung từ những thế kỷ XVII, XVIII, rồi do những tình cờ và hệ lụy của địa lý, lịch-sử và chính trị, của những tham vọng thương mại, những tranh chấp, đụng độ, từ hậu bán thế kỷ XIX, đã trở thành ngôn ngữ và văn tự cho cả nước. Ngôn ngữ, văn tự qua chữ Quốc-ngữ được điển chế với các tự điển trong đó có sự tham gia của các tu sĩ người Việt. Mặt khác, người Tây phương đến Việt-Nam (bắt đầu với các nhà truyền giáo) đã đem đến các phương tiện in ấn theo kỹ thuật Âu Tây (in khắc gỗ, in thạch bản, với chữ in rời lúc đầu đúc ở Âu châu, v.v.) và cách tổ chức giáo dục, học đường của họ. Cơ sở, phương tiện vật chất hạ tầng tạo nền tảng thúc đẩy những phát triển về tinh thần, tư tưởng. Nhu cầu hội nhập, tiếp thu tư tưởng không-Việt được đặt ra, với người Việt, Công-giáo cũng như trí thức, cả Nho lẫn tân học và dân giả. Và cuối cùng, khi các tu sĩ và giáo dân Việt-Nam nắm giữ các vai trò và chức vụ chính thức của giáo quyền và các cơ cấu tổ chức tôn giáo và giáo dục, xã hội, một nền văn-hóa Công-giáo đặc tính Việt-Nam, trước đó đã khởi mầm từ thế kỷ XVII trở đi, dần rõ ràng xuất hiện và ngày càng lớn mạnh, song hành với sự lớn mạnh về đức tin và truyền giáo, về số lượng cũng như phẩm tính.

Về giáo quyền, GM Gioan-Baotixia Nguyễn Bá Tòng là giám mục Việt-Nam tiên khởi (11-6-1933), nhưng từ một, hai thế kỷ trước đó, các tu sĩ và giáo dân Lữ-Y Đoan, Bento Thiện, Phan Văn Minh, Đặng Đức Tuấn, Huình Tịnh Paulus Của, Trương Vĩnh Ký, v.v. đã đi những bước tiên phong góp những viên gạch cho tòa nhà văn-hóa Việt-Nam cũng như Công-giáo Việt-Nam. Hơn nữa, trái với những gì nhiều người vẫn nghĩ, người Việt đã tham gia tích cực trong việc sáng chế ra chữ Quốc-ngữ: thầy giảng Bento Thiện đã viết về lịch sử nước ta từ năm 1659 bằng chữ Quốc-ngữ (1) và cuốn *Từ Điển Tabert 'Nam Việt Dương Hiệp Tự Vị* in 1838' là công trình của các cộng tác viên người Việt như linh mục Philippe Phan Văn Minh, tác giả *Phi Năng Thi Tập* 1842.

Ngay từ buổi đầu theo như tài liệu văn khố, đã thấy sử dụng những hình thức văn nghệ bình dân Việt-Nam, để giáo dân cảm nhận dễ dàng kinh nguyện và giáo lý đạo Công-giáo. Theo nhà nghiên cứu LM Georg Schuhammer, trong bài "Nền văn chương Công-giáo về Phanxicô Xavie tại Việt-Nam" thì *"các giáo sĩ đã nghĩ đến sự cấu tạo một nền văn chương Công-giáo bản xứ; bằng Hoa ngữ là chữ thông dụng ở các xứ ấy (chữ Nôm) cũng như bằng La ngữ là thứ chữ mà các giáo sĩ áp dụng cho ngôn ngữ Việt-Nam bằng cách thêm giọng và thêm dấu (Quốc-ngữ). A-lịch-sơn Đắc Lộ, một trong những giáo sĩ sáng lập giáo hội Đàng ngoài, đã có soạn một quyển sách giảng đạo với một quyển tự vị và cũng vì người Việt-Nam có thói quen vừa học vừa hát nên các thi phẩm xuất hiện rất mau chóng. Ca và kịch thường có cơ hội để được sáng tác, đặc biệt vào những ngày lễ Giáng Sinh. Các ngày đó với những cuộc lễ long trọng và máng cỏ luôn thu hút giáo dân và cả người ngoại đạo rất đông đảo đến nhà thờ..."* (2). Sau đó, ông đã giới thiệu ba tác-giả thuộc Dòng Tên, là Girolamo Majorca (3), João Ketlâm (cũng gọi là João Vuang (4)) và Philiphô Rôsariô - cũng gọi là Philipê Bỉnh 1759-1832, có thể xem là một trong những nhà văn "hải-ngoại" đầu tiên của nền văn-học chữ quốc-ngữ (5).

Nếu ở các thế kỷ XVII và XVIII, giới tu sĩ Công-giáo đã viết chữ Nôm nhiều hơn chữ Quốc-ngữ thì từ nửa cuối thế kỷ XIX, các tác giả Thiên Chúa giáo đã là những người đầu tiên tiếp nhận những hình thức diễn tả văn hóa hiện đại của Tây phương, họ đi những bước khởi đầu vì họ gần gũi và theo đa số hoặc vì tiện lợi phổ thông, thực tế: thể nhật ký với Philipphê Bỉnh (*Sách Sổ Sang Chép Các Việc*, 1822), thể kịch nói với *Tuồng Cha Minh* (1881), thể ký sự với Trương Vĩnh Ký (*Chuyến Đi Bắc Kỳ Năm Ất Hợi*, 1876), thể truyện với Nguyễn Trọng Quản (*Thầy Lazarô Phiền*, 1887), thể hồi ký với Michel Tinh (*Chơn Cáo Tự Sự*, la petite biographie de Michel Tinh par lui mêmе, 1910), thể khảo cứu về thể loại văn học với GM Dominique Hồ Ngọc Cẩn, tác giả *Văn Chương Annam* (1933) cũng như loạt bài "Thi Phú Qui Pháp" trước đó trên *Nam Kỳ Địa Phận* năm 1913, v.v.

Về sách đạo, những năm đầu thập niên 1920 đã thấy xuất hiện *Sách ngắm chầu phép Sangtisimô Sacramentô và Viếng đất thánh Đức bà Maria* (1922), *Thánh giáo lý khoa tổng yếu* (1924) đều do Phú Nhai Đường xuất bản năm 1924. Các tuồng đạo, tuồng thương khó như của Jean-Baptiste Nguyễn Bá Tòng (1923), *Vì thương chẳng nệ* của Đảnh Sơn (1924), *Tuồng Sébastien Tử Đạo* (1925), *Tuồng Thánh Gioan và Chúa Cứu Thế* của Sesbastien Chánh (1926), v.v.

Để rao giảng truyền bá đức tin, giáo lý, các thầy giảng, thầy cả và tu sĩ không chỉ tùy theo vào nội dung tư tưởng đạo mà còn chủ yếu vào những hình thức biểu lộ diễn tả mà cả nội dung tư tưởng tìm những cách truyền đạt đáp ứng những quy pháp tâm lý quần chúng về việc tiếp thu một tư tưởng tôn giáo xa lạ từ ngoài được đưa vào - so với tam giáo trước đó, dù ở ngoài nhưng từ địa lý lân cận á-đông và tinh thần tương đối gần gũi người Việt hơn nhiều. Chủ hướng đó tỏ lộ qua việc trước thuật sách giáo lý, mới đầu là bộ sách các truyện thánh bằng chữ nôm của giáo sĩ Majorica, sách chữ nôm về tuần thánh của thầy giảng Gio-an Thanh Minh (1588-1663), *Sấm Truyền Ca* (1670, chữ nôm, dịch Cựu Ước dùng tư duy ngôn-ngữ Ngũ thư và bằng thơ lục bát) của linh-mục Lữ-Y (Louis) Đoan, thầy giảng ở Đàng Trong lúc soạn, ngoài ra, thầy Phanxicô, một cựu hòa thượng, soạn bản kinh nguyện Cảm Tạ Cầu Hồn, Cảm Niệm Từ (Phục dĩ chí tôn).

Các kinh sách, văn, v.v. phản ảnh ngôn ngữ bình thường, phải đợi đến các sáng tác thi-ca tôn giáo đậm tính chất nghệ thuật, đáng kể là ca văn phụng vụ bình dân truyền khẩu (như *Văn Đức Bà*) truyện thơ ca ngợi các danh nhân và các thánh bằng chữ nôm của Gio-an Thanh Minh, Văn và tuồng của nhiều tác giả khuyết danh viết bằng chữ

Quốc-ngữ (như truyện trường thi I-nê tử đạo văn, 563 câu thơ lục bát, và theo Võ Long Tê, đã xuất hiện vào thế kỷ XVIII (6), được in trong cuốn *Tự Vị Latinh-Việt* Tabert (1838), trong khi linh-mục Philipphê Bỉnh trước tác nhiều thể loại, trong số là *Sách Sổ Sang Chép Các Việc*, thánh Phi-líp Phan Văn Minh (*Phi Năng Thi Tập*), Linh-mục Đặng Đức Tuấn, linh-mục Trần Lục (1825-1899) với những tác-phẩm thơ lục bát *Hiếu Tự Ca* 1088 câu, *Nữ Tắc Thường Lễ* 1016 câu, *Nịch Ái Vong Ân* 440 câu,... Đến nửa cuối thế kỷ XIX, những Trương Vĩnh Ký, Huỳnh Tịnh Paulus Của, Nguyễn Trọng Quản,... đã đóng góp những nền móng ngôn-ngữ, văn tự và thể loại gầy dựng nên một nền văn-học chữ quốc-ngữ cho cả nước!

*

Có thể phân biệt *hai dòng văn-học Công-giáo*: một bác học, một đại chúng; một phân biệt có tính lý thuyết để dễ dàng cho sự trình bày. Ngay từ đầu đã có một hiện tượng hội nhập văn-hóa, từ những công trình của Lữ-Y Đoan, v.v. qua đầu thế kỷ XX đã có các nhóm quanh các báo *Nam-kỳ Địa phận, Công-giáo Tiến Hành, Tông Đồ, Tiếng Kêu,* Văn Bút Trần Lục, Bùi Chu,... rồi sau 1954 những Tinh Việt Văn Đoàn (Văn Đàn), Học hội Ra Khơi, *Nhà Chúa, Đức Mẹ Hằng Cứu Giúp, Thẳng Tiến* (tiếp nối của nhóm Nam Kỳ Địa Phận),... Nói chung, các nhóm và cá nhân người Công-giáo đã tích cực tham gia, đóng góp cho học thuật và văn-hóa Việt-Nam thời hiện đại.

Họ là những giáo sư, nhà văn, học thuật, nghiên cứu văn-học, ngôn-ngữ, triết lý, lịch-sử. Tư tưởng Thiên-chúa giáo đã ảnh-hưởng nhiều đến nhân loại từ hơn hai thiên niên kỷ; các Cựu-Ước, Tân Ước (Kinh thánh) ngoài những giáo điều căn bản đã còn chứa đựng nhiều ý nghĩa triết học, đạo đức và mỹ học mà các triết gia, tư tưởng gia và cả văn-nghệ sĩ sử-dụng như nguồn ý tưởng và cảm hứng làm nên nhiều tác-phẩm lớn nhỏ của con người nhiều quốc-gia trên trái đất này.

*

Tính đại chúng đã được biểu tỏ qua các hiện tượng: văn đạo dùng tư tưởng Nho giáo truyền thống và bình dân; và sự sử dụng ngôn-ngữ bình dân chẳng hạn trong các Vãn và Tuồng bên cạnh việc sử dụng văn của nhà đạo, của cung sách, hạnh các Thánh, v.v. Mặt khác, giá trị nghệ thuật ở sự sử dụng những hình thức nghệ thuật quần chúng để làm cho việc trình bày, diễn tả, truyền đạt trở thành dễ nghe, thích nghe, dễ nhớ, muốn nhớ,... như thơ, vè của Trần Lục, Hồ Ngọc Cẩn, Nguyễn Văn Thích, v.v. Văn nghệ đại chúng Công-giáo khởi từ những sinh hoạt tôn giáo theo nghi lễ và có tính cách cộng đồng như cung sách, cung kinh; hoặc theo đúng nghi lễ phụng vụ hoặc không có tính cách cộng đồng, ngoài nhà thờ: qua các hình thức vãn, vè, truyện, tuồng. Nhờ thế mà người Công-giáo bình thường không thể cảm thấy nếp sống đạo của mình là xa lạ với nếp sống của người Việt-Nam vì đã được diễn tả, biểu lộ bằng những hình thức quen thuộc của tiếng nói nghệ thuật dân gian (7).

Các văn bản đạo Công-giáo nhưng đồng thời cũng là những tác-phẩm văn-học đại chúng còn lưu lại có thể kể như sau: *Vãn Và Tuồng* (nhà in Tân Định, khoảng 1874-1877), *I nê tử đạo vãn* (đã in bằng bốn thứ tiếng Quốc-ngữ, Latinh, Pháp, Anh trong tự điển Taberd 1838). Vãn, thơ lục bát, và tuồng là các thể loại văn bình dân phổ biến ở Đàng Trong và đã được giới Công-giáo sử dụng để diễn tả hạnh các thánh, phổ thông giáo lý và cả đạo lý ảnh hưởng Nho học cũng như về các ngày lễ tôn giáo lớn trong năm. Những bài Vãn, Tuồng đã được in trong tập Vãn Và Tuồng và sau đó được in riêng, phần nào chứng tỏ những bài văn tuồng này được phổ biến rộng rãi trong giới Công-giáo. Nếu về Vãn có hạnh các thánh, các nhân vật đạo đức, giáo lý, luân lý,.. thì về Tuồng, là những Ceulia đồng trinh tử đạo vãn và tuồng, Đavit thánh vương tuồng, tuồng thánh Antôn, Gioan Lều tuồng... Tuồng có tên tác giả như Trương Minh Ký được diễn công khai là *Tuồng Joseph* (Tuồng Joseph, tragédie tirée de l'histoire sainte par Trương Minh Ký, représentée à Cholon pour la 1re fois, le 13 Juillet, 1887, Saigon, bản in nhà Rey et Curiel, 1888). Đây là vở tuồng do một người không Công-giáo viết (đồ đệ của Trương Vĩnh Ký) theo đúng thể loại tuồng cổ Việt-Nam và cũng không do nhà xuất bản Công-giáo Tân Định ấn hành (8).

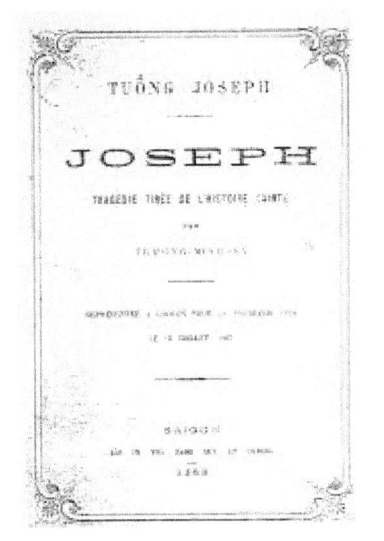

Trước đó có *Tuồng Cha Minh* (1881), thật ra gần kịch nói hơn là tuồng, văn đối thoại đã rất gần gũi với lời nói của dân giả, mới mẻ và đơn giản hơn cả câu văn đầu thế kỷ XX như văn Nam Phong sau đó vẫn chuộng lối văn biền ngẫu và cách điệu! Theo GS Nguyễn Văn Trung, đó là *"những bài văn đã được làm ra, do những tác giả vô danh mượn các thể văn học bình dân phổ biến ở miền Nam để diễn tả nội dung tư tưởng, tình cảm tôn giáo của mình và được giới bình dân Công-giáo tiếp nhận, đọc hoặc truyền miệng. Có thể nêu giả thuyết: đã có rất nhiều bài văn, vè, tuồng, nhưng đó chỉ có một số ít được lưu truyền, những bài in đến lần thứ mười hai trong vòng vài chục năm chứng tỏ chúng được ưa thích như thế nào..."* (9).

Người Công-giáo Việt-Nam với hành trang văn-hóa nguồn cội và truyền thống, đã tiếp nhận và hội nhập văn-hóa đạo Thiên Chúa; việc đã không dễ dàng khi căn bản nguồn cội đã ăn sâu thành nền, đã nên một với con người và giá trị văn-hóa này lại vẫn bị/được những thế lực chính trị sử dụng khi cần đến. Đấy có thể là một trong những lý do khiến nỗ lực Việt hóa Thánh Kinh của *Sấm Truyền Ca* đã bị các thừa sai Tây-phương nghi ngờ, nên thay vì được in ấn thì đã phải chép tay lưu truyền hạn chế, bản thơ Nôm di chuyển nhiều lần đến phải hư nát, Si-mong Phan Văn cận diễn ra chữ quốc-ngữ chỉ ghi lại được 5135 câu. Lữ-Y Đoan là một trong bốn linh mục Đàng Trong đầu tiên được thụ phong tại Kẻ Chàm (Quảng Ngãi) năm 1676, đã Việt hóa và Đông phương hóa Kinh Thánh với một tinh thần dân tộc rất cao, việc làm mà chỉ từ công đồng Vatican II (1962) mới được cho phép. Ông đã dùng những quan niệm Tam cương, Ngũ Thường của nền luân lý Á đông cũng như những thực tế và truyền thống văn hóa dân tộc để giải thích giáo lý của Kinh Thánh về vũ trụ vạn vật. Ông đã theo sát Kinh Thánh Cựu Ước nhưng đồng thời chứng tỏ có óc sáng tạo độc đáo và tầm trí tuệ hiểu Thần học cao hơn cả các vị bề trên người Pháp của ông; ngoài việc không hiểu văn hóa Đông phương, đó có thể là lý do những người này loại Sấm Truyền Ca cho là dị đoan, sái đạo, đi lệch ra ngoài tinh thần cơ bản của Kinh Thánh. Lữ-Y Đoan chứng tỏ giới linh mục, tu sĩ thời đó có tinh thần độc lập, tự chủ, tự hào về văn hóa Việt-Nam, bình đẳng với các thừa sai ngoại quốc chứ không mất độc lập và bình đẳng như sau này khi thực dân Pháp đã thôn tính cả nước Việt-Nam.

Lữ-Y Đoan đã Việt hóa tên người tên địa dư của nguyên tác cũng như dịch rất văn hóa tựa Kinh Thánh Cựu Ước là Sấm Truyền Ca, Genesia là Tạo Đoan Kinh, Exodus là Lập Quốc Kinh. Hãy đọc đoạn thơ "Vào Đề" quyển I Tạo Đoan Kinh:

"Ngày ngày trước mắt chúng sinh
Chữ đời chữ đạo phân minh đôi đường
Xưa nay trong kiếp vô thường
Thấy điều vân cẩu mà thương nhơn phàm
Loài người từ thuở A-đam
Đua nhau xây dựng mộng ham làm trời
Một pho Kinh Thánh ra đời:
Chứng minh vạn đại những lời do Thiên...".

Sấm truyền ca của Lữ-Y Đoan (1670) đã sử-dụng những từ ngữ thô sơ, bây giờ vẫn còn thấy trong các sách kinh, sách đạo cũ, nên dễ có thể làm cho hiểu lầm là tiếng nhà đạo, mà thực ra kinh sách truyện đạo chỉ dùng tiếng của ngôn ngữ đương thời: Cả và (tất cả): *"Cả và mặt đất đã chìm dưới sâu"* (đoạn 7); *"Cả và thiên hạ nhờ đây phước lành"* (đoạn 18),.... Rồi những kiểu nói trở thành thành ngữ, hoặc thuần túy Nôm, hoặc Hán Việt, đối hay không đối trong câu bốn chữ: Gần đất xa trời, Nghìn thu an nghỉ, Thiên thời địa lợi, Cứu nhân độ thế, Mưu sự tại nhân, Thế thái nhân tình, v.v.

*

Nửa đầu thế kỷ XX ghi nhận sự đóng góp của nhiều tác-giả Công-giáo khác, khi chữ Quốc-ngữ đã trở nên phổ thông: Hàn Mặc Tử, Lưu Trọng Lư, Hồ Dzếnh (*Tác Phẩm Đầu Xuân* 1944), Thụy An Hoàng Dân, Quách Thoại, Phạm Đình Tân, Bàng Bá Lân, v.v, các linh-mục Nguyễn Văn Thích, Xuân Ly Băng, v.v. Nhìn chung, thế kỷ XX đã cung cấp cho văn học Công-giáo nhiều tài năng và tác-phẩm đáng kể.

Chúng ta có thể nói đến một truyền thống Công-giáo với các nhà văn Công-giáo (kể cả các vị tân tòng), với những tác-phẩm (đề tài, bối cảnh) và nghệ thuật của họ nhưng nội dung và nguồn đạo Thiên-chúa thì lại khác, và có những tác-phẩm bắt nguồn cảm hứng từ tín lý đạo Thiên Chúa dù tác-giả chúng không nhất thiết là tín đồ đạo như

Trương Minh Ký cuối thế kỷ XIX như kiếm tìm về một nguồn tâm linh, tư tưởng đáp ứng được nhu cầu tinh thần, cảm xúc. Thật ra, có một khó khăn khi xác định đặc tính nguồn đạo Thiên Chúa qua các tác-phẩm cũng như các tác-giả, vì nhiều đặc tính đạo đã trở thành phổ quát, của cả nhân loại (công bằng, bác ái, đức tin vào một Thiên Chúa hay Thượng đế, vào đời sau, v.v.), và thứ nữa, một tác-phẩm hay một tác-giả, như Hàn Mặc Tử, nhiều nguồn cảm hứng sáng tác (Thiên Chúa, Phật, Lão,...) và đã được nhiều "cách nhìn" phân tích khác nhau (triết lý, biểu tượng, lãng-mạn, siêu thực, thơ loạn,...). Đạo vĩnh cửu phải chăng là Nguyên Lý Đệ Nhất và Thiên Chúa Tối Thượng? Do đó, phân tích nguồn cảm hứng, cơ cấu con chữ, văn bản, đi sâu với văn bản có thể tránh ngộ nhận (tác-phẩm, tác-giả Công-giáo) và giúp ích cho các công tác hàn lâm, học thuật. Có chấp nhận đa dạng, đa nội dung ở một tác-phẩm hay tác-giả thì mới có thể có những khám phá thú vị và hữu ích. Nguồn đạo đòi hỏi tinh túy, nội dung, tạo thành truyền thống, có thể xếp vào lớp này những tác-giả Phan Văn Minh (thánh), Hàn Mặc Tử, Xuân Ly Băng,... cũng như những tác-phẩm dịch thuật, phổ thơ, thánh vịnh, phổ thông hóa, v.v. như Sấm Truyền Ca của Lữ-Y Đoan, Vè của Trần Lục, v.v.

*

Thơ là bộ môn văn-chương nghệ thuật nhất, nhất là mảng văn-học tôn giáo, đã khơi mầm từ thời khởi đầu như LM Georg Schuhammer đã đề cập và kho tàng truyện văn vần, vãn và tuồng là những bằng chứng.

Thánh **Phi-líp Phan Văn Minh** (1815-1853) đã cộng tác với Đức cha Taberd trong việc biên soạn *Nam Việt Dương Hiệp Tự Vựng*. Bộ Nam Việt-Dương Hiệp Tự vị (gồm 2 quyển Dictionarium Anamitico-Latinum và Dictionarium Latino-Anamiticum) là cuốn từ điển song ngữ Việt-Latinh in lần đầu vào năm 1838 tại Serampore, Ấn Độ, trong đó tiếng Việt được viết bằng chữ Nôm và chữ Quốc-ngữ. Công trình của ông gồm "Lược bày niêm luật làm văn làm thơ", "Inê Tử đạo vãn" bản Quốc-ngữ kèm các bản dịch Anh, Pháp và Latinh. Ngài cũng đã để lại khoảng 30 bộ sách viết tay bằng chữ Quốc-ngữ như 3 tập "Truyện nước Annam Đàng Ngoài chí Đàng Trong" dày hơn 1500 trang, "Sách sổ sang chép các việc" dày hơn 600 trang.

Tác phẩm *Phi Năng Thi Tập* (1842) được truyền tụng đến nay, gồm ba phần chính: Phi Năng Thi Tập gồm 48 bài Thơ xướng hoạ theo đề tài "Gia tô Cơ đốc", kế đó là Vịnh Ê Vang gồm 50 bài, và Nước Trời Ca gồm 35 bài thơ của ngài và những bài ngâm vịnh xướng họa của thi đàn. Đối với thánh nhân, thơ "ca tụng lòng lân mẫn vô biên của Thiên Chúa" (Lời phi lộ phần I), thi tập là "một bổn kinh nguyện" (10). Như vậy, thánh nhân đã đồng hóa thi-ca với lời cầu nguyện:

"*Đội ơn Chúa Cả Ba Ngôi*
  Dựng nên muôn vật cho tôi hưởng dùng.
Chúa là vô thủy vô chung,
  Thường sinh thường vượng, không cùng không sai.
Chúa là toàn đức toàn tài,
  Suốt trong trời đất không ai ví tầy"
(Tạ ơn Chúa Cả Ba Ngôi).

"*Gia Tô Cơ đốc đấng Con Trời*
đặc cách lâm phàm cứu khắp nơi
Chẳng lấy lợi danh mà tạo nghiệp,
Không dùng Vương Bá để xây đời.
(..) Dĩ nhược thắng cương minh chứng rõ:
  Kiếp sau hiện hữu sống muôn đời".
(Đấng Cứu Thế).

"*Đời trước, Thiên cơ bất khả lậu,*
Đời nay, Con Chúa đã ra đời
Nho gia không còn chi ẩn giấu,
Mà khắp bốn phương thấy rạng ngời
Thiên cơ chính thật: Nước Trời.
Cổ kim gọi khác, nghĩa thời một thôi" (Nước Trời)

Linh-mục Đặng Đức Tuấn (1806-1874) là tác-giả các tập thơ trường thiên Việt-Nam Giáo Sử Diễn Ca, Lâm Nạn Phụng Quốc Hành, cùng các bài văn tế và hịch yêu nước: Sát Tả Bình Tây Hịch, Văn Tế Các Đẳng, Văn Tế Giáo Nhơn Tử Nạn,.... Ngài còn cộng tác với học báo *Thông-Loại Khóa-Trình / Miscellannées* của Trương Vĩnh Ký- như bài sưu tầm "Nói vần những câu chữ người ta quen dùng" gồm 148 câu, số 9, 1-1889. Ngài được xếp vào hàng Tinh Hoa Công-giáo Ái Quốc Việt-Nam mà "cả cuộc đời ông là tấm gương sáng chói về tôn chỉ "độc thư cứu quốc" của người xưa" (11).

L.M. Trần Lục (1825-1899), tác-giả của trên 6.000 câu lục bát, song thất lục bát và thơ 4 chữ trong kho ca vè của Cụ Sáu. Những bài ca vè về Đức Maria, về Chúa "Jêsu", về "Đức Chúa Lời Ba Ngôi" và "Lễ San-Ti", và về Chúa Giêsu, về Thánh Anna và Thánh Gioan Kim, v.v. Thơ ca vè nói chung là dạy nên người và dạy làm Kitô hữu. Cụ Sáu dùng thi-ca bình dân "Làm Truyền Thống" theo kiểu của mình để gieo rắc ánh sáng Phúc Âm.

1. Mừng Bà Thánh Anna:

"Cúi đầu lạy Thánh Anna
Phúc Người to tát người ta ai bì
Chúa làm phép lạ uyên vi
Cho người sinh đẻ trong khi đã già".

2. Bản dạy cách lần hạt 15 người:

"Dạy về cách lần hạt chung
Là điều rất dễ mà trông ơn nhiều
Việc tẻo teo mà công to tát
Ơn như mưa giào giạt hơn mưa, v.v..."

Hiếu Tự Ca:

"Mấy lời hiếu tự nói qua
Để cho ai nấy trẻ già nhớ ơn
Làm người sống ở thế gian
Ai không đội đức cao san (sơn) nạng dầy
Nói sao cho hết cho rồi
Biết bao khí huyết tài bồi cho ta
Phần hồn thì Chúa sinh ra
Xác nầy Chúa phó mẹ cha sinh thành
Phụ tình mẫu huyết đúc hình
Cho ta toàn vẹn mà sinh làm người" (12).

Kho tàng ca vè của Cụ Sáu Trần Lục đa dạng về ngôn ngữ Việt-Nam vào hậu bán thế XIX, một ngữ liệu về số lượng cũng như cách diễn đạt tư tưởng vừa đạo vừa Việt.

Trương Vĩnh Ký, tác-giả *Đại Nam Quốc Sử Diễn Ca* và hàng trăm công trình giáo khoa, biên khảo, nghị luận về ngôn ngữ, văn hóa, lịch sử và văn-học, đã chứng minh là người thật sự sống đạo, đạo làm người Công-giáo và trước hết, làm người Việt-Nam, như chúng tôi đã có lần bàn đến: "... Cho đến khi có Cộng đồng Vatican II, người Công-giáo không Tây-phương - trong đó có người Việt-Nam, vẫn luôn có mặc cảm hoặc băn khoăn sống tách khỏi nếp suy nghĩ và tâm hồn dân-tộc. Trương Vĩnh Ký, một người hiểu biết lịch-sử và nhu cầu tiến bộ xã-hội, đã vượt được thân phận "dépaysé" (xa lạ trên đất nước mình) và chứng minh người Việt có thể vừa sống đạo vừa giữ được tinh thần dân-tộc - tương quan **Đạo-Đời** vừa **kính Chúa** vừa làm người dân **yêu nước** - điều bất khả thể ở một nước quân-chủ nơi mà yêu nước hoặc có tinh thần dân-tộc phải là trước hết Trung-quân. Trương Vĩnh Ký biết đạo Chúa đến đảo lộn một số giá trị văn-hóa truyền thống, ở những điểm nhân bản hóa, hiện-đại hóa các quan hệ xã-hội kể cả quân-thần, vua-dân [ở trong nước và hải-ngoại vẫn có những người chống đạo Công-giáo và chống Trương Vĩnh Ký cũng ở những điểm này]! Có thể ông nhìn thấy đạo Thiên-Chúa bị thế-lực thực-dân lợi dụng, do đó khi ông đề-cao đạo lý truyền thống dân-tộc (hay Đông-phương) với người đọc và dân chúng Việt-Nam, để trở về nguồn, là vô tình ông đã đi ngược chiều gió - vừa của triều đình, nho sĩ vừa của giáo-hội La Mã (nhất là các cha Dòng Đa Minh và tiếp đến là Hội Truyền giáo Paris cấm đoán việc thờ cúng tổ tiên; trong khi dòng Tên thì chấp thuận).

Trương Vĩnh Ký nối kết Đạo-Đời khiến đời sống tâm linh phong phú hơn và cũng có nghĩa là Trương Vĩnh Ký ý thức rằng bổn phận hiện-tại cũng quan trọng như hy-vọng ở thế-giới ngày sau. Vào thập niên 1960, ở miền Nam một nhóm trí thức Công-giáo (Lý Chánh Trung, Nguyễn Văn Trung,...) đã cổ võ người Công-giáo "tìm về dân-tộc", một việc Trương Vĩnh Ký đã làm và làm thật từ cả thế-kỷ trước đó! Người ngày nay đã cho ông có lý, nhưng ông đã chịu nhiều oan trái thuở sinh tiền cũng như cả hơn trăm năm sau! Thời ông trẻ và thanh niên là thời cấm đạo và khi ông tới tuổi làm việc, ông đã làm người mất nước - miền lục tỉnh bị Pháp thôn tính! Hơn ai hết, ông hiểu thế nào là mất nước và hiểm họa mất văn-hóa dân-tộc!" (13).

Huình Tịnh Paulus Của: Ngoài công trình ngôn-ngữ *Đại Nam Quấc Âm Tự Vị* (1895-96), sách giáo khoa và các tuyển tập, truyện dịch và phỏng dịch ông còn viết *Chuyện Giải Buồn* (1880 và 1885 "dịch rút trong các sách hay, lại phụ các án tấu, án đoán quan Annam làm, lập lời nói trang nhã, lịch sự, để giúp trong các trường học cùng giúp cho người học tiếng Annam") cũng như những sách đạo như *Văn Thánh Minh* (628 câu thơ lục bát) và *Văn Lái Gẫm* (540 câu thơ lục bát.), v.v. Những bài sau cho thấy một khía cạnh khác của con người văn-hóa thường được gọi là Paulus Của; ông là người "đem đạo vào đời" theo đường lối nhà trường, học thuật. Bài Phụ Văn Đức Tính Cha Minh:

"*Hỡi ôi!*
Phép Chúa khiến đổi đời,
Lẽ tử sinh khôn dò cho thấu.
Cuộc đời hay tráo chác,
Nghĩa họa phước kho giải cho ra.
Tưởng đến lòng thêm ngao ngán,
Nghe thôi dạ lại thiết tha.
Nhớ cha xưa.
Vốn nhà lương thiện,
 Đức tính hiền hòa.
Lúc bé thơ đã khuất bóng tòng duân,
Bề khôn dại chỉn nhờ nơi anh chị.
Vừa khôn lớn sẽ chạnh niềm kiều tử,
Việc ở ăn còn có của mẹ cha.
Tư chất thông minh,
Học hành chẳng lo bề tấn thối.
Nết na khiêm nhượng,
Cư xử hằng giữ mực thật thà,
Dốc một lòng dưỡng tánh tu chân,
Nào chuộng công danh lợi lộc.
Nguyện hết sức an nhơn hòa chúng,
Chi màng phú quí vinh hoa.
Tích đức tu nhơn.
Lòng khắn khắn như vàng như đá.
Răn mình sửa tính,

Gương làu làu tợ ngọc tợ ngà.
Cám mến vì tận tăm báo Chúa,
Đang khi khói lửa nồng nàn,
Ắt không khỏi mắc chưng nạn tám.
Tiếc thương hay thủ nghĩa xả sinh,
Nhằm lúc muông lang lừng lẫy,
Âu đã đành lâm phải tay ba.
Ôi / Thảm bấy Nhan-hồi mạng bạc,
Lạ thay Bành-tổ tuổi xa.
Lẽ còn mất sánh dường chớp nháng,
Cuộc dinh hư khác thể gió qua.
Biết đâu là họa phước,
Một phen đổ máu vì đạo thánh;
Hay đâu nghĩa tử sinh,
Ngàn thuở trả công rạng nghĩa ta.
Hỡi ôi! Thương thay" - Saigon, le 23 Novembre 1900.

Giám-mục **Hồ Ngọc Cẩn** tên khai sinh là Hồ Ngọc Ca, tên thánh Đôminicô, sinh ngày 3 tháng 12 năm 1876, tại xứ đạo Ba Châu, Huế. Ngài là giám-mục tiên khởi của địa phận Bùi Chu và là giám-mục người Việt thứ hai. Ngài mất ngày 27 tháng 11 năm 1948. Thơ văn sáng tác của Ngài đăng tải rải rác khắp các báo đạo đời, như *Nam Kỳ Địa Phận, Nam Kỳ tuần báo, Vì Chúa, Sacerdos Indonensis, Đaminh bán nguyệt san, Đông Dương tạp chí, Nam Phong tạp chí*. Ngài còn lập nhà in Thánh Gia, nhà sách Đa Minh và là chủ biên tạp chí *Đa Minh bán nguyệt san, Thời Mới*,... Tác-phẩm đã xuất bản có thể kể: *Ngạn ngữ Kinh thư* (1915), *Văn chương Thi phú Annam* (HongKong, 1919, 273 tr.), *Mẹo Tiếng Annam, Hán Việt thường đàm* (Huế: Trường An, 1942) và nhiều sách giáo lý, tu tập,... như *Thánh giáo Thuyết minh* (1938), *Tuồng bảy mối tội đầu* (1922), *Truy Tầm Chân Đạo, Con muốn ở nhà Đức Chúa Trời*, v.v.

Văn Chương Thi phú Annam gồm Thi phú nhập môn, Phú thi qui-pháp dạy về thi-phú với các thể loại, về cách làm thơ, văn, văn tế, văn sách, kịch, tuồng, câu đối và nói lối. Phần cuối là những bài văn thơ mẫu của các bộ môn. Bài Tổng Luận cuối sách cho biết:

"Có nhiều kẻ muốn làm văn vè thi phú, song làm không mau

VĂN CHƯƠNG ANNAM

LITTÉRATURE ANNAMITE.

PAR LE R. P. DOMINIQUE HỒ-NGỌC CẦN

HONGKONG
IMPRIMERIE DE LA SOCIÉTÉ DES MISSIONS-ÉTRANGÈRES
1931

nghị không lẹ, đều ấy trước bởi thiên tư không lanh lợi về đàng thi phú, sau cũng vì đặt mà không biết dùng mưu cơ. Vốn nghề gì cũng có mưu mẹo, thì nghề thi phú cũng vậy.

Trong việc làm văn về thi phú, thì khó tại phải giữ đối đáp và giữ vận, nhiều khi được đều nầy mất đều khác; được vận thì mất đối, được đối thì thất vận. Ai biết mưu một chút thì lo được cả hai đều chẳng trắc trở gì..." (tr. 223).

Ca dao về Đức Mẹ ngài soạn cho Nghĩa Binh Thánh Thể học thuộc lòng:

"Nghĩa binh con Mẹ dấu yêu
Lắng nghe giót các điều Mẹ khuyên
Mẹ nay đau đớn buồn phiền
Vì lòng người thế đảo điên gian tà
(...) Chúng con cơ đội Nghĩa Binh
Hãy mang khí giới đi bình giặc mau
Súng gươm là sự nguyện cầu
Siêng năng chịu lễ là tàu máy bay
Misa chầu kính hằng ngày
Ấy là xe cát phá mưa giặc thù
Vua la Đức Chúa Giêsu
Tướng là đức thánh Phêrô Giáo Hoàng
Có vua quyền phép cao sang
Có quan tướng mạnh đầy tràn khôn ngoan
Chúng con hãy cứ kiên gan
Ắt là thắng trận khải hoàn chẳng sai
Tiến lên chớ có giật lùi - Amen".

Bài Ca Tạ Ơn, người Công-giáo Việt-Nam nào mà không biết, và đã được phổ nhạc:

"*Linh hồn tôi ngợi khen Thiên Chúa*
Ngợi mừng thêm nhảy múa tâm thần
Mừng trong Chúa cả muôn dân
Mừng Vì Cứu Chuộc thi ân đền bồi
Bởi vì Chúa thương tôi tớ mọn
Đã khắng thương kén chọn cách riêng
Vậy từ nay, khắp chân thiên
Khen tôi có phúc có duyên lạ lùng
Chúa chí tôn vô cùng phép tắc
Uy danh Người vằng vặc cao quang
Thương tôi nên đã rủ ban
Ơn lành phúc cả chứa chan no đầy
Lòng thương Chúa hằng ngày che chở
Thương những người dái sợ kính tôn
Chúa hằng gìn giữ bảo tồn
Duệ miêu kế tiếp, tử tôn lưu truyền
Chúa ra tay uy quyền sức mạnh
Kẻ kiêu căng Người đánh tan tành
Truất ngôi những kẻ quyền hành
Những người khiêm nhượng Chúa dành nhắc lên
Kẻ cơ bần an tâm nghèo khó
Chúa ban ơn giầu có phủ phê
Những người phú túc no nê
Phải ra thiếu thốn bẽ xiêu nghèo nàn.
Israel thuộc ràn Thiên Chúa
Chúa dành cho vào sổ Dân riêng
Lòng thương quảng đại vô biên
Chúa hằng gìn giữ chẳng quên bao giờ
Hẳn như lời thuở xưa Chúa phán
Phán hứa cùng các đấng tổ tiên
Abraham là đấng thánh hiền
Tử tôn miêu duệ kế liên muôn đời".

LM Sảng-Đình **Nguyễn Văn Thích** (1891-1978), chủ nhiệm sáng lập tờ *Vì Chúa* (1935, ba tiếng Việt, Hán và Pháp), tác-giả *Sảng Đình Thi Tập* (1943), *Cổ Việt Phong Dao* (1968); tập đầu gồm 152 bài thơ Việt, Hán và Pháp với những thể loại vè 4 chữ, lục bát, tứ tuyệt, v.v. mà năm 2001, GS Đoàn Khoách đã biên tập và thực hiện ấn hành. Ngài còn dịch vở kịch Polyeucte của Corneille thành "Tuồng Phổ Liệt". Đây là bài Đức Mẹ Ru Con với phong cách Việt:

"Ru Con, Con ngủ cho muồi
Như buồng nho chín trên đồi Bêlem
Ru Con Con ngủ cho êm
Ngày đông thì vắn mà đêm thì dài
(...) Ru Con Con ngủ cho yên,
Đoàn chiên lài lạc, Chúa chiên lạc lài.
Ru Con Con ngủ cho may,
Cho người mau lớn để ngày hy sinh.
Ru Con Con ngủ cho lành,
Bằng yên dưới đất, rạng danh trên trời...".

Hàn Mặc Tử (22-9-1912 - 11-11-1940), lấy nguồn cảm hứng từ Kinh Thánh nhưng cũng như Lữ-Y Đoan của gần 300 trước, ông đã sử dụng từ ngữ dân gian thông thường, đặt đúng chỗ và biến hóa thành những câu thơ có khi siêu thực, đầy ma lực, khi khác rất kinh nguyện, nhưng nói chung đều làm choáng váng người đọc: lời thơ của ông là những ngọn lửa đức tin, những ánh sáng lúc chói lòa lúc mơ hồ, nói như Trần Tuấn Kiệt: *Nhà thơ đi lọc ánh sáng để gieo vần, đơn độc đẫm mình trong suối ngọc cỏ thơm, trong niềm đau thương xô đẩy đến một thế giới trăng sao lộng lẫy. thi-ca là nguồn suối ở trên cõi siêu hình đảo lộn cả mọi suy tưởng đậm đà của tình nhân gian sầu mộng. Ở đó chỉ có linh hồn thi nhân và trân châu ngọc bích của Thượng Đế. Ở đó sự kỳ lạ được nhà thơ điểm vào óng ánh tinh khí, thực thể trơ thành huyền hoặc lý lẽ cõi đời không có đất nảy mầm, cõi điên loạn dị thường được soi trong cặp kính của một vì Sáng Thế, được gảy bởi cung đàn thiên tiên bất tuyệt"* (14).

Hàn Mặc Tử đã phát biểu về vai trò, sứ mệnh của thi nhân: *"... Đức Chúa trời tạo ra trăng, hoa, nhạc, hương là để cho người đời hưởng thụ (éléments de la poésie), nhưng người đời u mê phần nhiều không biết tận hưởng một cách say sưa, và nhân đấy, chiêm nghiệm lẽ màu nhiệm, phép tắc của Đấng Chí tôn. Vì thế, trừ hai loài trọng vọng là "thiên thần" và "loài người ta", Đức Chúa Trời phải cho ra đời một loài thứ ba nữa: loài Thi Sĩ! Loài nầy là những bông hoa rất quí và rất hiếm, sinh ra đời với một sứ mạng rất thiêng liêng: phải biết tận hưởng những công trình châu báu của Đức Chúa Trời đã gây nên, ca ngợi quyền phép của Người, và trút vào linh hồn người ta những nguồn khoái lạc đê mê, nhưng rất thơm tho, rất tinh sạch (but de la poésie)..."* (15).

Nhà văn Đặng Tiến khi viết về Đức tin trong hồn thơ Hàn Mặc Tử đã xem đức tin ở Hàn là một đề tài hệ trọng và bao quát đã chứng minh *"toàn tập thi phẩm Hàn Mặc Tử là một tiếng vọng của Thánh Tự"*. Ông đã khai triển các nhận xét của Vũ Ngọc Phan, Hoài Thanh, để đi đến *"chứng minh là kiến trúc toàn bộ của bài thơ Hàn Mặc Tử đều vang dội lời truyền giảng của Phúc Âm"*. Vũ Ngọc Phan nhận xét: *"Có lẽ ông là người Việt-Nam ca ngợi thánh nữ đồng trinh Maria và chúa Jésus bằng thơ trước nhất. Ông ca tụng đạo Gia tô một giọng rất chân thành. Lần này cũng là lần đầu, thi-ca Việt-Nam thấy được một nguồn hứng mới"* (16). Theo Đặng Tiến, *"nếu Gái Quê là thế giới đợi chờ Điềm lạ, đợi chờ Chúa ra đời thì Đau Thương là một tâm hồn mong mỏi Ngày Chúa trở lại (...) Xuân như ý còn nhiều còn nhiều hình ảnh dựa theo tín lý Thiên Chúa,... là mùa xuân hồi sinh"*: toàn bộ tác phẩm Hàn Mặc Tử như một Thánh thể kết tinh triền miên vươn tới Ánh Sáng, vươn tới Ánh hào quang chan chói ngát lưu ly - Hãy trở về Ánh Sáng (17)!

Nhiều người đã viết về thơ Hàn Mặc Tử, ở đây, xin ghi lại dăm ý tưởng chính về khía cạnh tôn giáo và đức tin. Kinh nghiệm đau khổ sống chết của bản thân cộng với đức tin đã giúp Hàn những cảm nghiệm thống thiết:

*"Ôi hồn thiêng liêng không hề chết đặng,
Làm sao hồn chẳng hiểu nghĩa vô biên
Ngày tận thế là ngày tán loạn,
Xác của hồn, hồn của xác y nguyên"*

(Hồn lìa khỏi xác)

"Phượng Trì! Phượng Trì! Phượng Trì! Phượng Trì!
Thơ tôi bay suốt đời chưa thấu
Hồn tôi bay đến bây giờ mới đậu
Trên triều thiên ngợi sáng vạn hào quang"
(Thánh nữ đồng trinh Maria)

Thi sĩ vội nguyện cầu gội rửa kiêu căng phạm thượng có thể có nơi nhà thơ cũng là con người tội lỗi:

"Tôi van lơn thầm gọi Chúa Giê su
Ban ơn xuống cho mùa xuân hôn phối
Xin tha thứ những câu thơ tội lỗi
Của bàn tay thi sĩ kẻ lên trăng"
(Đêm Xuân cầu nguyện)

Lòng thành tín đưa nhà thơ đến với Chúa, và trong không khí tiết lễ, Chúa đến như tiên tri được thế gian mong đợi:

"... Cả trời bỗng tiêu diêu như báu vỡ:
Nên tiếng vang thầm dội đến thâm tâm,
Mà ta ngỡ đấng tiên tri muôn thuở
Giữa đêm nay còn đứng giảng Phúc Âm.
(...) Ta há miệng cho nguồn thơm trào vọt:
Đường thơ bay sáng láng như sao sa...
Trên lụa trắng mười hai hàng chữ ngọc
Thêu như thêu rồng phượng kết tinh hoa.
Ta cao ngâm giọng vô cùng thanh thoát
Khiến châu thân rung động thể tơ trăng.
Toan ngất đi trong cơn mê khoái lạc
Mẹ yêu dấu liền vội đến tay nâng...
- "Đây thi sĩ của đạo quân Thánh giá,
Nửa đêm nay vùng dậy để tung hô,
Để sớt cho cả xuân xuân thiên hạ
Hương mến yêu là lộc của lời thơ".
(Nguồn Thơm, *Xuân Như Ý*)

Quan hệ không còn đơn thuần cá nhân với Trời, mà còn tỏa ra cùng cả và thiên hạ! Đức Mẹ Maria là một đề tài thường gặp trên con đường khổ nạn của Hàn Mặc Tử:

"Đây rồi! Đây rồi! Chuỗi ngọc vàng kinh
Thơ cầu nguyện là thơ quân-tử ý
... Maria! Linh-hồn tôi ớn lạnh,
Run như run thần-tử thấy long-nhan,
Run như run hơi thở chạm tơ vàng...
Nhưng lòng vẫn thấm-nhuần ơn trìu-mến.
Lạy Bà là Đấng tinh tuyền thánh vẹn
Giàu nhân đức, giàu muôn hộc từ-bi,
Cho tôi dâng lời cảm-tạ phò nguy
Cơn lâm-lụy vừa trải qua dưới thế.
(...) Phượng Trì! Phượng Trì! Phượng Trì! Phượng Trì!
Thơ tôi bay suốt một đời chưa thấu,
Hồn tôi bay đến bao giờ mới đậu
Trên triều-thiên ngời chói vạn hào-quang?" (Ave Maria)

Hàn Mặc Tử sử dụng ngôn-ngữ đến tài tình lạ lẫm, tính nhạc phong phú, nhất là ở những bài đạo:

"Trí rất ngợp bởi chưng xuân hồn hậu
Đã ra đời theo lịnh của Ngôi Hai
Ôi thánh tai, thánh tai và thánh tai!
Cả trời bỗng nổi lên muôn điệu nhạc
Rất trọng vọng, rất thơm tho, man mác
Rất phương phi trên hết cả anh hoa
Xuân ra đời!
Điềm ngọc ấm như ngà,
Thơ có tuổi và chiêm bao có tích" (Ra đời)

*

Về **văn xuôi**, tính chất đạo Chúa nhẹ nhàng hơn về tính nghệ thuật, văn-chương, nhưng biểu tỏ hoặc qua nội dung hoặc qua thành quả đóng góp cho văn học, học thuật nói chung.

Hãy đọc văn Bento Thiện và GM Hồ Ngọc Cẩn để biết văn phong, bút pháp và chữ dùng thời các ngài. Văn **Bento Thiện** của thời 1659:

"... Cả và thiên hạ năm mươi mốt phủ, một trăm bẩy mươi hai huyện, bốn mươi tám chu, bẩy nghĩa chia trăm tám mươi bẩy xã.

Nước Annam đi bề dọc từ Kẻ Quảng cho giáp cõi Đại Minh, đi bộ năm mươi ngày. Bên ngang từ biển đến rừng đi hai mươi ngày.

Thói nước, trong nhà thì thờ Tiên sư, là dạy học các nghề nghiệp gì, thì có Tiên sư thay thảy.

Bếp thì thờ Táo quân, gọi là Vua bếp. Nó lấy chồng trước thì sa vào lửa mà chết, nó lại lấy chồng sau mà lòng còn thương nghĩa chồng trước, thì chồng sau đi xem nơi lỗ xưa, thì mình cũng sa xuống mà chết. Chồng sau thấy vợ chết, thì cũng gieo mình xuống mà chết, thì ba người vào một lỗ ấy; thì người ta nói bày đặt rằng: ấy là Vua bếp, thì phải cậy cho làm mọi việc nên..." (22).

GM **Hồ Ngọc Cẩn** qua bài Lưỡi không xương nhiều đường lắt léo: *"Đấng Tạo hóa cho con người một thiên cơ xảo gài máy nhơn tâm, ấy là cái lưỡi mềm giữa hàm răng cứng. Tính coi một miếng thịt ngó chẳng bao lăm mà mấy hòn cân nhắc lên cũng không nổi. Ngó trùi trùi không mài ma sát, biết bao nhiêu mạng cũng chém như không. Coi nhỏ nhỏ tưởng văn mà dài, dẫu mấy dặm đàng phóng đưa cũng thấu. Nằm núp cửa hang chật hẹp, hai hàng cừ đóng tựa thảo lang; ngo ngoe một chỗ tối mù, liếc dao găm độc hơn vuốt hổ. Bởi vậy thiên hạ có ca rằng: Lưỡi không xương nhiều đường lắt léo. Đường tắc đường rì, đường bát đường cạy, đường Nam Bắc Đông Tây, đường thượng hạ tả hữu, thì lưỡi cũng uốn theo được hết, nghĩa là uốn xuôi cũng được, uốn ngược cũng xong, uốn dữ cũng lanh, uốn lành cũng lạ.*

"Lưỡi không xương nhiều đường lắt léo
Khen ngạn đời đã khéo ngâm nga,
Gẫm coi quanh khắp sơn hà...
Không chi lắt léo cho qua miệng người.
Khoanh mình giấu ẩn một nơi,
Giết người có thủa, bán trời đòi phen
Dầu chua ngọt, dầu trắng đen,
Ngược suôi tự tại, chê khen cũng mình.
Nhớ lời Tuân Tử đinh ninh:
Gươm chém dễ lành, lưỡi cắt khó tiêu.
Khuyên người nghe luận mấy điều,
Kíp lo sửa lưỡi, chớ liều uống oan.

Nhớ câu: bế khẩu thâm tàng,
Mình đà khỏi rối, người vàng được yên" (23).

Chí sĩ cách mạng Phan Bội Châu khi phê bình văn thơ ngài, nhất là bài Lưỡi không xương nhiều đường lắt léo, đã kết rằng: "Thật là một lối văn chém sắt chặt đanh vậy!".

Nhưng văn xuôi **tiểu-thuyết** thì **Nguyễn Trọng Quản** (1865-1911) là tác-giả đầu tiên theo ảnh hưởng Âu Tây với *Thầy Lazarô Phiền* trong đó ý tưởng đức tin đạo Thiên Chúa cùng những ý niệm sám hối, ăn năn. Truyện *Thầy Lazarô Phiền* cho thấy tác giả chịu nhiều ảnh hưởng của tiểu-thuyết Âu Tây, kể cả cách diễn tả tiếng Việt. Nội dung phân tích tâm lý, tả đời sống nội tâm, sự hối hận - một loại tiểu-thuyết tâm lý. Kỹ thuật kết cấu và thắt mở câu chuyện lúc đó hãy còn xa lạ với người đọc. Các nhân vật lại chỉ là những người thường mà không phải là những anh hùng liệt nữ. Tác giả tin tưởng và đề cao một số lý tưởng văn hóa đạo đức căn bản của thời đại, tin ở một trật tự và tin ở lương tâm con người. Truyện được mở đầu như sau:

"*Ai xuống Bà-rịa, mà có đi ngang qua đất thánh ở trong Cát tại làng Phước-lễ, thì tôi xin bước vô đất thánh ấy, kiếm cái mồ có cây thánh giá bằng ván, sơn nửa đen nửa trắng, gần một bên nhà thờ những kẻ Tử-đạo mà thăm mồ ấy kẻo tội nghiệp! Vì đã hai năm nay không ai thăm viếng, không ai màng ngó tới.*

"*Mồ đó là mồ một thầy đã chịu lương tâm mình cắn rứt đã mười năm, bây giờ mới đặng nằm an nơi ấy.*

"*(...) tôi có bịnh tức đã hai năm nay; song tôi tưởng đi cũng vô ích, vì tôi biết tôi không còn sống đặng hơn nửa tháng nữa đâu". Tôi nghe lời ấy, thì tôi nói rằng: "Xin thầy đừng nói làm vậy. Chúa lòng lành vô cùng người thường làm phép lạ hoài, nên thầy đừng có ngã lòng nản chí, ít ngày đây thầy sẽ lành". Thầy tu ấy lắc đầu mà nói rằng: "Thầy ôi! Phải thầy biết tội tôi thì thầy không muốn cho tôi sống làm chi..." Nói chưa dứt lời thầy lấy tay che mặt mà khóc ròng. Tôi thấy vậy mới nói cùng thầy rằng: Dẫu mà tội thầy nặng thể nào thì Chúa cũng đã tha cho thầy rồi: vì thầy chịu cực cũng đã đủ cho nên xin thầy chớ muốn chết làm chi, vì thầy còn thuộc về những người phải dạy những kẻ chưa biết đạo Chúa; nên thầy phải sống mà đem* những kẻ ấy vào đàng ngay." Thầy tu nghe tôi nói như vậy mới cất đầu lên chùi nước mắt mà nhìn tôi...".

Văn bản tiểu-thuyết văn xuôi đầu tiên bằng chữ quốc-ngữ này kể một câu chuyện tình tiết tâm lý éo le nhưng lại được đặt trong khung cảnh nhà tu và đất thánh nơi có "nhà thờ những kẻ Tử-đạo tại Bà-rịa là nhà thờ nhỏ cất nơi mồ chôn xương những kẻ chịu đốt tại Bà-rịa. Trong nhà thờ ấy, ở giữa có một cái mồ nơi đầu mồ có một cái bàn thờ, nơi mồ ấy thì có sáu câu như sau:

"Ba trăm bốn đạo xác nằm đây,
Những trông sống lại hưởng phước đầy,
Vì chúa tù lao dư ba tháng,
Cam lòng chịu đốt chết chỗ nầy.
Lập mồ táng chung vào một huyệt,
Giáo nhơn coi đó nhớ hằng ngày" (24).

Với những nhân vật nhà tu và ngôn-ngữ liên hệ do đó có thể đã bị tưởng là chuyện nhà thờ. Tiếng Việt bị gán là tiếng "nhà thờ" đó thực ra là tiếng Việt của thời đó! Chính Phan Khôi, một trí thức không Công-giáo khi làm báo (*Thần Chung, Phụ-Nữ Tân-Văn*, v.v.) và dịch kinh sách hội Tin lành ở Sài-Gòn, đã hơn một lần quả quyết nhận xét rằng *"Chữ Quốc-ngữ hồi đầu chỉ có tín đồ đạo Thiên Chúa dùng mà thôi. Họ lấy nó mà dịch kinh, dịch sách rồi đem dạy trong các nhà trường của họ. Sự đó suốt từ Bắc chí Nam như nhau, không khác. Nghĩa là trong dân Annam thì người có đạo Thiên Chúa dùng chữ Quốc-ngữ trước hết thảy. Mà họ lại dùng theo y một lối; Bắc phải theo sự đúng của Nam, Nam phải theo sự đúng của Bắc, từ đó cho đến bây giờ.... Tôi muốn nói xứ Nam Kỳ là thầy dạy chữ Quốc-ngữ cho cả và dân Annam cũng không phải là quá đáng... Mà là thầy thiệt. Hồi đó có hai ông đại sư về Quốc-ngữ, là ông Trương Vĩnh Ký và ông Paulus Của, tức là Huỳnh Tịnh Trai. Vì mỗi ông có làm ra một bộ tự vị tiếng Annam. Các ông cũng là học trường bên Đạo mà ra, cho nên các ông viết chữ Quốc-ngữ y như người bên Đạo, nghĩa là viết đúng"* (25). Và Phan Khôi cũng đã có lần chứng minh *"Kinh thánh có quan hệ với văn-học ngày nay"*, và khuyên *"văn Quốc-ngữ ta cũng nên dùng chữ Kinh thánh vào. Làm như vậy thì tiếng mình được dồi dào thêm, chớ có hại gì đâu..."* (26).

Nay xin xét qua một số tác-giả Công-giáo thời hiện đại. **Thụy An Hoàng Dân** trong *Một Linh Hồn* (1940) kể chuyện tình yêu rất đẹp nhưng đổ vỡ vì ngang trái gia đình, vì đạo đức thanh giáo (mẹ cô gái sống nghề bị xã-hội xem là xấu xa), đưa đến cái chết của cô gái và cuộc sống còn lại của người nam trong hối hận ăn năn phải tìm đến nhà Chúa. Hoàn cảnh khác nhưng cùng chủ đề sám hối như *Thầy Lazarô Phiền* của Nguyễn Trọng Quản thế kỷ XIX.

*

Thánh Kinh từ nhiều thế kỷ đã là nguồn mạch văn hóa và văn chương của nhân loại. Các tác-giả Việt-Nam về mặt này cũng không ra ngoài nguồn mạch vô tận đó. Đức Ki Tô, những sứ điệp, Tin Mừng, mầu nhiệm, các nhân vật Cựu Ước, Tân Ước.., đã là những tứ thơ văn và đề tài quen thuộc.

Các thể loại đều được các tác-giả Công-giáo sử dụng, và đã có những tác-phẩm sáng giá, để đời, nhưng ngược lại, đối với một số thì các hình thức văn-chương được sử dụng như phương tiện sống đạo và giảng đạo. Các truyện ngắn, tùy bút và thơ của linh-mục Nguyễn Tầm Thường, Nguyễn Trung Tây, v.v. là những thể hiện khác của những bài giảng hay suy niệm, tĩnh tâm. Về thể loại, nguồn Đạo tỏ rõ hơn qua thi-ca vì kỹ thuật thơ giúp thể hiện, trình biểu.

Các tác-giả văn-học Công-giáo Việt-Nam ít nhiều đã đụng đến ý nghĩa cuối cùng của đời người trần thế, và đa số họ nói đến đời sống hôm nay của người Công-giáo như là một người Việt-Nam, một thành phần của dân-tộc. Tư tưởng đạo Thiên Chúa, tư duy đạo, đã thật sự thấm nhuần vào văn-hóa và văn-học nghệ thuật nước ta. Và đã sinh ra một truyền thống văn-học có nền nếp và hiển nhiên trong thực tế lịch-sử và đất nước. Nguồn Đạo tỏ rõ hơn qua thi-ca. Một hội nhập đức tin và văn-hóa cội nguồn Việt-Nam phát sinh hoa trái nghệ thuật. Trong *Thi Nhân Việt-Nam*, nhà phê bình Hoài Thanh đã công nhận tài năng và vai trò chứng nhân đức tin Công-giáo của Hàn Mặc Tử đã nhập thể trong dòng sống chung của một dân tộc. *"Với Hàn Mặc Tử, Chúa gần lắm... Thơ Hàn Mặc Tử ra đời, điều ấy chứng rằng đạo Thiên Chúa ở xứ này đã tạo ra một cái không khí có thể kết tinh lại thành thơ. Tôi tin rằng chỉ những tình cảm có thể diễn ra thơ mới thiệt là những tình cảm đã thấm tận đáy hồn đoàn thể"* (27).

Một đặc điểm của Công-giáo: trong khi tam giáo Khổng-Phật-Lão từ khi được đưa vào Việt-Nam, kinh sách đã chỉ bằng chữ Hán, một ngăn trở hiểu biết cho tín đồ bình dân. Trong khi đó, người Công-giáo, thừa sai ngoại quốc cũng như thầy giảng và tín đồ người Việt, đã bắt đầu trước tác, ghi chép với chữ Nôm (rất ít chữ Hán) và đã rất sớm phiên âm ngôn-ngữ Việt ra chữ alphabet cũng như tiếp đó đã chú tâm phiên dịch ra chữ Nôm và chữ quốc-ngữ Kinh thánh và các kinh sách khác.

*

Nói chung, các nhà nghiên cứu về văn-học Công-giáo Việt-Nam cũng như chúng tôi qua bài này, đã đồng thuận rằng người Công-giáo, tu sĩ cũng như giáo dân, trí thức cũng như các nghệ sĩ thơ văn, đã sống chung thuận hảo với tập thể cộng đồng dân-tộc. Hơn thế nữa, trước khi là người Công-giáo, họ đã là người Việt, và khi đã chịu các phép bí tích làm người đạo Chúa, họ đồng thời là những con người Việt-Nam đúng nghĩa. Sự thực đó thể hiện qua những trang văn thơ và qua các nỗ lực thực thi văn-hóa. Người Việt-Nam đã theo đạo Chúa trước khi thực dân Pháp đặt chân đến nước Việt, trước khi Hội thừa sai Paris gửi người đến; người Việt đã góp phần "sáng tác" nên thứ chữ Việt alphabet về sau được gọi là chữ quốc-ngữ trước khi guồng máy hành chính đô hộ của người Pháp ra nghị định và chỉ thị sử dụng chữ quốc-ngữ đó. Những ngộ nhận về người Công-giáo Việt-Nam từ khi thực dân Pháp đặt nền đô hộ miền lục tỉnh Nam-kỳ lan ra bảo hộ Trung và Bắc, do những người chống Pháp (như Văn Thân, cộng-sản) hoặc chống người Công-giáo ngay trong những thập niên sau này cũng có, mà do cả chính những người Công-giáo vì một lẽ gì đó, vì nhu cầu nghiên cứu lịch-sử, văn-hóa, đặt giả thuyết chẳng hạn, khiến những ngộ nhận đã ngày càng nặng nề dù bên cạnh đã có những hiểu biết chân chính và thật sự.

Tóm một chữ, người Công-giáo Việt-Nam, các giáo dân cũng như các văn-nghệ sĩ, đã và luôn sống đạo với tinh thần dân-tộc; riêng các vị sau đã sáng tác, làm văn-chương và đã thể hiện đức tin một cách chân thành và đa dạng, sâu sắc qua tác-phẩm.

2007

Chú-thích

1- Lịch sử nước Annam, Về văn bản, xem trích từ Đỗ Quang Chính. *Lịch Sử Chữ Quốc-ngữ 1620-1659* (Sài-Gòn: Ra Khơi, 1972), tr. 107-129. Tuy nhiên dấu vết chữ Quốc-ngữ xưa nhất là lá thư đề ngày 12-9-1659 của thầy giảng Igesicô Văn Tín.

2- Georg Schurhammer. "Nền Văn Chương Công giáo về Phanxicô Xaviê tại Việt-Nam" ("Annamitisch Xavierus Literatur") đăng trong *Missioswisenschafliche Studien Aachen* (Aix-la-Chapelle: Aacher, 1951, p. 300-314) do Đỗ Văn Anh và Trương Bửu Lâm dịch từ bản tiếng Pháp đăng trong *Việt-Nam Khảo Cổ Tập san*, số 2, Bộ QGGD, Saigon, 1961, tr. 143-171).

3- Theo G. Schurhammer, bđd, "*Ông viết tất cả 15 tác phẩm bằng tiếng Việt. Ngoài ra, theo lời yêu cầu của các giáo sĩ, ông có soạn truyện bà thánh Maria Mađalêna, và theo lời yêu cầu của rất nhiều người, truyện các thánh Inhatiô đờ Loyola, Phanxicô Xaviê, Dominico và Catarina, tất cả bằng lời thơ hết sức chải chuốt cùng với lòng thành kính lớn lao đến nỗi làm cho các truyện ấy được ưa thích bởi tất cả mọi người trong xứ. Tác phẩm chót của ông là một quyển sách về tuần trai lấy sự ăn chay của Chúa Cứu Thế trong sa mạc làm chủ điểm*".

4- G. Schurhammer, bđd: "*Năm 1818, ông viết một quyển sách rất dày về tiểu sử thánh Phanxicô Xaviê, năm 1819, tiểu sử của thánh Inhatiô đờ Loyola, năm 1820, tiểu sử của Phanxicô Borgia, năm 1822-23, một bộ lịch sử Việt-Nam gồm có hai quyển và cũng trong thời gian này, ông khởi đầu tập ký ức. Năm 1830, lại có một tác phẩm vĩ đại về bà thánh Anna. Đó là tác phẩm cuối cùng của ông*".

5- Philiphê Bỉnh (1759-1832), linh-mục Dòng Tên, sống 34 năm 1796-1830 ở Lisbonne, Bồ, tác-giả nhiều văn bản chữ quốc-ngữ về nhiều đề tài, từ lịch-sử đến tôn giáo, xã-hội: *Sách Sổ Sang Chép Các Việc 1822* (LM Thanh Lãng giới thiệu, Viện Đại học Đàlạt, 1968. 608 tr.), *Truyện nước An-Nam Đàng Ngoài chí Đàng Trão 1827*, v.v.

6- Võ Long Tê. "Góp phần nghiên cứu một trong những truyện thơ công giáo đầu tiên viết bằng quốc-ngữ: Inê Tử đạo văn" (*Văn-hóa tập san*, XVII, 1, 9-1968, tr. 82-101), dẫn lại trong *Dẫn Nhập Nghiên Cứu Tiếng Việt và Chữ Quốc-ngữ* (Reichstett: Định Hướng Tùng Thư, 1997), tr. 109, 152. Theo LM Petrus Vũ Đình Trác. *Công Giáo Việt-Nam Trong Truyền Thống Văn-Hóa Dân-Tộc*: biên khảo về văn-hóa giáo dục (Orange, CA: Thời Điểm Công Giáo, 1996, tr. 49), tập Inê Tử đạo văn "được coi như do ngòi bút của thánh Phan Văn Minh".

7- X. Nguyễn Văn Trung. "Vấn Đề Công Giáo Đặt Cho Dân Tộc", 1988. Phần 13.

8- Nguyễn Văn Trung. Sđd.

9- Nguyễn Văn Trung. Sđd, tr. 68.

10- Trích từ trang Internet dunglac.info

11- Chữ dùng của Võ Ngọc Nhã và Lam Giang trong *Đặng Đức Tuấn, Tinh Hoa Công Giáo Ái Quốc Việt-Nam* (dunglac.info).

12- Trích từ trang Internet dunglac.info

13- Nguyễn Vy Khanh. *Trương Vĩnh Ký, Tinh Hoa Nước Việt*. Toronto: Nguyễn

Publishings, 2018, tr. 344-345.

14- Trần Tuấn Kiệt. Thi-ca Việt-Nam Hiện *Đại, 1880-1965*. Sài-Gòn: Khai Trí, 1967, tr. 148.

15- "Quan niệm về Thơ" 'gửi Trọng Miên', 1939" <u>In</u> *Chơi Giữa Mùa Trăng* (Xuân Thu tb), tr. 34-35.

16- Vũ Ngọc Phan. *Nhà Văn Hiện Đại*. Sài-Gòn: Thăng Long tb 1960, tr. 768.

17- Đặng Tiến. *Vũ Trụ Thơ 1*. Thư Ấn Quán tb 2008, tr. 96, 112, 114.

18- Trích từ Phạm Thanh. *Thi Nhân Việt-Nam Hiện Đại* (Sài-Gòn: Khai Trí; Xuân Thu tb 1990). Thi phẩm duy nhất, *Giữa Lòng Cuộc Đời* (Tạp chí Văn Nghệ, 1963), xuất bản sau ngày ông mất.

19- Trích từ Phạm Thanh. Sđd.

20- Trích từ Phạm Thanh. Sđd.

21- Trích từ trang dunglac.info

22- Trích từ Đỗ Quang Chính. *Lịch Sử Chữ Quốc-ngữ 1620-1659* (Sài-Gòn: Ra Khơi, 1972), tr. 107-129.

23- Trích từ trang dunglac.info

24- Nguyễn Trọng Quản. *Thầy Lazarô Phiền*. Sài-Gòn: J. Linage, 1887, tr. 5, 7.

25- Phan Khôi. "Chữ Quốc-ngữ ở Nam Kỳ với thế lực của phụ nữ". *Phụ-Nữ Tân-Văn*, số 28, 7-11-1929, tr. 8-10.

26- Phan Khôi. "Văn học với Kinh thánh" Trung Lập, đăng lại PNTV 74, 16-10-1930, tr. 7.

27- Hoài Thanh-Hoài Chân. *Thi Nhân Việt-Nam* (Sài-Gòn: Hoa Tiên, 1967), tr. 212.

28- Nguyễn Văn Trung. *Vấn Đề...* Sđd, trang mở đầu.

CHỮ VIẾT TẮT

Bđd: Bài đã dẫn
b.m.: bộ mới
BS: bác-sĩ
GS: giáo-sư
HK: Hoa-Kỳ
Impr.: Imprimerie
LM: linh-mục
CA: California, Hoa-Kỳ
no: numéro
NXB: Nhà xuất-bản
p.: page
Saigon: Sài-Gòn thời thuộc địa Pháp
Sài-Gòn: Sài-Gòn thời VNCH trước 1975
Sđd: Sách đã dẫn
TB.; t.b.: tái-bản
TGXB: Tác-giả (tự) xuất-bản
TpHCM: Thành phố HCM, Sài-Gòn sau 30-4-1975.
tr.: trang
v.: volume
X.: Xem, Xem thêm

Nguyễn Vy Khanh

Sinh ngày 5-3-1951 (28-1 Tân Mão), tại Vĩnh Phước, Quảng Trạch, Quảng-Bình. Cử nhân giáo-khoa Triết Tây (1973), Cao học Triết Tây (1975) đại-học Văn khoa Sài-Gòn, và tốt nghiệp thủ khoa ban Việt-Hán khoá 13 (1971-1974) đại học Sư phạm Sài-Gòn. Sau khi tị nạn chính trị tại Canada, tốt nghiệp Cao-học Thư viện và Khoa học Thông tin (đại học Montréal, 1978). Hai nghề chính thức: giáo chức trước 1975, và chuyên viên thư viện ở Quốc hội và chính phủ Québec từ 1978 ở Quebec City và Montréal; ngoài ra chuyên nghiên cứu lịch-sử và nhân-văn liên hệ đến Việt Nam, với quan niệm: *"Kiến thức cũng như nghề nghiệp chính thức và nghiệp dư, sau nhiều thập niên hoạt động, cho chúng tôi tâm niệm và ý chí, trong khả năng khiêm tốn và khả thể, đi tìm sự thực và ghi lại cho các thế hệ sau, với hy vọng rằng chỉ có thống nhất nhân tâm và địa lý khi nào những khúc mắc và vấn nạn lịch sử đã được nhìn nhận và giải tỏa"*. Hiện sống hưu ở Toronto, Canada.

Tác-phẩm đã xuất-bản

Khung Cửa (thơ, in ronéo; Sài-Gòn, 1972)

Ngô Đình Diệm Và Nỗ Lực Hoà Bình Dang Dở (dịch-thuật, "Ngo Dinh Diem En 1963" của Nguyễn Văn Châu; Los Alamitos CA: Xuân Thu, 1989)

Lỗ Tấn Và Truyện Xưa Viết Lại (biên khảo và dịch-thuật; Xuân Thu, 1997)

Bốn Mươi Năm Văn Học Chiến Tranh 1957-1997 (Glendale CA: Đại Nam, 1997)

Văn Học Và Thời Gian (Westminster CA: Văn Nghệ, 2000)

Văn Học Việt Nam Thế Kỷ XX: Một Số Hiện Tượng Và Thể Loại (Glendale CA: Đại Nam, 2004).

33 Nhà Văn Nhà Thơ Hải-Ngoại: tuyển tập nhận-định văn-học (ebook; Montréal: TGXB, 2008; tái-bản Toronto: Nguyễn Publishings, 2016).

Văn Học Miền Nam 1954-1975: nhận-định, biên-khảo và thư-tịch; 2 tập (Toronto: Nguyễn Publishings, 2016; tb, Nguyễn Publishings, 2018; tb, San Jose CA: Nhân Ảnh, 2019).

Trương Vĩnh Ký: Tinh-Hoa Nước Việt (Toronto: Nguyễn Publishings, 2018).

44 Năm Văn Học Việt-Nam Hải Ngoại (7 tập, thực hiện chung với Khánh Trường và Luân Hoán; San Jose CA: Mở Nguồn, 2019).

Nhà Văn Việt Nam Hải-Ngoại: tuyển tập nhận-định văn-học (San Jose CA: Nhân Ảnh, 2020).

Tham gia các tuyển tập

Văn-Học Nghệ-Thuật Liên Mạng (Tập 1, Garland TX: 1996; Tập 2, 1997);

Vietnam et Culture (Montréal: Communauté Vietnamienne de Montreal, 1998);

Nguyên Sa: Tác Giả và Tác Phẩm (Tập 2, Westminster CA: Đời, 1998);

Gom Lại Những Dòng Trăng (Tuyển tập thơ, nhiều tác giả; Garland TX: Văn Học Nghệ Thuật Liên Mạng, 1999).

Hiện Tượng Trương Vĩnh Ký (Liên Hội Ái Hữu Petrus Trương Vĩnh Ký Nam Bắc California & nhóm Petrus Ký.org, 2005).

Đi Tìm Nguyễn Huy Thiệp (TpHCM: Văn hóa Thông tin, 2001).

Luân Hoán, Một Đời Thơ (Los Angeles: Sông Thu, 2005).

Hồ Biểu Chánh, người mở đường cho tiểu thuyết hiện đại Việt Nam (TpHCM: Văn Nghệ, 2006; "Ngôn-ngữ của tiểu-thuyết Hồ Biểu-Chánh").

Kỷ Niệm về Nhà văn Doãn Quốc Sỹ (Houston TX: Văn Đàn Đồng Tâm, 2007)

Kỷ Niệm về Toàn Phong Nguyễn Xuân Vinh: từ chiến sĩ đến khoa học gia (Houston TX: Văn Đàn Đồng Tâm, 2008).

Thơ Từ Cõi Nhiễu Nhương (Tập 1: Plainfield, NJ: Thư Ấn Quán, 2010)

Giáo-sư Lê Hữu Mục và những cây bút thân hữu (Houston TX: Văn Đàn Đồng Tâm, 2010).

Hiếu Đệ Lão Ngoan Đồng: hoài niệm (Võ Đức Trung; Paris: Hương Cau, 2010)

An Khê Nguyễn Bính Thinh: hoài niệm (Võ Đức Trung; Paris: Hương Cau, 2013).

Minh-Đức Hoài-Trinh, Chính Khí Của Người Cầm Bút (San Jose CA: Nhân Ảnh, 2014).

Tiểu Luận (của/về) Phùng Nguyễn (Da Màu, 2018).

Thơ Việt Đầu Thế Kỷ 21 (San Jose CA: Nhân Ảnh, 2018).

Liên lạc Tác giả
Nguyễn Vy Khanh
nguyenvykhanh@yahoo.com

Liên lạc Nhà xuất bản
Nhân Ảnh
han.le3359@gmail.com
(408) 722-5626

Milton Keynes UK
Ingram Content Group UK Ltd.
UKHW042248020823
426203UK00001B/138